நகுலாத்தை

நகுலாத்தை – நாவல்
© யதார்த்தன்

முதல் பதிப்பு: ஆவணி 2022
வெளியீடு: வடலி வெளியீடு
மின்னஞ்சல்: sales.vadaly@gmail.com
www.vadaly.com
விற்பனை மற்றும் தொடர்புகளுக்கு
கனடா: +1-647.896.3036

அட்டை: ருக்ஷனா
நூல் வடிவமைப்பு: ஜீவமணி
விற்பனை உரிமை:
கருப்பு பிரதிகள்
293, அகமது வணிக வளாகம், 2 ஆம் தளம்,
இராயப்பேட்டை நெடுஞ்சாலை,
சென்னை 600 014
பேச: 94442 72500
மின்னஞ்சல்: karuppupradhigal@gmail.com
விலை: ரூ 750

nakulaththai – Novel
© Yatharthan

First edition: August 2022
by Vadaly Veliyeedu
35, Longmeadow Road
brampton, ON
canada
l6p2b1
PH: 647.896.3036
Email: sales.vadaly@gmail.com
www.vadaly.com

Cover: Rukshana
Layout: Jeevamani
Distribution liccence:
Karuppu Pradhigal
293, Ahamed Comercial Complex
IInd Floor, Royapettah High Road,
Chennai 600 014, Tamil Nadu, South India
Mobile: 94442 72500
Email: karuppupradhigal@gmail.com
Price: Rs. 750
ISBN: 978-1-7779375-3-9

நகுலாத்தை

யதார்த்தன்

வடலி

கலாபவானி – குணரட்ணத்திற்கு

அட்டைப்பட ஓவியர் பற்றிய குறிப்பு

பாத்திமா றுக்சானா

இலங்கையின் குருநாகலை நகரை சேர்ந்த பல்துறை கலைஞர்; இவர் கிழக்குப் பல்கலைக்கழகத்தில் உள்ள சுவாமி விபுலானந்தா அழகியல் கற்கைகள் நிறுவகத்தில் 2015 ஆம் ஆண்டு நுண்கலை இளங்கலை பட்டப் படிப்பினை பெற்றார் மற்றும் அப்பல்கலைக்கழகத்தில் தொழிநுட்பத் துறையில் தற்காலிக விரிவுரையாளராக 2016-2018 காலப் பகுதிகளில் கடமையாற்றினார். இவர் தற்போது பாகிஸ்தானில் lahore இல் Beaconhouse National University இல் முதுகலைமானிப் பட்டப் படிப்பினை முடித்துள்ளார். இவரின் கலைப் படைப்புக்கள் விளிம்பு நிலைக் கதைகளாகவுள்ள, பெண்களின் பாலினச் சார்பு தொடர்பான நடைமுறை சிக்கல்கள் மற்றும் சமூகத்தில் அவர்களின் எதிர்பார்ப்புக்கள், சுதரந்திரம் மறுக்கப்படுவதால் ஏற்படும் உளவியல் வன்முறைகள் பற்றிய விடயங்களைப் பேசுகின்றன. குறித்த கலையாக்கங்கள் கொழும்பிலும் மற்றும் தொற்காசியாவின் பல பகுதிகளிலும் காட்சிப்படுத்தப்பட்டுள்ளன.

அன்பும் நன்றியும்

குமாரதேவன், அருண்மொழிவர்மன், நிவேதிதா யாழினி, கிரிசாந், பிரிந்தா, தி. செல்வமனோகரன், கோபிகா, மதுமதி, பிரதாப், காண்டீபராஜ், மகிதரன், ஆதிபார்திபன், தனுஜன், த. அகிலன், செல்வி, விதுலா, சங்கீதா, பர்வீன் ஹனா, மேரி அனுசியா, சங்கவி, சுஹா, பிறேமிஷா, கீதா, சயந்தன், வைதேகி, கௌரி, கமலாபரன், பிறைநிலா, வசீகரன், ரஜிதா, பிருந்தன், மின்ஹா, தர்முபிரசாத், இளவேனில், நிஜந்தன், கஸ்ரோ, புஷ்பகாந்தன், பாத்திமா ருக்ஷனா, அனுக் அருட்பிரகாசம்.

□

உங்களுடைய வாழ்க்கையில் என்ன நடந்தது என்பதை காட்டிலும், நீங்கள் எதை நினைவு கூர்கிறீர்கள் எப்படி நினைவு கூர்கிறீர்கள் என்பதே முக்கியமாகும்.

– காபிரியல் கார்சியோ மார்க்வெஸ்

□

பிராமிதியஸ் குறித்து நான்கு கதைகள் உள்ளன. முதல் கதைப்படி தெய்வங்களின் இரகசியங்களை மானுடர்க்கு காட்டிக் கொடுத்ததால் (நெருப்பை தேவலோகத்தில் இருந்து மானுடர்க்கு தருவித்தமை) காகஸின் பாறையொன்றில் அவன் பிணைக்கப்பட்டிருந்தான். அவனுடைய இரைப்பையை தின்றுபோட கழுகுகளை அனுப்பின தெய்வங்கள், தின்னப்படும் இரைப்பை உடன் புதுப்பிக்கப்படலாயிற்று. இரண்டாவது கதைப்படி, கிழித்துக் குதறும் அலகுகளால் தூண்டப்பெற்ற பிராமிதியஸ் பாறையோடு பாறையாக ஒட்டிக்கொண்டு இறுதியில் தானும் பாறையாகிவிட்டான். மூன்றாவது கதைப்படி ஆயிரமாயிரமாண்டுகளின் காலப்போக்கில் அவனது துரோகம், தெய்வங்களாலும் அவனாலும் மறந்துவிடப்பட்டது. நான்காவது கதைப்படி அர்த்தமற்ற இவ்விவகாரம் குறித்து ஒவ்வொருவரும் சலிப்புற்றனர். தெய்வங்கள் சலிப்புற்றன, ரணம் மூடுண்டு சலிப்புற்றது.

– காஃப்கா

Chundikkulam Pillayar Temple
Kandavalai paddy field bordr
Kandavalai Market
Uriyan
Chundikkulam சுண்டிக்குளம்
வீரைக்காடு
வதனமார் கோவில்
நகுலாத்தை வளவு
கீரிப்பிள்ளை மேடு
கீரிக்குளம்
Puliyampokkanai Nagathampiran
புளியம்பொக்கணை நாகதம்பிரான்
Murasumoddai
Velikkandal
N
W
E
S
Paranthan-Mullaitivu Hwy
Chalai
பிரமந்தனாறு
Piramanthanaru
Vaddakkachchi Public Market
Punnaineeraavi
இருட்டு மடு
Iruddumadu
Visuvamadu
விசுவமடு
Kumaarasaamipuram
Ampalavanpokkanai
Hindu Temple, Putumattalan
Ramanathapuram
Thoddiyadi
Vaddakkachchi
Theravil
சுதந்திரபுரம்
Suthanthirapuram
Putumattalan
புதுமாத்தளன்
Ampalavanpokkanai
Thevipuram
Iranaippalai
இரணைப்பாலை
Valayanmadam
வலைஞர் மடம்
Periya Kaively Pillaiyaar Kovil
Kaively
Ananthapuram
கல்மடு குளம்
Kalmadu Kulam
Iranamadu Air Base
Iranamadu Tank
Puthukkudiyiruppu
புதுக்குடியிருப்பு
Karaiyamullivaikal
கரையா முள்ளிவாய்க்கால்
Vellamullivaikal
வெள்ளாமுள்ளிவாய்க்கால்
Vadduvakal

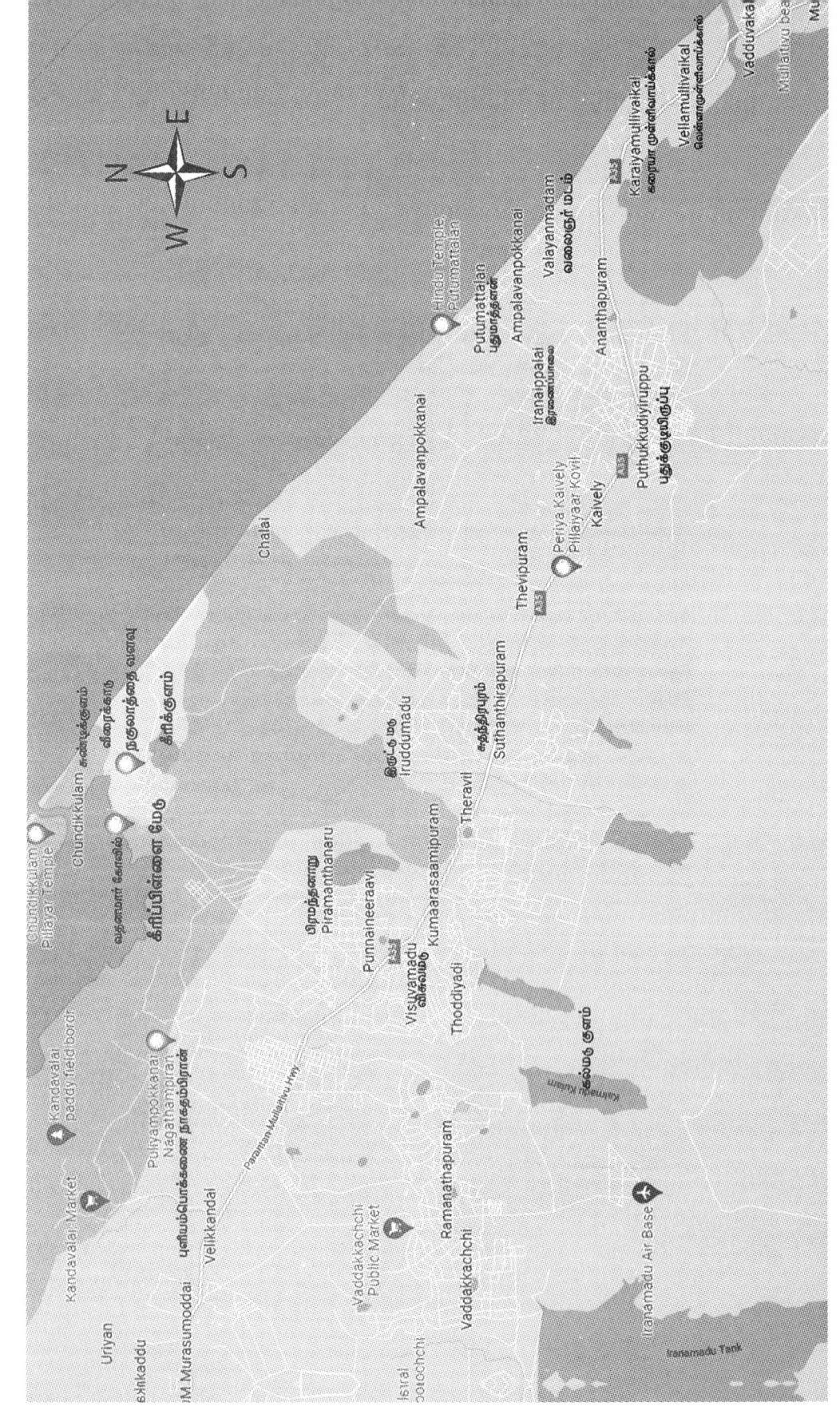

மழை அழைப்பித்த படலம்

ஆதியினருளினால் வந்தருள் செயுமுகிலாம் பிள்ளைத்
தீதறு திசையிற்றேன்றிச் செழுங்கிரி தவழ்ந்து விண்ணின்
மீதுறு நடந்து காலால் விரைந்துசென்றோடிக் கூடிக்
காதல் சேர் நிலத்தை நாளுங் காத்திடச் செறிந்த தன்றே.
– உமறுப்புலவர்.

01

சலிப்பேறிய வார்த்தைகளைக் காறி உமிழ்ந்தான். தொண்டை வறள, எச்சில் கைத்தது. சக்கடத்தானைக் காணவில்லை. உடும்பொன்று கண்ணில் எத்துப்பட்டதும் துரத்திக்கொண்டு ஓடியவன், பார்வைத் தொலைவில் எந்த அசமந்தமும் இல்லை. குரைப்புச் சத்தம் கூட. சின்ராசன் அதைச்சட்டை செய்யவில்லை, சக்கடத்தான் எப்போதும் தன்னில் கவனமுள்ளவன். காட்டுக்குள் அவனுக்கு ஆபத்தேதுமிருக்காது, வழி தவறி விடுவான் என்ற பயம் கூடத்தேவையில்லை. காட்டுக்குள் அவனுக்கு நரி மூக்கு முளைத்துவிடும். சின்ராசனின் வாசம் பிடித்தே வந்து சேர்ந்து விடுவான். அல்லது வானத்திற்கு நிமிர்ந்து ஒரு ஊழை போதும். சின்ராசனுக்குத் தெரிந்துவிடும். ஆள் மாறிப்போகுமளவு அதுவொன்றும் பெருங்காடில்லை, பாதைகள் மாறுவதற்கு வீரைக்காட்டைத் தாண்டிப்போக வேண்டும். ஆத்தையின் காவலிருக்கும் எல்லையில் உபத்திரங்களுக்கு இடமேது? சிறுபிராயத்தில் தேன்வெட்டப்போகும் போதெல்லாம் தகப்பன் சின்ராசனைத் தோளில் இருந்து இறக்கி இருத்தும் போது ஒவ்வொரு முறையும் மகனின் கண்ணைப் பார்த்து "பயமா இருக்கோ? ஒண்டும் பயமில்லை. பயந்தா நாயுருவி கீறினாலே செத்துப்போவம், பொழுது விழ முதல் கொப்பன் திரும்பி வராட்டி ஆத்தையை நினைச்சுக் கொண்டு எழும்பி நட, பயப்பிடாமல் நட, கால் கொண்டு போய் சேர்க்கும்" ஒரு வேட்டைக்காரனுக்கும் தகப்பனுக்குமான சடங்கான வார்த்தைகளைச் சொல்லி, தன்னுடைய சக்கடத்தானை மகனுக்குக் காவலாக இருத்தி விட்டுப்போவான் சின்னான்.

சின்னான் வளர்த்த சக்கடத்தான் நல்ல செங்காரி, செங்கழி நிறத்தில் காலால் உயர்ந்தவன். நல்லவேகம். பெரிய கறுத்த வாய். சின்ராசனுக்கு நினைவிருக்கும் அளவில் தகப்பனிடம் நின்ற மூன்று சக்கடத்தான்களும் ஒரே நிறம்தான். சின்னான் நாயைத்தெரிவு செய்வதில் நுணுக்கம் பார்ப்பவன். அவனைப் பொறுத்து வேட்டைக்காரனுக்கு நாயொரு பெருமை, கௌரவம்.

“இஞ்ச பார் சின்ராசு, சும்மா வீட்டிலை வளக்கிற நாய் விசுவாசமா ஒரு பத்து வரியம் நிக்கும், ஒரு வேட்டக்காரன்ர நாய்க்கு பதினைஞ்சு வரியம். வேட்டைக்காரன் மோசம் போனால் செத்தவீட்டிலை ஒப்பாரி சொல்லுற எங்கடை பெண்டுகள் அவன் எத்தினை சக்கடத்தை கண்டவன் எண்டு சொல்லி அழுவினம். கேள் சின்ராசு, இருக்கும் மட்டும் அதை உனக்கு சரிசமனாய் வச்சு வளக்கோணும், வீடு வாசல்ல நிக்கிற நாயில்லை உன்ர நாய், தூக்கி மடியிலை வச்சு கொஞ்சிக் குலாவி காலை சுத்துற வயக்கெட்ட நாய் பத்து வரியம் நிண்டாலும் கிழடு வத்திதான் சாகும். வேட்டைக்காரன்ர நாய் சாகிறவரைக்கும் பல்லைப் பிடிச்சுப் பாத்தாலும் வயசு காட்டாமல் எலும்பு தோலிலை மட்டுமில்ல நெஞ்சிலையும் உரத்தோட இருக்கும். என்ர அய்யா அஞ்சு சக்கடத்தான் கண்டவர், அவற்ற அப்பு ஆறு கண்டதெண்டு அய்யா சொல்லி சொல்லி பெருமைப்படுவார். வேட்டைகாரன்ர நாய் எண்டால் ஊருக்க அவனோட சேர்த்துக் கதைக்கோணும், நாய்க்கு அடிமைக்குணம் பூனைக்கு அதிகாரக்குணம் எண்டுவினம். எல்லாம் பழக்கத்திலை வந்தது, பிறப்பிலை வரேல்ல. நாயை மனிசர் அடிமையா வளக்கிறாங்கள், இரு எண்டால் இருக்கோணும், குலையெண்டால் குலைக்கோணும், சொல்லிச்சொல்லி பழக்கி பழக்கி அதின்ர குணத்தை வலசை கெடப்பண்ணிப் போடுவாங்கள். ஆனால் வேட்டைக்காரன் வளர்த்த நாய், அது ராசா மாதிரி, அது மிச்சச் சாப்பாடு சாப்பிட்டு வளராது. வேட்டைக்கறியின்ர முதல் துண்டுக்கு உரித்து. வீட்டு நாய் சாப்பிடுறதுக்கு பேர்தான் சாப்பாடு, சக்கடத்துக்கு இரை”

சின்னான் அவனுடைய மூன்றாவது சக்கடத்தானின் பாதி வாழ்நாட்களில் இறந்து போனான். பதினைந்து நாள் கழித்து அவனுடைய சக்கடத்தான் காணாமல் போனது. சின்ராசனுக்கு காட்டுக்குள் இறங்கினால் தகப்பனின் குரலும் சக்கடங்களின் குரைப்பும் கேட்கத்தொடங்கிவிடும். சின்ராசனுடன் இப்போது இருப்பது இரண்டாவது சக்கடத்தான். வலைப்பாடு பஞ்சனிடம் இருந்து, கண் திறக்க முதலே கரு கருவென தூக்கி வந்தது. இருட்டிலோ புதர்களுக்குள்ளோ நின்றால் அப்படியே கரைந்து போய்விடும் கருமை. வலது கண்ணின் இமைக்கு சற்று மேலே வட்டமாக கொஞ்சம் நரைத்திருக்கும் அதுவும் கண்களை அகலத்திறந்து பார்வையைக் கூராக்கும் போது சுருங்கி மறைந்து விடும். காட்டுக்குள் சின்ராசனையும் வேட்டையையும் பொறுப்பெடுத்துக் கொள்ளுவான். மானினங்களோ, மரைகளோ, பன்றிகளோ சக்கடத்தின் புலன்களின் வளையங்களில் அச்சொட்டாக விழும். கண்டுபிடிக்கவும், கிளப்பிக் கலைக்கவும், துவக்கின் பார்வைக்குள் அவற்றை நிறுத்தவும், சக்கடத்தான் தனக்கே உரிய அபாரமான தந்திரங்களைக் கொண்டிருந்தான். ஆனால் இப்போது நிலைமை தலைகீழாகிவிட்டிருந்தது. துவக்கிலிருந்து தடங்களுக்கும் கண்ணிகளுக்கும் திரும்பியிருந்தது சின்ராசனின்

வேட்டை. சக்கடத்தானுக்கு தடம் வைப்பதெல்லாம் புதிது. அவனுக்கு அங்கே எந்த வேலையுமில்லை. நாள் முழுக்க தடக்கட்டைகளை வெட்டி கம்பியிழுத்துக் கட்டிக் கொண்டிருக்கும் சின்ராசனை, தலையை நிலத்தில் வளர்த்தி விட்டு மேற்கண்ணால் பார்த்துக் கொண்டிருக்கும் சக்கடத்தானின் கண்களைச் சந்திப்பதைத் தவிர்க்கும் சங்கடத்தின் நாட்கள் சின்ராசனிடம் வந்து சேர்ந்திருந்தன.

பரவலாக வைத்திருந்த தடங்களை ஆராயும் போது சக்கடத்தானில்லாமலிருப்பது நல்லதுதான். தடத்தில் முயல் விழுந்ததைக் கண்டுவிட்டால் உறுமி வெருட்டி தடத்தை அறுத்துக் கொண்டு ஓடும்படி கிளப்பிவிடுவான். பயத்தில் அலவலாதிபட்டு தெறிக்கும் முயலுக்கு பின்னால் தடக்கட்டை அதன் வாலைப்போல கிளப்பிக்கொண்டு ஓடிவிடும். எனினும் நிலமை வேறு மாதிரித்தானிருந்தது. முயல்களுக்குப் பதிலாக தடங்களில் வெறுமைதான் சுருக்கேறிக்கிடந்தது. ஈச்சம்பற்றையை விலத்தி வைத்த தடமும் ஒன்றுமில்லாமல் கிடந்தது. இரைக்கு வைத்த கிழங்குத் துண்டுகள் மீது முசுறுகள் மொய்த்து மூடியிருந்தன. இன்று யார் முகத்தில் முழித்தோம் என்று யோசித்துப் பார்த்தான். இந்தமாதிரி துரதிஸ்ரம் வந்து பிடித்துக்கொள்ளும் போது அதற்கு யாரையாவது காரணம் கற்பித்துக்கொள்ள நினைக்கிறது மனம். கீரீப்பிள்ளை மேட்டில் ஆள்ச் சகுனங்களோ, மனித நாணங்களோ கிடையாது என்பது ஐதீகம். ஆயினும் சலிப்பில் உழன்று கொண்டிருக்கும் மனதிற்குள் அடைத்துக்கொண்டிருக்கும் மூச்சை விடுவதற்கு எதையாவது கொண்டு குத்திக்கொண்டிருக்க வேண்டும். வாய்க்காலடியில் துரிதம் குறுக்குக்கட்டுடன் குளித்துக் கொண்டிருந்தது நினைப்பில் ஓடியது. “நல்ல முழுவியளம் இண்டைக்கு உலைவுதான்”. துரிதத்திடம் அவனுக்கு எந்த முன் விரோதமோ வெறுப்போ கிடையாது, சொல்லப்போனால் அவள் மீது எப்போதும் இரக்கத்தோடிருக்க நினைப்பவன். “சின்ராசண்ணை மரை வத்தல் தா” என்று குழந்தைச் சிணுங்கலுடன் வந்து நிற்பவள். பாவம். தலை நரைக்கத் தொடங்கி விட்டாலும் அவளுடைய மனமும் செயலும் எட்டோ ஒன்பதோ வயதில் தங்கி விட்டன. அவளை நொந்து கொள்வதில் எந்த நியாயமுமில்லை. ஆனால் இந்தக் கோபத்தை; சலிப்பை பிறிதொராளில் இறக்கி வைத்துவிட வேண்டும். சொல்லப்போனால் இப்போது சின்ராசனை விட துரதிஸ்ரம் பிடித்த ஆட்கள் ஊரிலிருக்கிறார்களா என்ன? சின்ராசன் தன்மீது தனக்கிருந்த பயத்தையும் வழிபடத் தொடங்கியிருந்தான்.

நன்கு பெருத்த மரையையோ மானையோ பன்றியையோ தோளில் சாய்த்து, இடியனைத் தூக்கிக்கொண்டு உடல் விடைப்போடு, காட்டை விட்டு வெளியே வருபவன். கேவலம் பாவப்பட்ட முயல்களைத்

தேடிக்கொண்டிருக்கிறோம் என்ற நினைப்பே சலிப்பாகி உடலுக்குள் வெம்மைக்கழிம்பு திராவகமாகிக் கொண்டிருந்தது.

பெரிய உருப்படிகள் அவனுக்கொரு பொருட்டில்லை. கொழுத்த கொம்பன் மரையையோ, காட்டைக் கிழித்தோடும் மானையோ, ஏன் காட்டுப்பன்றியைக்கூட வீழ்த்திவிடுவது, கண்பார்க்க கைசெய்யும் வேலை. ஆனால் காலுக்கு கீழே ஊர்பவையும் பதுங்கியோடுபவையும் எரிச்சலையும் நேர விரயத்தையும் தரக்கூடியவை. உடும்பு, முயல், காடை, கௌதாரி. சொல்லப்போனால் சின்ராசன் அவற்றை வேட்டையாடுவது பெருத்த வெட்கக் கேடாகவே எண்ணியிருந்தான்.

தகப்பன் சின்னானின் குரல் காடெல்லாம் நிறைந்திருந்தது. இவனை எப்போதும் தொடர்ந்து கொண்டிருந்தது.

"நாய் நரிதான் முயல் உடும்பெல்லாம் பிடிக்கும், நான் சின்னப்பெடியனாய் இருக்கேக்க கூட என்ர ஐய்யா தடம் கண்ணியொண்டும் தொட விடமாட்டார். உடும்பு, முயல் எல்லாம் தடம் வச்சு அமத்திக்கொண்டு வருவன். மனிசன் கணக்கிலையே எடுக்காதெண்டால் பாரன். உது வேட்டையில்லை சும்மா விளையாட்டு எண்டுவார். பெத்த தேப்பனை திருப்திப்படுத்தோணும்; அவனை வெல்லோணும் எண்ட எண்ணம் எப்ப மனிசருக்க வருகுதோ அப்ப அவன் இளந்தாரி ஆகிட்டான் எண்டு அர்த்தம்.

என்ர முதல் பெரிய வேட்டை எனக்கு நல்ல ஞாபகம். ஒரு பெரிய ஒற்றைக் கொம்பு மரை. அப்ப ஒரு பெரிய கோடை. பருவ மழை தப்பிப்போன காலம், தண்ணி தேடித்திரிஞ்சு தலைக்கு விசரேறி மரத்திலை முட்டி கொம்பை உடச்சுப்போட்டுது, மழை பெய்த பிறகும் விசர் குறையாமல் திரிஞ்சுது, வளர்ந்த சிறுத்தையள் கூட விசரேறின மரைக்கு கிட்டப் போகாதுகள், காலாலை ஒரு விசுக்கு விசிக்கினால் மண்டையோடு தெறிச்சுப்போகும் கண்டியோ! சுட்டால் அப்பிடி ஒண்டை சுடோணும் எண்டார் அய்யா, வேட்டை இறைச்சிக்காக மட்டும் செய்யிறேல்லை சின்ராசு, இறைச்சிதான் வேணுமெண்டால் தடமும் கண்ணியும் காணுமடப்பா, என்னத்துக்கு விசரேறின மரைக்கு பின்னாலை திரியோணும்? ஒரு ஓர்மம். துவக்கை பிடிச்சுக்கொண்டு குறிக்கு முன்னாலை நீ நிக்கேக்க கால் கையெல்லாம் நடுங்கிக்கொண்டு தலை விறைச்சு நிக்குற ஓர்மம். கண்ட ஒண்டை விழுத்தாட்டி நித்திரை வருமோ சொல்லுபாப்பம். என்ர ஐய்யா அந்த ஒற்றைக்கொம்பனை காட்டினதிலை இருந்து, நீ எனக்குத்தானடப்பா எண்டு சொல்லிப்போட்டன். எத்தினை நாள் காட்டுக்கை கிடந்தனான். ஐய்யாக்கும் தெரியாது நான் ஒற்றை கொம்பனுக்கு பின்னாலைதான் திரியிறன் எண்டு, அப்ப இடியன் இல்லை, கட்டுத் துவக்குத்தான்,

ஒருக்கா நிரப்பினால் ஒரு வெடிதான், அடுத்தது கட்டி ஏத்த முதல் மரை பறந்திடும். ஒற்றைக்கொம்பன் என்னை காடெல்லாம் கூட்டித்திரிஞ்சுது, நான் அதுக்கு பின்னாலையே திரிஞ்சன், சிறுத்தைப்புலி கூட கிட்ட வந்து உறுமிப்போட்டு அதை கண்டு வெருண்டு ஓடினதைக் கண்டன். ஏதோ காட்டுக்க திரியிற தெய்வம்தான் அதிலை ஏறி நிக்குதோ எண்டு ஒரு கட்டத்திலை பயந்தனெண்டால் பார். ஆனால் தெய்வமோ, தேவாங்கோ முடிக்காமல் விடுறேல்லை எண்டு தீர்மானம். ஒற்றைக்கொம்பனுக்கு வெடி தீர்க்க வீரைக்காடுதான் சரியெண்டு முடிபு. வீரைக்காட்டு நிலம் நல்ல கல்லு வளந்த நிலம். ஆள் தடுதாளி பட்டு ஓடினால் குளம்பு முறிஞ்சு கிடக்க வேண்டியதுதான். பத்து நாள் திரிஞ்சதிலை ஆளின்ர போக்குவரத்துப்பாதை பிடிபட்டுது, இளம் வீரையிலை ஏறித் தோதாய் இருந்துகொண்டன். நல்ல மத்தியான நேரம் ஆள் வீரைக்காட்டுக்கைதான் தினவுக்கு உரைஞ்ச வருவார். குழையளால மறைச்சுக் கொண்டு விறைச்சுப் போயிருந்தன். ஆளும் வந்தார். கொஞ்சம் உலாத்தவிட்டு வயித்துக்கு குறிபாத்து சுட்டன், துவக்கு வெடிச்ச வேகத்துக்கு ஓட வெளிக்கிட குண்டு தொடையைப் பிச்சுக்கொண்டு போட்டுது. ஒரு பெரிய அவலக்குரல், ஒப்பாரி ஒண்டு ஓங்கி முடியிற அலறல். நான் சுருண்டு விழுந்திருக்கு மெண்டு இறங்கி ஓடினால், காயத்தோட இழுத்து இழுத்து ஓடுது. நானும் ஓடினன், கனதூரம், கத்திக் கத்தி ஓடுது, வீரைக்காட்டுக்கை பெரிய வெள்ளைக் கல்லுப்பாறையள், ஆளை ஒருடத்திலை சறுக்கிப்போட்டுது தடுதாளி அடங்கி சோர்ந்து போய் தடக்கி விழுந்து போச்சுது. நான் கிட்டப்போன வேகத்துக்கு என்னைக் கண்டிட்டு டக்கெண்டு தலையை சிலுப்பி தன்ர ஒற்றைக் கொம்பாலை இடிக்க வந்துது. ஒரு பெரிய கட்டையை எடுத்து தலையை பாத்து விசிக்கினன், கத்திக்கொண்டு விழுந்தார். விழுந்தோண்ணை தான் என்ர ஓர்மம் அடங்கினது, மூசி மூசி இழுத்துக்கொண்டு கிடந்துது, கண்ணை முழிச்சு முழிச்சு என்னை பாத்துது. என்னாலை அதை பாக்கவே ஏலாமல் போட்டுது, பாஞ்சு ஆழுக்கு மேலை ஏறி இருந்தன். அந்த சீவன்ல உடனே ஒரு மரியாதை வந்திட்டு. உள்ளங்கால் படாமல் பாத்துக் கொண்டன். சந்தோசத்திலை தேகமெல்லாம் நடுங்கிப் போச்சு, கத்தியை எடுத்து வானத்துக்கு ஓங்கி, ஆத்தைக்குப் பேர் சொல்லி கழுத்திலை இறக்கி ஆளை அடங்கப் பண்ணினன். அப்பிடியே சந்தோசத்திலை அத தடவிப்பாத்து கழுத்தைக் கட்டிப்பிடிச்சு அழுதன். என்ர முகமெல்லாம் ஒற்றைக் கொம்பன்ர ரத்தம். ஓலை போட்டு அதை இழுத்துக்கொண்டு ஊருக்க வர சனமெல்லாம் வந்து நிண்டு பாத்துது. எனக்கு பெருமை பிடிபடேல்ல, அதிலை வச்சே முப்பத்தைஞ்சு ரூவாய்க்கு கேட்டாங்கள், அப்ப அது பெரியகாசு, மரையின்ர தொக்கையும் அப்பிடி. அதோடை அப்ப ஒற்றை கொம்பு மரை ஊருக்க கனநாளைக்கு பெரிய கதையா இருந்தது.

கொண்டு போய் அந்த உருப்படியை ஐய்யாக்கு முன்னாலை போட்டன். ஐய்யாக்கு கண்ணெல்லாம் கலங்கீட்டுது. அண்டைக்கு ஐய்யா நிண்ட நிலையை நான் எண்டைக்கும் மறக்கமாட்டன் சின்ராசு, மரையை வாங்கினவங்களிட்ட பங்கு முடிஞ்சதும் பத்துச்சதம் திருப்பிக்கொடுத்து தலையை மட்டும் வாங்கிக்கொண்டு வந்தன்.

ஒற்றைக்கொம்பை வீட்டிலை கொழுவினால் கூடாதெண்டு தெரிஞ்சும் ஐய்யா தன்ர மோன் பிடிச்சதெண்டு சொல்லி கொட்டிலுக்க கொழுவினார். அந்த மரைக்குள்ள ஏதோ தெய்வம்தான் இருந்திருக்க வேணும், மூண்டு மாசத்திலை, ஐய்யாவை காவு வாங்கிட்டுது, நான் பயந்து, கொண்டு போய் ஆத்தை கோயில்லை கொழுவின்னான். இண்டைக்கும் ஆத்தைக்கு மேல அந்தக்கொம்பொரு மகுடமெல்லோ?"

நெஞ்சு அணத்தியது சின்ராசனுக்கு.

"சீ எண்ட பிளைப்பு, ஒரு முயல் கூட விளேல்லை"

புல் நிலத்தை நோக்கி வரும் முயல்களின் வழித்தடங்களைக் கண்டுபிடித்துச் சின்ராசன் தடங்களை ஏற்றியிருந்தான். எனினும் விடிந்ததிலிருந்து ஒன்றும் விழவில்லை. தன்னை மீண்டும் மீண்டும் சலித்துக்கொண்டு, தடங்களைக் கிளப்பி இடுப்பில் இறுகி இருந்த பச்சை நிற அகன்ற இடுப்புப்பட்டியில் மாட்டிக் கொண்டே நடந்தான். வெய்யில் இன்னும் ஏறாததால் காடு குளிர்ச்சியாகவிருந்தது. நான்கைந்து மர அணில்கள் சரக் சரக்கென்று ஓடிக் கடந்து மறைந்தன. வேனிலில் பழுப்பேறி காய்ந்த சருகுகள் சில இடங்களில் முழங்கால் புதைந்து போகுமளவிற்கு ஏறியிருந்தன. புதுப்புதர்கள் வேறு மண்டிப்போயிருந்தன. நாயுருவி வகையறாக்கள் என்றைக்குமில்லாமல் பெருகிக்கிடந்தன. கால்கள் புதர்களுக்குள் நுழைந்து வர லேசாகச் சுணைப்பெடுத்தது.

இடுப்பில் சண்டிக்கட்டாக கட்டியிருந்த நீல நிறச் சறம், முட்கூர் பட்டு ஒரிடத்தில் கிழிந்து போயிருந்தது. அணிந்திருந்த பச்சை நிற பெனியனிலும் அங்காங்கே பொத்தல்கள். சின்ராசனின் கரிய உறுதியான தேகம் வியர்வை வழிய அவனுடைய பச்சை பெல்டில் சொருகப்பட்டிருக்கும் கத்தியைப் போல பளபளத்தது. இடியன் இல்லாதது ஏதோ ஒன்று உடலை விட்டுப்போன வெறுமை. இடியன் அவனுக்கு மூன்றாவது கை. அல்லது வலக்கை.

"துவக்கை கொண்டு வந்து ஒப்படையுங்கோ" விந்தன் நமட்டுச் சிரிப்போடு பார்த்துக் கொண்டிருக்க விவகாரத்தை விசாரித்த பொறுப்பாளர் சொன்ன போது விந்தனை அப்போதே சுட்டிருக்கலாம் என்று தோன்றியது. இடியனை கைமாற்றுவதற்கு துளிகூட ஒப்புதலில்லை.

வீட்டுக்குள் புதைத்துவிடுவதாகக் கேட்டுப்பார்த்தான். இலேசிலே அழாத அந்த முரட்டு வேட்டைக்காரனின் கண்கள் அன்று கலங்கிப் போயிருந்தன. இடியனை பொறுப்பாளர் வாங்கும் போது விந்தனின் நமட்டுச்சிரிப்பு இன்னும் விரிந்திருந்தது. கூனிக்குறுகிக் கொண்டுதான் அதைக்கொடுத்தான்.

"துவக்கில்லாமல் நான் என்ன செய்வன் தம்பி?"

"அண்ணை, அம்பு வில் ஒண்டு சரிக்கட்டிக் கொள்ளுங்கோ."

விந்தனுள் நல்ல விஷயங்கள் அதிகமில்லை என்பதை முதலில் காட்டிவிடுவது அவனுடைய அந்த நமட்டுச்சிரிப்புத்தான். அவன் வயதிற்கு அவ்வளவு எகத்தாளமாகக் கதைத்து விட்டான். இடுப்பில் கட்டியிருந்த தன்னுடைய பிஸ்ரல் பெல்டை விந்தன் இழுத்து விட்டுக்கொண்டே அலட்சியமாகச் சொன்னவையெல்லாம் இன்னும் கண்ணுக்குள் நின்றன. பெடிப்பயலை நசுக்கி விடவேண்டும் என்று தோன்றியது.

மடையன்று இராசரத்தினத்திற்குப் பதிலாக விந்தன் வாகனத்திலிருந்து இருந்து இறங்கி வந்திருந்தால் இராசரத்தினத்தின் மூக்கிற்கு முன்னால் தூக்கிக்காட்டிய இடியன் விந்தனுக்கு வெடித்தேயிருக்கும். இயக்கத்திலிருந்தாலும் அவனுக்குச் சாதித்தடிப்பு; பொறுப்பாளர் என்ற கொக்கரிப்பு. அப்பட்டமாக அவற்றைக் காட்டிக்கொள்வதில் அவன் உள்ளூரச் சந்தோசமடைந்து கொண்டிருப்பதை சின்ராசன் நன்குணர்ந்தேயிருந்தான்.

இராசரத்தினத்தின் முகத்திற்கு நேரே துவக்கை தூக்கிக் காட்டியிருக்கக் கூடாது. கையோங்குவது வேறு துவக்கை தூக்குவது வேறு. அதோடு அவன் விந்தனின் வால் மட்டும்தான். இப்போது தன்னை நொந்து கொள்வதைத் தவிர வேறேதும் கைவசமில்லை. ஆனால் இராசரத்தினத்தான் ஒரு கணம் வெலவலத்துத்தான் போனான். எல்லோரும் தான். காங்கேசன் இடையில் புகுந்து பறிக்காவிட்டால் இடியன் ஈயக்குண்டைத் துப்பியிருக்கும்.

"வேட்டைக்குப் போறவனும் சண்டைக்குப் போறவனும் நிதானமில்லாட்டி சிதறுண்டு போவான் சின்ராசு."

தகப்பன் சின்னானின் மிகப்பழைய குரல் செவிக்குள் அன்றிலிருந்து கேட்டுக்கொண்டுதானிருந்தது. இடியன் பறிக்கப்பட்டது, தகப்பன் மோசம் போனபோது ஒரு சிறுவனாக, இளம் வேட்டைக்காரனாக அதை எதிர்கொண்டதைவிட மோசமான பிரிவுத்துயரை அவனுக்கு

அளித்திருந்தது. சின்னான் காட்டையும் வாழ்வையும் எதிர்கொள்ள சின்ராசுவை தயார்படுத்திவிட்டுத்தான் செத்துப்போனான்.

சின்ராசனுக்கு நன்றாக ஞாபகமிருக்கிறது, இடியன் எப்போதும் சின்னானின் தலைமாட்டுக்குமேல் கைக்கெட்டும் தூரத்திலிருக்கும். அவன் அயர்ந்து நித்திரையானவுடன் சிறுவன் சின்ராசன் ஓடிப்போய் இடியனை மெல்லத் தடவிப்பார்ப்பான். அந்த இடியனுக்கு சின்ராசன் இரண்டாவது தலைமுறை. சின்னானுக்கு மகனொரு வேட்டைக்காரனாக ஆவதில் எந்த ஆட்சேபனையும் இருந்ததேயில்லை. அதுதான் அவன் விருப்பமாயுமிருந்தது. நீலாத்தைதான் சின்ராசன் காடென்றோ துவக்கென்றோ கதைத்தால் சதிராடுவாள். என்றோ ஒருநாள் சின்னானின் கை தவறி வெடித்த இடியனின் ஈயக்கோளம் ஊடுருவி தொடையை பிய்த்து அவளை ஒற்றைக்காலை இழுத்து நடக்கும் ஒருத்தியாக மாற்றியது. அதற்குப் பிறகுதான் நீலாத்தை சின்ராசனின் கையில் துவக்கு வரக்கூடாது என்ற பிடிவாதத்திற்கு வந்தாள்.

ஆனால் தாய்காரி எவ்வளவு அவனை துவக்கில் இருந்து தள்ளி வைத்தாலும், காடும் துவக்கும் சின்ராசன் மனதுக்குள் இருந்த காந்தத்தை நோக்கி நகர்ந்து வந்துகொண்டேயிருந்தன. சின்னான் காட்டுப்பன்றி இடுப்பில் பாய்ந்து செத்துப்போன நான்கு மாதத்தில் நீலாத்தை கீரிக்குளக்கட்டில் மூச்சடங்கிக் கிடந்தாள். 'சொத்திமுனி அடித்து' அவள் மாய்க்கப்பட்டதாக ஊரில் பேச்சடிபட்டது. வருடத்திற்கு ஒரு முறை குளத்து முனி பலி கேட்பது வழக்கம் தானே என்று ஊர் அவளின் மரணத்தை சாதாரணமாகக் கடந்து போனது. அதற்கு பிறகு சின்ராசனுக்கும் இடியனுக்கும் குறுக்கே யாரும் இருக்கவில்லை. காடு அவனுக்காகத் திறந்திருந்தது அவனுக்கு ஆத்தையிருந்தாள், ஆச்சியிருந்தாள்.

சின்ராசன் இந்தக் காடெல்லாம் தனியாக அலைந்திருக்கிறான். ஒவ்வொரு மூலை முடுக்காக, காடு கடந்து சிங்களக் கிராமங்களையும், வேடுவர் கிராமங்களையும் கூடப் போய் பார்த்துவிட்டு வந்திருக்கிறான். யாரையும் துணைக்கு அழைத்துக் கொண்டதேயில்லை. இடியன் இருக்கிறான் என்பது மட்டும்தான் துணை. இடுப்பில் ஈயக்குண்டுகளும். சக்கையும் கத்தியும் அடைப்பானும் பெல்டில் இணைக்கப்பட்ட தோற்பையிலிருக்கும். இடியன் ஒரு திடமான சகோதரனைப் போல அவனோடிருந்தது. தவிர நகுலாத்தை வேட்டையில் பிரியமான கன்னித்தெய்வம் என்று ஆச்சி எப்போதும் சொல்வாள். பலியும், மடையும், வேட்டையும், தேனெடுப்பும் குழுமாடு பிடிப்பதும் அவளுக்கு கொண்டாட்டமான திருவிழாக்களல்லவா! அவளின் காடு, அவளின் வேட்டை. மாமிசத்துண்டு காட்டின் எந்த மூலையில்

விழுந்தாலும் ஆத்தைக்கென்று வெட்டி எடுத்து வைத்துவிட்டு வானத்தைப் பார்த்து கும்பிட்டு ஆத்தைக்கொரு வாய் சொல்லிவிட்டே, உரிக்கத் தொடங்குவான் சின்ராசன்.

எல்லாம் பொய்த்துவிடும் போலிருந்தது. இரவு முழுவதும் கொட்டிலைச்சுற்றி சுடலைக்குருவி கத்தியதை நினைத்துப்பார்த்தான். இன்றைக்குச் சலிப்பு; பெரியதும் தாங்க முடியாததுமான சலிப்பு. அற்ப முயல்களிடம் தோற்றுப்போகும் கீரிப்பிள்ளை மேட்டின் பெரிய வேட்டைக்காரன். மூதாதைகளின் குரல்களும், தகப்பனின் குரலும் இனிக்காடெல்லாம் இவனை எதிர்கொள்ளுமல்லவா?

கடைசித் தடமும் வீழ்ந்து கிடந்தது. முயல் தப்பிச்சென்றிருக்கிறது. சினம் உடல் முழுவதும் பரவியது. காட்டின் உஷ்ணமும் வியர்வையும் தாகமும் மரத்தடியொன்றை நோக்கி இழுத்துச்சென்றது. அடியில் ஓடிய எறும்புகளை தட்டி விட்டு கறுத்த அடிப்பாகத்தில் சாய்ந்து நிமிர்ந்தான். நாவல் மரம். பழங்கள் முழித்துக் கொண்டிருந்தன. எதையாவது வயிற்றுக்குள் இறக்க வேண்டும். இரவும் சாப்பிடவில்லை, வெறும் வயிற்றில் காங்கேசன் தந்த ஒரு மரத்துக்கள்ளை தொண்டைக்குள் இறக்கி விட்டு படுத்துக்கொண்டதுதான் தெரியும். வயிறெரிந்தது. ஏவறை வந்து அடிநாக்குக் கைத்தது. மரத்திலேறினான். இரண்டு கொப்புக்களை எட்டிப்பிடித்து சுழன்று ஏறினான். நிறைந்து கிடந்த பழக்கிளையொன்றில் ஏறிக்கொண்டான். வசதியாகச் சாய்ந்து கொண்டு சின்னப் பெடியனைப்போல நாவல் பழங்களைப் பிடுங்கி உண்ணத்தொடங்கினான். வைகாசியும் முன்வசந்தமும் இந்த முறை நாவல் பூக்களை உருத்திக்கொட்டாமல் விட்டிருந்தன. மரம் பழமாய் சிலிர்த்துக் கிடந்தது. ஒவ்வொன்றாக பிடுங்கி உண்ணாமல், கை நிறைய பிடுங்கி அப்படியே வாய்க்குள் திணித்து இருபது இருபத்தைந்து பழங்களை மென்று கொட்டைகளை ஒவ்வொன்றாய்த் துப்பினான். அவனிடம் மாற்றமில்லாத சிறுவயதுப் பழக்கங்கள் சிலவிருந்தன, அதில் இதுவுமொன்று. கொப்பில் நின்று பார்க்கும் போது ஊர்மனை நன்கு தெரிந்தது. நகுலாத்தையின் பெரிய அரச மரமும் அதன் பின்னே காடுவரை பரவியிருந்த கீரிக்குளத்தின் பிரமாண்டமான நீர்மையும் தெரிந்தன. வயல்களும் வாய்க்காலையும் தாண்டி தெற்கே அரசியற்துறை முகாமில் இருந்த பெரிய தொலைத்தொடர்புக் கோபுரம் மரங்களுக்கு மேலே நிமிர்ந்திருந்தது. அங்கேதான் இடியன் இருக்கிறது. இருக்கிறதோ தெரியாது. ஒரு வேளை அதை விந்தன் அழித்தொழிக்கச் சொல்லியிருக்கலாம். அவர்களுக்கு அது வெறும் வேட்டைத்துவக்கு. தானியங்கித் துப்பாக்கிகளுடனும் இயந்திரத் துப்பாக்கிகளுடனும் புழங்குபவர்கள். ஒரு ஈயத்தையும் சக்கையையும் ஏற்றுவதற்கு தேவையான அனுபவமோ நிதானமோ பொறுமையோ ஒவ்வொரு

ஈயமும் குழலினுள் வெடித்து சுடுபவனைத் துளைத்துவிடும் என்ற எச்சரிக்கையுணர்வையோ பற்றி அவர்கள் அறிய மாட்டார்கள். இயக்கம் கவணை வைத்து ஒழிந்திருந்து இராணுவத்தை அடிக்கும் போது சின்ராசனின் வீட்டில் துப்பாக்கியிருந்தது. இப்பொழுது அவர்களிடமும் துவக்கிருந்தது. ஆனால் இரண்டும் ஒன்றல்லவே.

நேற்று மாலையில் நிறைவெறியில் காங்கேசனிடம் பாளைக் கத்தியை தரச்சொல்லி விந்தனை வெட்டப்போகின்றேன் என்று திமிறிக்கொண்டு நின்றான்.

"ஆச்சி என்ன சொன்னவா அண்ணை உனக்கு? என்ன துன்பப்பட்டு மனிசி உன்னையும் சண்முகத்தையும் வெளியாலை கொண்டந்தது? பேசாமல் இருக்க மாட்டியோ?" காங்கேசன் உறுதியான கைகளால் இவனை இழுத்து வார்த்தைகளை கொண்டு அடக்கினான். மகன் சண்முகத்தையும் வளர்ப்பு மகனைப் போன்றவனும் அவளின் நம்பிக்கைக்கு உரியவனுமான சின்ராசனையும் விடுவிக்க ஆச்சி கிளிநொச்சி அரசியற்துறை தலைமை இடம் வரை போக வேண்டியிருந்தது. துவக்கும் பறி போனது. ஆச்சி சின்ராசனை கடிந்துகொண்டாள். இவன் இடியனை தூக்கிய பிறகுதான் விந்தன் பிஸ்ரலை உருவி அந்த குழப்பத்தை முடிவுக்கு கொண்டு வந்தான். அவன் இப்படி ஒன்று நடக்க வேண்டும் என்றுதான் எதிர்பார்த்து வந்திருப்பான். மடை நாளன்று இராசரத்தினத்தை ஆத்தை வளவிற்குள் அனுப்பிவிட்டு ஏதோ கள்ளக்குணத்தில்தான் வாகனத்தினுள்ளேயே பேசாமலிருந்திருக்கிறான் என்று தோன்றியது. காவல்துறை வந்து சண்முகத்தையும் சின்ராசனையும் கைது செய்த பிறகு குரங்குமடை நின்று போனது. சின்ராசன் தன் கோபம் தான் எல்லாவற்றையும் குழப்பி விட்டதென்று நினைத்துக்கொண்டான்.

கீழே நிலத்திலிருந்து ஏதோ சத்தம் கேட்டது. சருகுகளுக்குள் ஏதோ குழறுபடி. கொப்பிலிருந்து கொண்டே கீழே பார்த்தான். திகைத்துப்போனான். ஒரு பெரிய நாகம். சின்ராசனின் உள்ளங்கையை விரித்தால் கிடைக்கும் அளவை விட பெரிய படமுள்ள நாகம்.

"கீரிப்பிள்ளை மேட்டில் எப்போது பாம்புகள் வரத்தொடங்கின?"

பாம்பிற்கு நல்ல முற்றிய வயதிருக்கும். ஆறடிக்கு வளர்ந்து சுருண்டு நின்று படமெடுத்தது. புதருக்குள் வேறு சத்தமும் கேட்டது. அருகில் முதுகு மயிரை சிலுப்பி தன் செங்கடவாய்க்கு அருகில் முளைத்த கோரைப்பற்களை காட்டி உறுமியபடி கீரிப்பிள்ளையொன்று. நாவல் மரத்தின் உரிந்த பட்டையைப்போல மண் நிறத்தில் அந்த கீரிப்பிள்ளை பாம்பைப் பார்த்துச் சீறியது. எந்தக்கணமும் அதன் மீது பாய்ந்து விட

தருணத்தை ஏற்படுத்திக்கொள்ள மும்முரமாகச் சுழன்றது. அதன் மயிரடர்ந்த சாம்பல் நிற வால் தரையில் புரண்டு புரண்டு சிலிர்த்து அதன் உடலைச் சமநிலைப்படுத்த அசைந்தது. கீரிப்பிள்ளை சுழன்ற பக்கமெல்லாம் தன் வாயைத்திறந்து சீறிக்கொண்டே நாகமும் படத்தை திருப்பி உடலை உறுட்டி வெள்ளை பிரட்டியது. சட்டென்று ஒரு புள்ளியில் தன்னுடைய தருணத்தை உணர்ந்துகொண்டு கூரிய நகங்கள் வெளிப்பட்ட தன் மிருதுவான கால்களை எக்கி கீரிப்பிள்ளை பாய்ந்தது. பாயும் போது அதன் சாம்பல் உடலில் ஒரு அசாதாரண காற்றுத்தனமும் வேகமும். முதலாம் முறை... இரண்டாம் முறை... மூன்றாம் முறை... பாம்பு அசரவேயில்லை.

இரண்டு தடவை கீரியின் உடலில் கொத்தியது. அவ்வளவு இலகுவில் உடலில் கடிவாயை வாங்கிவிடாமல் கீரியின் தடித்த ரோமமடர்ந்த மேற்றோல் உடலை பாம்பின் பற்கூரிலிருந்து காத்து நின்றது. எனினும் பாம்பு ஆக்ரோசமாகப் பாய்ந்தது. கீரியின் மூக்கிலோ தாடையிலோ கொத்தினால்தான் அதை கொல்லமுடியும் என்று பாம்பறிந்திருந்தது. சின்ராசன் "நாகதம்பிரானும் நகுலாத்தையும்" சண்டையிடுவதால், தனக்கொரு வேலையும் அங்கே இருக்கப்போவதில்லை என்றெண்ணினான். பயபக்தியுடன் கன்னத்தில் போட்டுக்கொண்டான். அப்படியே கிளையில் வசதியாக இருந்து கொண்டு பார்க்கத்தொடங்கினான்.

கீரிப்பிள்ளை தொடர்ந்தும் பாய்ந்து பாய்ந்து பாம்பின் வளவளப்பான செதிலுடலை கூரிய நகத்தால் பற்றி பற்களால் வெட்டி அதைத் துண்டு போட்டுவிட முனைப்பாயிருந்தது. அவை சண்டையிட்ட இடத்தில் பாம்பின் உடலாலும் கீரியின் மயிர் செறிந்த வாலின் துழாவலாலும் சருகுகள் தள்ளப்பட்டு வட்ட வடிவில் மணல் வெளியே தெரிந்தது. இறுதியாக நான்கைந்து முறை கீரி தன் பலத்தையெல்லாம் திரட்டி பாய்ந்து பார்த்தது. உடலை இரண்டு மூன்று முறை சுற்றிப்பிரண்டு பாம்பின் தலைக்குக் கீழ் கவ்வியது, அது லாவகமாக சுழன்று தப்பியது. பாம்பும் அசந்து கொடுப்பதாயில்லை. அதன் உடல் முக்கால் பங்கு காற்றில் எழும்பி கீரியை தாக்கியது. அனுபவமில்லாத நாகமென்றால் அத்தனை புஸ்டியான கீரிப்பிள்ளைக்கு தாக்கு பிடிப்பது கடினம். இம்மட்டிற்கும் நான்கைந்து துண்டாகிப்போய் கீரியின் வயிற்றில் ஜீரணத்திற்குத் தயாராகியிருக்கும். ஆனால் நன்கு முதிர்ந்த அனுபவம் அதன் உடலில் வெளிப்பட்டுக்கொண்டேயிருந்தது. சின்ராசனுக்கு ஆர்வம் தாங்க முடியவில்லை. இன்னும் ஒரு கிளைக்கு இறங்கி அதன் உறுதித்தன்மையை சோதித்துவிட்டு வசதியாக இருந்து கொண்டான்.

நகுலாத்தை | 21

கீரிப்பிள்ளை சட்டென்று அமைதியானது, தன்னுடைய சிவப்புக்கண்களால் பாம்பை முறைத்தது. உடலை நிதானமாக்கி, கோரைப்பற்களை திறந்து பாம்பை வெருட்டியது. அது மீண்டும் பாயப்போகிறது என்றுதான் சின்ராசன் நினைத்தான். ஆனால் கீரி சட்டென்று பாம்பை சுற்றி நான்கைந்து சுற்று வட்ட வடிவமாக ஓடியது. அதன் ஓட்டத்தில் கால் நகத்தடங்கள் பதிந்து பாம்பைச்சுற்றி வட்டவடிவம் நிலத்தில் ரேகையிட்டது. கீரி திடீரென்று நாணவட்டத்தைப் போடுமென்று சின்ராசன் எதிர்பார்க்கவேயில்லை. அடுத்து நடக்கப்போகும் நிகழ்வு அவனுக்குத்தெரியும். சின்னான் கீரியின் 'நாணவட்டம்' பற்றி கதைகதையாகச் சிலாகித்திருக்கிறான். ஒரு வேட்டைக்காரன் நகுலாத்தையின் எல்லையில் மட்டும் அடையக்கூடிய பாக்யம். காட்டில் வேட்டைக்காரர்களில் ஒரு சிலருக்கு மட்டுமே கிட்டும் காட்சி. வட்டத்தை முடித்துக்கொண்ட வேகத்தோடு கீரி புதர் ஒன்றுக்குள் பாய்ந்து மறைந்தது. பாம்பு தன் உடலை சுற்றிச் சுற்றி வெள்ளை பிரட்டியது. தன்னைச்சுற்றி நிகழ்வதை ஊகித்துக்கொண்டு சீறியது. நாணவட்டத்ததை அது எதிர்பார்த்திருக்கவில்லை என்றே தோன்றியது. வட்டத்தைத்தாண்டி போக முடியாமல் அங்காங்கே கீரியின் நகம்பட்ட காயங்களை மணற்பரப்பில் உருட்டி உடலைச் சமநிலையில் வைக்க முடியாமல் தவித்தது. சினத்தில் அடிக்கடி மூசிக்கொண்டும் சீறிக்கொண்டும் வட்டத்திற்குள் கிடந்து நெழிந்தது. சின்ராசன் பாம்பின் அவ் ஆக்ரோசத்தைப் பார்த்து வெலவெலத்துப்போனான். பாம்பின் நீளுடல் விரிந்து தாழ்ந்தது. அந்தவேட்டைக்காரனின் கால்கள் ஒரு முறை நடுங்கிப் உடல் புல்லரித்தது. ஒரு பெரிய மரையையோ, மனிதனையோ ஒருவாய்க்கடியில் சுருண்டு வீழ்ந்து உயிர்விடக்கூடிய விடத்தை தலையில் கொண்ட அந்த முதிர்ந்த நாகம் ஒரு இளம் கீரிப்பிள்ளையின் கோட்டிற்குள் சுருண்டு போய் தத்தளித்துக் கிடப்பது அதனளவில் எத்தனை அவலமானது என்பதை சின்ராசனும் உணர்ந்தான்.

நான்கைந்து நிமிடங்கள் கழிந்தன. பாம்பு மெல்ல அடங்கி தன்படத்தை சுருக்கிக்கொண்டு உடலைச்சுருக்கி தலையை தனக்குள் வளைத்து அமைதியானது. லேசான நடுக்கம் மட்டும் அதன் உடலில் தெரிந்தது. அதற்கொரு நீண்ட ஓய்வும் பிழைத்துப்போக வழியும் தேவைப்பட்டது. அது மிகவும் பயந்து போயிருந்தது. கீரியின் நாண வட்டம் அதனை இன்னும் கிலிக்குள்ளாக்கியிருக்க வேண்டும். சின்ராசன் கண் இமைக்கவேயில்லை.

மீண்டும் புதருக்குள் பெரிய சலசலப்பு. நாண வட்டம் போட்டுச்சென்ற இளங்கீரி சட்டென்று வெளிப்பட்டது. அங்குமிங்கும் பரபரப்பாகப்பார்த்தது, கால்களை ஊன்றி எழுந்து நின்று ஒரு கங்காருவைப்போல சுற்றுமுற்றும் பார்த்தது. கீரியின் வருகை பாம்பை

மீண்டும் வெகுண்டெழச்செய்தது. தலையைத்தூக்கி தன் கரும்படத்தை விரித்துச் சீறியது. மீண்டும் புதருக்குள் சத்தம். இன்னும் இரண்டு கீரிப்பிள்ளைகள் வெளிப்பட்டன. பாம்பு வெலவெலத்துப்போனது. அவை வேகமாகத் தரையை முகர்ந்தவாறே நாண வட்டத்தைச்சுற்றி நகர்ந்து தயாராகி நின்றன. வட்டத்தின் விளிம்புகளில் இப்போது மூன்று கீரிகள் நின்றிருந்தன. களைப்போ பயமோ இல்லாமல் அவை பாம்பை பார்த்து கோரைப்பற்களைக் காட்டி மிரட்டின. பாம்பு சுற்றிச்சுற்றி சீறியது. அது அந்த வருகையை எதிர்பார்த்திருந்தது போல இன்னும் தன்னை ஆக்ரோசமாக்கிக் கொண்டது. பயத்தில் விளைந்த கோபமும் எச்சரிக்கையுணர்வும் பாம்பில் தெரிந்தது. மூன்று கீரிப்பிள்ளைகளும் அதனை தாக்குவதற்கு எந்த முனைப்பும் எடுக்கவில்லை. அவை எதையோ எதிர்பார்த்தன. அவை எதனுடையதோ வருகையின் முத்தாய்ப்புகளென்பது பாம்புக்கும் புரிந்திருக்க வேண்டும். தன்னுடைய மரணப்போராட்டத்திற்கு உடலை முழுமையாக ஒப்புக்கொடுத்து நெழிந்தது. அப்போது புதருக்குளிருந்தது ஒரு வெள்ளை உருவம் வெளிப்பட்டது. பனிக்கட்டியைப்போன்ற தூய வெள்ளையுருவும். செந்நிறப் பாதங்களும் சிவப்பில் லேசான கரும்புள்ளியுள்ள மூக்கும் செங்கண்களும், ஒரு மர அணிலின் உடலளவைக்கொண்ட ராஜகீரி வெளிப்பட்டது. அது ஒரு ராணியாகவிருக்க வேண்டும். அடிவயிறு சற்று உப்பி, முலைகள் புடைத்து தெரிந்தன. அது சமீபத்தில் குட்டிகளை ஈன்றிருக்க வேண்டும். அதன் வெண்மை. சின்ராசனின் கண்களில் நிறைந்து நின்றது. ராணி வெளிப்பட்டதும் ஏனைய கீரிகள் அதற்கு மரியாதை செய்வதைப்போல தலையைச்சிலுப்பி முதுகு மயிர் குத்திட்டு நிற்க பற்கள் தெரிய சத்தமெழுப்பின. ராணிக் கீரியைக்கண்டதும் நாண வட்டமெங்கும் அலவலாதிப்பட்டு தனதுடலை அசைத்துப் பிரட்டி சீறி பாய்ந்து கொண்டிருந்தது அந்த முதிர்ந்த நாகம். ராணி ஒரு முறை வட்டத்தைச்சுற்றி வந்தது. அதனிடம் அசாதாரணமான நிதானமும் லாவகவுமிருந்தது. கால்களை ஊன்றி எழுந்து நின்று பாம்பை நிதானமாகப்பார்த்தது. சிவந்த உட்புறத்தைக்கொண்ட அதன் காதுகள் புது அசமந்தம் கேட்டு உசாராகும் முதுமானுடைய காதுகளைப்போல் எச்சரிக்கையுணர்வின் கூர்மையாக எழுந்து நின்றன. ஒரு சுற்றுச்சுற்றி வந்த பின்னர் உடலை நன்கு நிதானப்படுத்திக்கொண்டு, வாயைத்திறக்காமல் தாடைத்தசைகளைப் பக்கவாட்டில் திறந்து கோரைப்பல்லில் பயங்கரத்தை விரித்து உறுமியது. பின்னர் எதிர்பாராத கணத்தில் நாண வட்டத்தின் ஒரு ஆரையிலிருந்து புலிமுகச்சிலந்தி தெறிப்பதைப்போல தெறித்து வட்டத்தின் இன்னொரு ஆரைக்குத்தாவியது. அதே வேகத்தில் மீண்டும் ஒரு முறை தெறித்து நின்ற இடத்திற்கே வந்து குதித்தது. இது கண்ணிமைக்கும் நேரத்தில் நிகழ்ந்து முடிந்தது. கண்களை நம்பாத சின்ராசன் முழித்து வட்டத்தைப் பார்த்தான். அந்தப்பாம்பு மூன்று

பெரிய துண்டாகச் சிதறிப்போயிருந்தது. இரத்தம் கூட வடியாத மூன்று சதைத்துண்டுகளாக அந்தப்பாம்பு கிடந்தது, அதன் தலையும் படமும் இரண்டாகக் கிழிந்து போய் நிலத்தில் வீழ்ந்து நிலச்சூட்டில் வாடிய நீண்ட மலரைப்போல கிடந்தது. சட்டென்று வட்டத்திற்குள் நுழைந்த ஏனைய கீரிகள் ஆழுக்கொரு துண்டைக் கவ்வி இழுத்துக்கொண்டே புதருக்குள் மறைய, ராணிக் கீரி தன் இரண்டு கால்களையும் ஊன்றி முன்னங்காலைத்தூக்கி ஒரு முறை சுற்று முற்றும் தினவாகப் பார்த்துவிட்டு சட்டென்று புதருக்குள் தாவி மறைந்தது. சின்ராசன் மரத்தின் பிறிதொரு பட்டகிளையாக இறுக்கிப்போயிருந்தான். வேட்டை முடிந்த அந்த மரத்தடி நிழல், மீண்டும் பழைய அமைதிக்குத் திரும்பியது.

சின்ராசனின் கண்களில் இருந்து கண்ணீர் தாரை தாரையாகக் கொட்டியது. சின்ராசன் "என்ர ஆத்த" என்று தலையில் கைவைத்து ஆத்தை வளவுப் பக்கம் பார்த்துக்கும்பிட்டான். வேகமாக இறங்கி ஆச்சியிடம் கண்டதைச்சொல்ல ஊர்மனையை நோக்கி நடக்கத்தொடங்கினான். பசியோ, இடியன் பற்றிய நினைப்போ ஏதுமற்றுப்போய் வேட்டை பற்றிய நினைப்பே சுத்தமாகத் துடைக்கப்பட்டிருந்தது.

காட்டுக்கரையில், வாய்க்காலின் இரண்டு மருங்கிலும் இருந்த அன்னம்மாளின் பெரிய தேக்கங்காட்டிற்கு அருகில் சின்ராசன் வெளிப்பட்டு வாய்க்காலை தாண்டிச்செல்ல நடந்தான். அவன் நினைப்பெல்லாம் கீரிப்பிள்ளைகளும் பாம்பும்தான் நிறைந்திருந்தன. வாய்காலைத்தாண்டும் போது உடும்பைத்துரத்திச் சென்ற சக்கடத்தான் பற்றையொன்றிலிருந்து வெளிப்பட்டான். அவனுடைய பெரிய வேட்டைப்பற்களுக்கு நடுவில் ஒரு கொழுத்த சாம்பல் நிற முயலின் கழுத்து சவண்டு போய்க் கிடந்தது.

02

துரிதம் இருட்டோடு எழுந்து போய்விட்டாள்.

பனை வளவில், கொட்டிலின் முன்னால் நின்றிருந்த பனங்கொட்டில் குந்தியமர்ந்து, எவசில்வர் டம்ளரில் தேனீரை உறிஞ்சி, உள்ளங்கையில் கொட்டிய சீனியை ஒவ்வொரு மிடறிற்கும் தோதாக நக்கிக்கொண்டிருந்தான் காங்கேசன். தேனீரைச் சீனி நக்கிக் குடிப்பதுதான் அவனுக்கு எப்போதும் விருப்பமானது. எழும்பப் பிந்திவிட்டது. முட்டிகளை இறக்கிக் கள்ளுக்கான்களில் நிறைத்து தவறணையில் சேர்த்துவிட்டுதான், வந்து கேத்தலை அடுப்பிலேற்றினான். குரங்குமடை தடைப்பட்டது அவனுக்கு ஒரு நல்ல விருந்தையும் வருமானத்தையும் இல்லாமல் செய்திருந்தது. மடைமுடிவில் நல்ல மடைச்சோறும் கறி, குழம்புகளும் போயிருக்கும். எப்படியும் நான்கைந்து கான்களில் கள்ளு வியாபாரமாகியிருக்கும். ஆத்தைக்கே முழுக் கானில் கள்ளுப் படைப்பார்களே!

சின்ராசனை நினைக்கப் பாவமாகத்தானிருந்தது. அவனுக்கு துவக்குத்தான் சீவியம். காங்கேசனிடம் பாளைக் கத்தியை தொடக்கூடாதென்று சொல்லி பறித்து வைத்தால் எப்படியிருக்கும்? பறிக்க வந்தாலே ஆளைச் சீவிவிடமாட்டானா. துரிதம் இயனக்கூட்டில் கைவைத்தாலே சினப்பவன். அன்றைக்கு சின்ராசன் முந்திக்கொண்டு கையுயர்த்தியிருக்காவிட்டால் இராசரத்தினத்தின் கன்னத்தில் இவனின் கைதான் இறங்கியிருக்கும். “மடையை நிப்பாட்டுங்கோ, மிருக பலியெல்லாம் செய்யேலாதாம் தடையுத்தரவு வாங்கியிருக்காம்” விந்தனின் பஜிரோவிலிருந்து இறங்கி வந்து இராசரத்தினம் சொன்ன போது, காங்கேசன்தான் முதலில் நீயாரடா, அதைச்சொல்ல? என்று கேட்டுக்கொண்டே முன்னால் போனான். அதற்கிடையில் சின்ராசன் நுழைந்து விட்டான்.

இராசரத்தினம், காங்கேசனுடைய சிறுபிராய சகபாடி. ஒரே வயதுக்காரர்கள். நான்கைந்து வருடங்களுக்கு முதல் கள்ளுத்தவறணை முறுகல் ஒன்றில் இவன் வாய் வைக்கப்போய் இராசரத்தினம் சண்டைக்காரனாக மாறிப்போனான். மலையாளபுரத்தில் காங்கேசனுக்கு

இருந்த தொடுப்பைப் போட்டுடைத்தது காங்கேசனுக்கு வெள் சுள் என்று பற்றிக்கொண்டது. அதனால் வந்த சண்டை. இராசரத்தினத்துடன் உறவை முறித்துக்கொண்டது உள்ளூர வருத்தத்தைத் தராமலில்லை. அந்த ஆதங்கத்தில்தான் காங்கேசன் அடிக்கடி இராசரத்தினத்தில் விசனப்படுவதுண்டு. சொந்தமாக பேக்கரியொன்றைப் போட்டுவிடவேண்டும் என்ற நப்பாசையில் இராசரத்தினம் விந்தனுக்குப் பின்னால் திரிந்தான். பேக்கரிக்கு அனுமதி ஒன்றை வாங்கிக்கொடுக்காமல் விந்தன் அவனை இழுத்தடித்துக் கொண்டிருந்தான். காங்கேசனுக்கு அது அறவே பிடிக்கவேயில்லை. ஊரிலும் நக்கல் கதைகள். அன்னம்மாளிடமும் சொல்லி ஆதங்கப்பட்டான் காங்கேசன். அவள் ஏற்கனவே மகன் மேல் விசனத்திலிருந்தாள். அன்னம்மாள் எப்போதாவது கள்ளுக்குடிக்க வேண்டுமென்றால் காங்கேசனிடம்தான் வருவாள். காங்கேசனுக்கு அன்னம்மாள் வரும் தினங்கள் நன்கு தெரியும், ஒரு மரத்துக்கள் உள்ள முட்டியை எடுத்து கொட்டில் மூலையில் ஈரமணலில் பாதி புதைத்து வைப்பான். அவளிடம் புகையிலைக் கீலங்களைக் கிழித்துக்கொடுத்தால் கையோடு சுருட்டு சுற்றித்தருவாள். அவளுடைய கைகளுக்கு அத்தனை பக்குவமிருந்தது. காங்கேசனுக்கு அவள் மேல் பிரியமிருந்தது. அன்னம்மாளிற்கு இன்னும் நடந்தது எதுவும் தெரியாது. அவள் மடைக்கோ வேள்விக்கோ வருவதில்லை. குறி கேட்கவும் வருவதில்லை. அவள் பெரிய திருவிழாவின் தொடக்க நாட்களில் கதை சொல்ல வருவாள். மற்றபடி கோயில் விசயங்களை ஆச்சியிடமோ காங்கேசனிடமோ கேட்டுத் தெரிந்து கொள்வாள். அவளிடம் தனக்கென்று சடங்குகள் இருந்தன.

இராசரத்தினம் பேக்கரி போடுவதற்கு அவளுடைய தேக்கங்காணியை விற்றுத்தரச்சொல்லி சண்டை போட்டிருக்கிறான். அன்னம்மாள் தீர்க்கமாகவிருந்தாள். அவளுடைய தகப்பனின் காணியை விற்கமாட்டேன் என்று சொல்லி விட்டாள். முடிவில் இராசரத்தினம் கூனிக்கிராய் வயல்களில் சில ஏக்கர்களை கெஞ்சிக்கூத்தாடி, விற்றுவிட்டான். அன்றிலிருந்து மகனுடன் அவள் பேச்சு வாக்கில்லை. அவளுக்கு நிலத்தை விற்பது அறவே பிடிக்காது.

"வேளாளரிட்டயும் வெள்ளைக்காரனிடையும் உயிரை விட்டு எங்கடை சனம் காட்டை வெட்டி வெளிச்ச நிலமடா காங்கேசு, அதை வித்துப்போட்டான்" கிழவி ஆதங்கத்தில் பொருமினாள். பிளாவில் ஊற்றிய பாதிக் கள்ளு உள்ளே இறங்கிய பிறகு புலம்பிக்கொண்டிருந்தாள். ஏற்கனவே அத்தனை வெப்பியாரத்திலிருந்தவள். குரங்கு மடையில் செய்த காரியத்தைக் கேள்விப்பட்டால் நிச்சயமாக கொதித்துத்தான் போவாள்.

கதை பேச்சு இல்லாவிட்டாலும், காங்கேசன் பழைய கூட்டாளியை எப்போதும் விட்டுக்கொடுத்துக் கதைத்ததில்லை. ஆனால் மடை நாளில் அவன் நடந்து கொண்ட விதம் எல்லோரையும் கோவப்படுத்தி விட்டது. சின்ராசன் சும்மாவே கையோங்குவான். இராசரத்தினம் விந்தனால் "வைன்" கொடுக்கப்பட்டு ஊரில் தேவையில்லாத வேலைகளைச் செய்வதாக மடைக்கு முதல் நாள்தான் சின்ராசன் காங்கேசனிடம் சொல்லிக்கொண்டிருந்தான். "நக்கினார் நாவிழந்தாரெண்டு உவனை விந்தன் லேசிலை விட மாட்டான் பாரடா" சின்ராசன் சொல்லியிருந்தான்.

குரங்கு மடையன்று சின்ராசன் கையோங்கியது சரி என்றே தோன்றியது காங்கேசனுக்கு. ஆனால் துவக்கை எடுத்து நீட்டியிருக்கவோ அல்லது இராசரத்தினத்தை பேச்சுவாக்கில் "தோட்டக்காட்டான்" என்று பேசியது இவனுக்குப் பிடிக்கவில்லை. இராசரத்தினத்தின் தகப்பன் வழியை சின்ராசன் இப்படி இழக்காரமாகச் சொல்லியது, காங்கேசனுக்கும் பிடிக்கவில்லை எப்படிப் புழங்கினாலும் சிலது உள்ளூர கிடந்துவிடுகிறது. "அப்ப, நான் ஆர்?" என்று சின்ராசனிடம் கேட்க வேண்டும் என்று நினைத்தான். சின்ராசனுக்கு கோபம் வந்தால் கண்மண் தெரியாது. சின்ராசன் இடியனைத்தூக்கி காட்டியபோது காங்கேசனும் சற்று வெலவெலத்துப்போனான். சின்ராசன் சுடக்கூடியவன் என்று இவனுக்கு நன்றாகத் தெரியும்.

"உன்ர முன்கோவம்தான் எல்லாத்தையும் சீரழிக்கப் போகுதண்ணை"

யோசனை ஓடிக்கொண்டிருந்தது. இரண்டு முறை சீனி இல்லாத உள்ளங்கையை நக்கியிருந்தான். தலைக்கு மேலே அலப்பல் கேட்க நிமிர்ந்தான். போதாத குறைக்கு இவைகள் வேறு. இரவு முழுவதும் காங்கேசனை பாடாய்படுத்தி விட்டன. இன்னுமவை பனைகளில்தானிருந்தன. வெய்யில் ஏறத்தொடங்கியும் ஊருக்குள் நுழையாமல் பனைகளில் அமர்ந்திருக்கின்றன. வருடா வருடம் ஆத்தையின் காவலில் இருக்கும் சன்னாசி வைரவருக்கு வேள்வி செய்து மடை வைத்து அவை வந்து அவற்றை உண்டு கழியும் வரை அவற்றை பொறுத்துக்கொள்ள வேண்டியிருந்தது. காங்கேசனுக்கு அவை பனைவளவில் வேண்டாத விருந்தாளிகள். ஆனால் வருடாவருடம் அழையாத விருந்துக்கு வந்து பனைவளவை பங்குபோட்டுக்கொள்கின்றன. ஊரிற்கு அருகில் காடும் பெரிய மரங்களும் இருந்தும் அவைக்கு ஆத்தையின் பனைவளவுதான் பாதுகாப்புணர்வைக் கொடுத்திருக்கிறது. ஊரில் அத்தனை செறிவும் உயரமும் கொண்ட பனைகளைவிட வேறெதை கூட்டத்தின் மூத்த குரங்குகள் தெரிவு செய்யும்.

இரவு முழுவதும் பனந்தோப்புக்குள் களேபரம். பெரிய குரலெடுத்துக் கர்க் கர்க் என்று கத்தியும் அலப்பியும் அவை சண்டையிட்டன. அரைப்பெட்டி சீன வெடியைக் கொழுத்திப் போடவேண்டியிருந்தது. வெடிக்கு பயந்து பரிவாரமே கிளம்பி தோப்பை விட்டு போகும். கொஞ்ச நேரத்தில் திரும்பி வந்துவிடும். அதுவும் இரவிலிருந்து என்றைக்குமில்லாதவாறு தொல்லை கொடுத்துக் கொண்டிருந்தன. இன்னும் அந்த தாட்டான்களின் சத்தம் ஏற்படுத்திய எரிச்சலும் தூக்கமின்மையும் உடலுளைவைத் தந்தபடியிருந்தது. சில மந்திகள் நெஞ்சில் குட்டிகளை வைத்துக்கொண்டு கீச்சிட்டுக்கொண்டிருந்தன. தாட்டான்களின் குரல் மிகுந்த எரிச்சல் தரக்கூடியவை. வலசைக்கு வரும் பெரிய கூளக்கிடாய்கள் ஒரே நேரத்தில் கத்தியது போன்ற கோரச்சத்தம். இரவு முழுக்க காங்கேசனின் மண்டையோட்டுக்குள் இரைந்து கொண்டேயிருந்தது. விடிந்து இத்தனை நேரமாகியும் ஏன் இன்னுமவை பனைவளவை விட்டுப்போகவில்லை? மடைநின்று போனதால் ஆத்தையின் காவலில் இருக்கும் சன்னாசி வைரவர் அவற்றின் மண்டைக்குள் புகுந்து குழப்பம் விளைவித்திருப்பார் போலும். அங்காங்கே தாவுமோசை. இரண்டொரு காவோலைகளையும் தள்ளிவிழுத்தும் சத்தங்களும் கேட்டன. அவற்றுள் சண்டை வேறு. நேற்று மாலையில் தொடங்கிய அவற்றின் சண்டை அதிகாலை வரை நீடித்திருக்க வேண்டும். காங்கேசன் உறங்குவதற்கே இரண்டு மணிக்கு மேலாகியது. அதுவரை சண்டை நிற்கவில்லை என்பதும் நினைப்பிருந்தது. அந்த கூட்டத்தின் பெரிய தலைமைத் தாட்டான்கள் இரண்டிற்கும் சண்டை நடந்து முடிந்திருக்க வேண்டும். காங்கேசன் நிமிர்ந்து பார்த்தான். தாய்க் குரங்கொன்று குட்டியை கருக்குகளின் மேல் விளையாட விட்டிருந்தது மற்றோன்று தலையைச்சுற்றி சுற்றி பார்த்துக்கொண்டிருந்தது. அதன் முகத்தில் காலை வெய்யிலின் மஞ்சள் அப்பி அதன் சாம்பற் தேகம் தங்கமாகியிருந்தது. காங்கேசன் பெரிய தாட்டான்கள் இரண்டையும் தேடினான். கூட்டத்திலேயே நன்கு முதிர்ந்த தலைமைத்தாட்டான்கள். ஒன்று கண்ணில் பட்டது, அதை இவனுக்கு நன்றாக அடையாளம் தெரியும். முகம் சிதைந்து போன அந்த பெரிய தாட்டான். அதுவேதான். அந்தப்பிராந்தியம் முழுக்க அசாதாரண பிரபலமடைந்திருந்த ஒன்று.

“முகம் சிதைந்த பெரியதாட்டான்”.

அந்தக் கூட்டத்திலிருந்த மூத்த குரங்குகளில் பலவற்றிற்கு உடலில் காயங்களிருந்தன. ஆச்சி உதுகள் என்னடாப்பா ராமனோட வந்ததுகளோ காயப்பட்டிட்டு எண்டு விட்டிட்டு போட்டான் போல” என்று சொல்லிச் சிரிப்பாள். கீரிப்பிள்ளை மேட்டிற்கு மேற்கே சுண்டிக்குளம் கடற்கரையையோ காட்டையோ பிடித்து நடந்தால் மேற்குப்பக்க

காட்டுமுடிவில் ஆனையிறவுப் பக்கமாக தட்டுவன்கொட்டி கிராமத்திற்கு அருகில் அந்தச்சம்பவம் அவற்றுக்கு நடந்ததாக காங்கேசன் கேள்விப்பட்டான். ஆனையிறவுச்சமரில் இராணுவம் வைத்து வெடிக்காமல் கிடந்த பொறி வெடியொன்றைச் சீண்டியதிலேயே குரங்குகளுக்கு அந்த அனர்த்தம் நேர்ந்ததாக ஊரிற்குள் கதை வந்தது. பெரிய வெடிப்புச்சத்தத்தை தொடர்ந்து குரங்குகள் தலை தெறிக்க ஓடியதை ஊரே வேடிக்கை பார்த்திருக்கிறது. அப்பிராந்தியமெங்கும் இறந்த குரங்குகளின் உடல் அழுகி வெகுநாள் நாற்றமிருந்ததாகவும் கேள்விப்பட்டிருந்தான்.

எஞ்சிய குரங்குகள் சில மாதங்கள் எந்த ஊரிலும் அவை தட்டுப்படவில்லை கிட்டத்தட்ட ஒரு வருடக்கணக்கின் பின்னர் அவை தென்படும் போது, அசாதாரணமாக புதுக்குரங்குகளுடனும் குட்டிகளுடனும் வந்தன. புது மந்திகள், இளந்தாட்டான்கள். இருபதிற்கு மேல் திரும்பி வந்திருந்தன. வெடி விபத்தில் இழந்த தங்களின் ஆட்பலத்தை மீண்டும் அவை அத்தனை சீக்கிரம் பெற்றுக்கொண்டிருந்தன. காயப்பட்ட குரங்குகளை வைத்து ஊரில் எல்லோரும் அவற்றை அடையாளம் கண்டு கொண்டனர். சுண்டிக்குளம் காட்டுப்பகுதியில் நிறைய குரங்குக் கூட்டங்களிருந்தன. இயக்கச்சி, பளை, பரந்தன், முரசுமோட்டை, தருமபுரம், விசுவமடு, புளியம்பொக்கணை, கீரிப்பிள்ளை மேடு என்று ஊரூராகச் சென்று அட்டகாசம் புரிந்தன. இக்கிராமங்களை இணைக்கும் சிறு காட்டுப்பகுதிகளாலும் தரவை நிலங்களாலும் அவற்றின் பயணப்பாதை இணைக்கப்பட்டு இருந்தது. மழைக்காலங்களில் சுண்டிக்குளம் காட்டுப்பகுதிக்கோ அல்லது விசுவமடுவால் முல்லைத்தீவு பெருங்காடுகளுக்குள்ளோ இறங்கிச்சென்று விடுகின்றன. வெடி விபத்தின் பின்னர் அவற்றின் எல்லா ஒழுங்கும் சடங்கான பயணமும், நடப்பும் மாறிப்போயிருந்தது. ஏறக்குறைய முழு வெறிகொண்ட பைத்தியக்கார குரங்குகளாக மாறியிருந்தன. கீரிப்பிள்ளை மேட்டில் குரங்குகள் ஆட்களிடம் ஏதும் சேட்டை விட்டால் “சன்னாசி சன்னாசி உன்ர குரங்கைப் பிடி” என்றால் ஓடிவிடும் என்றொரு நம்பிக்கையிருந்தது. ஆனால் காயம்பட்ட பிறகு அவை ஏதோ குறும்புச்சேட்டை விடும் குரங்குகளாக இருக்கவில்லை. கோரமான அவற்றின் காயமும், சீழ் நெடியும் சகிக்க முடியாமலிருந்தது. அதோடு அவை செய்த அட்டகாசம். முருங்கை குருத்தில் இருந்து தோட்டத்தில் விளையும் பூசணிகளின் புதுப்பூக்கள்வரை அழித்தொழித்தன. சிறுவர்களை, பெண்களை மிரட்டின. துரத்திச்சென்று கடித்தன. நான்கைந்து பேருக்கு கடித்து வைத்தன. மடை நாளுக்கும் வேள்விக்கும் இரண்டு மாதங்களிருந்தன. எனினும் வேள்வியை முந்தி வைப்பதற்கு ஊர் கூடி தீர்மானித்த பிறகு ஆச்சியாலும் மறுக்க இயலவில்லை. ஆட்டுக்காரர்கள் மட்டும் ஆடுகள் இன்னும் தயாராகவில்லை என்று முறுகினார்கள்.

இதைச்சாக்காகக் கொண்டு வேற்று ஊர் காரர்கள் ஆடுகளை கொண்டு வந்து விற்றுவிட்டுப்போவார்கள் என்ற பயம் அவர்களுக்கு.

ஆனால் இந்த முறை குரங்குமடை தடைப்பட்டது ஊருக்குள் பிறகும் களேபரத்தை கொண்டு வரத்தான் போகின்றது என்று காங்கேசன் எதிர்பார்த்திருந்தான். அவையென்ன சாதாரண குரங்குகளா?

“சன்னாசியாற்ற குரங்குகள்!”

காங்கேசனின் தலைக்குமேல் சத்தம் கேட்டபடியேயிருந்தது. இன்றிரவும் அதே கூத்துத்தான் நடக்கப்போகிறது. பேசாமல் சின்ராசனின் கொட்டிலில் போய் படுக்கலாம். குரங்குகள் கள்ளு முட்டிகளை வேறு நாசம் செய்வது விசனம். முட்டி கட்டும் பனைகளில் ஓலைகளை வெட்டி அகற்றி தாவிவராமல் செய்தான். ஆனால் அவை முட்டிகளை உடைத்துக்குடித்தன. பசியிலோ தாகத்திலோ அல்ல. அவை வீம்புக்கு வெறியேறித் திரிந்தன. காங்கேசன் நான்கைந்து நாட்களாகச் சினத்தில் அலைந்தான்.

கடுந்தொனியில் அலப்பும் சத்தம் கேட்டது. முகம் சிதைந்த பெரியதாட்டான், கண்ணில் பட்டது. காங்கேசனுக்குப் போக்கு காட்டியது, வாயைத்திறந்து அதனுடைய பிருஸ்டத்தைப்போலச் சிவந்த முரசுகளில் முளைத்திருந்த பெரிய கோரைப்பற்களைக்காட்டி காங்கேசனை பயமுறுத்தப் பார்த்தது. காங்கேசனுக்கு எரிச்சலை மீறிச் சிரிப்பாக வந்தது. சிறுவனைப் போலப் பதிலுக்கு போக்குக்காட்டினான். உர் உர் என்று உறுமினான். சிரித்தான். மற்றப் பெரிய தாட்டானைத் தேடினான். அதற்கு நெஞ்சில் ஒரு பெரிய காயவடு இருக்கும். தேனீர்ப் பேணியை வைத்துவிட்டு பனைகளுக்கிடையில் நடந்து போனான். இவனைக்கண்டதும் சிறு பனைகளில் இருந்த பெண் குரங்குகள் குட்டிகளை நெஞ்சில் ஏற்றிக்கொண்டு தாவி பெரிய பனைகளில் ஏறிக்கொண்டன. சில மந்திகள் தங்கள் கைகெட்டும் தூரத்தில் விளையாட விட்டிருந்த குட்டிகளை நெஞ்சிலேற்றிக்கொண்டன. இரவுச்சண்டை முகம் சிதைந்த தாட்டானுக்கே சாதகமாகியிருக்க வேண்டும். அதனால்தான் இவ்வளவு ஒய்யாரமாக அமர்ந்து காங்கேசனைப் பயமுறுத்த முயற்சித்துக் கொண்டிருக்கிறது. அதற்கென்று விடிந்திருந்த இந்தப் பொழுதில் மிகுந்த குதூகலத்துடன் இருந்தது. தலைமையுணர்வு அதன் தலைக்குள் மமதையாய் ஏறியிருந்தது. அதற்கு இப்போது யாரையாவது சண்டைக்கு இழுக்க வேண்டும்.

மற்றத்தாட்டன் தோல்வியை தாங்கமாட்டாமல் எங்கோ போயிருக்க வேண்டும். எல்லாப்பனையிலும் தாட்டான்களும் மந்திகளுமிருக்கின்றன போன்ற பிரமை. இவனைப் பயமுறுத்துவது போல முகம் சிதைந்த

தாட்டான் இவன் பார்வைக்கு பட்ட மரங்களில் எல்லாம் தன் பரிவாரங்களை அமர்த்தியிருந்தது. அசாதாரணமாக பெண் குரங்குகள் இம்முறை அதிகமாக வந்திருந்தன. பெரும்பாலும் பெரிய மந்திகளின் நெஞ்சில் குட்டிகள். சிலவற்றை இறக்கி விளையாட விட்டிருந்தன. முகம் சிதைந்த தாட்டானோடு இரவு முழுக்க சண்டை போட்டுக்கொண்டிருந்த நெஞ்சில் காயமிருக்கும் அந்த மற்றொரு தாட்டானைத்தான் காங்கேசனின் கண்கள் தேடிக்கொண்டிருந்தன. அது தனியனாக ஊருக்குள் நுழைந்திருக்க வேண்டும். தனியன் எப்போதும் ஆபத்தான ஒன்று. சிறுவர்கள் பெண்களைக்கண்டால் பயமுறுத்தும். துரத்தும். சில நேரங்களில் கடிக்கவும் செய்யும். கொஞ்சத் தூரம் நடந்தவன் முட்டி கட்டிய பனையொன்றின் கீழே நின்று அண்ணார்ந்தான். இரண்டு முட்டிகள் உடைக்கப்பட்டு பாளைகளில் அவறின் வாய்கள் மட்டும் கவ்விக்கொண்டிருந்தன. நாளைக்கு அரைக்கான் கள்ளுக்கூடத் தேறாது போலிருந்தது. புது முட்டிகள் வேறு வாங்க வேண்டும்.

“இது புண்டையில் வேலை” காங்கேசன் வாய் விட்டுச்சலித்தான். திரும்பி விறு விறுவென்று நடந்து கொட்டிலடியை நோக்கிப்போனான். கொட்டிலின் உள்ளே சென்று ஈர்க்குப் பிடியை எடுத்து முற்றத்தையும் வீட்டையும் பெருக்கி முடித்தான். கொட்டிலின் உள்ளே துரிதத்தின் உட்சட்டைகள் இருந்தன. “விசரி விட்டிட்டு போட்டாள்” இருந்த சினத்தில் அவளையும் சேர்த்து கடிந்துகொண்டான். யாரும் அவன் கொட்டிலுக்கு வரமாட்டார்கள் என்றாலும், எச்சரிக்கையுணர்வு; குரங்குகள் ஏற்படுத்திய எரிச்சலோடு சேர்ந்து அவனை விசனப்பட வைத்தது.

மீண்டும் சத்தம் கேட்டு வெளியே வந்தான். முற்றத்தில் முகம் சிதைந்த தாட்டான் பனங்குருத்தொன்றைச் சப்பியபடி பனங்கொட்டில் ஒய்யாரித்திருந்தது. மீண்டும் வாயைத் திறந்து திறந்து பற்களைக்காட்டி இவனைப் பயமுறுத்தப் பார்த்தது. என்றைக்குமில்லாதவாறு, ஏதோ அசாதாரணமாக, முகம் சிதைந்த தாட்டான் இவனை பனங்கூடல் முழுவதும் தொடர்ந்து வந்து பயமுறுத்த முயற்சி செய்வது போலிருந்தது. தலைமைப்பொறுப்பை ஏற்றபின்னர் பனங்கூடலின் அதிகாரத்தை இவனிடமிருந்து பறிக்க அது கங்கணம் கட்டியிருக்கிறது. கையிலிருந்த ஈர்க்குப்பிடியைச் சுழற்றி வீசினான்.

“சன்னாசி சன்னாசி குரங்கைப்பிடி!”

முகம் சிதைந்த தாட்டான் பாய்ந்தோடி மறைந்தது.

கொட்டிலுக்குள் நுழைந்து துரிதத்தின் உடைகளை அள்ளி ஒரு பொலித்தீன் பையில் திணித்தான். எப்போது எழுந்து போனாள் என்று

தெரியவில்லை. இருட்டுடன் போயிருக்க வேண்டும். அவற்றை எடுக்கும் போது கைகளில் குறுகுறுப்பு ஏறியது. அவள் உடலின் வியர்வை நாற்றம் நாசிக்கு ஞாபகம் வந்து உடல் விடைக்க குறி தடிப்பதையுணர்ந்தான். இருவரின் முனகல் சத்தமும் குரங்குகளின் ஓலமும் கடந்த இரவை நிறைத்திருந்தன.

குரங்குகளை நினைக்க எரிச்சலாக வந்தது. இவன்தான் சம்போகத்திற்கு இடையிலும் அவற்றை தூசணத்தால் வைதுகொண்டேயிருந்தான். இரண்டொரு முறை விலகி வெளியில் போய் சீனவெடிகளைப்போட்டு அவற்றை பயமுறுத்தி விட்டு வந்து தொடர்ந்தான். துரிதத்திற்கு அவை ஒரு பொருட்டாகவே இருக்கவில்லை என்பது இவனுக்கு வியப்பாகத்தானிருந்தது. இவன் அடிக்கடி விலகிப்போவதற்குத்தான் சினந்தாள். பின் களைப்பில் அவள் குரங்குகளின் அலப்பல் சத்தத்திலும் ஒரு மெல்லிய அருட்டல் கூட இல்லாமல் உறங்கிப்போனாள். காங்கேசன்தான் இருட்டில் டோச்சுடனும் வெடிப்பெட்டியுடனும் அல்லல்ப் பட்டான். டோச் வெளிச்சத்தில் அவற்றின் முகங்களில் பிசாசுத்தனம்.

துவாயை எடுத்து தோளில் போட்டுக்கொண்டு வாய்க்கால் பக்கமாக நடக்கத்தொடங்கினான். முகம் சிதைந்த தாட்டானின் முகம் எல்லாக் குரங்குகளின் முகத்திலும் அவனுக்குத்தெரிந்தது. ஏனிவை இப்படி மனதை அலைக்கழிக்கிறதென்பது விளங்காமல் குழம்பியிருந்தான். கொட்டிலை விட்டுப் புறப்படும் போது எதற்கும் இருக்கட்டும் என்று பாளைக்கத்தியை எடுத்து இடுப்பு பெல்டில் சொருகிக்கொண்டான். வாய்க்காலை நோக்கி ஓடும் ஒற்றையடிப் பாதையில் நடக்கத்தொடங்கினான். எதிரே ஏதோ அரவம் கேட்டது. நிதானித்தான். சற்றுத்தள்ளி பனை தறிக்கப்பட்ட புதுப்பனங்கொட்டில் அந்தமுகம் சிதைந்த தலைமைத்தாட்டான் ஒரு இளம் மந்தியை, மூர்க்கமாக புணர்ந்துகொண்டிருந்தது. பெரிய தாட்டான்கள் புணரும் போது ஆக்ரோசமாக மாறிவிடுபவை. புணர்ச்சியின் போது பெண் குரங்குகள் செத்து விழுமளவிற்கு புணரக்கூடியவை. அவை எப்போதும் மிக இளம் தாட்டான்களையே தெரிவு செய்யும். பெரும்பாலும் மனிதர்களின் கண்களுக்கு அவை புணருவது படுவதேயில்லை. காங்கேசன் எப்போதாவது அபூர்வமாகவே தாட்டான்கள் புணர்வதைக் கண்டிருக்கிறான். புணரும் போது அதன் முகம் இன்னும் கோரமாக மாறியிருந்தது. அங்கே சுகமனுபவித்தல் போன்ற உணர்வை அதன் முகத்தில் காணவில்லை. அதனிடம் கொல்லக்கூடிய மூர்க்கம்தான் தெரிந்தது. அந்த இளம் பெண்குரங்கு வேதனையில் கீச்சிட்டது. காங்கேசன் கத்தியை எடுத்துக்கொண்டான். இந்த நேரத்தில் தாட்டான் இவனைக்கண்டால் கடிக்க வரக்கூடும். அவ்வளவு மூர்க்கமாக

இயங்கிக்கொண்டிருந்தது. அவனையது காணவில்லை. கொஞ்ச நேரம் அது பெண்குரங்கைப் புணர்வதைப் பார்த்துக்கொண்டிருந்தான். அதன் பெரிய சிவந்த குறியும் அதன் மூர்க்கமும் இவன் உடலை ஒருமுறை உதறச்செய்தது. அப்போது துரிதத்தை நினைத்துக்கொண்டான்.

"பெரிசா சத்தம் போடடி புண்டை" இவனுக்கு அவள் சத்தம் போட வேண்டும். அதுவும் பெரிதாக. ஊரிற்கு மத்தியிலிருந்தாலும் வயல்களால் தனித்து வைக்கப்பட்டிருந்த நகுலாத்தையின் பனைவளவு வசதியவனுக்கு. அவளின் செயற்கைத்தனம் சேர்க்கப்பட்ட முனகல் எழுந்தது.

வெறி, மூர்க்கம், ஓசை, வியர்வை.

குறியும் உடலும் விறைத்தன.

"உடம்பு அழுகிப்போகும் காங்கேசு, மனுசன் பாவபுண்ணியத்துக்கு பயப்பிட்டுகொண்டு இருக்கிறவன் எண்டுறது பெரிய பொய், அசலான மனுசன் தனக்குத்தான் அஞ்சுவான், குற்றமும் சரி தண்டனையும் சரி வானத்துக்கு மேலை இருந்து ஆரோ கணக்கெழுதி வச்சு சொர்க்கத்துக்கும் நரகத்துக்கும் அனுப்புறதில்லை, அது இஞ்ச உனக்குள்ள உன்ர நெஞ்சுக்குள்ளையே நடக்கும், ஆச்சி சொல்லுவாள், நீதான் உன்ர பாவமும் நீதான் உன்ர கழிப்பும்"

சின்ராசன் வெறியில் சொன்ன வார்த்தைகளை காங்கேசன் தலைக்கனம் இறங்கிய பிறகும் தொலைக்கப் படாத பாடுபட்டான்.

"அவளும் ஓமெண்டுதான் படுத்தவள் எண்டு சொல்லுறாய், இஞ்ச பொம்பிளைக்கும் ஆம்பிளைக்கும் ஒரு நியாயமோ இருக்கு? அதுவும் அவள் உன்னைத்தான் சின்னன்ல இருந்து நம்பினவள், புத்தி சுவாதீனம் மட்டு எண்டாலும் அவள் ஆத்தையை மாதிரி உன்னைத்தான் நம்பினவள். இன்னொராளிலை வாற நம்பிக்கைக்கு புத்தி தேவையோ, ஆத்தையை கண்ணாலை கண்டோ நாங்கள் நம்புறம்? கண்கொண்டு காணாதவளிலை துணிஞ்சு வைக்கிற நம்பிக்கையை அவள் உன்னிலை வச்சவள். முன் பின் யோசிக்காமல் ஒராள்ள வாற நம்பிக்கை ஆருக்கு கிடைக்கும்? நீ அதைத்தான் யோசிக்கோணும், படுத்திட்டன். ஊர் பேசும் இயக்கம் சுடும் அல்லது ஒரு புத்திமட்டானவள ஏமாத்தக் கூடாது எண்ட குற்றவுணர்விலை அவளை நீ கட்டோணும் எண்டில்லை, அதுக்கு நீ இப்பிடியே விடலாம். அவள் ஒரு நாளும் உன்ர காலிலை வந்து விழமாட்டாள். இண்டைக்கு வரைக்கும் அவள் உன்னை காட்டிக்குடுக்கேல்லை தெரியுமோ? ஊரிலை உள்ள எத்தினை சிங்காரியள் துரிதம் இஞ்சவா என்ன பனைவளவுக்க எண்டு கதையள் விட்டுப்பாத்தினம், ம்ஹூம். அவள் உன்ர ஒரு வார்த்தைக்குள்ள

நிண்டவள். இப்ப நீ மாட்டன் எண்டால் ஆத்தைல பாரத்தை போட்டிட்டு இருந்திடுவாள், என்னட்ட அதுதான் சொன்னவள்"

"என்னெண்டு?"

"காங்கேசு அத்தானுக்கு நான் கஸ்ரமொண்டும் குடுக்கமாட்டன் எண்டு"

சட்டென்று ஏதோ உள்ளே அருட்ட பாதையை மாற்றிக்கொண்டு வாய்காலை நோக்கி நடக்கத்தொடங்கினான். பின்பக்கமாய் அந்த பெண்குரங்கின் கீச்சிடல் சத்தம் கேட்டபடியிருந்தது.

03

வானம் இளஞ்சூடான பொழுதினை கீரிக்குளத்தின் மேலே விரித்திருந்தது. தாமரை உற்சாகமாகவிருந்தாள். குளத்தடி எப்போதும் அவளைப் பரவசமூட்டும் ஒன்று. குளத்தடி வயற்கரையில் சிறுபயல்கள் “ஆமியும் இயக்கமும்” விளையாடிக் கொண்டிருந்தனர். கலப்பை கிளறிப் போட்ட பெரிய மண் கட்டிகளை அடுக்கி போர் அரண்களான “சென்ரி பொயின்ற்”களை இரண்டு பக்கங்களில் உருவாக்கிக்கொண்டு மாறி மாறி மண்கட்டிகளை கொண்டு தாக்கிக்கொண்டிருந்தனர். இரண்டு பக்கமிருந்தும் மண்கட்டிகள் வானத்திலெழுந்து எறிகணைகளாகி அவர்களின் அரண்களில் பட்டு வீழ்ந்தபடியிருந்தன. எறியும் ஒவ்வொரு மண்கட்டியிலும் மூன்று முறை துப்பி ‘சூல வைரவா சுழட்டிக் குத்தடா’ என்று சொல்லிக் கொண்டே எறிந்தனர். இருதரப்புக்கும் ‘ஆணைத் தூ’ சொல்லும் தெய்வமாக வைரவரே இருந்தார்.

விடுமுறை நாள், காலையிலேயே விளையாட வந்து விட்டார்கள். அவர்கள் யாவரும் அவளை நன்கறிவார்கள். “தாமரையக்கா” என்று கைகாட்டினார்கள். இவளும் பதிலுக்கு கையசைத்து சிரித்தாள். அவர்கள் தாமரையின் இளைய சகோதரி அனுவின் சகபாடிகள் வேறு. அனு அவர்களுடன் விளையாட மாட்டாள். அவள் தனக்கென்று ஏதேனும் விளையாட்டை உருவாக்கிக்கொள்வாள். தாமரை வீட்டிலிருந்து புறப்படும் போது காட்ஸ் கூட்டத்தினை வைத்து மாளிகையொன்றைக் கட்டிக்கொண்டிருந்தாள். அதற்கு முதல் மாபிள் உருண்டைகளை களிமண் சுதையில் உருவங்களாகப் புதைத்து காயவிட்டு வீட்டில் தொங்க விட்டுக்கொண்டிருந்தாள். இப்படி அவளுக்கு என்று எதையாவது செய்துகொண்டிருப்பாள். அவள் அதிகபட்சம் விளையாட்டுக்குச் சேர்த்துக்கொள்வது தாமரையையும் வெரோனிக்காவையும்தான்.

சைக்கிள் கொஞ்சம் உலாஞ்ச கைப்பிடியை நேர்ப்படுத்தினாள். குளத்தடிப்பாதையிலிருந்து குளக்கட்டுக்கு ஏறும் சாய்வான பகுதியில் சீற்றிலிருந்து எழுந்து பெடலை உளக்கி ஏறினாள். “அம்மான் கண்” துரிசடி-வான்கதவுகளுக்கு அருகில் சரியும் குளக்கட்டில் இருந்து இறங்கி நீருக்குள் பாசி பிடித்து மறையும் படித்துறையை நோக்கிப்போய்க்

கொண்டிருந்தாள். கீரிக்குளம் மெல்ல மாறும் நிறத்துடனும், ஞாபகங்களுடனும் நின்றிருந்தது. சிறுமிகளாக இருக்கும் போது தாமரையும் வெரோனிக்காவும் தங்களுடைய சின்ன சைக்கிளில் அந்த சரிவில் ஏறியும் இறங்கியும் விளையாடியிருக்கின்றனர். "அம்மான் கண்" வான் கதவுகளிலும், துரிசின் நீர் வழியிலும் காதை வைத்து "அம்மான் கண்" குரலை; வார்த்தைகளைத் தேடியிருக்கிறார்கள். வெரோனிக்கா, காலையில் தலைமைக் கன்னியாஸ்திரி ஏவாவை பார்க்க போக வேண்டும் என்று தேவாலத்திற்கு வரும்படி அட்சயனிடம் சொல்லி விட்டிருந்தாள். வெரோனி அவரை 'மதர்' என்று விழித்து அழைப்பாள். மதர் ஏவா புனித சிலுவை கன்னியர் மடத்திற்கு வந்திருக்கும் புதிய தலைமைக் கன்னியாஸ்தி. முதல் இருந்த மதர் லோயாலா போல் எரிந்து விழுபவளோ தீவிர கத்தோலிக்க பின்பற்றுதலைக் கொண்டவளோ கண்டிப்பானவளோ இல்லை என்றும், மதர் ஏவா மிகுந்த பரிவும் விரும்பி உரையாடத்தக்க பண்புடையவள் என்றும் வெரோனிக்கா சொல்லியிருந்தாள். வெரோனிக்கு அவ்வளவு சீக்கிரத்தில் யாரிடமும் ஒட்டாது, நல்ல அபிப்பிராயம் ஏற்படாது, மதர் ஏவாவைப் பற்றிச்சொல்லும் போது குரலில் இருந்த வாஞ்சை அத்தலைமைக் கன்னியாஸ்திரி பற்றித் தாமரைக்குள் சட்டென்று நல்லபிப்பிராயம் கொண்ட முகமொன்றை வரித்துவிட்டது. இன்றைக்கு அவளைச் சந்திக்க மடத்திற்கு அழைத்துச் செல்வதாகச் சொல்லியிருந்தாள் வெரோனிக்கா.

மடத்திற்குப் போக முதல் ஆச்சியை எப்படியாவது ஆத்தையிடம் சேர்ப்பித்துவிட வேண்டும். ஆச்சிக்கு இதுவொரு பழக்கம். ஆத்தையிடம் கோவித்துக்கொள்வது. வழமைபோல இருவருக்கும் தாமரைதான் இடையில் நிற்கவேண்டும். ஒரு தெய்வத்திற்கும் 'விறுமன்' பிடித்த கிழவிக்கும் நடுவில் ஓடித்திரிந்து சமரசங்கள் செய்யவேண்டும்.

"உவள் கண்கொண்டு பாத்துக்கொண்டு நிண்டவள்தானே, உவள் என்ன கல்லோ?"

ஆத்தை இறங்கிக் கலைவரும் போது உடலை கெட்டிப்படுத்தி முறித்து கலையாடி ஓயும் ஆச்சிக்கும் ஆத்தைக்கும் இருப்பது அத்தகைய ஒரு கடினமான உறவல்ல, ஆனால் சில சமயம் சிக்கலானதாக ஆகிவிடும். குழந்தைகளைச் சமாதானம் செய்வது கடினமொன்றுமில்லை, ஆனால் சிக்கலானது. சின்ராசன் ஒரு முறை "ஆச்சின்ர கோவம் யானைக்குட்டி கோவம் மாதிரி, யானைகுட்டி இருக்கெல்லோ அது தாயிட்ட கோவிச்சுக்கொண்டால் தாயின்ர தும்பிக்கைக்கு எட்டாமல் பின் காலுக்க போய் நிண்டு சுழலும், தான் உன்னோட கோவம் இப்ப பாதுகாப்பில்லாமல் பின்னாலை எட்ட நிக்கிறன் பார் எண்டு பின் காலைச் சுத்திச்சுத்தி வருமாம், தாய்காரி கடைக்கண்ணை

வச்சுக்கொண்டு தன்ர பிள்ளேன்ர விளையாட்டை பாத்துக்கொண்டு நிப்பாள், அது மாதிரித்தான் ஆத்தையும் ஆச்சியும், ஏதும் ஒண்டு நடந்தால் கோயிலுக்கு உள்ளுக்கு போமாட்டாள். ஆனால் குளத்தடி வயல் வரம்பெண்டு விறுமன் கொண்டு திரிவா, பிறகு ஆரும் ஒராள் சமாதானம் சொல்லி கொண்டு போய் ஆத்தேற்ற சேர்க்கோணும்"

சில மாதங்களாக அரசியல் துறைக்காரர் ஊரோடு மல்லுக்கு நின்றார்கள். புதிதாக இரண்டு முகாம்கள் ஊருக்குள் முளைத்திருந்தன. அதில் ஒன்று பயிற்சி மைதானமொன்றுடன் கூடியதாயிருந்தது. மற்றயது பள்ளிக்கூடத்திற்கு அருகில் இருந்த காணியில் எழுப்பப்பட்டது. ஏற்கனவே அரசியல் துறை முகாமில் இருக்கும் கோபுரங்களை அகற்றி விடுமாறு ஊர்ச்சனம் கூடி அரசியல் துறையிடம் கேட்டிருந்தது. அதை அவர்கள் பொருட்படுத்தியதாகத் தெரியவில்லை. இரண்டு மாதங்களுக்கு முன்பு வள்ளிபுனத்தில் அறுபதிற்கு மேற்பட்ட மாணவிகள் விமானத்தாக்குதலில் பலிகொடுக்கப்பட்ட பின்னர் விமானத்தாக்குதல் பற்றிய அச்சம் அதிகரித்திருந்தது.

புதிய முகாம்கள் குறித்தும் பள்ளிக்கூடத்தின் பக்கத்தில் எழுப்பப்படும் தொலைத்தொடர்புக் கோபுரங்கள் குறித்தும் முறையிட ஆச்சி நேரடியாக நடுவப்பணியகம் சென்றது விந்தனுடைய தன்மானத்தை சீண்டியிருக்க வேண்டும். அதுதான் அவன் கோயில் விவகாரங்களில் தலையிட்டு இருக்கிறான். மிருக பலி, ஜீவகாருண்யம் எல்லாம் அவன் 'சாட்டுக்குப்' பிடித்துவந்த காரணங்கள். கடந்த நாட்களில் ஆச்சி கடுமையான மன உளச்சலில் இருந்தாள்.

"உங்களை ஊருக்குள்ளை இருக்க வேண்டாம் எண்டு சொல்லேல்லை, அன்ரனாக்களை இறக்கிப்போட்டு சனத்தோடை சனமாய் இருங்கோ எண்டுதான் கேக்கிறம், அன்ரனா கொழுவோணும் எண்டால் வயல்கரையிலையோ காடுப்பக்கமோ கொழுவுங்கோவன்"

என்பது ஊரின் பெரும்பான்மையான சனங்களின் வாதமாகவிருந்தது. ஆனால் குறித்த நியமங்களில் தான் அவற்றை நடவேண்டும் என்பதால் அவர்கள் அவற்றை அகற்றாமல் இருந்தார்கள். வள்ளிபுனம் தாக்குதலில் கீரிப்பிள்ளை மேட்டு பள்ளிக்கூடத்தைச் சேர்ந்த பூரணியும் வலன்ரீனாவும் காயப்பட்டிருந்தார்கள். அவர்களின் விமானத்தாக்குதல் அனுபவம் பள்ளிக்கூடம் முழுவதும் பரவியிருந்தது. வானத்தில் இரைச்சல் எழுந்தால் போதும். மீன் தொட்டியை தரையில் போட்டாற் போல பள்ளிக்கூடமே சிதறி ஓடி பதுங்குகுழிகளை நிரப்பும். அழுகை பயப்பிராணியாய் ஒரு சேர ஓலமெடுக்கும். தொடர்ச்சியாக நடக்கும் விமானத்தாக்குதல்கள் வன்னியெங்கும் அதிகரிக்க அதிகரிக்க ஊரின் பதட்டம் அதிகரித்துக்கொண்டே சென்றது.

புதிதாக ஆரம்பித்த முகாமில் இருந்து நான்கைந்து பெண்போராளிகள் ஆத்தை வளவிற்கு அருகில் இருந்த கிணற்றில் தண்ணீர் எடுத்துக்கொண்டிருக்கும் போது பூவரசாச்சியும் சில பெண்களும் அவர்களிடம் கதை கொடுத்திருக்கிறார்கள். கோபுரத்தை இறக்கச் சொல்லியிருக்கிறார்கள்.

"பள்ளிக்கூடத்துக்கு ஏதுமொண்டு நடந்தால், ஊரிலை ஒரு சந்ததி அழிஞ்சு போகும்"

"போராடுற நாங்கள் உங்கடை பிள்ளையள் இல்லையோ?"

"ஓம் எங்கடை பிள்ளையள்தான்! அதுதான் கேக்கிறம் உங்கடை தம்பி தங்கச்சிக்கு கிபிர் அடிச்சால் ஓமோ? இந்தியனாமிக் காலத்திலையும் சரி அதுக்கு பிறகும் சரி இயக்கத்தை பொத்தி பொத்தி வைச்சிராத வீடில்லை இஞ்சை, இப்பத்தானே நீங்கள் தனியக்கூடு கட்ட பழகின்னியள். முந்தி காட்டை மேவி வந்தால் சனத்தின்ர வீட்டுக்க தானே இருந்தனியள்?"

அந்தப்பெண் போராளிகள் "பொறுப்பாளரிடம் கதையுங்கோ" என்று நழுவி விட்டார்கள்.

"சரி பிழையளுக்கு வெளியிலை இயக்கம் வேற சனம் வேறை எண்டு ஊர் எப்பவும் நினைச்சதில்லை, இனி நினைக்க வச்சிடாதேங்கோ!"

தாமரை, ஆச்சியை இன்னும் உள்ளார்ந்து புரிந்து கொள்ள நினைத்தாள், ஊரில் என்ன பொது நிகழ்வானாலும் ஆத்தை கோயிலே அதன் மையமாயிருந்தது. நெடுங்கால வழக்கமில்லையா. அரசியல் துறைக்காரரும் சரி விதானையாரும் சரி ஆத்தைவளவில் பொதுத் தீர்மானங்கள் ஊர் நிகழ்வுகளின் ஊர் நடைமுறைகளை அனுசரித்தே சென்றனர். இயக்கம் ஊர் விடயங்களில் தலையிடுவதேயில்லை. அறுபதுகளில் சாதிய ஒழிப்புப் போராட்டங்களின் போது கீரிப்பிள்ளை மேடு தோழர்களின் கூடாரங்களில் ஒன்றாகவிருந்தது. பின்னர் விடுதலைப்புலிகளின் கூடாரங்களில் ஒன்றாக மாறியது. காட்டுக்குள் இருக்கும் போராளிகளுக்கு ஆதரவு கொடுத்துத்தாங்கிய கிராமங்களில் கீரிப்பிள்ளை மேட்டுக்கு பெருத்த பங்கிருந்தது. இந்திய ராணுவ காலத்திலும் சரி, இலங்கை இராணுவ காலத்திலும் சரி. கீரிப்பிள்ளை மேட்டுச் சனங்கள் இதனாலேயே படுகொலை செய்யப்பட்டும், சுற்றுவளைப்புக்கும் காணாமலாக்கப்படலுக்கும் உள்ளானார்கள். ஆச்சியும் அவளுடைய கணவர் பெரியப்புவும் இயக்கத்திற்கு அத்தனை விசுவாசமாக இருந்ததற்காக பெரியப்புவை இந்திய ராணுவம் சுட்டுக்கொன்றது.

தாமரையே ஆச்சியிடம் நிறைய "இயக்கக் கதை" கேட்டிருக்கிறாள். முன்பு வீட்டு தலைவாசலில் போராளிகள் நிறைந்திருப்பார்கள் என்று சொல்லியிருக்கிறாள். காட்டுக்கு அருகில் இருக்கும் கிராமம் என்பதால் கீரிப்பிள்ளை மேடு பதுங்கியிருக்கும் கெரில்லாப் போராளிகளுக்கு உணவும் அடைக்கலமும் கொடுத்தது. தமிழ்ச்செல்வனுக்கு ஒரு முறை காட்டுக்குள் பாம்பு கடித்த போது இரவில் போராளிகளோடு தனியாகச்சென்று "பார்வை பார்த்ததை" ஆச்சி கதை கதையாகச் சொல்லி சிலாகிப்பாள். எப்போதாவது கிளிநொச்சிக்கு போனால் நடுவப்பணியகத்தில் போய் கதைத்துவிட்டு வருவாள். இன்று வரைக்கும் ஆச்சி தனக்கு ஏதும் வேண்டுமென்று போய் நின்றதில்லை. மடைநாளில் நிகழ்ந்த குழப்பங்களால் அன்றைக்கு சண்முகத்தையும் சின்ராசனையும் மீட்க உதவியென்று போய் நிற்கவேண்டி வந்து விட்டதே என்ற ஆதங்கம்தான் அவளை இன்னும் அலைக்கழித்தது.

விந்தன் வந்த பிறகு கிராமத்தின் அனைத்து விடயங்களும் அரசியல் துறையில் தான் நடக்க வேண்டும் என்றிருக்கிறான். "யாரோ ஒரு கலையாடும் கிழவியின் கதையெல்லாம் கேட்க முடியாது" என்று ஊரவர்களிடம் சொல்லியிருக்கிறான். அவன் சொல்லி வைத்தாற்போல ஊர் நடைமுறைகள் கோயில் நடைமுறைகளில் கை வைக்கத்தொடங்கினான். ஆச்சி பொருமினாள். அவள் இவற்றையெல்லாம் மிகவும் தனிப்பட்டு எடுத்துக்கொண்டாள். ஊரில் விந்தன் சிலபேரை தனக்குச் சாதகமாக்கிக் கொண்டிருந்தான். இராசரத்தினம், கீதாஞ்சலி டீச்சரின் மகன் சாரங்கன், மக்கள் கடைக்காரர் என்று அவனுடைய எடுப்பிற்கு ஆடுபவர்களுமிருந்தனர். ஆனால் விந்தனுடன் அவர்கள் ஒட்டிக்கொள்வதற்கு அவர்களிடம் தனிப்பட்ட ஆதாய நோக்கங்கள் இருக்கின்றன என்றும் அவர்கள் முதுகென்பு இல்லாதவர்கள் என்றும் ஆச்சி கோயிலில் பலர் காதுபட எரிந்தாள்.

"ஆத்தை பாத்துக்கொண்டு இருக்கமாட்டாள், பாப்பம் உதெல்லாம் எத்தனை நாளைக்கெண்டு!"

நிச்சயமாக ஆச்சியின் வாயிலிருந்து விழுந்தவை எல்லாம் ஒன்றுக்குப் பத்தாக விந்தனிடம் ஒப்பிக்கப்பட்டிருக்கும். விந்தனால் நேரடியாக ஒன்றும் செய்ய முடியாதிருந்தது. ஏதேனும் சிறு சரடு கிடைத்தால் கூட தன்னுடைய வேலையைக்காட்டிவிடுவான்.

அப்பா சண்முகம், "சும்மா ஏன் அவனை ஆக்களுக்கு முன்னாலை திட்டோணும், அவன் இயக்கம். வெப்பியாரப் பாம்பை மிதிச்ச மாதிரி உதெல்லாம்" என்று அம்மா யோகத்திடம் கடிந்துகொண்டதை தாமரை பார்த்துக்கொண்டிருந்தாள். சண்முகத்திற்கு தாய்க்காரியோடு ஏறிட்டு கதைக்க பயம். அவருடைய சுபாவம் அப்படி. எதையாவது

நகுலாத்தை | 39

வில்லங்கமாக தாயிடம் கேட்கவோ சொல்லவோ வேண்டுமென்றால் மனைவியில் தான் சிண்டு முடிவார். இல்லையென்றால் தாமரையிடம். இந்த முறை இருவரிடமுமே தாய்க்காரியை கொஞ்சம் வாயை மூடிக்கொண்டு இருக்கும்படி கடிந்துகொண்டார். ஆனால் ஆச்சி உள்ளூரக் கடுமையாகச் சீண்டப்பட்டிருந்தாள். அந்த உடலுக்கு உக்கிரம் நீண்ட நாட் பழக்கம்.

“உந்த வெடிவாலுக்கு எல்லாம் எனக்கென்ன பயமோ? உவன் எப்ப இயக்கத்துக்கு வந்தவன் எண்டு கேள், எப்ப இயக்கத்தை கண்டவன் எண்டு கேள்” என்பாள். கேலியும் கோபமுமாக. தனக்கு இயக்கத்தின் உயர்மட்டம் வரைக்கும் தெரியும் என்பதை வாய் நிறையப் பிரஸ்தாபிக்கவும் செய்தாள். ஆச்சி அப்படிச் சொல்லிக்காட்டுபவள் இல்லை, அவளுடைய ஆதங்கம் தன் பொருட்டு மட்டுமில்லை ஊரின் மீதுள்ளது. குறிப்பாக ஆத்தை விசயங்களில் தலையிடுவதால் வந்தது என்று சின்ராசு எப்போதும் போல தாமரையிடம் புலம்பியிருந்தான்.

இவை எல்லாவற்றினதும் தொடர்ச்சியாக ஆத்தைவளவில்; மடைநாளில் அந்த அசம்பாவிதத்தை விந்தன் அரங்கேற்றியிருந்தான். எப்போதோ சொல்லப்பட்டு நடைமுறையைப்பற்றி கண்டுகொள்ளாமல் விடப்பட்ட பலியிடல் தடையைத் தோண்டி எடுத்துக்கொண்டு வந்திருந்தான். விவகாரம் வேறுமாதிரி முடிந்துவிட்டது. அரசியல் துறைக்குப்போய் மகனையும் சின்ராசனையும் மீட்டுவந்தாலும் அவளுக்குள் கோவம் புரையேறிவிட்டிருந்தது.

“நான் இனி உனக்கு பூசை செய்யமாட்டன்” என்று ஆத்தையிடம் ஊர் முன் சொல்லிவிட்டாள். காலையில் தாமரை ஆத்தைவளவிற்குப் போயிருந்தாள். ஆச்சியின் கோபம் கோவில் முழுவதும் குப்பையாய் இறைந்து கிடந்ததை கவனித்தாள். யாரோ பூ வைத்திருந்தார்கள். கூட்டினார்களில்லை. துரிதமக்காவை அழைத்து வளவைக் கூட்டிச் சாணகம் தெளித்து விடுமாறு சொல்லிவிட்டுத்தான் வந்தாள். துரிதமக்கா பிறப்பிலேயே கொஞ்சம் விவேகம் குறைந்தவள். தினசரி வேலையாக இருந்தாலும் யாரும் சொல்ல வேண்டும். அப்போதுதான் செய்வாள், ஆச்சி நடந்த சம்பவத்திற்குப் பிறகு ஆத்தையோடு கோவித்துக் கொண்டதன் பெயரில் துரிதமக்காவின் தினசரி வேலையான ஆத்தை வளவைச் சுத்தம் செய்வதை அவளுக்கு யாரும் ஞாபகப்படுத்தவில்லை, தாமரை அவளை அழைத்துச் சொன்ன பிறகுதான் ஈர்க்குப்பிடியை எடுத்துக்கொண்டு கோயில் பக்கம் போனாள்.

மடை நாளில் நடந்த பிரச்சினையன்று தாமரைக்கு பரீட்சை. பரீட்சையை முடித்துக்கொண்டு வெரோனிக்காவோடு ஆத்தைவளவுப் பக்கம் வர, காவல்துறை வாகனமும் விந்தனின் வாகனமும் கடந்து சென்றன.

அப்பா சண்முகத்தையும், சின்ராசனையும் காவல்துறை கைது செய்து போனது. பதறி சைக்கிளை வாகனத்தின் பக்கம் திருப்பியவர்களிடம் சண்முகம் வளவுக்குப் போங்கோ என்று பெரிதாகச் சொன்னான். இருவரும் வேகமாக வந்து சேர, அனு தமக்கையைக் கண்டவுடன், தாய் யோகத்திடமிருந்து தன்னை விடுவித்துக்கொண்டு அழுது கொண்டே ஓடிவந்தாள். ஆச்சி கோயில் பிரகாரத்தில் கலையாடிக் களைத்தவள் போல் சோர்ந்துபோய் உட்கார்ந்திருந்தாள். வாகனம் சென்ற திசையைப்பார்த்து சக்கடம் குலைத்துக் கொண்டே ஆத்தை வளவைச்சுற்றி வந்துகொண்டிருந்தது. அம்மா யோகம் கெவ்விக் கெவ்வி அழுதுகொண்டிருந்தாள். ஆச்சி குலைந்துகிடந்த கேசத்தை அள்ளி முடிந்து கொண்டு நகுலாத்தையை ஒரு விறுமன் பார்வை பார்த்தாள். அப்படியே நடந்து போய் பேரூந்து தரிப்பிடத்தில் வந்து நின்ற கிளிநொச்சிக்குச் செல்லும் பேரூந்தில் ஏறினாள். அவள் யாரையும் கூட வர அனுமதிக்கவில்லை. மாலையில் அப்பா சண்முகத்தையும் சின்ராசனுடனும் திரும்பினாள். அங்கே நடந்ததை தாமரை சின்ராசனிடம்தான் கேட்டறிந்தாள்.

காலையில் எழும்போது ஆச்சி வீட்டிலில்லை. அம்மா, யோகத்திடம் கேட்டபோது குளத்திற்குப்போகிறேன் என்றிருக்கிறாள். தாமரைக்கு அன்றைக்கு வேறு வேலைகள் இருந்தன. ஏவாவைச் சந்திப்பது உட்பட வெரோனியுடன் சிலதைப் பேசி முடித்துவிட வேண்டும் என்றும் தீர்மானம். ஆத்தை, ஆச்சி, வெரோனிக்கா என்று இந்தப் பெண்களோடு மல்லுக்கட்டுவதே தனக்கு வாடிக்கையாகி விட்டதை வாய்விட்டுக் கடிந்து சிரித்தாள். குளத்தின் நீர்மேல் பட்டு வந்த காற்று வார்த்தைகளைச் சவட்டிச்சென்றது.

குளக்கட்டில் சைக்கிள் ஏறிய பிறகு குளக்கட்டில் தொடங்கிய காட்சி கனத்த நீர்ப்பரப்பாய் மாறி விரிந்தது. “அம்மான் கண்” படித்துறையடியில் ஆச்சி குளித்துக்கொண்டிருப்பது தூரத்திலேயே தெரிந்தது. வயற்பக்கமாக மிதந்து வந்து குளக்கட்டில் ஏறியோடும் பாதையில் சைக்கிள் வலிக்கும் போது பயமிருக்கும். எச்சரிக்கையுணர்வு கூராகி உடலை நிதானமாக்கும். அதன் உயரத்தைக் கடந்து போகும் காற்று சைக்கிளின் மேல் லேசான உலாஞ்சலை உருவாக்கும் போது கைப்பிடியை இறுக்கிக்கொள்ள வேண்டியிருக்கும். அன்று காற்று பெரிதாகவில்லை. எனினும் பழக்கத்தின் காரணமாக கைப்பிடியை இறுக்கிக்கொண்டாள். குளக்கட்டில் ஓடியவாறே குளத்தின் பெரும்பரப்பையும் குளத்தின் பின்னால் அடர்ந்து கரும்பஞ்சையாய் குமைந்து கிடக்கும் காட்டையும் பார்த்தாள். நான்கைந்து நீர்க்காகங்கள் குளத்தில் அங்காங்கு எழுந்து நிற்கும் மீன் பிடிக்கும் கழிகளில் இறக்கைகளை விரித்து தம்மை உலர்த்திக்கொண்டிருந்தன. இரண்டு ஆக்காட்டிகள் இவள் குளக்கட்டில்

ஏறியதைகண்டுவிட்டு ஏக குரலில் கத்தத்தொடங்கின. குளத்தின் மேற்குப்பக்க எல்லை அவற்றினுடையதாயிருக்க வேண்டும். குளத்தின் விளிம்பில் வளர்ந்து நிற்கும் சம்புப் புதரினுள்ளோ அல்லது ஏதேனுமொரு கற்பொந்தினுள்ளோ அவை முட்டையிட்டிருக்க கூடும். அல்லது குஞ்சுகளிருக்க வேண்டும். உடல் ரோமம் சரியாக முளைக்காதவையாகவோ கண்களைத் திறக்காதவையாக, கீச்சுக்குரலை வைத்துக்கொண்டு தாயின் இரை கவ்விய சொண்டை எதிர்பார்த்துக் கத்தியபடி இருக்கலாம். தாமரை ஒரு முறை ஆக்காட்டி முட்டைகளையும் சரியாக ரோமம் வளராது இருந்த ஆக்காட்டிக் குஞ்சுகளையும் கையில் ஏந்திப்பார்த்திருக்கிறாள். மிருதுவான என்புகள் துருத்தும் இளஞ்சூடான அவற்றின் சிறிய உடல் அவளுக்கு ஏற்படுத்திய குறுகுறுப்பை அவள் எப்போதும் நினைவில் வைத்திருந்தாள். அவை அவளுக்கு வெரோனிக்காவின் மார்புச்சூட்டை ஞாபகப்படுத்தின என்பதை இரகசியமாக வைத்திருந்தாள்.

ஆக்காட்டிகள் அழகான புத்திசாலியான பறவைகள். காட்டினதும், வயல் நிலங்களினதும், குளக்கரைகளினதும் காவலர்கள். இவளின் தலைக்கு மேலே எதிர் எதிர் திசைகளில் சுற்றி வந்து ஆக்காட்டி சோடிகள் எச்சரிக்கைச் சத்தத்தை குளக்கரையெங்கும் நிறைத்துக்கொண்டிருந்தன. அவை ஆச்சியுடன் வரும் போது அருகில் வந்து மேய்ந்துகொண்டிருக்கும். அவற்றுக்கு ஆச்சியை நன்கு தெரிந்திருந்தது. அவள் குளத்தடிக்கு வரும் போது அவை யாரையும் எச்சரிப்பதில்லை.

குளக்கட்டு இவளை உயர்த்தியது.

அணையின் மேலேயிருந்து கண்களால் துளாவினால் ஊரைக்கடந்து கீரிப்பிள்ளை மேட்டின் காட்டு எல்லை வரை பார்க்க முடியும். குளத்தின் படுக்கைதான் கிராமம். “ஆச்சி குளம் உடைச்சால் ஊரை அள்ளிக்கொண்டு போகுமெல்லோ?” சிறுவயதில் அவளுக்கு இப்படியான விபரீதமான கேள்விகள்தான் தோன்றும். “காவலுக்கு சொத்தி முனியெல்லோ நிக்கிறான் குளத்துக்கும் ஒண்டும் நடவாது” ஆச்சி அவளை எடுத்து உச்சி முகர்வாள். சிறுவயது முதலே அந்தக்குளம் அவளைப் பயமுறுத்தும் ஆச்சரியப்படவைக்கும் ஒன்றுதான். அதனிடம் எத்தனை கதையிருந்தது? கீரிப்பிள்ளை மேட்டிற்குக் காக்கை நரிக்கதை எதுவும் தேவையிருக்கவில்லை. குளத்திற்கே ஏராளம் கதைகளிருந்தன. சொத்திமுனியின் கதை, அம்மான் கண் கதை, வெள்ளைக்காரர் குளத்தை உடைச்ச கதை, வதனமார் கதை, சன்னாசியாற்ற கதை.

கதை, கதை, கதைக்குள்ள கதை.

பூவரசாச்சி இப்படிச்சொல்லுவாள்,

“கீரிக்குளம், கல்லாலையும் மண்ணாலையும் மட்டுமில்லை, கதையாலையும் சேர்த்தெல்லோ கட்டியிருக்கு”

கீரிக்குளம் தொல்லியல்துறையின் மேலாய்வுக்கு உட்பட்ட பகுதிகளில் ஒன்று. வடக்குக் குளப்படுக்கையில் ஆதிமக்களின் முதுசங்கள் கிடைத்த இடம். வன்னிமன்னர்களால் முக்கியமான குளங்களில் ஒன்றாக கருதப்பட்டு பராமரிக்கப்பட்ட குளம். கீரிப்பிள்ளை மேட்டின் குடிகள் பழங்காலத்தில் குளத்தைப் பராமரிப்பவர்களாகவிருந்ததாக பழைய ஈழத்து மருத்துவ வாகடம் ஒன்றில் சொல்லப்பட்டிருந்தது. பள்ளிக்கூட ஆண்டு மலரில் தாமரை கீரிக்குளத்தைப் பற்றி கட்டுரை ஒன்றை எழுதியிருந்தாள். தாமரை ஒவ்வொன்றையும் புதிதாகப் பார்க்க கூடியவள். குளம் தினமும் அவளுக்கு அப்படித்தான். நீரும் கதைகளும் தினமும் புதுப்பிக்கப்படும் காட்சிகளும் நிறைந்த குளம்.

கதைகளும், சகுனங்களும் விரிந்து கிடக்கும் மனமெங்கும் அன்றாடச் சம்பவங்கள் பயத்தினை ஏற்படுத்தின்றன. கீரிப்பிள்ளை மேடு வன்னி நிலத்தின் மூத்த ஊர்களில் ஒன்று. ஆதிக்குளமும் அதன் மடியில் இருக்கும் கிராமமும் இதுவரை காலமும் காவிவந்த கதைகளும் நம்பிக்கைகளும் ஒவ்வொருவருக்குமாகக் கையளிக்கப்பட்டன.

“குளமும் காடும் மனுசருக்காகத்தான் இருக்குது, இயற்கைக்கு இருக்கிற சமநிலையை மனுசர்தான் இப்ப கட்டுப்படுத்துறம்.” அறுமர் தாத்தா கடவுள் நம்பிக்கை சற்றுமில்லாதவர். ஆச்சிக்கு முன்னால் அவர் இப்படிச்சொல்லும் போது, ஆச்சி “ம்ம்ஹ்ம் மெத்த படிச்சவைக்கு மகிமை தெரியுமோ?” என்பாள். அவள் குளத்தையும் காட்டையும் கடவுள் என்பாள். அறுமர் தாத்தாவிற்கு குளத்தின் பின்னால் விரியும் காட்டைக்காட்டி,

“குளம் கட்டினது என்னவோ மனுசர்தான் ஆனா, காடும் மழையும்தான் தண்ணியை குளத்துக்கு குடுக்குது. குளம் தேக்குது, எப்ப குடுக்கோணும், எப்ப நிப்பாட்டோணும் எண்டு காட்டுக்குத் தெரியும் அதுதான் கடவுள்” என்பாள்.

“சும்மா கடவுள் கடவுள் எண்டாதை, மனிசர் காட்டுலை இருந்து தண்ணி வெறிஞ்சோடி வாற இடத்திலை குளத்த கட்டி இருக்கிறாங்கள், இதுக்கு பேர்தான் அறிவு” என்பார்.

பூசாரிக் கிழவியும், அவளின் சகோதரரும் இப்படி கதைவழிப்படும்போது, ஆச்சி ஒரு கட்டத்தில் பதட்டமாகி விடுவாள். அவளுக்கு ஊரில் உறையும் தெய்வங்களை நிந்திப்பதோ நம்பிக்கையிழக்கச் செய்வதோ பிடிக்காது. உடனே சொந்த விடயங்களை இழுத்து வந்து நிறுத்திவிடுவாள்.

“ஓம் உதுகளை நம்பாமை போராட்டம் போராட்டம் எண்டு திரிஞ்சதாலைதானை மனிசி பிள்ளையளை பறிகுடுத்திட்டு நிக்கிறாய்.” என்று ஒரே போடாகப்போட்டு விடுவாள், அறுமர் தாத்தா பிறகொன்றும் சொல்ல மாட்டார். அமைதியாகிவிடுவார். தோழர் அறுமர், சிறையில் இருந்தபோது இறந்து போன மனைவி பற்றியோ வெளியில் வந்த போது இவருடன் பேசுவதையே விட்டு விட்ட மகளைப் பற்றியோ ஆச்சி கடிந்து சொல்லும் போது வாயடைத்துப் போவதை தாமரை பார்த்திருக்கிறாள். அதனாலேயே அவர் மனைவி இறந்த பிறகு அக்கராயனில் இருந்து கொண்டார். கிளியன்ரி ஆச்சியிடம் சண்டையிட்டுக்கொண்டு அங்கே போகும் வரைக்கும் தனியாகவே வாழ்ந்தார். ஆனால் ஆச்சிக்கு அவரில் நிரம்ப பாசமிருந்தது. தெய்வங்கள் சடங்குகளைக் கேலி செய்யும் போது மட்டும் ஆச்சி சட்டென்று பதட்டமாகிவிடுவாள்.

“இதுகளிலை விளையாடக்கூடாது பிள்ளை, இந்தக்குளம்தான் எல்லாத்துக்கும் ஆதாரம். ஆத்தை இஞ்சதான் செழிச்சவள், சொத்திமுனி இஞ்சதான் காவலுக்கு நிக்கிறான், சன்னாசியார் இந்தக் குளக்கட்டிலைதான் செத்தவர், எல்லாம் சும்மா நடக்கேல்லை, எல்லாத்துக்கும் காரணமிருக்கு எல்லாத்துக்கும் பெறுமதி இருக்கு. நம்போணும், வாழ்க்கை நம்பிக்கையிலைதான் நிக்குது”

காது மடல்கள் படபடக்க காற்று விசுக்கென்று கடந்து போனது.

அம்மான் கண் படித்துறையின் வான்கதவுகளுக்கு மேலாக இருக்கும் சிறிய பாலத்தைத் தாண்டிச்சென்றாள். சிறுபோகத்திற்கு திறந்திருந்த கதவினால் நீர்பாயும் சத்தம். “அம்மான் கண்” என்று சொல்லிப்பார்த்தாள். நினைவு பிடிபட்ட நாட்கள் தொடக்கம் அதை எத்தனை முறை சொல்லிப்பார்த்திருப்பாள். ஆனால் அந்தக்குரலை இன்னுமவள் கேட்டாளில்லை. படித்துறை குளத்தின் கட்டிலிருந்து ஓடி தண்ணீருக்குள் மறைந்தது. புதிதாகச்செப்பனிடப்பட்ட படிகள், பக்கச்சுவர்கள் வேகமாகப் பாசி பிடித்திருந்தன. லேசாக கண் கூசுமொளி மிதக்கும் குளத்து நீரில் ஆச்சி ஒரு மயிர்கீற்றுக்கூட மிச்சமின்றி நரைத்த தன் கேசத்தை விரித்து ஒரு வெள்ளைச் சூரியனைப்போல பரப்பி விட்டு, கைகளை விரித்து நீர்ப்படுக்கையில் கிடந்தாள். அணிந்திருந்த பாவாடைக் குறுக்குக்கட்டினுள் காற்று அங்காங்கே உப்பியிருக்க தன்னிலும் நீரிலும் சலனமில்லாமல் மிதந்து கொண்டிருந்தாள்.

ஆச்சி ஒரு பரம சுத்தக்காரி. மூன்று வேளை குளிப்பவள். ஆச்சி கிணற்றில் குளித்து இவள் பார்த்ததேயில்லை, எப்போதும் குளத்தில் தான் குளிப்பாள். கிணற்று நீர் சூடு என்பாள். எப்போதும் மணக்க மணக்க பவுடர் பூசுபவள். அவளுக்கு எல்லாம் சுத்தமாக வேண்டும்.

ஆச்சி லேசில் எதற்கும் கோவப்படாதவள். ஆனால் தன்னுடைய சுத்தம் பற்றிய நடை முறைகளில் ஏதாவது பிழைத்தால் அவ்வளவுதான். தனக்கென்று எல்லாம் தனியாக வைத்துக்கொள்வாள். வாழையிலையில் தான் சாப்பிடுவாள். நீர் குடிக்க அவளுக்கு என்றொரு செம்பிருந்தது. அவளுக்கு என்று ஒரு பாயிருந்தது. அவளுக்கு கட்டிலோ மெத்தையோ சரிப்படாது. காலமாகிவிட்ட அவளுடைய கணவனின் பெயர் வெட்டப்பட்ட சாய்மனைக் கதிரையில் எப்போதும் சாய்ந்திருப்பாள். அதன் அடியில் கூட ஒரு சொட்டு தூசியோ சிலந்திவலையோ இருக்காது. அவளுடைய அன்றாட வழக்கங்கள் எல்லாம் ஒழுங்காக அடுக்கப்பட்ட அவள் தனக்கென்று வகுத்துக்கொண்ட சுத்த விதிகளுக்குள் வாழ்ந்துகொண்டாள். ஆச்சியிடம் ஒவ்வொன்றிலும் நேர்த்தியிருக்கும். கைப்பட எரித்து வாசனையும் பச்சை நிறமுமிட்டு நேற்றியில் தரிக்கும் ஆத்தையின் பச்சை நீற்றிலிருந்து ஆத்தை அவளுக்குள் இறங்கி கலையாடும் போதும் வெட்டிப்போடும் எலுமிச்சையை கையாள்வது வரை ஆச்சியிடம் ஒரு ஒழுங்கிருந்ததை தாமரை நன்கறிந்திருந்தாள். இந்த ஒழுங்குகளும் சுத்த விதிகளும் பிழைக்கும் போது அவள் சமநிலையிழந்து போவாள். அதுவும் அவள் முகத்தை தூக்கி வைத்துக்கொண்டு புறு புறுத்துக்கொண்டு செய்யும் கோபச்செயல்கள் ஒரு மோசமான அவலச்சுவை நாடகத்தில் விருப்பமே இல்லாமல் அமர்ந்திருப்பது போலிருக்கும். தாமரைக்குத்தெரிந்து ஒழுங்கு, நிதானம், சுத்தம் எல்லாவற்றையும் அவள் கலைத்துப்போடுவது கலையாடும் போது மட்டும்தான். தாமரைக்கும் ஆச்சியின் குணங்களிருந்தன. சின்ராசன் அவளைச் 'சின்னாத்தை' என்று அழைப்பது அவளில் அவன் ஆச்சியை காண்பதனால்தான்.

சண்முகம் யோகத்தைத் மணம் செய்யும் போது யோகத்திற்கு கசரோகமிருந்தது. தாமரை பிறந்த பிறகு அது இல்லாமல் போக, சண்முகத்திற்கு சந்தோசம். ஆனால் பிறந்து ஏழாம் மாதம் தாமரைக்கு 'இழுப்பு' இருப்பது தெரிய வந்த போது சண்முகமும் மனைவியும், நொருங்கிப் போனார்கள். யோகத்திற்கு தன்னிலிருந்துதான் மகளுக்கு "முட்டு வருத்தம்" வந்தது என்ற குற்றவுணர்வு வேறு. அன்றிலிருந்து கதகதப்பான வெப்பத்திலேயே தாமரை பேணப்பட்டாள். லேசான குளிரைக்கூடத் தாங்காத உடல். ஒற்றை மழைத்துளிகூட குழந்தைக்குச் சத்துருவானது, காது கொஞ்சம் திறந்திருக்க நுழையும் கொஞ்சப்பனியே போதும் சளி நெஞ்சை நிறைத்துவிடும். பூனையொன்று நெஞ்சறைக்குள் புகுந்து ஆழ்ந்து தூங்குவதைப்போல நெஞ்சு இரையும். தலைக்கு முழுக்கு என்பது எப்போதாவது பண்டிகை நாளில் நிகழ்வது, மற்ற படி வெதுவெதுப்பான நீரில் காக்கைக்குளியல். தாமரையின் சிறுபராயம் முழுவதும் அவளொரு "முட்டு வருத்தக்காரியாக" அறியப்பட்டாள். பள்ளிக்கூடத்தில், ஊரில் எல்லோரும் அவளை நீரிலிருந்து தள்ளி

வைத்துக்கொள்ள வேண்டுமென்று அறிந்திருந்தனர். ஒரு முட்டு வருத்தக்காரியாக அவள் மேல் எல்லோரும் காட்டும் கரிசனை மிக எரிச்சல் தரும், குழந்தையின் மனதைப் பலவீனமாக்கி சிறுமைப்படுத்திக் கொண்டேயிருக்கும். தண்ணீரிலிருந்து தள்ளி வைக்க வைக்க தாமரைக்கு இயல்பாகவே தண்ணீர் அழையும் பழக்கம் வந்து சேர்ந்தது.

ஆச்சி மட்டும் பேத்திக்கு வருத்தம் இருக்கின்றதே என்ற உணர்வேயில்லாமலிருந்தாள். "ஆத்தேன்ர நிழலிலை குஞ்சுக்குப் பாதகமில்லை" என்பாள். தாமரை நீரை அளைவதை தன்னுடைய பிரதான விளையாட்டுக்களாக்கி கொண்டாள். ஆச்சி அவளை குளத்திற்கு அழைத்து வந்தாள். ஆச்சியின் சொல் ஆத்தையின் சொல் என்று தாமரையும் நம்பினாள். யோகம் ஆச்சிக்கு கலை வரும் நேரமெல்லாம் தாமரையின் நோய்க்குப் பரிகாரம் கேட்டபடியிருப்பாள்.

"அவளுக்கொண்டுமில்லையடி" என்றுதான் ஆத்தையும் சொன்னாள்.

பத்தாம் வகுப்பில் தாமரை பூப்படைந்தாள். அந்த வருடத்தின் குளிர் தொடங்கும் போது எப்போதும் கனத்துக்கிடக்கும் நெஞ்சு இளகி வெறுமையாகியது. நெஞ்சினுள் இருந்த சளியின் கனம் மார்பில் ஏறி திரண்டு மெல்ல மிருதுவான தனங்களாக எழுந்தது. தாமரைக்கு அதன் பிறகு இழுப்பு வந்ததேயில்லை.

"அவளுக்கொண்டுமில்லையடி"

குளத்தடியில் சைக்கிளை நிறுத்திவிட்டு, செருப்பை சைக்கிளின் கீழே கழற்றிவிட்டு தாமரை படிகளில் இறங்கி ஆச்சியைப் பார்த்தாள். "கிழவி இப்போதைக்கு வராது" என்று தனக்கே இரைந்து சொன்னவள், எதிர்பக்கம் குளக்கட்டில் இறங்கி வான்கதவுகளை நோக்கிச்சென்றாள். பெரிய கருங்கல்லில் "அம்மான் கண் வான் கதவுகள்" என்று வெட்டப்பட்டிருந்தது. கதவுகளில் வலது பக்கத்திலிருந்து மூன்றாவது கதவு மட்டும் காற்பங்கிற்கு குறைவாக திறந்து விடப்பட்டிருந்தது. பாசியின் பின்னணியில் மெல்லிய பச்சை நிறம் கொண்ட தெளிந்த நீர் வாய்க்காலைப்பிடித்து ஓடிக்கொண்டிருந்தது. கோடை காலமாதலால் கதவுகள் பாதி வரையில் திறக்கப்பட்டு நீரில் நிதானமிருந்தது. மாரியில் வான் பாயும் போது தாமரை நின்றிருக்குமிடத்தை யாரும் நெருக்கவே முடியாது. தாமரை கதவிற்கு அருகில் இறங்கினாள், அவளுடைய தொடைவரை தண்ணீர் ஓடியது, பாவாடை நனைந்து காற்று உப்பியது. அவளதைப் பொருட்படுத்தவில்லை. குளக்கட்டைத்தாண்ட முதல் காய்ந்து விடும். அப்படியே குனிந்து வலது பக்கக் காதை நீர்ப்பரப்பிற்கு மேலே வைத்து அத்தனை பழமையான அந்தக் குரலைத் தேடினாள். காது மடல்களில் குளத்து நீர் பட்டு குளிர்ந்தது, நீரின் சலசலப்புச்

சத்தத்தினுள் இத்தனை வருடங்களாக அந்தக் குரல் தாமரையிடமிருந்து தன்னை ஒழித்து வைத்துக்கொண்டேயிருக்கிறது. சிறிது நேரம் அப்படியே நின்றவள், நிமிர்ந்து கைகளில் நீரை அள்ளி முகத்தை கழுவினாள், பிறகு குளக்கட்டில் ஏறி படித்துறைக்கு வந்தாள்.

ஆச்சி அப்போதுதான் நீர்ப்பாம்பைப்போல நீந்திக் கரைக்கு வந்தாள்.

குறுக்குக்கட்டை தளர்த்தி, பாவாடையை உடலிருந்து நீக்கினாள். தாமரை கண்களை பொத்திக்கொண்டாள். ஆச்சி பேத்தியைப் பார்த்து பெரிதாகச் சிரித்தாள். "சீய்க்... எப்பணை நீ இப்பிடிச் செய்யிறத நிப்பாட்ட போறாய்?" ஆச்சி வாய்விட்டு பலமாக சிரித்துக்கொண்டே தன் சீலையையயும் மேற்சட்டையையும் எடுத்து உடுத்திக்கொள்ளத் தொடங்கினாள்.

"என்ன குஞ்சுக்கு டியூசன் ஒண்டும் இல்லையோ?" ஈரக்குரலில் பரிவு ஏறியிருந்தது.

"வாணை ஆத்தேற்ற போவம்"

04

தாமரை தலைமைக் கன்னியாஸ்திரி ஏவாவிற்கு குரங்குமடையைப் பற்றி விளக்கிவிட்டு சன்னாசியாரின் கதையைச் சொல்லத்தொடங்கினாள், ஏற்கனவே ஆத்தைவளவில் நடந்த களேபரங்களை வெரோனிக்காவின் மூலம் அறிந்துகொண்ட ஏவா, தாமரை சொல்பவற்றை மிகுந்த ஈடுபாட்டுடன் கேட்டுக்கொண்டிருந்தாள். அவள் உள்ளூர் வழிபாட்டு முறைகளைப் பற்றிய குறிப்புகளை எடுக்கும் தன்னுடைய பிரத்தியேகமான குறிப்புப் புத்தகத்தை அருகிலேயே வைத்திருந்தாள். தாமரை சன்னாசியாரின் கதையைச் சொல்லத் தொடங்கும் போது தன்னுடைய செபமாலையின் சிக்குகளை அனிச்சையாக கைகள் விடுவித்துக்கொண்டிருந்தாலும் அவளுடைய கண்களும் புலனும் தாமரையில் நிலைத்திருந்தன.

முன்பு கீரிப்பிள்ளை மேட்டின் நான்கு திசைக்கும் நான்கு தெய்வங்கள் இருந்தார்கள். கிழக்குப்பக்கமாக குளக்கரைக்கு நேரே மூத்த கன்னித் தெய்வமாகிய நகுலாத்தை, மேற்காக வீரைக்காட்டு வழியையும் வயல் வெளியையும் பார்த்துக்கொண்டு காவல் தெய்வமும் பயிர்களுக்கான செழிப்பைத் தருபவருமான காக்கைவதனர், வடக்கில் பஞ்சகம்மாளர்களின் தச்சுக்காளி, தெற்கே பெரிய கிணற்றடி சன்னாசி வைரவர். அவர்களில் மிகவும் இளையவரும் கோவக்காரருமாக வைரவரேயிருந்தார்.

கடந்த சில தலைமுறைகளாக பூர்வீக இடத்திலிருந்து பெயர்க்கப்பட்ட சன்னாசி வைரவர் நகுலாத்தை வளவில் காவல் வைக்கப்பட்டிருக்கிறார். அவர் இருந்த வேம்பின் கீழ் இரண்டு சூலங்கள் மட்டும் நடப்பட்டிருந்தன. வெறும் வைரவராக நின்றவருக்கு சன்னாசி வைரவர் என்று பெயர் வந்தது அவருடைய கதை. ஒவ்வொரு தெய்வத்தையும் ஆதரிக்க ஒவ்வொரு குடும்பங்களிருந்தன. ஏழு தலைமுறைக்கு முதல் வைரவரை ஆதரித்து வந்த குடும்பத்திலிருந்து சன்னாசி என்ற இளைஞன் தன்னுடைய பதினேழாவது வயதில் காணாமல் போனான். அவன் திரும்பி வரும் போது முதுமையேறி, வயது தொண்ணூறுக்கு மேலிருந்தது. அவருடைய தோளில் ஒரு பெரிய தாட்டான் குரங்கு

அமர்ந்து நீண்ட சிக்கேறிய சடையைப் பிய்த்துப் பேனெடுத்து சாப்பிட்டுக்கொண்டிருந்தது. ஒளிர்ந்த முகத்தில் பேரமைதி. ஊருக்கு திரும்பிய போதும் அவர் வீட்டுக்குத் திரும்பவில்லை. நேராக வைரவர் கொட்டிலில் போய் அமர்ந்து கொண்டார்.

அவருடைய விநோதமான தோற்றமும் செயல்களும் அனைவரையும் துணுக்குறச் செய்திருக்கிறது. சிலர் அவருக்கு புத்தி பேதலித்து விட்டது என்றார்கள். சிலர் அவரைச் சித்தர் என்றிருக்கிறார்கள். அவ்வப்போது கீரிக்குளக்கரையில் இருந்து முதலைகளை கைதட்டி அழைப்பாராம், அவையும் கரைக்கு வந்து தங்களின் நீண்ட தாடைகளை அவருடைய மடியில் வைத்து வாயை ஆவெண்டு இருக்க அவற்றின் பல்லில் சிக்கியிருக்கும் மாமிசத்துண்டுகளை அகற்றிக்கொண்டே அவைகளுடன் பேசிக்கொண்டிருப்பாராம். அல்லது வைரவரின் முன்னால் இடுப்புத்துண்டு நழுவ நிர்வாணமாக நித்திரையாகிக் கிடப்பாராம், நாட்கணக்கில் எழும்பாமல் பிணத்தைப்போலக் கிடக்கும் அவரின் பெரிய குறட்டைச்சத்தம் கேட்டுக்கொண்டிருக்குமாம். அவரிடம் ஒரு பெரிய பெட்டியிருந்தது. மரத்திலானது. அதனுள் எதையோ வைத்திருந்தார். பொக்கிசம் போல அதை விட்டு அவர் அகலுவதில்லை. வைரவர் கொட்டிலை விட்டுப்போகும் போது அதை வைரவரின் அருகில் வைத்து விட்டு தன்னுடைய குரங்கை அதற்கு காவலாக இருத்திவிட்டுப் போவார். அந்தக்குரங்கை பார்க்கவே பயமாகவிருக்கும். அடிக்கடி ஊருக்குள் புகுந்து மரங்களில் ஏறி நாசம் செய்யும். யாரும் கலைத்தால் அவர்களைப் பல்லைக்காட்டி மிரட்டும். அதனுடைய தொல்லைகளைப் பார்த்த ஊர்சனம் அவரிடம் சென்று முறையிட அவர் “சன்னாசி சன்னாசி உன்ர குரங்கை பிடி” என்று சொன்னால் ஓடிவிடும் என்றிருக்கிறார். அதன் பிறகு அந்தக்குரங்கை விரட்டுவது ஊர்ச்சனத்திற்கு இலகுவாகவும் வேடிக்கையாகவுமாகிவிட்டது.

ஒரு நாள் புளியம்பொக்கணையில் செழிப்பாக வாழ்ந்த உலாந்தாவைப் பாம்பு கடித்து விட்டது. பார்வை பார்க்க ஆத்தை கோயிலுக்கு தூக்கிவந்தார்கள். அவர்களை சன்னாசி அவர்களை இடைமறித்து வைரவர் கொட்டிலில் அவரைக் கிடத்தச்சொல்லி விட்டு தன்னுடைய பெட்டியைத் திறந்தார். அதனுள் பழைமையான ஏட்டுச்சுவடி ஒன்றிருந்தது. அதை எடுத்து மந்திரங்களை படித்து சில ஔடதங்களையும் கொடுத்திருக்கிறார், உடலெல்லாம் நீலம்பார்த்த உலாந்தா சட்டென்று நித்திரையில் இருந்து எழுந்திருப்பவர் போல எழும்பியிருக்கிறார். அதன் பிறகுதான் சன்னாசியாரிடம் இருந்தது விஷக்கடி ஏடு என்று தெரியவர, ஊர்களுக்குள் தகவல் பரவியது. சன்னாசியார் விசக்கடி வைத்தியம் தெரிந்த சித்தராக்கப்பட்டார். அவர் இருந்த வைரவர் கோவில் சன்னாசி வைரவர் என்று சனத்தின் புழக்கத்தில் வந்தது.

விசக்கடியில் இருந்து மீண்ட உலாந்தா, ஒரு நாள் திரும்பி வந்து எவ்வளவு பணமும் கொடுக்கலாம் அந்த ஏடுகளைத்தந்து விடும்படி கேட்க, சன்னாசியார் அவரைத் தூசணத்தினால் பேசி அனுப்பி விட்டார். சுத்தமில்லாத கைகளுக்கு என்றைக்கும் அந்த ஏடு போகக்கூடாது என்பது அவரின் முடிவு. கோபமடைந்த உலாந்தா தன்னுடைய ஏவலாட்களை சன்னாசியை கொன்று ஏட்டை எடுத்துவருமாறு அனுப்பியிருக்கிறார். அது ஒரு சாயங்கால வேளை, உலாந்தாவின் ஆட்கள் சன்னாசியாரை தேடி வந்த போது சன்னாசியார் கீரிக்குளத்தின் கரையில் தன்னுடைய உடைகளைத் துவைத்துக் கொண்டிருந்திருக்கிறார். அப்போது அவர்கள் கத்தியை எடுத்துக்கொண்டு அவரின் அருகில் போய் நேராக அவருடைய கழுத்திற்கு கத்தியை ஓங்க, ஓங்கியவனின் நிழலை சன்னாசியார் கண்டு விட்டார், உடனே வைரவர் இருந்த திசையைப்பார்த்து "வைரவா, நீ நில் நான் போறன்" என்றாராம். அவர் சொல்லவும் கத்தி கழுத்தில் இறங்கவும் சரியாக இருந்தது.

சன்னாசியாரைக் கொன்று விட்டு ஏட்டை எடுக்க வைரவர் கொட்டிலுக்கு வர அவரின் குரங்கு அவர்களை அனுமதியாமல் கடிக்க வந்திருக்கிறது, அவர்கள் ஈவிரக்கமின்றி அதையும் அடித்துக்கொன்றுவிட்டு ஏட்டை எடுத்துச்சென்று உலாந்தாவிடம் சேர்ப்பித்திருக்கிறார்கள்.

அதன் பிறகுதான் உலாந்தாவிற்கு கெடுகாலம் தொடங்கியிருக்கிறது, கெட்ட கனவுகளும் சம்பவங்களும் அவரையும் அவரது குடும்பத்தையும் போட்டு சிப்பிலி ஆட்டத்தொடங்கியிருக்கின்றன. அவருடைய ஒற்றைக்கண் பார்வை இழந்தது, அடுத்தடுத்த வருடங்களில் அவரின் மூத்த மகன் இறந்து போகிறான், இப்படி அவரின் குடும்பத்தில் அடுத்தடுத்து துன்பங்கள் நிகழத்தொடங்குகின்றன. இருந்த சொத்தும் மகிழ்ச்சியும் பிணிக்கும், சாவிற்கும் கரையத்தொடங்கின. சன்னாசியார் கொல்லப்பட்ட சில நாட்களில் கீரிப்பிள்ளை மேட்டில் திடீரெனக் குரங்குக் கூட்டங்கள் வந்து அட்டகாசம் செய்தன. ஆட்களைக் கடித்தன. பயிர்களை அழித்தன. ஊர் குரங்குகளால் அல்லோலப்பட்டது. இராத்திரி முழுவதும் ஊரின் எல்லாத்திசைகளிலும் குரங்குகளின் அலப்பல் சத்தம் கேட்டுக்கொண்டேயிருந்தன. சனங்கள் ஆத்தைகோயிலில் அப்போது பூசாரியாகவிருந்த இத்தியாச்சியிடம் வேண்டிக் குறி கேட்டிருக்கிறார்கள். அவள் சன்னாசி வைரவன் தான் உருக்கொண்டிருக்கிறான் என்றும் உலாந்தா சன்னாசியாரை கொலை செய்த கதையையும் அவருடைய குடும்பம் அழிந்து வரும் கதையையும் சொல்லியிருக்கிறாள். விடயம் கேள்விப்பட்ட உலாந்தா ஓடிவந்து இத்தியாச்சியின் காலில் விழுந்திருக்கிறார். அவள் வைரவரை காவல் வைக்கோணும் எண்டால் அந்த ஏட்டையும் வைரவரையும் ஆத்தையிடம் சேர்க்க வேண்டும்

என்றும், குரங்குகளை நிறுத்த வைரவருக்கு வேள்வி செய்து குரங்குமடை வைக்க வேண்டும் என்றும் சொல்லியிருக்கிறாள்.

வாக்கில் சொன்னதைப்போலவே சன்னாசி வைரவர் ஆத்தை வளவில் கொண்டுவந்து வைக்கப்பட்டு, ஏடுகள் இத்தியாச்சியிடம் ஒப்படைக்கப்பட்டன. அதுக்கு பிறகு பிரச்சினைகள் தீர்ந்தன. ஆத்தை வளவின் பூசாரிப் பரம்பரையினர் சன்னாசியாரின் ஏட்டைப் படிக்கவும் பாதுகாக்கவும் உரித்தாகினர். இன்று வரைக்கும் அந்த பரம்பரையிடம்தான் அந்த ஏடு இருக்கிறது. அந்தப் பரம்பரையின் மூத்த பெண் குழந்தை சிறுவயதில் இருந்து ஏடு படிக்கவும் விசக்கடிக்கு பார்வை பார்க்கவும் மருத்துவ வாகடங்களுக்கும் பழக்கப்படுவாள். அவள்தான் ஆத்தைக்கு பூசாரியாகவும் ஆவாள்.

தாமரை சொல்லி முடிக்க மதர் ஏவா, சிகரெட்டை எடுத்து தன்னுடைய அந்த வினோதமான லைட்டரால் அதை ஒளியேற்றிக்கொண்டே. "இன்ரஸ்ரிங்... அப்ப அடுத்த பீறீஸ்ட் தாமரை தானோ?" வெரோனிக்கா தாமரையைப் பார்த்து சிரித்தாள்.

தாமரை இல்லை என்று தலையாட்டினாள்.

"ஆச்சின்ர தங்கச்சிக்கு ஒரு மகள் இருக்கிறா, நாங்கள் கிளியன்ரி என்று கூப்பிடுவம் அவாதான் ஆச்சிக்கு பிறகு"

"ஆனா கிளியன்ரி ஆச்சியோட கதைக்கிறேல்லையே?" வெரோனி இடை மறித்தாள்.

"ஓம் ஆனால் அவதான் உரித்து, அவ இப்பவும் அக்கராயன்ல ஒரு கோயில் வச்சு ஆதரிக்கிறா."

"அப்ப உனக்கு வைத்தியம் தெரியாதா தாமரை?"

"தெரியும், கொஞ்சம் தெரியும்"

தாமரைக்கு ஆச்சியின் மனதுக்குள் என்ன இருக்கின்றது என்று நன்றாகத் தெரியும். ஆனால் சண்முகத்திற்கோ யோகத்திற்கோ அதில் உடன்பாடில்லை. தாமரைக்கு ஆத்தையில் நம்பிக்கையும் ஆச்சியில் அன்புமிருக்கிறது. ஆச்சி சொல்லித்தந்த எல்லாவற்றையும் கற்றுக்கொண்டிருந்தாள். சண்முகத்திற்கு அவளை "டொக்டர் ஆக்கோணும்" கனவுதான் ஓடிக்கொண்டிருந்தது. ஆனால் தாய்க்காரியை மீறி ஒரு சொல்லையேனும் அவனால் சொல்ல முடியுமா என்ன?

மதர் ஏவா, ஆத்தை கோயிலைப் பார்க்க வேண்டும் என்றாள். நேரமிருக்கும் போது சொல்லுங்கள் அழைத்துப்போகிறோம்

என்றார்கள் இருவரும். தாமரைக்கு மதர் ஏவாவினுடைய தமிழ்தான் வேடிக்கையாகவிருந்தது. "நீங்கள் வெள்ளைக்காரி இல்லையோ?" என்று ஆர்வம் உந்தக்கேட்டுவிட்டாள். மதர் ஏவா பெரிதாகச் சிரித்தாள்.

"நான் பறங்கிய இனத்துப்பெண், படித்ததில்லையா இலங்கையில் மொத்தமாக நான்கு இனங்கள்"

தாமரை தலையை ஆட்டினாள், வெரோனிக்கா சிரித்தாள். மதர் ஏவா கீரிப்பிள்ளை மேட்டில் இருக்கும் புனித சிலுவை கன்னியர் மடத்தில் தங்கியிருந்தாள். அவள் தன்னுடைய பி.எச்.டி ஆய்வுகளுக்காகவும் திருச்சபைத்தொண்டு நிறுவனங்களில் பணியாற்றவும் வந்திருப்பதாகச் சொன்னாள். தற்காலிகமாக வன்னியின் மிகப்பழைய கன்னியர் மடங்களில் ஒன்றான கீரிப்பிள்ளை மேட்டு கன்னியர் மடத்தின் தலைமைக் கன்னியாஸ்திரியாகவும் நியமிக்கப்பட்டிருக்கிறாள். இதற்கு முதல் அவள் வத்திக்கானின் பணிப்பில் ஆப்பிரிக்காவில் பணியாற்றியிருந்ததாகச் சொன்னாள். அவளுக்கு அந்த இரண்டு சின்னப்பெண்களையும் மிகவும் பிடித்திருந்தது. தாமரை அவளுடைய வயதைக்கேட்டாள், அறுபத்துமூன்று என்றாள். வெரோனியைப் பார்த்து அவளுடைய கண்கள் நிர்மலாவினுடையதை உரித்து வைத்திருப்பதாகச் சொன்னாள். ஊரைப்பற்றித்தான் அதிகம் கேட்டுத்தெரிந்துகொண்டாள் தாமரை. வெரோனிக்காவின் தந்தை மரியதாஸ் ஒரு வருடத்திற்கு முதல் இராணுவக் கட்டுப்பாட்டில் இருக்கும் யாழ்ப்பாணத்திற்கு சென்ற போது காணாமல் போனதையும், அவர் ஒரு முன்னாள் விடுதலைப்புலிகளின் உறுப்பினர் என்பதையும் சொன்னாள். ஏவாவிற்கு அது ஏற்கனவே நிர்மலாவின் ஊடாகத்தெரிந்திருந்தது. அங்கிருந்த தாதிகளில் நிர்மலா தனக்கு பிரியமான பெண் என்றும் அவளுக்காக தான் கர்த்தரிடம் வேண்டிக்கொள்வேன் என்றும் சொன்னாள். இருவரும் புறப்படும் போது நிறுத்தி,

"நீங்கள் இருவரும் காதலர்களா? என்று கேட்டாள். இருவரும் உள்ளூர பரவியதை மறைத்துக்கொள்ள முடியாமல், நடுக்கத்தை மறைத்துக்கொண்டு, தாங்கள் சிறுவயதிலிருந்தே தோழிகள் என்றார்கள். தாமதிக்காமல் அவளிடமிருந்து விடைபெற்றார்கள். ஏவா சிரித்தாள். அடிக்கடி வாருங்கள், ஆண்டவர் உங்களோடிருப்பார் குழந்தைகளே! என்றாள்.

இருவரும் ஒன்றும் பேசிக்கொள்ளவில்லை. தாமரை சைக்கிளில் ஏறினாள். வெரோனிக்கு சைக்கிள் உலாஞ்சுவது பயம். கரியலில் ஏறினால் பின்பக்கம் திரும்பி சில்லைப்பார்க்க மாட்டாள் பார்த்தால் தலைசுற்றிவிடும் அவளுக்கு. அதனாலேயே எப்போதும் ஏறியவுடன் தாமரையின் வயிற்றைச் சுற்றிப்பிடித்துக் கொள்வாள். அன்றைக்கு

பிடித்துக்கொள்ளத் தோன்றவில்லை. சங்கடமாகவும், பதட்டமாகவும் இருந்தது. சீற்றை இறுக்கிப்பிடித்திருப்பது பத்தியப்படவில்லை நிலைதடுமாறிக்கொண்டிருந்தாள். தாமரை கையை பின்னால் நீட்டி அவளுடைய கையை இழுத்து இடுப்பில் சுற்றி விட்டாள்.

"விடிய எங்கை போனனி?"

"இயக்கம் வந்த வீட்டை"

"ஏன் அப்பாவை பற்றி ஏதும் தகவல் கிடைச்சதோ?"

"நடவடிக்கைக்கு யாழ்ப்பாணத்துக்க நிண்ட பெடியள் வந்ததும் தகவல் சொல்லுற எண்டவைதானே, அவங்கள் வந்திட்டாங்கள் போல"

"ஏதும் தெரிஞ்சதாமோ?"

"இல்லை அவங்களுக்கு ஒண்டும் தெரியேல்லை"

அவள் வேறேதோ சங்கடத்தைச் சொல்ல தத்தளித்துக் கொண்டிருக்கிறாள் என்பதை தாமரையின் உள்ளுணர்வு கண்டுகொண்டது. அவளே ஏதேனுமொரு சொல்லில் ஆரம்பிக்கட்டும் என்று பேசாமல் பெடலை மிதித்துக் கொண்டிருந்தாள்.

"அம்மாவோடை சண்டை"

"திரும்பவுமோ?"

அவள் ஒன்றும் சொல்லவில்லை, தாமரைக்குச் சற்றுச் சங்கடமாயிருந்தது.

"கேட்டிட்டன்"

"என்னெண்டு?"

"உனகென்ன வரிக்கு வரி சொல்லோணுமோ இப்ப? விசரேத்தாமல் ஓடு சைக்கிளை."

தாமரை அதற்கு மேல் ஒன்றும் பேச்சுக் கொடுக்கவில்லை, அவள் உறுக்கியதும் கண்கள் கலங்கி விட, அவளுக்கு தெரியக்கூடாது என்று கண்ணீரை நிதானமாக ஓடவிட்டாள், நெஞ்சுக்குள் நின்ற சளி மூக்கிற்கு ஏற, வேறு வழியின்றி உறிஞ்ச வேண்டியதாகியது. காலையில் எந்த விவகாரத்தைப் பேசி அவளை ஒரு ஸ்திரத்திற்கு கொண்டு வருவோம் என்று ஒத்திகைகளைச் செய்து தயாரானாளோ அது சட்டென்று கலைந்து, ஒழுங்குபடுத்தி வைத்திருந்த சொற்கள் கலைந்தன. வெரோனி உறுக்கினாலே அழுகை வந்து விடுகிறது.

“இப்ப என்னதுக்கு நீ அழுறாய்?”

தாமரை பதில் சொல்லவில்லை, தெரிந்து விட்டது. இப்போது சுதந்திரமாக அழலாம். அழுதாள்.

“சைக்கிளை நிப்பாட்டு நான் நடந்து போறன்”

“சைக்கிளாலை இறங்கினால் நான் வாற வாகனத்துக்க விடுவன் இப்ப”

“போய்ச் சாவுங்கோ எல்லாரும்”

நான் உன்னை என்ன கேட்டனான்? என்ன கதச்சனி எண்டுதானே கேட்டனான், அவா கொப்பரோட வாழ்ந்து என்னத்த கண்டவா? ஒண்டு தெரியுமோ? அந்தாள் காணாமல் போனதிலை எனக்கு சந்தோசம்தான். உனக்கும் எனக்கு முன்னாலையே அன்ரியை என்ன கேள்வி கேக்கிறவர். போறவன் வாறவனை எல்லாம் இழுத்துதானே கதைக்கிறவர்.”

“அதுக்கு செத்துப்போகோணும் எண்டோ ஆமி பிடிக்கோணும் எண்டோ இல்லை”

“ஹ்ம்”

“எனக்கு அதெல்லாம் தெரியாது. அவா என்னெண்டாலும் செய்யட்டும் என்னை விடச்சொல்லு”

“எங்கை எண்டாலும் போறன், அவா நின்மதியா இருக்கட்டும் ஆரோடை எண்டாலும்”

“எங்கை போபோறாய்?”

“மதர் ஏவாட்டை போய் கன்னியாஸ்திரியா சேரப்போறன்”

தாமரை சைக்கிளை சட்டென்று பிறேக்கால் நிறுத்தினாள்.

வெரோனிக்கா இறங்க அப்படியே சைக்கிளைச் சரித்து விழுத்திவிட்டு, நடக்கத் தொடங்கினாள். ஆளில்லாத அந்த மணல் ஒழுங்கையில் வாய்விட்டு அழுதுகொண்டே நடந்து போனாள் தாமரை.

வெரோனிக்காவின் சொற்களில் இருந்த வெறுமையை, சுய வெறுப்பை தாமரையால் நன்குணர முடியும். அவள் எப்போதும் இவளுடைய கைகளை தன்னுடைய கைகளுக்குள் வைத்துக்கொள்ள விரும்புபவள். எந்தப் பொழுதிலும் அதை அவள் விட்டுக்கொடுக்கவே மாட்டாள். வெரோனிக்கா அவளுடைய மிருதுவான கரங்களை தன்னுடைய விரல்களால் மூடிக்கொள்ள எத்தனிக்கும் போது இயல்பாகவே

தாமரையின் கைகள் அதற்கு அனுமதியாமல் மேவி இவளை வாங்கிக்கொள்ளும். வெரோனிக்கா தன்னை ஒரு பிடிவாதக்காரியாகவும், அகம்பாவும் கொண்டவளாகவும் பாவித்துக்கொண்டாலும் தான் உள்ளூர கொண்டுள்ள நலிவை நன்கறிவாள். யாரிடமும் அந்த நலிந்த தன்னை அவள் காட்டிக்கொண்டதேயில்லை. தாமரை அவளை நன்கறிவாள். ஆனாலும் தன்னுடைய வார்த்தைகள் அவளை ஒவ்வொரு முறையும் அழப்பண்ணுவதைத் தடுக்கும் திராணியை அறிந்தாளில்லை.

தாமரை சரித்துவிட்டுப்போன சைக்கிளின் முன் சக்கரம் சுழன்றபடி கிடந்தது.

வெரோனிக்கா கொஞ்ச நேரம் அப்படியே நின்றாள், பிறகு சைக்கிளை நிமிர்த்தி உருட்டத்தொடங்கினாள். அவள் எங்கேயும் போகமாட்டாள். தமயந்தி அக்கா வீட்டிற்குள் போய் அழுதுகொண்டிருப்பாள். தேற்றுவதற்குதான் பெரும்பாடுபட வேண்டும். தாய்க்காரி பற்றி நினைப்பு துப்பரவாய் அகன்று போக தாமரையைத் தொடந்து போனாள்.

நகுலாத்தை | 55

05

"ஆரோ இயக்கப்பொறுப்பாளற்ற மனிசியாம்" விந்தனுக்கு வேண்டப்பட்டவர்கள் என்பதால் அங்கே தங்கவைக்கப்பட்டிருக்கிறாள், என்ற வரைக்கும் மட்டும்தான் தமயந்தியைத் தெரிந்திருந்தது. ஊரிற்கு புதிய பெண் அவள். அடிக்கடி தேவாலயத்திற்கும் நகுலாத்தை வளவிற்கும் வருவதுண்டு. பெரும்பாலும் சனங்களற்ற பொழுதில் வந்து பிரார்த்தித்துவிட்டுப் போவாள். ஆற்றாமையில் மன்றாடுவதற்கும் அழுவதற்கும் ஏதுவான பொழுது மதியத்தில்தான் வாய்க்கும். வெரோனிக்கும் அவளுக்கும் பழக்கம் ஏற்பட இருவருக்கும் இருந்த மதியப் பிரார்த்தனைப் பழக்கம் காரணமாகியது.

ஊராத்துறையார் வீடு நெடுநாட்களாகப் பூட்டியிருந்தது. அதை இயக்கத்திற்கு எழுதிகொடுத்துவிட்டு உராத்துறையார் மனைவியோடு கனடாவில் முழுநேரமாக பலசரக்கு கடையொன்றை நடத்திக்கொண்டும், பகுதி நேரமாக கனடா வாழ் தமிழீழ மக்களிடம் "போராட்ட நிதி" திரட்டிக்கொண்டிருந்த வசந்தன் என்ற அவரின் இளைய மகனிடம் போய்விட்ட பிறகு அப்பெரிய மாடி வீடு முழுவதுமாக அசைவிழந்து உறைந்து போனது. அது விடுதலைப்புலிகளின் அசையாச் சொத்தாகப் பேசாமல் கிடந்தது. விந்தன் அவளை அங்கே தங்க வைத்திருந்தான். அவளுடைய வாழ்க்கைச் செலவுக்குப் புலிகளின் நிதிப் பிரிவிலிருந்து ஒரு தொகை பணம் போய்க்கொண்டிருந்தது.

ஊர் அவள் பற்றி ஒரு நீண்ட புதிரை உண்டாக்கி கொஞ்சம் கொஞ்சமாக அதை விடுவித்தது. முதலில் அவளொரு மட்டக்களப்புக்காரி என்று தெரிந்தது. அவளுடைய மட்டக்களப்பு தமிழ் ஊரில் விசித்திரமான ஒன்றாகக் கதைக்கப்பட்டது. ஓரிரு முறை நகுலாத்தை வளவிற்கு தனியாக வந்தாள். சம்பிரதாயமாக ஊர்ப்பெண்களுடன் கதைத்தாள். ஊர் நடைமுறைகள், கடைகள், கோயில், பள்ளிக்கூடம், தெருவழிகள், விதானையார் வீடு முதலியவற்றைக் கேட்டுத்தெரிந்துகொண்டாள். "நல்ல பிள்ளை போல கிடக்கு" என்றனர் ஊர்ப்பெண்கள். தாமரை ஓரிரு முறை அவளைக் கோயிலில் கண்டிருக்கிறாள். புன்னகைப்பாள். கதைத்ததில்லை. வெரோனிக்காதான் தமயந்தியை அறிமுகம் செய்தாள்.

இயல்பிலேயே தமயந்தியிடம் கவரும் கனிவும், ஆர்வமாக நெருங்கி வந்து உரையாடச் செய்யக்கூடிய பேச்சும், அதற்கே செய்து வைத்தாற்போலவொரு முகவெட்டுமிருந்தது. லேசாய் நீலம்பாரித்த பூனைக்கண். கொஞ்சம் ஏறிய நெற்றி வகிடு ஒரு பக்கமாக போனது முகத்திற்கேற்றால் போல். புஸ்டியாக்கிக் கொண்டிருக்கும் உடல். அதனுடைய அழகிய பாவனை.

தமயந்தி இருவரைப் பற்றியும் கேட்டறிவதிலேயே குறியாயிருப்பாள். அவள் தன்னைப்பற்றி பெரிதாக ஒன்றும் சொன்னதில்லை. கேட்டாலும் ஏதாவது சொல்லைப்போட்டு பேச்சை அலைக்கழித்து திசைமாற்றுவாள். உள்ளுக்குள் கனதியாக எதையோ ஒழித்து வைத்துவிட்டு அதை யாரும் கண்டு பிடிக்ககூடாது என்ற கவனத்துடன் கதைப்பதைப்போலவிருக்கும் தமயந்தியினுடைய பேச்சும் செயல்களும். சில நேரங்களில் இவர்கள் ஏதாவது பேசிக்கொண்டிருக்கும் போது சம்பாசணையில் இருந்து தவறி வீழ்ந்து யோசனைக்குப் போய்விடுவாள். பேச்சு வழியைத்தவற விட்டதை உணரும் போது சங்கடமாகப் புன்னகைப்பாள். சிலவேளைகளில் அழுததைப்போல கண்கள் வீங்கியிருக்கும். இருவரும் எதுவும் கேட்பதில்லை. அவளுடைய முகபாவங்களையும், சொற்பாவங்களையும் தாண்டி அவளுக்குள் செல்வது இருவருக்கும் இயலாததொன்றாகவிருந்தது.

தமயந்தி அதிகபட்சமாகத் தாமரையிடமும் வெரோனியிடமும் புலம்புவது தன்னுடைய கெட்ட சொப்பனங்களைப் பற்றியும், இரவில் திடுக்கிட்டு எழுந்துகொள்வது பற்றியும். தாமரை நான்கைந்து முறை ஆத்தை கோயிலுக்கு குறிசொல்லும் நாளில் குறிகேட்க அழைத்துச் சென்றாள். வெள்ளிக்கிழமை மாலையில் இருவரும் அவளை ஆச்சியிடம் அழைத்து வந்தனர். கூச்ச சுபாவமும் காட்டில் தனியே மேயும் மானொன்றின் எச்சரிக்கையுணர்வும் கொண்ட பார்வையும் நடத்தையுமுள்ளவளான அவளை ஆச்சி நெடுநாள் பழகியவள் போல தலையைத்தடவி நலம் விசாரித்தாள். ஆச்சியின் கைகளுக்குள் இருந்த அவளுடைய கைகள் நடுங்கிக்கொண்டிருந்தன. வார்த்தைகள் தடுமாறி உயிரற்று வீழ்ந்தன. ஆச்சியின் முன் தமயந்தி குலைந்து கொண்டிருப்பதையும், கண்களில் இருந்து நீர் கொட்டுவதையும் இருவரும் ஆச்சரியமாகப் பார்த்தனர். ஆச்சி கேட்பவற்றிற்கு தட்டிக்கழிக்க முடியாமல் பதில் சொல்லிக்கொண்டிருக்கும் தமயந்தியையும் ஆச்சியையும் இருவரும் விசித்திரவுணர்வு விரியப் பார்த்தபடியிருந்தனர்.

ஆச்சியிடம் அதுவொரு பிரத்தியேகக் குணம். யாருக்குள்ளும் நுழைந்துவிடுவாள். எல்லோருக்கும் அவளைப்பிடித்துவிடும். ஆனால் ஆச்சி சட்டென்று தனக்குள் நுழைவதன் பதட்டத்தைத்

தமயந்தி உணர்ந்தாள். அதிலும் கலையாட முதலே அந்தக்கிழவி தன்னைத்தெரிந்து கொள்ளத்தொடங்கி விட்டாள் என்பதும் கலைவந்த பிறகு அவளுக்கு கிடைக்கப்போகும் தெய்வ கிருபை தன்னை முழுமையாக விழுங்கிவிடுமென்றும் நடுங்கினாள். மனிதர்களின் அச்சம் அவர்களின் கடந்த காலத்திலேயே வேர்விட்டிருக்கிறது. அறியாததும் நிகழாததுமான எதன்மீதும் அவர்கள் அச்சப்படுவதில்லை, ஒவ்வொரு கணமும் அவிழ்ந்து கொண்டிருக்கும் எதிர்காலத்தைப் பற்றிக்கூட அவர்கள் அவ்வளவு கிலேசமடைவதில்லை. நாளை நீ செத்தொழிந்து போவாய் என்று வருவதுரைத்தால் கூட தமயந்தி நிதானமாக அதை எதிர்கொள்வாள் ஆனால் குறி சொல்கிறேன் என்று அந்தக் கலையாடிக்கிழவி எல்லாவற்றையும் எல்லோர் முன்னாலும் போட்டு உடைத்து விட்டால்?

"ஆச்சி திருநீறுமட்டும் போட்டால் போதும் குறியெல்லாம் சொல்ல வேண்டாம் என்றாள் மிரட்சியுடன். ஆச்சி சிரித்துக்கொண்டே 'சரிபிள்ளை' என்று கையமர்த்தினாள். பின்னேரப் பூசை ஆறு மணிக்கு தொடங்கியது, வழமைபோல நல்ல சனம். வெளியூர்காரர்களும் அதிகமாகவிருந்தனர். ஊரார் வெளியில் காத்திருந்து பார்க்க ஆச்சி நகுலாத்தையின் முன்னால் வைக்கப்பட்டிருந்த திருநீற்றுத்தட்டில் கற்பூர நெருப்பை நடனமாடச்செய்தாள். பச்சை நீற்றின் மேல் கற்பூரம் ஒரு வித நீல நிறத்தில் எரியும். கனவிலிருந்து எடுத்துவந்த சுவாலையைப்போலவிருந்த அத் தீ நாக்கை தமயந்தி கண்கொட்டாமல் பார்த்தாள். சுவாலை நெருப்பில் ஆத்தையின் முகம் மெல்லிய நீலத்தில் பளபளத்தது. கற்பூர மணம் ரம்மியத்தை நிறைத்தது. நாசிக்குள் அந்த சுகந்தம் இறங்க உடல் ஒரு முறை விடைத்துப்போட்டது. ஆச்சி கண்களை மூடி அமர்ந்திருந்தாள். சின்ராசன் அவள் பக்கத்தில் வேப்பிலைக் கட்டோடும் தேசிக்காய்த் தட்டோடும் நின்றிருந்தான். இடுப்பில் அவனுடைய உடுக்கு தொங்கியது. அமைதியாகத் தியானத்திலிருந்தவளின் நடு நெஞ்சிலிருந்து மெல்ல மெல்ல உறுமல் வெளிப்பட்டது, உடல் மெல்ல அசைந்தது, வயிறு எக்கி எக்கி உடலைத்தூக்கி நிறுத்த பிரயத்தனப்பட்டது, தலை அவிழ்ந்து புரண்டது, சுருக்கம் மிக்க ஆச்சியின் முகம் திடீரென அவை பூசி நிரவப்பட்டதைபோல் பளிங்குக் குணம் கொண்டு இறுகியது. ஆத்தையின் முகத்திலிருந்த அதே நீலப் பிரகாசம். ஆத்தை ஆச்சிக்குள் இறங்கியிருந்தாள். உடல் அதிர்ந்துகொண்டேயிருந்தது, தாமரை பச்சை நீற்றை எடுத்து நீட்டிய, ஆச்சியின் கையில் வைத்தாள். எழுந்த நீள் மூச்சில் ஒரு படை பச்சைநீறு பறந்தது. சின்ராசன் தேசிக்காய்களை வெட்டி விழுத்தினான். நான்காவது தேசிக்காயின் இரண்டு அரைக்கோளங்களும் நிமிர்ந்து விழ அவனுடைய முகத்தில்

இறுமாப்புப் பரவ, ஆத்தையின் வருகையை அறிவிக்க உடுக்கை எடுத்து அடிக்கத் தொடங்கினான்.

ஆச்சி விபூதியை நெஞ்சோடு வைத்து ஜெபித்தாள். ஜெபித்துக்கொண்டே கண்களைத் திறந்து, தமயந்திக்கு மூன்று சுற்றாக தலை முதல் கால்வரை வீபூதியைப்போட்டு முடித்தாள். கரகரத்த குரல் ஆச்சிக்குள் இருந்து எழுந்து வந்தது. உதடுகளில் பெரிதாய் அசைவில்லை. நுண்மையான அதிர்வு மட்டும் தெரிந்தது. சின்ராசன் உடுக்கை உச்சத்திற்கு ஏற்றினான். தமயந்தி அவளேதும் சொல்லி விடுவாளோ என்ற பயத்தில் கெட்ட சொப்பனங்கள் வருவதை ஆத்தைக்கு முறையிட்டாள். வார்த்தைகள் குழம்பின.

காட்டு வழி வந்ததில் ஏதோ ஒன்று அவளில் ஏறிவிட்டதென்றாள் ஆச்சி. இரவுகளில் அவளை தீய சொப்பனமாக வந்து அலைக்கழித்தது என்றும், ஆத்தையின் பெயரைச்சொல்லி அதை விரட்டியாயிற்கு என்றாள். காட்டுவழி வந்தவள் என்று ஆச்சி சொன்னபோது தமயந்தி முழுவதுமாக அரண்டு போய் உடல் நடுங்க கூப்பிய கைகள் விறைக்க உட்கார்ந்திருந்தாள்.

வளவில் நின்ற சனங்கள், ஆத்தை தமயந்திக்கு என்ன குறி சொல்கிறாள் என்பதைக் கேட்க நெருங்கி வந்து நின்றனர். ஆச்சி சின்ராசனைப் பாத்தாள், அவன் ஒரு கணம் உடுக்கை நிறுத்தி விட்டு, "ஆத்தை தள்ளிப்போய் நிக்கட்டாம்" என்று உரத்தான். அவர்கள் விலகி நிற்க, தொடர்ந்து உடுக்கின் வேகத்தைக் கூட்டினான். ஆத்தையும் குறி கேட்பவர்களும் என்ன பேசிக்கொள்கிறார்கள் என்பதை உடுக்குச்சத்தம் சனங்களிடமிருந்து கத்தரித்தது. தமயந்தி தாமரையையும், வெரோனிக்காவையும் இன்னும் அருகில் வந்திருக்கச் சொன்னாள். தமயந்தி ஒரு கையை நகர்த்தி வெரோனியின் குளிர்ந்த கையை இறுக்கிப் பிடித்துக்கொண்டாள். ஆச்சியின் வாயிலிருந்து உருண்டுவரும் ஆத்தையின் சொற்கள் ஒவ்வொன்றையும் தமயந்தி மிகுந்த பயத்துடன் எதிர்கொள்வதை இருவரும் உணர்ந்தார்கள்.

குறி சொல்லி முடிய வெளியில் விபூதி தட்டில் கற்பூரங்களை அடுக்கிக்கொண்டிருந்த தாமரையிடம் வந்து "ஆச்சி எல்லாம் சரியா சொல்லுறா" என்றாள். அவள் முகத்தில் ஏதோ பெரிய திருப்தி பரவிக்கிடந்தது. தாமரை சிரித்தாள். ஆச்சியைப் பார்த்தாள். ஆச்சி இம்மியளவும் இறுக்கம் மாறாத முகத்துடன் பணிவுடன் வந்தமர்ந்து தனக்கு இடியன் திரும்பக் கிடைக்குமா என்று ஆச்சியிடம் கேட்டுக்கொண்டிருந்த சின்ராசனுக்கு குறி சொல்லிக்கொண்டிருந்தாள். அப்போது உடுக்கை, துரிதம் அடித்துக்கொண்டிருந்தாள். ஆத்தை வேப்பிலையை சப்பிமென்று விழுங்கிக்கொண்டே, அவனுடன் ஏதோ

பகிடி விட்டவாறு குறி சொல்லிக்கொண்டிருந்தாள். அவள் சின்ராசனைச் சீண்டாமல் இறங்கிப்போவதில்லை.

“உனக்கேன் இப்ப கம்பு?”

“என்னாத்தை சொல்லுறாய் என்ர சீவியமெல்லோ?”

“சீவியம் தானடா எல்லாருக்கும் ஒவ்வொரு சீவியம்”

“விளங்கேல்லை ஆச்சி?”

“ஒண்டு யோசிச்சுக்கொண்டு திரியாதை, கம்புக்கு ஒண்டுமில்லை. அங்கை வச்ச இடத்திலை கிடக்கு, வந்திடும்.”

“எப்ப?”

“அட ஆத்தை சொல்லுறாளெல்லோ வந்திடுமெண்டு, சீவன் ஒண்டு உத்தரிச்சு கிடக்கும் அப்ப வரும், இப்ப போ”

சின்ராசன் கும்பிட்டு விட்டு நெற்றியில் அப்பிவிட்ட பச்சை நீற்றுடன் முகம் பிரகாசிக்க எழுந்து வந்தான்.

போததற்கு தாமரை அவனைச் சீண்டினாள். “என்ன மிஸ்டர் வேட்டைக்காரச் சின்ராசன், ஆத்தை என்ன சொல்லுறா?”

“துவக்கு வந்திடுமாம்!”

“இதைத் தானே நானும் நேற்றுச் சொன்னனான். பிறகேன் வந்து ஆத்தையை டிஸ்ரொப் பண்ணுறீர்?”

“சின்னாத்தைக்கு என்னோடை எப்ப பாத்தாலும் பகிடிதான் என்ன?” சின்ராசன் சிரித்து விட்டு கடந்து போனான். அவன் முகம் பூரித்துக்கொண்டே போனது.

குறிசொல்லி முடிய பத்து மணிக்கு மேலாகிவிட்டது. மாரி நாட்களின் இருட்டு கச இருட்டாகவிருக்கும். கோயிலிருந்து பெரும்பாலும் எல்லோரும் புளிப் பொங்கலை வாங்கிக்கொண்டு கலைந்து சென்றனர். நகுலாத்தை உடலிருந்து இறங்கிப்போன களைப்பு ஆச்சியின் உடலை சோர்வடையச் செய்திருந்தது. அன்றைக்கு வழமையை விடச் சனம் அதிகமாய் வேறிருந்தது.

சின்ராசன் கழிப்பிற்கு வெட்டிய எலுமிச்சைகளை ஒரு பெரிய உரப்பையினுள் போட்டுக்கொண்டு குளத்தில் கொட்டப்போய்விட்டான். அடித்து ஓய்ந்த உடுக்கைச் சத்தம் அவர்களின் காதுக்குள் இன்னும்

அதிர்ந்துகொண்டிருந்தது. போதாத குறைக்கு தவளைகள் வேறு. நீர் நிறைந்து நின்ற வயலெங்கும் கச்சேரியைத் தொடங்கியிருந்தன. சண்முகம் வீட்டில் தொலைக்காட்சி பார்க்கும் ருசியில் தாயையும் மகளையும் அழைத்துவருவதை மறந்திருந்தான். அவன் எப்போதும் அப்படித்தான். தொலைக்காட்சியில் அவனுக்கு யாரோ சூனியம் வைத்து விட்டதாக ஆச்சி எப்போதும் கடிந்துகொள்வாள்.

தாமரையும் ஆச்சியும் தமயந்தியும் வெரோனிக்காவும் சைக்கிளை உருட்டிக்கொண்டு வயற்கரை வீதியில் இறங்கி நடந்து வந்தனர். இரண்டு நாட்களாக மழையில்லை. எனினும் காலின் கீழே குளிர்ச்சியிருந்தது. ஆச்சி செருப்புப்போடுவதில்லை. எப்போதும் நிலத்தை மிதித்து நடக்க வேண்டும் என்பாள். தாமரைக்கு சிறு வயதிலிருந்தே 'முட்டுக்காரிக்கு காலால் குளிர் ஏறி விடுமென்று' அவளுக்கிருந்த நெஞ்சுச்சளியைச் சொல்லி செருப்பைக் கழற்ற விடுவதில்லை. அந்தப்பழக்கத்தை நோய் விட்ட பிறகும் அவள் விடவில்லை. தமயந்தி கோயிலுக்கு வருதால் செருப்பு போடவில்லை. கால் குளிரக்குளிர நடந்தாள். நன்றாகவிருந்தது. தாமரை நல்ல வெளிச்சமுள்ள எவரடி டோர்ச் விளக்கை தமயந்தியிடம் கொடுத்திருந்தாள். சில்வண்டுகள் இரையும் இரவின் திரைச்சீலைகளை ரோச் வெளிச்சத்தால் விலக்கிக்கொண்டு அந்த நான்கு பெண்களும் நடந்து வந்தனர். ஊர் அவ்வளவாக அடங்கவில்லை. பெரும்பாலான வீடுகளில் தொலைக்காட்சியும், வானொலியும் இரைந்துகொண்டிருந்தன. நாய்கள் இவர்களின் அரவத்திற்கு நிமிர்ந்து குரைத்தன. பழகிய குரல்கள் பட்டவுடன் அடங்கிப்படுத்தன.

"பாதை பூட்டினதாலை கறண்ட் நிக்குமெண்டு கதைக்கினம்" தாமரை வெரோனிக்காவிற்குச் சொல்லிக்கொண்டு வந்தாள்.

ஆச்சி தமயந்தியிடம் பேச்சுக்கொடுத்தாள். "எத்தினை மாசம் பிள்ளை?" தமயந்தி வெலவெலத்துப் போனாள். அடி வயிறு அசாதாரணமாக குளிரத்தொடங்கிற்று.

மனிதர்களின் துயரம் அவர்களின் கடந்தகாலத்தில் வேர் விட்டுள்ளது.

06

அறுபது வருடமாக அன்னம்மாள் தன்னுடைய தேக்கங்காட்டு வாய்க்கால் வரப்பில் நடந்து கொண்டிருக்கிறாள். மகன் இராசரத்தினத்தினம் தேக்கங்காட்டுக்கு செல்லும் வரம்பினை அகலமாக வரைந்து ஏற்றியிருந்தான். இரவு பெய்த மழை, வரம்பை மூடியிருந்த அறுகுகளில் ஈரலித்திருந்தது. பித்தம் வெடித்துக் கிளையோடிய அன்னம்மாளின் கடும்பாதங்களில் குளிர்ச்சி பரவியது, அறுகுகள் உதிர்ந்து கால்கள் எங்கும் துண்டு துண்டாய் மொய்த்து லேசாய் குறுகுறுத்து சுணைத்தது, கால்களைப் பார்த்துக் கொண்டே நடந்தாள். தகப்பன் முத்துச்சாமி நடந்த தடங்கள் இன்னும் வரம்புகளுக்கு கீழே படிந்துபோயிருக்குமுணர்வு. இத்தனை வருடங்களில் அவ்வுணர்வு மாறியதில்லை.

கீரிப்பிள்ளை மேட்டில் சுமைக் கூலியாக வந்து சேரும் போது முத்துச்சாமி துடிப்பான இளந்தாரி. புளிக்கீரைச்செட்டி, பெரியவளவில் அவனுக்கு கொட்டில் போட அனுமதித்திருந்தார். அப்போது கீரிப்பிள்ளை மேட்டின் அரைப்பங்கு நிலம் செட்டிகளிடமும், மீதி வெள்ளாளக் குடியிடமும் இருந்தது. கற்கள் எழுந்த அந்த நிலத்தையும் காட்டையும் வெட்டி, கல்லடித்து பயிர்செய்ய ஏற்றதாக்க கீரிப்பிள்ளை மேட்டின் சனங்களுக்கு பணிக்கப்பட்டிருந்தது. கிராமம் காட்டை தின்று தின்று சேனைப்பயிருக்காக விரிந்துகொண்டே போனது. முத்துச்சாமி புளிக்கீரைச்செட்டியின் வயல்களில் இருந்து பதினேழு வயதில் ஆங்கிலேய கிறிஸ்துவ மறைக்கழகத்தில் வேலைக்குச்சேர்ந்தான். பாதர் செபஸ்ரின் அந்த நாட்களில் அந்தப் பகுதியெங்கும் பிரபலம். ஆங்கிலேயே அரசாங்கத்தில் செல்வாக்கு மிக்க துறவி. கீரிப்பிள்ளை மேட்டில் புனித மரியாள் தேவாலயத்தையும் கன்னியர் மடத்தையும் நிறுவியவர். முத்துச்சாமிக்கு அவரின் தோட்டங்களைப் பராமரிக்கும் வேலை. வெள்ளைக்காரனிடம் வேலைக்குச்சேர்ந்த முதல் கீரிப்பிள்ளை மேட்டுக்காரன் என்பது அவனையொரு திடீர் பிரபலமாக மாற்றியது. கூடவே குடிமைக்காரர்களின் கோபத்தையும் வாங்கிவந்தது. ஆனால் பாதிரியினதும் தேவ ஊழியச் சபையினதும் நிழலுக்கு கீழே இருந்ததால் அவனைச் சீண்ட அவர்களுக்கு கொஞ்சம் பயம். எனினும்

கிட்டத்தட்ட அவனை ஊரை விட்டு விலக்கி வைத்து விட்டோம் என்பதை அவனுக்கு காட்டிக்கொண்டும், அவனை எப்போதும் அச்சுறுத்திக் கொண்டுமிருந்தனர். ஊரில் முதலில் மேற்சட்டை போட்ட "தோட்டக்காட்டான்" என்பதில் வேறு அவர்கள் கொலை வெறியிலிருந்தனர். இதற்கு மேலாக அவன் காட்டை வெட்டி நிலத்துண்டு ஒன்றை அடையப்போகிறான் என்று கேள்விப்பட்டபோது உச்சாணியில் சினமேறி அலைந்தனர். பாதிரியார் செபஸ்ரினின் அந்தரங்க வேலைக்காரன் மீது கைவைப்பது என்பது ஆங்கிலச் சிப்பாய்கள் ஊருக்குள் நுழைந்து அட்டகாசம் செய்வதை வலிந்து அழைத்துவருவது போலாகும். வேறு விடயங்களில் கண்டும் காணாமலும் "டீசெண்டாக" இருந்தாலும் ஆங்கிலேயர்கள் திருச்சபை விடயத்தில் யாரும் மூக்கை நுழைத்தால் ஊருக்குள் இறங்கிச் சதிராடுவார்கள்.

முத்துசாமி கிறிஸ்தவன் கிடையாது, பாதிரியார் செபஸ்ரியானிடம் அவன் போய்ச் சேர்ந்தது தனிக்கதை. பாதிரியார் செபஸ்ரின் இலண்டனில் திருச்சபையில் மறைக்கல்வி படித்து திருத்தந்தையாக பட்டம் சூடிக்கொண்டவர். தீவிரமான கத்தோலிக்கர். வெறியர் என்றே சொல்லலாம். கீழை மொழிகளான தமிழ், மலையாளம், சிங்களம், உருது முதலானவற்றில் நன்கு தேறிய புலமையாளரும் கூட. எடின்பரோவிலிருந்த பெரிய பல்கலைக்கழகத்தில் இறையியலில் பட்டங்கள் வாங்கியிருந்தார். திருச்சபைக்கு விண்ணப்பித்து கீழைத்தேசத்தில் மதப்பிரசாரத்திற்கு போகவேண்டும் என்று கேட்டுக்கொண்டதன் பெயரில், வன்னி மாவட்டத்திற்கு அனுப்பி வைக்கப்பட்டார். அப்போது வன்னியில் ஆங்கிலப்படைகளுக்கு பிரதேச தளபதியாக இருந்தவன். இம்மானுவேல் கார்டர். முன்கோபி முரடன். அவனும் செபஸ்ரினைப்போல தீவிர கத்தோலிக்கன். போர்த்துக்கேயர் அளவிற்கு ஆயுத முனையில் கத்தோலிக்கத்தை பரப்ப வேண்டிய தேவை அப்போதிருந்த பிரித்தானியப் பேரரசுக்கு இருக்கவில்லை. கல்வியையும் மதத்தையும் தாழ்த்தப்பட்ட சனத்திற்கு எடுத்துப்போய் கொடுத்தது. கோயிலும் கல்வியும் சாதிக்கும் மேல்வர்க்கத்திற்கும் உரித்தானது என்றிருந்த மக்களுக்கு கத்தோலிக்கம் ஒரு புதுப்பிடிப்பு. பெரியளவில் பாதுகாப்புணர்வு. பலநூறு வருடத்தில் வாழ்ந்த ஒடுக்கப்படுதலில் இருந்து தப்பிச்சென்றனர் மக்கள். ஆங்கிலேயர் பிற சுதேச மதங்களை வெளிப்படையாக ஒடுக்கவில்லை. அவர்கள் தந்திரம் நன்றாக வேலை செய்தது. அந்த வெள்ளை நரிகளுக்கு நடுவில் இமானுவேல் கார்டர் தன்னை ஒரு ஓநாய் என்று கருதிக்கொண்டான்.

தீவிரமாக கத்தோலிக்கம் தலையெடுக்க வேண்டும் என்று பிற வழிபாட்டு முறைகளை மறைமுகமாக இரத்துச்செய்தான். தனது உளவாளிகளையும் சிப்பாய்களையும் அனுப்பி மக்களை அச்சுறுத்தினான். கோயிலில் பிற

சமய “சிலைகளை” வழிபடக்கூடாது என்றும் அவற்றை அகற்றவும் கட்டளையிட்டான். பல புதிய தேவாலயங்கள் கட்டப்பட்டன. மக்கள் கட்டாயம் பிரார்த்தனைக்கு வர வேண்டும். மதம் மாறாவிட்டாலும் பிரதி ஞாயிறுகளில் கண்டிப்பாக தேவாலயத்திற்கு வந்தே ஆகவேண்டும். செபஸ்ரினின் நட்பும் அவரின் செல்வாக்கும் அந்த ஓநாயைக் கட்டற்றதாக்கியிருந்தது.

கீரிப்பிள்ளை மேட்டில் இருந்த நகுலாத்தை இரகசியமாக ஊர்காரரால் கிணறு ஒன்றினுள் இறக்கப்பட்டு நீருக்கடியில் ஒளிக்கப்பட்டாள். அதற்கு பிறகு குறுனிக்காட்டில் இன்று சிதைந்து கிடக்கும் அந்தக்கிணறு ஆத்தையிருந்த கிணறு என்று வழங்கி வரலாயிற்று. எல்லா சிறு கோயில்களும் சூலமும் வேலும் மட்டும் நட்டு வழிபாடும் சடங்குகளும் நிகழ்ந்தன. பாதிரி செபஸ்ரினும் தளபதி இம்மானுவேலும் மாலைவேளையில் ஊருக்குள் வந்துகொண்டிருந்தனர். அவனும் அவனுடைய சிப்பாய்களும் குதிரைகளில் ஆரோகணித்திருந்தனர். கோச் வண்டியொன்றில் பாதிரி அமர்ந்திருக்க, இம்மானுவேலின் குதிரைக்கு சமாந்தரமாக கோச் உருண்டது. இம்மானுவேலுடன் பாதிரி பேச்சுக்கொடுத்துக்கொண்டே வந்தார்.

முத்துசாமி நகுலாத்தை வளவில் நட்டிருந்த சூலத்திற்கு முன் நின்று தன்னை முறையிட்டுக் குப்பிட்டுக்கொண்டிருந்தான். கண்களை மூடி முணுமுணுத்துக் கொண்டிருந்தவனின் காதுக்குள் கோச் வண்டியினதும் குதிரைகளினதும் சத்தம் கொஞ்சம் தாமதமாகத்தான் வந்து விழுந்தது. திடுக்கிட்டு சுதாரித்த போது குதிரையில் அமர்ந்து வந்துகொண்டிருந்த இம்மான்னுவேலைப் பார்த்து வெலவெலத்துப் போனான். என்ன செய்வதேன்றே பிடிபடவில்லை. அவனுடைய பிரபலமான சவுக்கு முதுகில் இறங்கப்போவதை நினைத்து அடி வயிற்றுள் ஈயம் கொதித்தது. தலைக்குள் ஏதோ சுழிக்க “ஆத்தை என்னோடை இரடியம்மா” என்று உரத்துக்சொல்லிக்கொண்டே திரிசூலத்தின் இரண்டு பக்க கூர்களையும் பிடித்து வெளிப்பக்கமாக பலம் கொண்ட மட்டும் வளைத்தான். கம்பிகள் வளைந்து இரண்டு பக்கமும் படுத்தன. இப்போது சூலம் சிலுவையாக மாறி நின்றது. அப்படியே முழந்தாளிட்டு சுவிசேஷங்களை முணுமுணுப்பவனைப்போல் பாசாங்கு செய்யத்தொடங்கினான்.

பரிவாரம் அருகில் வந்து நிற்கும் போதுதான் அவர்களைக் காண்பவன் போல் இம்மானுவேலை வணங்கினான். இம்மானுவேலும் பாதிரியும் அவன் செயலை ஏற்கனவே கண்டுவிட்டிருந்தனர். கோபத்தில் இருந்தாலும் செய்ததை வெகுவாக இரசித்த இம்மானுவேல் அவனை சீண்ட நினைத்தான். கண்டுவிட்டத்தைக் காட்டிக்கொள்ளாமல் முத்துச்சாமியைப் பார்த்தான்.

“உன்ர பேர் என்னடா?”

“முத்துச்சாமி எசமான்”

“என்ன செய்யிறாய் இவடத்த?”

“ஏசுவ கும்புடுறன் எசமான்”

“ஓஹோ... நீ இப்ப சேர்ச்சுக்கு போறேல்லையாம், ஏன்? நீ ஏசுவின்ர விசுவாசத்தை மறந்திட்டியோ?” அவன் கைகள் குதிரையில் மாட்டியிருந்த சவுக்கைத்தொட்டன. பதறியவன் போல் பாசாங்கு செய்த முத்துச்சாமி. குரலதிர

“ஐய்யோ, என்ர சிவபெருமானே நான் ஏசுவை மறப்பனோ!”

கோச்சுக்குள் இருந்த பாதிரி செபஸ்ரினுக்கு சிரிப்புத்தாங்க முடியவில்லை. பெரிதாக வாய்விட்டுச் சிரித்தார். அவனை தன்னிடம் விட்டு விடும்படி இம்மானுவேலைக் கேட்டுக்கொண்டார். முத்துச்சாமியை தன்னுடைய அந்தரங்க உதவியாளனாக மாற்றிக்கொண்டார். கிட்டத்தட்ட பதினைந்து வருடங்கள் அவன் அவருக்கு விசுவாசம் மிக்க ஊழியனாக இருந்தான். அவர் அவனை அதற்கு பிறகு மதம்மாறச் சொல்லவில்லை. பிரார்த்தனைக்கு வா என்பதில்லை.

சேனைப்பயிர்ச்செய்கை திட்டம் வந்த போது தன்னுடைய விசுவாசம் மிக்க ஊழியனுக்கு ஒரு துண்டு நிலத்தை பெற்றுத்தருவதாக உறுதியளித்தார். சொன்னதைப்போலவே செய்தார். முத்துச்சாமி காட்டுக்கத்தியுடன் இறங்கி இரண்டு நாளில் ஐந்து ஏக்கர் நிலத்தை வெளிக்க வைத்தான். ஒரு பக்கத்தில் தன்னுடைய குடிசையைப் போட்டான். மனைவி பூவாச்சியையும் குழந்தை அன்னம்மாளையும் கொண்டு வந்து இருத்தி வாழ்வைத் தொடங்கினான். காட்டுச்சூடு அடங்காத புது நிலத்தில் நுழைந்து உழுது நீரேற்றிப் பயிரிட்டான், மேற்கு வாய்க்காலில் ஒரு துண்டு நிலத்தை வெட்டி அகற்றி தன்னுடைய புது வாய்க்காலை புது வயல்களூடே ஓட விட்டான். வாய்க்காலின் தொடக்கம் முதல் காட்டு எல்லை வரை நெல்வயல்களை அமைத்தான். காட்டு எல்லையில் வாய்க்கால் முடியும் இறுதி ஒரு ஏக்கருக்கு அவன் புதிதாக ஒரு தேக்கங்காட்டை நட்டான். பாத்திகளைக்கட்டி வேலியடைத்தான். வைக்கோலைக்கட்டி பெரிய வெருளியொன்றைச்செய்து நடுவித்தான். முத்துச்சாமி தேக்கங்காட்டை வைத்து நான்காவது மாதம் பாதிரியார் செபஸ்ரின் தன்னுடைய எழுபதாவது வயதில் மரணித்தார். அவரின் உடல் கீரிப்பிள்ளை மேடு தேவாலயத்தினை அடுத்திருக்கும் கிறிஸ்தவ சேமக்காலையில் நல்லடக்கம் செய்யப்பட்டது.

நல்லடக்கம் முடிந்து ஆறாம் நாள் அதாவது 1948 மாசி 4 ஆம் திகதி, இத்தீவிலிருந்து; 133 வருடங்கள் கழித்து பிரித்தானிய படைகள் உத்தியோக பூர்வமாக வெளியேறிய அன்று, பதினைந்து இருபது வெள்ளாள–செட்டி இளைஞர்களால் முத்துச்சாமி பிடிக்கப்பட்டு நிர்வாணமாக்கப்பட்டு சகட்டு மேனிக்கு சந்தியில் வைத்துத் தாக்கப்பட்டான். தம்முடைய குடிமைகளாக இருந்த பஞ்சமர்களை அழைத்து வந்து முச்சந்தியில் நிர்வாணமாக முழந்தாளிடப்பட்ட அந்த “தோட்டக்காட்டான்” மீது அவர்களை மூத்திரம் பெய்ய ஆணையிட்டார்கள். திருக்கை வாலால் அடிபட்டு வெடித்துப்பிளந்து கிடந்த முத்துச்சாமியின் முதுகில் ஒவ்வொருத்தரும் சிறுநீர் கழித்தார்கள். புடவைகள் சுற்றிப்பிடித்திருக்க வெள்ளாளப் பெண்களும் செட்டிப்பெண்களும், ஏன் சிறுவர்களும் கூட அவன் மேல் சிறுநீர் கழித்தார்கள். அமிலம் ஊற்றப்பட்ட புழுவைப்போல முத்துச்சாமி துடித்தான்.

சிறுநீர்உப்பு, காய்வதற்கு முதல் நடுவெய்யிலில் அவனை முழந்தாளிடச்செய்து, நெற்றியை நிமிரச்சொல்லி நாணயக்குற்றியொன்றை நெற்றியில் வைத்தார்கள். அன்று முழுவதும் அவன் அப்படியே இருக்க வேண்டும். நாணயக்குற்றி வீழ்ந்தால் அவனின் கழுத்து அறுபடும். மதிய வெய்யிலில் உக்கிரத்தில் சர்வ நிர்வாணமாக அவன் தலையை நிமிர்ந்தபடி நின்றிருந்தான். மாலை மூன்று மணி தாண்டும் போது அந்த ஒரு சத நாணயக் குற்றியின் பாரம் தாங்கமாட்டாமல் முத்துச்சாமி செத்து விழுந்தான்.

இத்தனை களேபரங்களுக்கு மத்தியில் பூவாச்சி நகுலாத்தை கோயிலிற்கு பிள்ளை அன்னம்மாளை தூக்கிக்கொண்டு ஓடி அங்கே இருந்த அப்போதைய பூசாரியும் ஆச்சியின் தாயுமான வள்ளியாத்தையிடம் தஞ்சம் புகுந்தாள். ஓடும் போது முத்துச்சாமி மறைத்து வைத்திருந்த நிலத்தின் உறுதிக்குரிய பத்திரங்களை மட்டும் எடுத்துக்கொண்டு ஓடி வள்ளியாத்தையிடம் தஞ்சமடைந்திருந்தாள். செத்து வீழ்ந்த அவள் கணவனின் உடலைப் பார்ப்பதற்கு கூட அவள் ஊருக்குள் வெளிப்பட முடியாது. அவர்கள் இருக்கும் கோபத்தில் அவள் மோசமாகச் சீரழிக்கப்படுவாள் என்று அவளுக்கு நன்றாகத்தெரியும். சேட்டுப்போட்ட தோட்டக்காட்டானை மணந்த பள்பெட்டையை அவர்கள் தேடாமலில்லை. வெள்ளாளரும் செட்டிகளும் கோவில் விசயங்களில் மூக்கை நுழைக்க மாட்டார்கள். அதனால்தான் அன்று பூவாச்சியும் அன்னம்மாளும் பிழைத்தார்கள்.

பூவாச்சி கோயில் கொட்டிலுக்குள் அழுதுகொண்டே மயங்கிப்போனாள். சிறுநீர் கழித்த அதே பஞ்சமர்கள் முத்துச்சாமியினுடலை அவனுடைய புது தேக்கந்தோட்டத்தில் வைத்து எரித்தனர். ஏழு வயதான அன்னம்மாள்

அழுது கொண்டிருக்கும் தாயை கட்டிக்கொண்டு நடப்பது என்னவென்று தெரியாவிட்டாலும், தாய் அழுகிறாள் என்பதை உள்வாங்கிக்கொண்டு வீறிட்டுக் கொண்டிருந்தாள்.

அன்னம்மாளிற்கு பழைய காட்சிகள் ஓடின. அந்தக்கிழவிக்கு தன்னுடைய இளம்பிராய நினைவுகள் தேய்ந்தழிந்திருந்த போதும் தகப்பன் முத்துச்சாமியின் முகமும் தாய் பூவாச்சியும் முகமும் அந்த தேக்கங்காட்டு மரங்களில் தோன்றுவதைக் கண்டிருக்கிறாள். தேக்கங்காடு நல்ல பகலிலும் ஒரு வித இருட்டான நிழலின் மைமலுடன் இருக்கும். உடல் மெல்ல மயிர்கூச்செறியும் குளிர்ச்சி நிரம்பியிருக்கும். தாய் பருவத்தில் கிளைகள் வெட்டி பராமரித்த மரங்கள் அடிமட்டம் வைத்து நிறுத்தியதைப்போல நேடுஞ்சாணாய் உயர்ந்து பெருத்து நின்றன. சகதியும் சேறும் ஏறிய கால்களை வாய்க்காலில் அலம்பிக்கழுவினாள். காட்டுப்பக்கம் ஓடும் வாய்க்காலைத் தொடர்ந்து நடந்தாள். தினமும் காலார தகப்பனின் தேக்குகளின் ஊடே நடப்பது அவளுக்கு அலாதியான ஒன்று. அவளுடைய குழந்தைப்பிராயம் அந்த தேக்கமரங்களின் காட்சியாகவே அவளுள் விரிந்து கிடந்தது. அவள் அங்கே நிற்கும் ஒவ்வொரு தேக்கையும் நன்கு அறிந்திருந்தாள். அவையும் அவளை அறிந்திருந்தன. அந்த பிராந்தியத்தில் நிற்கும் வயதுகூடிய தேக்குகள் அவைதான். கீரிப்பிளை மேட்டின் மேற்குக்காட்டின் பாதுகாப்பு வேலியைப்போல அவை எழுந்து நின்றன. யானைகள் இறங்கும் நாட்களில் தெற்குக்காட்டுப்பயிர்களை அவற்றிடம் இருந்து காக்கும் பெரிய உயிர்வேலி ஒன்றை முத்துச்சாமி அமைத்துச் சென்றதை அவன் செத்துப்போய் பல நாட்களுக்குப் பிறகே ஊர் உணர்ந்தது. ஊருக்குள் வெப்பியாரக்காற்று அடித்தாலும் அடிக்காவிட்டாலும் தேக்கங்காட்டில் எப்போதும் ஒருவித குழுமையும் லேசான காற்றசைவேனும் இருந்துகொண்டேயிருக்கும். தேக்குகள் மெல்லிய குரலில் பேசக்கூடியன.

சொற்களில்லாத தேக்குகளின் குரலைப்பிடித்து நடந்து போனாள்.

இடையில் முடிந்திருந்த வெற்றிலைபாக்குச் சரையை எடுத்து சுண்ணாம்பை நெடுங்கோடாய்ப் பூசி மடித்து வாய்க்குள் அதக்கி, வெட்டுப்பாக்கையும் புகையிலைத்துண்டையும் கொஞ்சம் கறுவாத்துகள்களையும் வாய்க்குள் சேர்த்தாள். அவளுக்கு கறுவா எப்போதும் பிடித்தமான ஒன்று. இரண்டு துப்பலுக்குள் தேக்கங்காடு விளிம்பிற்கு வந்துவிட்டாள். தேக்கங்காட்டில் குரங்குகளின் கீச்சொலி கேட்டது, ஏதோ குழப்பம் தெரிந்தது. காட்டுக்கரையில் இருந்து பாய்ந்து குரங்குகள் ஊருக்குள் போவதைப்போலிருந்தது. அணில்கள் விடாமல் கத்திக்கொண்டிருந்தன. காட்டுக்கரை பார்க்க அமைதியாகத்தானிருந்தது.

ஆனால், ஏதோ குழறுபடி நடப்பதை அவள் நன்குணர்ந்து கொண்டாள். புதரை விலக்கிக்கொண்டு எட்டிப்பார்த்தாள், கொஞ்சத்தூரம் வெட்டைவெளி தெரிந்தது, அதன் பின்னால் பச்சைத்திரட்சி எழுந்து நின்றது. திரும்பிச் சுற்றிப்பார்த்தாள். யாரோ காட்டுக்குள் போயிருக்க வேண்டும். சின்ராசனாக இருக்குமென்று நினைத்தாள். இரண்டு கீரிப்பிள்ளைகள் இவளைக்கடந்து ஓடி மறைந்தன. ஒரு இடத்தில் சூரைப்பற்றைக்கு அருகில் ஏதோ சலசலப்பு. அருகில் போய் பார்க்க நகர்ந்தாள். சூரைப்பற்றைக்குள் இருந்து கறுப்பாய் ஒரு உருவம் பாய்ந்து வந்தது, திடுக்கிடக்கூட அவகாசம் கிடைக்காத கணத்தில் அவளின் தொண்டையை அறுத்துப்போட்டது. அன்னம்மாள் ஒரு முறை உடல் உலுக்க குரல்வளை திறந்து இரத்தம் பீறிட விழுந்தாள். தேக்கங்காட்டுக்குள் மேய்ந்து கொண்டிருந்த புலுணிகள் அவலமாகக் கலகலத்துப் பறந்தன.

07

தீப்பந்தம் எரிந்துகொண்டிருந்தது. எல்லாவற்றையும் விழுங்கிக்கொண்ட இருட்டின் பெரிய வெளியில் ஒற்றைத் தீப்பந்தம் ஒரு புள்ளியாகத்தோன்றி மெல்லமெல்ல காட்சி முன்னால் போக, அதன் சுவாலைகள் இரவின் மேல் பட்டு உருள்வதை பார்க்க முடிந்தது. இன்னும் நெருக்கிப்போனாள். காற்று கூ என்று காதுச்சவ்வுகளில் அதிர்ந்துகொண்டிருந்தது. உடலெல்லாம் வியர்வை நெடி. சற்றுத்தள்ளி இருக்கும் அந்தத் தீப்பந்தத்திடம் அத்தனை வெம்மை இருக்குமென்று அவள் நினைக்கவேயில்லை. பித்து பிடித்தவள் போல் அதை நோக்கி முன்னேறிக்கொண்டிருந்தாள். கால்களை நிறுத்த முடியவில்லை. வெக்கை இன்னும் அதிகமானது. வியர்த்துக்கொட்டி உடலெல்லாம் கசகசப்புக் கூடிக்கொண்டே வந்தது. தீப்பந்தத்தை நன்கு நெருங்கிச்சென்று விட்டாள். நிலத்தை யாரோ தோண்டுவது போலச் சத்தம். சரக் சரக் என்று தோண்டும் ஒலியும் இடையிடையே மூச்சு வாங்குமொலியும் கூடவே வந்தது. தீப்பந்த ஒளியை இன்னும் நெருங்கிப்போனாள். தீப்பந்த வெளிச்சத்தில் காட்சி விரிந்தது. தீப்பந்தம் ஒரு கிடங்கிற்கு அருகில் நிலத்தில் குத்தி நிறுத்தப்பட்டிருந்தது. பந்தத்தின் அடியில் கரிய வாயுடன் கிடங்கின் உட்புறம் ஒளிபுகாது கிடந்தது. எட்டிப்பார்க்க மண்ணின் வாசம் குப்பென்று முகத்தில் மோதியது.

மாலி

பெரிதாகவிருந்தது. வழமையை விட குண்டாக உயரமாக ஒரு வேங்கையின் பருமனிலிருந்தது. மகள் வெரோனிக்காவின் செல்லப்பூனையின் அப்பெருத்த உருவம். பந்தத்தின் மஞ்சள் ஒளி அதன் வெள்ளைத்தேகத்தில் திட்டுத்திட்டாய்ப் பூசி விட்டாற்போலிருந்தது. அதன் பெரிய நகங்கள் நிலத்தை தோண்டி முன்னேறிக் கொண்டிருந்தன. குட்டி போட்டதை போல அதனுடைய முலைக்காம்புகள் தடித்து கீழிறங்கித் தெரிந்தன. கால்கள் கிடங்கிலிருந்து மண்ணை வேகமாக மேலே வீசிக்கொண்டிருந்தன, மாலியைச்சுற்றி அது தோண்டிய ஈர வெண் மணல் பந்தவொளியில் மினுமினுத்தது. மனித எலும்பை நொறுக்கி தூளாக்கியது போன்ற அந்த வெண்மணல் வெடுக்கு நாற்றத்தோடு

இருந்தது. தோண்டிய நிலத்தின் ஈரத்தையும் வாசனையையும் நாசியால் உணரமுடிந்தது. வியர்த்து உடல் சோர்வது போலிருந்தது. மாலி இவளைக் கவனித்ததாகத் தெரியவில்லை. அது வேகமாகத் தோண்டிக்கொண்டே கிடங்கிற்குள் போய்க் கொண்டிருந்தது, அதனுடைய உடல் கொஞ்சம் கொஞ்சமாக கிடங்கினுள் மறைந்துகொண்டிருந்தது. அதன் மூச்சிரைப்புச் சத்தம் ஏதோவொரு பயங்கரத்தை அறைகூவிக்கொண்டிருக்கும் உணர்வு. கிடங்கிலிருந்து எதையோ வெளியில் இழுத்தது. மண்ணிலிருந்து பசைப்பிடிப்புள்ள எதுவோ ஒன்று மாலியின் பற்களில், ஈயக்கூடிய தன்மையோடு வெளியே இழுபட்டு வந்தது. கிடங்கிலிருந்து வெளிச்சத்திற்கு வர, அதுவொரு சறம். நீல நிற புது கிப்ஸ் சறம். மரியதாசினுடையது. மூசி மூசி மாலி சறத்தோடு சேர்த்து இன்னும் எதையோ கிடங்கிற்கு வெளியே இழுப்பது தெரிந்தது. ஓடிவிடவேண்டும் போலிருந்தது. மாலி உடலை மூசி அதை மேலே இழுத்து வந்தது. பந்தவொளிக்கு அதை முழுவதுமாக கொண்டுவந்தது.

கோரம்

உடல் பதறியது. விக்கலெடுத்து பெருங்குரலாகக் கத்த நினைத்தாள். தொண்டைக்குழி இறுகியது. குரலெழாமலே வீறிட்டாள். காற்றில் உடலதிர்ந்தது. சட்டென்று பந்தம் அணைந்தது. கச இருட்டில். மாலியின் 'மியாவ்' ஒலி சன்னமாக ஒலித்து காதை அறைந்தது.

"கர்த்தரே!"

உடல் முழுவதும் கைகளை அளைந்து பார்த்தாள். வியர்வை மெத்தை, தலையணை எங்கும் ஊறியிருந்தது. முக்காலியில் இருந்த லாம்பின் சுவாலை இறுதி எண்ணெயைக் குடித்துக்கொண்டிருந்தது. பக்கத்தில் கையை நகர்த்தி தொட்டுப்பார்த்தாள். வெரோனிக்கா நன்றாக உறங்கிக்கொண்டிருந்தாள். சீரான அவளுடைய நித்திரைச்சுவாசத்தை நிர்மலாவின் கைகள் உணர்ந்தன. எழுந்து லாம்பைத்தூண்டி விட்டு, தண்ணீர்ப் போத்தலை எடுத்து மிடறும் மிச்சமின்றிப் பருகினாள். வெடவெடப்பு குறையவில்லை. பனையோலை விசிறியை எடுத்து விசுக்கினாள். அழுகை வந்தது. குரலில் சத்தத்தை நீக்கிவிட்டு அழுதாள். பிறகு எழுந்து சுவரில் பொருத்தியிருந்த குழந்தை ஏசுவை தாங்கிய மாதாவின் சொரூபத்தின் முன் மண்டியிட்டு செபஞ்சொல்லத் தொடங்கினாள். செபமாலையின் மென்மையான, விரல்களுக்கு மிகப்பழக்கப்பட்ட மணிகள் முள்விதைகளாய் விரலிடை உருண்டன.

செபத்தை முடித்து விட்டு கலங்கிய கண்களை வழித்தெறிந்து விட்டு மகளின் மேசையில் போய் இருந்துகொண்டாள். நிறைய புத்தகங்களுக்கு நடுவில் ஏராளம் கையெழுத்துப்பிரதிகள், கோட்டுச்சித்திரங்கள். நிறைய

பென்சில்கள். வெரோனிக்காவிற்கு பென்சில்கள் மிகவும் பிடிக்கும். நிறையச்சேகரிப்பாள். விதம்விதமாக ஏதாவது எழுதுவாள் வரைவாள். நிர்மலாவிற்கு ஒன்றும் விளங்காது. அப்படியே தலையைத் திருப்பி கட்டிலில் மகளைப்பார்த்தாள்.

வெரோனிக்காவின் வயதில் நிர்மலா எவ்வளவு தைரியமான பெண். அந்த வயதில் அவளொரு போராளி. ஆனால் வெரோனிக்கா நிர்மலாவிற்கு குழந்தை. அந்த முகத்தில் எப்பொழுதும் கடுமை வந்ததேயில்லை. மரியதாஸின் சாயல் அவள் முகம். எல்லோரும் அப்படித்தான் சொல்வார்கள். நிர்மலாவிற்கும் சில சமயங்களில் அப்படித்தோன்றும். சில சமயங்களில்தான். ஆயினும் இயல்பில் அவள் யாரையும் போலில்லை. ஊரில், பள்ளிக்கூடத்தில், வீட்டில் எங்கேயும் அவளைப்போல யாருமில்லை என்பதே நிர்மலாவின் கணிப்பு. பயந்த சுபாவம் இல்லாதவள். பதட்டமோ நடுக்கமோ இல்லாமல் நிற்பாள். அவள் நிர்மலா அடிக்கடி சொல்வதைப்போல "ஒரு விறுமன்". ஆனால் அதை யாரும் தகப்பன் மாதிரி தாயை மாதிரி என்று சொல்ல முடியாத அளவுக்கு ஒரு பெண்பிள்ளை. லாம்பு எண்ணைய் தீர்ந்து அணைவதற்காக சுவாலையின் பருமனையும் உயரத்தையும் அதிகமாக்கி சிமிலியை கறுத்த புகையால் பூசிக்கொண்டிருந்தது. மண்ணெண்ணை விட வேண்டும். எழுந்து போய் எடுத்து வந்து விடத்தோன்றவில்லை. மேசையில் அப்படியே சாய்ந்து இருந்து விட்டாள். கண்கள் திறந்திருந்தன. எதையும் பார்க்கவில்லை. லாம்புத்திரி கருகி இறந்து போக, இருட்டு.

......

புலிகள் சகோதர விடுதலைப்போராட்ட இயக்கங்களை தடை செய்வதாக அறிவித்து நான்காம் நாள். தென்மராட்சியில் இருந்த, ஊரிப்பிட்டி முகாமைத் தாக்கியழித்து விட்டு மேலிடத்திற்கு தகவல் தருமாறு மரியதாஸிற்கு ஆணை வந்தது. ஊரிப்பிட்டி முகாம், அவ்வூரில் பிரபலமாகியிருந்த ஈபி போராளிகளின் முக்கிய தங்குமிடங்களில் ஒன்று. அதை தாக்கி அழித்து விடுவது தான் ஒட்டுமொத்த திட்டம். உளவு வேலையோ, கைதோ கிடையாது. நேரடியான தாக்குதல் மட்டும்தான். பதினைந்து பேர் கொண்ட படையணி. குறைவான ஆயுதக் கையிருப்பேயிருந்தது. நட்பாயிருந்த காலங்களில் மரியதாஸ் அங்கே போயிருக்கிறான். அந்த முகாமில் ஈபி போராளிகள் அவிக்கும் மரவள்ளி கிழங்கும் அதோடு போடும் தேனீரும் சுவையாக இருக்கும். நன்றாக பாட்டு இட்டுக்கட்டிப் பாடுவார்கள். முகாமில் இருந்த பிரதீபன், அரியரட்ணம் இருவரும் மரியதாஸிற்கு நன்கு பழக்கம். தீவுப்பகுதியில் சில நாட்கள் பதுங்கியிருந்து இயக்க வேலைகளில்

ஈடுபட்ட போது உதவியவர்கள். அவர்களைப் பார்க்க ஓரிரண்டு தடவை அங்கே வந்திருக்கிறான். அப்போதுதான் அவர்களின் தேனீரையும் பாடல்களையும் சுவைத்தான். மகிழ்வான நாட்களவை.

இப்போது அவர்கள் தீடீர் எதிரிகளாகிவிட்டனர். தலைமை கண்டிப்பான உத்தரவைப்போட்டிருந்தது. ஊரிப்பிட்டி முகாம் இப்போது எதிரிகளின் – துரோகிகளின் பாசறை. மரியதாஸ் கட்டளைகளைப் பிறப்பித்தான். ஏற்கனவே அந்த முகாமை நன்கறிந்தவன் என்பதால், அவனுக்கு அதுவொரு சுலபமானவேலை. பெரும்பாலும் தடை செய்யப்பட்டு இத்தனை சீக்கிரம், அதுவும் பட்டப்பகலில் தாக்குதலை எதிர்பார்த்திருக்க மாட்டார்கள். ஒருவேளை எதிர்பார்த்திருந்தாலும் சண்டையில் சுவாரஸ்யத்திற்கு பஞ்சமில்லாமல் போகாது. ஆயுதக்கையிருப்பு குறைவாக இருப்பது மட்டும்தான் கொஞ்சம் தயக்கமாக இருந்தது. ஆனால் தன்மீது தன்னுடைய ‘பெடியள்’ மீதும் மரியதாஸிற்கு நல்ல நம்பிக்கையிருந்தது. கலிபர் ஒன்றுடன் பூவும்பொட்டும் தயாராக இருந்தான். அவனுயரத்திற்கு கலிபருடன் அவனைப் பார்ப்பவர்கள் இவனால் அந்த பெரிய மாடனை (கலிபருக்கு பூவும்பொட்டும் வைத்திருந்த செல்லப்பெயர்) எப்படித் தூக்க முடிகிறதென்று ஆச்சரியப்பட்டுத்தான் போவார்கள். ஆனால் பூவும்பொட்டிற்கு கலிபர் விளையாட்டுப்பொருள் போன்றது. அநயாசமாக கையாள்வான். மிகத்திறமையான சண்டைக்காரன். பல தாக்குதல்களில் மரியதாஸ் சூடிக்கொண்ட வெற்றிவாகையின் பின்னால் இருந்தது பூவும்பொட்டும்.

மரியதாஸ் நிலப்படத்தை விரித்து திட்டத்தை ஒரே மூச்சில் விளக்கி முடித்து போராளிகளை அவரவர் நிலைகளில் நிறுத்தினான். சுற்றி வர பற்றையும் உடைந்த வீடுகளும் இருந்ததால் நன்கு நிலையெடுக்க முடியும். குடியிருப்புக்கள் நன்கு தள்ளி இருப்பதால் தாராளமாக துவக்கைச் சுழற்றி பிடிக்கலாம். ஆனால் ரவைப்பட்டிகளை சிக்கனமாகத் துப்பச்சொல்லி அறிவுறுத்தினான். தாங்கள் பதினைந்து பேர் தான் நிற்கிறோம் என்பதை கண்டு பிடிக்கவிடக்கூடாது என்று தீர்மானித்து, இரண்டு திசைகளில் எட்ட எட்ட கலிபர்கள் தாங்கிய போராளிகள் இருவரை அனுப்பத் தீர்மானித்தான். மிசாலனை ஒரு பக்கத்திற்கு நான்கு பேருடன் அனுப்பினான். மற்றப்பக்கத்தில் பூவும்பொட்டுவை அனுப்பினான். அவனை ஒரு உடைந்த வீட்டின் அருகில் நன்கு நிலையெடுக்கச் சொன்னான். நிறையப்பேர் இருப்பதைப்போல காட்ட தன் ஆட்களைப் பரவி நிறுத்தினான். அவர்களும் லேசுப்பட்ட ஆட்களில்லை. ஐம்பதிற்கு ஐம்பது வெற்றி கைமாற வாய்ப்பிருந்தது. முகாமிற்குள் எத்தனை பேர் இருப்பார்கள் என்பதை எல்லாம் உளவு பார்க்க நேரமில்லாது போய்விட்டது. இரண்டு கலிபர்களில் ஒரு கலிபரின் அருகில் தான் நிற்க தீர்மானித்தான். கோல்சரை இறுக்கிக்கொண்டு, ஒரு

போத்தல் தண்ணீரை வயிற்றினுள் இறக்கி நிதானத்தை குளிர்த்தினான், தன் ரைபிளையும் வோக்கியையும் எடுத்துக்கொண்டு பூவும் பொட்டும் படுத்திருந்த வீட்டின் அருகில் வந்து படுத்துக்கொண்டான். வோக்கி அன்ரனாவை நிமிர்த்தி விட்டு கட்டளைகளைப் பிறப்பிக்கத் தொடங்கினான். பூவும்பொட்டும் ஆரம்பித்தான். கலிபர் எல்லா துவக்குகளுக்கும் தலைமையேற்று அதிரத் தொடங்கியது. பதினைந்து பேருக்கும் ஊரிப்பிட்டியில் இருந்த அந்த முகாம் நன்றாகத் தெரிந்தது. அங்கிருந்து எதிர்தாக்குதல் நடத்துபவர்கள் குத்து மதிப்பாய் தான் சுட வேண்டும். மரியதாஸ் ஒரு இடத்தில் நிற்க வேண்டாம் என்று தன் அணிக்கு தூரசணத்தால் கத்தி கத்தி கட்டளையிட்டுக் கொண்டிருந்தான். இடைக்கிட பூவும் பொட்டை நோக்கி, அடியடா அடியடா என்று சொல்லிக்கொண்டேயிருந்தான்.

சரியாக முகாமை முற்றுகையிட்ட இருபது நிமிடத்தில் ஊரிப்பிட்டி முகாம் அமைதியானது. தடதடவென உள்ளே நுழைந்து நிலையெடுத்தார்கள். இவர்களின் பக்கம் இரண்டு போராளிகள் சாவடைந்திருந்தனர். கிட்டத்தட்ட கையிருப்பிலிருந்த மஹசின்கள் தீரும் தறுவாயில் முகாமிலிருந்து எதிர்ப்பு முடிந்திருந்தது. அவர்கள் கொஞ்சம் தாக்கு பிடித்திருந்தால் மரியதாஸ் பின் வாங்கியிருக்கத்தான் வேண்டும். அது மரியதாஸினுடைய நாளாக இருந்தது.

ஏழு ஈபி போராளிகள் மரணமடைந்திருந்தனர். மொத்தம் பதினான்கு போராளிகள் கைது செய்யப்பட்டிருந்தனர், அவர்களில் ஆறு பெண் போராளிகள். எல்லோரையும் முழந்தாளில் நிறுத்தினார்கள். பெண் போராளிகளைத்தான் எல்லோரும் ஆர்வமாக கவனித்தார்கள். அமைப்பு தடை செய்ப்பட்டபிறகு அருகிலிருந்த அப்பெண் போராளிகளின் பேஸ் தாக்கப்படும் என்ற அச்சத்தில் அவர்களை ஊரிப்பிட்டிக்கு இடம்மாற்றியிருக்கிறார்கள். மரியதாஸ் அவ்விடத்தை ஆராய்ந்து பார்த்ததில் அவர்கள் மாலையில் வெளியேறிப்போகத் திட்டமிட்டிருந்தது தெரிந்தது. இரவுத் தாக்குதலைத்தான் எதிர்பார்த்திருந்தார்கள். மரியதாஸ் தன்னுடைய சமயோசிதத்தை மெச்சிக்கொண்டான். முகத்தில் பிரகாசத்தை வரவழைத்துக்கொண்டான். கைது செய்யப்பட்ட பெண் போராளிகளை பார்த்தான். மூன்றாவதாக முழந்தாளில் தலையை குனிந்து நின்றிருந்த பெண்ணின் முகம் வெட்டியது. முன்பு பரிச்சமானவொன்று. அவள்தான்.

அரியாலையில், அதுவொரு பெரிய சுற்றிவளைப்பு. இலங்கை ராணுவம் தலையாட்டிகளுடன் ஊரை நெருக்கியிருந்தது. ஒரு சிறிய அணிக்கு கிட்டண்ணர் இவனைப் பொறுப்பாளராக்கி கையில் பிஸ்ரலொன்றையும் கொடுத்திருந்தார். இவனுக்கு வலு சந்தோசம்,

ஆனால் தீடீர் சுற்றிவளைப்பு எரிச்சலைத்தந்தது. ஆசைக்கு ஒரு வெடி கூட வைத்துப்பார்க்க முடியவில்லை என்ற அங்கலாய்ப்பு வேறு. சிக்கினால் ஆமிக்காரனின் துவக்கு துளைத்து விடும். வேகமாக ஊரை விட்டு வெளியேற வேண்டும். அது முற்றிலும் எதிர்பார்க்காத முற்றுகை. பதுங்கியிருந்த வீட்டிலிருந்து வெளிப்பட்டு வீதியில் இறங்கினான். இடுப்பில் நீலச்சறம், சண்டிக்கட்டாக கட்டி பிஸ்ரலை உள்ளே திணித்தான். எங்காவது தூக்கி எறியவும் மனசில்லை. புது பிஸ்ரல். ஆசைக்கு தடவிப்பார்க்க கூட விடவில்லை. "புண்டை மோனவை" கறுவிக்கொண்டான். பிடித்தால் மஹசினின் தீரும்வரை நாலு ஆமியை சுடாமல் சாய்வதில்லை என்று தனக்குள் சொல்லிக்கொண்டான். ஆனாலும் பயம் ஒரு பக்கம் கிண்டிக்கொண்டுதானிருந்தது. பெரிய கல்வீடொன்றை கடக்கும் போது கொடியில் உடுப்புகள் உலர்ந்து கொண்டிருந்தன. யோசனையொன்று வர உள்ளே நுழைந்து அந்த வீட்டிலிருந்த ஏ.எல் பெடியன் ஒருவனின் பள்ளிக்கூடச் சீருடையை வாங்கி அணிந்துகொண்டு வெளியே வந்தான். மரியதாஸ், சிவரட்ணம் மாஸ்ரருக்கு காதைப்பொத்தி அறைந்து விட்டு இயக்கத்திற்கு ஓடி வந்திராவிட்டால் கீரிப்பிள்ளை மேட்டில் இப்போது ஏ.எல் தான் படித்துக்கொண்டிருந்திருப்பான். சீருடை கச்சிதமாயிருந்தது. அன்றைக்கு என்ன கிழமையாக இருக்கும் என்று யோசித்தான். வெள்ளி. பள்ளிக்கூட நாள்தான். உடையைச் சரி செய்துகொண்டான். பிஸ்ரலை பின் இடுப்பில் புதைத்துகொண்டு நடந்தான்.

படிக்கும் காலத்தில் ஏ.எல் இற்கு போய் வெள்ளை நீளக்காற்சட்டை போட வேண்டும் என்பது எல்லா சிறு வாண்டுகளைப்போலவே கனவு. ஆனால் ஏ.எல் வரும் வரை அரைக்காற்சட்டைதான். எப்போது வருடம் ஓடும் ஏ.எல்லிற்கு வந்து நீளக்காற்சட்டை போடுவோம் என்று காத்திருப்பார்கள் சிறுவர்கள். மரியதாஸுக்கு அது கனவாகவே போனது. இயக்கத்தில் நீளக்காற்சட்டை போட்டாலும், இன்னும் பாடசாலை சீருடை மீதிருந்த சிறுவயது இச்சையை குறைக்கவேயில்லை. அதுக்கொரு தனிவடிவும் - ஆம்பிளை அழகும் இருக்கிறது என்பது மரிதாஸின் அங்கலாய்ப்பு. அன்றைக்கு அதை போடும் போது வாஞ்சையாகக் கொழுவிக்கொண்டான். தன்னையும் ஒரு ஏ.எல் பெடியனாக பாவித்து, கையை ஒரு மாதிரி இஸ்டைலாக வைத்துக்கொண்டு நடந்தான். பள்ளிக்கூடத்தில் மூத்த மாணவர்கள் அப்படித்தான் நடப்பார்கள். அன்றைக்கு சிக்கிக்கொண்டால் அந்த வெள்ளைச்சீருடையில் பொத்தல் விழுந்து செந்நிறமாகிப்போகும். ஒழுங்கையொன்றினுள் இறங்கினான். அவள் வந்துகொண்டிருந்தாள் கொஞ்சம் மஞ்சள் ஏறிய பள்ளிக்கூடச் சீருடை, நீல நிறத்தில் 'டை' புதிதாகவிருந்தது. கைப்பிடியை கைகள் இலேசாகப் பிடித்திருந்தன, சைக்கிள் ஒரு தோழியைப்போல அவளருகில் நடந்து வந்துகொண்டிருந்தது. பின் சக்கரம் காற்றிழந்து போயிருந்தது.

கூடையில் இருந்த குறிப்புப் புத்தகங்களும் கொம்பாஸும் தெரிந்தன. இவனைக் கவனிக்காதவள் போலக் கடந்து போனாள். வேகமாக நடந்து அவள் பக்கம் போய் பேச்சுக்கொடுத்தான். வெட்கப்படுவாள் அல்லது பயப்படுவாள் என்றுதான் நினைத்தான். தான் ஒரு ஏ.எல் பெடியன் இல்லை என்றும் இயக்கம் என்றும் இவன் விசயத்தைச்சொன்ன போதும் முகவுணர்வுகளில் மாற்றமில்லை, ஆர்வமாகத்தான் கேட்டாள், குறைவாக பதில்சொன்னாள். இவன் பிஸ்ரலை எடுத்துக்காட்டினான். பிஸ்ரலை அவளுடைய புத்தகங்களுக்குள் வைத்து தரமுடியுமா என்று கேட்டான். ஆச்சரியமாகச் சம்மதித்தாள். பிஸ்ரலை வாங்கி சைக்கிள் கூடைக்குள் இருந்த உலோகச் சாப்பாட்டு பெட்டியில் வைத்து மூடி மேலே தடினமான புத்தகங்களை வைத்தாள் இரண்டு குறிப்பேடுகளை எடுத்து இவனிடம் கொடுத்தாள். அவனுடைய மாணவன் வேஷம் முழுமையானது.

"பயமா கிடக்கோ?"

"இல்லை நீர் பயப்பிடாமல் வாரும்" லேசாய் சிரித்துக்கொண்டே சொன்னாள். "நல்ல தைரியமான பெட்டைதான் போல கிடக்கு" என்றான். அவள் பதிலேதும் சொல்லவில்லை. இரண்டு இராணுவ வாகனங்கள் இவர்களைக்கடந்து போயின. "பதற்றப்படாதையும்" என்றான். இவன்தான் பதட்டமாயிருந்தான், வியர்த்து வழிந்தது. ஊரைக்கடந்து வந்து விட்டனர். வயல்கரைக்கு வந்து சேர்ந்ததும் அவளுக்கு நன்றி சொல்லி விட்டு பிஸ்ரலை வாங்கிக்கொண்டான். அவள் சைக்கிளை உருட்டிக்கொண்டே போய் வளைவில் மறைந்தாள்.

இன்னும் முகம் மறந்து போகாமலிருந்தது. அவள்தான்.

முழந்தாழில் நின்ற பெண் போராளிகளை எழும்பி நிற்கச்சொன்னான். இவள் இவனை நிமிர்ந்து பார்க்கவில்லை. பெட்டிச்சேட்டும் நீளக்காற்சட்டையும் அணிந்திருந்தாள். கையில் புதுக்காயம் ஒரு சீத்தை துணியால் கட்டப்பட்டு இரத்தக் கசிவோடிருந்தது. கொஞ்சம் முன்புதான் ரவுன்ஸ் பட்டிருக்க வேண்டும். பதினைந்து பேரில் யாருடைய குண்டு துளைத்ததென்று தெரியவில்லை. இவனுடையதாகக்கூட இருக்கலாம். கிட்டப்போய், குரலிலை கேலியாக்கிக்கொண்டு, முன்பு கேட்ட வார்த்தைகளையே கேட்டான்.

"பயமா கிடக்கோ?"

நிமிர்ந்து "இல்லை ஏன்?". கண்களில் அசைவில்லை. ஆழமாக இவனைப் பார்த்தாள்.

"நாங்கள் உங்களை சுடக்கூடச்செய்யலாம்."

"சுடுங்கோ" குரலில் வெறுப்பேறியிருந்தது.

"என்னை ஞாபகமிருக்கோ?"

"இருக்கு"

எப்ப ஈப்பில சேர்ந்தனீர்? அண்டைக்கு பிஸ்ரலைத் தொட்டுப்பாத்தோண்ணை ஆசை வந்திட்டோ? கெக்கட்டம் விட்டு சிரித்தான். அவள் கண்கள் விரிந்தன முகத்தில் ஏளனம் படர்ந்து பார்வை இன்னும் ஆழமானது.

"அண்டைக்கு நான் போட்டிருந்ததும் என்ர யூனிபோமில்லை" அழுத்திச் சொன்னாள்.

08

சுவரைகள் கரைந்து போய் சுவர்களுக்கு மேலே வானம் விரிந்திருந்த பழைய கன்னிமரியாள் தேவாலயத்தின் முன்னால் விழுதுகள் ஊன்றி நின்றிருந்த ஆலின் கீழே தாங்கு தூணில், நின்றிருந்த மரியின் கைகளில் ஜேசுபாலன் பாறி வீழ்ந்து நொறுங்கிய இடத்தில் ஆலம் வேரில் அவனை அணைத்தபடி சரிந்திருந்தாள். ஏற்கனவே ஒரு சுற்று அழுது முடித்தபிறகு, அவனுடைய உதடுகள் கழுத்துப்பகுதியை மேய்ந்து கொண்டிருக்க உடல் இறுகியிருந்தது. வியர்வை பூத்த அவனின் கழுத்தை ஆதரவாகக் கரங்களிரண்டும் சுற்றி வளைத்திருந்தது. அவன் உதடுகளை, மார்புகளை நோக்கி நகர்த்தும் போது தடுத்து அவனை அடக்கினாள்.

வழமையாகக் கிளிநொச்சியில் சந்தித்துக் கொள்வார்கள், அன்னம்மாள் இராணுவத்தின் ஆழ ஊடுருவும் அணியொன்றினாள். கழுத்தறுத்து கொலை செய்யப்பட்டதைத் தொடர்ந்து ஊரையும் காட்டையும் இயக்கம் சல்லடை போட்டுக்கொண்டிருந்தது. புலனாய்வுக்காரர்கள் கீரிப்பிள்ளை மேட்டிலும் அதனைச்சுற்றியுள்ள கிராமங்களிலும் புலனாய்வு வேலைகளில் இறங்கியிருந்தார்கள். ஆழ ஊடுருவும் அணிகளிடம் இருந்து பணம் வாங்கிக்கொண்டு கிளைமோர் வைக்க உதவிய ஒரு கோவில் பூசகரையும் அவருடைய மனைவியையும் கைது செய்து இருந்தார்கள். புலனாய்வு துறைக்காரன் என்பதால் அடிக்கடி புலேந்திரனுக்கு கீரிப்பிள்ளை மேட்டிற்கு வர நேரம் கிடைத்தது. ஆனால் தாதியான நிர்மலா பகல் நேர வேலைக்கு விடுப்புச்சொல்வது அத்தனை சுலபமாகவிருக்கவில்லை, எனினும் மனமடைந்திருந்த அழுத்தம் அவனுடைய கைகளில் நெகிழ்ந்து கொண்டிருப்பதை உணர்ந்தாள்.

நெருநாட்களுக்கு பிறகு நிகழ்ந்த சந்திப்பின் தாபம் அவனில். "இப்ப வேண்டாம்" என்று லேசாக முனகிப்பார்த்தாள். வார்த்தைக்கு சுரணையிலை. உடல் சுடர்கொண்டு பற்றியது. மேகம் மூண்டிருந்த மாலை நேரத்து ஆலநிழலின் மிதமான வெப்பத்தின் கீழ் ஒரு முறை உடல்கள் இயங்கி களைத்த பிறகு வேரில் அவனை நிமிர்த்தி உட்கார

வைத்து விட்டு மார்பில் சாய்ந்து கொண்டாள். மரியாளின் தாங்கு தூணில் எழுதியிருந்த வேதாகம வரிகள் அழிந்து இறுதியில் ஆதியாகமம் 3:12 என்பது மட்டும் எஞ்சியிருந்தது. அதைக் கைகளால் வருடிக்கொண்டே ஏற்பட்டிருந்த மௌனத்தைக் கலைத்தாள்.

''இவர் எனக்கு ஏதோ வசியமோ செய்வினையோ வைக்கோணும் எண்டுதான் யாழ்ப்பாணம் போயிருக்கிறார்!''

“வசியமோ? உனக்கார் சொன்ன?”

“குஞ்சுப்பரந்தன் நைலோன் பரியாரியார் ஆச்சியைக் கண்டு சொன்னவராம், உவள் டிவோஸ் கேக்கிறாள், வெத்திலை ஒண்டு தடவித்தா எண்டு கேட்டிருக்கிறார். பரியாரியார் தான் உதுகள் செய்யிறேல்லை எண்டதும் தான் யாழ்ப்பாணம் சின்னமேடு பரியாரியைப்பிடிச்சு உவளுக்கு செய்யிறன் பார் வேலை எண்டு கறுவிப்போட்டுப் போனவராம்''

“நீ டிவோஸ் கேட்டதும் ஆள் பயந்திட்டு போல... நான் அப்பவே சொன்னனான் டிவோசெல்லாம் கேட்டுக்கொண்டு நிக்காமல் நேரா கோட்ஸ்சுக்கு போவமெண்டு” புலேந்திரன் சலித்துக்கொண்டான்.

மரியதாஸ் காணாமல் போக முதலே மரியதாசிடம் இருந்து விவாகரத்துப் பெற்று விடும்படி நச்சரித்துக்கொண்டிருந்தான். இயக்கத்திற்கு தெரிந்தால் சர்வ நிச்சயமாக இருவருமே சுடப்படுவோம் என்று அடிக்கடி எச்சரித்தான். சமூகத்தின் “கள்ளக்காதல்” நடைமுறைகளுக்குள் அச்சொட்டாகப் பொருந்தத்தக்க உறவு என்று அவன் சொல்லிக்காட்டும் போது அடிவயிறு குப்பென்று பற்றியெரியும். மூர்க்கமாகப் புணரும் போது தோளில் காயப்படும்படி இறுக்கிக் கடித்து “கள்ளக்காதல் எண்டு சொல்லுவியோடா?” என்பாள். அவளின் குரலில் தாபத்தில் ஊறிய கோபம் நடுங்கும்.

“நீ அவரை ஏதாவது செஞ்சிட்டியோ?”

“முதல்ல அந்த நாயை எனக்கு முன்னாலை அவர் எண்டு கதையாதை, வெள் சுள்ளெண்டு பத்துது”

“சரி மரியதாசை நீ ஏதும் செஞ்சனியோ?”

“நான் என்ன செய்யிறது?”

“நீ புலனாய்வுக்காரன் தானே யாழ்ப்பாணம் போனவர்... போனவன் திரும்பி வரேல்லை எண்டால் ஏதும் செய்து போட்டியோ, உன்ர

பெடியள்தான் உள்ளுக்கு நிண்டு வேலை செய்யிறாங்கள் எண்டு சொன்னனிதானே?"

புலேந்திரன் நிமிர்ந்து பார்த்தான். அவனுடைய கண் பெற்றிருந்த அசாதாரண தன்மை நிர்மலாவை ஒவ்வொரு முறை காணும் போதும் ஒரு நுண்கணத்தில் அதிரச்செய்யும். அதில் அவனுடைய மனதிலிருந்து ஒரு சொல்லையேனும் வாசிக்க இயலாது. கோபத்தின் போதும், சந்தோசமாகச் சிரிக்கும் போதும், காமம் கொண்டு உடல் விட்டெறியும் போதும் கூட அந்தக் கண்கள் எந்தச் சொல்லையும் காட்டுவதேயில்லை. அவனுக்குள் செல்லத்தக்க எல்லா வழிகளையும் கண்களைக் கொண்டே அடைத்து வைத்திருந்தான். நிர்மலா மீண்டும் அழுத்திக்கேட்டாள்.

"அப்ப உண்மையா நீ ஒண்டும் செய்யேலத்தானே?"

"ஏன் நான் ஏதும் செய்திருக்கோணும் எண்டு எதிர்பாக்கிறியோ?"

"தெரியேல்ல, ஆனால் கொஞ்சநாள் போயிருந்தா அப்பிடிக் கேட்டிருப்பன். நான் இரக்கமில்லாதவள் எண்டு நீ நினைச்சாலும் பரவாயில்ல, கர்த்தருக்கு வெளிச்சம், ஆனால் இருபத்திரண்டு வரியம் இருந்திட்டன், என்னளவிலை அவனை அன்பில மாத்திடலாம், பிள்ளை பிறந்தா மாறிடுவான், பிள்ளை வளந்தால் மாறிடுவான், நேர்த்தி வச்சால் மாறிடுவான் எண்டெல்லாம் நம்பி நம்பி இரக்கப்பட்டு, சண்டைபிடிச்சு, அடிபட்டு உதைபட்டு அழுது குழறி; எல்லாம் செஞ்சு பாத்தனான்."

நிர்மலா அவனை நிமிர்ந்து பார்த்தாள். கண்களில் கண்ணீர் துளிர்த்திருந்தது. புலேந்திரன் கடும் அமைதியாய் இருந்தான். அவனுக்குள் ஓடுவதைத் தெரிந்துகொள்ள முடியாது. மரியதாஸை 'ஏதும்' செய்வதை; மேலும் ஒரு பாவமாக அவள் சேர்த்துக்கொள்ள விரும்பவில்லை.

"மரியதாஸ் இருக்கிறார் எண்டு எனக்கு தெரியோணும், இத்தினை நாளும் ஒரு பிடி கிடைக்காமல் இருந்தன். ஆனால் இப்ப ஒரு பிடி கிடைச்சு ஒரு புதுவாழ்க்கை போவம் எண்டேக்க அவருக்கு இப்பிடி நடக்கோணும்?"

"நான் அதுதான் சொன்னான். டிவோசை எடு, டிவோசை எடு எண்டு, ஒரு வருசம் சொல்லிச்சொல்லி களைச்சுப் போனன்.

"என்னாலை வெரோனியை சமாளிக்க முடியேல்லை, நான் இந்த விசயத்தைச் சொன்னதிலை இருந்து என்னோடை முகம் உயர்த்திக் கதைச்சு எவ்வளவு நாள் என்ர பிள்ளை?"

புலேந்திரனுக்கு இதுவெல்லாம் நன்கு தெரிந்தேயிருந்தது.

“என்ன கன்னியாஸ்திரியா சேத்து விட்டிட்டு யாரும் யாரோடையும் போங்கோ”

உடனே அவள் சொன்னதை நிர்மலா சற்றும் எதிர்பார்க்கவில்லை. ஒரு புதிய தந்தையை முன்னிட்டு துறவைத் தெரிவு செய்யத்துணிகிறாள். வெரோனிக்காவைத் தடுக்கும் எந்தச் சொற்களும் நிர்மலாவிடமிருக்கவில்லை. இருந்ததெல்லாம், பயமும் குற்றவுணர்விற்கு கிட்டிய மனநிலையும்தான்.

“நீ அவளுக்கு ஒரு நல்ல அப்பாவா இருக்க மாட்டியோ?”

“ம்ஹ்ம்... முப்பத்தெட்டு வயசாகுது, பதினேழு வயசிலை இயக்கத்துக்கு வந்தனான். அப்பரை இந்தியனாமி நான் இயக்கம் எண்டுறதாலை சுட்டவன். அதுக்கு பிறகு அம்மாவும் அக்காவும் என்னோடை தொடர்பில்லை. அக்கா வெளிநாட்டுக்கு கலியாணம் முடிச்சு போகேக்க அம்மாவை கூட்டிக்கொண்டு போட்டா எண்டு கேள்விப்பட்டனான். இண்டுவரைக்கும் தொடர்பில்லை. சொன்னா நம்புவியோ என்னவோ தெரியா. எனக்கு அப்பான்ர முகம் மறந்து போச்சு, அக்கான்ர முகம் ஞாபகம். அக்காக்கு அப்பற்ற முகம் எண்டு அம்மா சொல்லுறவா. அப்பர் காங்கேசன்துறை சீமெந்து பக்ரில வேலை செஞ்சவர். எப்பவாவதுதான் வீட்டை வருவார். காசு ஒண்டும் எங்களுக்குப் பெரிசா தாறேல்ல, ஒரு தையல் மிசின மிதிச்சுத்தான் அம்மா அக்காவையும் என்னையும் வளத்தவா. அப்பருக்கு சில்லாலைல இன்னொரு குடும்பம் இருந்த, எப்ப வீட்ட வந்தாலும் அம்மாவோடை சண்டை பிடிப்பார். நான் அக்காவோடை ஒண்டுவன். அக்காதான் சண்டை துடங்கினதும் என்னை தூக்கிக்கொண்டு பக்கத்து வீட்டுக்கோ கோயிலடிக்கோ போவாள். ஒருநாள் அந்தாள் நாங்கள் ஒருத்தரும் வீட்டிலை இல்லாத நேரம் தையல் மிசினைக்கொண்டு போய் வித்துபோட்டுது. நான் பள்ளிக்கூடத்தாலை வாறன் அம்மாவும் அக்காவும் முத்தத்திலை இருந்து அழுகினம். எனக்கு விசராக்கிப்போட்டுது. அந்தாளை தேடி தவறணைக்குப்போனன். கள்ளுப்போத்திலோடை உறுண்டு கொண்டு கிடந்தார். போத்திலை எடுத்து தலையிலையே போட்டிட்டு இயக்கத்துக்கு வந்திட்டன். நான் ரெயினிங் முடிஞ்சு எழுதுமட்டுவாளிலை ஒரு நடவடிக்கையிலை நிக்கும் போது இந்தியனாமி என்னைக்கேட்டு அப்பரை சுட்டுப்போட்டாங்கள் எண்டு சொன்னாங்கள். நான் போகேலாத நிலமை.

அப்பரை சுட்ட கொஞ்ச நாளிலை, அம்மாவைக் கண்டனான். மனிசி என்னைக் கண்டதும் நான்தான் அப்பரை சுட்டவன் எண்ட கணக்கா, என்னை மண் அள்ளி சாபம் விட்டு, எங்களுக்கும் உனக்கும் சம்பந்தம் இல்லை எண்டும், எங்களிட்ட வந்திடாதை எண்டுது. எனக்கு விசராக்கிப் போட்டுது. தையல் மிசின் போட்டுது மருந்து

வாங்கிக்கொண்டுவா எல்லாரும் சாவம் எண்டு முத்தத்து மணலிலை கையை அறைஞ்சு அறைஞ்சு அழுத அம்மா எனக்கு கண்ணுக்க நிண்டா. தலைக்கேறிட்டுது,

"போடி அறுதல் வேசை" எண்டு சொல்லிப்போட்டு போட்டன்.

"அப்பிடிச் சொன்னனியோ?"

"வேறை என்ன சொல்லுறது?"

"பிறகு?"

என்ர அம்மாவை விடு, ஆனால் அப்பற்ற ரண்டாவது மனிசிக்காரி ஒரு நாள் என்னை ரோட்டிலை மறிச்சு, எங்கடை வாழ்க்கையை அழிச்சிட்டியேடா எண்டு பேசத்தொடங்கீட்டு, எனக்கு அந்த மனிசின்ர முகம் கூடத்தெரியாது, மனிசி பேசத்தொடங்கி கொஞ்ச நேரத்துக்கு பிறகுதான் எனக்கு அங்கை என்ன நடக்குது, அது ஆர் எண்டு விளங்கினது. அதுக்குள்ள பெடியள் வந்து விலக்கு பிடிச்சு அந்த மனிசியை அங்காலை கலைச்சுப் போட்டாங்கள். எனக்கு இண்டைக்கு வரைக்கும் விளங்கேல்லை, அந்த குடிகார, பொறுப்பில்லாதவன் என்னை விட எந்த இடத்திலை இவைக்கு முக்கியமான ஆளா இருந்தவன் எண்டு?... நியாயப்படி பாத்தால் கூட அதிக பட்ச நியாயம் என்ர பக்கம்தான் இருக்கு எண்டு நினைப்பன். ஒவ்வொருநாளும் படுக்கேக்க என்னிலை என்னை பிழை எண்டு யோசிச்சுப்பாப்பன். எந்தப்பக்கம் சுத்தி ஓடினாலும் என்னிலை அவ்வளவு பெரிய பிழையொண்டும் இருக்கிறதாய் தெரியாது. நெஞ்சுக்கு குற்றவுணர்ச்சி ஒண்டும் இல்லை எண்டு தெரிஞ்ச உடனே நல்ல நித்திரை வந்திடும்."

சிரித்தான். கண்களில் கோடிட்ட நீரை நிர்மலா துடைத்துவிட்டாள்.

"உண்மையாவே அப்பான்ர முகம் ஞாபகம் இல்லையோ? அப்ப நீ சின்ன பெடியன் எல்லாம் இல்லைதானே?"

"எனக்கு எல்லாம் ஞாபகம் இருக்கு, ஆனால் அப்பான்ர முகம் உண்மையாவே ஞாபகம் இல்லை, அக்கான்ர முகத்தை நினைச்சுக்கொண்டு கண்ணை மூடினால் அக்காக்கு மீசை வச்ச மாதிரி ஒரு ஆம்பிளை முகம் தெரியும். ஆனால் அது அப்பா இல்லை எண்டுதான் நினைப்பன். உம்மையாவே அப்பான்ர முகம் இல்லை என்னட்ட."

நெஞ்சு குலுங்கத் தொடங்கியது.

“நீயும் என்னை நம்பேல்லையோ? நான் பெடியளிட்ட இப்பிடிச் சொன்னால் சிரிப்பாங்கள்”

அவனுடைய தாடையை வருடிக்கொண்டே நெற்றியில் உதட்டை அழுத்தினாள். அவனுடைய கண்கள் லேசாய் கலங்கியிருப்பதை மிக அருகில் கண்களை வைத்துப்பார்த்தாள்.

“அம்மாவை நான் வேசை எண்டு பேசி இருக்கக் கூடாதோ? அது உனக்கு பிடிக்கேல்லை என்ன? நான் சொல்லேக்க உன்ர முகம் மாறினது.”

“பழக்கமான வார்த்தைதான், அடிக்கடி கேக்கிறதுண்டு”

“என்ர நிலைமைல நிண்டு யோசிச்சுப்பார் விளங்கும்.”

“அண்டைக்கு அங்கை உனக்கு முன்னாலை நிண்டது, அம்மா மட்டுமில்லை, அவான்ர கோபத்துக்கும் வார்த்தையளுக்கும் அவா மட்டும் பொறுப்பில்லை!”

“ஆனால் நியாயம்?”

“நியாயமெண்டுறது நாங்கள் என்னத்தை நம்பிறம் எண்டதிலை தான். புருசன் எல்லாருக்கும் மேலை, அவன்தான் கண்கண்ட தெய்வம் எண்டது அம்மான்ர நம்பிக்கையா இருக்கலாம். அவளுக்கு அதை பழக்கினது ஆர்? மதர் ஏவா சொல்லுவா, இந்த நம்பிக்கைகளின் ஒழுக்க விதிகளிலை அதிகமானவை அன்பிலை இருந்து பிறக்கேல்ல நிர்மலா எண்டு. ஏன் அன்பு பற்றின நம்பிக்கை எல்லாம் அன்பிலை இருந்து பிறந்ததெண்டு சொல்லேலுமா? அன்பொரு தந்திரம் எண்டு ஒரு கவிதை வரி இருக்கு”

“எனக்கு விளங்கேல்லை?”

“உங்களுக்கு விளங்காது, விடு!”

நிர்மலா நெடுநேரம் எதுவும் பேசினாளில்லை, அவனும் பேசவில்லை. அமைதி ஏற ஏற நிர்மலாவிற்குள் உருவான தீடீர் பதட்டம் அடங்கிக்கொண்டிருக்க, அவனுள் அந்த அமைதி கனத்தைக் கூட்டியிருக்க வேண்டும். அதை சட்டென்று உடைத்தான்.

“வெரோனிக்காக்கு என்னைப் பிடிக்காதோ?”

நிர்மலாவிடம் அவனுக்குச் சொல்வதற்கு பதிலிருக்கவில்லை, பெருமூச்செறிந்து மீண்டும் கை அவன் தலையை ஆதரவாய் வருடிக்கொடுக்கத் தொடங்கியது.

வெரோனிக்காவை ஓரிரு முறை கண்டிருக்கிறான். இவனை அவள் அறிந்திராத போதும் அவளைக்காணும் போது ஒரு வித பயமும் பதட்டமும் ஏற்படுவதாய் நிர்மலாவிடம் சொல்லியிருந்தான். சாதாரணமாக ஆட்களுடன் சட்டென்று புளங்குவதற்கே தயக்கம் காட்டுபவன். இத்தனை குழப்பங்களோடு புது உறவை வரித்துக்கொள்வதில் அவனுக்கிருந்த பதட்டத்தையும் நிர்மலா விளங்கிக்கொள்ளவே செய்தாள். புலேந்திரனுடன் கதைப்பது போலில்லை வெரோனியுடன் கதைப்பது. நிர்மலா அவளுக்குள் சென்று வரக்கூடிய எல்லா வழிகளையும் அடைத்து விட்டிருந்தாள்.

அவள் மீண்டும் கேட்டாள்,

உண்மையா நீ அவரை ஒண்டும் செய்யேல்லைத்தானே?

09

வாரத்தில் ஒரு நாள் தங்கை அனுவைப் பிடித்து ஓரிடத்தில் இருத்தி வகிட்டை மேய்வதற்கு தாமரை படாதபாடு படவேண்டியிருக்கும். தங்கை, சம்மடி கட்டி அமர்ந்திருந்தாள். திண்ணையில் அவளுக்குப் பின்புறமாக இருந்து கொண்டு அனுவின் தலைவகிட்டை எடுத்து ஈர்களையும் பேன்களையும் தேடிப்பிடித்து நசுக்கிக்கொண்டிருந்தாள். ஒவ்வொரு முறை பேனைப்பிடித்து நகத்தில் வைத்து நசுக்கும் போதும் காயம் தாக்குப்பட்டதைப் போல "ஸ்ஸ்" என்று அவளுடைய உதடுகள் உச்சுக்கொட்டிக்கொண்டே இருந்தன.

வாசற்படலையடியில் சட்டென்று அரவமெழுந்தது, படலை சடார் என்று திறந்து கொள்ள, பொன்மலர் பதறியபடி ஓடி வந்தாள்.

"பிள்ளையப் பாம்பு கடிச்சுப்போட்டுது"

"பிள்ளையெங்கை அக்கா?" தாமரைதான் முந்திக்கொண்டு அனுவை விலக்கி விட்டு திண்ணையில் இருந்து குதித்தாள். சின்ராசண்ணை கொண்டு வாறார். "ஆச்சியைக் கூப்பிடு பிள்ளை" என்று விட்டு திரும்ப படலையடிக்கு ஓடினான். பொன்மலர் அவளுக்கு என்ன செய்வதென்றே தெரியவில்லை. பிள்ளையிடம் ஓடுவதா ஆச்சியிடம் ஓடுவதா என்று கொஞ்ச நேரம், முற்றத்தில் நடுநடுங்கி அலவலாதிப்பட்டாள்.

ஆச்சி வீட்டினுள் இருந்து வெளிப்பட்டாள்.

சின்ராசன் கைகளில் துவழும் குழந்தையுடன் வேகமாக ஓடி வந்தான். குழந்தையை விட அவன் மிகமும் பயந்து போயிருந்தான்.

செய்தி சொல்ல வந்த பொன்மலரை முதல் கண்டவள் தாமரையென்பதால் ஆச்சி தாமரையிடம் தூதன் குறியைக் கேட்டாள். தாமரை "பயமில்லையாச்சி" என்றாள். யோகம் ஏட்டுப்பெட்டியைக் கொண்டுவந்தாள். அனு ஓடிச்சென்று வேம்பின் கீழே நின்ற உளவியந்திரத்தின் பெட்டியில் தாவி ஏறி சரிந்து நின்ற வேம்பின் கிளைகளில் வேப்பங்குளைகளை ஒடிக்கத் தொடங்கினாள்.

ஆச்சி துவண்டு கிடந்த குழந்தையை வாங்கும் போதே சின்ராசனிடம்,

“நல்லதோ?”

“இல்லையாச்சி பிடையன்.”

குழந்தை ஈரமூறிய சருகைப்பொல் துவண்டு கிடந்தாள். பிள்ளை வீரைப்பழம் ஆயப்போன இடத்தில் பிடயன் ஒன்று முழங்காலில் பல்லைப் பதித்துவிட்டது. ஆச்சி குழந்தையை பாயில் வளர்த்தச் சொன்னாள். தாமரை குளிர்ந்த நீருடனும் திருநீற்றுத் தட்டுடனும் ஓடிவந்தாள். ஆச்சி கடிவாயைப்பார்த்தாள், ஆழமில்லை. பிடையன் பாய்ந்தும் நல்லவேளையாக ஆழமில்லாத காயம். பற்தடங்களை எண்ணினாள்.

காளியும் காளாத்தியும் பதிந்திருந்தன. நல்ல வேளை. நீலியும் நீலகண்டனும் பலமாகப் பிடிபடவில்லை.

வாகட ஏட்டை எடுத்து மடியில் வைத்துக்கொண்டாள். ஆத்தை இன்னும் கருணையோடிருக்கிறாள். சின்ராசன் ஏற்கனவே கடிவாய்க்கு மேலே கயிறினால் கட்டியிருந்தான். புது பிளேட்டால் குழந்தையின் உச்சியில் லேசாகக் கிழித்துப்பார்த்தாள். தலைக்கொன்றும் ஏறவில்லை. குழந்தை பயத்தில்தான் மயங்கியிருக்கிறாள். தாமரையை தண்ணீர் அடித்து அவளை எழுப்பச்சொல்லி விட்டு கடிவாயைக் கிழித்து இரத்தத்தை மெண்டு மூக்குப்பேணிக்குள் துப்பினாள். தாமரை தண்ணீரை குழந்தையின் முகத்தில் அடித்து மெல்ல அவளை மயக்கத்திலிருந்து மீட்டாள். டானியா மலங்க மலங்க விழித்து பின் சோர்ந்து போகத்தொடங்கினாள். விசத்திற்கு நித்திரை சத்ரு. அவளைத் தூங்கிவிடாமல் பார்க்கச்சொன்னாள். பச்சை நீற்றை எடுத்து நெற்றியில் பூசி கடிவாயிலும் தூவிவிட்டாள். குழந்தை அழத்தொடங்கினாள். அனு அவளின் அருகில் சென்று அவளுடைய கையைப் பிடித்துக்கொண்டு “பயப்பிடாதே” என்றாள்.

“என்ர ஆத்தை அழக்கூடாது ஒண்டுமில்லை பிள்ளைக்கு” ஆச்சி தேற்றிக்கொண்டே மூலிகைப்பெட்டியில் இருந்து இரண்டு காய்ந்த பச்சிலைகளை உள்ளங்கையில் வைத்து லேசாய் தண்ணீர் துளிகளை இட்டு கசக்கி குழந்தையின் அடி நாக்கில் வைத்தாள். மூலிகையின் கசப்பு அவளின் முகத்தில் தெரிந்தது.

சின்ராசன் கொஞ்ச பாலை எடுத்து வந்து இரத்தம் துப்பிய மூக்குப் பேணிக்குள் விட்டான். பால் லேசாய் நீலம் பாரித்தது. பயப்படும்படியில்லை. ஆச்சிக்கு நின்மதியாயிருந்தது. பிடையன் கடி பிழைத்து விட்டது. பொன்மலருக்கு ஆறுதல் சொல்லி விட்டு, இரத்தம் பாரித்த பாலை எடுத்துக்கொண்டு விறு விறுவென ஆத்தை வளவை நோக்கி இறங்கி நடக்கத் தொடங்கினாள். பதட்டம் குறைந்தவனாக சின்ராசன் ஆச்சியை பின்தொடர்ந்து போனான். தாமரை

வேப்பிலைக்கட்டை எடுத்து டானியாவின் தலையிலிருந்து கால் வரை தடவத்தொடங்கினாள். பொன்மலர் குழந்தையை மார்பில் சாத்தி வைத்திருந்தாள். தாமரை வேப்பிலையால் தடவிக்கொண்டே அவளைத் தூங்க விடாமல் கதை கொடுக்கத் தொடங்கினாள்.

சின்ராசன் ஆச்சியிடம் பேச்சுக்கொடுக்கவில்லை, தொடர்ந்து போனான். ஆச்சியின் முகம் வாடியிருந்தது. "இப்பிடி நடக்க கூடாதடாப்பா, நாகதம்பிரான் எல்லை தாண்டுறானெண்டா ஏதோ பெரிய பிழை நடக்குது" சின்ராசன் ஒன்றும் சொல்லவில்லை. அன்று எல்லையில் பாம்பைக்கண்டேன் என்று அவன் சொன்னதும் ஆச்சி கிலியடைந்தாள். முகம் வெளிறிப்போனாள். ஆனால் ராணிக்கீரி அதை வேட்டையாடியதைச்சொன்ன பிறகு நின்மதியானாள். இன்று மறுபடியும் பாம்பு. கீரிப்பிள்ளை மேட்டில் மழைகாலத்தில் நட்டுவக்காலியும், பூரானும் கடிக்கும், பாம்புக்கடி என்பது பக்கத்து ஊர்களில் நடந்தால்தான் உண்டு. எத்தனை காலத்து நம்பிக்கை கண்ணுக்கு முன்னால் பொய்த்துக் கொண்டிருக்கிறது. கிழவியின் மனக்குழப்பத்தை சின்ராசன் நன்கு விளங்கிக்கொண்டான். ஏதேனும் கேட்டு இன்னுமவளைச் சஞ்சலப்படுத்துவது சரியில்லை என்று பேச்சுக்கொடுக்காமல் தொடர்ந்தான்.

"அன்னம்மாளின்ர சவத்தை பாத்த முதல் கொண்டு நெஞ்சு அந்தரிச்சு போய் கிடந்தது சின்ராசு, எல்லாரும் வந்து என்னட்ட ஏன் உடம்பு பச்சை பூத்தது? பச்சை பூத்தது? எண்டு கேக்க நான் அவள் கடுங்கறுப்பிதானே, ரத்தம் வத்தினோண்ணை பச்சை பாரிச்சதெண்டு சொல்லி சமாளிச்சு விட்டன்."

சின்ராசனுக்கு நடுக்கம் பிடிக்கத்தொடங்கியது. ஆச்சி இதை முன்பு சொல்லவில்லை. சின்ராசமும் அன்னம்மாளின் அவலச்சாவினால் அந்தரித்துப் போயிருந்தான். செத்தவீட்டில் கிழவியின் உடலின் நிறம்பற்றித்தான் பயப்பிராந்தியுள்ள சம்பாசணைகள் ஓடியிருந்தன. பட்டகாலிலே பட்டுக்கொண்டிருந்தது.

"குரங்கு மடை நிண்டிட்டு, பாம்புவருது, ஆமிவாறான்..." சின்ராசன் வாய் குழறினான்.

"செல்லற்ற மூண்டாவது பெட்டை வளர், நேற்று திரு நீறு போட வந்தவள், இரவு ஏதோ அவளை எழுப்பி நடத்தி பின்பக்கம் கொண்டு பொயிருக்கு, ஆரோ ஒரு ஆம்பிளை உருவம் அம்மணத்தோட வந்து குண்டிலை பெரிய காயத்தை காட்டி அழுததாம், அவள் சொத்தி முனியோ சன்னாசியாரோ எண்டு தெரியாதெண்டு பயப்பிடுறாள். நான்

அது வெறும் கனவுதான் எங்கையோ சுடலையை கடந்து வந்திருக்கிறாய் போல எண்டு சமாளிச்சு விட்டனான்"

ஆச்சி நடப்பவற்றை எல்லாம் தொகுத்து செய்தியாகப் பார்க்கிறாள், ஆதியில் சொன்ன கதைகள், கொண்ட பலிகள் கொஞ்சமில்லை என்பதை அவள் நன்கறிவாள். கதைகள் உடலுக்குள் தங்கியிருந்தன. நம்பிக்கையும் விசுவாசமுமே தெய்வங்களைச் சமநிலையில் வைத்திருக்குமென்பாள்.

"சின்ராசு காட்டுக்க கொஞ்சநாள் இறங்காதை"

"சரியாச்சி" அவன் நெஞ்சு பொருமுவதை அவள் அறியாமலில்லை.

இயக்கமும் காட்டுக்குள் இறங்குவதைத் தவிர்க்கச் சொல்லியிருந்தது. அன்னம்மாளின் கொடுஞ்சாவிற்கு பிறகு இரண்டொரு இடங்களில் கிளைமோர்களும் வெடித்திருந்தன. இராணுவ ஆழ ஊடுருவும் அணிகள் புலிகளின் எல்லைகளுக்குள் தொடர்ச்சியாக ஊடுவிக்கொண்டிருந்தனர். அன்னம்மாளின் சாவிற்கு பிறகு இயக்கம் காட்டுக்குள் பாதுகாப்பு அரண்களை உண்டாக்கியிருந்தது. சுண்டிக்குளம் தொடங்கி கடலோடு கிடக்கும் காடுகளின் விளிம்புகளில் ரோந்துகளை ஏற்படுத்தியிருப்பதாகச் சின்ராசன் தான் கேள்விப்பட்டதை ஆச்சி கொஞ்சம் ஆறட்டும் என்று நினைத்துச்சொன்னான். ஆனால் அவளுடைய நடுக்கம் உள்ளூர செதில் முளைத்துப் பரவிக்கொண்டிருந்தது. அவளுக்கு அது மனிதர்களைப் பற்றியது மட்டுமில்லையே.

இத்தனை குழப்பமும் "மடை நின்றதில்தான் தொடங்கியது" என்று ஆச்சி அழுத்தமாக கற்பித்துக்கொண்டிருந்தாள். தெய்வங்களைக் கோபப்படுத்திப் பார்ப்பதன் பலனைத்தான் ஊர் அனுபவிக்கத் தொடங்கியிருக்கிறது என்பதை எல்லோரிடம் அழுத்தமாகப் பதியவைக்க முயற்சி செய்தாள். அவள் எண்ணம் போலவே எல்லாம் நடந்துகொண்டிருந்தன.

குளக்கட்டின் பின்னணியில் ஆத்தை வளவின் அரசமரத்தின் பிரமாண்டம் எழுந்தது. நகுலாத்தை நின்றிருந்த சிறிய ஓடு வேயப்பட்ட கொட்டிலின் முன் இருந்த மண்டபத்தில் தமயந்தி தனியாக இருந்து வெற்றிலை மாலையொன்றைக் கட்டிக்கொண்டிருந்தாள். ஆச்சி அவளைக் கவனித்தாளில்லை. ஆச்சி ஆத்தையிடம் போனாள். நீலம் பாரித்த அவளுடைய தேகமும் நிர்வாணமும் சலனம் இறுகிப்போன முகமும் கண்களில் நிறைந்தது. அவளின் வெற்று மார்பில் கொட்டப்பட்ட பச்சை நீறு நீரில் வழிந்து காய்ந்திருந்தது. தண்ணீர்ப்பானையில் தண்ணீரை எடுத்து தலையில் தெளித்துக்கொண்டு மூக்குப்பேணியை ஆத்தையின் முன்னால் இருந்த சிறிய செப்பு கலத்தில் ஊற்றினாள். பிறகு கொஞ்சம் வீபூதியை எடுத்து தனக்குப்பூசிக்கொண்டு அருகில் தொங்கிய

பையில் ஒரு தேசிக்காயை எடுத்து ஆத்தையின் முன் வைத்து அதற்கு சந்தனம் குங்குமம் வைத்து நெஞ்சோடு அழுத்தி சில நிமிடங்கள் கண்களை மூடிப்பிரார்த்தித்தாள். பிறகு திரும்பி தமயந்தியைக் கடந்து நடக்கத்தொடங்கினாள். சின்ராசன் தொடர்ந்தான். தமயந்தி ஆச்சியின் பின்னாலேயே எழுந்து ஓடி வந்தாள். அவள் தன்னுடன் ஏதோ பேச வருகிறாள் என்று தெரிந்ததும் அவளை சைகையால் கைமர்த்தி விட்டு தேசிக்காயை சின்ராசனிடம் கொடுத்தாள். டானியாவின் கடிவாயில் அதைத்தேய்த்துவிட சின்சாரன் விரைந்து போனான்.

10

தமயந்தியின் முகம் வாடியிருந்தது. அழுதிருக்கிறாள். எச்சிலை அழைந்து விளையாடிய குழந்தையின் கடைவாயைப்போல கண்ணுக்கு கீழாக கண்ணீர் சரும அழுக்குடன் சேர்ந்து காய்ந்திருந்தது. ஆச்சிக்கு அவள் அவ்வளவு பரிச்சமில்லை, விந்தனுக்கு வேண்டப்பட்ட இயக்கப்பொறுப்பாளர் யாரோ ஒருத்தனின் மனைவி என்றுமட்டும் தமயந்தியை அறிந்திருந்தாள். மற்றபடி தாமரையோ வெரோனிக்காவோ அவளுடன் புதிதாக ஏற்பட்டிருந்த நட்புப்பற்றி இதுகாறும் ஆச்சியிடம் பெரிதாக ஒன்றும் பிரஸ்தாபித்தார்களில்லை.

“சொல்லுபிள்ளை, என்ன அழுதனியோ?” அவளை ஊடுருவினாள் ஆச்சி.

“ஆச்சி எனக்கு இது வேண்டாம்” வயிற்றில் கைவைத்துக் கொண்டாள்.

மிகுந்த நிதானத்துடன் தமயந்தியைக் கையமர்த்தினாள். சிறிது நேரம் அவளை அழவிட்டாள். அவளுடைய கதையைக் கேட்க தயாரான முத்தாய்ப்பை தன்னில் ஏற்படுத்திக்கொண்டாள்.

“அண்ணா பதினைந்து வயசிலையே இயக்கத்துக்கு போனவன். திருகோணமலைக் கடல்ல நடந்த சண்டைல கரும்புலியா வீரச்சாவு. அவனால ஊரில் எல்லாருக்கும் எங்களைத் தெரியும். இயக்கத்தின்ர தலைமை இடம் வரைக்கும் அண்ணாவால எங்களைத் தெரியும். எங்கட வீடு எப்பவும் இயக்கத்துக்கு திறந்து கிடக்கும். அப்பா பாங்கில வேலை செய்தவர். அம்மா டீச்சர். மட்டக்களப்புக்கு இயக்க வேலையா வாற இயக்கபெடியள், பிள்ளையள் எல்லாருக்கும் எப்பவும் எங்கட வீட்டில இடமும் சாப்பாடும் இருக்கும். அதால இயக்கத்தில எங்கட குடும்பம் மாவீரர் குடும்பம் எண்டுறத தாண்டியும் நல்ல மரியாதை இருந்தது. வாவிக்கரையில கொஞ்சம் ஊர் மனையிலை இருந்து தனிச்சிருந்த வீடு எங்கடை. அப்ப நான் ஏ.எல் படிச்சுக்கொண்டு இருந்தனான். அப்பதான் வீட்ட அடிக்கடி வாற செல்வம் எண்டுற போராளி நீதனை கூட்டிக்கொண்டு வந்தார். அவரோட இன்னும் ரெண்டு சின்ன பெடியளும் வந்தாங்கள். அவங்கள் ரெண்டு நாள் தங்க வேணுமெண்டும்

அப்பாட்ட சொன்னாங்கள். அதுக்கு பிறகு அடிக்கடி நீதன் வீட்ட வரத்தொடங்கினார். என்னோட ஏதாவது பகிடியா கதைப்பார். நக்கலடிப்பார். நான் அதையெல்லாம் பெரிசா எடுத்துக்கொள்ளேல்ல. நீதனுக்கு இயக்கத்திலை நல்ல மரியாதை இருக்கெண்டும், எங்கட பிரதேசத்துக்கு அடுத்த அரசியல் துறைப்பொறுப்பாளரா நீதன் தான் வருவார் என்றும் அப்பாட்ட செல்வம் அண்ணா சொன்னார்.

ஒரு நாள் நீதன் திடீரெண்டு வந்து கடிதமொண்டை நீட்டினார். நான் என்னெண்டு கேக்க, என்னை கலியாணம் கட்டுமன் என்று கேட்டார். நான் விருப்பமில்லை எண்டு சொல்ல, தொடர்ந்து கெஞ்சிக்கொண்டே இருந்தார். வீட்ட வரும் பொதேல்லாம் கேட்டார். ரோட்டில மறிச்சுக்கேட்டார். டியூசன்ல என்னோட பகிடி விட்ட ஒரு பெடியனை கொண்டு போய் வச்சு அடிச்சும் இருக்கிறார். அவர் எனக்கு ஒரு பெரிய தொல்லையா மாறினார். சரியான எரிச்சல் வரும். ஒரு நாள் நான் வீட்ட வந்தன் வீட்டில ஆரும் இல்லை. நீதன் மட்டும் வெளி கதிரையில் துவக்கு ஒண்டை கழட்டி துடைச்சுக்கொண்டு இருந்தார். நான் அவரை தாண்டிப்போக பின்னாலேயே வந்தார். எனக்கு கோவம் வந்திட்டு. அம்மாட்ட இனி சொல்லுவன் என்று மிரட்டினன். திரும்பத் திரும்ப கெஞ்சினார். நான் கலியாணம் எண்டால் மாசம் சம்பளம் எடுக்கிற பீயோனையாவது செய்யோணும் அப்பதான் ஒரு ஐஸ்கீறீமாச்சும் வாங்கி குடிக்கலாம் எண்டு கோபத்திலை சொல்லிட்டன். அது அவருக்கு சரியா சுட்டு போட்டுது. அவருக்கு லேசாய் கண்ணும் கலங்கீட்டுது. நான் அப்பிடி சொல்லியிருக்க கூடாது எண்டு நினைச்சன். ஆனா அவர் தந்த தொல்லை எல்லாம் என்னை எரிச்சல் படுத்திட்டுது. வேற என்ன செய்ய நான். நான் வீட்டுக்க போய் டீ போட்டு கொண்டு வந்து சாப்பாட்டு மேசையில் இருந்து குடிச்சிட்டு இருந்தன், தண்ணியெடுக்க பிரிச்க்கு கிட்ட வந்தவர், தீடிரென்று என்னில பாஞ்சு என்ர வாயை பொத்தி சறமொண்டை கிழிச்சு என்னைக் கட்டி போட்டார்.

இப்ப என்னடி செய்வ எண்டு சொல்லிட்டு என்னை அமத்தி பிடிச்சு கெடுத்திட்டார். பிறகு அப்பாட்ட சொன்னா, இரவு கொண்டு வந்த குண்டை வெடிக்க வைப்பன் எண்டு மிரட்டினார். நான் சரியா பயந்து போனன். உடம்பெல்லாம் மசுகுட்டி பிரண்ட போல இருந்தது. இரவெல்லாம் கிடந்து அழுதன். அடுத்த நாள் வீட்டை விட்டு வெளிக்கிட்டு இயக்கத்திட்ட வன்னி வரைக்கும் வந்தன். நியாயம் கேக்க. எல்லாரு அவருக்குத்தான் சப்போட் பண்ணினாங்கள்.

இயக்கத்தின்ர பெரியவை எல்லாம் வந்து என்னை சமாதானம் செய்து அவருக்கு கட்டி வைக்கப்பாத்தாங்கள். செல்வமும் அவற்றை மனிசியும்

வந்து அடிக்கடி என்னோட கதைப்பினம், நான் இல்லையெண்டு உயர்மட்டம் வரைக்கும் ஞாயம் கேக்க இஞ்ச வந்தன், அம்மான் வந்து

"அவன் ஏதோ கடும் விருப்பத்திலை அப்பிடிச்செய்திட்டான். இனி என்ன செய்றது?" அவன் உன்னை தான் கட்டுவன் எண்டு நிக்கிறான். பிறகென்ன வேணும்? இனி உன்னை ஆர் கலியாணம் செய்வாங்கள்? அப்பிடி செய்தாலும் அவன் கண்டுபிடிச்சு கேப்பான். நின்மதியா வாழமுடியாது. யோசிச்சு பார். அவன் கெட்டிக்காரன். நல்லவன். ஏதோ ஆத்திரத்தில செய்திட்டான். இப்ப நீ அழுது குழறி ஒண்டும் நடக்கப்போறதில்லை. தற்கொலை செஞ்சா கூட போஸ்மொட்டத்தில எல்லாம் தெரிஞ்சிடும். நீ ஒரு மாவீரர் குடும்பத்தை சேர்ந்த பிள்ளை. கொப்பா கௌரவமான ஆள், அதையெல்லாம் நினைச்சுப்பார். நீதனை கட்டு அவன் உன்னை நல்லா வச்சிருப்பான்.

எண்டு பேசிப்பேசி என்னை சம்மதிக்க வைச்சினம். ஒருத்தர் மாறி ஒருத்தர், கதைச்சினம். நானும் நல்லா யோசிச்சன், பயந்தும் போனன். சாகவும் துணிவில்லை. வேற வழி இல்லை எண்டு நீதனை கட்ட சம்மதிச்சன். அவருக்கு வலு சந்தோசம். என்னில உருகி வழிஞ்சார். நானும் எல்லாம் சரியாகிடும் எண்டுதான் நினைச்சன். ஊர்ல நான் நீதனோட ஓடிப்போயிட்டன் எண்டு கதை. அம்மா அப்பாக்கு நான் நீதனோட ஓடிப்போனது எண்டதை விட நீதன்ர சாதிதான் பிரச்சினையா இருந்தது. அதால அவையள் சொந்தக்காரருக்குப் பயந்து என்னை அப்பிடியே விட்டிட்டினம். அது நீதனுக்கு வலு சந்தோசம். எனக்கு தான் மட்டும்தான் இருக்கிறன் எண்ட மிதப்பு.

கலியாணமாகி முதல்நாள் இரவு என்னை அண்டைக்கு விட மூர்க்கமா தன்ர இச்சைக்கு திண்டார். கனநாள் பசியோட இருந்த மிருகத்த போல எனக்கும் தசை தோல்தான் இருக்கெண்டு அவருக்கு தெரியேல்ல. என்னை ஒரு வார்த்தை கேட்க கூட மாட்டார். அது எல்லாத்தையும் விட ஒரு நாள் "மேல் தட்டு வர்க்க பொம்பிளையள் வெர்ஜினா இருக்காதுகள் எண்டு பெடியள் சொல்லுவாங்கள் பரவாயில்லை நீங்கள் வேர்ஜினாதான் இருந்தனியள்" எண்டு பெருமை பட்டுகொண்டார். எனக்கு உடம்பெல்லாம் ஏதோ ஓடிக் கூசின மாதிரி இருந்தது.

இரவில என்னைப்பற்றி யோசிக்க மாட்டார், பகலில என்னை தாங்கு தாங்கெண்டு தாங்குவார். ஆனால் இரவிலை அவன்தானா இவன் எண்டு யோசிக்கிற அளவுக்கு மிருகமா மாறுவார். ஒரு செக்ஸ் வெறி பிடிச்ச மிருகம். யாரும் சொன்னா நம்ப மாட்டாங்கள். மன்னார்ல அவற்ற ஊர்ல அவரெண்டா இயக்கத்தில இருக்கிறத போல நல்ல மரியாதை. நல்ல பெடியன் எண்டு பேர். ஆனா எனக்கெல்லோ தெரியும். தினமும் படுற சித்திரவதையள். உடம்பு ஏலாம கிடக்கு, பீடியட் நோ எண்டு

சொன்னா அடி, உதை. கறண்டியைக் நெருப்பிலை காச்சி தொடைல வைக்கிற அளவுக்குப்போகும். அதவிட அவர் என்னில இயங்கும் போது வேதனை. இரவானாலே அடி வயித்தில ஏதோ செய்யும். பயம் உடம்பு பதறுற பயம். கொஞ்ச நாள்ல வேதனை தாங்காமல் பிறிட்டோன் குளிசையள எடுத்துப்போட்டிட்டுப் படுப்பன். அது அரை மயக்கத்துல இல்லையெண்டா அரை தூக்கத்தில வைச்சிருக்கும். நடக்கிற கொடுமையெல்லாம் என்ர உடம்பில நடக்கிற கனவு போல இருக்கும். ஆனால் நாளடைவில பிறிட்டோன் உடம்புக்கு பழகீட்டு, குளிசை போட்டாலும் நித்திரை வராது. பழைய படி கொடுமை.

நாளாக நாளாக எனக்குள்ள இருந்த வெறுப்பும் வலியும் அவரை ஏதோ ஒரு விதத்தில பழிவாங்கோணும் எண்டு தூண்டிக்கொண்டே இருந்தது. அவருக்கு குழந்தை எண்டா கொள்ளை விருப்பம். தனக்கு பொம்பிளை பிள்ளை வேணும் எண்டு கனவு. அடிக்கடி கேட்டுப்பாப்பார். குழந்தை வந்தா கொஞ்ச நாளைக்கு ஒண்டும் செய்யேலா எண்டு பயமிருந்தாலும். அத குழந்தை வேணும் எண்ட ஆசை வெண்டிட்டு. அதால அடிக்கடி பிள்ளையைப்பற்றி கதைப்பார். என்னட்டையும் அன்பா பேசுவார். சில நேரங்களில் அவர் கதைக்கிறத கேட்டா, எனக்கே இரக்கம் வந்திடும். அப்பிடி கதைப்பார். எனக்கு அவர் குழந்தை குழந்தை எண்டு கேக்கும் போது அந்த பழிவாங்கும் உணர்ச்சிதான் திரும்பத்திரும்ப வரும்.

எனக்குத் தெரிஞ்ச பிள்ளை ஒண்டு *MOH* இல் வேலை செய்தவள். அவளிட்ட சொல்லி கருத்தடை குளிசையள் வாங்கிப்போட்டிடுவன். அத்தனை கொடுமைக்குள்ளேயும் அவற்ற ஆசைய இல்லாமல் செய்திட்டம் எண்டுற கீற்றளவு சந்தோசம். ஆனால் ஒரு நாள் அதையும் கண்டு பிடிச்சிட்டார். பெரிய பூகம்பம் வெடிச்சு அவரும் தாய்க்காரியும் குதிச்சினம். தாய்க்காரி பிடிக்க தொடைல ஆழமான சூடு. மூண்டு மாதம் சரியா கஸ்ரபட்டனான். ஆனால் அவருக்கு அதெல்லாம் ஒரு விசயமில்லை. தொடர்ந்தும் அவர் தன்ர வேட்டைய நிப்பாட்டவேயில்லை. பதினைஞ்சு நாளைக்கு ஒருக்கா வேலைத்திட்டத்திற்கு போவார். பதினைஞ்சு நாள்ல போகும் போது தந்த புண் எல்லாம் மாறி இருக்கும். பிறகு புது புண். இப்பிடியே நடந்தது. அப்பத்தான் நான் எது நடக்கக்கூடாதெண்டு பயந்தனோ அது நடந்தது. முழுக்கு தள்ளி போச்சுது. எல்லா கணக்கையும் சரியா கவனிச்சு வச்சிருந்திருக்கிறார். அவரே வந்து கேட்டு என்னை வெருட்டினார். நான் ஓமெண்டு சொல்ல, சந்தோசமெண்டா அப்பிடியொரு சந்தோசம். என்னோடையே இருந்தார். மேலிடத்திற்கு எழுதிப்போட்டிட்டு மாப்பெட்டியும், பழமும், பாலும் தந்து தந்து என்னை தாங்கினார். இரவில கொஞ்சம் மூர்க்கம் குறைஞ்சுது. ஆனாலும் நிறுத்தேல்ல. “கொஞ்சநாளைக்கு செய்யலாமாம், ஒண்டும் செய்யாதாம். மெடிக்ஸில

என்ர ப்ரண்ட் ஒருத்தனிட்ட கேட்டனான்" எண்டார் காதுக்க. ஆனாலும் கை கால் வைத்திலை படாமல் இயங்கினார். எனக்கு எரிச்சலாக இருந்தது. அடிவயிற்றில் ஒரு உயிர் இருக்கிற எண்ணமேயில்லை. நாளாக நாளாக இருந்த மூர்க்கத்தனம் அந்த நேரத்திலை இன்னும் கூடிப்போச்சு, அண்டைக்கு ஒரு காலமை பிளீடிங் தொடங்கி என்ர ரத்தத்திலை நானே வழுக்கி மயங்கி விழுந்தன். என்ரை கையாலையே என்ர பிள்ளையை வழிச்சு அள்ள வேண்டி வருமெண்டு நான் காலத்திலையும் நினைச்சதில்லை.

தமயந்தி இடைக்கிட விம்மி அடக்கிய அழுகையை பெரும் பிழம்பாக தேகமெங்கும் குலுங்க வெடித்தாள். ஆச்சிக்கு நெஞ்சு பொருமிக்கொண்டிருந்தது.

"பச்சை வயித்துக்காரி இப்பிடி அழக்கூடாது" என்று குரல் தழுதழுக்க அணைத்துக்கொண்டாள். தமயந்தி கொஞ்ச நேரமெடுத்து தன்னை ஆசுவாசப்படுத்தினாள்.

அதுக்கு பிறகு குழந்தை தங்கினதச் சொல்ல அவர் திரும்பி வரேல்ல. நான் அம்மாட்டையே திரும்பி போவம் எண்டு வெளிக்கிட்டனான். அதுக்குள்ள பாதை பூட்டியாச்சு. நீதன்ர அம்மாவோடை இருக்க சொல்லி எல்லாரும் சொல்லிச்சினம். ஆனால் அந்த மனிசி எனக்கிருந்த செவ்வாய் தோசம்தான் தன்ர பிள்ளையைக் கொண்டு போனதெண்டு தொடங்கி, முதல் பிள்ளையை நாந்தான் அழிச்சுப்போட்டன் எண்டும், இப்ப தங்கினது தன்ர பெடியன்ர பிள்ளை இல்லை எண்டும் செத்த வீட்டிலை வச்சே ஒப்பாரி சொல்லி என்னை தூத்தினா. நான் ஒரு சொட்டும் அழேல்லை பாத்தீங்களோ எண்டு முகத்துக்கு நேர காறித்துப்பி அந்த மனிசி செய்த அட்டகாசத்திலை உடுப்பை உரிஞ்சு விட்ட மாதிரி நான் தனிய நிண்டன். உண்மையா எனக்கு அழுகை வரேல்லை.

"நான் அப்பாட்ட திரும்பி போகோணும் ஆச்சி, வெறுங்கையோட அப்பாட்ட பிள்ளையா போகோணும். எங்கடை கோயில் கேணிக்கை அள்ளித்தோஞ்சிட்டு எல்லாத்தையும் கழுவீட்டு நான் போகோணும்"

ஆச்சி அமைதியாக இருந்தாள். பிறகு அவளுடைய நாடியைக் பிடித்துப்பார்த்தாள். பலவீனமாக இரண்டு உயிர்களுக்கு போதுமான சக்தி இன்றி துடித்துக்கொண்டிருந்தது.

"இனி கழுவேலுமோ எண்டு தெரியேல்லை பிள்ளை, நீ சரியாய் சோர்ந்து போயிருக்கிறாய், பரியாரியார் சம்மதிக்க மாட்டார், கொஞ்சம் கடுமைப்பண்ணி கரைக்கோணும் எண்டால் தெய்வத்திலை

பழியப்போட்டுத்தான் செய்யோணும்" நிதானமாக தமயந்திக்கு அவளின் உடல் நிலையை எடுத்துச்சொன்னாள்.

தமயந்தி அழுதுகொண்டுதான் இருந்தாள்.

"நான் ஒண்டு சொன்னால் கேப்பியோ?"

"ஆத்தைக்கொருக்கா பூ கட்டிப்பாப்பம், அவள் பெறு எண்டால் நானே என்ர கையாலை உனக்கு பத்தியம் பாத்து பிள்ளையை ஈடு எடுக்கிறன்"

தமயந்தி கொஞ்ச நேரம் யோசித்து விட்டு சரி என்று தலையாட்டினாள்.

11

முகில்கள் பிற்பகலிலேயே இருளை எடுத்து வந்துவிட்டன. வானம் சாம்பல் குமச்சலாய் கனத்து கீழே இறங்கி வந்து நின்றது. காலையில் பெய்த மழையின் ஈரலிப்பு இன்னும் காற்றிலும் நிலத்திலும் பிசு பிசுப்போடிருந்தது. மதியத்தில் ஒரு சில மணிநேரங்கள் சூரியன் தென்பட்டதால் மிதமான வெப்பம் பரவி லேசாய் வெதுவெதுப்பாக்கி விட்டுப்போயிருந்தது. கிளிநொச்சி நகரம் விழாக்கோலத்திலிருந்தது. 'மாதக்கொண்டாட்டத்தின் உச்சநாள். நினைவுகொள்ளுதலின் பெருநாள். வீதிகளில் தலைக்கு மேலே பக்கவாட்டில் நூல்களில் ஓடித்தொங்கும் எழுச்சிக்கொடிகள். வீதிகளில் மாவீரர் தின தோரணங்கள், வளைவுகள். நீண்ட தெருக்களையும் ஒழுங்கைகளையும் ஒலிபெருக்கிகள் மாவீரர் தினப் பாடல்களால் நிறைந்தபடியிருந்தன. அங்காங்கே மாவீரர் படங்களைத்தாங்கிய ஊர்திகள் நகர்ந்தபடியிருந்தன. மாலையில் எரியப்போகும் ஈகைச்சுடருக்காக வீடுகளின் வாசலில் வாழைக்குற்றிகள் நடப்பட்டு வட்டச்சிட்டியில் எண்ணை உறிஞ்சிய துணிச்சுருழும் இடப்பட்டிருந்தன. பெரும்பாலும் எல்லா வீடுகளிலும் வாழைக்குற்றிக்கு மேலே நனைந்து விடாமல் ஒரு குடை நின்றிருந்தது. எல்லாப் பொது இடங்களிலும் கொடிக்கம்பங்களும் நினைவுருவப்படங்களும் வைக்கப்பட்டு மின் விளக்குகளும், மெழுகு வெளிச்சமுமாக, பூக்களும் சரங்களுமாக திருவுருவப்படங்கள் ஒளியினாலும் வாசனையாலும் நிறைக்கப்பட்டிருந்தன. சிறுவர்கள் சைக்கிள்களில் ஒவ்வொரு பொது இடத்திலும் அமைக்கப்பட்ட கொட்டகைகளின் அலங்காரங்களையும் சோடனைகளையும் பார்த்தபடியும் சிலாகித்தபடியும் நகர்ந்து போய்க்கொண்டேயிருந்தனர். ஒவ்வொரு போராளியின் உருவப்படத்தின் கீழேயுமிருந்த "*RANK*" பற்றியும் வீரச்சாவடைந்த சண்டை பற்றியும் அவர்களின் பேச்சு இருந்தது.

துயிலுமில்லங்களுக்கு செல்லும் மாவீரர் குடும்பங்கள் பேரூந்துகளை நிறைத்துக்கொண்டு சென்றனர். வீதியில் நகரும் வாகனங்களில் பெரும்பாலானவை துயிலுமில்லங்களை நோக்கித்தான் ஓடிக்கொண்டிருந்தன. காக்கா கடைச்சந்தியை தாண்டும் போது தாமரையின் சைக்கிள் கரியலில் இருந்து அவளின் இடையை

சுற்றி பிடித்திருந்தாள் தமயந்தி. லேசாக பெருக்கத்தொடங்கியிருந்த வயிற்றில் ஒரு வித பாதுகாப்பு உணர்வோடு இன்னொரு கையை வைத்திருந்தாள். அருகில் சமாந்தரமாக சைக்கிள் மிதித்துக்கொண்டிருந்த வெரோனிக்காவின் கூடைக்குள் இருந்த பொலித்தீன் பையில் பூக்களும் விளக்கேற்ற தேவையான ஏனைய பொருட்களுமிருந்தன. கீரிப்பிள்ளை மேட்டின் காட்டுப்பக்கம் ஏராளமான கார்த்திகைப்பூக்கள் மலர்ந்திருக்கும். நெருப்புச்சுவாலைகள் போன்ற இதழ்களைக்கொண்ட மிக அழகான மலரது. காலைமுழுவதும் அலைந்து வெரோனிக்காவும் தாமரையும் கார்த்திகை மலர்களையும் ஏனைய மலர்களையும் கொய்து சேர்த்திருந்தனர். மூவரும் மழைக்கோட் அணிந்திருந்தனர். கீரிப்பிள்ளை மேட்டிலிருந்து சைக்கிள் ஓடியதில் களைத்துப்போயிருந்தனர். தமயந்தி "முத்தவெளிக்க சோடினையள் நல்லா இருக்குமடி பாத்திட்டு போவம்" என்றாள். தமயந்திக்கு இப்படி அலங்காரங்கள் பார்ப்பது பிடிக்கும். அப்பா வெசாக் நாட்களில் மட்டக்களப்பு வாவிக்கரையில் இராணுவத்தினர் செய்யும் பெரிய அலங்கார வேலைகளையும் வெளிச்ச கூடுகளையும் வீடுகளையும் பார்க்க அண்ணாவையும் இவளையும் அழைத்துப்போவார். கண்கள் நிரம்ப ஒளியும் அலங்காரங்களும். "அப்பா இண்டைக்கு மட்டும் ஆமிக்காரர் நல்லவங்கள் மாதிரி தெரியிறாங்களெல்லோ" என்பாள். பெரகராவைப்போலத்தான் மாவீரர் நாளும். அண்ணா வீரச்சாவடைந்த பிறகு சமாதான காலத்தில் ஒவ்வொரு நவம்பரிலும் கிளிநொச்சிக்கு குடும்பமாக வருவார்கள். அண்ணாவின் நடுகல் கிளிநொச்சி – கனகபுரம் மாவீரர் துயிலுமில்லத்தில்தானிருந்தது. எப்போது கிளிநொச்சிக்கு வந்தாலும் அவளுக்கு கொண்டாட்டம்தான். முத்தை வெளியில் கிளிநொச்சி அரசியல்துறைப் போராளிகள் செய்யும் பந்தல்களும் அலங்காரங்களும் நன்றாகவிருக்கும். எங்கிருந்து வந்தது என்று தெரியாத உற்சாகம் கண்களிலும் உடலிலும் அவளுக்கிருக்கும். ஒவ்வொரு நவம்பரிலும் அண்ணாவைப் பார்க்க போகிறோம் என்ற உணர்வுடன்தான் வந்து சேர்வாள்.

வெரோனிக்காவும், தாமரையும் சைக்கிளை நிறுத்தி விட்டு வந்தனர். மூவரும் முற்றவெளியில் இறங்கி அலங்காரங்களைப் பார்த்துக்கொண்டே நடந்தனர். ஒரு பந்தலில் சாரங்கனும் அட்சயனும் நின்றிருந்தனர். அட்சயன் தாமரையைக் கண்டு விட்டு ஓடிவந்து, அம்மா காசு தந்தவாவோ என்று கேட்டு அவளின் பேசை வாங்கி நூறு ரூபாய் தாளொன்றை எடுத்துக்கொண்டான். வெரோனிக்கா சாரங்கனை நிமிர்ந்து பார்த்தாள். வெரோனிக்காவின் பார்வையில் இருந்த அலட்சியம் அவன் முகபாவத்தை மாறச்செய்தது. அவனிடமிருந்து பார்வையை விலக்கி மாவீரர்களின் உருவப்படங்களைப் பார்க்கத் தொடங்கினாள். சாரங்கன் வலிய வந்து தமயந்தியிடம் அவளின் அண்ணா பற்றிக்கேட்டான். முல்லைத்தீவு மீட்புச்சமரில் அவனுடைய பங்கு பற்றி ஒரு

சிற்றுரையே ஆற்றினான். தமயந்தி தலையாட்டிக்கொண்டும் இயல்பற்ற புன்னைகையை இடைக்கிட தேவையில்லாது உதிர்ந்துகொண்டும், அவன் பேச்சைக் கேட்டுக்கொண்டிருந்தாள். அவன் சத்தமாக, தனக்கு இதெல்லாம் தெரியும். என்று தமயந்தியைத் தாண்டி வெரோனிகாவிற்கு கேட்க வேண்டும் என்று இரைந்து கதைத்துக் கொண்டிருந்தான். வெரோனிக்கா உருவப்படங்களைப் பார்த்துக் கொண்டே நகர்ந்து தூரச்செல்லச் செல்ல அவனின் குரல் தாழ்ந்து உற்சாகமிழந்து கொண்டே போனது.

"கம்பசிலை நிறைய பிள்ளையள் என்னை விரும்பினவை, கடிதம் எல்லாம் வரும், எனக்கு எங்கடை ஊரிலை கட்டோணும் எண்டு விருப்பம், நீர் யோசிச்சு ஒரு முடிவு சொல்லும்."

வெரோனிக்கா தாமரையிடம் அவன் கேட்டது பற்றிச் சொல்லியிருக்கவில்லை. இரண்டு முறை வெரோனிக்காவிடம் வந்து "ஒரு முடிவு சொல்லும்" என்று கேட்டுத் தொந்தரவு செய்திருந்தான். முதல் முறை தேவாலயத்திலும், இரண்டாம் முறை கீதாஞ்சலி டீச்சரிடம் வாங்கிய புத்தகமொன்றைக்கொடுக்க அவன் வீட்டிற்குப் போன போது அவளிடம் கேட்டதையே கேட்டுக்கொண்டிருந்தான். நச்சரிப்பு சட்டென்று அருவருப்பாய் நெஞ்சுள் பரவித் தலைக்கேறும்.

எரிச்சல்.

தாமரை வெரோனிக்கு அருகில் வந்து நின்று கொண்டாள். அவளுடைய சங்கடத்தை அவள் உணர்ந்திருக்க வேண்டும். சாரங்கன் விலகிச்சென்றான்.

தாமரை வழமையாக ஆச்சியுடன் விசுவமடு மாவீரர் துயிலுமில்லத்திற்குத்தான் போவாள். அப்பா சண்முகம் தன்னுடைய எம்டி90 இல் ஆச்சியையையும் முன் கரியலில் இவளையும் ஏற்றிக்கொண்டு போவார். இந்த முறை ஆச்சி தமயந்தியுடன் தாமரையைப் போகச் சொன்னாள். தாமரை தான் வர மாட்டேன் என்ற வெரோனிக்காவையும் வலிந்து அழைத்து வந்திருந்தாள்.

முற்றவெளியில் இருந்து புறப்படும் போது மழை தூறிக்கொண்டிருந்தது. அசாதாரண வாகன நெரிசலால் கிளிநொச்சி திணறிக்கொண்டிருந்தது. முக்கால் மணி நேர பயணத்தின் பின்னர் கனகபுரம் மாவீரர் துயிலுமில்லம் வந்து சேர்ந்தனர். ஒலிபெருக்கியில் இயக்கப்பாடல்கள் அந்த பிராந்தியம் முழுவதையும் நிறைத்திருந்தன. மாவீரர் துயிலுமில்ல தோரண வளைவத்தாண்டி ஏராளமான மக்கள் கைகளில் பூக்கள் நிரம்பிய பைகளுடன் உள்ளே சென்று கொண்டிருந்தனர். போராளிகள் பலர் வரியுடையில் பாதுகாப்பிற்கு நின்றிருந்தனர்.

ஈகைச்சுடரேற்றுவதற்கு தளபதிகள் வருவதால் பாதுகாப்பு இருக்கும். ஏனைய போராளிகள் ஒவ்வொரு கல்லறைகளுக்கும், நடுகற்களுக்கும் எதிரில் விளக்கேற்றுவதற்காக நடப்பட்டிருந்த பந்தங்களிலும் விளக்குகளிலும் எண்ணேய் நிரப்பியபடியிருந்தனர். கார்கால இருள் இன்னும் வானில் கவிந்திருந்ததால் கல்லறைத்தோட்டத்தில் நின்ற டியூப்லைட்கள் ஒளிர விடப்பட்டிருந்தன. பிரதான ஈகைச்சுடர் மேடையில் நான்கைந்து போராளிகள் அது எரிவதற்குரிய எண்ணெய் கற்பூரங்களைப் போட்டு நிரப்பி அதைத் தயார் செய்திருந்தனர். பல கல்லறைகளில் தாய்மாரும் குடும்பத்தினரும் சுற்றியிருந்து அடி வயிற்றிலிருந்து விம்மத்தொடங்கியிருந்தனர். சிலர் கல்லறைகளைக் கட்டிப்பிடித்துக்கொண்டு ஒப்பாரி சொல்லிக்கொண்டிருந்தனர். ஒரு சில கல்லறைகளிலும் நடுகற்களிலும் சிலர் பூக்களை வைத்துக்கொண்டிருந்தனர். கனகபுரம் மாவீரர் துயிலுமில்லம் வட போர் முனையில் சமீபத்தில் ஆரம்பித்த சண்டையில் சாவடைந்த நிறைய போராளிகளின் உடலங்களை தன் நெஞ்சுக்குள் வாங்கியிருந்தது. நிறையப் போராளிகளின் உடல்கள் புதைத்த இடங்களில் கல்லடுக்கி கட்டப்படாமல் மண்மேட்டறைகளாக இருந்தன. சிலவற்றில் கொங்கிரீட் கற்கள் அடுக்கப்பட்டிருந்தன. ஆச்சரியமாக கனத்துப்பெய்த மழை கூட கரைக்காமல் அவை இறுகிக்கிடந்தன. பெரும்பாலும் அந்த மண்மேட்டறைகளில் இருந்த தாய்மாருக்கு அது முதலாவது மாவீரர் நாளாகவிருக்கும். தாய்மாரோ, மனைவியோ, தகப்பனோ, சகோதரியோ சகோதரனோ, சினேகிதர்களோ தனித்து யாரும் கல்லறையடியில் இருந்தால் அவர்களுக்கு துணையாக யாரேனுமொரு போராளியும் பாடசாலை மாணவ மாணவியோ நிறுத்தப்பட்டிருந்தனர்.

மாலை உச்சமடைந்துகொண்டே போனது. வானம் முகில்களால் போர்த்தப்பட்டதால் இரவை சீக்கிரமே எதிர்பார்க்க வேண்டியிருந்தது. முகில்களுக்கு கீழே நீர்க்காக கூட்டமொன்று V வடிவில் பறந்து கடந்து போனது. கொழுத்தப்பட்ட கற்பூரங்கள் காற்றை நிறைத்து மணத்தன. தாமரைக்கு கற்பூர நெடியில் அலாதிப்பிரியம். ஆச்சியின் திருநீற்றுத் தட்டில் ஆடும் கற்பூரச்சுவாலையை முகர்வது அவளுக்கு ஒரு வித போதையைப்போல. ஆனால் கல்லறைகளின் முன்னால் நின்றிருக்கும் கற்பூரத்தீயில் பெருமௌனத்தின் நிறமும் வாசனையும் மட்டும் நெழிந்தது.

பாடல்கள் நிறுத்தப்பட்டு காற்று வெறுமையாக்கப்பட்டது. ஏதுமற்றதைப்போல பேரமைதி எழுந்தது. அங்காங்கே அழுகைக்குரலும் விம்மல் சத்தங்களும் பரவியிருந்தன. அமைதியின் ஒரு அங்கத்தைப்போல அவை இணைந்து கிடந்தன.

தாமரை தமயந்தியிடம் "அக்கா உங்கட அண்ணான்ர கல்லறை எங்கை இருக்கு?"

வொரோனிகா இடைவெட்டி,

"கல்லறையில்லையடி நடுகல்லாதான் இருக்கும். அவர் கரும்புலியெல்லோ பொடி கிடைச்சிராது" என்றவள் ஏதோ உள்ளூரத்தாக்க சட்டென்று அமைதியாகி தமயந்தியை கெஞ்சும் குரலில் "Sorry அக்கா" என்றாள். தமயந்தி அவளின் தலையில் தடவி விட்டு புன்னகைத்தாள். தெற்குப்பக்கமாக கையைக்காட்டி அந்த வரிசையில் மூன்றாவது தொகுதியில் இரண்டாவதாய் இருகின்றது என்று சொன்னாள். அவளுடைய குரல் லேசாய் கனத்திருந்தது. சட்டென்றொரு கனதி மூவருக்கும் இடையில் பரவ, அதை அனுமதிக்காத தாமரை,

"வெரோனி, நீ அக்காச்சியோட நீதன் அத்தான்ர கல்லறைக்கு போ நான் அண்ணான்ர கல்லறையில விளக்கேத்திறன்." நீதனுடைய மண்மேட்டறை எங்கேயிருக்கிறது என்று அவர்களுக்குத் தெரியும். புதைத்த அன்றைக்கு தமயந்தியோடு துணையாக இருவரும்தான் நின்றிருந்தனர்.

"இல்லை நான் அண்ணாவோட தான் நிப்பன், நீங்கள் ஒருடமும் போக வேண்டாம். என்னோடை நில்லுங்கோ" தீர்க்கமாகச்சொல்லி விட்டு தமையனின் நடுகல் இருந்த பக்கம் போனாள். இருவரும் ஒருவரை ஒருவர் பார்த்துக் கொண்டனர். கண்கள் பரிமாறிக்கொண்டன. தமயந்தியின் குரலில் இருந்த கடுமையும் தீர்க்கமும் மறுவார்த்தை எதையும் உன்னக்கூட விடவில்லை. அவளைத் தொடர்ந்து நடந்தனர் இருவரும்.

12

சினைகைக்கிழவி அக்கராயன் – கிளிநொச்சி என்று பெயர்ப்பலகையுடன் வந்து நின்ற பேரூந்திலிருந்து இறங்கினாள். வலது கையில் பிடித்திருந்த பிரம்புக்கூடைய ஆடிவிடக்கூடாது என்ற முதிர்ந்த கவனத்தோடு இறங்கினாள். நடுங்கும் கால்களில் உழைவு. நெடுநேரம் ஒரேயிடத்தில் இருந்து வந்தது கால்களை மரத்துப்போகச் செய்திருக்க வேண்டும். அவளுடைய லேசாய் கூன் விழுந்த தேகம் அவள் இறங்குவதை பெரும் சிரமமான ஒன்றாக்கி விட்டிருந்தது. கிழவி தட்டுத்தடுமாறி இறங்குவதைப் பார்த்ததும் துயிலுமில்ல வாசலில் நின்ற பெண் போராளியொருத்தி அவளைக் கைத்தாங்கலாக இறக்கி விட்டாள். இறங்கியவள் நெற்றியில் கைவைத்து வானத்தைப்பார்த்தாள். காரின் கரியதிரட்சி அவளை அச்சுறுத்தியிருக்க வேண்டும்.

“மழை வரும் போலகிடக்கு எனடியப்பா?”

“ஓமணை மாவீரர் நாளெண்டால் பெய்யிறதுதானே!” பெண் போராளி தன்னுடைய நம்பிக்கையொன்றைச் சொன்னாள்.

கிழவி எதுவும் சொல்லாமல் அவளின் கன்னத்தை தடவி கொஞ்சி விட்டு பிரதான வாசலைத்தாண்டி விறு விறுவென நடக்கத்தொடங்கினாள். வேகமாக நடந்தாலும் பிரம்புக்கூடை அசைந்து விடக்கூடாதென்ற கவனம் கைகளில் தெரிந்தது. இருட்டத்தொடங்கி விட்டது. ஈகைச்சுடர் ஏற்றுவதற்கான நேரம் நெருங்கி விட்டதால் துயிலுமில்லம் சனத்தினால் நிரம்பியிருந்தது. சினைகைக் கிழவி விறுவிறுவென நடந்தாள். அவளுடைய கண்களை விட கால்களுக்கு அவள் போகப்போகுமிடம் மிகப்பரிச்சமாயிருந்ததால் அவை மிக வேகமாக அந்தக்கிழவியை அங்கே வழிநடத்தின. சில புதிய மண்மேட்டறைகளுக்கு அருகில் அவளுடைய மகனின் கல்லறையிருந்தது.

இரண்டாம் லெப்ரினண்ட் இருங்கோவேள். (கந்தப்பு அச்சுதன்) என்ற பெயரின் கீழ் ஏனைய விபரங்கள் பொறிக்கப்பட்ட நீண்ட கல்லறை. வேகமாகப் போனவள் கல்லறையை ஒரு முறை நிதானித்துப் பார்த்தாள். யாரோ பூக்கள் கொஞ்சம் வைத்திருந்தனர். விறு விறுவென

மகனின் பக்கம் அமர்ந்தவள். மகனின் கால் மாட்டில் தொட்டு கண்களில் ஒற்றிக்கொண்டாள். பிரம்புக் கூடையைத் திறந்து தான் கைப்படக்கட்டிய ஆண்டான் மாலையை கல்லறையின் மேனியில் நேர்த்தியாக ஒரு குழந்தையை வளர்த்தும் பக்குவத்துடன் பரப்பிக் கிடத்தினாள். பின்னர் மஞ்சள் கோர்ன் பூக்களை எடுத்து அவன் காலடியில் பரப்பினாள். இறுதியாகப் பிரம்புக்கூடைக்குள் கைவிட்டு முக்கால் பங்கு நீர் நிரப்பப்பட்ட பெரிய அகன்ற கண்ணாடிப்போத்தல் ஒன்றை எடுத்தாள். போத்தலினுள், சிறிய கப்பீஸ் மீன்கள் மிக நுண்ணிய உலோக பொட்டுக்களைப்போல நீந்திக்கொண்டிருந்தன. நூறு மீனுக்கு மேலிருக்கும். அப்படியே அந்த மீன் போத்தலை அவனுடைய கால் மாட்டில் வைத்தாள். அருகில் ஒரு சிட்டியில் தீபத்தை எரியவிட்டு அதனருகில் வைத்தாள். பிறகு வாழைப்பழமொன்றில் ஊதுபத்திகளை நட்டு அவற்றின் வாய்களை நெருப்பாக்கி அணைத்து புகையைப் பரவவிட்டாள். கிழவிக்கு கண்கள் பனித்தன. மெல்லிய இருள் கவ்வும் மாலையில் சிட்டி விளக்கின் மஞ்சள் ஒளியில் மீன்கள் பளபளத்தன. சுற்றியிருந்த கல்லறையில் நின்றவர்கள் கிழவியையும் மீன் போத்தலையும் விசித்திரமாகப் பார்த்தனர். கிழவி மகனின் பெயரையும் மீன் போத்தலையும் மாறி மாறி வெறித்தாள். கையை நீட்டி ஈரமாய் கிடந்த கல்லறையைக் கட்டிக்கொண்டாள். மகனுடலின் குளிர் அவளில் பரவியது.

நெஞ்சு விம்மி விம்மி சொற்களை பிழியத் தயாரானது,

சினைகைக் கிழவியை “மழைக்கிழவி” என்றால்த் தான் ஊருக்குள் தெரியும். ஒப்பாரி அவளுக்கு தொழில். செத்தவீடுகளுக்கு அவளைப்போல பெண்களை ஒப்பாரி சொல்லப்பிடிப்பார்கள். கந்தப்பு அவளுடைய கண் முன்னால் வீட்டு வாசலில் இந்திய இராணுவத்தால் சுடப்படும் வரை அவள் தொழில் முறையான ஒப்பாரி சொல்பவள் கிடையாது. அதுவரை அவளை கொடும்பாவிக்கும், உறவினரோ ஊரவரோ மோசம்போனால் ஒப்பாரி வைக்கும் ஒரு ஒப்பாரிப் பாட்டுக்காரியாகத்தானிருந்தாள். பரம்பரையாக கொடும்பாவிக்கு ஒப்பாரி வைக்கும் குடும்பம் அவளுடையது. ஊரில் அபூர்வமாக மழையில்லாவிட்டால் கொடும்பாவி கட்டில் ஊர் முழுதும் கொண்டு சென்று இழுத்து அதற்கு ஒப்பாரி சொல்லி எரித்தால் மழைவரும் என்பது ஐதீகம். ஊரில் கடந்த ஐம்பது வருடங்களில் அவ்வப்போது பிழைத்த மழைக்கு சொக்கப்பனை இழுத்த சில நாட்களிலேயே பெய்வது அவளின் ஒப்பாரிப்பாட்டால்தான் என்று நம்பிக்கையிருந்தது. அவளே இட்டுக்கட்டி ஒப்பாரி பாடுவாள். அவளுக்கு நாக்கில் சொல் புரளும் அழகும் லாவகமும் பொருளும் ஒருங்கிசைவும் அழப்பண்ணும், கண்ணீரின் சந்தத்தில் எல்லோரையும் இணைத்துவிடும்.

சினைகைக்கிழவி கந்தப்புவை நாற்பது வயதில் மணம் செய்தாள். கந்தப்பு ஒரு மீன் வியாபாரி, கிராஞ்சியிலும் வலைப்பாட்டிலும் இருந்து மீன் கொண்டு வந்து கிளிநொச்சி சந்தையில் விற்று வந்தான். இந்திய ராணுவம் ஒரு நாள் அவனைத்தேடி வந்தது. கடற்கரையில் இருந்து இயக்கத்திற்கு எதையோ கொண்டுவந்ததாக கேட்டு துவக்கு பிடியால் கந்தப்புவின் நெஞ்சில் அடித்து முற்றத்தில் இருந்த கல் மேடையில் விழுத்தினார்கள். அப்போது சினைகை எட்டாவது மாத கருவைச் சுமந்துகொண்டிருந்தாள். மேடையில் துண்டு விழுந்த கந்தப்புவை பிடிக்க அவள் அவனருகில் ஓடும் போது துவக்கு முழங்கியது. நெஞ்சில் நான்கு குண்டுகள் இறங்க கந்தப்புவின் இரத்தம் அந்த மேடையெங்கும் பரவி நிலத்திற்கு இறங்கியது. ஒரு வாடிய சிவப்பு பூவின் இதழ் தீடீரென உயிர் பெற்று விரிவது போல அவனுடைய தோள்களுக்கு மேலாக நிலத்தில் குருதி விரிந்து பரவியது.

பிறகு அந்த மேடையில் நடமாடுவதை நிறுத்தினாள். வீட்டுக்கு வருபவர்களைக்கூட அதில் மிதிக்க விடமாட்டாள். அச்சுதன் பிறந்த பிறகு, அவள் ஒப்பாரியை தன்னுடைய நிரந்தரத் தொழிலாக மாற்றிக் கொண்டாள். சினைகை ஒப்பாரிக்குப் போகும் இடங்களில் அழுகை நிற்பதேயில்லை. அவளைப்பிடித்து அழாமல் எந்தப்பெண்ணும் நகர்ந்து போகமாட்டாள். “சினைகை ஒப்பாரி வச்சா கொடும்பாவி நெருப்பாலை அழும்; வானம் மழையால அழும்” என்பார்கள் ஒப்பாரிக்காறிகள். வெளியூரில் இருந்து அவளை அழைத்துப்போகவும் வாகனங்கள் வரும். அவளுடன் ஒப்பாரி வைக்க போகும் ஏனைய தொழில் முறையான ஒப்பாரிக்காறிகள் அவளுடன் சேர்ந்து கொள்வதற்கு முண்டியடிப்பார்கள்.

அச்சுதன் வளரும் மட்டும் அவளுக்கு அவளுடையப் தொழில் ஒரு பிரச்சினையாக இருந்ததில்லை. அவனுக்கு விபரம் தெரிந்த பிறகு அவனுக்கு தாயின் தொழில் ஒரு பெரிய பிரச்சினையாக இருந்தது. பள்ளிக்கூடத்தில் அவனுக்கு அதனால் ஏதோ பெருத்த அவமானம் நிகழ்ந்திருக்க வேண்டும். கடைசிவரை அவன் அவளிடம் அதைச் சொல்லவில்லை. அவனுக்கு நண்பர்களே இருந்ததில்லை. மீன்கள்தான் அவனுடைய உலகம்.

முதலில் சிறிய போத்தல்களில் கப்பீஸ் என்று அவன் அழைக்கும் சிறிய மீன்களை வளர்க்கத் தொடங்கினான். சிவப்பு, நீலம், பச்சை நிறங்களில் ஒருவித மினுமினுப்புடன் அவை போத்தலினுள் அலைவை பார்த்துக்கொண்டிருப்பது அவனுக்கு அலாதியானது. இப்படித்தான் தொடங்கினான். பிறகு எங்கிருந்தோ கொஞ்ச சீமெந்தும் கண்ணாடிகளும் கொண்டுவந்து சுவரோடு ஒரு பெரிய தொட்டியை கட்டினான். அதனுள்

கடற்கரையில் இருந்து கொண்டு வந்த சங்குகள், சிப்பிகளிருந்தன. அந்தத்தொட்டியினுள் அவன் கப்பிஸ்சுகளை வளர்க்கவில்லை கோல்ட் பிஷ் என்று அவன் சொல்லும் தங்கமீன்களை அவன் கொண்டுவந்தான். இவள் அப்படி மீன்களை இதுவரை கண்டதில்லை. அழகாக இருந்தன, தொட்டி முழுவதும் அலைந்து நீந்தின. "படிப்பில்லை, எப்ப பாத்தாலும் மீனோட கிட" என்று அவனைக் கடிந்து கொண்டாலும் ஒவ்வொரு நாளும் மீன் தொட்டியின் அருகில் கிடக்கும் கஞ்சல்கள்களைக் கூட்டப்போகும் போது கொஞ்ச நேரம் மீன்களைப் பார்ப்பதிலேயே லயித்து நின்றுவிடுவாள்.

பெரும்பாலான நேரங்களில் தாயில் எரிந்து விழுந்து கொண்டிருப்பவன் அவளுடன் அமைதியாகப் பேசுவது மீன்களின் அருகில் இருக்கும் போதுமட்டும்தான். அவனிடம் ஏதும் கேட்க வேண்டுமென்றால் அவன் மீன் தொட்டியோடு இருக்கும் போதுதான் கேட்க முடியும். பெரும்பாலும் அவன் பள்ளிக்கூடத்தால் நேராக மீன் தொட்டிக்கே வந்து நிற்பான். சீருடையைக்கூடக் கழட்டாமல் அவற்றை பார்த்துக் கொண்டிருப்பான். அப்போதுதான் அந்தச்சமயம் அவன் பள்ளிக்கூடத்தில் இருந்த நேரத்தில் மீன்கள் என்னவெல்லாம் செய்தன என்று இவள் சொல்லுவாள். அவன் அவள் ஒவ்வொன்றாகச் சொல்லச்சொல்ல அவற்றின் நடத்தைகளுக்கு இவளுக்கு விளக்கம் சொல்வான்.

"அதென்ன மீனடாப்பா கொண்டுவந்து விட்டனி? நான் அது கிடந்த கிடையைப்பாக்க செத்துப்போச்செண்டெல்லோ நினைச்சிட்டன். நிலத்தோடை ஒட்டிக்கொண்டு கிடக்குது செத்தமாதிரி. நான் என்ன செத்துப்போச்சோ எண்டு கரையில் போய் கண்ணாடிலை தட்டிப்பாத்தன், புசுக்கெண்டு கல்லுக்க கிழிச்சுக்கொண்டு போட்டுது"

"அது டாங்கர்ணை நிலத்தோடதான் கிடக்கும், மற்ற மீனுகள் போடுற கழிவெல்லாம் தின்னும், தொட்டியை சுத்தமாவச்சிருக்கும்"

பிறகுதான் தன்னுடைய விசயத்தை ஆரம்பிப்பாள்.

"முரசுமோட்டையிலை கொடும்பாவியாம், கூப்பிட்டவை. நாளைக்கு அத்தை வீட்டை சாப்பிடுவியோ? இல்லையெண்டால் காசு தந்திட்டு போகட்டோ?"

"நான் அவளவை வீட்ட சாப்பிடவும் போமாட்டன். ஒண்டுக்கும் போமாட்டன், காசு வச்சிட்டுப் போணை"

"ம்ம், மீனுக்கும் சாப்பாடு வாங்கோணும்"

கொஞ்ச நாட்களில் ஊரிலில்லாத புது முகங்கள் அவனிடம் வரத்தொடங்கினார்கள். இவனை விட மூத்தவர்கள். இளைஞர்கள்.

எல்லோரும் வேறு வேறு இடங்களில் மீன் வளப்பவர்கள். அவர்கள் பொலித்தீன் பையில் மீன்களைக்கொண்டு வந்தார்கள். கொண்டு போனார்கள். கொஞ்ச நாள் கழித்து அச்சுதன் இன்னொரு மீன் தொட்டி கட்டினான். நிறைய, வேறு பல மீன்களைக் கொண்டுவந்தான். அவள் தினமும் அவற்றின் முன்னால் நின்று அவை எங்கிருந்து வருகின்றன? என்று கேட்டுப்பாப்பாள்.

"எங்கடை நாட்டுக் கடல்ல இருக்குமோ? சீச்சீ... வெளிநாட்டு கடலான் மீனுகளாய் தான் இருக்கும், நல்ல வடிவு"

தாய் அப்படிச்சொல்லும் போது அவன் எதுவும் சொல்லாமல் பெரிதாகச் சிரிப்பான். அவை எங்கிருந்து வருகின்றன என்று அவன் சொல்வதில்லை. அவளளவில் அதை மர்மமாக வைத்திருக்கவே அவன் விரும்பினான். அவள் ஒவ்வொரு முறை ஆச்சரியமடையும் போதும் அவனுக்கு பெருமை பிடிபடாது.

"அச்சுதன் இயக்கத்துக்கு போட்டான்" என்று பள்ளிக்கூடத்திலிருந்து தகவல் வந்த போது அவன் மீன்களைவிட்டு விட்டு போகவே மாட்டன் என்றும், அவர்கள் ஏதோ சொல்லி அவனைக் கூட்டிச்சென்று விட்டார்கள் என்று அரற்றிக்கொண்டே, தெரிந்த இயக்கப் பொறுப்பாளர்களைப் பிடித்து அவனுடைய பயிற்சியணி தங்கியிருந்த இடத்திற்கு போய் நின்றாள். தன்னுடைய ஒரே மகன் என்றும் கணவனை இந்திய இராணுவம் சுட்டுக்கொன்றதையும் சொல்லி அழுதாள். பொறுப்பாளர் அச்சுதனை கூப்பிட்டார்.

"தம்பி, அம்மா தனக்கொரு பிள்ளை எண்டுறா, நீதான் முடிவெடுக்கோணும். போராடப் போறியோ வீட்ட போகப்போறியோ?"

"போராடப்போறன் அண்ணை"

அவள் அவனைத் தடவிக் கொஞ்சி அழுது பார்த்தாள், உன்ர மீனெல்லாம் ஆர் பாக்கிறது? என்று கூட கேட்டுப்பார்த்தாள். அவன் அசைந்து குடுக்கவில்லை. பயிற்சி முடிய வீட்டை வருவன் என்றான். மீன்களைப் பார்த்துக் கொள்ளச் சொன்னான். அவளுக்கு கோபம் வந்துவிட்டது. இது காறும் அவன் மேல் ஒரு சுடுசொல் கூட வைத்ததில்லை அவள். மீன் தொட்டி எல்லாம் சரிச்சு ஊத்துவன், நானும் செத்துப்போவன் என்றும் அழுது பார்த்தாள். அவன் எதுவும் சொல்லாமல் உள்ளே சென்று விட்டான்.

இரண்டொரு நாள் அழுது கொண்டே இருந்துவிட்டாள். கப்பீஸ்கள் பசிதாங்க மாட்டாதவை. ஒரு தொட்டியில் நூற்றுக்கணக்கில் நின்றன. பாதிக்கு மேல் செத்து மிதந்தன. அவளுக்கு அவற்றைச்சரித்து

விடுவதில் விருப்பமில்லை. தீவனம் போட்டாள். சண்டை தொடங்கிய பிறகு அடிக்கடி ஒப்பாரிக்கு அழைப்பு வந்தது. அச்சுதனின் விபரம் தெரியவில்லை. போய் விசாரித்த போது மட்டக்களப்பில் நிற்பதாகக் கேள்விப்பட்டாள். ஒருநாள் கடிதம் வந்தது. அதிகமாக மீன்களை விசாரித்திருந்தான். பதில் எழுதினாள். இரண்டாவது கடிதத்தில் மீன்களுக்கு தீவனம் இடுமாறு மட்டுமிருந்தது. அவளைப்பற்றித்தான் அதிகமாக கேட்டு எழுதியிருந்தான். மூன்றாவது கடிதத்தில் வீட்டிற்கு வருவதாக லீவு நாளைச்சொல்லி எழுதியிருந்தான். ஒன்றரை மாதமிருக்க பதினைந்தாவது நாள் அச்சுதன் வீரச்சாவடைந்த செய்தி சொல்லப்பட்டது.

தளர்ந்த கைகளை மீண்டும் இறுக்கி கல்லறையை அணைத்துக் கொண்டாள்.

துயிலுமில்லம் அசாதாரணமாக குளிரத்தொடங்கியது. கல்லறையில் கைவைக்க பனிப்பாளமொன்றைப்போல குளிர்ந்தது. பெயர்ப்பலகையை கொண்டு வந்த தண்ணீரை அடித்து சேலைத்தலைப்பால் துடைத்து விட்டாள் குந்தி இருந்துகொண்டு நாடியில் ஒரு கை வைத்துக்கொண்டு அவனுடைய பெயரில் விரல்களை ஓடவிட்டாள். விளக்குக்கும் பெயர்பலகைக்கும் இடையில் இருந்த மீன் போத்தலின் நிழல் பெயரில் விழுந்து அசைந்தது. மீன்கள் பொட்டு வெளிச்சங்களாக நீந்திக்கொண்டிருந்தன.

சினைகைக் கிழவி மெல்ல மெல்ல அனுங்கத்தொடங்கினாள். ஏதோ ஒரு ஒப்பாரிப் பாட்டை அதன் இராகத்தைப்பிடித்து முணுமுணுத்தாள். கண்கள் முட்டின. அப்பிடியே குந்தியிருந்து கொண்டே கால்களை நகர்த்தி நகர்த்தி அவனுடைய கால்மாட்டிற்கு போனாள். பூக்களைச் சரிசெய்தாள். மாலையைச் சரி செய்தாள். அருகில் விம்மல் சத்தங்களும், அழுகையும் மிதக்க தொடங்கியிருந்தன. கிழவி பாடத்தொடங்கினாள். அவனைச் சொல்லிப்பாடினாள். பிறகு கணவரைச் சொல்லிப்பாடினாள். மீண்டும் அவனுக்கு வந்தாள். அழுகை திரண்டு திரண்டு நெஞ்சை உன்னியது.

விளக்கேற்றும் நேரம். புலிகளின் குரல் வானொலியின் ஒலிபரப்பு ஒலிபெருக்கிகளோடு இணைக்கப்பட்டது. மாவீரர் தினச்சடங்குகள் அதில்தான் வரிசையாகச் சொல்லப்படும். எல்லா இடங்களிலும் இருக்கும் துயிலுமில்லங்களும் ஒரே நேரத்தில் அவற்றைப் பின்பற்றும்.

கொடியேற்றப்பட்டது. வட போர்முனை தளபதி கேணல் தீபன் கனகபுர மாவீரர் துயிலுமில்லத்தின் பிரதான ஈகைச்சுடரை ஏற்றத் தயாராக இருந்தார். ஏனைய தளபதிகளும் ஈகைச்சுடருக்கு முன்னால் அணிவகுத்து நின்றனர். ஒலிபெருக்கியில் மணி ஒலிக்கப்பட்டது.

கனத்த அமைதி. மாலை 6.05 ஈகைச்சுடர் ஏற்றப்பட்டது. சமநேரத்தில் பெற்றோர்களும் போராளிகளும் கல்லறைகளுக்கு எதிரில் இருந்த ஈகைச்சுடர்களை ஏற்றினார்கள். நெய்யும் கற்பூரமும் உறிஞ்சிய ஒளி சிவப்பு நிறத்தில் எல்லோருடைய முகங்களையும் ஒளிரவிட்டது. துயிலுமில்லம் முழுவதும் ஒளியால் நிரம்ப மாவீரர் தின உறுதிப்பாடல் ஒலித்தது.

பாடல் காற்றில் கரையக் கரைய எல்லோரின் அழுகையும் உச்சத்தை எட்டியது. தாய்மார்கள், தந்தையர்கள், சகோதரர்கள், உறவுகள், நண்பர்கள் என்று ஒளி நிரம்பிய அந்த வெளியை கண்ணீர் நனைத்தது. உறவினர்களை தேற்றுவதற்கும் உதவிக்குமாக ஒவ்வொரு கல்லறையிலும் நிறுத்தப்பட்டிருந்த போராளிகளும் பாடசாலை மாணவர்களும் அவர்களோடு சேர்ந்து அழுதுகொண்டிருந்தனர்.

சினைகையாச்சி மகன் மேல் புரண்டு புரண்டு அரற்றினாள். நெஞ்சை அறைந்து ஒப்பாரி சொன்னாள். மீன் போத்தலை பிடித்துக்கொண்டு நெற்றியால் முட்டினாள். அழுதுகொண்டே தலையைச் சுழற்றி முற்றும் பார்த்தாள். எல்லா கல்லறைகளும் நனைந்துகொண்டிருந்தன. துயிலுமில்லத்தின் பிரதான ஈகைச்சுடர் கொழுந்து விட்டு எரிந்து கொண்டிருக்க வெளிச்சத்தில் முகங்கள் எரிந்தன.

அப்போதுதான் அருகிலிருந்த கட்டப்படாத மண்மேட்டையும் அதன் தலையில் நின்ற நீதனின் பெயர் பொறிக்கப்பட்ட பலகையையும் அவளுக்கு தெரிந்தன. எரிந்துகொண்டிருந்த பந்த வெளிச்சத்தில் மேடிட்டிருந்த வெள்ளை மணல் தங்கமாக மினுமினுத்தது. அவனின் மண்மேட்டறைக்கு விளக்கேற்ற நிறுத்தப்பட்ட பெண் போராளி அருகில் தாயொருத்தி மயங்கியதால் அவளைக் கவனிக்க சென்றிருந்தாள்.

கிழவிக்கு திரும்பவும் அழுகை வெடித்தது "என்ர ராசா ஆருமில்லாமல் கிடக்கிறியேடா, உனக்காரும் இல்லையோடா என்ர அப்பனே! இஞ்சவாடா என்ர ராசா" என்று சொல்லிக்கொண்டே மகனின் கால்மாட்டில் ஒரு கையையும், நீதனின் கால்மாட்டில் இன்னொரு கையையும் பிடித்து ஒரு சேர அணைத்து பெரிதாக ஒப்பாரி சொல்லத்தொடங்கினாள்.

தலைக்கு மேலே சாம்பலாய் அந்தரித்துக்கிடந்த வானம் உடைந்து, கண்ணாடித் துண்டுகளைப்போல் பொலுபொலுவெனக் கொட்டத்தொடங்கியது.

விழாவூரெடுத்த காதை

நல்பலி பீடிகை நலம் கொளவைத்து, ஆங்கு
உயிர்ப்பலியுண்ணும் உருமுக்குரல் முழக்கத்து
மயிர்க்கண் முரசொடு வான்பலி ஊட்டி.

– இளங்கோ

01

துரிதமும் காங்கேசனும் வந்திருந்தனர். துரிதம் கொட்டிலுக்குள் போய் மரை வத்தல்கள் சிலதை எடுத்து தன் சட்டைப் பைக்குள் திணித்துக் கொண்டிருந்தாள். காங்கேசன் அவளை வெளிப்படையாகவே தன்னுடன் அழைத்துத்திரிந்தான். ஊருக்குள் காங்கேசன் புத்தி வளராதவளை ஏமாற்றிக் கொண்டிருப்பதாக பரவியிருந்த குசுகுசுப்புக்களை முடிவிற்கு கொண்டுவந்தது, சின்ராசனுக்குச் சந்தோசம். ஒரு அரிய உயிர் அவர்களிருவருக்கும் இடையில் தோன்றி வளர்ந்து கொண்டிருப்பதை வெளிப்படையாகவே இருவரும் உணர்த்தினார்கள். துரிதத்தின் நடை உடையில் மாற்றம் தெரிந்தது. குழந்தைமையில் இருந்து பெண்ணுக்கு மாறிக்கொண்டிருந்தாள். காங்கேசனிலும் வாழ்வு மீதான பிடிப்பும், பொறுப்புணர்வையும் கண்டான்.

"ஒரு பத்து பொறி ஏத்தி விடலாம் எண்டு பாக்கிறனண்ணை"

காங்கேசன் குரங்குகளைப் பிடிப்பதற்கு தேவையான பொறிகளுக்கு வரிச்சுத்தடிகளை பெற்றுக்கொள்ள துரிதத்துடன் வந்திருந்தான்.

"ஆச்சி வயல்கரைக் காணித்துண்டு ஒண்டு தாறன் எண்டவ, கொட்டில் ஒண்டு போடோணும் அண்ணை, பனைவளவு வேண்டாம். குடும்பம் எண்டால் ஊருக்க கௌரவமா வாழோணும்."

அவன் தன்னுடைய வாழ்க்கைக்குரிய முதலை, அந்தக் குரங்குகளைப் பிடித்துக் கொடுப்பதில் இருந்து ஆரம்பிக்க நினைத்திருந்தான். ஒரு குரங்கிற்கு ஆயிரம் ரூபாய் வரையில் தருவதாக அறிவிக்கப்பட்டிருந்தது. முகம் சிதைந்த தாட்டானுக்கு கீழே பல ஆயிரம் ரூபாய்கள் ஊருக்குள் சுற்றிக்கொண்டிருந்தன. காங்கேசன் வேலை என்றால் கடுமையாக உழைக்கக் கூடியவன். அவன் சும்மாயிருந்து யாரும் பார்த்ததில்லை, சின்ராசன் தான் தொழில் என்றால் அது வேட்டை மட்டும்தான் என்று நிற்பவன், காங்கேசன் அப்படியில்லை. மரமேறிக் கள்ளிறக்குவான், வயலில் இறங்கி வேலை செய்வான், விறகிற்குப் போவான். அதற்குச் சமாந்தரமாக நன்றாகச் செலவு செய்வான். கசிப்பும் பெண் சகவாசமும், கள்ளுக்கொட்டிலில் இரகசியமாக ஆடப்படும் சூதும்.

"பனைவளவிலையே மூண்டு பொறி ஏத்தப்போறன், அதுகளுக்கு தலைமைச் செயலகம் என்ர கொட்டிலைச் சுத்தித்தான் இருக்கு, முகம் சிதைஞ்சவனை பிடிச்சுப்போட்டன் எண்டால் மற்றவை அடங்கிப்போடுவினம். ஏதும் ஒண்டிலை விழாமலோ போவான், விழட்டும். அதை நான் குடுக்க மாட்டன், பாளைக்கத்தியாலை நாலு சீவு சீவி முத்தத்திலை புதைப்பன், முத்தத்திலை"

காங்கேசன் பரம்பரைப் பகையாளியை வஞ்சம் தீர்க்கும் பாவனையில் சொல்லிக்கொண்டிருந்தான். சின்ராசனுக்கு சிரிப்பும் கவலையும் ஒருசேர எழுந்தது.

"என்னடாப்பா ஆரோ ஆளைக்கொல்லுற கணக்கா நிக்கிறாய், அதுகள் பாவப்பட்ட குரங்குகள், மடை பிழைச்சுப்போச்சு எண்டு சன்னாசியாரோ, சொத்தியனோ தலைக்குள்ள ஏறி கிண்டுறாங்கள், ஏன் இப்பிடி வஞ்சம் கொண்டு நிக்கிறாய்?"

"எனக்கு அந்த ஒரு குரங்கிலை தானண்ணை கோவம், சரியா என்னை அலைக்கழிச்சுப் போட்டுது, எத்தினை ராத்திரி நித்திர இல்லை, எத்தினை முட்டியை அடிச்சு என்ர கண் முன்னாலை குடிச்சது சொல்லுபாப்பம். நீ நம்பமாட்டாய், அது எனக்கு காட்டிக்காட்டி என்ர கள்ளை குடிச்சிட்டு என்னை நக்காட்டேக்க பாத்திருக்கோணும், விசர் வரும். அட பகல்லதான் இப்பிடி எண்டா இரவிலை நின்மதியா ஒக்க கூட விடாது, நித்திரைக்கு விடாது! என்னை என்னை செய்ய சொல்லுற?"

சின்ராசன் சிரித்தான். உள்ளூர ஆத்தையை ஒரு முறை நினைத்துக் கொண்டான். மடை தடைப்பட்ட பிறகு குரங்குகளின் புத்திக்குள் ஏறியதை சீக்கிரம் இறக்கி அவற்றை இயல்புக்குத் திருப்புமாறு வேண்டிக் கொண்டான். காங்கேசன் தடிக்கட்டுகளைப் பார்க்கப் போனான்.

சின்ராசன் தன்னுடைய கொட்டிலின் பின் புறமாய் காட்டுத்தடிகளை நேர்த்தியாக வெட்டி இளைக்கயிறால்கட்டி காவிச்செல்ல எதுவாக வைத்திருந்தான். காங்கேசன் இரண்டு மூன்று பெரிய உறுதியான கட்டுகளைக் கொண்டுவந்து முற்றத்தில் போட்டான். சின்ராசன் காங்கேசனைக் கூப்பிட்டு பன்றிகளைப் பிடிப்பதற்காக உருவாக்கிய பொறி அமைக்கும் முறையை நிலத்தில் கோடுகளை வரைந்து பொறியேற்றும் நுட்பங்களைச் சொல்லித்தந்தான். தலையை நன்றாக ஆட்டிக்கொண்டிருந்தாலும் எல்லா நுட்பமும் சின்ராசனளவிற்கு தன்னுடையை கைகளில் கச்சிதமாக இறங்குமா என்ற பெருத்த கவலை காங்கேசனுக்குள்.

“அண்ணை நீயும் வந்தாயெண்டால்...” என்று ஆரம்பிக்க, சின்ராசன் வெள்சுள்ளெனெனப் பாய்ந்தான்.

“நானொண்டும் குரங்கு பிடிகாறன் இல்லை கண்டியோ, என்னை விடு நான் காட்டுக்கை இறங்காட்டியும் வேட்டைக்காரனாவே செத்துபோறன், உனக்குத்தான் காசு வேணும், நீ பிடி என்னைக் கூப்பிடாதை.”

காங்கேசன் பிறகெதுவும் கேட்கவில்லை. துரிதமும், காங்கேசனும் காட்டுத்தடிகளை எடுத்துக்கொண்டு பனைவளவை நோக்கிப் போனார்கள். ஒரு பெரிய குரங்கிற்கு ஆயிரம் வரை தருவதாக விதானையார் சொல்லியிருந்தார். வாசிகசாலை நிதியில் இருந்து அதனை வழங்க முடிவெடுத்திருந்தார்கள். துரிதத்தின் ஒரு பவுண் தாலியைச்செய்து ஆத்தைக்கு சாத்தி எடுத்து அவளின் கழுத்திலேற்றும் காட்சியை நினைத்துக்கொண்டே காட்டுத் தடிகளைச் சுமந்து சென்றான். ஊரில் சில இளைஞர்கள் பொழுது போக்காக குரங்கு பிடிப்போம் என்று கிளம்பியிருந்தாலும், சின்ராசனுதவியில்லாமல் அந்த பெரிய மூர்க்கம் கொண்ட தாட்டான்களை பிடிப்பது அத்தனை எளிதில்லை. மிஞ்சிமிஞ்சிப் போனாலும் ஒன்றிரண்டு வலட்டைக் குரங்குகளை பிடிப்பார்கள் அவ்வளவுதான். அத்தோடு பனைவளவில் உள்ள குரங்குகளை காங்கேசனளவிற்கு அறிந்தவர்கள் குறைவு.

சின்ராசன் அவர்கள் போவதைப் பார்த்துக் கொண்டே வெற்றிலைச்சரையை எடுத்து விரித்து பாக்கை வாயில் போட்டு மெல்லத்தொடங்கும் போது, நான்கைந்து ஜென்ஸ் சைக்கிள்கள் சின்ராசனின் கொட்டிலை நோக்கிவந்தன. இயக்கப்பெடியள். நான்குபேர் இருந்தார்கள். சிவில் உடையில், இடுப்பில் பெல்ட் மட்டுமிருந்தது. பழுப்பேறிய சேட்டும் ஜீன்ஸூம் அணிந்திருந்தார்கள். அரசியல் துறைக்காரரோ என்று துணுக்குற்றவன், வரட்டும் என்னெண்டு கேப்பம் என்று உள்ளே கறுவிக்கொண்டு உடலிலும் முகத்திலும் அலட்சியத்தை பரப்பிக்கொண்டு தன்னுடைய பெரிய காட்டுக்கத்தியை எடுத்து தீட்டு கல்லில் மணல் மண்ணை எடுத்து தூவி விட்டு அழுத்தித் தீட்டத்தொடங்கினான். தீட்டும் கீறீச் ஒலி காதடைக்குமளவிற்கு எழுந்தது. சைக்கிளை பூவரசின் விசால நிழலில் நிறுத்தி விட்டு நான்கு போராளிகளும் இறங்கி வந்தனர். கத்தியின் கூர் விளிம்பில் கட்டை விரலால் தடவிக் கூர் பார்த்துக்கொண்டே பார்வையை அவர்கள் மீது நிமிர்த்தினான்.

“வணக்கம் அண்ணை, இஞ்ச வேட்டைக்குப்போற சின்ராசன் எண்டுறது?”

“இப்ப வெறும் சின்ராசன் தானப்பு, நான் தான். என்ன விசயம்?”

“அண்ணை நான் பகலவன், இவங்கள் கதிர், ஆலவன், மிதிலன். மூவரும் சின்ராசன் கண்களைச் சந்தித்து சினேகமாக தலையாட்டினர்.

பகலவன் தொடர்ந்தான் “முரசுமோட்டை இம்ரான் பாண்டியன் படையணி பேசில இருந்து வாறம். உங்களிட்ட ஒரு உதவி கேட்டு வர பொறுப்பாளர் அனுப்பினவர்”

பெடியள் அரசியல் துறைக்காரர் இல்லை என்றதும் சின்ராசனின் முகத்திலிருந்த அலட்சியம் மறைந்தது.

“ஆர் உங்கடை பொறுப்பாளர்? என்ன உதவி?”

“மறவன்புலவு செல்வம் எண்டு சொன்னால் உங்களுக்கு தெரியும் எண்டவர்.”

“ஓமோம் செல்வத்தானோ, இப்ப எங்கை நிக்கிறான்?”

“இப்ப அவர்தான் எங்கட பொறுப்பாளராய் இருக்கிறார், அவர் உங்களிட்ட ஒரு உதவி அவசரமாய் கேட்டு வரச்சொன்னவர்.”

“முதல் பயிற்சி குடுக்கிற வேலை எண்டெல்லோ சொன்னவன், என்ன விசயமப்பு அவனுகில்லாத உதவியோ?”

“ஒரு கூழக்கிடாய் தூங்கல் சவ்வு வேணுமண்ணை”

“ஏன் ஆருக்கு முள்ளு நெரிஞ்சது?”

“செல்வமண்ணேன்ர சின்னவளுக்கு, முல்லைத்தீவுல இருந்து மீன் கொண்டு வந்து குடுத்தவர், பிள்ளை சாப்பிடேக்க முள்ளு தொண்டேக்கை நிண்டிட்டு, டொக்ரடிட்ட கொண்டு போனால் ஒப்பிரேசன் செய்துதான் எடுக்கோணும் எண்டுறார்.”

“என்னத்துக்கடாப்பா ஒபிரேசன், தூங்கல் சவ்வு ரெண்டு நாளிலை கரைச்சுப்போடும்” சின்ராசனுக்குள்ளிருந்த வேட்டைக்காரன் துள்ளி எழுந்தான்.

போராளிகளின் முகத்தில் உற்சாகம், “அப்ப எடுக்கலாமோ அண்ணை?”

“இதென்னடாப்பா கேள்வி ஒரு ஈயத்துண்டு காணும் எனக்கு, காட்டுக்கரை சதுப்பெல்லாம் இப்ப கூழக்கிடாய்தானடாப்பா மேயும்” சொல்லிக்கொண்டிருக்கும் போதே சின்ராசனின் உற்சாகக்குரல் தேய்ந்து அடங்கியது.

“ஆனால் தம்பியவை என்னட்ட இப்ப இடியனில்லையடாப்பா”

"ஏன் அண்ணை ஏதும் பழுதோ?"

சின்ராசன் விசயத்தைச்சொன்னான்.

"ஒண்டும் யோசிக்காதேங்கோ அண்ணை, செல்வமண்ணை ஏதும் செய்வார். நாங்கள் பேசுக்குப் போய் அண்ணையோட கதைச்சிட்டு ஓடிவாறம்" புறப்பட்டுப் போனார்கள். சின்ராசனுக்கும் துவக்கு போனதிலிருந்து சிக்கிய முள் இன்னும் குத்திக் கொண்டுதானிருக்கிறது.

செல்வத்தின் குழந்தையை நினைத்துக்கொண்டான்.

"என்ர ஆத்தை" நகுலாத்தையிருந்த திசையில் நிமிர்ந்து வானத்தைப் பெருமூச்சால் நிறைத்தான்.

……

சின்ராசன் ஆத்தை வளவுக்குள் நுழையும்போது ஏறுவெய்யில். நேரம் பத்தரை அல்லது பதினொன்று இருக்கலாம். இளம்பச்சை நிறத்தில் புது இலைகளை காற்றுக்கு விரித்திருந்த அரசமரத்தின் பெருநிழலுக்குள் புகுந்தான். யாரோ கற்பூரம் கொழுத்தியிருந்தார்கள். சுவாலை காற்றில் கற்பூர நாற்றத்தை கலந்து கொண்டு வந்தது. சின்ராசன் கண்களுக்குள் இமைகளைப் புதைத்து ஆழத்திற்கு இறங்கி ஆத்தையைத் தொழுதான். கற்பூரச் சுவாலைக்கு மேலே கைகளால் காற்றைக் கவ்வி முகத்தில் அப்பினான். பச்சைநீற்றை எடுத்து நெற்றியில் பூசிக்கொண்டு ஆத்தையின் வலது பக்கமாக நடந்து அரசின் பின்பக்கம் போனான். தாழ்ந்து நிலம்வரை படர்ந்த பெரிய கிளைகளில் தொட்டில்களும், பாவைப்பிள்ளைகள் உறங்கும் ஏணைகளும் மிதந்துகொண்டிருந்தன. பாவைப்பிள்ளைகளை மூடி அரசஞ்சருகுகள் கொட்டிக்கிடந்தன. தொட்டில்கள் நிரம்பி இலைவழிந்தது. ஊரினுள் விளையாடித்திரியும் சிறுமிகளோ சிறுவர்களோ யாருமில்லா நேரத்தில் ஏணைகளுக்குள் நேர்ந்து வளர்த்தப்பட்ட பாவைப் பிள்ளைகளை சந்தடியில்லாமல் எடுத்துக்கொண்டுபோய், தமது விளையாட்டுப் பொருட்களுடன் சேர்த்துக்கொள்வார்கள். முடிந்தால் புதுச்சட்டை போட்டு புதுப்பெயரும் வைத்துக்கொள்வார்கள். அப்படி பாவைப்பிள்ளைகள் காணாமல்போன நேர்த்தி ஏணைகளை நோக்கிச்சொரியும் சருகுகள் ஏணைக்குள் அடர்ந்து வயிற்றை உப்பலாக்கி ஏணை சுருங்கிவிடாமல் பாவைப்பிள்ளையொன்று இருக்கின்றதைப்போல ஒரு போலிக்காட்சியை உருவாக்கிவிடுவதால் நேர்த்திக்காரர்களுக்கும் சரி, ஏணைகளை எட்டிப்பார்க்காதவர்களுக்கும் சரி, பாவைப்பிள்ளை காணாமல் போனது தெரியாமலேயிருக்கும். எனினும் ஊர்குழந்தைகளினிடையே ஆத்தைக்கு நேர்ச்சை வைத்த பாவைப்பிள்ளையை திருடினால் "சலக்கடுப்பு" வரும் என்ற

நம்பிக்கையொன்று தலைமுறைகளாக இருந்தது. எனினும் பாவைப் பிள்ளைகள் காணாமல் போய்க் கொண்டுதானிருந்தன.

தொட்டில்களும் ஏணைகளும் கட்டப்பட்ட உயர்ந்த கொப்புக்களின் கீழே ஓடும் கைக்கெட்டும் கிளைகளில் பச்சை நீலம் சிவப்பு மஞ்சள் என்று பட்டுத்துணிகள் நாணயம் முடியப்பட்டு கட்டப்பட்டிருந்தன. சின்ராசன் கடகத்தை எடுத்து வந்து அரசடியில் வைத்தான். சுற்றிக்கட்டியிருந்த பட்டுக்களை எல்லாம் அகற்றி கொண்டு போய் கீரிக்குளத்தில் கொட்டிவிட்டு வந்து ஆத்தையின் வளைகொட்டில் கூரையை பிரித்து அகற்றி புதுக்கிடுகு அடுக்கி வேய்ந்து முடிக்க வேண்டும். திருவிழாவிற்கான ஏற்பாடுகள். துரிதம் தான் கைப்பட பின்னிய கிடுகுகளை அடுக்கி இரண்டு கொங்கிரீட் கற்களை அதன் மேல் வைத்திருந்தாள். ஒரு மாதம் முழுவதும் ஆத்தையின் கொட்டிலை வேய்வதற்கான அவளுடைய உழைப்பு. காங்கேசன் மதியத்திற்குப் பிறகு, கொட்டிலை மேய்வதற்கு வருவதாகச் சொல்லியிருந்தான். விறு விறுவென விரல்கள் இயங்கின. பட்டுத்துண்டுகளை அவிழ்க்கத்தொடங்கினான். அறுத்தான் என்றுதான் சொல்ல வேண்டும் நேர்ச்சையின் இறுக்கத்தையேற்றி அத்தனை இறுக்கமாக கட்டியிருந்தார்கள். சில பட்டுத்துணிகள் உக்கியிருந்ததால் இலகுவாகக் கையோடு வந்துவிட்டன. ஏணைகளில் இருந்த சருகுகளை அகற்றத்தோன்றவில்லை. ஆச்சி கொஞ்ச நேரத்தில் வந்து விடுவாள். கடகம் பட்டுத்துணிகளால் நிறைந்தது. நாணயக்குற்றிகளை ஒரு மாட்டுத்தாள் பையில் போட்டு நிரப்பினான்.

செல்வத்தின் நினைப்பு ஓடியது. கிளாலி இடம்பெயர்வின் போது சனத்தை ஏற்றிவர சின்ராசன் சண்முகத்தின் மிசினில் போன போது செல்வம் அங்கே வோக்கியுடன் கிளியரன்ஸில் நின்று கட்டளைகளைக் கொடுத்துக்கொண்டிருக்கும் போது கடற்படையின் சினைப்பர் தாக்குதலில் காயமடைந்தான். தொடை சிதைந்து போயிருந்தது. அந்த நேரம் பார்த்து இயக்க வாகனங்கள் எதுவும் கிடைக்காது போக, சண்முகமும் சின்ராசனும்தான் டிராக்டர் பெட்டியில் போட்டு செல்வத்தை மெடிக்ஸில் கொண்டு வந்து சேர்த்தார்கள். செல்வம் அருமையான மனிதன் என்பது சின்ராசனின் கணிப்பு. சின்ராசனுக்கு அவனுடைய குடும்பத்தை தெரியாது. ஒரு நாள் கிளிநொச்சியில் நீதிமன்ற வளாகத்தின் முன்னாலிருந்த தேத்தண்ணிகடையில் சின்ராசனைக் கண்டுவிட்டு அண்ணை என்று வாஞ்சையாக அணைத்துக்கொண்டான். திருமணமாகி இரண்டு பெண் பிள்ளைகள் என்று சொல்லியிருந்தான். மனைவியும் போராளியாக முக்கிய பொறுப்பிலிருந்தாள். திருவையாற்றில் மனைவியும் பிள்ளைகளும் இருப்பதாகவும் தான் முல்லைத்தீவில் இம்ரான் பாண்டியன் படையணியில் பயிற்சியாளராக இருப்பதாகவும்

சொன்னான். மிகவும் சந்தோசமாகப் பேசினான். சின்ராசன் பையில் இருந்த ஒரு பங்கு பன்றியிறைச்சியை எடுத்துக்கொடுத்தான். எதையும் இனாமாக வாங்காதவன் பையிலிருந்த ஐநூறை எடுத்துத்தந்தான். இரண்டு வருடங்களுக்கு மேலிருக்கும், அவனைச் சந்தித்து.

"என்னடாப்பா நீ செஞ்ச சண்டைக்கு இத்தறிக்கு கட்டளைத் தளபதியா எல்லோ இருந்திருக்கோணும், நீ பயிற்சி குடுக்கிறன் எண்டுறாய்?"

"இயக்கத்திலை கொள்கையளவிலை சாதி சமயம் இல்லை எண்டுறது நல்ல விசயம்தான் அண்ணை, ஆனால் எங்கடை சனத்துக்கு உள்ளுக்கு இருக்கிறதுகள் சிலது இயக்கத்துக்கையும் இல்லையெண்டு சொல்லேலாது பாருங்கோ, பெரிய இடங்கள் சிலதைக் கடக்கோணும் எண்டால் எல்லாத்தையும் சமாளிச்சுத்தான் ஆகோணும். அண்ணை என்னை நம்புறார், நான் அவரை நம்புறன். பதவி பவுசெல்லாம் வேணுமோ, தமிழீழம் வேணுமோ எண்டு யோச்சிச்சுப் போட்டுதான் ரெயினிங் குடுக்கிறன் எண்டு கேட்டுவாங்கின்னான், என்ர கையாலை போன பெடியள் இன்னும் ஒண்டும் பிழைக்க விடேல்லை. அண்ணைக்கு அது தெரியும். தச்சலும் செல்வம் வீர்ச்சாவெண்டால் என்ன ராங் குடுக்கிறாங்கள் எண்டு இருந்து பார் சின்ராசண்ணை!"

சலிப்பாகத்தொடங்கி பெருமை பிடிபட நீண்டது செல்வத்தின் பேச்சு.

"விசர் கதை கதைக்காதையடாப்பா, எல்லாருக்கும் தெரியும் செல்வம் ஆர் எண்டு, மாறன் இருந்திருக்கோணும், இண்டைக்கு உன்னை எங்கை வைக்கோணுமோ அங்கை வச்சிருப்பான்."

"மாறன் அண்ணைக்கு நடந்ததோட பாக்கேக்கை எனக்கு என்னண்ணை குறை, இண்டைக்கு மாறன் அண்ணை இருக்க வேண்டிய இடங்களிலை ஆரெல்லாம் இருக்கினம், விடண்ணை விடு."

செல்வம் சின்ராசன் மேல் வைத்திருந்த நம்பிக்கைதான் அவனுடைய நட்பின் கனம். சின்ராசனிடம் சொன்னதை வெளியில் யாரிடமாவது சொல்லி பிழையான காதுகளில் விழுந்தால் செல்வம் இருந்த இடமே தெரியாமல் துடைத்தழிபட வாய்ப்பிருந்ததை சின்ராசன் நன்கறிந்திருந்தான்.

"ஒரு வேளை சாப்பாட்டுக்கு விசுவாசமும் நட்பும் மாறாமல் இருக்கிற இயக்கமும் இருக்குத்தானடப்பா, குறை நிறை இருந்தாலும் எல்லாம் வெல்லுவம் ஒண்டும் யோசியாத"

சின்ராசன் விடைபெறும் போது சிரித்த செல்வத்தின் சிரிப்பு காலாகாலத்திற்கும் இம்மியளவும் சுத்தம் குறையாது என்று தோன்றியது.

அவனுக்கு இன்றொரு அந்தரமான சூழ்நிலையில் கூளைக்கிடாயை கூட கொண்டுவரமுடியாத வேட்டைக்காரனாக நிற்பது அனலெழுப்பியது. சவ்வு கேட்டு வந்த போராளிகள் வந்து போன மறுநாள், எழுந்து பொழுது புலர்வதற்குள் காட்டுப்பக்கமாக நடந்துபோய் சதுப்பு தரவைகளை நோட்டம் விட்டான். தரவைகளில் நீர்மட்டத்திற்கு அங்காங்கே எழுந்து நின்ற புதர்களில் கூளைக்கிடாய் குஞ்சுகளின் ஒலி கேட்டுக்கொண்டிருந்தது. நெடுந்தூரக் கடல்மேல்ப்பயணிகளான கூளைக்கிடாய்கள் வரத்தொடங்கிவிட்டன. நாள் முழுக்க அங்கே ஆயிரக்கணக்கில் வந்து இறங்கும். குஞ்சுகளுடன் சதுப்பில் எழுந்து நிற்கும் புதர்களில் கட்டப்பட்ட கூடுகளில் இருப்பவை போக மீதி காட்டிலிருக்கும் பெரிய பாதுகாப்பான மரங்களில் இரவைக்கழிக்கும். புலர்ந்த பிறகு கூட்டம் கூட்டமாக வந்து இறங்கி மேயும். மழைக்காலம் தரவைகளை நிரப்பி மீன்களைச் திரளச்செய்திருந்தது. தை தொடங்கி வைகாசி வரை வலசைக்கு இறங்கும் ஆயிரக்கணக்கான பறவைக் கூட்டங்களை கண்களுக்குள் நிரப்பிக்கொண்டு அங்கேயே இருந்து விடலாம்.

கூளைக்கிடாய்கள் வான் நிறையை கெவ்விக்கொண்டே தரவையை மொய்த்து இறங்கியிருந்தன. போய்பார்த்துவிட்டு வந்தானே தவிர மீண்டும் இடியன் கிடைக்கும் என்று நம்பிக்கை அறவேயில்லை. இருந்தாலும் எழும் நப்பாசையின் அருட்டலில் மீண்டும் காலையில் தரவைப்பக்கம் போனான்.

“கல்லாலை எறிஞ்சாவது செல்வத்துக்கு ஒரு தூங்கல் சவ்வு எடுக்கிறன்” என்று கறுவினான். அவை மைனாவோ கிளியோ இல்லை. கூளைக்கிடாய்கள் கற்களாய் மறிந்து விழுந்துபவைவிற்கான சந்தர்ப்பங்களை அவை நூறில் ஒரு பங்குதான் மனிதர்களுக்கு வழங்கும். கழுகுகளோ ஏனைய வேட்டை சீவன்களோ கூடக் கூளக்கிடாய்களை பிடிப்பதற்கான எத்தனங்களைச் செய்ய துணியாது.

ஆத்தை வளவை குளத்திலிருந்து வந்த புத்துக்காற்று கடந்தது. மதிய வெக்கை ஒருகணம் அடங்கி குளிர்ந்தது. உடலை மயிர்க்கூச்செறிந்தது. இரைச்சல் கேட்டது. வயல்நடுவே ஆத்தை வளவை நோக்கி வரும் மண்வீதியில் இரண்டு மோட்டார் சைக்கிள்கள் வந்து கொண்டிருந்தன. அவர்கள்தான். சின்ராசன் வாசல் பக்கம் போனான். வளவுக்கு முன்னால் நின்றிருந்த வேம்பின் நிழலில் வந்து தரித்த போது இரண்டாவதாய் வந்த மோட்டார் சைக்கிளில் பின்னால் இருந்து வந்த கதிரின் தோளில் மாட்டுத்தாள் பேப்பரில் சுற்றப்பட்டிருந்த இடியன் தொங்கியது. சின்ராசன் ஆர்வம் பீறிட்டெழ காற்றில் நடந்து அவர்களை நோக்கிப்போனான்.

...

செல்வம் தானே கதைத்து விந்தனிடமிருந்து இடியனை வாங்கியிருந்தான். துவக்கு வாங்கப்போன போது போராளிகளிடம் விந்தன் "என்னடப்பா பேஸில துவக்கு இல்லையோ இடியன் வேணுமெண்டு திரியிறியள்?" நக்கலாகத் தொடங்கினான். அதற்குள் பகலவன் கடுந்தொனியில் இடைவெட்டி,

"இயக்கத்தில துவக்கு எதிரியைச்சுடத்தான் அண்ணை, வேட்டைக்குப் போறதுக்கில்லை"

"இப்ப பெடியளுக்கெல்லாம் வாய் கூடத்தான் என்னடாப்பா?" விந்தன் தனது விசமச்சிரிப்புடன் சொன்னான்.

பகலவன் அலட்சியமாய்ப் பார்த்தான். விந்தன் தொடர்ந்து,

"அந்த சின்ராசன் ஒரு பேயன், வேலை முடிஞ்சதும் துவக்கை என்னட்ட கொண்டுவந்து ஒப்படைக்க வேண்டியது உம்மட பொறுப்புத்தான். கடிதமொண்டு ஒவ்விஸில குடுத்திட்டு கொண்டு போம்"

சின்ராசனிடம் பகலவன் நடந்த சம்பாசணையைச் சொல்லிக்கொண்டிருந்த போதும் சின்ராசனுக்கு எதுவும் கேட்கவில்லை. துவக்கு தோளில் தொங்கும் மிதப்பில் அடியில் குளிர்ச்சியும் மேற்பரப்பில் வெப்பமும் பரவிய தரவை நிலத்தில் முன்னேறிப் போய்க்கொண்டிருந்தான். ஜீன்ஸை உருட்டி முழங்கால் வரை ஏற்றிக்கொண்டு போராளிகள் நால்வரும் அவனைத்தொடர்ந்து நடந்தனர். ஒவ்வொரு முறை கால் வைக்கும் போதும் எழும் சளக் சளக் என்ற சேற்றின் குரலும் தாவரங்கள் அழுகிக் கலந்து போன சேற்றின் நாற்றமும் மூக்கை உறிஞ்சிக்கொண்டனர்.

"அண்ணை இன்னும் எவ்வளவு தூரம் போகோணும்?"

"உந்தா கோழி பறக்கிற தூரமடாப்பா" சின்ராசன் தொடுவானப்பக்கம் காட்டினான். கண்ணுக்கெட்டிய தூரம் வரை சதுப்பு நிலமும் அதன் மேல் பரவிய கண்டல் புதர்களும் பரவியிருந்தன. பறவைக் கூட்டங்கள் தலைக்கு மேலாக இவர்களை கடந்து பறந்து போயின. காற்றில் கனத்த பறப்பொலியின் சீரான சந்தமும் அகவல் சத்தமும் அடிக்கடி கேட்க நிமிர்ந்து நிமிர்ந்து பார்த்து கழுத்து வலித்தது அந்த இளம்போராளிகளுக்கு. இவ்வளவு தாழ்வாக பறந்து போகும் பறவைப் பெருங் கூட்டங்களை அவர்கள் முன்பு கண்டதேயில்லை. செங்கால்நாரைகள், கொக்குகள், நீர்க்காகங்கள், கூளைக்கிடாய்கள் என்று வானம் வலசைக்கு திறந்திருக்க சாரிசாரியாக தரவைக் காட்டுப்பக்கமாப் போயிறங்கின.

“பங்குனியிலை மாரிமுகில் மாதிரி வந்து குவியுங்கள், பாத்துக்கொண்டே இருக்கலாம். எல்லாம் வெளிநாட்டானுகள். மாசக்கணக்கில பறந்து இஞ்ச வரும், காலில நம்பர் கட்டினது கமரா கட்டினதெல்லாம் நான் கண்டிருக்கிறன்” சின்ராசன் பெருமிதமாகக் குரலை வானத்துக்கு அனுப்பினான்.

“அமெரிக்கா இப்பிடித்தானே எல்லா நாட்டையும் உளவு பாக்கிறவன்” கமரா பற்றிச்சொன்னதும் மிதிலன் சட்டென்று சொன்னான்.

“அண்ணை கூழக்கிடாய் எப்பிடி இருக்கும் எனக்கு தெரியாது, முதல் செல்வமண்ணை சொல்லேக்க நான் ஏதோ கிடாய் ஆடு எண்டு நினைச்சன்”

சின்ராசன் பலமாகச் சிரித்தான், மென்று கொண்டிருந்த வெற்றிலை உதட்டால் ஒழுக விரலிரண்டை வாயில் வைத்து துப்பி விட்டு,

“அதுகும் ஒருவகை கொக்குதானடாப்பா, உவள் சின்னாத்தை ஏதோ இங்கிலிஸ் பேர் சொன்னவள், பெலிக்கனோ... சிலிக்கனோ... ஏதோ ஒண்டு. நல்லா கிழண்டின கூழக்கிடாய் ஏழெட்டு கிலோ வரைக்கும் இருக்கும் என்ர இடுப்பளவு உயரடத்துக்கு சிவந்த காலை நிமித்தி நிக்கும். சும்மா நேரங்களிலை கூனிக்கொண்டுதான் மேயும். நல்ல பெரிய வளைஞ்ச சொண்டு, சொண்டின்ர கீழ் பக்கம் பெரிய சவ்வு வளந்து கழுத்துவரைக்கும் நீண்டு இரப்பை வாசல் வரைக்கு தூங்கும். கூழக்கிடாய் வாயை திறக்கும் பொது குகை மாதிரி இருக்கும், அப்பிடியே தண்ணியை கோலி மீன்பிடிக்க பிடிக்க தூங்கல் சவ்வு பெருத்துக்கொண்டு போகும், தூங்கல் சவ்வு முட்டினவுடனை மரத்துக்கு பறந்து போய் இருந்துகொண்டு சாப்பாட்டை இரைப்பைக்கு செரிக்க அனுப்பும். இல்லையெண்டால் குஞ்சுக்கு குடுக்கும்”

“அந்த தூங்கல் சவ்வுக்குதான் அதுகளை சுடுறதோ?”

“தூங்கல் சவ்வு மட்டுமில்லையாடப்பு, ஏழெட்டு கிலோ இறைச்சி, இறைச்சியெண்டா இறைச்சி, சும்மா முயலிறைச்சி போல பதமா இருக்கும், நல்லா பொரிச்சு பிரட்டிக் குழம்பு வச்சு பச்சையரிசி சோத்த கொஞ்சம் கரைஞ்ச பதத்திலை இறக்கி சூடு இறங்க முதல் குழச்சு அடிச்சா தேன்தான்”

“அண்ணை சொல்லவே நாக்கூறுது நான் சாப்பிட்டதெயில்லை”

“இப்ப சுட்டால் தூங்கல் சவ்வு காய நாலைஞ்சு மணித்தியாலம் வெயிலில போடோணும். அதுக்கிடையில விழுறதைச் சமைப்பம்”

அவர்கள் அலாதியாகத் தலையாட்டினார்கள்.

சின்ராசன் “உந்தா உந்த தாளங்காட்டை தாண்டீட்டமெண்டால் அந்தப்பக்கம் ஆக்கள் மொச்சு கிடப்பினம்.” சின்ராசன் நன்கு ஓங்கி ஈரத்தரவையில் தமது மூச்சு வேர்களின் நடுவில் வளர்ந்திருந்த தாளைத் தொகுதியைச்சுட்டிக்காட்டினான். சிவப்பு மஞ்சள் நிறத்தில் அனேக தாளம்பழங்கள் பழுத்து தொங்கின. வெய்யில் சூட்டில் தாளம்பூ வாசனை மூக்கை உறிஞ்சியது. தாளைகளின் நிழலில் ஈரம் குறைவாக இருந்த இடத்தில் ஆசுவாசமாக அமர்ந்தனர்.

“தாளேக்க பாம்பிருக்கிறதெண்டு சொல்லுறவை என்ன அண்ணை?”

சின்ராசன் சிரித்தான், “தம்பி இது கீரிப்பிள்ளை மேடு, இஞ்ச பாம்புக்கு விலக்கு”

“நீ எந்த இடமடாப்பு?”

“புளியம்பொக்கணை நாதம்பிரான் கோயிலுக்கு கிட்ட அண்ணை” என்றவன் தனது நண்பர்களுக்கு கீரிப்பிள்ளை மேட்டில் பாம்புகள் வராதாம் என்று விளக்கினான். சின்ராசன் குரலை வாங்கிக்கொண்டு பேசாமல் நடந்தான். நெஞ்சுக்குள் பாம்பு நெழிந்தது.

தாளங்காட்டிற்கு மறுபுறம் சட்டென யாரோ வரைந்து வைத்தாற்போல் பெரிய நீர்வெளி தோன்றியது. அவர்கள் வாயடைத்தே போனார்கள். அந்த சதுப்புப்பரப்பு பறவைகளால் நிறைந்திருந்தது. செங்கால் நாரைகள், கூளைக்கிடாய்கள், நீர்க்காகங்கள், இன்னும் பெயர்தெரியாத பறவைகள், ஒவ்வொரு கூட்டத்தின் அகவல் சத்தமும் காற்றில் சிறகுகள் மோதும் விசுக்கொலியும் நிறைந்து கொண்டேயிருந்தது. மத்தியான வெய்யில் தலைக்கு சூட்டைப்பரப்பி எதிரில் கானலை வழிய விட்டது. கானலின் அசைவுக்கு நடுவே பறவைகள் கண்ணாடி போத்தலுக்குள் அசைபவை போல வானத்தை நிறைத்து இறங்கியும் எழுந்தும் பறந்துகொண்டிருந்தன. சின்ராசன் ஒரு கூழைக்கிடாய்க் கூட்டத்தைக் காட்டினான். தங்களுடைய பெரிய சவ்வு தூங்கும் சொண்டுகளை நீரினுள் குழாய்களைப் போல அமிழ்த்தி எடுத்து மீன்களை தொண்டைக்கு முன்னே உப்பியிருந்த தூங்கு சவ்விற்கு அனுப்பிக்கொண்டிருந்தன. இடுப்பளவு நீரில் இறங்கி கண்டல் புதரொன்றில் நுழைந்து ஐவரும் அந்தக்கூளைக்கிடாய்க் கூட்டத்தை நோக்கிப்போயினர். சின்ராசன் ஆக்காட்டிகள் ஏதும் புதர்களுக்குள்ளோ வானத்திலோ தென்படுகின்றனவா என்று பார்த்துக்கொண்டே கண்டல் தாவர அடர்த்தியை விலக்கிக்கொண்டே நடந்தான். ஆக்காட்டிகள் இவர்களை கண்டு விட்டால் மொத்த பறவைக்கூட்டமும் எழுந்து தூரம் போய்விடும். எல்லாம் கேட்டுவிடும். மாலைவரை காத்திருக்க வேண்டியிருக்கும். வானத்திற்கு தலைகாட்ட வேண்டாமென்றும்

கண்டல் செடிகள் உடைந்தால் ஒழுகும் பால் கண்களில் தெறிக்காமல் பார்த்துக் கொள்ளச்சொல்லியும் அவர்களிடம் எச்சரித்துவிட்டு சின்ராசன் நீரில் நகர்ந்து போனான். கண்கள் கூராகி உடலில் அத்தனை நிதானம் இடுப்பு பெல்டை நெஞ்சுக்குக்குறுக்காக ஏற்றியிருந்தான். ஈயமும் சக்கைகளும் இருந்த பெல்ட்டுடன் பொருத்தப்பட்ட தோல்பை நடு நெஞ்சில் நின்றது. இடியனை ஒற்றைக்கையில் தாங்கியிருந்தான்.

புதரினுள் இருந்து எட்டிப்பார்த்து, கூளைக்கிடாய்களைக் கண்டதும் போராளிகள் விக்கிப்போனார்கள்.

“அண்ணை, இதென்ன பெரிய ஆட்டுக்கிடாய் மாதிரி நிக்குதுகள்” கதிர் கொஞ்சம் இரைந்தே கேட்டுவிட்டான்.

சின்ராசன் அவன் குரலைக் கையமர்த்தினான், நல்ல முதிர்ந்த கூளைக் கிடாயொன்றை சின்ராசனின் கண்கள் தேடிக்கொண்டிருந்தன. இவர்கள் வேட்டைக்கு வந்ததை மறந்து அந்த கூளக்கிடாய்களின் பெருத்த உடலழகிலும், அவை நீரிலிருந்து மீன்களை கழுத்துக்கு நிரப்பும் அழகையும் பார்த்துகொண்டிருந்தனர். நீரிலிருந்து கவ்வியெடுத்த மீன்களை காற்றில் எறிந்து வழுக்கி விடாமல் பிடித்து ஒரே லபக்கில் துடிக்கத்துடிக்க தொண்டைக்குள் இறக்கின. அவற்றினுடைய கெவ்வல் சத்தம் கூட்டாக எழுந்தது. ஐம்பது அறுபது பறவையிருக்கும் கூட்டமது. அதற்குள் இளையது எது, முதிர்ந்தது எதுவென்று இவர்களுக்கு சரியாக மட்டுப்படவில்லை. எல்லாம் ஒரே தினுசில் இருப்பது போலத் தோன்றியது. ஆனால் சின்ராசனின் கண்கள் கூட்டத்தினுள் ஓடின ஒன்றில் பார்வையை நிறுத்தினான். பார்வையை எடுக்காமல் இடியனை தோளில் இருத்திக்கொண்டு ஈயத்தை எடுத்து சக்கையுடன் சேர்ந்து இடி கம்பியால் இடித்து வேக வேகமாக நிரப்பினான். இடியனை பிடித்துக் கொள்கிறேன் என்று உதவிக்கு போன மிதிலனை மறுத்து தள்ளி நிற்கும்படி சொன்னான். இடியனை நீட்டி புதர்களுக்கு நடுவில் நுழைத்தான். ஒருமுறை நிதானித்து எண்ணத்தை உள்ளே உறையவைத்துக் கொண்டான் உடல் விறைப்பேறியது. கைகள் இறுக “என்ர ஆத்தை!”

இடியன் வெடித்தது.

கூளைக்கிடாய்க் கூட்டம் கலவரச் சத்தமெழுப்பிக் கொண்டே வானத்திலெழுந்தன. இடியன் வெடித்த சத்தத்தை விடவும் அவை காற்றில் பெருங்கெவ்வலுடன் சிறகுகளை உதைத்து எழுந்த சத்தம் காதடைத்தது. புதருக்கு எதிரே எழுந்த அந்த பெரிய கூளைக்கிடாய்கள் விரித்த சிறகுகள் புதருக்கு மேலே சூரியனை மறைத்து ஒரு பெரிய நிழல் பரப்பை உண்டு பண்ண வெக்கையில் எரிந்துகொண்டிருந்த

தேகத்தில் சில நொடிகள் குளிச்சி பரவி அகல்வதை உணர்ந்தார்கள். அந்த பிராந்தியமே சுற்றிச்சுற்றி எழும் பறவைகளால் நிரம்பியது. அகவல் சத்தம். எச்சரிக்கை குரல்கள் பெருகி நிறைந்தவண்ணமிருந்தன. சின்ராசன் இடியனைத்தோளில் போட்டுக்கொண்டே கூளைக்கிடாய் கூட்டம் எழுந்து பறந்த அவற்றின் மேச்சல் பகுதியை நோக்கி நீர்ப்பரப்பில் லாவகமாக உடலை அசைத்துகொண்டே வேகமாக நகர்ந்து போனான். வெடிபட்ட முதிர்ந்த கூளைக்கிடாய் நீரில் சாய்ந்து அமிழ்ந்து கொண்டிருந்தது. சின்ராசன் பாய்ந்து சென்று அதன் பெரிய கால்களைப் பற்றித் தூக்கினான். அதனுடல் இன்னும் துடித்துக் கொண்டிருந்தது. கூளக்கிடாயின் தலையைத் தொங்க விடாமல் தன் கழுத்தின் பின்புறம் சுற்றி கூளக்கிடாயை தோளில் போட்டான். அப்படியே நீரில் நடந்தான்.

“வேகமா வாங்கோடாப்பா, உடம்புச்சூடு அடங்க முதல் சவ்வ வெட்டி எழுக்கோணும் இல்லையெண்டால் கிழிஞ்சு போகும்”

துடித்து அடங்கும் அந்தக் கூளைக்கிடாயின் பாதி நனைந்தும் மீதி வெம்மையுடன் இருந்த உடலும், நீர் பட்டு மணக்கும் அதன் கொச்சை நாற்றமும் அப்படியே சின்ராசனில் பரவியது. கண்கள் சொருக அடங்கும் கூளக்கிடாயின் வயிற்றில் ஈயம் பாய்ந்து, குருதியுறைந்த காயம் வானத்தை நோக்கி தன்னுடைய புதுச் சிவப்புக் கண்ணைத் திறந்திருந்தது.

நெடுநாட்களின் பின்னான வேட்டையின் உன்மத்தம் தலைக்கேறிய மிதப்பில் சின்ராசன் அந்த நீர்ச் சதுப்பிலிருந்து நிலத்துக்கேகும் வனதேவனைப்போல நீர்ப்பரப்பை மேவி நடந்தான். உடல் நெடியதாய் எழுந்து விடைப்பாகி நினைப்பு முழுவதுமாய் அழிந்து கண்ணில் வெறிகூடியிருந்தது. அவர்கள் புறப்படும்போது துவக்கை எடுத்துப் போய்விடுவார்கள் என்பதை முழுவதுமாக மறந்திருந்தான் அந்த வேட்டைக்காரன்.

02

புதர்களுக்கு நடுவே குறுணிக்காட்டை நோக்கியோடும் வண்டில்பாதை. சைக்கிள் டயரை நெருஞ்சிகள் தைக்கலாம் என்ற எச்சரிக்கையுணர்வுடன் சைக்கிளைச் செலுத்த வேண்டும். வெரோனிக்கா, மணல் வெளித்துக்கிடந்த இடமாய்ப்பார்த்து சைக்கிளைச் செலுத்திச்சென்றாள். தோல் எரியும் வெக்கை. கழிநீர்வாளி தளம்பி சட்டையில் சிதறிவிடாமல் விளிம்பைக் கெட்டியாகப் பிடித்துக்கொண்டே தாமரை பேச்சுக்கொடுத்தாள். தமயந்தியின் பேறுகாலம் நெருங்குவதை ஞாபகப்படுத்தினாள்.

“அக்கா பயப்பிடுறாவோடி தாமரை?”

“பயமாய்தானே இருக்கும். சின்னனா இருக்கேக்க, தனக்கு பிள்ளை பெறுற எண்டா என்னெண்டே தெரியாதாம். அவான்ர அம்மான்ர வைத்தில சிசேரியன் செய்த தழும்பு இருந்திருக்கு. அத பாத்திட்டு கோழி முட்டைபொரிக்கிற மாதிரித்தான் வயித்த கிழிச்சுக்கொண்டு குழந்தை பிறக்குமெண்டு நினைச்சுக்கொண்டு இருந்தவாவாம் அப்ப தொடங்கின பயம் விபரம் தெரிஞ்ச பிறகும் போகேல்லையாம்.”

வெரோனி சிரித்தாள். இதைத் தாமரைக்கு சொல்லும் போது தமயந்தியாக்காவின் முகம் சிணுங்கும் குழந்தையின் சாயலில் மாறிப்போயிருக்கும். நீரில் கைகளை மோதி அளையும் போதெழும் நீர்ச்சிரிப்பு. குழந்தைக்கு கதை சொல்லும் அவளுடைய பாவனை, எல்லாவற்றிக்கும் மேலாக அவளுடைய வாஞ்சைக்குரல் எப்போதும் யாரையும் கட்டிப்போட்டுவிடும்.

“பிள்ளைப்பேறு பாக்க அவாக்கு ஒருத்தரும் இல்லை என்ன?”

“ஏன் நானும் நீயும் இருக்கிறம்தானே?”

“ஓம் நீர் பெரிய மனுசிதான், பிள்ளைப்பேறு, பத்தியம் எல்லாம் பாப்பீர்”

“போடி சனியன், நீலோற்பலம் ஆச்சியைதான் பிடிச்சு விடுவம் எண்டு அம்மா சொன்னவா”

“ஆர் மார்க்கண்டுத் தாத்தான்ர மனிசியோ?”

“ஓம், மனிசிதான் பன்ரெண்டு பிள்ளை பெத்ததெல்லோ”

“உண்மையாவே பன்ரெண்டு பிள்ளையோடி” வெரோனிக்கா ஒருவித செயற்கையான கிலியைக் குரலில் வரவழைத்துக்கொண்டே கேட்டாள்.

“பின்ன, ஏழு பெடியள் ஐஞ்சு பெட்டையள்.”

“மார்க்கண்டர் லேசுப்பட்ட ஆளில்லைதான் போல”

வெரொனியின் கேலிக் குரலடங்கும் முதல் தாமரை பெரிதாகச் சிரித்தாள். கழிநீர் வாளி ஒரு முறை தழும்பிச் சிதறியது.

“பாவமடி அந்த மனுசன்!”

“ஒரு விபரமும் தெரியாமலே பன்ரெண்டு குட்டி போட்டவரோடி”

“சீ, சரியான குப்பையடி நீ. அவருக்கு நானெண்டா காணும் எங்கட வயசில பேரப்பிள்ளையள் இருந்தும் என்னில தனி வாரப்பாடு”

தாமரையின் கண்ணுக்குள் மார்க்கண்டுத் தாத்தாவின் உருவம் படலையைத் திறந்துகொண்டு வெளிப்பட்டது. காலில் ஒரு செருப்பிருக்காது, கதையில் ஒரு தொடர்ச்சியிருக்காது, கொஞ்சம் திக்குவாய். பெரிய வில்லைகளைக் கொண்ட கண்ணாடி சங்கிலியில் தொங்கும். பெரும்பாலும் கழுத்தில் தானிருக்கும். ஏதாவது வாசிக்கும் போது மட்டும் கண்ணுக்கேற்றிக்கொள்வார். வீட்டின் படலையைத் திறந்ததும் சகவாசமாக எதிர்ப்பட்டு குரைக்கும் நாயை யாரும் பிடிக்கப்போகாவிட்டால் “சின்னாத்தை நாயப்பிடியடி” என்றுகொண்டு தாண்டித்தாண்டி வந்து தலைவாசலில், வலது பக்க திண்ணையில் வந்து உட்காருவார். அவர் வரும் போது நாய் குரைப்பதோ அவரின் அதட்டல் குரலும் ஒவ்வொரு பின்னேரமும் கேட்கும். யோகமோ தாமரையோ அவர் வந்தபிறகு சீனி போடாத தேனீரும் கருப்பட்டித்துண்டு ஒன்றும் கொண்டு போய் வைப்பார்கள். தலைவாசலில் இருந்து யாரிடமாவது பேச்சுக்கொடுத்துக்கொண் டிருப்பார். யாரும் அருகில் இல்லாவிட்டால் முற்றத்தில் மேயும் புலுணிகளுடனோ அணில்களுடனோ பேசிக்கொண்டிருப்பார்.

தாமரையென்றால் அவருக்கொரு வாரப்பாடு. வீட்டில் யாருமில்லாவிட்டால் தாமரைக்கு அவர்தான் காவல், நான்கு

வீடு தள்ளியிருந்தாலும் முதுமையின் தளர்ச்சியை கைத்தடியில் தாங்கிக்கொண்டு வந்து சேர்ந்துவிடுவார்.

தாமரைக்கு அவர் சொல்லும் கதைகள் அவர் சொல்லும் பாவனையில் வேடிக்கையாயிருக்கும். அவர் நெடுந்தீவுக்காரர். குறிகட்டுவான் துறையிலிருந்து நெடுந்தீவிற்கு படகில் போகும் கதைகளை அடிக்கடி மீட்பார். குமுதினிப் படகுப் படுகொலை நாளில் சாப்பிடமாட்டார், தண்ணீர் கூட தொண்டைக்குள் இறங்காது. சலரோகமிருந்தது அவருக்கு. ஒவ்வொரு வேளை சாப்பாடும் நேரத்திற்கு எடுக்கவேண்டும், ஆனால் அன்றைக்கு மட்டும் அவருக்கு ஒன்றுமாவதில்லை. அவருடைய விரதத்திற்கு உடல் கட்டுப்படும். அன்றைக்கு ஆத்தை வளவில் போய் இருந்துகொள்வார். அவரளவில் அதுவொரு சடங்கு. அவர் பேசாமலிருக்கும் நாள் அதுமட்டும்தான்.

யாழ் குடாவின் மேலே பரவியிருக்கும் தீவகக்கடல் அவருக்கு வெகுதொலைவிலிருக்கவில்லை. கையை விரித்து கடலின் பெரிய பரப்பை முன்னால் விரிப்பார். தானொரு லோஞ்சைப்போல அசைந்து அசைந்து அலைகளின் அசைவை கடலின் மேல் கொண்டு வருவார். கண்ணை இவள்மேல் குத்திநிறுத்தி குரலைக் கனதியாக்கி கடலின் ஆழத்தை ஏற்படுத்துவார். படகு குறிகட்டுவன் இறங்கு துறையில் இருந்து புறப்படும், அப்போது தான் குரலில் பதட்டத்தை கொண்டுவருவார். கண்களில் புயல் வரும் அறிகுறியிருக்கும்.

“ஏழாற்றுப்பிரிவு பிள்ளை, பாக்கத்தெரியாது, கடல் கறுத்துப்போயிருக்கும். ஏழுதீவின்ர ஏழுகடலோட்டமும் வந்து மாறுற இடம். ஆழமெண்டா ஆழம் நாலைஞ்சு பனை தாழும், ஏழு வடிவான பெட்டையள், அதென்னவோ சொல்லுவாங்கள் கடல் பெட்டையளோ? ஆஃ இல்லை...”

“கடல் கன்னியளோ தாத்தா?”

“ஓமோம் அவளவைதான். கடல் கன்னியள்” மார்க்கண்டரின் கண்கள் விரிந்து கடல் திறக்க ஆழத்திலிருந்து லாவகமாக நீந்தி அவர்கள் வருவார்கள். ஒவ்வொருத்தியும் ஒவ்வொரு நீரோட்டம்.

“லோஞ்சு போகும் போது ஒருக்கா ஆட்டுமொரு ஆட்டு எல்லாருக்கும் அதை கடக்கிறதெண்டா பயம்தான், நாகபூசணியப்பாத்து ஒருக்கா நேருவம்.”

இதை நான்கைந்து முறை சொல்லியிருக்கிறார். அதே கடல் அதே அலை அதே கன்னிகள், ஆனால் ஏழாற்றுப்பிரிவு மட்டும் இடம்மாறிக் கொண்டேயிருக்கும். படகு கடலோடும் போது சிலநேரம் நாகபூசணி

அம்மன் அருகில் தெரிவாள். சிலநேரம் தூரத்தில், சிலநேரம் குறிகட்டுவான் கண்களில் தெரியும். சிலசமயம் எதுவும் தெரியாது. வெறும் கடல்தானிருக்கும். சிலநேரம் நெடுந்தீவுக்கு அருகில் படகு ஆட்டும். தாமரை எப்போதந்த கதையை கிழவர் சொல்லும் போதும் கண்விரியக் கேட்பாள். அவளால் அவர் குரலில் அப்பெருங்கடலைப் பார்க்கவும் பயணப்படவும் முடியும்.

அவர் தன்னுடைய பிள்ளைகளைப் பற்றியோ பேரப்பிள்ளைகளைப் பற்றியோ பேசுவதில்லை, கீரிப்பிள்ளை மேடு, உடையார்கட்டு, யாழ்ப்பாணம், கொழும்பு, பிரான்ஸ், கனடா, ஜேர்மனி என்று அவரின் பன்னிருவாரிசுகளும் திக்குத்திக்காகவிருந்தனர். அவரைப் பொறுத்தவரையில் அவர்கள் அவரையும் இவர் அவர்களையும் கைவிட்டாகிற்று. யாரெல்லாம் அவர் சொல்வதை பொருட்டாக எடுத்து அவருடைய கதைக்குள் லயித்துக்கொள்கிறார்களோ அவர்கள் மட்டும் அவருக்கு பிரியமாயிருப்பர். மற்றபடி பிள்ளைகளைப் பற்றி அலட்டிக்கொள்வதில்லை. நீலோற்பலமாச்சியை பற்றி ஓரிருமுறை சொல்லியிருக்கிறார். நீலோற்பலமாச்சியின் நீளமான கரிய கேசத்தைப் பற்றிச் சிலாகித்துக்கொள்வார். காலம் முழுவதும் அவருடைய இன்னுயிர் அக்கேசத்திலேயே தரித்திருந்தது. அவர் சொன்ன கரடி எண்ணைக் கதையை தாமரை சிறுவயதில் வாயைப்பிழந்து கேட்டிருக்கிறாள். இன்று வரைக்கும் அதை நம்புவதா இல்லையா என்ற குழப்பம் அவளிடமிருந்தது.

“என்ர மனிசின்ர தலைமயிரை பாத்தனியோ, நல்ல கருக்கல் இருட்ட குழைச்சு பூசினமாதிரி இருக்கும், இன்னும் நரைக்கேல்ல கண்டியோ? ஏனெண்டு தெரியுமோ?”

“டை அடிக்கிறவாவோ?”

“சீச்சி... எல்லாம் கரடி எண்ணை வச்சதுதான்”

“கரடி எண்ணையோ?”

“பின்ன அப்ப மல்லாவில எனக்குத் தெரிஞ்ச ஒரு வேட்டைக்காரன், குஞ்சன் எண்டு பேர், உவன் சின்ராசன்ர தேப்பனோட வந்து எனக்கு பழக்கமானான், அவன்தான் கரடி எண்ணை கிடக்கு வேணுமோ எண்டு கேட்டான். அப்பத்த காசுக்கு நூற்றைம்பது ரூபாய் குடுத்து வாங்கின்னான், கரடியை பிடிச்சு மயிரை வழிச்சு பக்குவமா காய்ச்சின எண்ணை. என்ர மனிசிக்கு கொண்டு வந்து குடுத்து பூசடி எண்டு சொல்ல, அண்டைக்கு நம்பினவளே, ம்ம்ஹூம் நாந்தான் பூசடி, பூசடி எண்டு கெஞ்சி தலையில தேச்சு விட்டனான். அப்ப அவளுக்கு

ஆட்டுத்தாடியை போல சூம்பிப்போன ஒரு சொட்டு தலைமயிர், கரடியெண்ணைய போட்டாப் பிறகு புசுபுசுவெண்டு வளந்துது.''

“உண்மையாவோ தாத்தா?''

“பின்ன பகிடிக்கோ, இப்பவும் போய் பார் என்ர மனிசின்ர தலைமயிர. சில வேட்டைக்காரங்களின்ர மனிசி மாரை பார் மயிர் குண்டிலை வந்து விழும், எல்லாம் கரடியெண்ணை செய்த வேலைதான், சின்ராசன்ர தாய் நீலாத்தையை உனக்குத் தெரியாது என்ன? குளத்திலை அவள் தலைமயிர விரிச்சு விட்டாள் எண்டால் மயில்தான் குளிக்குதெண்டு நினைப்பம் அப்பிடி ஒரு தோகை, சின்னான் அவளோட கதைக்கிற காலத்திலை காதல் பரிசா கரடி எண்ணைதானாம் குடுத்தவன்''

“ஓ''

“இன்னொரு விசயமடி பிள்ளை, கரடிக்கு ஒரு சீசன்ல மயிர் கொட்டும், அப்பேக்க எண்ணை வச்ச பொம்பிளையளுக்கும் கொட்டும், கரடிக்கு வளரும் போது இவையளுக்கும் வளந்திடும்'' தாமரை ஆவெண்டு கேப்பாள். அந்த திக்குவாயை வைத்துக்கொண்டு இவளின் வாயைப் பிளக்கச் செய்வார் மார்க்கண்டு தாத்தா.

ஒருநாள் கிழவர் படலையை வேகமாய் திறந்துகொண்டு நடந்து வந்தார். தாமரைதான் வீட்டில் நின்றாள்.

“பிள்ளை கச்சான் வருதாம், வெளியிலை உலாத்தாதை வீட்டிலை நில்'' எண்டார். தாமரைக்கு விளங்கவில்லை. பிறகு தாத்தாவின் மூத்த மகள் யமுனா அன்ரி யோகத்திடம் முட்டை வாங்க வந்தபோதுதான் விசயத்தைச்சொன்னாள்.

“அய்யா சும்மா சும்மா இஞ்ச வந்து உங்களுக்கு கரைச்சல் குடுக்கிறார், நான் அவரை வீட்டிலையே இருத்த, ரேடியோவில சூறாவளியெண்டு சொன்னவங்கள் வீட்டிலையே இருங்கோ எண்டு சொன்னன், கிழவர் சின்னாத்தைக்கு சொல்லோணும் எண்டு ஓடிவந்திட்டார்'' என்றாள். கிழவர் சூறாவளியைத்தான் கச்சான் என்றிருக்கிறார். கச்சான் காற்று சூறாவளியானால் பெரிய அழிவு வரும் என்று ஒரு வழக்கிருந்தது தாமரைக்கு பிறகுதான் தெரிந்தது. தாமரை நெகிழ்ந்து போனாள்.

நீலோற்பலமாச்சி சாமத்தியவீடு, பிள்ளைப் பேறென்றால் யாருடைய வீட்டுப் பத்தியத்துக்கு வந்து நிற்பாள். அப்ப தாமரை எட்டாம் வகுப்பு படித்துக் கொண்டிருந்தாள். ஒருமுறை மார்க்கண்டு தாத்தான்ர மூத்த மகன் தேவனுக்கும், அப்பா சண்முகத்திற்கும் மாடு வயலில் இறங்கி மேய்ந்ததால் வாய்த் தகராறாகியது. அதன் பிறகு யமுனா அன்ரியும்,

நீலோற்பலம் ஆச்சியும் இவர்களுடன் பேச்சுவார்த்தையில்லை. மடி நனைந்து திடுக்கிட்டு அழுத அன்று, விசயம் கேள்விப்பட்டவுடன் நீலோற்பலமாச்சி வந்து நின்றாள். எல்லாப் பத்தியமும் அவள்தான் செய்தாள். தேவன் மாமா நான்கு அரிசி மூட்டைகளை கொண்டு வந்து வீட்டில் போட்டார். தாத்தா வழமை போல திண்ணையில் இருந்து இவளுக்கு கதை சொல்லிக்கொண்டிருந்தார். அவர் எப்போதும் ஒரே போலத்தான் இருந்தார். இவள் டியூசனால் வரும் போது வருவார், விளக்கு வைக்கும் போது புறப்படுவார்.

"சின்ராசன் வீட்டை இறைச்சியும் கள்ளும்,
எங்கை அங்கை நிண்ட பூனைய காணேல்ல!"

என்று பாடிக்கொண்டே சின்ராசனைத் தேடிப்போவார். அந்த இரண்டு வரியும் அதன் மெட்டும் அவரே போட்டது. அவ்வளவுதான் பாட்டு.

சின்ராசனின் கொட்டிலுக்கு போய் காங்கேசன் கொண்டுவரும் கள்ளையும் சின்ராசன் காய்ச்சி வைக்கும் இறைச்சியையும் சாப்பிட்டுவிட்டு வந்து மகள் கொடுக்கும் புட்டையோ இடியப்பத்தையோ கொஞ்சம் சாப்பிட்டுவிட்டு படுத்துக்கொள்வார்.

கொஞ்ச நாளில் அடிக்கடி தனக்கு "வெ காஞ்சர் பிள்ளை வெ காஞ்சர் பிள்ளை" என்று சொல்லிக்கொண்டிருந்தார். தாமரைக்கு அவர் செத்தபிறகுதான் கான்சர் வாயிலும் வருமென்று தெரிந்தது. புற்றுநோய் அவரைக் கொண்டுபோய் வருடங்கள் ஓடிவிட்டன. தினமும் கிழவர் படலையை திறந்துகொண்டு வந்தபடிதானிருந்தார். அதற்கு பிறகு தாமரை குமுதினிப் படுகொலை நாளில் சாப்பிடுவதில்லை.

வெரோனிக்கா அடர்ந்து எழுந்த மணலில் சுழிக்கும் சைக்கிளோடு போராடிக் கொண்டிருந்தாள். அதற்கு மேல் சைக்கிளில் போக முடியாது. ஒரு வில்வமரத்தின் கீழ் சைக்கிளை விட்டார்கள். வெரோனி களைத்துப் போயிருந்தாள். வெக்கை வேறு. நல்லவேளை கூடைக்குள் தண்ணீர் போத்தலிருந்தது. கொண்டுவந்த துவாயையும் சண்முகத்தின் சறமொன்றையும் தலைக்கு போர்த்தி முக்காடிட்டுக் கொண்டார்கள். கழிநீர் வாளியில் ஆளுகொரு கை பிடித்துக்கொண்டு நடந்தார்கள். வெரோனிக்கா விசிலடித்துக்கொண்டே நடந்தாள். அவளுக்கு விசிலடிப்பது பிடித்தமான ஒன்று.

"வெய்யில் மண்டைய பிளக்குது உனக்கு விசில்"

"வாய் சும்மாதானே கிடக்குது, எங்கை நிக்குது உம்பா?"

"அந்தா பார் குறுணிக்காட்டுக்கு கிட்ட"

குறுணிக்காடு பெருங்காட்டின் பின்னணியில் ஒரு சிறுதீவைப்போல படர்ந்து தெரிந்தது. புல்லை மென்று கொண்டே குறுணிக்காட்டின் வாசலில் ஒரு காவல்காரனைப்போல படுத்திருந்தது நாம்பன். தாமரையைக் கண்டவுடன் எழுந்து நின்று மூத்திரம் பெய்தது. மடிக்கு அடியில் பெரிய சத்தத்துடன் மோதி நுரைத்தது. தலையை நீட்டி அண்ணாந்து முக்காரமிட்டது.

"பெடியனுக்கு சரியான விடாய்தான் போல"

கழிநீர்வாளியை வைத்து விட்டு நிழலில் ஒதுங்கினார்கள். வெளியில் பார்க்க வெயில் கண்கூசியது. பெருங்காட்டுக்கு முன்னால் இருந்த பெரிய மேய்ச்சல் நிலத்தின் நடுவே மரங்களும் கொடிகளும் புதர்களும் திரண்டெழுந்திருந்தன. வெய்யிலுக்குள் தலைபிளந்துருக நடந்து வந்து குருணிக்காட்டின் நிழலில் நுழைந்தவுடன் அசாதாரணமாக வந்து பிடித்துக்கொள்ளும் மழைக்காலத்தின் குளிர்ச்சி. மரங்களுக்கும் புதர்களுக்குமிடையில் அங்காங்கே சரிந்திருந்த ஒளித்துண்டுகள் ஒரு வித பச்சை நிறத்தை இறைத்திருந்தன. கெளதாரிகள், காட்டுக்கோழிகள் நிழலில் மேய்ந்தன. கீரிப்பிள்ளைகளுக்கு பிரியமானதொரு இடமாக குறுணிக்காடிருந்தது. நிழலில் ஒதுங்கியதில் இருந்து நாலைந்து கீரிகள் புதர்களுக்குள் தலையைநீட்டி இவர்களின் வருகையைப் பார்த்துவிட்டு ஏதோ பழகிய நபர்கள்தான் என்பதைப்போல இவர்களைச்சட்டை செய்யாமல் தம்பாட்டிற்கு போயின. கீரிகளும் காட்டுக்கோழிகளும் புதர்களில் ஏற்படுத்திய சலசலப்பு தொடர்ந்து எழுந்து ஒரு சந்தத்தைப் பிடித்துக்கொண்டு சரசக் சரக்கென மீண்டும் மீண்டும் கேட்டுக்கொண்டிருந்தது. நான்கைந்து காட்டுக்கோழிகள் மேய்ந்த களைப்பில் புதர்கள் விலகி மணல்பாங்காயிருந்த இடத்தில் நிலத்தைப் பிறாண்டித் தோண்டிவிட்டு வெய்யில் வெக்கைக்குளிருந்து விலகி நிலத்தின் கதகதப்பிற்குள் புதைந்து கிடந்தன. கிடங்கிற்கு வெளியே அவற்றின் வெடிவால்கள் மணலில் புரண்டன. சற்றுத்தள்ளி மயில் ஒன்று அகவும் சத்தம் கேட்டது. தென்படவில்லை.

வெரோனிக்கு அப்படியே கொஞ்ச நேரம் இருக்க வேண்டும் போலிருந்தது. பட்ட கட்டையொன்றில் இருந்து கொண்டாள். தாமரை கழிநீர் வாளியை ஒரேவாயில் உறிஞ்சிவிட்டு பழம், காய்கறிகளின் சக்கைகளையும் தோல்களையும் சாப்பிடும் நாம்பனைப் பார்த்துக்கொண்டிருந்தாள். அது வாளியை தன் பெரிய நாக்கினால் சுத்தமாக நக்கியது.

"வா பொக்கு கிணத்துக்கு போய் தண்ணி எடுத்துக்கொண்டு வருவம், நாம்பனுக்கு விடாய் அடங்கேல்ல" குறுணிக்காட்டின் நிழலிருந்து மீண்டும் வெய்யிலைக் கடந்து பொக்கு கிணறு வரை நடக்க

வேண்டுமென்ற லேசான சிடுசிடுப்புடன் சொன்னாள். பொக்கு கிணறிற்கு இன்னும் கொஞ்சம் விலகி நடக்க வேண்டும் இடையில் மரமேதுமில்லை. பங்குனி வெய்யிலில் கருகிய பெரிய புதர்களும் புற்பரப்பும் மஞ்சள் நிறத்தில் சாய்ந்திருக்கும்.

கொஞ்சத்தூரம் நடக்க வெய்யில் அடங்கி குழுமை நிறைந்தது, பொதுவாகக் காட்டுவெக்கை எல்லாபகுதிகளிலும் ஒரேபோன்று இருப்பதில்லை. பொக்கு கிணற்றுக்குச்செல்லும் அவ்வழி சட்டென்று குளிர்ந்த போது வியர்த்து வழிந்த தேகங்கள் உலரத்தொடங்க உடல்களின் வியர்வை நாற்றம் பரபரஸ்ரம் நாசிக்குக் கரித்தது. தாமரை வெரோனிக்காவின் கையைப்பிடித்தாள். நீர் அள்ள எடுத்துச்சென்ற வாளியை நழுவ விட்டு விட்டு. அவளை அணைத்தாள். வெகு காலத்திற்கு முன்பு இவ்விடத்தில் பரிமாறப்பட்டதைப்போன்ற முன்னுணர்வு திரழ உதட்டில் அழுத்தி முத்தமிட்டாள் தாமரை. வேகமான ஆழமான பரிமாற்றம். கைகள் உலரும் வியர்வையில் சறுக்கின மார்பு நுணிகளில் நெஞ்சின் உட்துடிப்பு மோதிப்பிணைந்து விலகியது. அவளுடைய வியர்வை வாசனை தன்னை எப்போதும் கிளர்வடையச் செய்வதை தாமரையால் தடுக்க முடிவதில்லை. தன்னை விடக்கொஞ்சம் உயர்ந்தவளாகையால் உடலால் கொஞ்சம் இறங்கி முகத்தை மார்புகளில் நகர்த்தி கமக்கட்டில் முகர்ந்தாள். தாமரையின் உச்சியில் முகர்ந்துகொண்டிருந்த வெரோனி அவளுடைய செய்கையை காதுக்குள் இரகசியமாக “குப்பை” என்று கடிந்தாள். இயல்பிலேயே அதீதமாகக் கிளரக்கூடிய தன்னுடலை மேலும் அவளுக்குள் விடுபடச்செய்யும்போது இருவரின் நிதானமும் இழக்க நேரிடும் என்பதும், பாதுகாப்பற்ற, யாரும் தீடீரென்று தோன்றிவிடக்கூடிய அந்தப் பாதையில் மணலில் உடல்கள் சரிய நேருவதும், உசிதமானதல்ல என்பதை நினைத்தவள், முத்தங்களைக் கொண்டு தாமரையை மெல்ல நிதானப்படுத்தினாள். தாமரை சட்டென்று குற்றவுணர்வுக்குள் தள்ளப்பட்டவள் போலவும், வெட்கப்படுபவள் போலவும் தலையைக் குனிந்து, “ம்ம் போவம்” என்றாள். வெரோனிக்கா அவளின் தலையை நிமிர்த்த கண்ணீர்த் துளிகள் மார்பில் விழுந்தன.

பொக்கு கிணறு பெரிய விசாலித்த நாவலொன்றின் கீழிருந்தது. இரண்டு பக்கங்கள் தூர்ந்து போன கிணறது. நாவல்மரத்தின் பெருத்து உருண்டு திரண்ட வேர் ஒன்று தூர்ந்து சரிவாய் இறங்கும் கிணற்றின் வாசலை குறுக்கால் சென்று மறித்து, மணலரித்து இறங்காமல் பார்த்துக்கொண்டிருந்தது. கிணற்றின் வெடிப்பு ஓடிய உட்சுவர்ப் பகுதிகளையும் மரத்தின் தடித்தவேர்வலைகள் பற்றி நிறுத்தியிருக்கும். மாட்டுக்கு தண்ணீர் வைப்பவர்கள் அடிக்கடி பாவிப்பதால் நன்கு நிலம் வெளித்திருந்தது. சாய்ந்து இறங்கும் கிணற்றின் வேர் மறித்த

பாதையில் தாமரை இறங்கினாள். சரிந்து போகப்போக அந்தப்பெரிய சாய்ந்த நாவலின் நிழல் மங்கி மங்கி மாலை மைமல் இருட்டைப்போல ஆகியது. வேகமாக கறுத்த நீர்ப்பரப்பை நோக்கி இருவரும் இறங்கினார்கள்.

இறங்குவதன் லாவகத்தைக் கவனிப்பதற்கு பாதங்களில் பார்வையை வைத்துக்கொண்டே இறங்கிய வெரோனிக்கா, தாமரை தீடீரென்று ஐயோ என்று அலறுவாள் என்பதை எதிர்பார்த்தாளில்லை. சட்டென்று நிமிர, வெரோனியும் ஸ்தம்பித்துப் போனாள். கிணற்றுக்குள் சரிந்திருந்த கல்லொன்றின் நீர்ப்பரப்பிற்கு சமீபமாக குறுகிக்கிடந்த அந்தப் பெண்ணும் இவர்களை எதிர்பார்க்கவில்லை அப்படியே பயந்து திடுக்கிட்டுப் போயிருந்தாள்.

தாமரை சட்டென்று சுதாகரித்துக்கொண்டாள். அவளின் மூச்சு நாசிக்கு நுழைந்து நெஞ்சு ஒருமுறை தாழ்ந்து எழுந்தது. அவளின் முகம். "அக்கா இஞ்ச என்னை செய்யிறியள்?"

"தாமரை, நான் பயந்திட்டன்"

வெரோனிக்கு மட்டுப்பிடிபடவில்லை. தாமரையிடம் ஆரெண்டு கேட்டாள்.

"யசோ அக்கா, மார்க்கண்டு தாத்தான்ர கடைசி"

"இயக்கம் பிடிக்க வீட்ட வந்திட்டாங்கள் அதுதான் ஓடிவந்தனான், இதுக்க வந்து இறங்கீட்டன், எங்க போறதெண்டு தெரியேல்ல" விக்கி அழத்தொடங்கினாள். உடலெல்லாம் மணலப்பிக் கிடந்தது, அணிந்திருந்த உடை கிழிந்திருந்தது, அங்காங்கே சிராய்புக்களில் ரத்தம் கண்டியிருந்தது, உடல் தளர்ந்து சோர்ந்து போயிருந்தாள். வெரோனிக்காவிற்கு தன்னறிவின்றி ஏதோ உந்த அவள் அருகில் சென்று தோளில் கைவைத்தாள். உடனே இன்னும் பெரிதாக அழத்தொடங்கினாள். தாமரை அணைத்துக்கொண்டாள். மூச்சோடு சளி திரண்டு வருமளவிற்கு அழுதாள். அவள் கொஞ்சம் நிதானத்திற்கு வந்து அவர்களுடன் உரையாட கொஞ்சம் அவகாசமெடுத்துக் கொண்டாள்.

வீட்டுக்குள் அவர்கள் புகுந்து வாசலுக்கு முற்றத்திற்கு வர பின்பக்க வேலியைத் தாண்டிப்பாய்ந்து ஓடி வந்திருக்கிறாள் கையில்தான் அதிகம் சிராய்ப்புக்கள், காலில் ஒரு முட்கம்பி ஆழமாக கீறி இரத்தம் உறைந்திருந்தது. நான்கைந்து அரசியல்துறை பெண்போராளிகள் துரத்தியிருக்கிறார்கள். எப்படி முட்கம்பிக்குள் பாய்ந்ததென்றோ, எப்படி தவழ்ந்து காட்டுப்பக்கம் வந்து மறைந்தேனென்றோ தனக்கே தெரியவில்லை என்றாள். பெரதேனியா பல்கலைக்கழகத்தை முடித்து

விட்டு மார்க்கண்டு தாத்தா இறப்பதற்கு இரண்டு வாரம் முதல்தான் வன்னிக்கு வந்திருந்தாள். பெரும்பாலும் அக்கராயனில் இருக்கும் இரண்டாவது அக்காவின் வீட்டில்தான் தங்குவாள். சிறுவயதிலேயே அங்கே போய் விட்ட யசோவை ஊரில் பெரும்பாலும் யாருக்கும் முகம் தெரியாது. மார்க்கண்டரின் மரணச்சடங்கில் கண்டதிலிருந்ததுதான் தாமரைக்கு தெரியும். அக்கராயனில் இரண்டு முறை அரசியல் துறைக்காரர் வந்து இயக்கத்தில் கட்டாயம் இணைய வேண்டும் என்று சொல்லியிருக்கிறார்கள். சொன்னது போக வலுக்கட்டாயமாக வேறு பிடிக்கிறார்கள் என்று கேள்விப்பட்டதும் யசோ கீரிப்பிள்ளை மேட்டிற்கு வந்துவிட்டாள். ஆனால் இவ்வளவு சீக்கிரம் பிடிக்க வருவார்கள் என்பதை எதிர்பார்க்கவேயில்லை. மிகவும் பயந்துதான் போயிருந்தாள். காலையில் இருந்து பொக்குக்கிணற்றுக்குள் இருந்திருக்கிறாள். தனியாக, பயந்தபடி.

“அக்கா என்னை சின்னன்லையே தன்னோடை கூட்டிக்கொண்டு போட்டாள் எனக்கிஞ்ச இடம்வலம் தெரியாது” அழுதழுது சொல்லிக்கொண்டிருந்தாள். இருவரும் அவளைத்தேற்றினார்கள்.

“இப்ப கூட்டிக்கொண்டு போகேலாதடி. நான் அப்பாட்டைச் சொல்லி நீலோற்பலமாச்சி வீட்ட போய் சொல்லச் சொல்லுறன்” தாமரை புறப்பட்டாள். வெரோனிக்காவை அவளுடன் இருத்தி விட்டு வாளியை எடுத்துக்கொண்டு நேராக சண்முகத்திடம் வந்து விபரம் சொன்னாள். சண்முகம் கழிநீர் வாளியிக்குள் பாத்திரமொன்றில் சோற்றையும் தமயந்திக்கு என்று தாமரை எடுத்து வைத்திருந்த உடும்புக்கறியையும் கொடுத்தான். இருட்டும் வரை இருவரையும் அவளுடன் இருக்கச்சொன்னான். தாமரை சைக்கிளை விட்டு விட்டு மாட்டிற்கு தண்ணீர் கொண்டு போகின்றவள் போல, ஊரின் கண்களில் இருந்து முடிந்த வரை நழுவி பற்றைகள், வயற்கரைகள் எல்லாம் நடந்து குறுணிக்காட்டுக்கு வந்துசேர்ந்தாள். சாப்பிடும் போது யசோ மீண்டும் அழுதாள். அப்பா நோட்டம் பார்த்துவிட்டு நீலோற்பலம் ஆச்சியிடம் விபரம் சொல்லப் போய்விட்டார் என்று சொன்னாள். நல்ல பசியோடு இருந்திருக்கிறாள். பசியும் பதட்டமும் அடங்கிய பிறகு கண்ணைத் துடைத்துக் கொண்டே வில்லங்கமாகச் சிரித்தாள். அவளுடைய கைகளை இருவரும் ஆளுக்கொன்றாகப் பிடித்துக்கொண்டார்கள்.

03

துரிதம் - காங்கேசன் தம்பதிகளின் சோறுகொடுப்பு. கோயில் வளவை காங்கேசனும் சின்ராசனும் இரண்டு நாட்களுக்கு முதல் செருக்கி புல்லொதுக்கி வேலியடைத்திருந்தார்கள். அரசின் விசாலத்திற்கு அருகில் அதன் குழந்தைகளைப்போல் நின்றிருந்த பூவரசுகளுக்கு கீழே நிலம் பளிச்சென்றிருந்தது. நன்கு பெருத்துப்போய் ஒன்றையொன்று பின்னிய சிவப்பு பட்டு சுற்றப்பட்டு இருந்த இரட்டை பூவரசின் கீழே விரிக்கப்பட்ட வெள்ளைப்பட்டு வேட்டியின் மென்மைக்கு மேலே போடப்பட்ட பலகைக்கட்டையில் துரிதமும் காங்கேசனும் உட்கார்ந்திருந்தார்கள். எதிரில் ஊர் கூடியிருந்தது. துரிதம் புதுக்கூறையில் முகமெல்லாம் பூரித்துக்கிடந்தாள். அவளைச்சுற்றி புதுப்பட்டின் வாசனை பரவியிருந்தது. பெண்கள் அவளுக்கு எங்கிருந்து இத்தனை வெட்கம் வந்து சேர்ந்தது என்பதைப் பற்றித்தான் சிரித்துப்பேசிக் கொண்டிருந்தனர். வளவின் வலது பக்கம் சமையல் வேலைகள் நடந்துகொண்டிருந்தன. சின்ராசனும் ஆச்சியும் ஆத்தைக்கு படையல் வேலைகளை ஒழுங்குபடுத்திக் கொண்டிருந்தனர். சின்ராசன் புது வேட்டி சேட்டுடன் அமர்களமாகவிருந்தான். ஆச்சியும் புது பட்டு, பச்சை நிறத்தில் உடுத்தியிருந்தாள்.

படையல் முடிந்து விட்டால் ஆச்சி பூசையைத் தொடங்கி துரிதத்தின் கையில் காங்கேசனை ஒப்படைத்து விடுவாள். எல்லோரும் கூடிக் கூடிக்கதைத்துக் கொண்டிருந்தனர். ஆச்சரியமாக இராசரத்தினம் வந்திருந்தான். பால்ய சினேகிதனைக் கண்டதும் காங்கேசனின் கண்கள் ஒளியேறி புன்னகைத்தது. இராசரத்தினம் பரந்தனில் புது பேக்கரி போட்டதன் பிறகு ஊர்பக்கம் கண்களில் மட்டுப்படுவதில்லை. அவன் குடும்பத்தோடு பரந்தனுக்கே போய்விட்டது பலருக்கும் தெரியாது. தோட்டம் துரவைப்பார்க்க கிழமையில் ஒருநாள் வந்து போவான். அரசியல் துறைப்பக்கமும் அவன் தலைவைப்பதில்லை. இராசரத்தினம் பவ்வியமாக வந்து காங்கேசனின் பக்கம் அமர்ந்துகொண்டான். அருகில் நின்ற ‘மக்கள்கடை’ தம்பிராசர் முல்லைத்தீவுக்கரையில் ஒதுங்கிய ஜோர்தான் கப்பலைப் போய்பார்த்து விட்டு வந்ததை பெருமை பிடிபடச்சொல்லிக்கொண்டிருந்தார்.

“அதென்னடாப்பா ஊர்கணக்கில நீளம், கண்கொண்டு பாக்கேலுமோ! கடல்புலி பெடியள் நாலு டோறாப் படகு போட்டு கரையில கொண்டு வந்துவிட்டிட்டாங்கள்” முகத்தில் கப்பலின் விசாலம் விரிந்தது.

“அது பழுதாகி ஒதுங்கேலை எண்டுதானே கதைக்கிறாங்கள், பெடியளுக்கு பெரிய சாமான் வந்தாமே?” வல்லி கேட்டான்.

“அப்பிடித்தானடா கதைக்கிறாங்கள், பெரிய பிழையேதோ எண்டு நடுக்கடல்லை நிண்டதை அடிச்சுப்பிடிச்சு தலைவர் அரைவிலைக்கு வாங்கச்சொல்லிட்டார் எண்டு எனக்கொரு இயக்கப்பெடியன் சொன்னவன்”

“அரிசி இறக்கிறாங்களாம் அண்ணை, வெள்ளைபச்சையரிசியாம். முதல் தட்டுமட்டும்தான் அரிசியாம், விளங்குதோ பிளான்?”

“சண்டை துடங்கினால் அரசி வேணுமெண்டு இறக்கியிருக்கிறாங்கள் போல”

“என்னடாப்பா வன்னிலை அரிசுக்கு பஞ்சமோடா, எண்டைக்கடா இஞ்ச பஞ்சம் வந்தது? விசர் கதை கதையாதை, உந்த அரிசி வந்த கதை கண்துடைப்புக்கு”

“அப்ப மற்றச் சாமான் தான் வந்தெண்டுறியளோ?”

“வேறையென்ன, பிளேனே நிக்கிதாம் கப்பல் நிக்காட்டி எப்பிடி? கொஞ்ச நாளிலை பார், பிளேன் நிக்கிற கப்பல் வந்து முல்லைத்தீவுப் பக்கம் நிக்கும், உண்ணாணை நடக்கும் பார்”

“நீதான் அண்ணை வாயைபோட்டு அடிக்கிற, அங்கை மட்டக்களப்பு பக்கம் அடி விழுதாம்”

“உனக்கு விளங்கேல்லை, திட்டமிருக்கடா கிட்டவரட்டும்” தங்கராசன் தீர்க்கமாய் சொன்னார்.

“இப்ப பெடியளை வேற பிடிக்கிறாங்களாம், வீட்டுக்கொராள் வேணுமெண்டு மேலிடம் அரசியல்துறைக்குச் சொல்லியாச்சாம்”

“போகத்தானே வேணும் சுதந்திரம் சும்மா வருமோ?”

வல்லி பக்கத்தில் நின்ற கண்ணனின் காதில்,

“உந்தாள் அடிச்சுப்போட்டுதெண்டுதான் சந்திரன், இயக்கத்துக்கு போனவன். பெடியனை மீட்க ஆள்பட்ட பாடு எல்லாருக்கும் தெரியும், இயக்கத்துக்கு காசெல்லோ அடிச்சு கூட்டிக்கொண்டு வந்தவர்,

கொண்டந்து உடனை அலுவல் பாத்து லண்டனுக்கு அனுப்பிட்டு பார் கதைக்கிறதை, அவற்ற பெடி லண்டன்ல எங்கடையள் போய் சாகோணுமாம்"

"அண்ணை பிரச்சாரம் வைச்சு எடுக்கிறது வேற, பிடிச்சுக்கொண்டு போறது வேறை, அண்டைக்கு அறிவியல் நகரிலை குறுக்குகட்டோடை குளிச்சுக்கொண்டு நிண்ட பிள்ளையை பிடிச்சுக்கொண்டு போயிருக்கிறாளவை அரசியல் துறைக்காறியள்"

"இப்ப இருக்கிற பெடி பெட்டையளோட கதைக்கேலுமோ? வேற என்னை செய்யிறது? வீட்டுக்கொண்டு போனால்தான் தமிழீழம். ஆயுதத்தை வாங்கி வச்சிட்டு, இருக்கிறவங்கள் ஆளாளுக்கு ரண்டு கையிலையும் துவக்க வச்சுச் சுடுறதோ?"

"என்னெண்டாலும் விருப்பமில்லாமல் பிடிச்சுக்கொண்டு போய்விட்டால் பிள்ளை சண்டை பிடிக்குமோ? பெத்ததுகள் பாவமல்லோ?

"இப்பென்ன சண்டைதான் முடிவெண்டு ஆர் சொன்னது? பிள்ளையளை இணைக்கிறது வேற பிளானுக்கு, பேச்சு வார்த்தை நடக்குதுதானே? இருந்து பார் விளையாட்டை"

"விளங்கேல்லை அண்ணை"

"அடேய், நாடு கேக்கிறனாங்கள் அதுக்கேற்ற எல்லா கட்டமைப்பையும் உலகத்துக்கு காட்டோணும். அப்பத்தான் மேசைலை அடிச்சு கேக்கலாம் பார். சட்டம், நீதி, நிர்வாகம் எல்லாம் வந்திட்டு, தரப்படை கடல்படை விமானப்படையும் சேத்து ஒரு நாட்டுக்குரிய இராணுவ கட்டமைப்பும் எங்களிட்ட இருக்கு எண்டு காட்டியாச்சு. ஆனால் சாமான் தான் இருக்கு, ஆக்கள் இல்லையெண்டால் என்னெண்டு கேக்கிறது"

"அப்ப சண்டையில்லை எண்டுறியளோ?"

"வேறயென்ன, இனி சண்டையில்லை எல்லாம் மூளை விளையாட்டுத்தான், அரசியல் விளையாட்டு, ஏன் மட்டக்களப்பிலை பெடியள் முன்னுக்கு வர வர விட்டு விட்டு வாறாங்கள் எண்டு நினைக்கிற?"

"ஏன் அண்ணை?"

"உத அடிச்சு பிடிக்கிறது ஒரு விசயமில்லை, சனநாயக வழிலைதான் போராடுறமெண்டு காட்டோணுமெல்லோ"

"ஏதோ சொல்லுறியள் அண்ணை. ஆனால், இப்பிடியே போனால் அவன் கிபிராலை அடிச்சே எல்லாரையும் அழிச்சிடுவான் போல கிடக்கு. அங்கையங்க உள்ளுக்குள்ளை எல்லாம் கிளைமோர் வைக்கிறான், பேச்சுவார்த்தைக்கு அன்ரனும் இல்லை. அந்தாள் இத்தினை நாள் இருந்திட்டு பொறுத்த நேரத்திலை கண்ணை மூடிட்டு."

"இஞ்ச பாரடா, உதெல்லாம் ஒரு விசயமில்லை, எல்லாம் சரியா நடக்கும் இருந்து பார்" தங்கராசன் குரலில் உறுதியை வரவழைத்துக்கொண்டு சொல்லும் போதே, அரசின் உச்சிக்கிளையில் கீச்சுக்குரலில் அலப்பும் சத்தம் கேட்டது. நேர்ச்சைத் தொட்டில் கட்டப்பட்ட சரிந்து இறங்கிய கிளையொன்றின் மேலே முகம் சிதைந்த தாட்டான் அமர்ந்திருந்தது. அதனோடு நான்கு மந்திகளுமிருந்தன. முப்பதிற்கு குறையாமலிருந்த அவற்றின் ஆளணியைக் காங்கேசனின் பொறிகள் முக்கால் பங்கு குறைத்துவிட்டிருந்தன. வனப்பாதுகாப்புத் துறையிடம் ஒப்படைக்கப்பட்ட குரங்குகள் எங்கோ மல்லாவிப்பக்கம் எடுத்துச்செல்லப்பட்டதாக செய்தி வந்தது. முகம் சிதைந்த தாட்டான் கடைசிவரை காங்கேசனிடம் சிக்கவில்லை. காலையில் கூட பொறியேற்றி வைத்து விட்டுத்தான் வந்திருந்தான். அதை எப்படியும் பிடித்து விடவேண்டும் என்ற எண்ணம் காங்கேசனுக்கு ஒரு வெறியைப் போலவே மாறிவிட்டது. மற்றக் குரங்குகளை பேசிய பணத்திற்கு ஒப்படைப்பது என்றும் முகம் சிதைந்த தாட்டானை மட்டும் தன் கையால் ஏதும் செய்ய வேண்டும் என்றும், தான் ஒவ்வொரு நாளும் வைத்த பொறிக்கூடுகளை சோதிக்கப்போகும் போதும் கறுவிக்கொண்டே போவான். ஆனால் குரங்குகள் பிடிபடத்தொடங்கிய கொஞ்ச நாளிலேயே தாட்டான் பனைவிற்குள்ளும் சரி ஊரிலும் சரி யார் கண்ணிலும் எத்துப்படவில்லை. காங்கேசன் இன்றைக்குத்தான் அதைப்பார்க்கிறான். பக்கத்து ஊர்களில் கூட போய் விசாரித்து வந்தான். பொறிகள் ஏற்ற ஏற்ற குரங்குகள் விழுந்து கொண்டே வந்தன, முகம் சிதைந்த தாட்டானை யாரும் கண்டிருக்கவில்லை. நெஞ்சின் குறுக்கே காயமிருந்த அவற்றினுடைய பழைய தலைமைத் தாட்டானைக்கூட காங்கேசன் பிடித்திருந்தான். ஆனால் முகம் சிதைந்த தாட்டான் தட்டுப்படவேயில்லை. இன்றைக்கு எப்போது வந்து மரத்தில் ஏறியது என்றே தெரியவில்லை.

"காங்கேசண்ணை உங்கடையாள்தான் வந்திருக்கிறார்"

எல்லோரும் அதை வேடிக்கை பார்த்துக் கொண்டிருந்தார்கள், அதன் விகாரமேறிய முகத்திலிருந்த பயம்போய் வேடிக்கையாகப் பார்த்தனர். அதற்கு தன்மேலிருந்த பயம் அவர்களுக்கு போய்விட்டதென்று தெரிந்து விட்டதைப்போல எல்லோரையும் பார்த்து வாயைத்திறந்து தன்

கோரைப்பற்களை வெளியே துருத்தி மிரட்டியது. பரிவாரங்கள் இல்லாத அரசனைப் பார்த்து சிறுவர்கள் அதை சூ சூ என்று கலைத்தார்கள். கல்லெடுத்து எறிந்தார்கள். சிலர் "சன்னாசி சன்னாசி குரங்கைப்பிடி" என்று கத்தினார்கள்.

அது ஏனைய குரங்குகளுடன் சேர்ந்து கொப்பில் தாவி ஏறி நல்ல உயரமான இடத்தில் அமர்ந்துகொண்டு வாயைத்திறந்து திறந்து போக்குக்காட்டியது.

அப்போது ஆசையக்கா, உது அண்டைக்கு செஞ்ச வேலை தெரியுமோ?

"என்னடி நடந்த?"

"அண்டைக்கு மத்தியானம் நான் பின் வளவிலை மாட்டுக்கு தண்ணி வைக்க போட்டன். என்ர பெரியவள் காய்ச்சல் எண்டு முன்பக்க அறையில படுத்திருந்திருக்கிறாள். அப்ப கையில பாம்பு போல ஏதோ முட்டியிருக்கு. திடுக்கிட்டு எழும்பினால், உந்த தாட்டான். இவள் அலறியடிச்சுக்கொண்டு ஓடி வந்திட்டாள். பிள்ளை சரியாய் பயந்து போனாள். நான் தடி ஒண்டு எடுத்துக்கொண்டு போனன், ஆள் இன்னும் அறைக்க தான் நிக்கிறார், என்ன செய்தவர் தெரியுமோ? " குரலை ஆச்சரியத்திற்கு உயர்த்தினாள்.

"ஆள் எங்கடை பீறோ கதவிலை கண்ணாடி இருக்குத்தானே, அதை இழுத்து ஆட்டி ஆட்டி கண்ணாடி பாக்கிறார். சொன்னா நம்ப மாட்டியள். குமர் பெடி, பெட்டையள் கண்ணாடிக்கு முன்னால நிண்டு சீவிச் சிங்காரிக்கிற மாதிரி ஆள் கண்ணாடி பாத்த வடிவு" சுற்றி நின்றவர்கள் சிரித்தார்கள்.

கற்கள் தொடர்ச்சியாக பறந்தன. யாரோ கல்லெறிய வேண்டாம் என்று அதட்டினார்கள்.

"காங்கேசன்ர கலியாணத்துக்கு வந்திருக்கினம், போல விடுங்கோ நிக்கட்டும்" வல்லி கூட்டத்தில் கலகலப்பைப் பரவவிட்டான். நல்லதொரு நகைச்சுவையை சொல்லி விட்டதைப்போல பெருமை அவன் முகத்தில். காங்கேசன் அடிக்கடி நிமிர்ந்து தாட்டானையே பார்த்துக்கொண்டிருந்தான். தாட்டான் காங்கேசனைப் பார்த்துக்கொண்டிருந்தது. வைத்த அத்தனை பொறிக்குள்ளும் தப்பிப்பிழைத்து விட்டது. அதன் மேலிருந்த கோபம் போய் தனக்குள் மரியாதை வந்துவிடும் என்று காங்கேசன் அச்சப்பட்டான்.

படையல் தயாராகிவிட்டது. பெரிய வாழையிலைகள் ஆத்தைக்கு முன்னால் அடுக்கப்பட்டன. கிடாரத்தோடு கொண்டு வந்து கவிழ்த்த

சோறு பூத்து விரிந்து ஆவிபறந்தது. காலையில் வெய்யில் தொடங்கும் போது சரிக்கப்பட்ட இரண்டு பெரிய கிடாய்கள் சிவந்த கறியாக அண்டாக்களில் மிதந்தன. கறியின் இறைச்சிச் சரக்கு வாசம் சிறுவர்கள் வெளிப்படையாகவே மூக்கை உறிஞ்சி, ம்ம்ம்ம்! ஆஹ்ஹ்! என்ற சத்ததுடன் மணந்து பிடிக்க, தாய்மார் இரகசியமாக அவர்களை நுள்ளி, அதட்டினார்கள். படையலுக்கு முன்னால் துரிதமும், காங்கேசனும் இருத்தப்பட்டனர். ஆச்சிக்கு சின்ராசன் புது சால்வையால் தலைப்பாகை கட்டி விட்டான். சூடமெடுத்து ஆத்தைக்கு காட்டி விட்டு வாழையிலைக்கு முன்னால் இருந்த, சின்னப் பச்சை மலைபோல் குவிந்திருந்த நீற்றில் எரியும் கற்பூரத்தை கவிழ்க்க, நீற்றுமலையுச்சியில் நின்று சுவாலை காற்றில் குழைய எரிந்தது. சமநேரத்தில் தலைக்கு மேலே கொட்டிலுக்குள் கூடு கட்டியிருந்த அடைக்கலக் குருவிக் குஞ்சுகள் கீச்சிட்டன.

“அடைக்கல குருவி கத்துது. நல்லா இருப்பியளடா” சின்ராசன் உணர்வு வசப்பட்டு பூசைக்கு நடுவில் குரல் தழுதழுக்கச் சொன்னான். ஆச்சி தாவரப்பலிகளுக்கு தயாரானாள். எலுமிச்சைகளை வெட்டி படையலுக்கு மேலே சுற்றி படையலின் நான்கு திசைகளிலும் அடுக்கினாள். இன்னொரு தேசிக்காயைப் பிழிந்து கறிக்குள் விட்டாள். பிறகு சின்ராசன் கையோடு எடுத்துக்கொடுத்த பெரிய பூசணிக்காயின் மேல்பக்கமாக கத்தியால் கீறி ஒரு துண்டெடுத்து படையலில் அடுக்கினாள். பச்சை நீற்றையும் சில நாணயக்குற்றிகளையும் நெஞ்சில் வைத்து ஆழ்ந்து ஜெபித்த பிறகு பூசணிக்குள் போட்டு வல்லியைக் கூப்பிட்டு பூசணியைக் கொடுத்தாள். அவன் திரும்பிப் பார்க்காமல் வாசலுக்கு அதைச் சிதறியுடைக்க வேகமாகப் போனான். ஆச்சி வைத்திருந்த கும்பத்தின் மீது வைக்கப்பட்டிருந்த தாலியை தொட்டு கண்களில் ஒற்றிக்கொண்டாள். சின்ராசன் உடுக்கை எடுத்து ஆத்தையின் சிந்துப்பாடல் சொல்லி உடுக்கை அடிக்கத் தொடங்கினான் அவனுடன் இரண்டு பெண்களும் சேர்ந்து கொண்டு பாடினார்கள். ஆச்சி இரு நாணிலும் சுற்றப்பட்டிருந்த பனையோலையில் பிடித்து தாலியை எடுத்து காங்கேசனிடம் கொடுத்தாள். காங்கேசன் எழுந்து ஆத்தையை பார்த்து கண்களை மூடி ஒரு முறை வணங்கி விட்டு துரிதத்தின் கழுத்தில் நாணேற்றினான். துரிதம் கண்ணீர் நிலத்தில் விழ நின்றிருந்தாள். தலைக்கு மேலே சனங்கள் வீசிய புது அரிசி காற்றில் பரவி வந்து மணமக்களின் மேல் விழுந்தது. இருவரும் நகுலாத்தையை வீழ்ந்து வணங்கினார்கள். யோகமும், வதனியும் ஆரத்தியெடுத்தார்கள். காங்கேசன் ஒரு முழு ஆயிரத்தை தட்டில் போட்டான். யாரோ,

“அண்ணை, ஒரு குரங்கு”

பலருக்கு விளங்கவில்லை, விளங்கியவர்கள் அவர்களுக்கும் சேர்த்து சிரித்தார்கள்.

காங்கேசன் புதிய குங்குமச் சிமிழைத் திறந்து விரலை கருஞ்சிவப்பில் ஒற்றியெடுத்து துரிதத்தின் வகிடு தொடங்குமிடத்தில் உச்சிப்பொட்டு வைத்து விட்டான். குங்குமம், சிவந்து கிடந்த துரிதத்தின் நிறத்தில் கலந்து போனது. பிறகு ஆச்சி இருவரின் கையையும் பிடித்து இடது பக்கமாக அரசைச் சுற்றிக் கூட்டிபோனாள். சின்ராசன் பெரிய சத்தகத்தை நெல்லுப்பெட்டிக்குள் இருந்து எடுத்துக்கொண்டே பின்னால் வந்தான், அரசின் தடித்த உருண்டு திரண்ட அடிப்பாகத்தின் அருகில் போய் நின்றார்கள். சின்ராசன் சத்தகத்தை ஆச்சியிடம் நீட்டினான். அதை வாங்கி நெஞ்சில் வைத்து நேர்ந்து விட்டு அரசில் ஒரு கொத்து கொத்தி சத்தக நுனியைப் புதைத்தாள். சில நொடிகள் சத்தகப்பிடியில் அப்படியே பிடித்துக் கொண்டு நின்றவள் சத்தகத்தை பிடுங்கினாள். சத்தகக்காயம் மெல்லக் கசியத்தொடங்கியது. அரசம்பால் கசிந்து திரண்டு துளியாக முதல் அப்படியே அதை விரலால் ஒற்றியெடுத்தாள் ஆச்சி. காங்கேசனும், துரிதமும் நாக்கை நீட்டினார்கள். விரலால் அரசம்பாலை ஆச்சி இருவரின் நாக்கிலும் பிரட்டினாள். துரிதத்திற்குப் பிரட்டும் போது,

“ஆத்தை உன்னிலை தளைக்கொணும் குஞ்சு”

சின்ராசன் ஏற்கனவே வெட்டி வைத்திருந்த புது தென்னம் பாளைகள் இரண்டை உரித்தான், பாளைக்குளிருந்து பூக்காம்புகள் விரிந்தன, செம்மஞ்சள் நிறத்தில் தென்னம்பூ தன் அழகை சின்ராசனின் இரு கைகளிலும் விரித்திருந்தது. அப்படியே இருவரின் கையிலும் தென்னம்பூவைக் கொடுத்தான் சின்ராசன். இருவரும் ஆத்தையையும் அரசையும் சுற்றி வந்தார்கள். சுற்றி வந்து ஆத்தைக்கு முன்னால் தென்னம்பூவைப் பரப்பினார்கள். சின்ராசன் சிவப்பு நிறச் சட்டகம் போட்ட சிறிய கண்ணாடியுடன் நின்று கொண்டிருந்தான். அதுதான் திருமணத்தின் கடைசிச் சடங்கு. துரிதம் பலகைக்கட்டையில் இருந்துகொண்டாள். ஆச்சி பச்சை நீற்றை எடுத்து காங்கேசனிடம் கொடுத்தாள். துரிதம் சின்ராசன் கொடுத்த கண்ணாடியை வைத்துக்கொண்டு தரையில் கால்களை மடித்து உட்கார்ந்தாள். காங்கேசன் துரிதத்தின் நெற்றியில் பச்சை நீற்றை வட்டப்பொட்டாகப் போட்டான். துரிதம் கண்ணாடியில் அதைப் பார்த்துக் கொண்டாள்.

பொட்டு போட்டதும் துரிதம் கண்ணாடியை எடுத்துக்கொண்டு போய் ஆத்தையின் காலடியில் வைத்தாள். பிறகு இருவருக்கும் முதலில் தலைவாழை விரித்து சின்ராசன் தன் கையாலையே சோறு வைத்தான். சனங்களும் மர நிழலில் பரப்பட்ட பாய்களில் இருந்துகொள்ள பந்தி

தொடங்கியது. அப்போதுதான் தாமரையும் வெரோனிக்காவும் வந்து சேர்ந்தனர். தமயந்தியை மாதப்பரிசோதனைக்கு வைத்தியசாலைக்குக் கூட்டிப்போய் காட்டி விட்டு அவளை வீட்டில் இறக்கி விட்டு வந்திருந்தனர். இருவரும் சாப்பிட இருந்த மணமக்களிடம் போய் “கொஞ்சம் இருங்கள்” என்று கையமர்த்தி விட்டு கை நிறைய அரிசி அள்ளி தலையில் தூவி ஆங்கிலத்தில் வாழ்த்துக்கள் சொல்லிக் கைகொடுத்தார்கள். காங்கேசன் சங்கடமாக நெழிந்து சிரித்தான். துரிதம் “தாங்ஸ்” என்றாள். சிரிப்பு.

மணமக்களைச் சாப்பிடச் சொல்லிவிட்டு, இருவரும் ஆளுக்கொரு கறி வாளியை எடுத்துக்கொண்டு சனத்திற்கு பரிமாறத் தொடங்கினார்கள். காங்கேசன் துரிதத்திற்கு ஒரு வாய் ஊட்டிக்கொண்டே கொப்பை நிமிர்ந்து பார்த்தான். அரவமில்லை. அது போய்விட்டது.

பந்தி முடிந்து. துரிதமும் காங்கேசனும் வீட்டுக்கு அனுப்பப்பட்ட பின்னரும் ஊர் கூடி நின்று கதைத்தது. திருவிழா நாள் நெருங்கிக்கொண்டிருந்ததால் ஆச்சியுடன் அளவளாவிக்கொண்டும், கோயிலை கூட்டிக்கொண்டும், பாத்திரங்களைக் கழுவி அடுக்கிக்கொண்டும் பலர் நின்றிருந்தனர். எல்லோரும் கலைந்து செல்ல மாலை நான்கு மணிக்கு மேலாகிவிட்டது. ஆலயச்சூழல் வெளித்த பிறகு கீழ் கொப்பில் முகம் சிதைந்த தாட்டான் தோன்றியது. அப்படியே இறங்கி வந்து படைக்கப்பட்டிருந்த கறியைத் தாண்டிப்பாய்ந்து ஆத்தைக்கு அருகில் போனது. அங்கே துரிதம் சாத்திவிட்டிருந்த கண்ணாடியை கையில் எடுத்தது. குண்டுச்சன்னங்கள் சிதைந்த தனது முகத்தை திருப்பித்திருப்பி பார்த்தது. கொஞ்ச நேரம் முகத்தையே பார்த்துக்கொண்டிருந்தது. பிறகு ஆத்தையை நிமிர்ந்து பார்த்தது. எந்தச் சலனமுமின்றிய அவளுடைய பொலிவு. அவளைப்பார்த்து வாயைத்திறந்து பற்களால் போக்குக்காட்டியது. பிறகு கண்ணாடியை தூக்கிக்கொண்டு கிளைக்குத்தாவியது. அரசில் இருந்து தென்னை, தென்னையில் இருந்து இன்னொரு தென்னைக்கு தாவி அப்படியே குளக்கட்டில் இறங்கி காட்டுப்பக்கமாக ஓடி கண்ணாடியோடு மறைந்தது.

04

நீலோற்பலமாச்சி அவ்வளவு பேசமாட்டாள், மார்க்கண்டருக்கு நேர் மாறானவள். பேறுபார்த்தலும் பத்தியம் வைத்தலும் அவளுடைய தொழில். பத்தியம் அரைத்து அரைத்து அவளுடைய உடலில் மூலிகைகளின் வாசனை எப்போதுமிருக்கும். தேர்ந்த மருத்துவிச்சியைப் போல அவள் பிள்ளைப்பேற்றில் தன்னுடைய சொந்த நுட்பங்களை வைத்திருந்தாள். தொப்புள் சுற்றிய குழந்தைகளையும், கால்களால் வெளிப்படும் குழந்தைகளையும் தாய்க்கும் சேய்க்கும் நோ படாமல் உலகத்திற்கு இழுக்கக் கூடியவள். குளிர்ச்சியான மணல் மண்ணில் காலை விரித்துக்கொண்டு உட்கார்ந்து பிள்ளைத்தாச்சிப் பெண்ணை தன் கால்களுக்குள் வைத்துக்கொண்டு வயிற்றில் தன்னுடைய நரம்புகள் புடைத்துச் சுருங்கினாலும் சிறு நடுக்கம் கூடக் காட்டாத கைகளைப் பதித்து அப்பிள்ளைத்தாச்சியின் சுகப்பேற்றை நடத்தி முடிப்பாள்.

தமயந்தியின் பிரசவத்தின் போது நீலோற்பலம் ஆச்சியுடன் தாமரையும் வெரோனிக்காவும் அருகிருந்தனர். உள்ளூர் மருத்துவிச்சிகள் பிரசவம் பார்ப்பதற்கு தடையுத்தரவு இருந்தது. கீரிப்பிள்ளை மேட்டில் ஆங்கில மருத்துவத்திற்கு அவ்வளவு மதிப்பில்லை, பேறுகாலங்களில் புனித சிலுவை கன்னியர் மடத்தின் வைத்திய பகுதியில் பிரசவம் நடக்கும், ஊரின் மருத்துவிச்சிகளும் பேறுபார்ப்பவர்களும் அங்கே உள்ள தாதிகளுக்கு உதவிகள் செய்வார்கள். நிர்மலா வெரோனிக்காவையும் தாமரையும் அங்கிருந்து செல்லுமாறு சொன்ன போது நீலோற்பலமாச்சி அவளைத்தடுத்தாள்.

'நிக்கட்டும்'

கோதை பிறந்த பிறகு அடிக்கடி பத்தியச்சரக்கு அரைத்துக்கொடுக்க வருவாள் நீலோற்பலம் ஆச்சி. தாமரை யசோதா அக்காவைப் அவர்கள் பிடித்துச்சென்றுவிட்டதை அறிந்துகொண்டு ஆச்சிவீட்டிற்கு போனாள். நீலோற்பலமாச்சி தமயந்தி வீட்டிற்குப் போயிருக்கிறாள் என்பதை தெரிந்து கொண்டு வேகமாக வந்து சேர்ந்தாள். தயக்கமும் பதட்டமுமாய் நின்ற தாமரையை அம்மியில் திப்பிலிகளைத்தூவி

விட்டு குழவியை அவற்றின் மீது பதிக்கத் தயாராகவிருந்த நீலோற்பலம் ஆச்சி வெறித்துப்பார்த்தாள். எப்படிச்சொல்வது என்ற முன் ஒத்திகை எதையும் தாமரை செய்து பார்த்திருக்கவில்லை. தங்கள் வீட்டில் மறைந்திருந்த யசோதாவைக் காவு குடுத்துவிட்ட அந்தரமும் அழுகையும் தாமரைக்குள். ஆச்சி தாமரையை அவளுடைய முகத்தில் வைத்துச் சந்தித்தாள். கிழவியின் உடல் ஒரு முறை வெடுங்கென்று சுருங்கிய தோலினால் திடுக்கிட்டது.

குழவியில் இருந்து கையை எடுத்தாள். அப்படியே கைகளை ஊண்டி நகர்ந்து சுவரோடு ஒட்டிக்கொண்டு இருந்தாள். சலனமில்லை. கொஞ்ச நேரம் அப்படியே இருந்தாள். இமைத்தாளில்லை, நெஞ்சு இயல்பான சுவாசத்திற்குரிய விம்மலோடு எழுந்து தாழ்ந்தது. சிறிது நேரம், அங்கு நேர்ந்த நிர்ச்சலனம் அப்படியே இருந்தது. நீலோற்பலமாச்சி, ஒன்றும் பேசாமல் அம்மிக்குத்திரும்பி பத்தியச்சரக்கை அரைக்கத் தொடங்கினாள்.

தமயந்தி “வீட்ட போங்கோவன் ஆச்சி” என்றாள்.

“போவம்”

என்றோ உறைந்துபோன பழைய சொற்களில் ஒன்றை எடுத்துச் சொன்னாள். பத்தியச் சரக்கை அரைத்து முடித்து, அம்மியையும் குழவியையும் வழித்து கிண்ணத்தில் நிறைத்து பொறுமையாக அம்மியை கழுவி நீரை வழித்து விட்டு, குழவியை அம்மித்தலையில் நிறுத்தி விட்டு எழுந்தாள். வியர்வையை ஒற்றிக்கொண்டே, வாசலில் இறங்கிப் போனாள். நீலோற்பலம் ஆச்சி படலையைக் கடக்கும்போது அவள் தலை குலைந்து வீழ்ந்தது. கரடி எண்ணையை உறிஞ்சி நீண்ட கருங்கூந்தல் ஒரு சாட்டையைப்போல மாறி காற்றைச் சொடுக்கியது.

05

நிர்மலா, ஞாயிற்றுக்கிழமை காலையில் தேவாலயத்தில் திருப்பலிக்காகக் கூடிய சனக்கூட்டத்தில் மகளைத் தேடிக்கொண்டிருக்கும் போது வெரோனிக்கா மருதடி அந்தோனியாரிடம் வந்திருந்தாள். ஒரே விசாலத்துடன் அடுத்தடுத்து நின்ற மரங்களின் ஊடுகளை மிதமான மஞ்சள் வெயில் நிறைத்திருந்தது. அந்தோனியார் சொரூபத்தின் கீழே புலுணிகள் மேய்ந்துகொண்டிருந்தன. சொரூபம் நின்றிருந்த மேடையைச்சுற்றி முழங்காலளவுக்கு மருதஞ்சருகு ஏறியிருந்தது. சிவப்பு நீல நிறங்களில் காற்றெடுத்து வந்த பொலித்தீன் பைகள் சருகுகளுக்கு நடுவில் பளிச்சென்று தெரிந்தன. இவள் நுழைந்ததும் சருகுக்குள் எதோ ஓடும் சத்தம் கேட்டது. அறணையாகவோ ஓணானாகவோ இருக்கும். அவள் எதையும் கவனிக்கும் மனநிலையிலிருக்கவில்லை. காலையில் திருப்பலியை தவிர்த்து விட்டு அந்தோனியாரிடம் வருவதென்று இரவே தீர்மானித்து விட்டிருந்தாள். தாமரையில்லாது அங்கே வருவதென்று தீர்மானித்தே உள்ளூர நிகழும் அனர்த்தம் என்பதை உணர்ந்து புத்தி சோர்ந்தது. நடு இரவு வரை அழுதுகொண்டிருந்தாள். தாமரையும் தான் வெளியேறிய போது தடுக்கவோ தொடர்ந்து வரவேயில்லை என்பது இராத்திரியை இன்னும் அந்தரமாக்கிவிட்டிருந்தது. ‘இனி ஊராத்துறையார் வீட்டுப்பக்கம் போவதில்லை’ சொரூப மேடையில் ஏறிய போது உள்ளுக்குள் உறுதியானதொரு தீர்மானம் இறுகியது. ஆனால் குழந்தையையும் தமயந்தியையும் பார்க்காமல் இருப்பது பற்றி யோசிக்கவே பெருமூச்சு அவளை மீறியது.

மாலையில் ஊராத்துறையார் வீட்டு வாசற்படலையைத் திறந்து கொண்டு அக்கா, என்றவாறு நுழைந்தவளைச் சாரங்கனின் உருவம் எதிர்கொள்ளுமென்று எண்ணினாளில்லை. பின்னல் கதிரையில் பவ்வியமாக அமர்ந்திருந்த அவனைக் கண்டதும் அப்படியே நின்றுவிட்டாள். புலிகளின் கட்டாய ஆட்சேர்ப்புத் தொடங்கிய பிறகு கொஞ்சநாள் சாரங்கனின் தொல்லையில்லாமலிருந்தாள். இவளைக் கண்டவுடன் பார்வை கூராகி நிமிர்ந்து இருந்து கொண்டான். கீதாஞ்சலி அழுது முடித்த கண்ணுடன் இவளைப் பார்த்துச்

செயற்கையாக புன்னகைத்தாள். “வெரோனிக்கா” கீதாஞ்சலி அவளை எதிர்பார்த்திருந்தவள் போன்ற பாவனையில் விளித்தாள்.

“ஓம் டீச்சர்”

வெரோனி கெட்டிக்காரப்பிள்ளை என்று தமயந்தியிடம் தன்னுடைய மாணவியை பற்றிச் சம்பிரதாயமாக பிரஸ்தாபிக்க, சங்கடமான புன்னகையை பரிமாறிவிட்டு தாமரை எங்கே என்று கேட்டு வேகமாகச் சமையலறைக்குள் நுழைந்தாள். கீதாஞ்சலி மகனைக் கட்டாய ஆட்சேர்ப்பில் இருந்து காப்பாற்றிவிட எல்லா வழிகளிலும் முயற்சி செய்துகொண்டிருந்தாள். நிர்மலாவைச் சந்தித்துப் பெண் கேட்டிருந்தாள்.

“கீதாஞ்சலி வந்தவள், சாரங்கனுக்கு பிடிப்பிரச்சினை வரும் போலை கிடக்காம், அதாலை கலியாணம் ஒண்டு முடிச்சு விடுவம் எண்டு பிரியப்படுறா”

வெரோனிக்கு தாய் அடுத்து என்ன சொல்லப்போகின்றாள் என்று அச்சொட்டாகத் தெரிந்தாலும்

“அதுக்கேன் இஞ்ச வந்தவா?”

“உனக்கு தெரியாதோ?”

“ஓம் எண்டு சொல்லியிருக்கலாமே, நீயும் செய், நானும் செய்யிறன். ஒரே மேடையிலை கலியாணம்”

கொஞ்சம் அதிகமாகத்தான் வார்த்தைகளை விட்டிருக்கிறேன் என்று உணர்ந்தாலும் உள்ளூர வேகுண்டெரிவதெல்லாம் அவளைவிட வலியதாகியிருந்தது. நிர்மலாவின் கண்கள் முட்டின. “நான் இப்ப செய்யிற நோக்கம் ஒண்டுமில்லை” எண்டனான், என்றாள் மூக்கை உறிஞ்சிக்கொண்டு. இன்றைக்கு திரும்பவும் கீதாஞ்சலியும் அவளுடைய ஏகபுத்திரனும்.

சமையலறைக்குள் தாமரை எந்த அசமந்தமும் இல்லாமல் நிதானமாகவிருந்தாள். வெரோனிக்காவைக் கண்டவுடன் குரலை தாழ்த்திக்கொண்டு விபரம் சொன்னாள்.

“டீச்சர் வந்து ஒரே அழுகை. சாரங்கனை பிடிக்க ரெண்டுதரம் வந்திட்டாங்களாம். சொந்தக்கார வீடுகளுக்கும் போறாங்களாம். அதுதான் கொஞ்ச நாளைக்கு அவரை இஞ்ச வச்சிருக்க ஏலுமோ எண்டு கேட்டவா. அக்கா பொம்பிளை பிள்ளையள் மட்டும் இருக்கிற வீடு எண்டுதான் முதல் இழுத்தவா, ஆனா டீச்சர் பெரிசா அழத்தொடங்கீட்டா, பாக்க எனக்கே பாவமாய்தான் இருந்தது.”

“அதுக்கு?”

“மேல் மாடிலை கொஞ்சநாளைக்கு அவர் ஒழிச்சிருக்க அக்கா ஓம் எண்டிட்டா”

வெரோனிக்கு கண்முட்டி உடைந்தே போனது. கொஞ்ச நேரம் தாழ் குரலில் தாமரையுடன் சண்டையிட்டாள்.

“உனக்கும் அக்காக்கும் தெரியாதோ அவன் எனக்கு பின்னாலை திரியிறான் எண்டு”

“தெரியுமடி. ஆனால் பாவம் பிடிச்சுக் கொண்டு போனால் என்ன செய்யிறது, டீச்சர் பாவம் கஸ்ரபட்டு அவரை படிக்க வச்சது சாகக் குடுக்கவோடி?” தாமரையின் குரல் இளகிப்பரிந்தது.

“போகட்டுமன் இயக்கம் இயக்கம் எண்டுதானை பின்னாலை வால் பிடிச்சுக்கொண்டு திரிஞ்சவை, ஆக்கள் காட்டின லெவலும் அவையளும், இப்ப போராட வாங்கோ எண்டா போகமாட்டினமோ?”

“நீ எதை வச்சுக்கொண்டு பொருமுறாய் எண்டு விளங்குதடி, ஆனால் பாவமடி டீச்சர். அழுகிறா, வேறை ஆர்வீட்டிலையும் நம்பிக்கையா விடேல்லாது. விந்தன் கண்கொத்தி பாம்பாய் திரியிறானாம்”

“என்னவோ செய்யுங்கோ நான் உவன் நிண்டால் இனி இஞ்சால வரமாட்டன்”

“கண்ணை பாவாடையை எடுத்து துடைத்து விட்டு, மூக்கை உறிஞ்சிக்கொண்டு சாதாரணமாக வெளியேறுபவளைப்போல ஹோலைக் கடந்தாள்”

“வீட்டையோ போறாய்?” தமயந்தி அவளை நிறுத்தினாள், அவளுக்கு சமையலறையில் என்ன நடந்திருக்கும் என்று தெரிந்திருந்தது.

“ஓம் அம்மா வரச்சொன்னவா, கிரந்தியெண்ணை தாமரேட்டை குடுத்திருக்கிறன்” தமயந்தியின் முகத்தில் பார்வையை தொடக்கி குரலை முடிக்கும் முதல் சாரங்களைக் கடந்து கண்களை கீதாஞ்சலியின் முகத்தில் நிறுத்தினாள். பாவமாய்தானிருந்தது. ஆனாலும் அங்கே பம்மிக்கொண்டு உட்கார்ந்திருக்கும் சாரங்களைப் பார்க்கப் பார்க்க நெஞ்சுக்கூட்டில் இரத்தம் அறைவது கேட்டது. தாமரை பால்தேனீர் பேணிகள் இருந்த ரேயுடன் வெளியே வரவும் வெரோனிகா வேகமாக வெளியேறவும் சரியாக இருந்தது.

அந்தோனியாரை நிமிர்ந்து பார்த்தாள்.

ஊரில் இரண்டு அந்தோனியார்கள். மருதடி அந்தோனியாரைத் தவிர, தேவாலய வாசலில் புதிதாக அமைக்கப்பட்ட கண்ணாடிக் கூட்டுக்குள் நின்றிருக்கும் இன்னொரு சற்றுப்பெரிய சொரூபம். மருதடி அந்தோனியார் நன்றாகக் குளக்காற்று வாங்கும்படி நின்றிருந்தார். அவரின் தலைக்கு மேலாக வளைத்துக் கட்டியிருந்த சீமெந்துக்கூட்டுக்குள் போன மஞ்சள் ஒளி அந்தோனியார் மஞ்சள் வெளிச்சத்தால் மூடியிருக்க அவர் அணிந்திருந்த பாசியேறிய அங்கியினதும் அவரின் கையில் ஏந்திருயிருந்த குழந்தை ஏசுவின் அங்கியினதும் இயல்பு நிறத்தையும் மஞ்சள் விழுங்கியிருந்தது. அவரின் காலடியில் மெழுகு கருகிய திரித்துண்டுகளைப் பாடம் செய்திருந்தது. அகலமான சொரூபத் தாங்கியில் இருந்த உண்டியலுக்கு மேலாக அந்தோனியாரே எமக்காக வேண்டிக்கொள்ளும் என்ற வாக்கியம். அதன் கீழே அச்சொரூபம் கட்டப்பட்ட ஆண்டு எழுதப்பட்டிருந்தது. 1926 என்ற எண்கள் கொஞ்சம் மங்கிருந்தன.

மருதடி அந்தோனியார் தேவாலயத்தினால் ஆதரித்து பராமரிக்கப்பட்டாலும், அந்தோனியார் ஊர்த் தெய்வம். அவர் எல்லோருக்குமாக வேண்டிக்கொள்பவர். ஊரில் பெரும்பாலானோர் அந்தோனியார் பக்தர்கள். வேண்டுதல் நிறைவேறினால் ஞாயிற்றுக்கிழமைகளில் தேவாலயத்தில் இலைக்கஞ்சி கொடுப்பார்கள். லூர்துமேரி அக்காவைப் பிடித்தால் நேர்த்திவைப்பவர்களுக்கு சுவையான கஞ்சி செய்து சனத்திற்கு கொடுத்து அவர்களின் நேர்த்திக்கடனின் புண்ணியத்தை எடுத்து கையோடு கொடுத்து விடுவா. அடிக்கடி தேவாலயத்தில் கஞ்சி கிடைக்கும். உண்மையில் லூர்து மேரியக்காவின் கஞ்சிக்கொரு தனிச்சுவையிருந்தது. எப்படி அன்னதானச்சோற்றின் ருசியை வீட்டில் செய்து விட முடியாதோ அதே போலத்தான் லூர்த்து மேரியக்காவின் தேவாலய சமையலறையில் செய்யப்படும் கஞ்சியை யாரும் வீட்டிலோ வெளியிலோ செய்து விட முடியாதளவு அதனிடமொரு தேவ கிருபை கலந்து சுவையிருந்தது. இதில் பகிடி என்னவென்றால் மருதடி அந்தோனியாருக்கு நேர்ந்தாலும் தேவாலயத்தடி அந்தோனியாருக்கு நேர்ந்தாலும் கஞ்சியென்னவோ தேவாலய வளவில் தான். பாவம் மருதடி அந்தோனியாருக்கு ஒரு கலையம் கஞ்சிகூட வருவதில்லை. ஆனாலும் அவர் தொடர்ந்தும் மருதமரத்தடியில் நின்று தன் பிரார்த்தனையைத் தொடர்ந்தபடிதானிருந்தார்.

ஊரில் பெரும்பாலும் எல்லோருக்கும் அந்தோனியாரிடம் எப்படி முழந்தாளிட்டு மன்றாடுவது என்று தெரிந்திருந்தது. அப்போதுதான் அவர் நமக்காக இறைவனிடம் மன்றாடுவார் என்பது நம்பிக்கை. மற்றபடி மருதடி அந்தோனியாரிடம் வந்து போவது வெரோனிக்காவும் தாமரையும்தான். கிட்டத்தட்ட பத்து வருடங்களுக்கு மேலாக

அந்தோனியாருக்கும் இந்த இரண்டு பெண் குழந்தைகளுக்குமான நேசம் மருதமரத்தடிக்கு நன்கு பரிச்சமானதொன்று.

இருவரும் மூன்றாம் வகுப்பு. மருதடி அந்தோனியார் சொரூபம் அப்போது சண்டையில் சன்னங்கள் பட்டுச் சிதைந்து போயிருந்தது. அந்தோனியாரின் மூக்கு உடைந்து முகத்தின் நடுவில் ஒரு பெரிய துவாரமிருக்கும். ஏசுபாலனின் கழுத்து இல்லாமல் அவனுடைய உடல் அந்தரித்துப் போயிருந்தது. யாரும் அந்தப்பக்கம் வருவதில்லை. மிதிவெடிகள் புதைக்கப்பட்ட இடமென்று பேச்சிருந்தது. அருகில் சிறு பாதை பற்றைகளூடே ஓடினாலும் அது ஒரு கைவிடப்பட்ட இடமாயிருந்தது. சற்றுத்தள்ளிப் போனால் ஒல்லாந்தர், ஆங்கிலேயர்கால வீடுகளின் சிதைவுகளை பற்றைகள் மூடியிருக்கக் காணலாம். முன்பு அவ்விடத்தில் மாளிகைகளும் வீடுகளும் இருந்தன என்று ஊரில் கதை சொல்வார்கள். அவற்றின் மிச்சமாக உயிருடன் இருப்பவை ஊருக்குள் தேவாலயமும், ஊரின் வெளியே மருதடி அந்தோனியாரும் மட்டும்தான். வெரோனியும் தாமரையும் மருதடிக்கு கிட்ட நின்ற கொடுக்காய் புளிமரத்தைத்தேடி வந்து சேர்ந்தபோதுதான் அந்தோனியாரைக் கண்டனர். அந்தப்பெரிய கொடுக்காய் புளிமரம் இப்போது பட்டுபோய் அதன் அடிக்கட்டை உழுத்துப்போய் மண்ணுக்குள் இறங்கி விட்டது இப்போது தோண்டிப்பார்த்தால் அடி வேர்கள் தென்படக்கூடும். பெரிது பெரிதாய் கொடுக்காய் புளிகள் பழுத்து தொங்கும். ஒருக்கால் கல்லெறிந்தால் பொலுபொலுத்துக்கொட்டும். காய்க்கும் காலத்தில் மிதிவெடிப்பயத்தை உதறிவிட்டு வாண்டுகள் கூடுவதுண்டு. அப்படித்தான் கொடுக்காய் புளி இருவரையும் அந்தோனியாரிடம் அழைத்துவந்தது.

ஆர்வத்தில் இருவரும் அச்சொரூப மேடையைப் பரிசோதித்தனர். வெரோனிக்காதான் முதலில் உண்டியலைக் காட்டினாள். அந்தக் கனமான இரும்பு உண்டியல் சொரூபத்தாங்கியில் பொருத்தியிருந்தார்கள். ஒரு ஷெல் துண்டொன்று வேகமாகப் போய் மோதியதில் அதன் பூட்டுப்பகுதி சிதைந்து போயிருந்தது. வெரோனிக்கா அதைப்பிடித்து இழுத்தாள். கீறீச்சிட்டு திறந்துகொண்டது. துரு உதிர்ந்து விழுந்தது. உள்ளே பார்வையை கொண்டு போனார்கள். ஒரு குவியல் நாணயங்கள். எல்லாம் பழைய நாணயங்கள். ஒரு சதம், இரண்டு சதம், அஞ்சு சதம் என்று எறும்பெடுத்த புற்றோடு சேர்ந்து புதைந்து கிடந்தது நாணயக்குவியல். சதம் புழக்கத்தில் இல்லாத காலமது. குழந்தைகள் இருவருக்கும் அது தெரியாது. அவர்களுக்கு அது ஒரு புதையல். ஒரு குவியல் காசு. கையை விட்டு அள்ளிப்பார்த்தனர். அந்தச் சின்னக்கைகள் களைத்துப் போகுமளவு காசு வந்தது.

“இஞ்சையப்பா அந்தோனியார் சாமி உண்டியலெல்லோ பிறகு காய்ச்சல் வந்திடும்” தாமரை வெரோனியை வெருட்டினாள். வெரோனியும் மிரட்சியுடன் யோசித்தாள். “திருடுற காசு சாத்தான்ர காசெல்லோ” அம்மா சொல்லியிருக்கிறாள்.

ஆனால் புதையலை விட்டுப்போக யாருக்குத்தான் மனதிருக்கும். மனதிற்கு சமாதானம் சொல்லவும் முடியவில்லை, சாத்தானிடம் ஒப்பந்தம் செய்துகொள்ளவும் விருப்பமில்லை. கடைசியில் மூக்கில்லாது நின்ற அந்தோனியாரப்பாவிடமே ஒப்பந்தம் செய்ய முடிவானது.

ஐஸ்பழம் வாங்க மட்டும் கொஞ்சக்காசை எடுத்துக்கொள்வோம். அதற்கு பதிலாக அந்தோனியாருக்கு பத்து தோப்புக்கரணம் போடுவது என்று கோரிக்கையை வைத்து அந்தோனியாரின் காலில் காசை சுண்டிப்பார்த்தார்கள். அந்தோனியாரப்பா சம்மதித்தார். சாத்தான் ஏமாந்து போனான். அதாவது ஆளுக்கு பத்து தோப்புக்கரணம். மொத்தம் இருபது. ஒருவர் போட இன்னொருவர் நின்று சரியாக எண்ணவேறு வேண்டும். சிலநேரம் எண்ணுபவர் பிழைவிட்டால் திரும்பப் போட வேண்டும். இருவரும் அந்தோனியாருக்கு தோப்புக்கரணம் போட்டு முடித்து இரண்டு கைகளாலும் கொஞ்ச காசை அள்ளி பள்ளிக்கூடப் பையினுள் பத்திரப்படுத்திக் கொண்டனர்.

இருவருக்கும் ஐஸ்கிறீம் என்றால் நல்ல விருப்பம். ஆனால் தாமரை ஐஸ்கிறீம் குடித்தால் இரவு நித்திரை கொள்ள முடியாது சளி நெஞ்சுக்குள் ஏறி இழுக்கும். தாங்கவே முடியாது. தாமரைக்கு குளிர்தண்ணீரே அண்டாது, ஐஸ்கிறீம்! கூடவே கூடாது. வெரோனிக்காவிற்கு பல்லில் பிரச்சினையிருந்தது. பல்லெல்லாம் சூத்தை. சிரித்தாள் என்றால் அங்காங்கே சூத்தைப்பற்கள் வரிசையில் வந்து நிற்கும். ஐஸ்கீறிம் குடித்தது நிர்மலாவிற்கு தெரிந்தால் உரிவிழும்.

இருவருக்கும் எப்படியாவது ஐஸ்கீறிம் குடிக்க வேண்டும். ஏதும் ஊரில் திருவிழாவிற்கோ டவுனில் கூல் பாருக்கோ, போனால் மட்டும்தான் இருவருக்கும் ஐஸ்கிரீம், எப்போதாவது வரும் நகுலாத்தை கோயில் திருவிழாவிற்கோ இல்லை கிறிஸ்துமஸிற்காகவோ காத்திருந்து ஐஸ்கீறீம் குடிக்க முடியாது. எப்போதாவது கடைக்கு போவதில் மிச்சக்காசு கிடைத்தால் இருவரும் எடுத்து வைத்துக்கொள்வார்கள். இருவருக்கும் ஐஸ்பழமும் பிடிக்காது. கோணும் பிடிக்காது. சொக் வேணும். கொக்கோ உருகும் சொக் வேணும். பழம் அப்ப ஐந்து ரூபாய், கோண் பதினைந்து, சொக் இருபது. இருவருக்குமாக நாற்பது வேண்டும். கிடைக்கும் குற்றிகளைச்சேர்த்து கொண்டு வரும் போது

மதியத்தில் பள்ளியில் மதியச்சாப்பாடு முடிந்த பின்னரும் பசிக்கும் போது இருக்கும் காசு மிக்சரோ பிஸ்கற்றோ வாங்கப்போய்விடும்.

“அம்மாக்கு தெரியாமல் எடுத்தது, சாத்தான்ர காசுதானே அதான் நிக்காமல் ஓடுது” என்பாள் வெரோனிக்கா. ஆனால் அது அம்மாவின் காசு என்பதால் தனக்குள்ள உரித்து எந்தப்பாவத்தையும் அண்டவிடாது என்று நம்பினாள். மருதடி அந்தோனியாரப்பா கொடுத்த காசில் சதம் என்றுதான் எழுதியிருந்தது. பள்ளிக்கூடத்தில் சதம் என்று ஒரு எண்ணும் சொல்லித்தரவில்லை. ஐந்து சதம் ஐந்து ரூபாய் தானென்ற நினைப்பில் நேராக ஐஸ்கீறிம்காரனின் சைக்கிளுக்கு எதிரில் போய் நின்றார்கள்.

ஐந்து சதத்தைக் கொடுத்து. ரெண்டு சொக் என்றார்கள். அவன் அந்த ஐந்து சத்தையும் நிமிர்ந்து தன்னைப்பார்க்கும் இரண்டு முகங்களையும் மாறி மாறிப்பார்த்தான். அவனுக்குச் சிரிப்பு வந்துவிட்டது.

“இந்தக் காசிப்ப செல்லாது”

இருவரின் முகமும் கோணியது. அழுகை முட்டியது. அவனிடம் கெஞ்சத் தொடங்கினார்கள். அவன் கொஞ்ச நேரம் சொல்லிப்பார்த்தான் இருவரும் விடுவதாயில்லை. இரண்டு சொக்குகளை எடுத்துக்கொடுத்தான். இருவருக்கும் வலு சந்தோசம். மீண்டும் ஒரு நாள் அவனை மறித்தார்கள். சதங்களைக் கொடுக்க ஏதோ மந்திரத்தால் கட்டுண்டவன் போல அவன் இரண்டு சொக்குகளை கொடுத்தான். மீண்டும் மீண்டும் சொக்குகள் கிடைத்தன.

வெரோனிக்கு இப்போதும் அவனை நினைத்தால் ஆச்சரியமாகவிருக்கும். எப்படி அந்தச் செல்லாக்காசிற்கு ஐஸ்சொக்குகள் கிடைத்தன என்று. அவனுடைய முகம் கூட மறந்து போனது. எவ்வளவு நாள் அப்படி ஐஸ்கீறீம் வாங்கியிருப்பார்கள். பளையைச்சேர்ந்த அந்த ஐஸ்கீறீம் காரன் இயக்கச்சியில் வைத்து இராணுவத்தால் அடித்துக் கொல்லப்படும் வரை அந்தோனியாரும் தோப்புக்கரணத்திற்கு காசு கொடுத்துக் கொண்டேயிருந்தார். அவன் வருகை நிற்கும் போது உண்டியல் காசும் முடிந்து போகச்சரியாக இருந்தது. இருவரும் அதைப்பற்றி யாரிடமும் மூச்சு விட்டார்களில்லை. ஐஸ்கிறீம் காரனின் வருகை நின்ற கொஞ்ச நாட்களின் பின்னர் ஒரு பெரிய ஐஸ்கீறீம் வான் அழகான படங்களுடன் பாட்டுப்போட்டபடி ஊருக்குள் வலம் வந்தது. அதில ஐஸ்கீறீம் வாங்கிய நினைவுகள் வெரோனிக்காவிற்கு பெரிதாகவிருக்கவில்லை. இரண்டு வருடத்திற்கு பிறகு அந்தோனியாரின் மூக்குப் பொருத்தப்பட்டு ஜேசுபாலனுக்கு தலை வைக்கப்பட்டு சொரூபம் புதுப்பிக்கப்பட்டது.

பழைய இரும்பு உண்டியலை எடுத்து விட்டு கீழ்த்தாங்கியோடு சேர்ந்த சீமெந்து உண்டியலைச் செய்துவிட்டார்கள். புதிதாக ஒரு

சிறிய மேடையும் சொரூபத்தைச் சுற்றியமைக்கப்பட்டது. இருந்தாலும் அடிக்கடி அங்கே வருவதை இருவரும் நிறுத்தவில்லை.

மஞ்சள் வெய்யிலின் லேசான சூடு உடலில் பரவ இதமாயிருந்தது. வெரோனிக்கா உண்டியலைக் கவனித்தாள். புனரமைக்கப்பட்ட பின்னர் நன்றாக மூடிக் கட்டியிருந்தார்கள். காணிக்கை போடும் துவாரம் மட்டுமிருந்தது. அப்படியே போய் சாய்ந்து உட்கார்ந்து கொண்டாள். வெய்யில் ஏற ஏற அப்படியே இருந்தாள். தேகம் எரிந்தது. தலை இடித்து கண்கள் இருட்டுமளவிற்கு வெய்யில் காய்ந்தது. எழுந்தாள். அந்தோனியாரின் கண்களைச் சந்தித்தாள். ஏசுபாலனை கவனித்தாளில்லை. அவளையறியாமல் கால்கள் மடங்க, முழங்காலில் உட்கார்ந்தாள். வெய்யில் ஏறியது. வியர்த்து வழிந்தது. வாய் சுவிசேசங்களைச் சொல்லத்தொடங்கியது,

பேய்களும் நடுங்கிப் போகுமே ஐயா
உன் திருநாமம் சொல்லும் போதிலே
ஊமைகளைப் பேசச் செய்யும் புதுமைப் புனிதரே
அடிமைகளை மீட்டிடும் நல்ல மேய்ப்பரே
சோர்ந்துபோன மனிதருக்கு ஆறுதல் நீரே
எங்களுக்காக வேண்டிக்கொள்ளும்

மளமளவென வார்த்தைகள் வந்து விழுந்தன. கண்ணீர் உருண்டு இறங்கியது. அவளுடைய மன்றாட்டத்தை சூரியன் உருக்கிக்கொண்டிருந்தான். இறுதியாக எல்லாவற்றினதும் முடிவாக வெரோனிக்கா அந்தோனியாரிடம் தன்னுடைய இரண்டாவது ஒப்பந்தத்தைச் சொல்லத்தொடங்கினாள். அந்த ஒப்பந்தத்தின் அல்லது வேண்டுதலின் நூலிழையின் ஒரு அந்தத்தில் அந்தோனியாரும் பிறிதோர் அந்தத்தில் வலிய சாத்தானும் அமர்ந்திருந்தனர்.

06

ஆச்சி கருக்கலில் எழுந்து குளத்திற்கு வந்து முழுகி, ஆத்தைக்கு மேல் ஒரு குடம் தண்ணீரைக் கவிழ்த்து பூ வைக்கும் போது, தறி கோடாலிகளுடன் வல்லியும் கண்ணனும் ஆத்தை வளவிற்கு வந்து விட்டார்கள். சின்ராசனும் பெரியாம்பித்தச்சரும் தாமதமாகத்தான் வந்து சேர்ந்தார்கள். பெரியாம்பித்தச்சர் காலையில் தச்சுக்காளிக்கு பூ வைத்து சாம்பிராணி காட்டாமல் எந்த வேலைக்கும் புறப்பட மாட்டார். அதுவும் நகுலாத்தைக்கு காவுமரம் வெட்டப்போகும் நாள் இன்னும் விசேசம். கருவிப்பெட்டியை எடுத்து சந்தனமும் குங்குமமும் பூசி, சாம்பிராணி காட்டி தொட்டுக்கும்பிட்டு அவர் புறப்பட்டு வருவதற்குள் சின்ராசனுக்கு சீயெண்டு ஆகியது. காட்டுக்குள் வெக்கை ஏறிய பிறகு மரத்தைத் தேடியலைவது பெரிய உலைவு. மத்தியானத்தில் காட்டுக்குள் அலைந்து திரிந்து விட்டு களைப்பில் முனியோ, காடேறியோ அல்லது வேறேதும் துர்தேவதைகளோ வந்து கன்னிமரங்களில் ஏறியிருந்துகொண்டால் ஆத்தைக்கு ஆகுமா? ஆச்சிதான் தேசிக்காயை எறிந்து காட்டுக்குள் வாய்படாத மரத்திற்கு அலைய வேண்டும். இம்முறை பாலையோ வீரையோ தெரியாது. போன முறை பாலைமரம் அதற்கு முதல் மலை வேம்பு, இந்தமுறை வீரையைச் சின்ராசன் எதிர்பார்த்திருந்தான்.

"ஆத்தை என்ன நினைச்சிருக்கிறாளோ ஆருக்குத் தெரியும்?"

சின்ராசனுக்கோ வல்லிக்கோ, கண்ணனுக்கோ காடு பரிச்சமுள்ளது. அவர்கள் விறகு வெட்டிகள். இவன் வேட்டைக்காரன். ஆச்சி கூடத் தாங்கிவிடுவாள். ஆத்தை வந்து போற உடம்பு காட்டைத்தாங்காதா? பெரியாம்பித்தச்சர்தான் பாவம். வயது போன காலத்தில் காட்டுக்குள் அலைய வேண்டும். மேற்காலே சூரியன் படும் முதல் அவர் தன் பங்குச்சடங்கைச் செய்ய வேண்டும். சென்ற வருடமும் ஆளைக் கைத்தாங்கலாக அழைத்துவர வேண்டியிருந்தது. பிறகு காவுகட்டைக்கு பூண் போடவும் விழிமடல் செதுக்கவும் மனிசன் குத்தி முறியும். வேலை சரியாகத்தானிருக்கும். ஆனால் அவரின் புறணியைத் தாங்க இயலாது. ஆனால் அதை அவருக்குச்சொல்ல முடியுமா என்ன?

பூசை முடிந்து கருவி பெட்டியை துக்கிக்கொண்டு புறப்பட்டார். அவரை அழைத்து வந்து காட்டுக்குள் இறங்கும் போது எட்டுமணியாகிவிட்டது. செம்பரந்தையார் வெளியில் ஐதான மரங்கள் நிற்கும். சின்ராசன் இம்முறை அந்த இடத்தைத்தான் தெரிவு செய்திருந்தான். அன்னம்மாளின் அவலச்சாவிற்குப் பிறகு காட்டின் எல்லைகளிலும் காட்டுக்குள்ளும் இயக்கம் கண்காணிப்பு அரண்களை அமைத்திருப்பதாக சின்ராசன் கேள்விப்பட்டிருந்தான்.

எனினும் எச்சரிக்கையுணர்வினால் நடுக்காட்டுக்குள் ஆச்சியையும் பெரியாம்பித் தச்சரையும் கூட்டிப்போக வேண்டாம் என்று தீர்மானித்திருந்தான். என்னதான் இயக்கம் பாதுகாப்பை இறுக்கினாலும் அங்காங்கே கிளைமோர்கள் வெடித்துக் கொண்டுதானிருந்தன. அதை மனதில் வைத்துக்கொண்டுதான் ஊரிலிருந்து அதிக தூரமில்லாத செம்பரந்தையார் வெளியில் காவுதடியைத் தறிக்கத் தீர்மானித்தான்.

வைகாசிக்குப் பிறகும் பனிப்பெய்யும் போலிருந்தது. காட்டு முகப்பே அபரிவிதமாகக் குளிர்ந்தது. எவ்வளவு பனியிருக்குமோ அந்தளவு வெம்மை வாட்டப்போவது உறுதியென்று நினைத்துக்கொண்டான். காட்டுக்குள் இறங்கி நடந்தார்கள். ஆச்சி வெறுங்காலில் நடந்து வந்தாள். சக்கடத்தான் கொஞ்சம் எட்ட எட்ட போய் பாதுகாப்பை தன்பங்கிற்கு உறுதி செய்துகொண்டான். காட்டைப் பார்த்து குரைத்து இடைக்கிட பாதையை ஞாபகமாய் வைக்க பின் காலைத்தூக்கி சின்ன தெளிப்பொன்று தெளித்து வைத்தான். சக்கடத்தான் போகும் பாதையில் சின்ராசனும் வல்லியும் முன்னால் அடியெடுத்துச் சென்றார்கள். புதர்களை விலக்கிக்கொண்டு பெரிய மரங்களின் நிழல்களுக்கு கீழே நடக்க, பறவைகளும் அணில்களும் காட்டை எச்சரித்துக் கொண்டே ஓடின. ஒரு கலவாய்க் குருவி கொஞ்ச நேரம் அருகில் இருந்து கத்திவிட்டு எழுந்து பறந்தது. அந்தச்சத்தங்கள் இடைக்கிடத்தோன்றினாலும் காட்டுக்குள் கவிந்திருந்த அமைதிக்குள் அவை தோன்றித்தோன்றி மூழ்குவதைப்போன்ற உணர்வையே தந்தது. காடு போகப்போக அடர்ந்து கொண்டே சென்றது. ஒரு பெரிய வாய்க்கால் ஓடிய தடமிருந்தது. மழைக்காலத்தில் ஆற்றைப்போல் நீர் பிரவாகமாக ஓடிய அறிகுறிகள் தெரிந்தன. மண் அரிக்கப்பட்டு பெருவேர்கள் தலைகாட்டின. மணல் இன்னும் ஈரமாய்ப் புதைந்தது. அதைக்கடந்து மேடான அடர்ந்த பகுதிக்குள் நுழைந்து சென்றனர். ஆச்சி இறுக்கிப்பிடித்திருந்த துணிப்பை நிறைய எலுமிச்சைகளிருந்தன. வல்லி அதை கேட்டு வாங்கி, தோளிலேற்றியிருந்த கோடாலிப் பிடியல் மாட்டிக்கொண்டான். மேவி நடக்க நடக்க காடு இன்னும் தன்னை இழுத்து மூடிக்கொண்டே வந்தது. மாலைப்பொழுதைப்போல வெளிச்ச

வீரியம் பட்டுக்கொண்டு போனது. ஆனால் குளிர் வேகமாகக் குறைந்து காட்டு வெம்மை அவர்களை எதிர்கொள்ளத்தொடங்கியது.

மரச்செறிவிற்குள்ளிருந்து குக்குறுவான் ஒன்று கத்தியது. குக்குறுவான் பகலில் கத்துவதை ஆச்சி இப்போதுதான் கேட்கிறாள். "குக்குறுவான் பகலிலை கத்துதடா சின்ராசு" என்றாள். சின்ராசன் சிரித்துக்கொண்டே, "இல்லையணை இது குமையல் காடு, பெரிய மரங்களை எல்லாம் கொடிமூடியிருக்கும், பக்கவாட்டிலை வெளிச்சம் விழுந்தால் ஒரு சொட்டு கூட உள்ளுக்க போகாது. சூரியன் உச்சிக்கு ஏறினால்தான் வெளிச்சம் காட்டுக்க விழும். அதுவரைக்கும் மரக்கூடலுக்குள்ள இருக்கிற குக்குறுவானுக்கு இருட்டுத்தான், அது இன்னும் விடியேல்லை எண்டு நினைச்சுக்கொள்ளுமாம். நான் சின்னன்ல பகலிலை படுத்தால் அப்பர் குக்குறுவான் எண்டுதான் என்னை ஏசுவார்"

பெரியாம்பித்தச்சர் மரங்களைப் பார்த்து வாயைப்பிளந்து பிளந்து ஏம்பலித்தார்.

"எடேய் பாரடா ஒரு மரத்திலையே ஐஞ்சு தேர்சில்லு சரிக்கட்டலாம் போலை கிடக்கு"

"என்ன பெரியாம்பியண்ணை வருவாய் பகுதிக்காரர் கொண்டு போய் பங்கருக்க போட்டிடுவாங்கள் தெரியுமோ, போன கிழமை வவுனிக்குளத்திலை ரண்டு பேர் பாலையொண்டை சரிச்சவையாம், ஆக்கள் வட்டுவாகல்ல இப்ப" பெரியாம்பித்தச்சர் ஒன்றும் சொல்லவில்லை "ம்ம்" என்று வெற்றிலை வாயை மென்று கொண்டே நடந்தார். ஆள் கொஞ்சம் பேராசைக்காரர் தான் ஆனால், மரத்தைச்சரிச்சு தடுப்புக்கு போக விரும்பமாட்டார். பக்கத்து ஊரில் வெள்ளாங் குடிக்காரர் புதிதாகக் பிள்ளையாருக்கு ஒரு தேர் செய்யக்கேட்டிருந்தார்கள். சிறுவயதில் தின்னவேலியில் தகப்பனாரிடம் தொழில் பழகும் போது வாழ்கையில் ஒரு தேராவது செய்ய வேண்டும் என்ற அவா பெரியாம்பியருக்கு. வரவேற்பறைச்சுவற்றில் கறுப்பு வெள்ளைப் புகைப்படமாய் தொங்கும் தகப்பானார் செய்த மட்டுவில் முருகமூர்த்தி கோயில் தேரின் படத்திற்கு பக்கத்தில் தான் செய்த தேரின் படத்தைத் தொங்கவிடவேண்டும். இப்போதுதான் தச்சுக்காளி கண்திறந்திருக்கிறாள். அப்பிடி இப்பிடிப் பார்த்தாலும் இரண்டு லட்சமென்றாலும் கையில் தங்கும். மரத்தினை வெட்டி ஏற்றிவருவதற்கு படிவங்கள் நிரம்பிக்கொடுத்திருக்கிறார். அடிக்கடி வனத்துறை வருவாய் பகுதியென்று அலைந்து கொண்டேயிருக்கிறார். இன்னும் அவர்கள் அனுமதி தந்தபாடில்லை. வெள்ளாங் குடியிடம் வேலை தொடங்கி விட்டதாகச் சொல்லி முற்பணமும் வாங்கி வங்கியில் போட்டபடி இருக்கிறது. பணமிருந்தென்ன தச்சனுக்கு மரம் வந்தால்தானே தொழில்

தழைக்கும். பெரியாம்பித்தச்சர் உள்ளூரச் சலித்துக்கொண்டார். இந்த முறை ஆத்தைக்கு காவுதடிக்கு விழிமடல் வெட்டும் போது ஆத்தை தனக்கும் சேர்த்து கண்திறக்க வேண்டிக்கொண்டார்.

வல்லி அவரிடம் பேச்சுக் கொடுத்துப்பார்த்தான்.

‘அண்டைக்கு பட்டறையிலை என்ன பிரச்சினை?’

‘எப்ப, உனக்கென்னெண்டு தெரியும்?’

பெரியாம்பித்தச்சர் கலைபண்பாட்டுக்கழகப் போராளிகள் வந்து போன கதையை யாரிடமும் சொல்லவில்லை. ஆனால் போராளிகள் தரப்பிலிருந்து தகவல் பரவியது. வன்னியில் இருக்கும் சிறந்த தச்சர்களின் ஒருவரான பெரியாம்பித்தச்சரிடம் செதுக்கல் வேலைகளைப் பழக வந்திருப்பதாகக் கூறிய போராளிகளிடம் குரலையேற்றிப் பேசியிருக்கிறார்.

‘இஞ்ச பாருங்கோ தம்பியவை, உது துவக்குச்சுடுற விசயமில்லை, இது வெறும் கட்டை சீவுற தொழிலும் இல்லை, சும்மா வந்திட்டியள் வாகனம் செய்யப் பழக்குங்கோ எண்டு, உங்களுக்கு ஒண்டு தெரியுமோ? பிராமணன் பிறந்து தீட்சைக்கு இருந்த பிறகுதான் பூனூல் போடுறான், ஆனால் ஒரு தச்சன் பிறக்கேக்கையே பூனூலோடதான் பிறப்பான் எண்டது நம்பிக்கை, ஒவ்வொரு வாகனத்திலையும், சிலையிலையும் கடைசியா வெட்டித்திறக்கிறது கண், அதைத்திறக்கும் போதுதான் அந்த சிலையின்ர தெய்வ சக்தி வெளிப்படுது, அதை சாதாரண உடம்பாலை தாங்கேலா, அந்த விஸ்வகர்மான்ர ரத்தமும், தச்சுக்காளின்ர அனுக்கிரகமும் உள்ள தச்சன் தான் அதைத்தாங்கலாம், அதாலை எல்லாரும் தச்சுவேலை செய்யலாம் வாகனம் செய்யலாம் எண்டு வராதேங்கோ, இது கலை. தெய்வம் சம்பந்தப்பட்ட கலை. அவை அவைதான் செய்யோணும்.’

பெரியாம்பித்தச்சர் தான் சொன்னதை அதே ஏற்ற இறக்கங்களுடன் வல்லிக்குச் சொன்னார். ஆனால் புறப்படும் போது போராளிகள் சொல்லிச்சென்றதை மறைத்துவிட்டார்.

‘நீங்கள் கதைக்கிறது கலையில்லை தச்சரே, பச்சைச் சாதி கதைக்கிறியள், இதுக்குப் பேர் கலையில்லை கடைஞ்செடுத்த அயோக்கியத்தனம். நாங்கள் பாக்கிற விதத்திலை பாக்கிறம்’

வல்லிக்கு சிரிப்பு வந்தது. அந்தப்போராளிகள் தச்சரின் மர விநியோகத்திற்கான அனுமதிகளை முழுவதுமாக நிறுத்தப் போகிறார்கள் என்பதை பெரியாம்பித்தச்சர் அறிந்திருக்கவில்லை. அவர்

மரங்களைப்பார்த்து ஏம்பலித்ததுதான் மிச்சம் என்று கண்ணனிடம் அவர் கேட்காதவாறு சொல்லிச்சிரித்தான். பெரியாம்பித்தச்சரால் அவருடைய வாழ்நாளில் தேர் ஒன்றைக் கனவிலே கட்டி வெள்ளோட்டம் விட்டு கனவைப் போட்டோ பிடித்து அவரின் தந்தையாரின் தேரின் அருகே மாட்டிக்கொண்டால்தானுண்டு.

வல்லி அதை அவரிடம் சொல்லி அவரை குலைக்க விரும்பவில்லை. அவன் திருவிழா தொடங்கும் உற்சாகத்திலிருந்தான். இம்முறையும் குழுமாட்டோடு தினவு விடைக்க நடந்து வந்து ஆத்தை வளவில் குழுவனைப் பிணைக்கும் காட்சியின் உன்மத்தத்தை தனக்குள் மீண்டும் மீண்டும் கிளர்த்திப் பார்த்துக்கொண்டான். ஆத்தை காவுகட்டைக்கு மரம் சொல்லிவிட்டால் திருவிழா தொடங்கினதைப் போலத்தான். ஆச்சியிடம் திரும்பிக் கதைகொடுத்தான்.

"எணேய் இந்த முறை எனக்கு நீதான் கயிறெடுத்துத் தரோணும்"

"என்னடாப்பா நான் கிழவி, இளந்தாரிப் பெடியன் ஒரு இளம்பெட்டையின்ர கையால கையிறெடுத்தெல்லோ மாடு பிடிக்கோணும்"

"போன முறையும் இப்பிடிச்சொல்லித்தான் ரஞ்சினி அக்கான்ர பெட்டைட்ட கயிறு வாங்கின்னான், அதுக்கே உவள் மூஞ்சைய தூக்கிக்கொண்டு திரிஞ்சாள்"

"ஆர் செல்லமுத்தன்ர கடைசி மோளோ? அவளுக்கென்ன பேர்? வதனாவோ ஏதோதானே?"

"இல்லையாச்சி, வதனி" கண்ணன் வல்லியை முந்திக்கொண்டு சொன்னான்.

"அப்ப அவளையே கயிறெடுத்து தரச்சொல்லடாப்பா"

"வேறை சோலியே வேண்டாம், செல்லமுத்தன் உச்சாணிக்கெல்லோ ஏறுவான்." வல்லி அங்கலாய்த்தான்.

"அப்ப எப்படாப்பா அவன் ஓமெண்டுறது நீ அவளைக்கட்டுறது?"

"இந்த முறை நல்ல குழுவன் ஒண்டு பிடிச்சு வித்திட்டு தனிய கொட்டிலொண்டு போட்டு அவளைக் கூட்டிக்கொண்டு வரப்போறன், சரக்குக் கண்ட இடத்திலைதான் பிள்ளை பெறோணும் எண்டால் ஒண்டும் நடவாது ஆச்சி"

“அப்ப இந்த வரியம் இன்னொரு சோறு இருக்கு” பின்னால் பவ்வியமாக தொடர்ந்து கொண்டிருந்த கண்ணன் குரலை நீட்டினான். கலகலத்துக்கொண்டே நடந்தார்கள். காடு அடர்த்தியைக் குறைத்துக்கொண்டே வந்தது. வீசும் காற்றும் வெளிச்சமும் வெக்கையும் பரவியது. செம்பரந்தையார் வெளிக் காட்டுக்கு நடுவே ஐதான மரங்களுடனும், அடர்ந்து எழுந்து வெய்யிலில் கருகிக்கொண்டிருக்கும் புதர்களும் புல்வெளியுமாக எதிர்ப்பட்டது. சின்ராசன் நிலத்தைக் கவனித்தான். யானை விட்டைகள் ஈரமாக முழித்துக்கொண்டு கிடந்தன. இரவை யானைகள் செம்பரந்தையார் வெளியில்தான் கழித்து விட்டுப்போயிருக்கின்றன. கண்ணன் கைக்கடிகாரத்தில் மணி பார்த்தான். பத்தேகால். செம்பரந்தையார் வெளி பெயருக்கு ஏற்றால் போல் கொஞ்சம் சிவப்பேறித் தெரிந்தது. ஏராளம் மஞ்சளுணாக்களும் பாலைகளும் வீரைகளும் நின்றன. மஞ்சளுணாக்களின் மஞ்சள் சுவறிய தேகம் வெய்யில் இறைத்த மஞ்சளை வாங்கிக்கொண்டு அந்த பிராந்தியம் முழுவதும் சிவப்பை இறைத்துவிட்டிருந்தது. வீரை மரங்களின் விசாலமும், இலை காய்ந்து கொண்டிருக்கும் பாலையில் வறட்டுப்பச்சை நிறமும், கோடையின் தகிப்பை தாங்கிக்கொண்டிருக்கும் அந்தரத்தை கனத்தியான தங்களின் அமைதிக்குள் வைத்தபடி நின்றிருந்தன. காற்று மெதுவாக அலைந்தது. நடுவெய்யிலில் ஒரே இடத்தில் நின்றால் மூச்சுத்திணறிவிடும் போலிருந்தது. ஐவரும் பாலை நிழலில் போய் இருந்து கொண்டனர். வல்லி பையில் கொண்டு வந்த தண்ணீர் போத்தலை எடுத்துக்கொடுத்தான். ஆச்சி மறுத்துவிட்டாள். அவள் காவுதடியை ஆத்தை வளவில் இறக்கும் வரைக்கும் தொண்டைக்கு எச்சிலைமட்டும் தான் அனுப்புவாள். வல்லியிடம் எலுமிச்சம்பழங்களிருந்த பையை வாங்கிக்கொண்டாள். சப்பணமிட்டு அப்படியே மரத்தோடு சாய்ந்து கொண்டாள். மரத்தில் நகர்ந்து கொண்டிருந்த எறும்புகள் ஆச்சியை ஏறிக்கடந்து போயின. ஆத்தை இறங்க நேரமெடுக்கலாம். சின்ராசன் மண்ணைக் கிண்டி உள்ளங்கைக்குள் அடக்கி பொத்தி நிலக்குளிர்ச்சியைப் பார்த்தான். இன்னும் கோடை வலுவடையவில்லை. நான்கைந்து விரலிடை ஆழத்தில் ஈரமிருந்தது.

“நல்லா குளிர்ந்தெல்லோடா கிடக்கு, இந்த முறை வீரைக்காட்டுப்பக்கம் நல்ல புல்லு தளைச்சிருக்கும், குழுவனுகளுக்கு கொண்டாட்டம்தான்”

“பின்ன? நானும் இவனும் முந்தநாள் போய் பாத்தனாங்கள். வீரைக்காட்டை வாங்கி விட்ட மாதிரியெல்லோ திரியுதுகள்”

வல்லியின் கண்ணில் கனவு விரிந்தது. கண்ணன் கோடாலிகளை சரிபார்ப்போம் என்றான். கோடாலிகளை தட்டி இறுக்கிக்கொண்டனர்.

தச்சர் மரவேரோன்றில் சாய்ந்து ஏறக்குறைய படுத்துக்கொண்டு கண்களை மூடிக்கொண்டார். பட்டறையில் நாட்கணக்காக சீவுளியை பிடித்துக்கொண்டு சுழன்று சுழன்று வேலை செய்தாலும் தெரியாத முதுமை பட்டறையை விட்டு வெளியே இறங்கி நடந்தால் தெரிந்து விடுகிறது.

சின்ராசனுக்கு ஏதோ சத்தம் காதில் விழுந்திருக்க வேண்டும். அருகிலிருந்த மஞ்சளுணா மரங்களின் கீழ் அடர்ந்திருந்த சருகுகளுக்குள்ளிருந்து சத்தம் வந்தது கண்களையோட்டினான். கீரிப்பிள்ளை ஒன்று வாலைக்காட்டிக்கொண்டு புதருக்குள் திரும்பிக்கொண்டிருந்தது. அவ்வளவு நேரமும் அது இவர்களைப் பார்த்துக் கொண்டிருந்திருக்கலாம். சின்ராசன் கையெடுத்து கும்பிட்டான்.

“ஏவல் வந்திட்டு”.

ஆச்சியின் உடல் உதறல் கண்டது. கண்களுக்கு அடியில் உறைந்திருந்த சுருங்கிய தசைகளில் நுண்ணிய அசைவு தொடங்கியது. கண்களை திறக்காமலே அருகில் கிடந்த பையினுள் விரல்களை நுழைத்து எலுமிச்சையொன்றை எடுத்துக்கொண்டாள். எலுமிச்சையை கையில் வைத்து உருட்டினாள். ஆச்சியிடமிருந்து லேசான அனுங்கலும் மூசும் சத்தமும் எழுந்து வந்தது. சின்ராசனும் வல்லியும் கண்ணனும் எழுந்துகொண்டனர். தச்சரை எழுப்பவில்லை. ஆச்சியின் உடல் காற்றுக்கசைவது போல லேசாய் அசைந்தது. நெஞ்சு மூச்சுக்கு இசைந்து தாண்டு எழுந்தது. முனகல் அதிகமானது. முதலாவது எலுமிச்சையை தலைக்கு மேல் எறிந்தாள். அப்படியே நேராக இறங்கி அவள் மடியில் பட்டு நிலத்திலுருண்டது. இரண்டாவது மூன்றாவது. சீரான இடைவெளியில் தேசிக்காய்கள் எழுந்தன. ஏழாவது தேசிக்காய் கொஞ்சம் உயரத்திற்கு எழுந்தது. சரிந்திருந்த அந்த பாலையில் இடைக்கொப்பொன்றில் மோதி வேறோரு திசைக்குத் தெறித்துச்சென்றது. ஆச்சி கண்களைத் திறந்தாள். உரு மெல்ல வியர்வை வழிய அடங்கியிருந்தது.

“செண்பகம்” என்றபடி தேசிக்காய் தெறித்த திசையில் எட்டிமிதித்துப் போனாள். ஆச்சி செண்பகத்தைத் தேடிப்போகிறாள். போன தடவை மைனா. சின்ராசனும் வல்லியும் கண்ணனும் அவளுக்குப் பின்னால் நடந்தார்கள். மரங்களின் கொப்புகளில் கண்களைத் துளாவினார்கள். வல்லிதான் கண்டான் அதனை. ஒரு பெரிய மஞ்சளுணாவில் வாயில் மயிர்க்கொட்டி ஒன்றைக் கவ்வியபடி உட்கார்ந்திருந்தது செண்பகம். பார்த்தவுடனேயே அதனிடமிருந்த அசாதாரணத்தன்மை அவர்களுக்குள் உறைத்தது. தேடிவந்த செண்பகம் அதுதான் என்று உள்ளூர உடனே தோன்றியது. இவர்களின் அசமந்தத்தில் அருட்டுண்டு தலையை ஒரு

முறை திருப்பிப் பார்த்து விட்டு நான்கு கொப்புகள் மேலே தாவி இருந்து கொண்டு மயிர்க் கொட்டியை அப்படியே விழுங்கியது. கண்ணன் ஓடிப்போய் தச்சரை எழுப்பிக்கூட்டி வந்தான்.

“பெரியாம்பி ஆத்தை செண்பகமாய் வந்து மஞ்சளுணாவைக் காட்டியிருக்கிறாள், ஒருக்கா வாய் படாத மரமோ எண்டு பார்.” ஆச்சி சொல்ல பெரியாம்பித்தச்சர் மஞ்சளுணாவை அண்ணார்ந்து பார்த்தார். ஊருக்குள் இத்தனை பெருத்த மஞ்சளுணாக்களைக் காண முடியாது. காட்டுக்கு எல்லாவற்றையும் பெருக்கி வளர்க்கும் குணமிருந்தது. ஒரு ஆள் கட்டிப்பிடிக்குமளவு சுற்றிலிருந்தது மஞ்சளுணா. இலைகள் பெரும்பாலும் மஞ்சள் நிறத்திற்கு வந்து உதிரத் தயாராகப் பரந்திருந்தன. கிளைகளின் சுழிப்புக்களை முதலில் கவனித்தார் பெரியாம்பித்தச்சர்.

“ஆண் மரமோ அலி மரமோயில்லை. பெண் தான்” தனக்குள் சொல்லிக் கொண்டார்.

இடையில் செருகியிருந்த சரையில் எப்போதுமிருக்கும் தச்சுக்காளியின் நீற்றை எடுத்து பூசிக்கொண்டார். மஞ்சளுணாவை சுற்றி வந்து கும்பிட்டார். கைகளை அதன் உடலில் வைத்துக்கொண்டு கண்களை மூடிக்கொண்டார். அவரில் விறைப்பு பரவி மஞ்சளுணாவின் மரத்தன்மை தச்சரின் உடலுக்கு மாறியது. நிமிடங்களோடிக் கண்களைத் திறக்கும் போது பெரியாம்பித்தச்சரின் முகம் ஒளியேறியிருந்தது.

“நல்ல கன்னிப்பெட்டைதானாச்சி, தோசமும் இல்லை வாயும் படேல்ல”

வல்லி ஆச்சியைப் பார்த்தான். சின்ராசன் மரத்தில் துழாவி ஒரு நல்ல மொத்தக் கொப்பைத்தெரிவு செய்து காட்டினான். வல்லியின் கண்களும் முதல் பார்வைக்கே அந்தக் கொப்பில்தான் பிரியம் வைத்திருந்தன. ஆச்சி வல்லியை ஏறச்சொன்னாள், அவன் கோடாலியை கண்ணனிடம் கொடுத்து விட்டு விறு விறுவென ஏறினான். அதுவரை அசையாமல் பாத்திருந்த செண்பகம் வல்லி மரத்தில் ஏற செட்டையை உதைத்துப் பறந்தது. கண்ணன் கோடாலியை லாவகமாக ஏறிய கிளையில் நின்றுகொண்டே அதைப் பிடித்துக் கொண்டான். காவுமரமாக மாறப்போகும் அந்தக்கொப்பில் கால் படக்கூடாது, கவனமாக அருகில் இருந்த கொப்பில் நின்று கொண்டான். “சோக்கான மரம்தான்” என்று இரைந்து சொன்னான். கண்ணனும் கயிற்றை எடுத்துக்கொண்டு தாவி ஏறி கிட்டப்போனான். வல்லி ஓங்கி காற்றை வெட்டி அடிக்கொப்பில் கோடாலியை இறக்கினான். மஞ்சளுணா லேசான, பலப்பில்லாத நீர்ச்சத்து அதிகமுள்ள மரம். கோடாலி போடுவது சுலபமாகத்தானிருந்தது

வல்லிக்கு. ஒவ்வொரு வெட்டிற்கும் அவனுடைய பெரிய மூச்சு சத்தம் சீராக கேட்டபடியிருந்தது. பாதி மரம் வெட்டியபிறகு கண்ணன்,

“அண்ணை கயித்த போடு நான் கீழ போறன். இப்ப இழுத்தால் பாறும்” என்றான். அவன் சொல்லிமுடித்தால் பிறகும் “ம்ம்” என்று ஒரு முனகலுடன் இன்னும் நான்கைந்து போடு போட்டான். நடு வைரத்தைத் தாண்டிக்கொண்டு கோடாலி முக்கால் பங்கிற்கு இறங்கியது. மஞ்சளுணாவின் வாசனை அவ்விடம் முழுக்கப் பரவியது. பெரியாம்பித்தச்சருக்கு அந்த வாசனை பிடிக்கும்.

“வாசத்துக்கு மஞ்சளுணாதான்”

வல்லி கொப்பில் கயிற்றைப்போட்டு இறுக்கி கீழே சின்ராசனை நோக்கி அந்தத்தை எறிந்தான். கண்ணனும் சிறியான் குரங்கைப்போல இரண்டு தாவில் இறங்கி வந்து சின்ராசனுடன் சேர்ந்துகொண்டான். ஆச்சி பெரியாம்பித்தச்சரிடம்,

“அவலக்குரலோ எண்டு பார் பெரியாம்பி”

“ஆத்தை அவலமாய் விழ விடுவாளோ? கன்னி மரம் அவலமாய் விழாதாச்சி” இத்தனை வருடத்து அனுபவத்தை நம்பிக்கையாய் திரட்டி வைத்திருந்தார். ஆச்சியும் சம்பிரதாயமாகத்தான் அதைச்சொன்னாள். சின்ராசனும் கண்ணனும் கைபிடித்து இழுத்தனர். இரண்டு ஆட்டில் கிளை ஒடிந்து சரியத்தொடங்க மேலே நின்ற வல்லி ஒங்கி ஒரு போடு போட்டான். கிளை மரத்துடன் உறவை முறித்துக் கொண்டு நிலத்தை நோக்கிச் சரிந்தது. மஞ்சள் இலைகள் அடர்ந்து கிடந்த மரத்தின் கொப்பு ஒரு ‘விசுக்’ சத்தத்துடன் நிலத்தில் மோதியது. ஆச்சிக்குள் சத்தத்தை மட்டுப்பிடிக்கத் தெரியவில்லை. பெரியாம்பித்தச்சரைப் பார்த்தாள். அவரின் முகத்தில் பிரகாரசம் மங்கவில்லை.

“பிள்ளை சந்தோசமாய்தான் பாறியிருக்கிறாள்”

கண்ணன் கத்தியை எடுத்துக்கொண்டு கொப்பின் உபரிகளை வெட்டியகற்றினான். வல்லி இறங்கி வந்து மரத்தடியில் களைப்பாறினான். அருகில் போய் பார்க்கும் போது கொப்பு இன்னும் கொஞ்சம் பெரிதாகத் தெரிந்தது. நல்ல பெரிய கொப்பு. கண்ணன் வேகமாக குழைகளை வெட்டியகற்றி கொப்பில் இருந்து தாய்க்குற்றியை வெளியே எடுத்தான். அவனுயரக் குற்றி. மூன்று கிளைகள் மூன்று திசையில் கிளைத்துக்கிடந்தன. எல்லா அந்தத்திற்கும் பூண் போட வேண்டும். கண்ணன் தோலைக் கத்தியால் கீறி உரித்தான். மஞ்சள் நிறத்தில் உடும்பைப் பிரட்டிப் போட்டது போல குற்றியினுடல் வளவளவென்றிருந்தது. கண்ணனும் வல்லியும் குற்றியைத் தோளில்

ஏற்றிக்கொண்டனர். ஆத்தை வளவில் எல்லோரும் காத்திருப்பார்கள், திருவிழாவில் திறக்கப்போகும் விழிமடலை பெரியாம்பித்தச்சர் செதுக்கி குற்றிக்கு இரும்புப் பூண் அடிக்கும் சடங்கு மிச்சமிருந்தது.

ஆச்சிக்கு உடல் களைத்திருந்தது. ஆத்தை இறங்கி நீங்கிய அவளுடலின் அசதியைச் சின்ராசன் நன்குணர்ந்தே இருந்தான். எனவே ஆச்சியின் அருகில் நெருக்கமாக நடந்தான். பாறைகளையோ பாறிய மரங்களையோ ஏறிக்கடக்கும் போது அவளுக்கு கைகொடுத்தான்.

"திருவிழா சிறப்பா நடக்கோணும் சின்ராசு, ஆத்தை குற்றம் தாங்குவாள், கன்னிப்பெட்டை பொறுமைக்காறி, ஆனால் சொத்தியனும், சன்னாசியாரும் அப்பிடி இல்லை, வெள் சுள்ளெண்ட குஞ்சுகள்."

"ஊருக்குள்ள கதையள் சரியில்லாமல்தான் கிடக்கு, ஊருக்கே செய்வினை வச்சு விட்ட மாதிரி எல்லாரும் ஏதோ பிரச்சினை பிரச்சினை எண்டு திரியிறாங்கள். உந்தப் பிடிப்பிரச்சினை வரவரக் கூடிக்கொண்டு போகுது, சனம் பெரிய சண்டை ஒண்டு வரத்தான் போகுதெண்டு கதைக்குது."

சின்ராசன் சலித்துக்கொண்டான். எல்லோரும் கதைகளுக்குதான் அஞ்சினார்கள். சொத்திமுனி உருக்கொண்டு திரியுது என்பதில் தொடங்கி சண்டை ஒண்டு வரத்தான் போகுதென்பது வரையில் ஒவ்வொரு கதையும் ஒவ்வொருத்தரின் நாக்கில் விழுந்து வரும் போதும் வெவ்வேறு விதமாக விபரிக்கப்பட்டன. அவநம்பிக்கை சனங்களிடையே பரவிக்கொண்டிருந்தது. சமாதான பேச்சுவார்த்தைக்கு புலிகளின் பிரதிநிதிகளைக் காவிச்செல்ல வருகின்ற ஹெலிகள் வந்து சென்று கொண்டிருந்தாலும், இலங்கை வான்படையின் விமானத் தாக்குதல்களும், எல்லைகளில் சண்டைகளும், இராணுவத்தின் ஆழ ஊடுருவும் அணிகளின் கிளைமோர் தாக்குதல்களும் அதிகரித்துக்கொண்டே சென்றன.

"நம்பிக்கையை விடக்கூடாது சின்ராசு, பெடியளை சனம் நம்புது. சண்டையோ சமாதானமோ அவங்கள்தான் வாங்கித்தரவேணும், எல்லாரிலையும் சரி பிழை இருக்கட்டும். ஆனால் எங்கட சனம் உய்ய வேற வழி இருக்கோ சொல்லு? எத்தினை சண்டை, எத்தினை இடப்பெயர்வை கண்டது எங்கட சனம்? நம்பிக்கை இழக்கக்கூடாது சின்ராசு. தெய்வம் வந்து நேர நிக்குமோ? சனம்தான் நிக்கோணும் அவங்களோடை. சனங்கள் வேறை அவங்கள் வேறையோ?"

வல்லி கட்டையைச் சுமந்தவாறே திரும்பி,

“அது எல்லாருக்கும் விளங்குதோ ஆச்சி? தாங்கள் ஏதோ வானத்தாலை குதிச்சவை எண்ட மாதிரி எல்லோ பவிசு காட்டிக்கொண்டு நிக்கினம்”

வல்லி விந்தனை முன்னிட்டுத்தான் சொல்கிறான் என்று ஆச்சி நன்கறிந்திருந்தாள்.

சக்கடத்தான் முன்னால் ஓடினான். குற்றியைக் காவிக்கொண்டு எட்டி மிதித்து காட்டை கடந்து ஊருக்குள் மிதக்கும் போது மாலை நான்குமணி என்றான் கண்ணன். நகுலாத்தை வளவில் பத்து பதினைந்து பேர் இருந்தனர். சண்முகம் தாய்க்காக காத்திருந்தான். காலையில் யாருக்கோ நெல் ஏற்றிக்கொண்டு அக்கராயன் வரைக்கும் போனவன். அன்றைக்கு காவுகட்டை வெட்டும் நாள் என்பதை மறந்தே போனான். மதியம் சாவகாசமாகத் திரும்பியவன் தாய்காரி எங்கே என்று யோகத்திடம் விசாரிக்க அவள் விசயத்தை ஞாபகப்படுத்தினாள். பிறகுதான் வேகமாக ஆத்தைவளவிற்கு வந்து சேர்ந்திருந்தான். காவுகட்டையோடு வளவில் நவதானியத்துடன் தாமரை தயாராக இருந்தாள். ஆத்தைக்கு முனால் பலகை வைக்கப்பட்டு தற்காலிகமாக உருவாக்கிய மண் தொட்டி நீர் ஊற்றப்பட்டு குளிர்ந்துகிடந்தது. தச்சர் பூண் அடித்து விழிமடல் வெட்டிய பிறகு நவதானியம் விதைக்கப்பட்டு அதன் மேல் காவு கட்டையை வளர்த்த வேண்டும். ஆத்தையை சுற்றிவந்து கும்பிட்டு பெரியாம்பித்தச்சர் கருவிகளை எடுத்துக்கொண்டார். கட்டையின் அடிப்பாகத்திற்கு பெரிய இருப்புப்பூணும் மேலே கிளைகளுக்கு அவற்றின் மொத்தத்திற்கேற்ப பூண்களும் பூட்டினார். பிறகு கட்டையை மடியில் ஒரு குழந்தையைப் போல பக்குவமாய் சாய்த்துக்கொண்டு நிலைக்குத்தாக விழிமடல் என்று அழைக்கப்படும் யோனியின் வடிவத்தை பெரியாம்பித்தச்சர் செதுக்கத்தொடக்கினார். அன்றிலிருந்து சரியாக ஏழாம் நாள் ஆத்தை சாமத்தியப்படுவாள் என்பது ஐதீகம். காவுகட்டை கடலுக்குப்போய் வருவது ஒரு பகலிரவுக் கொண்டாட்டம்.

மீண்டும் ஒருமுறை நவதானியத்தொட்டிக்கு தண்ணீர் தெளிக்கப்பட்டு நவதானியம் தாமரையின் கையால் விதைக்கப்பட்டது. பிறகு வயலில் அள்ளிவந்த இருவாட்டி மணலில் விழிமடல் செதுக்கப்பட்டு புதுப்பட்டுக் கட்டப்பட்ட காவு கட்டை மெதுவாக வளர்த்தப்பட்டது. ஆச்சி கற்பூரமேற்றிப் பூசை செய்தாள்.

பூசை முடிய எல்லோரும் கூடி திருவிழாவைப் பற்றிக் கதைத்தார்கள். எல்லா ஒழுங்குகளும் வழமைபோல சீராக நடப்பதை ஆச்சி உறுதிப்படுத்திக் கொண்டாள். கீரிப்பிள்ளை மேட்டில் பண்டிகைகளை விட திருவிழாதான் விசேசம். பகலிரவுக் கொண்டாட்டம். வன்னி முழுவதில் இருந்தும், சனம் வந்து சேரும். இன்னும் எழு நாட்களில் கீரிப்பிள்ளை மேடு கொண்டாட்டத்தை எடுத்து அணிந்துகொள்ளும்.

திருவிழா உபயக்காரர்களை ஆச்சி ஞாபகப்படுத்தினாள். கூட்டம் முடிந்து எல்லோரும் ஆத்தை வளவை விட்டுக் கலையும் போது பின்னேர வெளிச்சம் அடங்கிக்கொண்டிருந்தது. ஆச்சி சின்ராசனிடம். காலையில் ஆத்தை வளவும் சுத்தியிருந்த பகுதிகளும் துப்பரவு செய்வது பற்றிச் சொல்லிக்கொண்டிருந்தாள். தாமரை ஆச்சிக்கு பக்கத்தில் இருந்துகொண்டு பேத்தியாரின் குரலை உள்வாங்கிக் கொண்டிருந்தாள். வளவு வாசல் பக்கம் ஏதோ களேபரம் தெரிந்தது. வாகனம் வந்து நின்றதைப்போல சத்தம் கேட்டது. எல்லோரும் முன்னால் ஓடிப்போனார்கள். ஆச்சியும் சின்ராசனும் தாமரையும் என்னவென்று பார்க்க முன்னால் போனார்கள். இவர்களைக்கடந்து மிரண்டு வெளிறிய முகத்துடன் கண்ணன் வேகமாக ஆத்தை வளவின் பின்பக்கமாக குளக்கட்டை நோக்கி வேகமாக ஓடினான்.

வாசலில் நான்கைந்து இயக்கப்பெடியளுடன் வல்லி இடறுப்பட்டுக் கொண்டிருந்தான். கோயிலை விட்டு வெளியேறியவர்கள் திகைத்துப்போய் நின்றிருந்தார்கள். வல்லியைத் தூக்கி வாகனத்தில் ஏற்ற அவர்கள் பிரயத்தனப்பட்டுக் கொண்டிருந்தார்கள். வாழ்நாள் முழுவதும் காட்டு மாடுகளை பிடிப்பதும், எருத்தன் மாடுகளை வளர்ப்பதும், அவற்றை நடைக்கு பழக்குவதும், சவாரிக்கு தயார்ப்படுத்துவதும், அவற்றுக்கு வைத்தியம் செய்வதும் என்று வல்லி தன்னை ஒரு மூர்க்கமான எருத்தன்களில் ஒன்றாகவே நினைத்துக்கொண்டிருந்தான். தினமும் காலையில் நடைக்கு பழக்கும் மாட்டோடு பல மைல் நடந்து நடந்து உரமேறிய அவனது கால்களும் அவை தாங்கி நின்ற உடலில் ஆகிருதியும் தலைக்கு உருவேறித்தெறித்தோடும் கலட்டியன் எருதின் மூர்கத்தைப் பெற்றன. அவனைப்பிடித்த இராணுவப்பயிற்சி பெற்ற நான்கு போராளிகளை சுழற்றி வீசின.

“விடுங்கோடா என்னை விடுங்கோடா”

வல்லி திணறிக்கொண்டிருந்தான். அவனுடைய கறுத்த வெங்கிணாந்திப் பாம்பை ஒத்த இறுகிய தேகத்தின் திமிறலை அந்த நான்கு போராளிகளாலும் சமாளிக்க முடியவில்லை. புதிதாகப் “பிள்ளைபிடிகாரர்” என்று பெயர் பெற்றிருந்த அவர்கள் பெரும்பாலும் வல்லியைப்போல கட்டுமஸ்தான இளந்தாரிகளிடம் இப்படித்தான் அல்லல் பட வேண்டியிருந்தது. வல்லி திமிறும் போதே நான்கைந்து முறை தனது முஸ்டியால் இரண்டு பேருக்கு இடித்தும் விட்டான்.

“டேய் நாங்கள் மாவீரர் குடும்பமடா விடுங்கோடா”

ஆச்சி முன்னால் போக ஏதோ எதிர்ப்படத் தயாராக இருந்தவனைப்போல விந்தன் வாகனத்தின் முன் பக்க சீற்றிலிருந்து இறங்கி வந்தான்.

“இஞ்சபாரணை, அமைப்பு அலுவலிலை நீ தலையிடாத” ஆச்சியை சொல்முந்தி அடக்கும் தோரணை அவனிடம். ஆச்சி அதிர்ந்து வந்த அவனுடைய குரலினால் தடுக்கப்பட்ட போது, சின்ராசன் முன்னால் போனான் “விசர் கதை கதயாதை அவன் மாவீரர் குடும்பம் எண்டெல்லோ சொல்லுறான்”

“ஆர் மாவீரர் குடும்பம்? அது இவன்ர தேப்பன்ர மூத்த தாரத்து பெடியன்,”

“மூத்ததாரமெண்டால் என்ன தேப்பன் ஒண்டுதானே?”

“இஞ்சபாருங்கோ சின்ராசன் திரும்பத் திரும்ப என்ர விசயங்களிலை தான் வந்து நெத்தி முட்டுறியள், இது சரியில்லை. இது அமைப்பு அலுவல். எங்கடை விடுதலையோடு சம்பந்தப்பட்ட விசயம், சும்மா கோயில்லை ஆடுவெட்டுற கதையில்லை. என்னை கடமையைச்செய்ய விடுங்கோ.” விந்தன் முறுக்கினான்.

ஆச்சியுடன் கதைப்பதை தவிர்ப்பதும் நழுவுவதும் அப்பட்டமாகத் தெரிந்தது. வேகமாக வல்லியை வாகனத்தில் ஏற்றச் சொன்னான். வல்லியை இறுக்கி பிடித்து வாகனத்தினுள் ஏறக்குறைய எறிந்து அமத்த, வாகனம் உறுமிக் கொண்டு போனது. எல்லாம் காற்றுக்கடந்து போனதைப்போல சுதாகரிப்பதற்குள் நடந்து முடிந்தது. ஆச்சி அப்படியே இருந்து விட்டாள். வந்தவர்கள் எல்லோரும் ஆச்சியைச்சுற்றி வளவு வாசலில் இருந்து கொண்டார்கள். இருட்டுமெல்ல கவியத்தொடங்கியது.

“இந்த முறை நல்ல குழுவன் ஒண்டு பிடிச்சு வித்து, தனிய கொட்டிலொண்டு போட்டு வதனியைக் கொண்டு வரப்போறன்”

வல்லியின் குரல் மஞ்சளுணா கட்டையைப் போல ஈரமாகவிருந்தது.

07

சாமம் தாண்டிவிட்டது. பரணிலிருந்து நேர் கீழே கனன்றுகொண்டிருக்கும் கங்குகளை எட்டிப்பார்த்தான் கண்ணன். நன்றாக வெடித்துப் பிழந்து முறுகியெரிந்தன. கரடிகளுக்காக கொழுத்தப்பட்ட கங்குகள். மிதமான வெப்பம் பரண்வரை வந்து முகத்தையும் நெஞ்சையும் லேசாய் வியர்க்கச்செய்தது. முதுகும் பிருஷ்டப்பகுதியும் சில்லிட்டுக் கொண்டிருந்தது. காட்டுக்கு பகலில் எவ்வளவும் வெம்மைக்குணம் இருக்குமோ அதேயளவு இரவில் ஒடுங்கிக் குளிர்ந்துவிடும். பாலை விறகு கருக்கல் வரை நின்றெரியும் என்றே தோன்றியது. நேர்த்தியாக குழியொன்றைத் தோண்டி விறகுகளை நட்டு அந்தச்சுதையை அடுக்கி எழுப்பியிருந்தான். நெருப்பைச்சுற்றி சருகுகளை நன்றாக வழித்து கங்குகள் பறக்காத அளவிற்கு அப்புறப்படுத்தியிருந்தான். பாலை விறகு அவ்வளவு வெடிக்காது, சிலவேளை வெடித்து காற்றில் எழும்பும். மிகச்சிறுதுண்டுக் கொள்ளிகளுக்கு மூசிப்பெய்யும் பனியை வென்று காட்டை எரிக்கும் வல்லமையிருக்கவில்லை. சிதையொன்றை மூட்டாவிட்டால் மரத்திலேறிவந்து கரடிகள் முகத்திலறைந்து பிய்த்துவிடும். நித்திரையோடு நித்திரையாக துடித்துச் சாக வேண்டியதுதான்.

வல்லியும் கண்ணனும் அமைத்த பரண். பரணிருக்கும் பாலைமரத்தின் உச்சிக்கு ஏறினால் குளக்கட்டை மேவி ஊர்மனை தெரியும். விந்தன் அவனை ஊர்மனைக்குள் தான் தேடிக்கொண்டிருப்பான். இந்தப்பக்கம் இயக்கத்தின் காப்பரண்கள் ஏதுவுமில்லை ஆதலால் கொஞ்சம் நின்மதி. குளக்கட்டு, சுவர் போலெழுந்து இவனையும் காட்டையும் மறைத்திருந்தது. நெருப்பு வெளிச்சம் காட்டுக்கு வெளியே போகச்சாத்தியமில்லை. ஆனால் பிசாசுக்கதைபோல காட்டுக்கரைகளிலும் ரோட்டுக்கரைகளிலும் உலவும் ஆமிக்காரரின் ஆழ ஊடுருவும் அணி பற்றிய பயம் காட்டிலிறங்கும் எல்லோருக்கும் இப்போது தொற்றித்தானிருந்தது. அன்னம்மாள் குரல்வளை திறக்கக் கிடந்த காட்சி மாதங்கள் ஓடினாலும் இன்னும் கண்ணனுக்கு நினைப்பிலிருந்தது.

பெருமூச்சோடு ஆத்தையையும் வதனமாரை நேர்ந்து கொண்டான். தங்கை கீதாவிடம் சொல்லி இரண்டு பட்டுத்துணியை வாங்கி காசு முடிந்து ஆத்தைக்கும் வதனனுக்கும் நேர்ந்து கட்டச்சொல்லியிருந்தான். மூன்று நாட்களுக்கு முதல் காட்டுக்குள் இறங்கப்போவதாக சொல்லி விட்டு வரும் போது பாரிசவாதம் திண்ணையில் வீழ்த்தியிருந்த நவரத்தினம் உடலை நிமிர்த்தி எழுந்து மகனை ஏறிட்டார். விறகுக்கு தினமும் காட்டுக்குள் போகும் போது அதிகாலை என்றாலும் தகப்பனை எழுப்பி ஒரு சொல் சொல்லிவிட்டு போவது கண்ணனின் வழக்கம். “அந்திக்கு முதல் காட்டுக்காலை வந்திடோணும்” ஒவ்வொரு நாளும் நவரத்தினம் கிரமமாகச் சொல்வார். இப்போது காட்டுக்குள் தஞ்சம் கேட்டுப்போகப்போகின்றேன் என்கிறான்.

“அப்பு, காக்கைவதனனை நேரடா, ஆத்தைக்கு காவலா வந்தவன், உன்னோடையும் அவன்தான் நிப்பான்” உள்ளூர தலைச்சன் பிள்ளையை பிடித்துக் கொண்டு போய்விடுவார்களோ என்ற பயம். நவரத்தினம் வதனன் மேல் வைத்திருந்த நம்பிக்கையில்தான் அவனைக் காட்டிற்குள் விட்டார். அவருடைய சிவந்த கண்களில் இருந்து நீங்கி வருவது அத்தனை அந்தரமாக இருந்தது கண்ணனுக்கு.

கண்ணன் நெருப்பிலிருந்து பார்வையை எடுத்து நிமிர்ந்து உடலைப் பரப்பிப்படுத்தான். நேர்மேலே மரச்செறிவு வெள்ளி அடர்ந்த வானத்தின் மர்மமான ஒளியின் பின்னணியில் கனமாய் தெரிந்தது. நல்ல காட்டுத்தடியூால் வேயப்பட்ட பரணின் மேல் மணலைப்பரப்பி மேலே பாயைப்போட்டிருந்தான். இடது பக்கம் கையோடு கொண்டு வந்த மிச்சரும் பிஸ்கற்றும் தண்ணீர் போத்தலும் இருந்த பை சுருட்டி வைக்கப்பட்டிருந்தது. வலதுபக்கம் கைக்கு எட்டும்படி அவனுடைய கோடாலியும், வார்கயிறும். கையை நகர்த்தி வார் கயிறைத் தடவினான். மான் தோலைப் பதமாக்கி நாடாக்களாக வெட்டி, ஆத்தை நீற்றை விரல்களில் தடவித் தடவி பக்குவமாய்ப் பின்னப்பட்ட வார்கயிற்றையும் யானையை கூடப்பிடிக்கக்கூடிய பலமான அந்த வார் கயிற்றின் அந்தத்திலிருந்த வளைந்த மரைக் கொம்பையும் கை அனிச்சையாக வருடியது. வல்லியின் கயிறது. இரண்டு மாதங்களுக்கு முதலே வல்லி குழுமாடு பிடிக்கத் தயாராகிவிட்டான். கண்ணன் வல்லியை விட நான்கு வயது இளையவன். வல்லி அவனை சமவயதுள்ள கூட்டாளியைப் போலத்தான் பாவிப்பான்.

“இனி நீ தேன்வெட்ட போகவேண்டாம். சின்னப்பெடியனோடா நீ? உனக்கென்ன பயமோ குழுவனுக்கு கயிறுப் போட? கண்ணனுக்கு கொஞ்சம் வெட்கமாகத்தானிருந்தது. அவன் வயதுக்காரர் எல்லாம்

மாடு பிடிக்க, தான் தேன் வெட்டப்போவதை எத்தனை முறை சொல்லிப்பேசியும் நக்கலடித்து விட்டான் வல்லி.

"பயமெண்டில்லை, அப்பர் விடார்."

"இஞ்ச பார் நீ சின்னபெடியன் இல்லை கண்டியோ, குஞ்சாமணிலை மயிர் முளைச்சிட்டுத்தானே? இன்னும் கொப்பன் கொம்மா எண்டுறாய்" இவன் எதுவும் சொல்லான். அழுகை உள்ளுக்குள் முட்டிக்கொண்டுவரும். கண்கலங்குவதை வல்லியும் கூட்டாளிகளும் கண்டுவிடாமல் சமாளிப்பாக சிரித்துக்கொண்டே பார்வையைத் தாழ்த்துவான். தன்னைத்தானே உள்ளூர திட்டித்தீர்ப்பான். தான் எத்தனை மெல்லியவனாகவும் பயந்தவனாகவும் இருப்பது அவனுள் தினமும் வாதையைக் கூட்டிக்கொண்டுதானிருந்தது.

"இஞ்சபார், இந்த முறை நீ என்னோட சேர்ந்து காட்டுக்க இறங்குறாய், ரெண்டு பேரும் நிண்டு அந்த கலட்டியனை பிடிச்சு வந்து ஆத்தேன்ர காவு வண்டில்ல கட்டுறம்."

"அப்பர்..." என்று கண்ணன் தொடங்க,

"கொப்பனுக்குச் சொல்லாத, நாங்கள் வதனன்ர பரம்பரையடாப்பா தேனெடுக்கிறது சின்னபெடியள காட்டுக்கு பழக்கிறதுக்கு செய்யிறது, மாடுபிடிச்சால்தான் அவன் காக்கை வதனன்ர ரத்தம். அப்பத்தான் ஆத்தைக்கு காவலாய் நிக்க ஏலும். குமர் பெட்டையள் நாளைக்கு உன்னை எப்பிடி மதிப்பாளவை சொல்லு?"

இந்தக் குமர் பெட்டையள் கதை கண்ணனை இன்னும் உசுப்பு விட்டது.

"சரியடாப்பா எனக்கொரு கயிறு செய்துதா இந்த முறை கலட்டியனை கலைக்கிறம்"

"அப்பிடிச்சொல்லு, நீ ஒருத்தரோடையும் போக வேண்டாம். பயப்பிடாமல் என்னோட வா, காட்டுக்கை இறங்கினால் பிறகு கொப்பன் ஒண்டும் செய்யேல்லாது, ஒருக்கா இறங்கீட்டாய் எண்டால் ஏழுவரியம் தொடந்து இறங்கோணுமெண்டு கொப்பனுக்கு தெரியும்தானே, பெட்டையளே வயித்துக்க குண்டை கட்டிக்கொண்டு ஆமிக்கு மேலை பாயிறாளவை, உனக்கு ஒரு குழுவனுக்கு கயிறு போட குலப்பனோ?"

"பயமெண்டில்லிலையண்ணை அப்பரிலை இருக்கிற மரியாதை, எனக்கொண்டு நடந்தால் தாங்கமாட்டார்"

“ஓமடாப்பா. ஆருக்குத்தான் பயமில்லை, உவள் வதனிக்கு மட்டும் நான் மாடு பிடிக்கிறது விருப்பமெண்டோ நினைக்கிறாய், இந்த முறை கொட்டில் போட்டுறதுக்கு காசு வேண்டுமடியெண்டு சொல்லிதான் சமாளிச்சனான். அதுக்கே மூக்காலை அழுதவள், அவை அப்பிடித்தான் அவைக்கு விளங்காது, விளங்கப்படுத்தவும் ஏலாது.”

வதனியின் பெயரைக் கேட்டதும் பளிச்சிட்டு நிமிரும் தன்னுடைய கண்களை வல்லி கண்டுவிடுவானோ என்ற துணுக்கில் எண்ணத்தை மாற்றி பார்வையை வல்லியிடமிருந்து நகர்த்திக் கொண்டான். வல்லி தொடர்ந்தும் தனது பிரஸ்தாபக்குரலில் கதைத்துக் கொண்டிருந்தான்.

“உந்த மாடு பிடிப்பெல்லாம் கலியாணம் பிள்ளை குட்டியள் எண்டு ஆகும் வரைக்கும் தானடாப்பா, உன்ர கொப்பன் அப்பேக்க என்ன மாதிரி மாடு பிடிகாறன் எண்டு என்ர ஐய்யா சாகும் வரைக்கும் மெச்சுறவர். எண்டைக்கு நீ பிறந்தியோ அண்டைக்கு கொம்மா அழுது குழறி குழுமாட்டுக்கார நவரத்தினத்த வெறும் நவரத்தினமாக்கிட்டாதானே. அதாலதான் சொல்லுறன் வீரம் விளையாட்டெல்லாம் இப்பவே விளையாடி முடிச்சிடோணும், நீ இப்ப உதுகளின்ர ருசியைப் பாக்காமல் என்ன செய்யப் போறாய்?” கண்ணன் தலையைத் தலையை ஆட்டினான். அவனுக்குள் வதனி பல கோலத்தில் தண்ணீர் பரப்பில் நடந்து கொண்டிருந்தாள்.

“உனக்கு விருப்பம் வாறதுக்கு என்ர ஒரு ரகசியத்தை உடைச்சு சொல்லுறன் கேள், உவள் மரியநேசத்தை தெரியும்தானே? புருசன் செத்த பிறகுதான் வாளிப்புக் கூடித்திரியிறாள் எண்டு நீயே எத்தினை தரம் அங்கலாய்ச்சனி? நெஞ்சத் தொட்டு சொல்லி அவளை நினைச்சு எத்தினை தரம் கையடிச்சிருப்பாய்?”

“அவளுக்கென்ன?”

“அங்காலை குளத்தடிக்கு வந்து போகேக்கை நாலைஞ்சு நாள்தான் கதைச்சனான், ‘குழுவன் எப்பிடிப் பிடிப்பியள்? தூரத்திலை நிண்டு கயிறு எறிஞ்சோ? இந்தியாக்காறர் சல்லிக்கட்டிலை திமிலை பிடிப்பினமே அப்பிடியெல்லாம் பிடிக்க மாட்டியளோ?’ எண்டு கேட்டாள். அவள் என்ன நினைச்சுக் கேட்டாளோ தெரியாது. நான், பிடிச்சுக்காட்டுறதோ எண்டு கேட்டன், அவ்வளவுதான். ஈஞ்சடி ஒழுங்கேக்கை ஊருக்கு தெரியாமல் போய் வாறதுதான் கஸ்ரம் மற்றபடி மாடுபிடிச்சுக்காட்டி மாயேல்லை பாத்துக்கொள்” கண்ணனுக்கு விசரேறி விட்டது.

“டேய் மரியநேசத்திர விசயம் உவங்கள் ராசுக் குட்டியாக்களிட்ட மூச்சும் விட்டிடாத, வதனிக்கு எப்பிடியோ சொல்லிப்போடுவான், அவனுக்கு

அவளிலை ஒரு கண். தெரிஞ்சால் அவள் குண்டைக் கட்டிக்கொண்டு என்னிலை பாஞ்சாலும் பாய்வாள்... அவள் செய்வாள்."

கண்ணனின் தொடைகளுக்கு இடையில் வியர்வை வழிவது தெரிந்தது. உடலில் இருந்து குப் என்று ஒரு உஷ்ணம் பரவி மணத்தது.

"விந்தன் வல்லியண்ணனுக்கு அடிச்சிருக்கிறான் போலை, உன்னைப் பிடிக்காமல் ஓயமாட்டான் எண்டு சொல்லிக் கறுவிக்கொண்டு தெரியிறானாம்" கதை காதுக்கு வந்தபோது கண்ணன் ஊருக்குள் பதுங்கித் திரிந்தான். இரவில் சினேகிதர்களின் வீட்டில் பெரும்பாலும் கிணற்றடியில்தான் உறக்கம். ஊருக்குள் விந்தனின் ஆட்கள் உளவு பார்த்துக் கொண்டிருந்தார்கள். ஆத்தை வளவின் வாசலில் வல்லியை அவர்கள் முதலில் பிடித்த போது வல்லி "டேய் கண்ணா ஓடடா." என்றுதான் கத்தினான். வல்லி திமிறிய திமிறலுக்கு வந்த போராளிகள் ஈடுகொடுத்துக் கொண்டிருக்கும் போது கண்ணன் கோயில் வளவிற்கு பின்பக்கமாக விழுந்து குளக்கட்டில் ஓடி காட்டுக்குள் இறங்கி கொஞ்சம் ஆசுவாசமடைந்து கொண்டிருக்கும் போது வல்லியின் குரல்தான் கேட்டுக்கொண்டிருந்தது. பத்து நாட்களுக்கு மேலோடி விட்டது. வதனி ஆத்தை கோயிலிலே கதியென்று கிடக்கின்றாள் என்று கேள்விப்பட்டான். "வல்லி வராட்டி நானும் இயக்குத்துக்குப் போய்ச்சாவன்" என்று கோயிலுக்கு வருபவர்களிடம் அழுது கொண்டிருந்தாள். ஏற்கவனே அவளுடைய இரண்டு சகோதரர்கள் இயக்கத்தில் வீரச்சாவு. தகப்பன்காரன் வளவுக்குள் போய் அவளை அடித்து இழுத்துக்கொண்டு போயிருக்கிறான். வதனி அடங்கினாளில்லை. வீங்கிய கன்னங்களுடன் தினமும் ஆத்தையிடம் வந்து அருட்டிக்கொண்டிருக்கிறாள். "உந்த வேசை இண்டேலை இருந்து என்ர மோளில்லையடி" என்று ஊரதிர மனைவியைப் போட்டு அடித்து விட்டு அவளின் தகப்பன் அடங்கிப் போனார் என்று கூட்டாளிகள் வந்து கண்ணனிடம் சொன்னார்கள். வல்லி கட்டியதெல்லாம் நொறுங்கிப் போய்விட்டது. இவனுக்குள் உள்ளூர ஒரு குரல் மகிழ்ந்து கொண்டிருக்கின்றதா என்ற சந்தேகமும் உறுத்திக்கொண்டிருந்தது. வதனியின் மூக்குத்தி மின்னும் முகமும் குளத்திலிருந்து எழ வழியும் நீர் இவனுக்குள் நிரந்தரமாக தங்கிப் பெருகிக் கடலாகியிருந்ததை யாரிடமும் ஒப்பித்ததில்லை. ஏற்கனவே இருந்த குற்றவுணர்வின் மேல்தான் எல்லாம் நிகழ்ந்ததையும் அவன் உணராமலில்லை. வல்லியின் பால்ய நட்பையும் நம்பிக்கையும் தன்னளவில் கூட தொலைத்து விடக்கூடாது என்ற குரலுக்கு அப்படியொன்றும் நடக்காது என்று சொல்லிச் சொல்லிப் பார்த்துக் கொண்டான்.

வதனி தண்ணீரின் மேல் நடந்துகொண்டிருந்தாள்.

மரியநேசம் கரையில் நின்றிருந்தாள்.

முதுகுப்பக்கம் வியர்த்தது அசைந்து படுத்தான். பாய் முதுகுக்கு கீழே லேசாய் மண் கண்டிருந்தது. உறுத்த அசைந்து படுத்தான். கை கயிற்றை வருடிக்கொண்டிருந்தது. கீழே கங்கு பாறி வெடித்து எரியும் சத்தம் கேட்டது. சறத்தைத் தளர்த்தி கையை கீழே கொண்டு போனான். வயிற்றில் குளிரிலும் பூத்திருந்த வியர்வையில் வழுக்கிக்கொண்டே கை கீழேயிறங்கிப் போய் விறைத்தெழுந்திருந்த குறியைப் பற்றியது. கண்களை மூடி உடலுக்குள் ஒளி இறங்கும் கடைசி வழியையும் அடைத்தான். கை வேகமாக அசையத் தொடங்க உள்ளுக்குள் நீர்ப்பரப்பு கொதிக்கத் தொடங்கியது. வாய் வதனியை முணுமுணுக்கத் தொடங்கியது.

மரத்தில் எங்கிருந்தோ ஒரு சில்வண்டு அப்போதுதான் கத்தத் தொடங்கியிருந்தது. உன்மத்தம் உடலில் பரவி காதை அடைத்துக்கொண்டதால் அவனுக்கெதுவும் கேட்கவில்லை. நிமிடங்களில் இந்திரியம் உடலை ஒரு முறிப்பை முறித்து வெளியேறியது. மூச்சை விட்டான். கண்களைத்திறந்து இரவைப்பார்த்தான். மூச்சு சீராக அடங்கி எண்ணம் சிமிழில் இருந்து சிதறி மீண்டும் ஆற்றுப்பிரவாகமாக விரிந்தோடியது. வல்லியின் முகம், வதனியின் சிரித்த முகம். மீண்டும் வழமை போல குற்றவுணர்வு. குரல்கள் திட்டும் ஓசை. வதனமார் கோவில் பிரகாரங்களில் அதிரும் பறையின் ஓசை. கலட்டியனின் பயந்தரத்தக்க மூசும் சத்தம் எல்லாம் முதலில் தனித்தனியாகவும் பிறகு சேர்ந்தும் கேட்டன. படுத்திருக்க முடியவில்லை. சறம் நழுவ அப்படியே நிர்வாணமாக எழுந்து நின்றான். கரியதாய் இரவுக்குள் சோர்ந்து போயிருந்த அவனுடைய ஈரமுலராத குறியைக் காற்று உலர்த்தத் தொடங்கியது.

08

பருவ விதைப்பைக் காட்டிலும் இம்முறை சிறுபோகம் பரந்து தளைத்து செழித்த பச்சையை கிராமத்தின் பயிர்நிலமெங்கும் நிறைத்து விட்டிருந்தது. கீரிக்குளம் போன மழைக்கு காட்டுக்குள் இருந்து வழிந்து இறங்கிய மழைநீரை தன் சேறு பொதிந்த மடிக்குள் நன்கு வாங்கிக்கொண்டு வான்பாய்ந்ததன் விளைவு, பாசனத்திற்கு இந்தமுறை குளத்துநீர் மாரிவரைக்கும் போதுமாகவிருந்தது. மாதங்களைப் பற்றிப்பிடித்து காட்சிமாற்றும் எல்லாப்போகங்களையும் ஆத்தை கோயிலுக்கு கிழக்குமுகமாக வயலுக்கும் காட்டுக்கும் நடுவில் நின்று பார்த்துக் கொண்டிருந்தான் காக்கைவதனன். அவனுடைய நேர்முகமான பார்வை நேரே குளக்கட்டின் வான்கதவுகளின் மேல் நிலைத்திருக்கும். மாரியில் காக்கைவதனன் கால் கட்டுவரை தண்ணீர் ஏறி நிற்கும். தண்ணீர் இறங்கி பயிர்கள் மஞ்சள் பூத்து சரிந்து அறுவடைக்கு தயாராகும் போது காக்கைவதனன் பழுப்பு நிறத்திற்கு மாறி நிற்பான். மாரியில் பச்சை, கோடையில் மஞ்சள். பருவத்தின் நிறம் அவனுக்கு.

கண்ணன், கீரிக்குளத்தில் மூழ்கி எழுந்து, நந்தன் வாங்கி கொண்டுவந்த புது வேட்டியை இடுப்பில் சுற்றி பெரிய பெல்டை இறுக்கி கொழுக்கிகளைப் பொருத்தினான் ஈரம் வேட்டியில் வழிந்து சொட்டியது. வேட்டியை முறுக்கிக் கவட்டை மூடி கோவணம் போல இழுத்துச் சொருகி குழுமாடுபிடிக்கும் இளந்தாரிகளைப்போல தன்னைத் தயாரித்துக்கொண்டு உடல் ஈரத்தை காற்று உலர்த்த, மரைக்கொம்பு பொருத்திய வார் கயிற்று தோளில் சுற்றியேறியிருக்க நிதானமாக நடந்து வந்தான். காக்கைவதனன் கோயிலை நெருங்கும் போது பறைச்சத்தம் வயல் வெளியதிரக் கேட்கத்தொடங்கியது. வைகாசிக்கிழவரும் பரிவாரங்களும் இன்றைக்கு நன்கைந்து வலி மட்டைகளையும் வார்த்தோல்களையும் பிய்க்காமல் ஓயமாட்டார்கள்.

ஆத்தையின் திருவிழாவை தொடங்கி வைக்கும் ஆரம்ப நிகழ்வாக இருந்தாலும், வதனனுக்கு அது தனிக்கொண்டாட்டம். குழுமாடு பிடிப்பதும், தேன்வதை அறுத்துப் படைத்து பால்காவி வந்து ஊற்றுவதும் காக்கைவதனனுக்கு எடுக்கப்படும் சடங்குகள்.

அதிகாலையில் ஆத்தைகோயிலில் பாற்செம்பை உச்சிக்கு ஏற்றி இளம்பெண்கள் பால் சுமந்து வந்து காக்கைவதனனுக்கு வார்த்து, மடை செய்து காட்டுக்குள் இறங்கும் இளந்தாரிமாரில் தேன்வதை வெட்டப்போகின்றவர்களுக்கு கத்திகளும், குழுமாடுபிடிக்க போகும் இளந்தாரிகளுக்கு வார்கயிறுகளும் எடுத்துக் கொடுத்தபிறகு சடங்கின் ஒரு பகுதி காட்டுக்கு மாறிவிடும். ஆறு நாட்கள் இளந்தாரிமார் காட்டில் அலைந்து குழுவன்களைப் பிடித்து, அவற்றின் தினவு தீரும்வரை கட்டி வைத்து, பிறகு சாய்மாடுகளினால் அருட்டி, அடக்கி அவற்றை வதனன் கோயிலுக்கு கொண்டு வருவார்கள். அதில் தினவுள்ள பெரிய மாடுகள் நகுலாத்தையின் "பண்டம்" காவும் வண்டில்களுக்காக நகுலாத்தை வளவில் கட்டப்படும் குழுமாடுகள் திருவிழாவில் ஏலம் கூறிவிற்கப்படும். வதனனுக்கு அடங்கிய குழுமாடுகளை வாங்குவதற்கு மாட்டுக்காரர்களும், தரகர்களும் ஆறாம் நாள் வந்து குவிவார்கள்.

"கலட்டியனைப் பிடிச்சால் விக்கிறேல்லை, ஆத்தைக்கெண்டு குடுத்திடுவன். லட்சத்துக்கு கேட்டாலும் கலட்டியன் ஆத்தைக்குத்தான்" வல்லி நெடுநாட்களாக ஒவ்வொன்றுக்குமாக தீர்மானங்களை வைத்திருந்தான்.

கண்ணன் தன்னை வல்லியாகவே நினைத்துக்கொண்டான். தன்னிலிருந்து தப்பிச்செல்லவும் எப்போதும் மற்றொருவரைப் பிரதியிட்டுக்கொள்வதும் தன்னுடைய இயல்பு என்பதை அவன் நன்கறிந்திருந்தான். அதை வெறுக்கவும், தாழ்வுச்சிக்கலோடு தன்னை சபித்துக்கொள்ளவும் அவன் தவறியதில்லை. "கண்ணன் அண்ணா" வதனியின் சொற்களின் அர்த்தத்தை விட்டு விட்டு வாஞ்சையை நேசித்துக் கொண்டிருந்தான்.

பறைச்சத்தம் வலுத்தது, ஒவ்வொருத்தர் வதனனின் வளவிற்குள் நுழையும் போதும் அவர்களின் வருகையை அறிவுக்கும் முகமாக பறையை கொஞ்சம் கையூண்டி அடிப்பார்கள். அங்கே கண்ணனை யாரும் எதிர்பார்க்கவில்லை. மாடுபிடிகாரர்களின் சாய்மாடுகள் கோயிலுக்கு வெளியே கட்டப்பட்டிருந்தன. கண்ணன் தன்னுடைய சாய்மாட்டைத் தேடினான். கூட்டாளியொருத்தன் பெரியவளவில் இருந்து அதைக்கொண்டுவந்து பூவரசில் பிணைத்திருந்தான். இவனைக்கண்டதும் தலையை தூக்கி கத்தியது. கண்ணன் பூவரசுகளை கடந்து சிறிய கட்டிடத்துக்குள் நின்றிருந்த வதனனை நோக்கி நடந்தான். வார் கயிறுகளை வைத்துவிட்டு தயாராக நின்ற இளந்தாரிகள் பலர் இவனைக்கண்டதும் கேலியாக முகத்தை வைத்துக் கொள்வதைப்போலிருந்தது. கண்ணன் வல்லி வல்லி என்று நினைத்துக்கொண்டாலும் எப்போதாவது ஒரு புள்ளியில் அவனை மேவி ஒரு செயலையாவது செய்து விட்டால் போதுமென்ற நினைப்பு

உள்ளூர அவிந்துகொண்டுதானிருந்தது. ஒரு வேளை குழுவனைப் பிடித்துவிட்டால். எல்லாம் நடந்துவிடும். ஆனால் அதற்கான காரணம் அவனுக்கு மிகவும் குறுகிக்கொள்ள கூடிய உண்மையொன்றைக் கொண்டிருப்பதாக அவன் நினைத்துக் கொள்வது அவனுக்குள் இன்னும் வேதனையை அதிகப்படுத்தாமலில்லை. ஒரு பக்கத்தில் குற்றவுணர்வும் விருப்பமும் சகட்டு மேனிக்கு ஒருவரை ஒருவர் குத்திக்கொண்டிருந்தனர். இன்னொரு பக்கத்தில் தன்னை நிரூபிக்கும் பொருட்டு தன்னையே பலியிடக்கூடிய ஓர்மம் தனியே எதையாவது பற்றிக்கொள்ள பரவும் கொடியைப்போல பரவிக்கொண்டிருந்தது. எல்லாவற்றின் பின்னணியிலும் அவள் நின்றிருந்தாள். நீர்மேல் நடந்தாள்.

வதனி

வதனி

கண்ணன் அவள் வந்திருப்பாளோ என்று கூட்டத்தில் தேடினான். காணவில்லை.

“உதாற்ற வல்லீன்ர கயிறோ?”

கண்ணன் முதலில் நினைத்ததுதான் சரி. அவர்கள் இவனை ஏளனமாகத்தான் பார்த்திருக்கிறார்கள். இவன் வெறும் வல்லியின் எடுபிடி என்ற எண்ணம் தான் அவர்களுக்கு இருந்திருக்கிறது.

“என்னடாப்பா கயித்தை தூக்குவியோ? இடையிலை விழுந்திடுவியோ?” சிரித்தார்கள். அவர்களை முறைத்து விட்டு ஒன்றும் பேசாமல் காக்கை வதனனின் முகத்தை ஏறிட்டு இமைகளைப் பொருத்திக் கும்பிட்டான். கண்களைத் திறந்து திரும்ப தங்கை நின்றிருந்தாள். பாற் செம்புகளுக்கு தாமரையுடன் சேர்ந்து வேப்பிலை கட்டிக்கொண்டு நின்றவள் தமயனைக்கண்டதும் வெலவெலத்துப்போய் ஓடிவந்திருந்தாள்.

“ஏன் வந்தனி அண்ணை? விந்தன் நேற்றும் வீட்ட வந்து உன்னை சுட்டுப் பிடிப்பன் எண்டு அப்பாவ வெருட்டிப்போட்டுப் போனவன்”

“உவன் கிழிப்பான், நீ பயப்பிடாத தங்கம். நான் குழுவன் பிடிக்கப்போறன்”

“என்ன? அப்பாக்குத் தெரிஞ்சால் மனிசன் சீவனை விட்டிடும்” பதறினாள். அவளுக்கு உடனே கண்கலங்கி விட்டது. குரல் திக்கிதிணறிப் பதட்டமாகும் தங்கையைக் கையமர்த்தி ஒரு பக்கமாக கூட்டிப்போனான். குரலை இரகசியமாக்கிக்கொண்டு,

“இஞ்சபார் தங்கம், காட்டுக்கையே நான் எந்த நாளும் இருக்கேலாது, எப்பிடியும் உவங்கள் என்னை ஒரு நாள் பிடிக்கத்தான் போறாங்கள். நான் எப்பிடியாவது வன்னிலை இருந்து தப்பிப் போகோணும். நான் சொல்லுறத இப்ப கவனமா கேள், நந்தன் கிராஞ்சில ஒரு ஓட்டிட்ட கதச்சிருக்கிறான், அம்பதாயிரம் குடுத்தால் தலைமன்னாரிலை கொண்டுபோய் இறக்குவாங்களாம், அப்பரிட்டயும் அம்மாட்டையும் வடிவா விசயத்தை சொல்லு, நான் வல்லியில்லாமல் குழுவன் பிடிக்க இறங்கினதே காசு புரட்டத்தான். நந்தனிட்ட எல்லா விபரமும் சொல்லியிருக்கிறன். வீட்டிலை இருந்து ஆரும் நந்தனைப் போய் சந்திக்க வேண்டாம், அப்பிடிப்போற எண்டாலும் நீ மட்டும் நோட்டம் பாத்து போ. அப்பாட்ட இன்னும் கொஞ்சம் காசு புரட்டி என்ர உடுப்பு பாக்கையும் அடுக்கி வைக்கச் சொல்லு, நான் எப்பிடியும் மாடு பிடிப்பன். பிடிச்சிட்டு வந்து திரும்பக் காட்டுக்க இறங்கீடுவன். சின்ராசண்ணைட சொல்லி மாட்டை ஏலத்திலை வித்து காச நந்தனிட்ட குடுக்கச்சொல்லு, அதோட வவுனியாவில இருக்கிற மோகன் மாமான்ர போன் நம்பறுகளையும் ஒரு கொப்பில எழுதி வைக்க சொல்லு.”

இடைக்கிட பேச வாயெடுத்த தங்கையை குரலை ஏற்றி ஏற்றி அடக்கிக் கொண்டே அவனுடைய வழக்கமான பதட்டத்தோடு எல்லாவற்றையும் ஒப்பித்தான். தங்கை இவன் முடித்தால் பிறகும் கண்கள் முட்டிஅழுதாள். அவளை அணைத்துக் கொண்டு தேற்றினான். அவள் “நான் அப்பாட்டைச் சொல்லப்போறன்” என்று இவனை விடுவித்துக் கொண்டு ஓடினாள்.

ஆச்சி வதனனுக்குரிய மடை வேலைகளை முடித்திருந்தாள். கற்பூரம் கா[illegible]டு தண்ணீர் தெளித்தாள். கற்பூரத்தட்டை கீழே இறக்காமல் சின்ராசனுக்கு கண்காட்ட கணீரென்று சின்ராசனின் குரல் ஒலித்தது

“குழுமாடுபிடிக்கிற இளந்தாரியள் வாங்கோ”

இவன் ஆச்சிக்குக் அருகில் போக ஆச்சிக்கு முகம் மாறியது. அருகில் வேப்பிலைக் கட்டுடன் நின்றிருந்த சின்ராசன் அப்போதுதான் இவனைக் கண்டான். மிரட்சியாக, “ஏனடாப்பா உனக்கு விசரோ? உவன் கங்கணம் கட்டிக்கொண்டு திரியிறான், நேற்றும் கொப்பரை வெருட்டினவனாம்.”

“ஆத்தையும் வதனனும் இருக்கினமண்ணை. உந்த அநியாயம் எத்தினை நாளைக்கெண்டு பாப்பம், அதைவிடுங்கோ, அப்பரிட்ட ஒரு விசயம் சொல்லி விட்டிருக்கிறன். நீங்கள் எனக்காக ஒருக்கா பாத்து முடிச்சுக்குடுக்க வேணும்” சின்ராசன் பரிதாபமாகத் தலையாட்டினான். கண்ணன் இவ்வளவு இறுக்கமாகவும் உறுதியாகவும் பேச்சை முடித்துக் கொள்வோம் என்ற தொனியில் சொல்வதை அன்றுதான்

கேட்கிறான் சின்ராசன். ஆச்சி கற்பூரத்தட்டை கீழே இறக்கும் மட்டும் வாய் திறக்கமாட்டாள். கண்களில் கருணையும் அவனுக்கு சொல்லவேண்டிய சொற்களும் பெருகிக்கொண்டிருந்தன. ஆச்சியை கண்ணில் சந்தித்து, "எணை ஆத்தேட்டயும் வதனனிட்டையும் பாரத்தைப் போட்டிட்டு இறங்கிறன், பாத்துக்கொள்" ஆச்சி கற்பூரமெரியும் பச்சை நீற்றையெடுத்துப் பூசிவிட்டாள். கற்பூரவாசம் நன்கு பரவியிருந்தது. இளந்தாரிமார்களை பார்த்து குசுகுசுத்துக்கொண்டிருந்த சனங்களின் சத்தம் நூறு புறாக்கள் குக்குறுப்பதைப்போலவொரு இரச்சலை உண்டுபண்ணியிருந்தது.

ஒவ்வொரு கயிற்றுக்கு பின்னாலும் இளந்தாரிகள் கயிறுதர அழைத்துவந்த பெண்கள் நின்றிருந்தார்கள். ஆச்சி தாமரைக்கு கண்காட்ட கண்ணனின் கயிற்றடியில் போய் கயிற்றுச்சுருளை பற்றித் தூக்கினாள். கயிற்றின் பாரம் முகத்தில் தெரிந்தது. கண்ணன் வேகமாக கயிற்றை தன் கைக்கு மாற்றி வாங்கிக்கொண்டான். தோளில் ஏற்றி வதனனைப் பார்த்து கும்பிட்டான். கும்பிடும்போது அசாதாரணமாக தோள் கயிற்றின் கனம் உதிர்ந்து போனது போலத் தோள் இலேசானது. உடல் அதை உணர்ந்து சிலிர்த்தது. கண்களை இன்னொரு முறை மேலே சொருகிக் கும்பிட்டான். சனத்தின் மத்தியில் குழுமாடுபிடிக்கும் இளந்தாரிகளும் தேன்வதை எடுப்பவர்களும் நடந்து போனார்கள். கண்ணனுக்குள் வல்லியின் வார்த்தைகள் ஓடி வந்து ஏறின. கீரிப்பிள்ளை மேட்டில் தரமான குழுமாடு பிடிகாரன் என்று பேர்வாங்கிய வல்லியின் வார்கயிறு தோளில் இருந்தது. கயிறு அசாதாரணமாக லேசானதும் நடை நிமிர்ந்தது. அது தான்தானா என்ற பிரமிப்புப் பரவியது. கூட்டத்தில் பெண்கள் நின்றிருந்த பக்கம் பார்வையோடியது. மீண்டும் ஒரு நப்பாசையில் கூட்டத்தில் கண்களை ஓட்டி வதனியை தேடினான். வல்லியில்லாதவிடத்தில் அவளேன் வருகிறாள். வதனனின் முன்னால் அந்த நினைப்பு கூடாதென்று உறைத்தது. உள்ளூரக் கடிந்துகொண்டான். வலிந்து குற்றவுணர்வை வரவழைத்து மனதை துன்புறுத்தியடக்கினான்.

……

கண்ணனை தலைவனாக ஏற்று குழுமாடு பிடிக்க யாரும் வருவதாயில்லை, சிலர் கண்ணனை "சரி வந்து தொலை" எனும் பாணியில் உப்புக்குச் சப்பாக அழைத்தனர். கண்ணன் அவர்களைப் பொருட்படுத்தாமல்.

"நான் கலட்டியனை தேடப்போறன் ஆர் வாறியள்?"

எல்லோரும் நக்கலாகச் சிரித்தார்கள் "என்ன மோனே வல்லின்ர கயிறு தோளிலை ஏறினால் வல்லியெண்டு நினைப்பும் ஏறிடுமோ, வல்லியே

போனமுறை கலட்டியனிட்ட அருந்தப்பிலை தப்பினவன், பேயாம குழுவன் கண்டுகள் ஏதும் மேயும் பிடிச்சு கொண்டுவா”

அவர்களைப் பொருட்படுத்தும் எந்த தோரணையையும் கண்ணன் வெளிப்படுத்தவில்லை. குரலையும் பார்வையையும் இன்னும் இறுக்கிக்கொள்ளவே செய்தான். “இஞ்ச பாருங்கோ வாறாக்கள் வாங்கோ, சும்மா விசர்கதைக்கு இப்ப நேரமில்லை” மூன்று பேர்மட்டும் வந்தார்கள். சீலன், ராசுக்குட்டி, தயாளன். மூன்றுபேரும் இவன் வயதுக்காரர்கள் அவர்களில் ராசுக்குட்டி மட்டும் வல்லியுடன் போனமுறை கலட்டியனை விரட்டிய அனுபவம் உள்ளவன். மற்ற இருவரும் இவனைப்போல புது இளந்தாரிகள்.

காட்டுக்குள் பிரிந்து போனார்கள். பெரும்பாலும் எல்லோரும் வடக்காக கட்டைக்காட்டு, காட்டுப்பாதையை அண்டி மேயும் சிறுகுளுவன் கூட்டங்களை தேடிச்சென்றார்கள். கிழக்காக வீரைக்காட்டைத் தாண்டி சதுப்புத்தரவைக்கு முன்பாக மேயும் பெரிய கூட்டத்தில் கலட்டியன் இருந்தது. ராசுக்குட்டி சாய்மாட்டை பிடித்துக்கொண்டு நின்றான். கண்ணன் மூவரின் முகத்தையும் பார்த்தான். நீங்கள்மட்டும் என்ன நம்பிக்கையில் என்னுடன் வரச் சம்மதித்தீர்கள்? என்று கேட்கவேண்டும் என்றுதான் தோன்றியது. அவர்களை ஒரு நிழலுக்கு அழைத்துப்போனான். சாய்மாடுகளைக் மரங்களில் பிணைத்தார்கள். கயிறுகளையும் கத்திகளையும் நிலத்தில் வைத்து விட்டு உட்கார்ந்து கொண்டனர். கண்ணன் மூவரையும் கண்களால் அளந்தான். ராசுக்குட்டியைத் தவிர மற்ற இருவரும் அவனுக்கு அவ்வளவு பழக்கமில்லாதவர்கள். வல்லியையும் அவனுக்கு நெருக்கமானவர்களையும் தவிர வேறு நண்பர்கள் கண்ணனுக்குக் கிடையாது. சீலன் இவன் வயதுக்காரன் என்ற போதும் உருத்திரபுரத்தில் அவனுடைய மாமன் வீட்டில் வளர்ந்தவன். தயாளனை ஓரளவு தெரியும் அவ்வளவாகப் பழக்கமில்லை. நேசமலரின் பெறாமகன். வல்லிக்கு அவனைப் பிடிக்காது. ராசுக்குட்டிதான் பேச்சை ஆரம்பித்தான்.

“கண்ணன் நேரமாகுதடாப்பா. குழுவனுகள் மத்தியானம் மேச்சலை நிப்பாட்டிட்டு வந்து படுத்திடும், உசாவல் பாக்கோணும்” கண்ணன் தலையசைத்து விட்டு, குரலை நேர்த்தியாக்கிக் கொண்டு கண்களில் பொறுப்பேற்றினான்.

“இஞ்ச பாருங்கோடாப்பா, எனக்கு ராசுக்குட்டியை மட்டும்தான் பழக்கம். உங்கள் ரெண்டு பேரையும் எனக்கு அவ்வளவு பழக்கமில்லை. என்ன நம்பிக்கையில என்னோட வந்தனியள் எண்டு இப்பவும் பிடிபடாமல்தான் கிடக்கு. ஆனால் ஒண்டு சொல்லுறன் என்ர வாழ்கேல என்ர அப்பருக்குப் பிறகு என்னிலை நம்பிக்கை வச்ச ஆக்கள் நீங்கள்

மட்டும்தான். அதை மறக்கமாட்டன். நாங்கள் மாடு பிடிக்கிறமோ இல்லையோ, வதனன் மேலை சத்தியமாய் உங்களுக்கு நான் கடமைபட்டிருக்கிறன்" கண்ணன் அடிநெஞ்சிலிருந்து வார்த்தைகளை எடுத்துக்கொண்டிருந்தான். அவனுடைய உணர்வுப்பெருக்கை வைத்திருக்க மாட்டாமல் உதடுகளும் கண்களும் துடித்தன. நிறுத்திய இடத்திலிருந்து அதே குரலில் தொடர்ந்தான்.

"எனக்கு முன்னுக்கு மாடு பிடிச்ச அனுபவம் இல்லை, என்ர அப்பரும் வல்லியும் சொன்ன கதையள் மட்டும்தான் எனக்குத்தெரியும். இது என்ர வாழ்க்கைப்பிரச்சினை. அதுதான் இறங்கின்னான். என்ன ஏதெண்டு இப்ப கேக்காதேங்கோ. ஆனால் ஒண்டு மட்டும் சொல்லுறன், இந்தக்கண்ணன் கலட்டியனை பிடிக்காமல் வதனன்ர முகத்திலை இனி முழிக்கமாட்டான்"

ராசுக்குட்டி, விம்மிய தோரணையில் வரும் கண்ணனின் வார்த்தைகளை நிதானத்திற்கு கொண்டுவர "என்னடாப்பா நீ ஆற்றை மோன்! கோப்பற்ற பேரைக்கேட்டால் குழுவன் விழுந்து படுக்குமெண்டுவாங்கள், வல்லி இந்த முறை நீ குழுமாடு பிடிப்பாய் எண்டு நம்பிக்கையாய் சொல்லிக்கொண்டு இருந்தவன். நீ ஒண்டும் யோசிக்காத ஆத்தையையும் வதனனையும் நேந்துகொண்டு இறங்குவம், நக்கல் கதை கதச்சிட்டுப்போன தம்பிமாருக்கு நாங்கள் ஆரெண்டு காட்டுவம்"

"ஓம் அண்ணை, வல்லியண்ணை இருக்கேக்க அவரோட போறதுக்கு நான் நீயெண்டு அடிபடுறவை எல்லாம் இண்டைக்கு பெரியாளாக்கிட்டினம். யானை விழுந்தால் நரி நக்கிப்பாக்குமாம்" சீலன் சீறினான்.

கண்ணனுக்கு உள்ளூர இருந்த அவநம்பிக்கை அவனை இத்தனை பதட்டமும் உணர்ச்சிவசப்படவும் வைத்தது. கூட்டாளிகளின் நம்பிக்கையான வார்த்தைகள் அவனை நிதானத்துக்கு கொண்டுவந்தது. தொடர்ந்து கண்ணன் ராசுக்குட்டியிடம் கலட்டியனைப் பற்றிக்கேட்டான், ஏற்கனவே வல்லி இந்த முறை கலட்டியனை மடக்க ஒரு திட்டத்தைப் போட்டிருந்தான். ஆத்தைக்கு காவுமரம் வெட்டப் போவதற்கு முதல்நாள் வயல்கரை கிணற்றடியில் இருந்த சீமெந்து மேடையில் கரித்துண்டினால் குழுவனை மடக்கும் திட்டத்தை விளக்கினான். ராசுக்குட்டிக்கும் கண்ணனுக்கும் அவனுடைய வார்த்தைகளும் வரைபடமும் அச்சொட்டாகப் பதிந்திருந்தன.

"அதே பிளான் தானோடாப்பா?" கண்ணன் தலையாட்டினான்.

கண்ணன் சருகடர்ந்த நிலத்தை தட்டி தரையை வெளிற்றிவிட்டு சில குச்சிகளையும் மண் கட்டிகளையும் சேகரித்துக் கொண்டான். எடுத்த எடுப்பில் அலைவடிவக் கோடுகளைக்கீறினான். அதைக்காட்டி "இது

காட்டை உடைச்சு காட்டுக்கும் கடலுக்கும் நடுவிலை விரிஞ்சோடுற பெரியசதுப்புத்தரவை, கோடையில் தண்ணி வத்தினாலும், கால் வச்சால் முழுஆளைப் புதைக்கும். இந்தத் தரவையைதான் நாங்கள் கலட்டியனுக்கு தடுப்புச்சுவரா வைக்கப்போறம்".

அடுத்து நட்ட நடுவில் ஒரு பெரிய வாய்க்காலை இழுத்தான். அது காட்டுக்குள் ஓடும் பெரியவாய்க்கால் என்று மூவருக்கும் புரிந்தது. வாய்க்காலின் வலது பக்கம் குறுக்காக ஒரு கோட்டை இழுத்தான். இது வீரக்காடு இப்ப நாங்கள் நிக்கிறது வீரக்காட்டுக்கு முன்னாலை தான், வீரக்காட்டை கடந்து போனால் வாற இந்த வெளியிலைதான் குழுவன் கூட்டங்கள் மேயும், வீரக்காட்டுக்க வாற சிறுத்தையள பற்றி குழுவன் கூட்டத்தின்ர மூத்த தாய்ப்பசுவுக்கு நல்லாய் தெரியும் அதால, தன்ர கூட்டத்த எப்பவும் தரவைக்கு கிட்டவாதான் மேயவிடும். வீரைக்காட்டுக்கும் குழுவன் கூட்டத்துக்கும் இடையில இருக்கிற வெளியை கடந்து சிறுத்தையோ இல்லையெண்டா வேற வேட்டைக்காரரோ வரேலாது. மத்தியான நேரங்கள்ள மட்டும் தண்ணி குடிக்க பெரிய வாய்க்கால் கரைக்கு மூத்த தாய்ப்பசு கூட்டத்தை கூட்டி வரும். அப்ப கூட்டத்தை பாதுகாக்கிற பொறுப்பை கலட்டியன் மாதிரி இருக்கிற பெரிய இளந்தாரி எருத்தன்களிட்ட விட்டிடும்'

"மொத்தமாய் மூண்டு பெரிய கூட்டம் இருக்கு. அதிலை திருகோணமலைக் காட்டுப்பக்கம் இருந்து ஆமீன்ர எல்லையெல்லாம் தாண்டி வாற பெரிய கூட்டம். அதாவது கலட்டியன் இருக்கிற கூட்டம். பெரும்பாலும் வாய்க்கால் கண்ணில படுற போல கிழக்கால நிண்டுதான் மேயும். அதுகள் வீரைக்காட்டுக்குப் பயப்பிடுறது குறைவு, கண்டுகள் கூட காட்டு விளிம்பிலை தைரியமா, ஓடி விளையாடும். ஏனெண்டு தெரியும்தானே?"

"ஓம், கலட்டியன் நிக்கிற பெரிய கூட்டத்தில ஏராளம் இளம்மாடுகள் நிக்கும். அதோட மூத்த தாய்ப்பசு எப்பவும் கூட்டம் சிதறிப் போகாமல் வச்சிருக்கும். குழுவன்கள் கூட்டமாய் நிக்கிறதுதான் அதுகளுக்கு பாதுகாப்பு. குறிப்பா பிள்ளைத்தாச்சிப் பசுக்களையும், கண்டுகளையும் தன்ர கண்மட்டத்திலை வச்சுக்கொண்டுதான் மேயும். ஏதாவது அசமந்தமெண்டால் ஒரு குரலிலை எல்லாத்தையும் திரட்டி பாதுகாப்பான இடத்துக்கு கலைச்சிடும்"

"ஆனா ஏன் அண்ணை தாய்மாடு... கண்டெல்லாம், எங்களுக்கு கலட்டியந்தானே டாக்கெட்?"

"பொறு அவசரப்படாத, கலட்டியன் எப்பிடிப்பட்ட எமன் எண்டு உனக்குத் தெரியும். கேள்விப்பட்டிருப்பாய். தனிய நிண்டே கொம்பை

விசுக்கி, சிறுத்தைப்புலியை வெட்டி விழுத்தீடும். அதுக்கு யானை உடம்பு. சிறுத்தைக்குணம். கூட்டத்தோட கூட்டமாய் நிண்டுதெண்டால், கலட்டியன் வாலியை மாதிரி, எல்லா எருத்தன்களின்ர பலத்திலை பாதியை வாங்கிக்கொண்டுதான் நிக்கும்''

''அப்ப கலட்டியனை முதல்ல கூட்டத்திலை இருந்து பிரிக்கோணும் அப்படித்தானே?'' தான் புதியவன் என்பதற்குச் சான்றாக தயாளன் அவசரப்படும் குரலில் கேள்விகளைக் கேட்டுக்கொண்டிருந்தான்.

''ஓம், கலட்டியனை மட்டுமில்லை, குழுமாடு பிடிக்கிறதின்ர முதல் வேலையே பிடிக்கப்போற மாட்டை தனிச்சுப்போக வைக்கிறதுதான், அதுக்கு என்ன செய்யிற எண்டு உங்களுக்குத் தெரியும்''

பொதுவாக குழுமாடு பிடிப்பதற்கு முதல் பறையோ, முழவோ அடித்து கூட்டத்தை சிதறிப்போகச் செய்வார்கள். பிறகு அவை ஒன்றுசேரமுதல், சாய்மாட்டில் ஏறிச்சென்று கயிறெறிவார்கள். கூட்டமாய் நிற்கும் குழுவன்கள் நெருங்க முடியாத ஒரு வளையத்தை தங்களைச் சுற்றி அமைத்துக்கொண்டு மேய்பவை. பார்ப்பதற்கு அவை சிதறிப்போய் புல்வெளிகளில் ஐதாக மேய்வதைப் போலத்தானிருக்கும். ஆனால் அவற்றை நன்றாக அறிந்த குழுமாடு பிடிக்கும் இளந்தாரிமாருக்கு அவற்றின் கூட்டம் மீதான கவனமும் பாதுகாப்பு ஒழுங்கும் தந்திரமும் நன்றாகத்தெரியும். ஒவ்வொரு தலைமுறையின் இளந்தாரிகளும் கதை கதையாகக் கடத்தப்பட்ட அறிவும் உபாயங்களும் குழுமாடுகள் எவ்வளவு பரந்து நின்று மேய்ந்தாலும் அவற்றின் கண்களும் கூர்உணர்வும் புத்தியும் கண்ணில் தெரியாத கோடுகளால் பிணைக்கப்பட்டேயிருக்கும். அதனால்தான் அவற்றின் மீது கயிறெறிய முதல் அவற்றை கலைத்து குழப்பவேண்டும். அதைத்தான் கண்ணன் தன் கூட்டாளிகளுக்கு விளக்க முயற்சி செய்துகொண்டிருந்தான்.

''ஓம், ஆனால் கலட்டியன் நிக்கிற பரவையடிக் கூட்டம் மற்றக் கூட்டங்களைப் போல அவ்வளவு லேசாய் சிதறாது. அந்த கூட்டத்தை வழிநடத்துற மூத்த தாய்பசுவும் சரி, கலட்டியன் மாதிரி திரியிற பெரிய நாம்பனுகளும் சரி தங்கட கூட்டத்தை வெருளாமல் காட்டுக்க இறக்கும். அதுவும் வீரைக்காட்டுக்கையே இறக்குமெண்டால் பாருங்கோ, அது ஒரு முனிபிடிச்ச மாட்டுக் கூட்டம் எண்டு அப்பா சொல்லுவார், எனக்குத் தெரிஞ்சமட்டிலை அந்தக்கூட்டத்திலை இருந்து ரெண்டு பேர்தான் மாடு பிடிச்சிருக்கினம்'' கண்ணன் நிறுத்தினான்.

''கண்ணன்ர அப்பாவும் வல்லியும்'' சீலன் பெருமை பொங்கச்சொன்னான். அதுவும் வல்லி கலட்டியனைப் பிடிக்க வேண்டுமென்று இறங்கி கடைசியில் இன்னொரு பெரிய நாம்பனைத்தான் கொண்டுவந்தான்.

நவரத்தினம் “மாடுபிடிக்கிற அலுவல் எல்லாம் என்னோடை முடியட்டும்” என்ற வார்த்தையோடு தன்னை நிறுத்திக்கொண்டார். அவர் பற்றிய பிறர் சொன்ன கதைகளை மட்டும் கேட்டிருக்கிறான் கண்ணன்.

“அப்ப நாங்கள் என்னெண்டு பிடிக்கப்போறம்?”

“நாங்கள் இந்த முறை பறைச்சத்தத்துக்கு கலையிற கூட்டத்திலை மாடு பிடிக்கப்போறேல்ல. கலட்டியனை தந்திரமாய் மடக்கி பொக்ஸ் அடிக்கப்போறம்.”

“எங்க வச்சு மடக்கப்போறம்?”

“சொல்லுறன். வீரக்காட்டு பெரிய பாலை மரத்திலை நானும் வல்லியும் சேர்ந்து பறண் ஒண்டு கட்டியிருக்கிறம். அந்த மரத்திலை இருந்து பாத்தால் கலட்டியன் கூட்டம் மேயிறது வடிவாய் தெரியும்”

“பிறகு?”

“பிறகு, ரண்டு நாள் உசாவல் பாக்கோணும். தேவையில்லைத்தான். ஆனால் எதுக்கும் பாத்து வைப்பம். சில நேரம் கலட்டியன் நேரங்களை மாத்தியிருக்கும். என்னடாப்பா? கண்ணன் ராசுக்குட்டியைப் பார்த்துக்கேட்டான்.

“ஓமடாப்பா, உதுகளுக்கு நேரங்காலம் சொல்லிக்கொண்டோ, கோழி எழும்பிறது தெரியும் குஞ்சு எழும்புறது தெரியுமோ? ராசுக்குட்டி கெக்கட்டம் விட்டுச்சிரித்தான்.

“அண்ணை எனக்கு விளங்கேல்லை” தயாளன் பகிடி புரியாமல குழப்பமாகக் கேட்டான்.

“கலட்டியன் இணைக்கு அணையேக்கதான் ஆளை குழப்பிக் கயிறெறியப் போறம்”

புரிந்தபோது “ஓ” என்று பெரிதாக இரைந்து முடிந்துபோன நகைச்சுவையைத் தோண்டியெடுத்துச் சிரித்தான் தயாளன்.

“இணைக்குச்சேரேக்க கூட்டத்த விட்டு தனிய போகுமோ?”

“ஓம் காட்டு எருத்தன்கள் சரியான வெக்கம் பிடிச்சதுகள், பசுதான் தனக்குப்பிடிச்ச நாம்பனை தெரிவுசெய்யும், கூட்டத்தில இருக்கிற நல்ல தினவுள்ள, துடியான மாட்டை பசுக்கள் தெரிவு செய்யும், பெரும்பாலும் மத்தியானம் வெய்யில் ஏறினால் தண்ணி குடிச்சிட்டு நல்ல குளிர்மையான இடங்கள்ல போய் குழுவன்கள் படுத்து

அசைபோடும். அந்த நேரம்தான் ஒவ்வொரு இளம்பசுவும் தனக்கான எருத்தனை கூட்டிக்கொண்டு கூட்டத்தை விட்டு விலகித்தூரம் போகும்"

"தூரமெண்டால் கனதூரமோ?"

"ஓமடாப்பா, எருத்தன் பசுவிலை ஏறேக்குள்ள பெரிசா ஒரு முக்காராச் சத்தம் ஒண்டு போடும், ரண்டு மூண்டு மைலுக்கு கேக்குமெண்டால் பாரன். அந்த முக்காரம் கூட்டத்துக்கு கேக்காத தூரத்துக்கு போய் அணையுங்கள்"

"அப்ப கலட்டியனையும் பசு கூட்டிக்கொண்டு போகுமோ?"

"பின்ன, ஆள் பம்மிக்கொண்டு பசுவின்ர குண்டியை மணந்து மணந்து பின்னாலை போறதப் பாக்கோணுமே" கண்ணன் சிரிப்போடு சொன்னான்.

"வல்லியண்ணை மத்தியானம் ஒரு மணிக்கும் பின்னேரம் மூண்டு மணிக்கும் இடையிலதான் பெரும்பாலும் கலட்டியனும் இணை சேருற பசுவும் வெளிக்கிடும் எண்டு சொன்னவர் என்ன கண்ணன்?

"ஓம், நானும் வல்லியும் நாலைஞ்சு தடவை வந்து பாத்தனாங்கள். மழை முடிய ஆக்கள் இஞ்சாலை வந்ததிலையிருந்து, கலட்டியன் நாங்கள் வந்த நேரமெல்லாம் மத்தியானம் பசுவோடை வெளிக்கிடும்."

"எந்தப்பக்கம் போறதுகள்?"

கண்ணன் கையில் இருந்த குச்சியால் தரவைச் சதுக்கரையில் கோடோன்றை இழுக்கத் தொடங்கினான். அது அப்படியே போய் வாய்க்கால் தப்புத்தரவையில் விழும் கழிமுகத்துக்கு கிட்ட நிண்டது.

"இவடத்தை ஐதா மரங்கள் நிக்கும். நல்ல குளிர்ச்சியான இடம், அவட்டத்ததான் பசுவோட கலட்டியன் இணைசேரும்"

"அப்ப அங்க வச்சுத்தான் கலட்டியனுக்கு கயிறு எறியப்போறமோ அண்ணை?"

"அங்க கிட்டப்போய் கலைக்கேலுமெண்டால் பிறகென்ன, அதுவும் கலட்டியன் இணை சேரேக்க குழப்பினால் அது வெறிபிடிச்சு உன்னை கிழிச்சுப்போட்டுத்தான் மறுவேலை பாக்கும்"

"பிறகெப்பிடி கயிறு போடுறது, இணை சேந்து முடிச்சோண்ணையோ?"

நகுலாத்தை | 179

“இல்லை முதல்ல நாங்கள் இணை சேர்றத குழப்பப் போறம்.” கண்ணன் குரலில் அழுத்தத்தை கொடுத்து நிறுத்தினான். மூவரும் அவன் தொடர்ந்து சொல்லுவான் என்று சலனமில்லாமல் பார்த்துக்கொண்டிருந்தார்கள்.

“நான் முதல் சொன்ன மாதிரி கலட்டியன்தான் அந்தக்கூட்டத்தின்ர தளபதி மாதிரி, அது எவ்வளவு தினவும், மூர்க்கமும் உள்ளதோ அதே அளவு நிதானமுள்ள குழுவன். வல்லி சொல்லுற மாதிரி அதை மற்றக் குழுவன்களிலை இருந்து வித்தியாசப்படுத்துறது அதின்ர நிதானம்தான். சிறுத்தையோ, ஆக்களோ வந்து வெருட்டினால், அது முதல்ல கூட்டத்தை தனக்குப் பின்னால பாதுகாப்பாய் அனுப்பும், அதுவும் சேர்த்து அனுப்பாது. கூட்டம் ஏதோ பயந்து போய் சிதறி ஓடுறபோல எல்லா குழுவனையும் ஒவ்வொரு திசைக்கா அனுப்பும். ஆனால் ஒவ்வொரு சின்னச்சின்னக் கூட்டத்துக்கும் ஒவ்வொரு இளம்குழுவனைக் காவலாய் அனுப்பும். அதுகள் காட்டுப்பக்கமாயோ இல்லையெண்டால் தரவைப்பக்கமாயோ போய் ஒரு ஒழுங்கிலை சுழண்டு எதிரிக்குப் போக்கு காட்டிட்டு மறுபடியும் கூட்டமாகிக்கொள்ளும். கலட்டியன் பெரும்பாலும் கண்டுகளையும் மூத்த தாய்ப்பசுவையும் தன்னோட வச்சுக்கொண்டுதான் நகரும். அது எதிரியை ஓடிவந்து முட்டாள்தனமாய் பாஞ்சு தாக்காது. தன்ர கூட்டம் பாதுகாப்பா நகர்ந்த பிறகுதான் அது களத்துக்கே வரும். அதுன்ர நிதானமான கோவம் பயங்கரமா இருக்கும், அப்பேக்க பத்து மாடுபிடிகாறரும், பத்து சிறுத்தைப் புலியும் பாஞ்சால் கூட குழுவன் தனிய நிண்டு சமாளிக்கும்”

கண்ணன் நிறுத்தியபோது தயாளனுக்கு இப்போது தான் நினைத்து வந்ததை விட பெரிய ஆபத்தை எதிர்கொள்ளப் போகின்றோம் என்ற பயம் முகத்தில் அப்பட்டமாய்ப் பரவியது. ஆனாலும் கண்ணன் தொடர்ந்து சொல்வதைக் கேட்கத்தொடங்கினான்.

“அப்ப கலட்டியன்ர கொம்பிலை கையித்த போடோணும் எண்டால் அத நிதானம் தவற வைக்கோணும். முட்டாள்தனமாய் முன்னுக்குப்போய் நெத்தி முட்டி அதை வெல்லேலாது. கலட்டியனை நிதானம் தவற வைக்க சரியான நேரம் அது இணை சேர்ற நேரம்தான். குழுவன் பசுவில ஏறுற நேரம் அதைக் குழப்பினால் அது நிதானமில்லாத சினத்தோட பாஞ்சு கலையும். அப்பத்தான் கயிறு எறியப்போறம், இதுதான் நாங்கள் போட்ட திட்டம்” வார்த்தைகளை முடிக்கும் போது உள்ளூர வல்லியில் அத்தனை பொறாமை குமைந்து வந்தது. நான்கைந்து வருடங்களாக கலட்டியனை பின்தொடர்ந்து, இரண்டுதரம் தாக்கப்பட்டு, போன முறை கயிறு ஏறிந்த போது அவனை இழுத்து விழுத்தி சரியாக விழாத கொம்புக்கயிற்றை இரண்டே சிலுப்பில் உதறி விட்டது. கலட்டியனிடம் தோற்றுப்போகும் போதெல்லாம் வல்லியின்

அகங்காரம் அதிகரித்துக்கொண்டே போனதையும், கலட்டியனைப்போல தன்னையும் நிதானப்படுத்திக்கொண்டு அதைப்பின்தொடர்ந்து எல்லாவற்றையும் தனக்குள் தயாரித்து வைத்திருந்தான் வல்லி. நான்கைந்து கோடுகளைக்கீறி வெகு விரைவாக கண்ணன் சொல்லி முடித்த திட்டம் வல்லியின் இத்தனை வருட அலைச்சலும் அனுபவமும், கோபமும், நிதானமும், யோசனையும் சேர்த்து உருவானது. இத்தனைநாள் கலட்டியனுக்கு வசியம் செய்துவிட்டவனைப்போல அதன் பின்னாலேயே அலைந்தவன். வல்லியின் நினைப்பு வர தன்னையொரு குருவிச்சையைப் போலுணர்ந்தான் கண்ணன். அதனாலேயே ஒவ்வொரு திட்டமாகச்சொல்லும் போதும் "வல்லி சொன்னது" என்பதை குறைத்துக்கொண்டே வந்து நாங்கள் போட்ட திட்டம் என்ற பாவனைக்கு கொண்டு வந்து நிறுத்தினான்.

09

வீரைக்காட்டுக்கும் பரவைச்சதுப்புக்கும் நடுவில் இருக்கும் வெளி கோடையில் சாம்பல் நிறத்திற்கு மாறி விடும். பரவையில் சதுப்புக்கழிக்குமேலே மழைநீர் தெளிந்து நிற்கும். அடிவானத்தில் இருந்து வீரைக்காடு வரை சாம்பல் நிறமாயிருக்கும். குழுவன் கூட்டம் பழுப்பு நிறத்தில், அசைந்து மேயும் பாறைகளைப்போல வெளியெங்கும் தெரியும். ஒரு கோடையைச் சமாளிக்கக்கூடியளவு புற்களும் தளைகளும் அவற்றுக்கு அங்கே கிடைக்கும். நல்ல உக்கிரம் மிக்க வெய்யில் ஏறும் வரை அவை வெளியெங்கும் மேயும். வெய்யில் உச்சிக்கு ஏறும் போது முழுவயிறு நிரம்பிவிடும். ஏனெனில் பெரும்பாலும் அவை இரவில் கூட அங்கே மேய்ந்து கொண்டுதானிருப்பவை. காட்டுமாடுகள் எப்போதும் கூட்டத்துடன் அருட்டுணர்வைப் பகிர்ந்தபடியே மேயும். பருவகாலங்களில் காட்டைக்கடந்து மேய்ச்சல் நிலங்களைத் தேடிச் செல்லும் போதும் மூத்த தாய்ப்பசு அவற்றை மிகுந்த பாதுகாப்புடன் வழிநடத்தும். அடர்ந்த காடுகள், சதுப்புநிலங்கள் நீர் நிலைகளைக் கடந்து செல்வதை பெரும்பாலும் தவிர்த்துக்கொண்டு வெட்டைப்பாங்கான இடங்களைத் தெரிவுசெய்து தன் கூட்டத்தை கூட்டிச்செல்லும். இரவு மேய்ச்சல் குழுவன் கூட்டத்திற்கு பிரியமானது. இரவு நேரங்களில்தான் அவை ஊருக்குள் இறங்கி பயிர்களை நாசம் செய்யும். அதற்குதான் காக்கைவதனன் காவலிருக்கிறான். இரவில் ஊருக்குள் இறங்கும் குழுமாடுகளில் முரட்டு நாம்பன்களை பிடித்துக்கட்டி விட்டால் அவை ஊர்களுக்குள் வர அச்சப்படும். காடுக்குள் நடந்து பயிர்களை விட்டுச்சென்று விடும் என்பதுதான் கீரிப்பிள்ளை மேட்டில் ஐதீகமும் மரபும். கலட்டியன் இருக்கும் சாம்பல் வெளியில் மேயும் கூட்டம் அபூர்வமாகத்தான் ஊருக்குள் இறங்கக்கூடியது. ஆனால் இறங்கி விட்டால் சிறுபோகம் அழிந்ததென்றே வைத்துக்கொள்ளலாம்.

மூன்று நாட்கள் கண்ணனும் சகாக்களும் அந்த குழுமாடுகளைச் சுற்றிச்சுற்றி திரிந்தார்கள். அதிசயமாக கலட்டியனை கூட்டத்தில் காணவேயில்லை. காட்டுக்குப் பழகியிருந்த கண்ணனுக்கும் ராசுக்குட்டியும் கூட வியப்பில் உச்சி விறைத்துப்போனது. முன்பெல்லாம் எப்போது அந்தக்கூட்டத்தைப் பார்த்தாலும் பார்க்கின்றது எல்லாம் கலட்டியனாய்தான் தெரியும்.

இப்போது உண்மையில் அதைக்காணவில்லை. எல்லோருடைய கண்களும் நன்றாக அலசி விட்டன கலட்டியனைக் காணவில்லை. கலட்டியனைக் கலைப்பதற்காகத் திட்டமிட்ட; அது தன் இணையுடன் சேரும் சதுப்பு பரவைக்கும் அருகிலும் போய் தேடிப்பார்த்தார்கள். நிச்சயமாக கலட்டியனைக் காணவில்லை. மூன்றாம் நாள் மாலையில் வடக்குக் காட்டுப்பக்கம் பறையும் முழவும் கேட்டது. ஏனைய இளந்தாரிமார் மாடுகலைக்கத் தொடங்கி விட்டார்கள். கூட்டத்தின் மூத்த தாய்ப்பசு உசாராகி தன்னுடைய கூட்டத்தை காட்டைத்தாண்டி அழைத்துச்செல்லவோ தன்னுடைய மேய்ச்சல் நிலத்தின் பாதுகாப்பு உபாயங்களை அதிகரிக்கவோ செய்யலாம். அதற்கு முதல் கலட்டியனைக் கண்டுபிடித்து விடவேண்டும். கலட்டியனுக்கு எதுவும் ஆகியிருக்குமோ என்று தயாளன் கேட்டான்? கண்ணனும் வல்லியும் பதினைந்து நாட்களுக்கு முதல் வந்து பார்த்திருந்தார்கள். கலட்டியன் அங்கேதான் திரிந்து கொண்டிருந்தது.

“அது முனிதான் எப்ப தெரியும் தெரியாது எண்டு அதுக்குத்தான் தெரியும் போல” ராசுக்குட்டி அலுத்தான்.

கண்ணனுக்கு அதனை நேரில் காணாவிட்டாலும் அது அங்கேதானிருக்கின்றது என்ற உணர்வு மேலிட்டது. அந்த பெரிய குழுவன் கூட்டம் பயப்பிராந்தியின்றி மேய்ந்துகொண்டிருந்ததே அதற்கு அத்தாட்சியாகவிருந்தது. கண்ணனின் நெஞ்சின் பார்வைக்கு முன்னால் கலட்டியன் அசைந்து திரிந்தது. குலைந்து குலைந்து இறுகும் கழிமண் திட்டியைப்போல அசையும் அதனுடைய பெரிய திமிலும், ராட்சச புலிப்பற்கள் இரண்டைக் குத்திவிட்டதைப்போன்ற கருஞ்சாம்பல் நிறக்கொம்புகளும், கழுத்துக்கு கீழே யானையின் மத்தகத்தைப்போல இறுகிய அதன் கடுந்தேகத்தையும், அதன் மென் சாம்பல் நிறத்தோலில் இருக்கும் கரும்புள்ளிகளையும் கண்ணன் காட்டின் எல்லா மூலையிலும் தேடினான். எப்போதும் அதன் முதுகில் அமர்ந்திருக்கும் கருங்குருவியின் கீச்சிடல், காற்றை விசுக்கி வெட்டும் வால், அதன் மூசல் சத்தம் எல்லாம் கண்ணனுக்குக் கேட்டுக்கொண்டிருந்தது.

அலைந்து சலித்து, கடைசியாக அன்றைக்கு மாலையில் குழுவன் கூட்டம் நீரருந்தும் வாய்க்கால் கரையோரமிருந்த மரங்களில் ஏறிக்கொண்டார்கள். பாசியடர்ந்து, ஓடாமல் தெளிந்து நின்ற வாய்க்காலின் சற்று ஆழமான பகுதியது. மழைக்காலத்தில் ஓடிய நீரில் தங்கி விட்ட நீர்ப்பரப்பு, அதுகொஞ்சம் ஆழமுள்ள சுதியாக இருக்கவேண்டும். நடுநீர்ப்பரப்பு கறுத்துக்கிடந்தது. நீர்பரப்புக்கு மேலே வளைந்து இறங்கிய பெரிய வீரைமரமொன்று தன்னுடைய நிழலை விரித்திருந்ததால், வாய்க்கால் சுதியில் நீர் வற்றுவதற்குள் மாரிவந்து விடும். சிறுத்தைகளின் தடங்களும்

பன்றிகளின் தடங்களுமிருந்தன. அதற்கு எதிரில் வெளி தொடங்கும் பக்கம் குழுவன் கூட்டம் ஒரு மாயமான ஒழுங்கில் வந்து நீரை மொண்டு விட்டு, பெருமூச்சோடு போய், மரச்செறிவுகளுக்கு இடையில் தம்மை சாய்த்துக்கிடத்திக்கொண்டு இரை மீட்கத்தொடங்கின. இவர்களுடைய கண்கள் கலட்டியனைத்தான் தேடிக்கொண்டிருந்தன. சிறுத்தையின் காலடித்தடங்களுக்கு சற்று மேலே இருந்த வீரைக்கொப்பிலிருந்த இவர்களின் கண்கள் நீரருந்திச்செல்லும் குழுவன்களில் லயித்திருக்கும் போது இவர்களுக்கு பின்பக்கம் காட்டுக்குள் சலசலப்புச்சத்தம் கேட்டது. புலுணிக்கள் வீறிட்டு கத்தத்தொடங்கின, ஒரு மர அணில் காதுச்சவ்வில் துளைகள் ஏற்பட்டுவிடுமென்ற அளவுக்கு கீச்சிட்டுக்கத்தியது. இவர்கள் மரத்திலிருந்தபடி திருப்பி சத்தம் வந்த திக்கில் பார்த்தார்கள், மதிய வேளையிலும் சூரியனுக்கு அனுமதியில்லாத இடமது. கிளைக்கரங்கள் அடர்ந்து மூடி காட்டை இருட்டடித்திருந்ததால் யாருடைய வருகை என்று தெரியவில்லை. ஒருவேளை சிறுத்தையாகவோ கரடியாகவோ இருக்கலாம். கண்ணன் சட்டென்று இடுப்பில் இருந்த கூரிய மான்கொம்புப் பிடிபோட்ட கத்தியை உருவிக்கொண்டான். மற்றவர்களும் தங்களுடை கத்திகளை எடுத்துக்கொண்டனர். ஆனால் கண்ணனுக்கு சருகுகள் மிதிபடும் ஓசை கரடியினுடையதோ சிறுத்தையினுடையதோ போலத்தெரியவில்லை. ஒரு வேளை தனியன் யானையாகக் கூட இருக்கலாம். மரத்தில் இவர்களைக்கண்டால் இறங்கும் வரைக்கும் சன்னதமாடிவிடும். கண்ணன் காடு அசையும் அளவையும் சத்தத்தையும் வைத்து யானைதான் என்று முடிவுக்கு வந்தபோது. காட்டுப்புதருக்குள் இருந்து கலட்டியன் வெளிப்பட்டது.

ம்ம்ம்ம்மா!

அதனுடைய கண்கள் சிவந்து கிடந்தன. அதன் நெஞ்சுப்பகுதியில் பாறையில் புதுப்பாசி படர்ந்திருப்பதைப்போல ஒரு வித பச்சைச்சேறு படிந்திருந்தது. ஏதோவொரு நீர் நிலையைக் கடந்ததது வந்திருக்க வேண்டும். வந்த வேகத்தில் வாய்க்காலில் மூசி மூசி நீரருந்தத் தொடங்கியது. மிகவும் பதற்றமாகவும் களைப்பாகவுமிருந்தது. நால்வரும் கலட்டியனை இவ்வளவு அருகில் இப்போதுதான் பார்க்கிறார்கள். இமைக்கும் சத்தம் கூட கேட்கக்கூடாதென்றளவில ஆடாது அசையாது கிளையைப் பற்றிக்கொண்டு பார்த்தார்கள். கலட்டியன் நீண்ட நேரம் தண்ணீரிலிருந்து வாயெடுக்கவில்லை. நல்ல தாகத்திலிருந்திருக்க வேண்டும். காட்டுக்குள் அது இப்படி தனியாக உலாத்துமென்று கண்ணனுக்கு இப்போதுதான் தெரியும். கலட்டியனை ஏதோ கலைத்திருக்கிறது என்று தான் தோன்றியது, பங்குனிக்குப்பிறகு அடர் வனங்களில் இருந்து சிறுத்தைகள் நகர்ந்து கடற்கரைக்காடுகளுக்கு வரும். பெரும்பாலும் காட்டுமாடுகளும் மான்களும், மரைகளும்

அவற்றின் பிரதான வேட்டைகளாயிருந்தன. காட்டுமாடுகளில் பெரிய மாடுகள் மீது அவை பாயப் பயப்படும். பெரிய மாடுகளை விரட்டி விட்டு கன்றுகள் மீது பாய்ந்து கழுத்துப்பிடியில் இழுத்துச்செல்லும். சிலநேரம் தனித்து நின்று மேயும் காட்டுமாடுகள் மீது அடர்ந்த புற்களுக்கு நடுவில் இருந்து கூட்டமாக பாய்ந்து அதன் தொடைகளை கடித்து நிலை தடுமாற வைத்து கீழே விழுத்தி கழுத்தைக்கவ்வி முறிக்கும். சோடி சேரும் சந்தர்ப்பத்தைத் தவிர காட்டு மாடுகளுக்கு கூட்டத்தை விட்டு விலகிச்செல்லும் பழக்கம் மிக அபூர்வம். இவர்களுக்குத் தெரிந்து கலட்டியன் மூன்று நாட்களுக்கு மேல் எங்கோ தனியத் திரிந்து விட்டுவந்திருக்கிறது. வல்லி அடிக்கடி அதனைப்பார்த்து "உது மாடில்லையடா, உதுக்க ஏதோ இருக்குது" என்பான்.

கண்ணன் சகாக்களைப் பார்த்தான் அவர்கள் நீரருந்தும் அந்தப்பெரிய பழுப்பு நிறக்குன்றை கண்ணெடுக்காமல் பார்த்துக் கொண்டிருந்தனர். தயாளனுக்கு வேர்த்துக் கொட்டியது. கலட்டியன் தண்ணீர் அருந்தி முடித்தவுடன் கூட்டத்தை நோக்கிச்சென்றது. மூத்த தாய்ப்பசு கலட்டியனைக் கண்டதும் தலையைத்தூக்கி முக்காரமொன்றை வெளிப்படுத்தியது. பதிலுக்கு கலட்டியனும் ஒரு முறை குரல் கொடுத்து விட்டு அதனருகில் போய் நின்றது. மெல்ல அதனருகில் போன கலட்டியன், மூத்த தாய்பசுவின் பிருட்டத்தை மூசி மணந்தது. மூத்த தாய்ப்பசு தலையை திருப்பி தன் வயிற்றில் உரசி இலையான்களை விரட்டிக்கொண்டே மெல்லிய அனுங்கலை வெளிப்படுத்தியது. பிறகு தலையை வானத்திற்கு நீட்டி ஒரு சிலுப்புச்சிலுப்பி விட்டு கூட்டத்தைப் பார்த்துக்கத்தியது. அதனுடைய குரலைப்புரிந்து கொண்டவையாக அவை ஒருமுறை தலையை நிமிர்த்திப் பார்த்துவிட்டு தொடர்ந்தும் மேயவும் இளைப்பாறவும் செய்தன. பெரிய தாய்பசு மெல்ல நடக்கத் தொடங்கியது. கலட்டியன் மந்திரத்தினால் கட்டப்பட்டதைப் போல அதன் பின்னால் வாலைக் குழைந்து கொண்டே அமைதியாக நடந்தது. அது மிகுந்த மகிழ்வோடு இருந்தது.

கண்ணன் அவசரப்படுத்தினான். "டேய் டேய் இறங்குங்கோடா, சாய்மாடுகளோட கயிறு பறை முழவு எல்லாத்தையும் எடுத்துக்கொண்டு தெற்காலை இறங்கி பரவைக்கரைக்கு வாங்கோ நான் கலட்டியனுக்குப் பின்னால போறன்" சொன்னவன் மரத்தால் நழுவிக்குதித்து புதர்களுக்குள் மறைந்து பெரிய தாய்ப்பசுவையும் கலட்டியனையும் பின்தொடர்ந்து போகத்தொடங்கினான். மூத்த தாய்ப்பசுவும் கலட்டியனும் பரவை கரைக்கு வந்து சேர்ந்தன. அங்கிருந்த பெரிய வில்வ மரமொன்றின் கீழே கலட்டியன் மூத்த தாய்ப்பசுவுடன் இணை சேரத்தொடங்கியது. கலட்டியனின் முக்காரவொலியும் மூச்சுச்சத்தமும் நன்கு கேட்டது. சகாக்கள் மாடுகளுடன் வந்து சேர்ந்த போது கலட்டியனின்

சத்தமும் மூத்த தாய்ப்பசுவின் சத்தமும் நன்கு உரத்து ஏறியிருந்தது. கண்ணன் துரிதப்படுத்தினான். தன்னுடைய சாய்மாட்டில் கயிற்றுடன் ஏறிக்கொண்டான். ஏனையவர்களைத் திட்டமிட்டபடி தீர்மானித்த இடங்களுக்கு அனுப்பினான். சீலன்,

“அண்ணை அந்த பசுவை என்ன செய்யிறது?”

“சத்தம் கேட்டால் அது விழுந்தடிச்சு தன்ரை கூட்டம் இருக்கிற திசைக்கு ஓடும், கலட்டியன் தான் கோவத்திலை தறிகெட்டு ஓடும், பசுவை போக விடுங்கோ. கலட்டியனை தரவைக் கரையிலை கலைச்சு வாய்கால் பக்கமாய் ஓட விடுங்கோ, ராசுக்குட்டி இடையிலை பாய்வான். அவன்ர கயிறு விழாட்டி நான் பாய்வன்.”

சீலனும் தயாளனும் தங்களுடைய சாய் மாடுகளின் நாணயக்கயிற்றை சேணத்தினால் சுண்டி விட சாய்மாடுகள் குதிரையைப்போல பாய்ந்து சென்றன. வருடம் முழுவதும் வாய்க்கால் தண்ணீருக்குள்ளும் வரம்புகள் ஓடும் வயல்களுக்குள்ளும் கலைத்துக் கலைத்துப் பழக்கப்பட்டவை. தினவேறிய கால்களை நிலத்துக்கு உதைத்து விரைந்தன. தயாளன் கழுத்தில் கொழுவியிருந்த பறையையும் சீலன் முழவையும் எடுத்துக்கொண்டு அதிரவிட்டனர். கலட்டியனும் தாய்ப்பசுவும் சட்டென்று வெருண்டன, தாய்ப்பசுவின் மேலே ஏறி நின்றிருந்த கலட்டியன் தொம் என்று முன்னங்கால்களை தரையில் இறக்கி கோபமாக திமிறி சத்தம் வந்த திசையில் வேகமாக வரும் சீலனையும் ராசுக்குட்டியையும் கண்டது. ஒரு பெரிய எச்சரிக்கை ஒலியை வானத்தில் அறைந்து விட்டு, கலட்டியன் ஓடத்தொடங்கியது, மூத்த தாய்ப்பசு ஒருமுறை நின்று நிதானித்தது, சாய் மாடுகளில் வரும் இருவரையும் பார்த்து தலை ஒரு சிலுப்பு சிலுப்பி விட்டு கலட்டியனைத் தொடர்ந்து ஓடத்தொடங்கியது. தயாளனும் சீலனும் அதை இடையில் வெட்டி கலட்டியனில் இருந்து பிரித்தனர். இவர்கள் பாய்ந்து இறங்கிய திசைக்கு திரும்பிய மூத்த தாய்ப்பசு காட்டை நோக்கி வேகமாக ஓடத்தொடங்கியது. தாய்ப்பசு திசை மாறியதும் தயாளனும் சீலனும் கலட்டியன் கிளம்பிய புழுதிக்குள் புகுந்து கலட்டியனைத் தொடர்ந்து சென்றார்கள். பறையும் முழவும் தரவையையும் காட்டையும் அதிரச்செய்தன. கலட்டியன் மூச்சுத்தெறிக்க வாய்கால் கரைக்கு ஓடியது. வாய்க்காலை நெருங்கும் போதிருந்த முதல் பற்றைக்குள் இருந்து ராசுக்குட்டி வெளிப்பட்டான். தன் மாட்டில் இருந்து கொண்டு கயிற்றை தலைக்கு மேல் சுழற்றினான், விசுக் என்று கையிலிருந்து காற்றுக்கு விடுபட்டு சுருக்கு கலட்டியை நோக்கிப்போனது. கொம்பில் இறங்க வேண்டிய சுருக்கு கலட்டியனின் பெரிய தலையில் மோதி முன் கால்களைக்கடந்து பின் காலுக்குள் சென்று வலது பக்க பின்

காலில் நுழைந்தது. கணநேரத்தில் கலட்டியனின் பிறங்காலில் சிக்கிய கயிற்றை ராசுக்குட்டி ஒரு இழுப்பு இழுத்தான், சுருக்கு காலில் இறுக சட்டென்று கையை விட்டான். கயிற்றின் அந்தத்தில் இருந்த மரைக்கொம்பு இடியனில் இருந்து வெளிக்கிடும் ஈயக்குண்டின் சத்தத்துடன் கயிற்றைத் தொடர்ந்து போனது. கலட்டியனின் காலின் வேகத்திற்கு அந்த மான் கொம்பு தரையை நல்ல கூர்க்கலப்பை போல உழுது புழுதியை இறைத்துக்கொண்டே போனது, பின்னால் ஓடி வந்த சீலனும் தயாளனும்.

“என்னண்ணை விழுந்திட்டோ?”

“ஓமடாப்பா கொம்பு சறுக்கி காலுக்கு ஏறீட்டுது, ஆனால் நல்ல பிடி” என்றவன் தன்னுடைய சிவலைச் சாய்மாட்டைத் தட்டிவிட்டான். காலில் மாட்டிய கொம்புக்கயிறு அதன் வேகத்தையும் நிதானத்தையும் வெகுவாகக் குலைத்து விட்டிருந்தது. கண்ணன் தயாராகவிருந்தான், காலில் கொழுவிய கயிறும் தரையை பிறாண்டும் மரைக்கொம்பும் காட்டைச் சகட்டு மேனிக்கு உழுது மணலைக்கிழப்பியது. கண்ணன் மறைவிலிருந்து வெளிப்பட்டான். கொஞ்சம் நேரக்கணிப்பு தவறிவிட்டது, ஏறக்குறைய கலட்டியன் இவனை நெருங்கி விட்டது. ஆயினும், கயிற்றை வீசி விட்டான். சுருக்கு காற்றில் ஏறி கலட்டியனின் கொம்புக்கு இறங்கினாலும் கலட்டியன் இவனை நெருங்கி விட்டது. கலட்டியன் வரும் வேகத்திற்கு முட்டினால் மாவெள்ளை சாய்மாடும் கண்ணனும் காட்டுக்குள் தூக்கி வீசப்படுவார்கள். ஆனால் கண்ணனை விட நன்கு மாடு பிடிப்பதில் பரிச்சமான வல்லியின் மாவெள்ளை எருத்தன் கால்களை தரையில் உதைத்து எழுந்து கலட்டியனின் கொம்பிலிருந்து விலகி இறங்கியது, கொம்பில் கயிற்றுச் சுருக்கு ஏறி இறுக கலட்டியன் ஆவேசமாக வீரைக்காட்டுக்குள் பாய்ந்தது. கண்ணன் தொலைந்தோம் என்றுதான் நினைத்தான், கணப்பொழுதில் மாவெள்ளை பாய்ந்து இவனைக் காப்பாற்றி விட்டது, மாவெள்ளை எருத்தனின் கழுத்தை தடவிக்கொஞ்சி அதை நிதானப்படுத்தினான். கயிறும் கலட்டியனில் கொழுவியாயிற்று. கண்ணனுக்கு வலு சந்தோசம், ஒன்றுக்கு இரண்டு கயிறுகளை கலட்டியன் மீது ஏற்றியாகிவிட்டது. இனி எப்படியும் காட்டில் ஏதாவது ஒரு மரத்திலோ வேரிலோ இரண்டு மரைக்கொம்புகளும் கொழுவி கலட்டியனை நிறுத்தி வைக்கும். நால்வரும் உற்சாகமாக கலட்டியன் இறங்கிய பாதையில் மாடுகளை இறக்கினார்கள். அவ்வளவாக மரச்செறிவில்லாத பகுதியில் நுழைந்து தன்னுடைய கூட்டம் இருக்கும் திசையில்தான் கலட்டியன் சென்றது. கலட்டியன் சென்ற திசையில் காடு உழுது விடப்பட்டிருந்தது. மரைக்கொம்பு பற்றைகளை கிழித்து செடி கொடிகளையும் மேல் வேர்களையும் பாறச்செய்திருந்தது. இவர்கள் பின்னாலே தொடர்ந்து

போனார்கள். கலட்டியனின் பெரிய உடல் இழுத்துச்சென்ற மரைக்கொம்புகள் காட்டின் ஊட்டுக்குள்ளே கீறிக்கொண்டு ஓடியதால் தளைகள் அறுபட்ட மணமும், லேசான ஈரம்படர்ந்த மரைக்கொம்பு கிழறிய நிலத்தின் மணமும் மூக்கரித்தது. கலட்டியன் வீரைக்காட்டின் ஏதோவொரு மரத்தின் வேரில் மரைக்கொம்புகள் நங்கூரத்தைப்போல கொழுவி இறுகும் என்ற நம்பிக்கையில் அவர்கள் நால்வரும் மாடுகளை வேகமாக விரட்டிக் கொண்டிருந்தார்கள். புதர்கள் குறைந்து வீரை மரங்கள் தொடர்ந்து பரவியிருக்கும் காட்டின் வடக்குப்பக்கமாக கலட்டியன் திரும்பிய போது ராசுக்குட்டியின் காற்கயிற்றின் மரைக்கொம்பு நிலத்திலிருந்து எழுந்து உடலை வானத்துக்கு வளைத்து தலையை மீண்டும் நிலத்துக்குள் புதைக்கும் பெரிய கரிய புழுவைப் போலவிருந்த வீரைவேரில் சட்டென்று கொழுவியது. கலட்டியன் போன வேகத்திற்கு அது கொழுவியவுடன் மான்தோல் கொண்டு வார் பின்னப்பட்ட கயிற்றில் ஒரு அதிர்வு பரவி வெடித்தது. முன் கால் இழுபட உடலின் சமநிலை தவறி அப்படியே பின் பக்க உடல் தூக்கி கலட்டியன் சுழற்றியெறியப்பட்டு "ம்மா" என்ற ஓலத்துடன் நிலத்தில் ரப்பர் திண்மத்தைப்போல சுழன்று மோதியது. பின்னால் வந்த நால்வரும் அந்த பெரிய பாறை சுழன்று விழுந்த காட்சியை பார்த்து ஆடித்தான் போனார்கள். கலட்டியன் ஓடிய வேகத்திற்கும் அதன் உடல் எடைக்கும் நன்றாகப் பதனிட்ட முறுக்கப்பட்ட பாரக்கயிறு கூட அரை முடிச்சாவது வெடிக்கும். ஆனால் மான் தோலால் வார் பிடிக்கப்பட்ட வதனமாருக்கு நேர்ந்து தூக்கிய கயிற்றினதும் கொம்பினதும் வலிமையை நால்வரும் அன்றைக்குத்தான் பார்த்தார்கள். கலட்டியன் அப்படியே கிடந்து அரற்றியது. அதற்கு கொஞ்ச நேரம் சித்தம் குழம்பியிருக்க வேண்டும். தடுமாறி எழுந்திருக்க பார்த்தது.

"கால் ஏதும் முறிஞ்சிருக்கோ எண்டு பார் ராசுக்குட்டி"

"இல்லை ஊண்டி எழும்புது பார்" என்றவாறே கலட்டியன் எழும்ப முதல் கொம்பில் சுருக்கேறியிருந்த கண்ணணின் கயிற்றை பிடித்து ஒரு வீரை மரத்தில் சுற்றிகட்டி விட்டான் ராசுக்குட்டி. கயிற்றைத் தொடும் போது அவனுக்கிருந்த பயத்தை பார்க்க வேண்டும்.

கலட்டியன் தலையைச் சிலுப்பியது கயிறு விடவில்லை. அது பெருங்கோபமும் நிதானமின்மையாலும் உடல் வலியாலும் திமிறிக்கொண்டிருந்தது. இவர்களை நோக்கி முட்ட ஓடி வந்து கயிறு இழுபட, கண்கள் சிவக்க மூசியது. அது தன்னை விடுவித்துக் கொள்ள ஆடும் சதிரை எட்ட நின்று பார்த்துக் கொண்டிருந்தார்கள். மரங்களில் பிணைக்கப்பட்ட சாய் மாடுகள் கலட்டியனின் ஆவேசத்தை கண்டு வெருண்டன.

"அண்ணை கயித்த அறுத்துப்போடும் போல"

"வதனன்ர கயித்த அறுக்க அந்தச் சிவன்ர எருத்தன் வந்தாலும் ஏலாது" கண்ணன் கலட்டியனின் கண்களைப் பார்த்துக் கொண்டே சொன்னான். அதுவும் இவனைத்தான் பார்ப்பது போலிருந்தது. சகாக்கள் மூவரும் அது அறுத்து விடுமோ என்ற பயத்திலிருந்தனர். கலட்டியன் மெல்ல நிதானத்திற்கு திரும்பிக்கொண்டிருந்தது. அலைந்து கயிற்றை இழுத்து பயனில்லை என்பதை உணர்ந்து கொண்டது போல கயிற்றை தாடையால் தேய்த்தது. காலில் சுருக்கேறியிருந்த இடத்தை முகர்ந்து முகர்ந்து பார்த்தது. இவர்களை இடித்து விடுவேன் என்று தலையை குனிந்து கொம்புகளை காற்றில் விசுக்கி அச்சுறுத்தியது. இடைக்கிட பெரிதாக தன்னுடைய கூட்டமிருந்த திசைக்கு முக்காரமிட்டது. கண்ணன் மற்றச் சடங்குகளை கவனிக்கச்சொன்னான்.

ராசுக்குட்டியும், தயாளனும் பறணிலிருந்து வேண்டிய பொருட்களை கொண்டு வர விரைந்து போனார்கள். சீலன் சாய் மாடுகளை அழைத்துக்கொண்டு தண்ணீர் காட்டச்சென்றான். பெரிய வதனனுக்கு கழிப்புச்செய்தபிறகு சாய்மாடுகளில் ஒன்றை குழுமாட்டின் அருகில் கட்டி விட வேண்டும். அது குழுவனைக் கவனித்துக் கொள்ளும். சாய்மாட்டுக்கு மட்டும்தான் அடுத்த மூன்று நாட்களுக்கு தீவனமிடப்படும். குழுவன் பட்டினி போடப்படும். பசி அதன் தினவை அடக்கும் அதன் கோபம் ஒரு நிலைக்கு வந்து மாடு சோர்வுக்குப் போகும் போது குழுவனின் கயிறுகள் அவிழ்க்கப்படும், பிறகு சாய்மாடு குழுவனை முட்டி முட்டி வதனன் கோயிலுக்கு கொண்டு வந்து சேர்க்கும். நல்ல தினவுள்ள குழுவன் சாய்மாட்டின் அடிமையைப்போல இடித்து பயமுறுத்தப்பட்டு பவ்வியமாக கோயிலுக்கு வந்து சேரும் காட்சியை வருடாவருடம் சனங்கள் ஒவ்வொரு மாடு கோயிலை நெருங்கும் போதும் என்ன வேலையில் நின்றாலும் ஓடி வந்து பார்ப்பார்கள். ஒவ்வொரு மாடும் கோயிலுக்கு கிட்ட வரும் போது கோயிலில் மாடு வருவதற்கு அறிகுறியாக பறைமுழங்கும். வேறு மாடுகளுக்கு மூன்று அல்லது நான்கு நாட்கள் எடுக்கலாம். ஆனால் கலட்டியன் அதிகமாக எடுத்துக்கொள்ளும் என்றே தோன்றியது கண்ணனுக்கு. அருகிலிருக்கும் வீரை மரமொன்றில் பறண் ஒன்றைச் சரிக்கட்டலாம் என்று நினைத்துக்கொண்டு மரங்களைச் சுற்றிச்சுற்றிப் பார்த்தான். கலட்டியன் இவனைத்தான் பார்த்துக்கொண்டு நின்றது. ஆடவுமில்லை அசையவுமில்லை. கலட்டியன் உண்மையில் அசாத்தியமான பிறவிதான். வேறு மாடுகள் என்றால் பட்டினி ஆரம்பிக்கும் மட்டும் சதிராடி எப்படியாவது கயிற்றை அறுத்து ஓடிவிடவோ எதிரில் நிற்பவர்களை இடிக்கவோ முயற்சி செய்யும். அந்த முயற்சியிலேயே உடல் களைத்து தாகமும் பசியும் அதிகமாகி விரைவாகவே தினவடங்கி மெல்ல

மெல்ல ஒரு தேவாங்கைப்போல சுருண்டு போகத் தொடங்கி விடும். ஆனால் பிடிபட்ட கொஞ்ச நேரத்திலேயே தன்னை அவ்வளவு நிதானப்படுத்திக் கொண்டு நின்றது கலட்டியன். கண்ணனுக்கு ஒருபக்கம் பெருமையாகத்தானிருந்தது. ஏலத்தில் இவனுக்கு வரும் பங்கில் விந்தனையும் ஒட்டுமொத்த இயக்கத்தையும் உச்சி விட்டு கடலேறிவிடலாம்.

அவனுக்கு அப்போதிருந்த உணர்வு வல்லியையும், வதனி மேலிருந்த அபிப்பிராயத்தையும் தாண்டி விட்டிருந்தது. அவன் அவை எல்லாவற்றுக்கும் மேலாக தன்னை நிரூபித்துவிட்டதாகவே எண்ணிக்கொண்டான். வல்லியின் முன் அவனுக்கிருந்த தாழ்வுணர்வு அற்றுப்போனது. குற்றவுணர்வு தேயத்தொடங்கியது. இப்போது அவன் கடந்து செல்ல வேண்டியது அவைகளையல்ல, விந்தனையும் இயக்கத்தையும். உடல் விறைத்து குளிர்ந்தது. அவன் சந்தோசத்திலிருந்தான். இன்னும் எத்தனை வருடங்களுக்கு பேசுவார்கள்? தன்னுடைய தகப்பனைப்போல கண்ணன் இன்னும் பலகாலம் நினைவு கூரப்படுவான்.

கலட்டியன் கண்ணனைத்தான் பார்த்துக்கொண்டிருந்தது. அது தனது இயலாமையையோ தோல்வியையோ ஒப்புக்கொள்ள தயாராகவில்லை. கண்ணனுக்கு தேகம் உழைந்தது. நல்ல தாகம் வேறு. கழிப்பு கழித்து பெரிய வதனனுக்குரிய சடங்குகளை முடித்தால்தான் சாப்பிடவோ தொண்டையில் ஈரம் காட்டவோ முடியும். ஒரு பெரிய வீரை வேரில் இருந்து கொண்டான். உடலில் அங்காங்கே இருந்த சிராய்ப்புக்கள் வியர்வை உலர எரிந்தன. வீரைக்காட்டுக்குள் பொழுது தெரியாது. அவ்வளவு அடர்த்தி. காற்றில் இலைகள் அதிர்ந்து பனங்கொட்டைக்குள் கற்குறுணிகளை இறைத்துக் குலுக்கினால் எழும் சத்தம் தலைக்குமேலே பரவியிருந்தது. போனவர்கள் வந்து சேரும்மட்டும் கண்ணுறங்கலாம் என்று தோன்றியது. கொஞ்சம் சுள்ளிகளைப் பொறுக்கி சருகுகளை சேர்த்து தீ மூட்டினான். கலட்டியனைப் பார்த்துக் கொண்டே இமைகளை மூடிகண்ணைச் சொருகினான். மெல்ல மெல்ல கலட்டியனின் அசமந்தச் சத்தமும் மூச்சுச்சத்தமும் காட்டின் இரச்சலும் அடங்கியது.

சூரியனில்லாத வானம், மயில் பச்சை நிறத்தில் முகில்கள், கீரிப்பிள்ளை மேட்டிற்கு மேலே இறங்கி வந்து நின்றன. பச்சை நிறப்பகல். கீரிக்குளத்தின் பெரிய நீர்ப்பரப்பில் வானம் விழுந்து தெளிந்த நீர் பாசிகள் அடர்ந்ததைப்போல வானநிறத்தில் சலனமில்லாமல் குளிர்ந்து கிடந்தது. அசாதாரண குளிர் கீரிப்பிள்ளை மேடெங்கும் பகலில் பரவியிருந்தது. பெரியவதனன் கோயிலைச்சுற்றியிருந்த காட்டுக்கரை பெரிய வயல்களில் வரப்பு மட்டத்திற்கு நாற்று உயர்ந்து

கதிர்வெடிக்கத் தாயாராக நின்றன. குருத்துப்பச்சை நிறத்திலிருக்க வேண்டிய பயிர்களிலும் மயில் பச்சை இறுக்கமாக பரவியிருந்தது. மனிதர்கள் யாரும் தட்டுப்படவில்லை. காற்றும் அதிர்ந்து வீசவில்லை. காட்டுப்பக்கம் வனப்பு கறுத்துப்போய் அசையாமலிருந்தது. அப்போது மெல்ல காட்டுப்பக்கமிருந்து ஓசையெழுந்தது. இரவுச் சில்வண்டுகள் ஆயிரம் சேர்ந்து கத்துமொலி காதடைத்தது. எரிச்சல் நினைப்பை சிதைத்து மனதைக்குழப்பி பைத்தியத்திய நிலைக்கு இட்டுச்செல்லும் விரைவுடன் உடலெங்கும் பரவியது. பெரிதாக கத்தி கூச்சல் போடவேண்டும். ஆனால் கண்களுக்கு எதிரில் விரியும் காட்சியை கண்கள் தவிர்க்க முடியாமல் பார்த்தன. எதுவும் மனதின் கட்டுப்பாட்டில் இல்லை. இரைச்சல் காதைப்பிழந்து கொண்டிருக்க காட்டுக்குள் ஒரு பிரமாண்டமான மூச்சுச்சத்தம் போல காற்று மரங்களின் சலனமின்மையை கிழித்துக்கொண்டு வயல்பக்கம் வருவது போலிருந்தது. கண்கள் காட்டையே கூர்ந்து வெறித்தன. காட்டுக்குள் இருந்து ஏதோ வரப்போகிறது. கர்ப்பிணியின் வயிற்றில் சிசுக்கால்கள் படுவதைப்போல காட்டு விளிம்பில் ஏதோ பட்டுபட்டு மறைவது போலவும் காட்டை விட்டு வெளியே வர எத்தனிப்பதைப்போலவும் ஒரு பிரமையோடியது. காட்டுக்குள்ளிருந்து பெரிய கண்களின் நெருப்பாய் கனன்று முகிழ, குழுவன் கூட்டத்தின் மூத்த தாய்ப்பசு தன்னுடைய பரிவாரங்களுடன் காட்டுச்செறிவுகளுக்கு மத்தியில் இருந்து வெளிப்பட்டது. கண்களை விசுக்கென்று கடந்து போகும் மூர்க்கமான வேகம். ஒவ்வொரு குழுவனும் வேகமாய்ப் பாய்ந்து வயல்ப் பரப்புக்குள் இறங்கி வரப்புகளை நொடிக்கும் குறைவான நேரத்தில் சிதைத்துக்கொண்டு கரிய பாறைகள் காற்றில் வேகமெடுத்து உருள்வதைப்போல காக்கைவதனன் கோவிலை நோக்கிப்போயின. வேகம் இன்னும் அதிகரித்தது. ஏறக்குறைய அவை மீனைக் கண்டு விட்டு நீர்ப்பரப்பை நோக்கி வேகமாக இறங்கும் கடற்பறவையொன்றைப் போல வதனனை நோக்கிப்பாய்ந்தன. முன்னால் போன மூத்த தாய்ப்பசு கோயில் கொட்டகையை முதலில் மோதியது. ஏனையவை தொடர்ந்து வந்து மோதின. காக்கை வதனன் நின்றிருந்த கட்டடத்தை நோக்கி மூத்த தாய்ப்பசு பாய்ந்து சென்றது. உண்மையில் அவற்றின் உடல் பாறைகளாகத்தான் மாறியிருக்க வேண்டும் நேராக மோதியதில் சீமெந்து கட்டிடம் சிதறிக்காற்றில் பரவியது. வதனன் கோயில் இருந்த இடத்தில் சாம்பல் நிற புகார் எழுந்தது. சடுதியில் அந்த சாம்பல் நிறப்புகாரில் வானத்தின் மயில்பச்சை நிறம் இறங்கிப் பரவத்தொடங்க,

“தம்பி கண்ணன்”

அருட்டிய கைகளின் தீண்டல் உறுத்துணர கண்களை இருட்டிலிருந்து எடுத்தான். நாயொன்று குரைக்கும் சத்தம் முதலில் கேட்டது. பிறகுதான்

கண்களுக்கு ஒளிவந்தது. எதிரில் சின்ராசன் நின்றிருந்தான். அவனருகில் சக்கடத்தான் இவனைப் பார்த்துக் குரைத்துக்கொண்டு நின்றது. சற்றுத்தள்ளி சாய் மாடுகளுடன் சகாக்கள் நின்றிருந்தார்கள்.

“அண்ணை எப்ப வந்தனீங்கள்?” சின்ராசனை கண்ணன் சற்றும் எதிர்பார்த்திராத குரலில் கேட்டான்.

“உன்னைத்தேடித்தான் வந்தனான்”

“அண்ணை கலட்டியனை பிடிச்சிட்டன்” ஒரு குழந்தையைப்போல குதூகலமாக கலட்டியனைக் காட்டிச்சொன்னான்.

“ஓமடாப்பா, அத பிறகு பாப்பம் இப்ப வேற பிரச்சனையொண்டு” சின்ராசனின் குரலில் கடுமையும் கலவரமும்.

“ஏன் என்ன நடந்த அண்ணை?”

“நீ கோயிலுக்கு வந்து போனால் பிறகு விந்தனுக்கு ஆரோ போய் சிண்டு முடிஞ்சிட்டாங்கள், நேற்று கோயிலடிக்கு வந்து குழம்பிட்டுப் போனவன். உன்னைக்காட்டுக்க இறங்கி பிடிக்கப்போறன் எண்டு கறுவினான். கயிறு தூக்கியிருக்கிறவன்ல கைவச்சா வதனன் சும்மா இருக்கமாட்டன் எண்டு காங்கேசன் சொன்னதுக்கு அவனுக்கு அடிக்கப் போட்டான். நாங்கள் மறிக்காட்டி பெரிய கலவரமே நடந்திருக்கும், மேலிடம் போய் நீ இயக்கத்துக்கு தண்ணிகாட்டுறாய் எண்டு சொல்லியிருக்கிறான், உன்னை காட்டுக்கை இறங்கி உடனை பிடிக்கச் சொல்லிட்டாங்களாம். இயக்கம் காட்டுக்க இறங்கப்போகுது. சுட்டாவது பிடிக்கச்சொல்லியிருக்காம். அங்க நிக்கிற தெரிஞ்ச பெடியன் ஒராள் கண்டு சொன்னான். நான் கையோட வெளிக்கிட்டு வாறன் இந்த நேரம் இறங்கியிருப்பாங்கள்”

சின்ராசன் பதட்டம் அடங்காமல் சொன்னான். விந்தன் கோபமாகத்தானிருப்பான். ஒழித்துத் திரியும் போதே இவனைப் பிடிப்பேன் என்று சொல்லிக்கொண்டிருந்தவன். கண்ணன் தைரியமாக கோயிலுக்கு வந்து கயிறெடுத்துக்கொண்டு மாடுபிடிக்க வந்தது அவனுடைய அகங்காரத்தை இன்னும் தட்டிவிட்டிருக்கும். கண்ணனுக்கு உடல் ஒரு முறை விறைத்தது.

“கொம்மா ஆத்தை கோயில் வாசல்ல அடிச்சு வைச்சுக் குழறுறா, ஆச்சி உன்னை கவனமா கூட்டி வரச்சொன்னவா. தான் தமிழ்ச்செல்வனிட்ட கொண்டு போய் நல்ல பிரிவொண்டிலை சேத்து விடுறன் எண்டு, நான் தான் ஆச்சிட்ட நீ கடலால பொறதுக்கு செய்திருக்கிற ஏற்பாட்டச்

சொன்னனான். முதல் உன்னை பவுத்திரமா கூட்டிக்கொண்டு போறன் பிறகு பாப்பம்"

"இல்லையண்ணை இயக்கம் இறங்குதெண்டா காட்டை கடந்து போகேல்லாது, உன் அளவுக்கு இயக்கத்துக்கு காடு தெரியாட்டியும் துவக்குகளோட வாறவங்கள், தேவையில்லாமல் உனக்கோ இவங்களுக்கோ என்னால ஒண்டும் நடக்ககூடா, அப்பிடி தப்பி போறதெண்டாலும் நான் தனியத்தான் போவன்"

"விசர்க்கதை கதையாதையடாப்பா. கொப்பர் என்னட்ட அழாத குறைதான், உன்னை கூட்டிவந்து ஒப்படைப்பன் எண்டு சொல்லிப்போட்டு வந்தனான்"

கண்ணன் யோசித்தான். சின்ராசன் துரிதப்படுத்தினான். எந்த நேரத்திலும் அவர்கள் காட்டுக்குள் வந்து சேர்ந்து விடுவார்கள் என்ற பதட்டம் சின்ராசனிலிருந்து மற்றவர்களுக்கும் தொற்றிக்கொண்டது. கண்ணன் மீண்டும் கயிற்றை விடுவித்துக் கொள்வதற்கு உடலை இழுத்து மூசும் கலட்டியனைப் பார்த்தான். அதன் கூரிய கருஞ்சாம்பல் நிறக்கொம்புகள் காற்றை வெட்டின. ஏதோ யோசனை பிடிபட்ட முகத்துடன் சின்ராசனின் முகத்திற்கு நிமிர்ந்தான்.

"அண்ணை விந்தன் செய்ததையே நானும் செய்யப்போறன்"

"என்னடாப்பா?"

உவன் விந்தன் எப்பிடி அரசியல் துறைக்கு வந்தவன் எண்டு தெரியுமோ?

சின்ராசனுக்கு விளங்கவில்லை, ராசுக்குட்டிக்கு மட்டும் விளங்கியது சின்ராசனுக்கு ஆர்வமாக விபரிக்கத்தொடங்கினான்.

"அண்ணை விந்தன் சின்னன்ல தேப்பனோட சண்டை பிடிச்சுக்கொண்டு இயக்கத்துக்கு வந்திட்டானாம். ஆளுக்கு சண்டையெண்டால் சரியான பயம், கள்ளம், தன்னை அரசியல்துறைக்கு விடச்சொல்லி அம்மானை கேப்பாராம். அம்மான் இவருக்கு வாய்வளம் சரியில்லை எண்டு கொஞ்சநாள் நில் பாப்பம் எண்டு சொல்லி தட்டிக்கழிச்சிருக்கிறார், இவன் பொறுத்துப் பொறுத்துப் பார்த்திருக்கிறான். அரசியல் துறைக்கு இவனைப்போடவே இல்லை. ஒரு நாள் மாங்குளத்திலை சண்டை துடங்கினநேரம் ஆள் பங்கருக்க ஆரும் இல்லாத நேரம் காலிலை செருப்பை வச்சு தசை பிஞ்சு போகாமல் துவக்கால தன்ர காலையே சுட்டிருக்கு. ஆனால் குண்டு உள்ளுக்கு வழுக்கி எலும்பை தட்டி விட்டிட்டு. அதுக்குபிறகு ஆளை மெடிக்சுக்கு கொண்டு போய்

கிளச்சர்ஸ் குடுத்தாங்களாம், பிறகு காலேலாது எண்டு சண்டேலை வச்சிருக்கேலா எண்டு ஆளை அரசியல் துறைக்குப்போட்டாங்களாம்"

"உது எனக்குத் தெரியாதடாப்பா, ஆனால் உவன் சரியான பயப்பிராந்தி பிடிச்சவன் எண்டு மட்டும் எனக்கு விளங்கீட்டு எப்பவோ. சரி இதுக்கும் உனக்கும் என்ன சம்பந்தம்?"

"அண்ணை என்ர தொடையிலை மரைக்கொம்பால குத்தி காயப்படுத்தீட்டு நான் மயங்கீட்டன் எண்டு தூக்கிக்கொண்டு போங்கோ, ஆசுப்பத்திரியிலை போடுங்கோ. அங்க மருந்து கட்டிட்டு நான் எப்பிடியாவது கிராஞ்சிக்கு தப்பிடுவன், நீங்கள் மாட்டை வித்திட்டு காசை குடுத்து விடுங்கோ"

கண்ணன் படபடப்பாக சொல்லிக்கொண்டே போனான். உள்ளுக்குள் மரைக்கொம்பு தொடையில் ஏறுவதை தாங்குவதற்கான மனத்தை தயாரிக்கத் தொடங்கியிருந்தான். சின்ராசன் ஏதோ சொல்ல வாயெடுக்க அவனை அடக்கி விட்டு சறத்தை உரிஞ்சு ராசுக்குட்டியிடம் கொடுத்தான், அப்படியே வீரைவேரில் இருந்து சாய்ந்துகொண்டான். தயாளனின் பிடிகயிற்றில் இருந்த மரைக்கொம்பை எடுத்து தொடையில் என்பை விலகி குத்துமாறு சீலனைச்சொன்னான். சீலன் தான்மாட்டேன் என்று பதறி ஒதுங்கினான். ராசுக்குட்டி "எனக்கு கை நடுங்குமடா" என்று ஒதுங்கினான், தயாளனைப் பற்றிச்சொல்லவே வேண்டாம். முடிவில் சின்ராசனே மரைக்கொம்பை எடுத்தான். பொறியில் சிக்கியோ, துவக்குக் காயம் பட்டோ துடிக்கும் வேட்டை விலங்கை துடிக்கவிடாமல் சட்டென்று கத்தியைச் சொருக முதல் வேட்டைக்காரர்கள் தங்களுடைய குலதெய்வத்தை கண்களில் நிறுத்தி அந்த விலங்கின் ஆன்மாவை அத்தெய்வம் வாங்கிக்கொள்ளவும், தங்களுடைய பசிக்குமாக நேர்ந்து கொண்டு கத்தியைப் பாய்ச்சுவார்கள். கண்ணனைப் பார்த்துக்கொள் ஆத்தை என்று அப்படி ஆத்தையை கண்களில் நிறுத்தி நேர்ந்து கொண்ட சின்ராசன் மரைக்கொம்பை கண்ணனின் தொடையில் இறக்கினான். சீலனின் கைகளைப் பற்றிக்கொண்டு கண்களை மூடி வியர்த்து நடுங்கிக்கொண்டிருந்த கண்ணனின் தொடைத்தசைக்குள் மரைக்கொம்பி ஊருடுவியது. ஏதோ நாயுருவி முள் தோலில் சிராய்ததைப் போலொரு உணர்வு மட்டுமே, சின்ராசன் அதை இழுத்து எடுக்கும் போது மட்டும் ஒரு வலிவந்து உச்சியில் அடித்தது. சறத்தைக் கிழித்துக்கொண்டு காத்திருந்த ராசுக்குட்டியும் சீலனும் கொப்பளித்து வரும் ரத்தத்தில் துணியை அழுத்தி வைத்து கட்டினார்கள். கண்ணனின் இரத்தம் சூடாக துணியை மீறிக் கசிந்தது. கண்ணனுக்கு தொடை விறைத்தது. கண்களை தொடைக்கு ஓட்டினான். இரத்தம் கலட்டியனின் கண்களின் நிறத்தில் துணிக்கு மேலாக கசிந்து சுட்டது. மெல்ல உடல் வியர்த்து தலை

சுற்றுவதைப் போலிருந்தது. கண்கள் வெளிக்காட்சியில் இருந்து தப்பி மூடின. உள்ளூரக் கனவெழுந்தது. காட்டுக்குள்ளிருந்து பாயும் மூத்த தாய்ப்பசுவின் கண்களும் ஆயிரம் சில்வண்டுகளின் பைத்தியமாக்கும் ஓசையும் உடலெங்கும் பரவிமூட நினைவு கண்ணனின் உடலை விட்டுத் தப்பிப்போனது.

10

அனு, தாமரையுடன் தமயந்தியின் குழந்தையின் துடக்கு கழிப்பிற்கு வந்திருந்தாள். தாமரையைவிட அட்சயன் ஆறுவருடங்கள் இளையவன், அட்சயனைவிட அனு ஐந்து வருடங்கள் இளையவள். தாமரை எப்போதும் விளையாட்டாக அனுவை அக்கா என்றே அழைப்பாள். அனுவைத் தாமரையே வளர்த்தாள் என்றுதான் சொல்ல வேண்டும். தன்னைப்போல 'வருத்தக்காரி'க்குரிய இயல்புகளுடனில்லாமல் அனுவை வளர்த்தாள். சொல்லப்போனால் தான் வாழ்நாளெல்லாம் நேசித்து வந்த இரண்டு பெண்களின் குணவியல்புகளை தங்கைக்கு வழங்கினாள். அதனால் தாமரை அவளிடம் தன் தமக்கை இயல்பைச் செயற்கையாகவும் கூட ஒப்புக்கொடுப்பாள்.

தொட்டிலால் எட்டி விரலைக்கொடுத்த போது குழந்தை பற்றிக் கொண்டு சிரித்தாள். அனுவிற்கு குழந்தை, நெருப்பு பெட்டியில் பிடித்து அடைத்து விட்ட பொன்வண்டைப்போல பயத்தையும் ஆச்சரியத்தையும் ஒருங்கே தந்து கொண்டிருந்தது. பொன்வண்டுப் பெட்டியைத் திறந்து பார்ப்பதும் தொடப்பயந்து அது தலை காட்ட மூடிவிடுவதுமென்று சிறுவயதில அதுவொரு தீராத விளையாட்டுத்தான். கொஞ்சம் வளர்ந்து விட்டாலும் இன்னும் அவளொரு சின்னப்பெண். தாமரை கூப்பிடுவது போல அவளொரு சில்வண்டு. இம்முறை குழந்தையை தள்ளி நின்று பார்ப்பதும் இடைக்கிட சின்னிவிரலைக் கொடுக்க குழந்தை அதைப்பிடித்துப் பிடித்து விடுவதுமாக இருந்தாள். குழந்தையைத் தூக்கிக் கொஞ்ச வேண்டும் போலிருந்தது.

ஒரு முறை வதனா டீச்சரின் குழந்தையை வாங்கிய போது குழந்தை சுற்றியிருந்த துவாயிலிருந்து நழுவி நிலத்திற்கு போனதை இவளால் தடுக்க முடியவில்லை. நல்ல வேளையாக டிச்சர் குழந்தையை பிடித்து விட்டாள். அனு பயந்து போனாள். அதற்கு பிறகு குழந்தைகளை தூக்கிக்கொஞ்ச முயற்சிப்பதில்லை. மடியிலோ, ஏணைக்குள்ளோ, தொட்டிலிலோ கிடக்கும் குழந்தையை எட்டித் தொட்டுப்பார்ப்பது எட்டி கன்னத்தை முகர்வதோடும் முடிந்து விடும். குழந்தையை எப்படித் தூக்குவது அது நழுவிவிடாதபடியும், பிஞ்சு உடலில் எந்த சிறு நோவும்

பட்டு விடாதபடியும் எப்படி வைத்துக்கொள்வது, என்று ஒவ்வொரு முறை குழந்தைகளையும் அதை வைத்திருப்பவர்களையும் பார்க்கும் போது நன்கு அவதானிப்பாள். தனிமையில் தானொரு குழந்தையை தூக்கி வைத்திருப்பது போல நடித்துப் பார்த்துக்கொள்வாள்.

தமயந்தி ஏதோ நினைத்துக்கொண்டு சட்டென்று குழந்தையைத் தூக்கி அனுவிடம் கொடுத்தாள். அனு அதை கொஞ்சமும் எதிர்பார்க்கவில்லை, ஆனால் ஒரு குழந்தை பொன்வண்டைவிட ஆயிரம் மடங்கு முக்கியமானதொன்று. பெரியமனுஷிப் பக்குவத்துடன் கைகளில் குழந்தையைத் தாங்கினாள். அப்படியே தரையில் இருந்து சம்மடிகட்டி குழந்தையை வளர்த்திக்கொண்டாள். தானே ஆச்சரியப்படும் படி குழந்தையை அவள் பக்குவமாக வளர்த்தினாள். தொடைகள் இயல்பாக ஆடின. தமயந்தியும் தாமரையும் அவளுடைய செய்கையை விரும்பி இரசிப்பதும் கேலி செய்வதுமாகவிருந்தனர்.

“இஞ்ச பாரன் பெரிய மனுசியை, பிள்ளையை ஓராட்டுறாவாம்”

நிரம்பச் சந்தோசமும் பெருமிதமும் முகத்தில், கொஞ்சம் வெட்கமாகவும்தானிருந்தது. மடியில் அனுவினுடைய கதகதப்பில் குழந்தை காற்றில் துடுப்புகள் அசைவது போல கைகளை நிறுத்தி அசைத்து அசைத்து விளையாடினாள். அனு குழந்தையின் மணிக்கட்டில் சுற்றியிருந்த கறுப்பு வெள்ளைக்கீச்சு மணிகள் கோர்த்த காப்பையும் பிஞ்சு விரல்களையும் ஒரே மென்மையுடன் வருடினாள். குழந்தையின் உச்சந்தலையில் கைகள் பரவியபோது உச்சித்துடிப்பு கைகளில் விழ புளியம்பழமொன்றை சட்டென்று மென்றவள் போல முகத்தை வைத்துக்கொண்டு உடல் சிலிர்த்துப்போய் கொஞ்சல் குரலில் “துடிக்குது” என்று குழையும் அனுவின் கன்னத்தில் கிள்ளிச்சிரித்தாள் தாமரை. அனு குழந்தையின் பெயரைச்சொல்லிச் சொல்லி விளையாடினாள்.

தமயந்தி ஏதோ நினைத்துக்கொண்டவளாக முகம் மாறினாள். மாடிக்கு கேட்டுவிடாத மெதுவான குரலில்,

“அவளைக் கண்டனியோ தாமரை?”

தாமரை ஒன்றும் சொல்லேவில்லை. அமைதியாக இருந்தாள். கண்கள் பனித்து முட்டின. அனிச்சையாக வார்த்தைகள் துடித்து கோபமாக வந்தன “அவாக்கு எடுப்புக் கூடிப்போச்சு, நான் இனிப் போய்க் கதைக்க மாட்டன்”

அனுவிற்கு அவர்கள் வெரோனிக்காவைப் பற்றி பற்றித்தான் பேசுகின்றார்கள் என்றுதெரியும். அவளுக்கு பெரிய பெண்களின் பேச்சில் கலந்துகொள்ள எப்போதும் அவ்வளவாக ஆர்வமிருந்ததில்லை.

யாரும் நம்மை அவர்களின் கதைக்குள் சேர்த்துக் கொள்ளாத போது 'வாய்பார்க்கக் கூடாது' என்று ஆச்சியின் சொல்லைப் பழக்கமாகவே ஆக்கிக்கொண்டிருந்தாள். அவள் மடியிலிருக்கும் பொன்வண்டுடன் தீராது விளையாடவே விரும்பினாள். கொஞ்ச நேரத்தில் குழந்தை கண்களைக் கசக்கி அழத்தொடங்கியது. தமயந்தி குழந்தையை தோ, தோ என்று சொல்லிக்கொண்டே வாங்கிக்கொண்டாள். அனுவிற்கு கவலையாகிவிட்டது, முகம் ஓடிக்கறுக்க "என்ன நடந்த?" என்று பரிதாபமாகக் கேட்டாள். தான் ஏதோ செய்துதான் குழந்தை அழுகிறதோ என்ற குற்றவுணர்வு அவளுக்குள் ஏற்பட்டிருக்க வேண்டும். தாமரை "அவாக்கு பசிக்குது". தமயந்தி குழந்தையை எடுத்து மார்புத்தெறிகளை விடுவித்து வலது முலையைக் குழந்தைக்கு ஊட்டினாள். அப்படியே கண்ணயர்ந்த குழந்தையை கட்டிலில் மெத்தென்று வளர்த்தினாள். அனுவும் கட்டிலில் ஏறியிருந்துகொண்டாள். தாழும் குழந்தையின் முகத்தை பக்கவாட்டில் படுத்துக்கொண்டே பார்த்தபடியிருந்தாள். குழந்தை அருண்டால் கூப்பிடச்சொல்லி விட்டு தமயந்தியும் தாமரையும் சமையலறைப் பக்கம் போனார்கள்.

அவர்கள் பேசிக்கொள்ளும் போது மாடியில் சாரங்கன் இருப்பதன் எச்சரிக்கையுணர்வுடன் குரலை ஏற்றியிறக்கினர். அனுவிடம் தாமரை விடயத்தைச் சொல்லி வைத்திருந்தாள். சாரங்கன் கீழே வருவது அபூர்வம். மாடியிலொருவன் இருப்பதே தெரியாது. இப்போதெல்லாம் தமயந்தி நேரத்திற்குச் சமைத்துவிடுவாள். தாமரை படிப்பது போக சமையலையும் குழந்தையையும் பார்த்துக்கொள்ள பெரும்பாலும் உடனிருந்தாள். அவர்களுக்குப் பரீட்சைகள் நெருங்கிக் கொண்டிருந்தன.

அனு, குழந்தையின் மூச்சு உடல் முழுவதும் சீராகப்பரவி அடங்குவதை கண்கொட்டாமல் கவனித்துக்கொண்டிருந்தாள். லேசாகக்கன்னத்தில் சுட்டு விரலால் தொட்டுப்பார்த்தாள். மெல்லிசாக விரல் நுனி மென்மை மேலே குத்த சட்டென்று விரலை இழுத்துக்கொண்டு குழந்தையைக் கவனித்தாள். அவளில் எந்த மாற்றமுமில்லை. உறக்கம் சீராக ஏறியிறங்கிக்கொண்டிருந்தது. அப்படியே குழந்தையின் அருகில் படுத்துக்கொண்டாள். அனுவிற்கு கண்கள் இருண்டு கொண்டு வந்தன. கொட்டாவி. அவளுக்கு பகல் தூக்கமொரு பழக்கம். பகலில் நன்றாக உறங்கிப் போவாள். பள்ளிக்கூட நாட்களில் தினமும் நித்திரை தூக்கியடிக்கும். யோகம் இரவில் கட்டாயப்படுத்தி மடியில் போட்டு ஓராட்டுவாள். சிறுமியான பின்பும் இதுதான் தொடர்ந்தது. கண்கள் அருட்ட குழந்தைமீது மெல்ல ஒரு கை படர லேசாக சூடு பரவிய மெல்லிய குழந்தையின் குணுங்கும் வாசத்தை நன்றாக நெருங்கி கண்ணயர்ந்து போனாள்.

இடையிடையில் ஏதோ சத்தங்கள் கேட்டன. யாரோ நடந்து வந்தார்கள். கதவு தாழிடப்படும் ஓசை, வண்டில் சில்லுகள் நகர்ந்து போகும் ஓசை, நாய்கள் இளைக்கும் ஓசை, இப்படிச் சத்தங்கள் கேட்டுக்கொண்டேயிருந்தது. எந்த காட்சியும் இல்லாத வெறும் ஓசையாகக்கனவு. சட்டென்று கண்கள் விழிப்புத்தட்டி இமைகள் விரிய எத்தனித்தன. அவளுடைய மெல்லிய தேகம் மீது புற உலகின் உணர்வுகள் படர்ந்தன. அனு யாருடைய மடியிலோ படுத்திருந்தாள். அம்மாவினுடையதோ தாமரையக்காவினுடையதோ அப்பாவினுடையதோ இல்லை. தலையை வேறு யாரோ கோதி விட்டுக்கொண்டிருந்தார்கள். அந்நிய உணர்வு. கண்களை அகலவிரித்தாள். சாரங்கனின் முகம். வெருண்டு எழப்போனவளின் தோள்களைப்பிடித்து அமத்தினான். "ஏன் எழும்புற படு" அனு வில்லங்கமாய் எழும்ப தோள்களை விட்டானில்லை. கண்கள் சுற்றியோட பக்கத்தில் குழந்தையைக் காணவில்லை. வீட்டில் அரவமில்லை. அனுவிற்கு பயம் ஏற "என்ன செய்யிறீங்கள் விடுங்கோ நான் எழும்போணும்" அவன் முகத்தை சுருக்கமாக வைத்துக்கொண்டான்.

"கோமதி அக்கான்ர தங்கச்சி வீரச்சாவாம் எல்லாரும் அங்கை போட்டினம்" என்றவன் இன்னும் குரலை நிதானமாக்கி இவளின் நெற்றியை வருடி "உனக்குக் கவலையாய் இல்லையேோ?"

"நான் போகோணும் விடுங்கோ"

"உன்ர தலைமயிர் நல்ல வடிவு எனக்கு பிடிக்கும்" தலையை வருடினான். "ஏன் பயிபிடுற என்னோட கொஞ்சம் இரன்"

அனுவிற்கு வியர்த்தோடியது எதோ வில்லங்கமாக நடக்கப் போகின்றது என்ற உள்ளுணர்வு. திமிறி எழுந்தாள். அவன் விடுவதாயில்லை அவளை அப்படியே கட்டிலில் அமத்தப்பார்த்தான். கைகள் ஓடின. அனுவிற்கு இயல்பிலேயே இருக்கும் எச்சரிக்கின்ற உணர்வு வேகமாக மூண்டது. "சாரங்கன் அண்ணா நிக்கிறத ஒருத்தருக்கும் மூச்சு விடக்கூடாது, பிறகு அவரை பிடிச்சுக்கொண்டு போடுவினம், எங்களை நம்பி வந்தவர் எல்லோ" தமயந்தி அக்கா சொன்னதும் இடைக்கிட ஓடியது. திமிறினாள். ஏலாமல் கத்த வாயெடுத்தாள். சாரங்கன் வாயைப்பொத்தினான். மூச்சு முட்டியது கைகளை இலக்கில்லாமல் விசுக்கினாள். இரண்டு விரல்கள் சாரங்கனின் வலக்கண்ணில் குத்தி விட்டது. பதறிப்போய் கையை எடுத்தான். வேகமாகப் பாய்ந்து கட்டிலில் இருந்து குதித்தாள். வெளியில் ஓடப்பார்த்தாள். அதற்குள் அவன் சுதாகரித்துக்கொண்டு பின்னால் வந்தான். கதிரையைப் பாய்ந்து கடந்து சமையலறைக்குள் பாய்ந்து கதவைப்பூட்டித் தாழிட்டாள். சாரங்கன் கதவை தட்டிதட்டி

திறக்கச்சொன்னான். இவளுக்கு அழுகைதான் வந்தது. கொஞ்சம் நின்மதியும். சாரங்கன் கதவுக்கு வெளியே கெஞ்சிக்கொண்டிருந்தான்.

"அனு நான் சும்மா பகிடிக்கு செய்தனான் கதவைத்திறவுங்கோ"

பதில் குரல் காட்டவில்லை. தண்ணீர் கொஞ்சம் எடுத்துக் குடித்தாள். எப்படியும் கொஞ்ச நேரத்தில் தமயந்தியும் அக்காவும் வந்து விடுவார்கள். கதவுக்குப் பக்கத்தில் இருந்து கொண்டாள். வெளியே சாரங்கன் சிறு பிள்ளைபோலக் கெஞ்சிக் கொண்டிருந்தான்.

"அனு கதவை திறவுங்கோ, நான் ஒண்டும் செய்யமாட்டன், நான் சும்மா விளையாட்டுக்குத்தானே செஞ்சனான்"

"அனு அக்காக்கள் வந்தால் பிழையா நினைப்பினம், என்னை இயக்கத்திட்ட பிடிச்சுக் குடுத்திடுவினம் எல்லோ, பிளீஸ் திறவுங்கோ"

அவன் அழும் நிலைக்கு வந்து விட்டவன் போல கெஞ்சிக் கொண்டிருந்தான். இவளுக்கு ஒரு கட்டத்தில் பயம் மறைந்து அது வேடிக்கையாகவிருந்தது. சிரிப்பு வந்தது. ஒரு சொட்டுக்குரலும் கொடுக்கவில்லை. பொழுது விழுந்து கொண்டிருந்தது. யாரும் இன்னும் வரவில்லை. அவன் கெஞ்சுவதைக் கேட்டுக்கொண்டிருந்தாள். அவன் முற்றிலுமாகத் தளர்ந்து போயிருந்தான். அனு வாய்திறந்தால் பெரிய விபரீதமே வந்து விடும். தன்னைத்தானே நொந்துகொண்டிருந்தான். குரல் நேரம் ஆக ஆக உடைந்து விழுந்து கொண்டிருந்தது. அனு அசரவேயில்லை. இரண்டு மணி நேரத்துக்கு மேல் அசராமல் கெஞ்சிக் கொண்டிருந்தான். இடையில் கோபமாகவும் பேசிப்பார்த்தான். இயலவில்லை. மீண்டும் கெஞ்சத் தொடங்கினான். அனு இவ்வளவு விவேகமுள்ள ஒரு சிறுமியென்று அவன் நினைத்திருக்கவில்லை. பயத்தில் வாய் குழறியது.

"சரி நான் மேலை போறன், நான் சும்மா தான் விளையாடினான், நீ பயந்து போன்னியோ அனு?

"என்னை மன்னிச்சிடு என்ன?"

"ப்ளீஸ் அக்காக்களிட்ட சொல்லிடாத சரியா?"

அவனே நிறுத்தி நிறுத்திப் பேசினான். நடந்து மாடிக்கு ஏறும் சத்தம் கேட்டது. சிறிது நேரம் அப்படியே இருந்தாள். யாரும் வருவதைப் போலத்தெரியவில்லை. தட்டில் ஏறி கிறில் கல் வழியாகக் ஹோலைப்பார்த்தாள். யாருமில்லை உண்மையில் போய் விட்டான்தான். ஹோல் கதவு பூட்டியிருக்கவில்லை, சாதாரண தாழில் தான் நின்றது. அவசரத்தில் கவனிக்க வில்லை. சமையலறையிலிருந்து

வெளிப்படத் தீர்மானித்தாள். மெதுவாக சத்தமெழுப்பாமல் திறந்து வெளியே வந்தாள். வேகமாக ஓடிப்போய் கதவைத்திறந்து வெளியே பாய்ந்தாள் கதவை அடித்துச்சாத்தினாள். சத்தம் மாடிக்கு கேட்டிருக்கும். தெருவுக்கு இறங்கினாள். மாடியில் நிறைய பூப்போட்ட கிறில் கற்கள் பதித்திருக்கும், வெளியே வீதியில் நின்றுபார்த்தால் உள்ளே ஒன்றும் தெரியாது, ஆனால் மேலே இருப்பவர்களுக்கு வீதி தெளிவாகத்தெரியும். சாரங்கன் பார்த்துக்கொண்டிருப்பான் என்று இவளுக்குத் தெரியும். இனிப்பயமில்லை. ரோட்டின் இருபக்கமும் பார்த்தாள். ஒரு 'ஜென்ஸ்' சைக்கிள் தெரிந்தது. இரண்டு பெண்போராளிகள். சைக்கிள் பாரில் இருந்தவளின் கையில் ஒரு மலர்வளையம் இருந்தது. கோமதியக்கா வீட்டுக்குப் போகின்றார்கள் போல. அவர்களை ஒரு முறை பார்த்தாள். நிமிர்ந்து கிறில் கற்தொகுதியை ஒருமுறை பார்த்தாள். வீதிக்கு குறுக்கே போய் நின்றாள். இப்போது சாரங்கனால் அந்த இரண்டு பெண்போராளிகளையும் பார்க்க முடியும். மீண்டும் நிமிர்ந்து மேலே பார்த்தாள். முகத்தில் பெரிய ஏளனம் பரவியது. கிறில் கல்லுக்கு வெளியே வெலவெலத்துப்போய் நின்றிருக்கும் சாரங்கனை கற்களைத் தாண்டியும் பார்க்க முடிந்தது. ஒரு நமட்டுச்சிரிப்பு அனுவின் முகத்தில். வீதியைக்கடந்து எதிர்ப்பக்கம் போனாள். அவர்களை மறிக்கவில்லை. இரண்டு பேரும் இவளுக்கு தலையாட்டி சினேகமாகச் சிரித்துவிட்டு கடந்தார்கள். பார்வையை கிறில் கற்களுக்கு மாற்றி ஒரு வெட்டு வெட்டி திருப்பினாள். முகம் பிரகாசமாகி ஏளனத்தில் ஒரு கடுமை பரவி மறைந்தது. அடுத்திருந்த ஒழுங்கையில் இறங்கி தன்னுடைய "கண்டுகுட்டி" நடையுடன் மறைந்து போனாள்.

11

தாமரை பொழுதுபடும்வரை குழந்தையுடன் விளையாடிக் கொண்டிருந்தாள். திருவிழா நேரமென்பதால் ஆச்சியிடன் ஒத்தாசைக்கு போகவேண்டும் என்று கொண்டிருந்தவள், குழந்தையை ஓராட்டி ஏணைக்குள் வளர்த்தி விட்டுத்தான் போனாள். வெரோனிக்காவிற்கு இன்னும் கோவம் போயிருக்கவில்லை. நிர்மலா நீலோற்பலம் ஆச்சியுடன் நின்று தமயந்திக்கு பிரசவம் பார்த்தாள். பிரசவ அறையில் வெரோனியும் தாமரையுடன் தாய்க்கு ஒத்தாசைக்கு இருந்தாள். தமயந்தி துடிக்கும் போது கைகளைப்பற்றிக்கொண்டு தேற்றினாள். இயல்பிலேயே அவளுக்கு இருந்த பரிவுள்ள குணம் அருகிருக்கையில் பெருவலிக்கூடே தைரியத்தை தந்தது. நீலோற்பலமாச்சி தொப்புள் அறுக்கப்பட்ட குழந்தையைத் தாயின் கையில் இருந்து வாங்கி நெற்றியில் வாய் வைத்து ஊதி அழச்செய்து வெரோனிக்காவிடம் கொடுத்தாள். அப்போது வெரோனிக்காவின் கண்களில் பெருகிய கண்ணீரை என்றென்றைக்கும் ஞாபகம் வைத்திருக்கப் போகிறேன் என்று தோன்றியது தமயந்திக்கு. நான்கைந்து முறை வீட்டை வரச்சொல்லு என்று சொல்லியனுப்பியும், சாரங்கனை வைத்திருக்கும் மட்டும் தான் வரமாட்டேன் என்று தீர்க்கமாகச் சொல்லிவிட்டாள். அவள் அவனை வைத்திருப்பதற்கான குறைந்தபட்ச நியாயத்தைக்கூட தமயந்தியிடமிருந்து கேட்கத்தயாராகவில்லை. அவளுடைய பிடிவாதம் தமயந்தி அறிந்ததே. சாரங்கன் பெயரைச்சொன்னாலே எரிந்து விழுவாள்.

ஊருக்குள் ஓரிரு தலைமுறை இளைஞர் யுவதிகள் சந்தடியின்றிப் போனார்கள், பிடித்துச்சென்றது போக ஒழித்துப் பதுங்கியவர்கள் இரகசியமாக வெளியூர்களில் மறைக்கப்பட்டார்கள். இயக்கமும் தங்களால் இயன்ற மட்டும் மோப்பம் பிடித்து ஆட்களைப்பிடித்துப் பயிற்சிக்கு அனுப்பிக்கொண்டிருந்தது. எல்லைகளில் சண்டை வலுத்துக்கொண்டிருந்ததால் மேலிடம் ‘பிள்ளைபிடிக்கென’ நேர்ந்து விட்ட அரசியல் துறைப்போராளிகளுக்கு அழுத்தம் கொடுத்துக்கொண்டிருந்தது. சாரங்கனைத் தந்திரமாக கீதாஞ்சலி தமயந்தி வீட்டில் விட்டிருந்தாள். ஊரில் புதியவளான அவளை அறவே தெரியாது என்பது போலக் காட்டிக்கொண்டாள். அதோடு விந்தனால்

குடிவைக்கப்பட்ட போராளியின் மனைவி, இயக்கம் தேடும் இளைஞன் ஒருத்தனை தன் வீட்டில் மறைத்து வைத்திருப்பாள் என்பதை யாரும் யோசிக்க சந்தர்ப்பங்கள் குறைவாகவிருந்தது.

தமயந்திக்கு ஏற்கனவே மாடி அந்நியமானவொன்றுதான். குடிவந்த நாளில் இருந்து வீட்டின் பழைய தளவாடங்களும், புத்தக அலுமாரி ஒன்றும் இதர தட்டுமுட்டுச் சாமான்களும் போட்டு மூடப்பட்டிருந்த அந்த மேல் மாடியைப் பயன்படுத்த வேண்டிய தேவை இல்லாததால் இதுவரை நாளும் அதைப்பூட்டி வைத்திருந்தாள். சாரங்கனுக்குரிய பதுங்குமிடமாக அதை மாற்றிய பிறகும் அவள் மேலே செல்வதில்லை.

"அக்கா!"

சாரங்கன் மெதுவாகக் அழைத்தான், குரலைத்தாழ்த்தி அழைக்கும் போதுதான் அவன் மேலே இருக்கிறான் என்ற நினைப்பே வரும். எந்தச் சந்தடியும் இல்லாமல் மேல்மாடியில் உலாவுவான். புத்தகங்கள், பேப்பர்கள் மடிபடும் ஓசை கூட எழாது. மேல்மாடி பரம அமைதியாக இருக்கும், காலையில் இவள் எழும்ப முதலே கீழேவந்து கடன்களை முடித்துக் குளித்து, உடைகளை அலம்பி உள்ளுக்கே கட்டப்பட்ட கொடியில் போட்டு விட்டு மேலே சென்றிருப்பான். அவன் தன்னுடையை உள்ளாடைகளை அவனுடைய டீசேட்டுகளின் உள்ளே சொருகிக் காயப்போடுவான், நீர் உலர அவை அவனுடைய டீசேட்டுகளில் தெரியும் போது தமயந்திக்குச் சிரிப்பு வரும். சாப்பாட்டு நேரம் கீழே யாரும் இல்லை என்பதை உறுதிப்படுத்திக்கொண்டு இறங்கிவந்து தட்டை வாங்கிக்கொண்டு போய்விடுவான். மூன்று மாதங்களாக அந்த மாடியில் தனிமையிலிருக்கிறான். உயிர்பயம் இத்தனை பொறுமையைத் தந்துவிட்டிருந்தது.

கூப்பிட்ட குரலுக்கு

"ஓம் என்னப்பன்?"

"ரோட்ட ஒருக்கா பாருங்கோ கீழ ஒருக்கா வரோணும்"

"ஒருத்தரும் இல்லை கேற் பூட்டித்தான் வச்சிருக்கு, டைகரும் வெளிலைதான் படுத்துக்கிடக்கிறான், யாரும் வந்தால் குரைப்பான் பயப்பிடாமல் வாரும்" மெதுவாகச் சிரித்துக்கொண்டே சொன்னாள். வேட்டை மிருகம் கலைத்த மானொன்று வெளிப்படுவதுபோல மிரளும் பார்வையுடன் இறங்கி வந்தான்.

"பாத்துரூமுக்கோ?"

"ஓம்!"

வேகமாக கொரிடோலைத் தாண்டி போனான். குழந்தை ஏணைக்குள் லேசாக அருண்டாள். ஏணையை அசைத்து "தோ தோ" சொல்லி மீண்டும் நித்திரைக்கு விட்டாள். பிஞ்சுக்கைகளால் மூக்கை தேய்த்து அருண்ட குழந்தையின் முகத்தில் கொஞ்ச நேரம் லயித்தாள்.

"நித்தாவோ?" தோளில் அவனின் மூச்சுக்காற்று சுட கொஞ்சம் அருண்டு போனாள். அவன் குழந்தையை அவளுடைய தோள்களுக்குப் பின்னால் நெருங்கி நின்று எட்டிப்பார்த்துக் கொண்டிருந்தான். வேகமாகச் சுதாகரித்து

"ஓ... ஓம் நல்ல நித்தா" என்றாள்.

"அப்பிடியே அம்மாவை மாதிரி என்ன?"

"அப்பிடியோ? ஏன் இண்டைக்கோ பிள்ளையைப் பாக்கிறீர்?"

"ஓம் நீங்கள் ஒருத்தரும் காட்டேல்லை, கீழ வந்து பாப்பம் எண்டால் எப்பபாத்தாலும் உங்கடை பிறண்ட்ஸ் இருப்பினம்"

"தாமரையோ?"

"ஓம், வெரோனிக்கா ஏன் வாறேல்லை? நான் நிக்கிறதாலையோ?"

"சீ அப்பிடியெண்டில்லை"

"எனக்குத் தெரியும், வெக்கப்படுறா போலை கிடக்கு"

தமயந்திக்கு உள்ளூரச் சிரிப்பு எழுந்தது. அவள் சாரங்கன் என்று சொன்னாலே முகத்தை அருவருப்பாக வைத்துக் கொள்கிறாள் என்று சொல்லி ஒரு இளம் காதலனின், அதுவும் இத்தனை தனிமையில் இருப்பவனின் மனதை நோகடிக்க வேண்டாமே என்று உள்ளூர நினைத்துக்கொண்டு சிரித்து மட்டும் வைத்தாள்.

"சரி நான் மேலை போறன்"

"இரும், என்ன பயம்? இஞ்ச ஒருத்தரும் வரமாட்டினம்."

அவன் கொஞ்சம் தயக்கமாக கதிரையின் நுணியில் அமர்ந்தான். மேல் மாடியில் இருந்தாலும், அவனுக்கு வீடும் ஹோலும் அந்நியமாகப்பட்டிருக்க வேண்டும். சரசரவென்று கடந்து போகின்றவன் இன்றைக்கு நிதானமாக ஹோலைப் பார்த்தான். மூன்று மாதங்களாக சூரிய வெளிச்சமே படாத தேகம், முகமுற்கொண்டு வெளிறிப்போயிருந்தது.

"வெள்ளையா வந்திட்டீர்!"

சங்கடமாகச் சிரித்தான். மீண்டும் வெரோனிக்காவைப் பற்றித்தான் கேட்டான். அவள் அவனை சங்கடப்படுத்த விரும்பாதவள் போல மெலோட்டமாக, அவனை இங்கு தங்க வைத்ததில் அவள் தன்மேல் கொஞ்சம் வருத்தமாக இருக்கிறாள் என்றாள். வெரோனிக்கா பற்றிய பேச்சை இவள் நாசூக்காக தவிர்ப்பதை அவன் புரிந்துகொண்டிருக்கவேண்டும். அதற்குப்பிறகு ஒன்றும் கேட்கவில்லை. பிறகு நீதனைப் பற்றிக்கேட்டான். இதற்கு வெரோனிக்காவைக் கேட்பதே தேவலாம் என்றிருந்தது.

"நீங்கள் லவ் மேரேஜ்ஜாம் எண்டு நீதன் அண்ணை ஒருக்கா சொன்னவர்!"

"அவரை எப்பிடி தெரியும் உமக்கு?"

"நான் மாணவர் அமைப்புலை இருந்தனான், ஒருக்கா ரோட்டிலை மறிச்சு கதச்சவர் என்னைத் தெரியும் எண்டு, நல்ல மனுசன். பிறகு இஞ்ச வரேக்க அடிக்கடி கண்டு கதைப்பார். உங்கடை நல்ல பம்பலான காதல் கதை என்ன?"

அவனே சொல்லிவிட்டுச் சிலாகித்தான். தமயந்திக்கு எரிச்சல் எழுந்தது. நீதன் ஏதோ கதைவிட்டிருக்கிறான். அவள் முகத்தில் எழும் எரிச்சலை சோகம் படர்வதாக நினைத்துக்கொண்டு சாரங்கன் ஆறுதல் வார்த்தைகளைச் சொல்லத்தலைப்பட்டான்.

"போராட்டம் இப்பிடி பிள்ளையளைக்குடுத்த தாய்மார்களாலையும், மனைவிகளாலையும் எழுதப்படுது, ஒவ்வொரு போராளிக்கும் பின்னாலை இருக்கிற பெண்ணின்ர தியாகம் மகத்தானது"

சொற்பொழிவுக்குரிய மொழிப்பாவனையில் அவன் பேசத் தொடங்கிய போது இடைமறித்து, இயக்கத்தில் இவ்வளவு பற்றுள்ளவன் ஏன் போராடப்போகவில்லை என்று கேட்க உன்னினாள். தஞ்சமும் கொடுத்துவிட்டு குத்திக்கேட்பது சரியில்லை என்று அமைதியாக இருந்தாள்.

"நீங்கள் என்ன நினைக்கிறியள் எண்டு விளங்குது, எனக்கு கட்டாய ஆட்சேர்ப்பிலை உடன்பாடில்லை, இயக்கத்திலையே நிறையப்பேருக்கு உடன்பாடில்லை. நானே போகோணும் எண்டால் இப்பவே வெளிக்கிட்டுப்போவன். ஆனால் பிடிக்கு பயந்து போனதா இருக்கக் கூடா..."

"ம்ம்"

தமயந்தி பேசாமலிருந்தாள். ஏழுமணியைத்தாண்டி விட்டதால் ஏற்றி வைத்த லாம்பின் திரியைத்தூண்டி விட்டாள். அவனை இருக்கச்சொல்லி

விட்டு வெளியே சென்று கேற்றைப்பூட்டி விட்டுவந்தாள். இரவுணவிற்கு தாமரை பாண் வாங்கித் தந்துவிட்டுப் போனதாகச்சொல்லி, பசிக்கும் போது சொல்லச் சொன்னாள். அவன் எல்லாவற்றுக்கும் தலையாட்டிக் கொண்டிருந்தான். இரவுக்கு வேறுமாதிரியான கற்பிதங்கள் இருந்தன. லாம்பின் சிமிலியில் வண்டுகள் மோதிக்கொண்டிருந்தன.

"இதான் முதல் காதலோ?"

"இல்லை, முதல் கம்பசிலை ஒரு பெட்டையை லவ் பண்ணின்னான்."

"பிறகு?"

"பிறகொரு சின்னப் பிரச்சினை அதான் விட வேண்டியதாய் போச்சு"

"என்ன பிரச்சினை?"

"அவா என்னட்ட ஒரு பெரிய விசயத்தை மறைச்சுப்போட்டா"

"என்னத்தை?"

"அவளின்ர அப்பா ஒரு ஈபி காறன்."

"அதுக்கென்ன?"

"அதுக்கென்னவோ? அவங்கள் எங்கடை இனதின்ர துரோகியள், ஒட்டுக்குழுக்காறன் ஒராளின்ர பெட்டையை நான் கட்டமாட்டன் எண்டு சொல்லிட்டன்"

"இதென்ன கரச்சலப்பா, தேப்பன் என்ன செய்தால் உமக்கென்ன? நீர் அந்த பிள்ளையத்தானே காதலிச்சனீர்?"

"சீச்சி, செத்தாலும் உவங்களோடை சகவாசம் கூடாது. அரசியல் எண்டு வந்திட்டால் ஆரும் வெள்ளந்தியில்லை, பாம்பு முயலையோ வளக்கும்?"

"ஓஹோ, உமக்கு ஒண்டு தெரியுமோ வெரோனிக்கான்ர அம்மா, நிர்மலாக்கா கூட இயக்கம் இப்ப தடை செஞ்சிருக்கிற அமைப்பொண்டுலதான் இருந்தவா"

"ஓம் அது முதல்தானே, பிறகு விலகி மரியதாஸ் அண்ணையை கட்டிட்டாதானே? அதோடை அது அப்ப. அப்ப வேற இப்ப வேறை"

அவன் தீர்க்கமான முன் முடிவுகளுடன் இருந்தான் என்பது குரலில் அப்பட்டமாயிருந்தது. தமயந்தி பேச்சை வளர்க்கவில்லை. இறுதியாக,

"அது சும்மா இன்பாக்சுவேசன், காதல் எல்லாம் இல்லை"

"இது எப்ப கண்டுபிடிச்ச?"

"வெரோனிகாவைப் பாத்தால் பிறகு"

"ம்ம்"

தமயந்தி அமைதியாக இருந்தாள், இரவு ஏறத்தொடங்கியது, பின் வளவில் உள்ள பெரிய இலுப்பை மரங்களில் வவ்வால்கள் விழத்தொடங்கியதற்குச் சான்றாக அவற்றின் செட்டைகள் காற்றில் ஒலித்தன. ஒவ்வொன்றாக வந்து கிளைகளில் ஆலமரும்போது எழுந்த சலசலப்பும் அடுத்தடுத்துக் கேட்டுக்கொண்டிருந்தது.

"நான் ஒண்டு கேக்கட்டோ?"

"கேளும்"

"இன்னொரு கலியாணம் கட்டுறதை பற்றி யோசிச்சு இருக்கிறியளோ?"

தமயந்தி ஒரு முறை பலமாகச் சிரித்தாள். சுவரில் இருந்த நீதனின் போட்டோவை அவன் கொஞ்ச நேரம் பார்த்துக்கொண்டிருந்த போதே அவள் இந்தக் கேள்வியை எதிர்பார்த்திருக்கவேண்டும்.

"இல்லை… நீதனைத் தவிர யாரையும் நினைச்சுப்பாக்க மாட்டன்" குரலில் ஆழ்ந்த கேலித்தன்மையொன்றை வைத்துக்கொண்டு சொன்னாள். அவன் ஏற்கனவே நீதன் சொன்ன காதல் கதையைச் சிலாகிக்கும் போதிருந்த குரலுக்கு சமாந்தரமாக தன்னுடைய குரலை சந்தப்படுத்தினாள். சாரங்கனால் அதனுள்ளிருந்த கேலியை துளியும் புரிந்துகொள்ள முடியவில்லை.

"அது சரிதான், என்னாலையும் வெரோனிக்காவைத் தவிர வேற ஒராளையும் நினைச்சுப்பாக்க ஏலாது."

"ஏதோ அவளோடை வாழ்ந்த மாதிரிச் சொல்லுறீர்?"

"அப்பிடி இல்லை, காதல் இல்லாத இன்னொரு உடலை எப்பிடி நான் தொட ஏலும்? காதல் இல்லாத உடல் வெறும் பண்டம்தான். வெரோனிதான் எனக்கு எல்லாம். காதல் ஒருக்காதான் மலரும்"

தமயந்தி அடக்க முடியாமல் சிரித்து விட்டாள். அவன் தீடீரென செயற்கையாக உடல் உடல் என்று அழுத்திச் சொல்லும் போது அவனில் தெரிந்த உள்ளார்ந்த பயம் வேடிக்கையாகவிருந்தது. அவன் ஏன் இவள் சிரிக்கிறாள் என்று பார்த்துக்கொண்டிருக்கும் போதே சிரிப்பினூடே,

“சரி, பின்னை ஏன், பாத்துரூமிலை காயப்போட்ட என்ர உள்ளூடுப்பெல்லாம் எடுத்துக்கொண்டு போய் மேலை வச்சிருக்கிறீர்?”

மீண்டும் வெடித்துச் சிரித்தாள். அவள் குரலில் குழந்தை ஏணைக்குள் அருண்டாள், சாரங்கன் விறைத்துப்போயிருந்தான். இவள் குழந்தையைப் பார்க்க ஏணையை நோக்கி நகர அவன் விறுவிறுவென எழுந்து மாடிக்குச்சென்று விட்டான்.

குழந்தைக்கு பால் கொடுத்து அவளை ஓராட்டி ஏணைக்கு திரும்பவும் ஏணைக்குள் வளர்த்தி விட்டு பாணை எடுத்து கீலங்களைப் பிளந்து மாஜரீனைப் பிதுக்கி பூசும் போது கூட அவளின் உதட்டில் சிரிப்பிருந்தது. மேலே ஆளரவமில்லை. எப்போதும் ஏற்றி வைக்கும் சிறு குப்பிவிளக்கின் ஒளி படிகள் முடியும் இடத்தில் லேசாய் தெரிவதுண்டு. அதையும் காணவில்லை. பாணைத்தட்டில் போட்டு படிகளில் ஏறிச்சென்று திறந்திருந்த கதவைத்தட்டி “சாப்பிட்டிட்டு படும்” என்றவள், கோப்பையை வாசலில் வைத்து விட்டு விறுவிறுவென இறங்கி வந்துவிட்டாள்.

பாயை விரித்து, தன்னுடையை படுக்கையை நேர்த்தியாக பரவினாள். பிறகு குழந்தைக்கு அவளருகில் படுக்கையைச் சரிசெய்தாள். பெட்சீட்டுக்களை மிருதுவாக அடுக்கடுக்காக விரித்து, குழந்தையின் மூத்திரத் துணிகளையும் விரித்த பிறகு ஏணைக்குள் இருந்து குழந்தையை எடுத்து வளர்த்தி விட்டு அருகில் படுத்துக்கொண்டாள். கொஞ்சம் வியர்த்தது. தூக்கம் பிடிக்கும் தறுவாயில் மாடிப்படிகளில் அரவம் கேட்டது. எழுந்து கொள்வோம் என்று நினைத்தாள். இவள் முழித்திருக்கிறாள் என்று மூத்திரத்தை அடக்கிக்கொண்டு இருந்திருக்க வேண்டும். அவனைச் சங்கடத்திற்குள் ஆழ்த்தியிருக்கக் கூடாதென்றே தோன்றியது. எனினும் அவள் அவனுடைய சங்கடத்தை வெகுவாக இரசித்துக்கொண்டிருக்கவே செய்தாள். பூனை பதுங்கிப்பதுங்கி படிகளில் இறங்கி வந்தது. வேகமாக இவளைக்கடந்து குளியலறைக்குச் செல்லும் என்று நினைத்தாள். ஆனால் காலடி இவளை நோக்கித் திரும்பியது. தொடர்ந்தும் அசையாமல் கண்களை இறுக்கி மூடிக்கொண்டு படுத்திருந்தாள். வந்தவன் அவளின் பின்னால் படுத்துக்கொண்டான். பாயின் முடிவிடத்தில் அவன் படுத்திருப்பது நன்கு தெரிந்தது. அவள் எந்த அசமந்தமுமின்றிக் கிடந்தாள். சில நிமிடங்கள் சந்தடி இன்றிக்கிடந்தான். ஒரு வேளை அது பிரமையோ என்று சந்தேகப்பட்டாள். ஆனால் பக்கத்தில் ஒரு உருவம் படுத்திருக்கும் போது எழும் அருட்டுணர்வை நம்பாமலிருக்க முடியவில்லை. உடலை இன்னும் இறுக்கிக்கொண்டாள். தன்னுடைய நித்திரையை இன்னும் கனதியாகவும் நம்பும்படியாகவும் பாசாங்கு செய்ய முயன்றாள்.

வியர்த்துக்கொட்டியது. பதட்டம் உச்சம் பெற்றது. அடிவயிற்றில் நெறிகண்டது போல நுணுகி வலித்தது. அப்போது அவனுடைய கை எழுந்து இடைப்பக்கமாக நுழைய அவனுடைய நிர்வாண உடல் இவள் பின்பகுதியை முழுவதுமாக மூடியது. வியர்த்து வாடை எழும் இவள் பின் கழுத்தின் மென் மயிர்களுக்கு இடையில் அவனுடைய நாசி அழுத்தி முகர்ந்தது. சட்டென்று அவளை அநாயாசமாகத் திருப்பினான். இறுகிய உடல் வியர்வையில் வழுக்கித் திரும்பியது பாயில் இருந்து குளிரும் வெறுந்தரைக்கு உடல்கள் இணைந்து நகர்ந்தன.

12

கிணற்றுக்குள் கால்கள் தொங்கின, தவளைகள் இரண்டு நீர்மட்டத்தில் அசைவின்றிக்கிடந்தன. நீர்ப்பூச்சிகள் நீர்ப்பரப்பை வெட்டி வெட்டி திசையைகளை முறித்து ஓடின, நுண்மையான கோட்டுச்சலனம் அவற்றின் பின்னே தோன்றித் தோன்றியடங்கியது. கிணற்றுக்கட்டுக்கு அருகில் எழுந்திருந்த பூவரசிலிருந்து தன்னை விடுவித்துக்கொண்ட இலை கிணற்றுக்குள் மிதந்து இறங்கியது. எல்லாம் இவ்வளவு நிதானமாக மெதுவாக காட்சிக்கு விரிந்துகொண்டிருந்தன. நல்ல அகலமான கிணற்றுக்கட்டு பூவரசு நிழலில் மதியத்திலும் குளிர்ச்சியோடிருந்தது. அவளுக்கிது சிறுவயதுப்பழக்கம். மரியதாஸுக்கும் நிர்மலாவிற்கும் எப்போது சண்டை தொடங்கினாலும் ஓடி வந்து கிணற்றங்கட்டில் ஏறி அமர்ந்துகொண்டு அதன் கரிய பாசி பிடித்த ஆழத்துக்குள் மூழ்கிப்போவாள். கிணற்றின் ஒவ்வொரு அசைவும் அசைவின்மையும் அவளுக்கு பரிச்சம். தவளைகள்-நீர்ப்பூச்சிகள், எப்போதாவது உடல்காட்டும் மரியதாஸ் என்கிருந்தோ கொண்டு வந்து விட்ட பாலாமை, தெளிந்த நீரின் முடிவில் தெரியும் நல்ல இருண்ட கண்களைப்போல அருகருகில் இருக்கும் இரண்டு பொக்குகள், அதற்கு இருக்கும் எப்போதோ இடம்பெயரும் போது துக்கிப்போட்டுவிட்டுப்போன பாசியேறிய அம்மிக்குளவி, சுவரிடுக்கில் வளர்ந்து நிற்கும் ஆல், மற்றும் கிணற்றின் குளிர்ச்சியை என்று அங்கு எல்லாவற்றையும் நெருக்கமாக அறிந்திருந்தாள்.

இப்போதெல்லாம் மரியதாஸைப் பற்றித்தான் நினைப்போடியது. அவனொரு நல்ல கணவனில்லை, நல்ல தகப்பனுமில்லை. எத்தனை முறை வெரோனிக்காவை "யாருக்குப் பெத்தியோ கர்த்தருக்குதான் வெளிச்சம்!" என்று தாயைக் குத்தியிருக்கிறான். ஒரு முறை நிர்மலா "கர்த்தருக்குதான் பெத்தனான், நீ அவரை மட்டும்தான் சொல்லேல்ல அதையும் சொல்லு" என்று குமுறினாள். ஆனால் புதிதாக ஒரு தந்தையை. இன்னொரு அந்நிய ஆணை எப்படி ஒரே வீட்டில் எதிர்கொள்வது?

"புலேந்திரன்"

மரியதாஸை எப்படியும் கொன்றிருப்பார்கள் என்று அவன் சொல்லியிருக்கிறான். மரியதாஸைப்பற்றி விசாரிக்க வந்த புலனாய்வுத்துறைக்காரன் என்ற வகையில் அவனின் ஊகம். வெரோனிக்கா வேறெதையும் கேட்கவில்லை. இவ்வளவும் கூட அவள் கேட்காமல் தயங்கித் தயங்கிச்சொல்லப்பட்டவை.

“ஒருவேளை மரியதாஸ் திரும்பிவந்தால் என்னவாகும்?” அது கூட இரண்டாம் பட்சம் இந்தப்புதிய ஆள் வீட்டில் வந்து இருந்தால் என்னவாகும்? நிர்மலா நீர்ப்பரப்பின் மேல் கற்களை அடுக்கிக் கொண்டிருக்கின்றாளென்ற உணர்வு. ஒவ்வொரு முறை மரியதாஸ் நிர்மலாவை அடிக்கும் போதும் தாயுடன் சேர்ந்து அழுவாள்.

“அம்மாவின் மறுமணம்” ஏதோ கதைத் தலைப்பு போல ஓடிக்கொண்டிருந்தது. திருமணம் செய்துகொள்வதைப்பற்றி எந்த கணம் வேண்டுமானாலும் நிர்மலா திரும்பவும் அந்தப் பேச்சை ஆரம்பிக்கலாம். அடிக்கடி கிளிநொச்சிக்கு ஏதேனுமொரு காரணத்தைச்சொல்லிப் போய்வருகிறாள். வெரோனிக்கும் தாமரைக்கும் இந்த வருடம் உயர்தரப்பரீட்சை. படிப்பதற்கு மூன்று மாதங்கள் கொடுக்கப்பட்டு பாடசாலை விடுமுறையளித்திருந்தது. துளிகூடப் படிக்கத் தோன்றவில்லை. “ஏ.எல் முடிஞ்சால் கிளிநொச்சிப் பக்கம் போயிருப்பமோடி?” நிர்மலா இரண்டு முறை பேச்சோடு பேச்சாய் கேட்டுவிட்டாள். வீட்டிலிருக்கும் போது பயமாகவிருக்கிறது என்று சொன்னாள். தனக்கொன்றும் தெரியாது என்று நினைத்துக் கொண்டிருக்கிறாளா? அல்லது மகள் தன்னைப் புரிந்துகொள்ளவேண்டும் என்று நினைக்கின்றாளா?

“கொப்பாவோட இருக்கேக்க நான் என்னத்த கண்டன் சொல்லு பிள்ளை, அண்டைக்கு பேஸிலை என்னைப்பிடிச்ச போதே என்னைச்சுட்டிருக்கலாம். அப்ப இருந்த நான்தான் நான். பெடியளுக்கு சரிசமனாய் சண்டேலை நிண்டவள், நானொரு போராளி எண்டு சொல்லவே வெக்கப்படக்கூடிய ஒரு வாழ்கைதான் உன்ர அப்பாவோட வாழ்ந்தனான். ஒரு அடிமை மாதிரி”

கண்ணீரோடு நிர்மலாவின் வார்த்தைகள்.

“அடியடா அடியடா அடிச்சுக்கொல்லடா” என்று அவன் கையை விசுக்க விசுக்க அவனை எதிர்கொள்வாள். அவன் ஒரு கட்டத்தில் ஓய்ந்த பிறகு தாயும் மகளும் அழுகை. எத்தனை முறை கெஞ்சியிருப்பாள் தகப்பன் வேண்டாம் என்று. அவனை கூட இருந்துதான் பழிவாங்க வேண்டும் என்பது போலொரு வைராக்கியம் அவளுக்கிருந்தது. அவனை மேலும் மேலும் பாவத்திற்குள்ளும் நரகத்திற்குள்ளும்

தள்ளிக்கொண்டிருக்கும் திருப்தி அவளுக்குள் இருந்திருக்குமென்று வெரோனிக்கா நம்பியிருந்தாள். ஆனால் இது முற்றிலும் எதிர்பாராத ஒரு வருகை. தாயிலிருக்கும் கோவமும் அந்நியவுணர்வும் தனிமையும் இன்னும் மனதைக் கல்லாக மாற்றிக்கொண்டிருந்தது. உள்ளூர ஊறும் விசத்தை, தாழ்வுணர்வுடன் கூடிய பயத்தைத் தவிர்க்க முடியாமல் அவதானித்தாள். தமயந்தி வீட்டுப்பக்கம் போவதை அறவே விட்டுவிட்டாள். குழந்தையின் முகத்தைப் பார்க்காமல் இருப்பதுதான் கஸ்ரமாயிருந்தது. துடக்கு கழிப்பிற்கு வருமாறு தாமரை சொல்லி விட்டு, அட்சயன் வந்து சொன்னான். போகத்தோன்றவில்லை. தாமரையுடன் பேச்சின்றி இருப்பதுதான் உள்ளூர அந்தரத்தைக்கூட்டியது.

வெளியில் எல்லாக் கண்ணும் தன்னைக் கவனிப்பது போல இருப்பது அத்தனை அருவருப்புணர்வைத்தந்தது. ஊருக்குள் கதை பரவி விட்டது கிளிநொச்சியில் இருவரையும் நான்கைந்து பேர் கண்டிருக்கிறார்கள். எங்கே என்று காத்திருக்கும் ஊர்நாக்குகள். வெரோனிக்கா எல்லோரிடமிருந்தும் ஓடிக்கொண்டிருந்தாள். தன்னைத் தனிமைப்படுத்துவதை ஒரு இரவுப்பறவை பகலிடமிருந்து விடுபட்டுக்கொள்ளும் இயல்புடன் செய்துகொண்டிருந்தாள்.

தாமரை பக்கத்திலிருந்தால் பரவாயில்லை. இரண்டுமுறை வலிய வந்தவளை முகம் வெட்டியாயிற்று. கண்கலங்கிக்கொண்டே போனாள். கண்டிப்பாக ஒவ்வொரு நாளும் அழுவாள். அவளொன்றும் தன்னளவு விறுமனில்லை. “நான்தான் சாத்தான்” இரைந்து தனக்குச்சொன்னாள். மாலி கிணற்றுக் கட்டில் ஏறி வந்து மடியில் படுத்துக்கொண்டு உடனே தூங்கிவிட்டது. கோமதி அன்ரியின் காதில் போட்ட விடயம் அப்படியே மூழ்கி விட்டது போலத்தானிருந்தது.

அவளுக்கு தேவைப்படும்போது தாமரையோ தமயந்தியோ அருகிலில்லை, தானே தள்ளி வைக்கும்படி செய்துவிட்டார்கள். அவள் சாரங்கனில் மரியதாசைத்தான் பார்த்தாள். அச்சு அசலாக அவன் அப்படியேதான் வருவான். அவனில் இரங்க வேண்டும் என்று எந்த இடத்தில் இவர்களுக்கு தோன்றியதென்று அறியாமலிருந்தாள். கீதாஞ்சலி டீச்சரின் கண்ணீர். அல்லது உயிரைக்காப்பாற்றுகின்ற உணர்வு.

கோமதியின் காதில் சாரங்கனின் மறைவிடத்தை அரசல் புரசலாக சொன்ன போதே நெஞ்சு நடுங்கி வார்த்தை குழறியது. பெரிய குற்றவுணர்வு பீடித்திருந்தது. ஒரு வேகத்தில், ஆத்திரத்தில் மோசமான செயலொன்றைச் செய்து விட்டோமா என்று அலைக்கழிக்கப்பட்டாள். நல்ல வேளையாக இன்னும் ஒரு அசம்பாவிதமும் நிகழவில்லை. சொன்ன கதை அப்படியே அடங்கி போனால் நல்லது. ஒரு

வேகத்தில் எடுத்த முடிவு. இயலாமையும் புறக்கணிப்பும் சூழ்ந்து விட்டதாய் உணர்ந்த போது யோசிக்கவேயில்லை. குறைந்த பட்சம் குற்றவுணர்விலிருந்து தப்பிக்கொள்ளலாம். அந்தோனியாரிடம் போட்ட ஒப்பந்தத்தை முறித்துக் கொள்ளலாம்.

கோமதி போல ஒருத்தியிடம் போய் நின்று விட்டோமே என்ற நினைப்பும் அருவருத்தது.

“ஒரு பிள்ளையை நாட்டுக்கு குடுக்காமல், கடைசில ஆமிசுட்டுத்தான் சாகப்போறியளோ? ஏன் என்ர தங்கச்சி இயக்கத்துக்கு போய் செத்தவள்தானே, சொகுசா இருந்து சுதந்திரம் கேட்டால் எப்பிடி?”

ஊரில் நான்கைந்து பிள்ளைகளை விந்தனிடம் காட்டிக்கொடுத்தவள் என்று பலர் மண்ணள்ளி தூற்றியும், வீடுதேடி வந்து சண்டைபிடித்தும், கோமதி ஊருக்குள் விந்தனின் உளவாளியைப் போலத்தான் செயற்பட்டுக்கொண்டிருந்தாள். இப்பொது மாவீரர் குடும்பம் வேறு. ஆனால் அவளை விட தரமிறங்கிப் போனேன் என்ற எண்ணம் தான் நஞ்சூறியது. தன்னைத் திரும்பத்திரும்ப வெறுப்பதும் சலிப்பாகத்தானிருக்கிறது. தலைவலியோடு பசியில்லாத நாட்கள் ஓடி உச்சிக்கு ஏறிவிட்டன. கால்கள் குறுகுறுத்தன. நெடுநேரம் கிணற்றுக்கட்டில் இருந்து விட்டாள். மாலியைத் தட்டி இறக்கி விட்டு கட்டிலிலிருந்து குதித்தாள். தாமரை திருவிழா வேலைகளில் ஆச்சியுடன் மும்முரமாக இருப்பாள். இன்றைக்கு “ஆத்தைக்கு கதை” சொல்லும் நாள். நாளைக்கு காவு கட்டை சுமப்பு. ஆச்சி இந்த முறையும் எனக்கும் சேர்த்து உடுப்பு எடுத்திருப்பாளா? எடுத்திருப்பாள். “இப்போதுதான் ஆச்சியின் நினைப்பு வந்திருக்கிறதா எனக்கு?” இப்படியே இருந்தால் தலை வெடித்துவிடும்.

பிறகும் மனம் ஊராத்துறையார் வீட்டுக்கு ஓடியது.

குழந்தையின் நீர் முகமும் குணுங்கும் வாடையும் ஞாபகத்தை நிறைத்தது. குழந்தை வளர்ந்திருப்பாளா? பதினைந்தே நாளிலா? பெயர் கூட தான்தானே வைப்பதென்று சொல்லியிருந்தாள். தாமரைக்கு மட்டும்தான் பெயரைச் சொல்லியிருந்தாள். முப்பத்தொன்று முடிந்தால் பிறகும் பெயர்வைக்காமல் இருப்பார்களா? தாமரையே அதை வைத்திருப்பாள்.

“கோதை”

“நான் வச்ச பேர், என்ர பேர்.”

அடிவயிற்றிலிருந்து மீண்டும் அந்தரம் புறப்பட்டது. கிணற்றுக்கட்டால் தாவி மேடைக்கு வந்தாள். வாளியைப்பற்றி கிணற்றுக்குள் வீசினாள். அழத்தை நோக்கி கப்பியை சுழற்றிக்கொண்டு இறங்கியது. சுழன்ற கயிற்றில் சக்கரத்தைப்போல நீர் வட்டமாக பிசிறியடித்தது. வாளி கிணற்றில் மோதிக் கோலியது. சரசரவென இழுத்து நீரை அள்ளி முகத்திலறைந்தாள். துவாயை எடுத்து துவட்டி தலையை ஒதுக்கிக்கொண்டு பொட்டொன்று எடுத்து வைத்துக்கொண்டாள்.

...

சைக்கிளை எடுத்துக்கொண்டு நகுலாத்தை வளவை நோக்கிப்போனாள். வயலுக்கு நடுவில் ஓடும் இரண்டு பக்கமும் மருதும், பனையும் தென்னைகளும் நிற்கும் நகுலாத்தை வளவுப்பாதையின் இரண்டு மருங்கிலும் மணிக்கடைக்காரர்களும், கச்சான் கடைகளும் சரிக்கட்டிக் கொண்டிருந்தார்கள். போட்டு முடிக்கப்பட்ட தற்காலிக கொட்டகைகளில் இனிப்புப்பெட்டிகள், மணிக்கடை விளையாட்டுப்பொருட்கள், கை வினைப்பொருட்களை பரப்பி அடுக்கிக் கொண்டிருந்தார்கள், நாளைக்கு இன்னும் கடைகள் அதிகமாகும் சனம் வந்து கூடும். அதுவும் தீ மிதிப்பன்று வயல் வெளியெல்லாம் கொட்டகைகள் எழுந்து, வாகனங்கள் விளக்குகள், வாணங்கள், திருவிழா!

கச்சான்காரர்கள் நெருப்பை மூட்டி கச்சான் வறுக்கத்தொடங்கி விட்டார்கள். தாச்சியில் கச்சான் புரளும் ஒலி அது வறுபட்ட அளவிற்கேற்ப விதம் விதமாகக் கேட்டுக்கொண்டும் வறுக்கும் மணம் காற்றில் பரவிக்கொண்டுமிருந்தது. ஒரு இனிப்புக்கடையின் முன்னால் நெருப்பில் ஏற்றப்பட்ட எண்ணைத்தாச்சியில் சிவப்பு நிற சீனிப்பாணி பிரண்ட கைகளால் ஒரு சிறுவன் தேன் முறுக்கை இலாவகமாய் எண்ணைக்குள் சுற்றிச் சுற்றி இறக்கிக்கொண்டிருந்தான். வண்டில்கள், மிசின்கள் என்று வயல்கரைகளில் மூன்று நாளும் தங்கும் கூடாரங்களை ஒட்டி வாகனங்கள் நின்றிருந்தன. கதைகேட்கவும் பின்னேரப்பூசை பார்க்கவும் ஆத்தை கோயிலை நோக்கி உள்ளூர்காரர்களும் வெளியூர்காரர்களும் கைகளில் வேப்பிலை, பூப்பைகளுடன் போய்க்கொண்டிருந்தார்கள். ஆத்தை கோயில் பக்கமாய் இருமருங்கிலும் டியூப் லைட்கள் கலர்கலராக படமெடுத்தபடி, வெய்யில் கொஞ்சம் தாண்டிருந்ததால் வயலைக்கடந்து சைக்கிள் வலிக்கும் போது பெரிதாகக் களைப்பாயில்லை. தாமரையை எதிர் கொள்வதற்கு தான் கொஞ்சம் பதட்டமாகவிருக்கப் போகிறது. நேராக ஆச்சியிடம் போய்விடவேண்டியதுதான். ஆத்தை வளவுப்பக்கம் சனநடமாட்டம் நிறையவே தெரிந்தது. இரண்டு பக்கமும் சணல் விதைக்கப்பட்டு முழங்காலுக்கு மேலே பச்சையாக எழுந்து நின்றன. இன்னும் கொஞ்சநாளில் அந்தப்பிராந்தியமே மஞ்சாளாகிக்கிடக்கும்.

யாரோ சில சிறுவர்கள் மரங்களில் ஏறி ஒலிபெருக்கிகளைப் பொருத்திக் கொண்டிருந்தார்கள். அட்சயன், பாணுசன், தபேந்திரன் இப்படிச்சிலர். இவள் கடந்து போக அட்சயன் சிரித்தான்.

“அக்கா எங்கையடா?”

“ஆத்தை வளவிலை ஆச்சியோட நிக்கிறாள், என்ன கதைக்கத் தொடங்கியாச்சோ?” அட்சயன் அதிசயமாகவும் கேலியாகவும் கேட்டான். பதிலுக்குச் சிரித்து விட்டு சைக்கிளை வேகப்படுத்தினாள். மதியச்சூடடங்கி மேற்கு சிவந்து கொண்டிருந்தது. சைக்கிளை பார்க்கில் விட்டுவிட்டு கோயிலுக்குள் போனாள். வெளியே போடப்பட்டிருந்த பந்தலில் அவியல் நடந்துகொண்டிருந்தது. வளவில் கணிசமாகச் சனங்கூடியிருந்தது. சிறுவர்கள் விளையாடிக்கொண்டிருந்தார்கள். இளம் வயதுக்காரர்களைப் பெரிதாகக் காணவில்லை. பிடிப்பிரச்சனை தொடங்கிய பிறகு பாதிப்பேருக்கு மேலே இணைக்கப்பட்டும், மீதிப்பேர் ஒழித்துமிருந்தனர். வளவின் இடதுபக்கமாக நின்ற பூவரசுக்கு கீழே கலட்டியன் யாரோ போட்ட வைக்கோலை மென்று கொண்டே தன்னுடைய பாறைத்தேகத்தை மணலில் சாய்த்திருந்தது. அதைப்பார்க்கவே இவளுக்குப் பயமாகவிருந்தது. அதற்கு பக்கத்தில் காவு கட்டை காவும் பெரிய வண்டில் பெயிண்ட் அடிக்கப்பட்டு அழகாக நின்றிருந்தது. நான்கைந்து நாட்களாக ஊரில் ஒரே களேபரம். கிளிநொச்சி வைத்தியசாலையில் இருந்து கண்ணன் தப்பியது விந்தனின் வாலில் தீவைத்து விட்டதைப்போல வெறிகொண்டு திரிந்தான். கண்ணன் பிடித்த கலட்டியனும் கண்ணனும் ஊர் முழுக்கப் பிரபலமாகி வெரோனிக்காவின் காதுக்கு நிர்மலா தகவல் கொண்டு வந்தாள். கொஞ்ச நேரம் அந்த மாட்டைப் பார்த்துக்கொண்டே நின்றிருந்தாள். “ஆச்சி அங்க வரட்டாம்?” தாமரையின் குரல் தட்ட திடுக்கிட்டு திரும்பினாள். முகத்தில் எந்தவுணர்வையும் காட்டாமல் நின்றிருந்தாள். மிகவும் பழகிய நெருக்கமான கண்களைச் சந்திக்க சங்கடப்படுவதன் துன்பத்தில் வெரோனிக்கா துடித்தழிந்து கொண்டிருந்தாள். வேகமாக தாமரையிடமிருந்து விலகி ஆச்சியிடம் போனாள்.

இவளைக் கண்டதும் அணைத்துக்கொண்டு தலை முகர்ந்தாள். தன்னுடையை இன்னொரு குழந்தையின் மேல் அவளுக்கிருந்த பிரியம் கண்களில் கலங்கி வழிந்தது. எப்போதோ ஆச்சியிடம் வந்திருக்க வேண்டுமென்று தோன்றியது. வறண்டு பாளமாய் வெடித்துக்கொண்டிருந்த நிலம் குளிர்ந்து போனது. ஆச்சியின் புதுப்புடவை வாசமும் பச்சைநீற்றின் வாசமும் குளிர்ச்சியுடன் நாசிக்குள் பரவியது.

மடைபரவி முடித்திருந்த சின்ராசன் ஆச்சியை அழைத்தான். தாய்ப்பூனையின் அடிமடியில் இருந்து பிரியும் குட்டியைப்போல விலகினாள். சட்டென்று கண்ணீரைத் துடைத்துக் கொண்டாள். தாமரை சிரித்தாள். யாரும் கோவம் சாதிக்கவோ நழுவிச்செல்லவோ முடியாத புன்னகை.

13

இன்னும் முகங்கள் தெரியுமளவிற்கு வெளிச்சமிருந்தது. எனினும் ஜெனரெட்டர் இயக்கப்பட்டது. ஆத்தை வளவெங்கும் சோடிக்கப்பட்ட விளக்குகள் ஒளியேற்றப்பட்டன. வளவைசுற்றி டியூப் லைட்டுகளும் அரசமரத்தின் கீழே பெரிய மஞ்சள் நிற குமிழ்விளக்கும் ஒளிரத்தொடங்கியது. காத்திருந்தவை போல விட்டில்களும், ஏனைய பூச்சிப் பரிவாரங்களும் விளக்குகளைச் சூழ்ந்துகொண்டன. ஆத்தையைச்சுற்றி மட்டும் பந்தங்கள் கொழுத்தி நடப்பட்டிருந்தன. புதிதாக கிடுகு வேய்ந்த உயரக்கொட்டில்களும் அடிக்கப்பட்டிந்தன. குளக்கட்டுப்பக்கம் வைக்கப்பட்டிருந்த பெரிய ஜெனரேட்டரின் ஒலி கொஞ்சம் கொஞ்சமாக காதுகளுக்கு பழகி பொருட்டில்லாமல் அழிந்து போனது. சின்ராசன், துரிதம் காங்கேசன், சண்முகம் எல்லோரும் ஆச்சிக்குப்பின்னால் மடை வேலைகளில் பரபரத்து திரிந்தார்கள். அன்றைக்கு கீதாஞ்சலி டீச்சரின் உபயபூசை. சாரங்கனுக்கு நேர்ந்திருந்தாள். கீதாஞ்சலி வீட்டிலிருந்து இன்னும் யாரும் வந்திருக்கவில்லை. மடைக்குரிய வேலைகளை ஏறக்குறைய முடிந்துவிட்டன. அரசின் கீழே விரிக்கப்பட்டிருந்த படங்குகளிலும் கொண்டுவந்த பாய்களிலும் சனங்கள் குழுக்குழுவாக இருந்து கதையளந்து கொண்டிருந்தனர். பெரும்பாலும் ஒவ்வொரு பாயில் ஒவ்வொரு குடும்பமோ நண்பர்கள் கூட்டமோ இருந்தனர். சனம் வர வர மெல்லிய முணுமுணுப்பு ஓசையுடன் தொடங்கி பெரிய இரைச்சலாக மாறிக்கொண்டிருந்தது. இரவுச்சத்தம் வயல் கரையில் வெகுதூரத்திற்கு கேட்கும். ஊர்மனையிலோ காட்டுக்கரையிலோ நின்று பார்ப்பவர்களுக்கு வயலுக்கு நடுவில் குளக்கட்டினை பின்னணியாகக் கொண்டு நிற்கும் ஆத்தைவளவு, இரவுக்கு நடுவில் ஒரு வெளிச்சக்கப்பல் பிரயாணிகளின் சத்தத்தோடு மிதந்து கொண்டிருப்பது போலிருக்கும்.

வெரோனியும் தாமரையும் வயல் கரையில் விளக்கு நிரல்களை வேடிக்கை பார்த்து விட்டு காலாற நடந்து மீண்டும் ஆத்தை வளவுக்கு வந்தார்கள். வெரோனி நிரம்ப நேரத்திற்கு முன்பு பற்றிய சினேகிதியின் கையை இன்னும் விட்டாளில்லை. கால்கள் மட்டும் உழைந்தன. மடை தொடங்கும் நேரமுமாகிவிட்டது. தாமரை இருப்போம்

என்றாள். படங்கைத் தவிர்த்துவிட்டு பூவரசின் கீழே வந்து குளிர்ந்த வெள்ளை மணலில் இருந்து கொண்டனர். பூவரசின் கீழே அவ்வளவு வெளிச்சமில்லை. பூவரசின் பரந்த நிழலைத் தாண்டி டியூப் விளக்கின் ஒளி அங்கே வரச் சிரமப்பட்டது. உருவம் மட்டும் தெரியக்கூடிய லேசான இருட்டு. தாமரை பூவரசு அடியில் சாய்ந்து கொள்ள வெரோனி ஏறக்குறைய தாமரையின் இடது பக்க புஜங்களுக்குள் நுழைந்து கொண்டாள். தாமரையின் மார்பின் மென்மையும் கதகப்பும், சரிந்து விழும் வெரோனியின் இடது தோளையும் முதுகையும் வாங்கிக்கொண்டன. குளிர்காலத்தில் முயல்கள் ஒன்றையொன்று நெருக்கிக்கொண்டு பொந்துக்குள் வரும் ஒளியை நோக்கி தலைநீட்டிப் பார்த்துக் கொண்டிருப்பதைப்போல இருவரும் ஆத்தையின் மீது பார்வையைப் பதித்திருந்தனர். லேசாய் நடுங்கும் வெரோனியின் கைகளை தன்னுடைய விரல்களால் அழுத்தி வைத்துக்கொண்டாள் தாமரை. இவர்களைச்சுற்றி நிறையச் சிறுவர்களும் சிறுமிகளும் கலகலகத்துக்கொண்டே மணல் மண்ணை அள்ளி சின்னச்சின்ன மலைகள் செய்து விளையாடிக் கொண்டிருந்தார்கள். சிலர் ஏணைகளிலிருந்து நேர்ச்சைக்கு வளர்த்திய பாவைப்பிள்ளைகள் சிலவற்றை எடுத்து வந்து வைத்திருந்தார்கள். யாரும் அவர்களைக் கவனித்தார்களில்லை. அவர்களும் எதையும் கவனிக்காமல் தங்களுடைய விளையாட்டில் லயித்திருந்தார்கள். இடைக்கிட அவர்களிடம் எழுந்த சண்டைகள் தள்ளுமுள்ளுகளின் போதுமட்டும் அவரவர்களின் தாய்மார்கள் வந்து அதட்டி விலக்குப்பிடிக்கவோ அவர்களை லேசாய் தட்டி இழுத்துச்சென்று தங்களுக்கு அருகில் இருத்திக்கொள்ளவோ செய்யும் போது சனம் பிள்ளைகளைக் கவனிக்கும். இருவரையும் சூழ அவர்களின் விளையாட்டு உலகு வியாபிக்க எல்லாவற்றிலிருந்தும் துண்டிக்கப்பட்ட சிறு தீவைப்போல பூவரசடி வெளிச்சம் அவ்வளவாய் வந்து சேராத இருட்டில் கிடந்தது. அப்போது நீட்டியிருந்த இருவரின் காலுக்கும் பக்கவாட்டில் சக்கடத்தான் வந்து சுருண்டு படுத்துக்கொண்டான். தாமரை துரிதத்தை காட்டி

“அங்கபார் புது பொம்பிளைய நல்ல குண்டானமாதிரி பொலிவெல்லாம் கூடி நிக்கிறா”

“ஓமடி நானும் அதுதான் சொல்லோணுமெண்டு வெள்ளண நினைச்சன், நீதான் ஏதோ கதை குடுத்திட்டாய், நல்ல வடிவா இருக்கிறா, துரிதமக்கா போலையே இல்லை”

“கலியாணம் செய்தால் பொம்பிளையளுக்கு முகம் தேகமெல்லாம் பூரிச்சுத்தான் போகும் போல”

வெரோனிக்கு நிர்மலாவின் ஞாபகம் வந்திருக்க வேண்டும், அமைதியாக இருந்தாள். வயல்கரையில் நடக்கும் போதே தாமரையிடம் ஒப்பித்து ஒரு முறை அழுதாயிற்று.

“அம்மா கலியாணம் செய்யிறது உனக்கு பிரச்சினையோ? இல்லை அந்த புலனாய்வுக்காரனை செய்யிறது பிரச்சினையோ”

“அப்பிடி ஏதும் நடந்தா, நான் உன்னோட வந்து இருந்திடுவன், வேற ஒண்டும் என்னை கேக்காதை” உரையாடலை முறித்து வீழ்த்தினாள் வெரோனிக்கா.

“அன்ரி செய்யிறது பிழையெண்டு நினைக்கிறியோ? அவாக்கும் சந்தோசமா ஒரு வாழ்க்கை வாழோணும் எண்டு ஒரு விருப்பம் இருந்தா என்ன செய்யிறது, எனக்குத்தெரிஞ்சு அவா இதுவரைக்கும் அப்பிடி ஒரு வாழ்கையை வாழேல்ல”

“அது எனக்கும் தெரியும், ஆனா உனக்கு என்ர நிலமேல நிண்டு பாத்தால்தான் விளங்கும், எனக்கு சொல்ல தெரியேல்லயடி, தயவு செய்து என்னை விளங்கிக்கொள்ளன்.” பாதி இருட்டும் மீதி மெல்லிய ஒளியும் படர்ந்திருந்த கண்களில் நீர் பளபளத்தது. சக்கடத்தான் அதைக்கண்டு விட்டவன் போல தலையைத்தூக்கி ம்ஹ ம்ஹ என்று அரற்றினான். வெரோனியின் உடல் குளிர்ந்து போவதை தாமரையின் தேகமுணர்ந்தது. மேலும் பேச்சை வளர்க்காமல் அமைதியா இருந்தாள். கைகளை இன்னும் ஆதரவாகப் பற்றிக்கொண்டாள். வெரோனிக்கா மூக்கை உறிஞ்சி கைகளில் ஒன்றை விடுவித்துக்கொண்டு கண்களை அழுத்தி அழித்தாள். பிறகு கையை இறக்கி தாமரையின் கைகளுக்கு கொடுத்தாள். கண்களை மூடிக்கொண்டாள். தாமரை லேசாகக் குனிந்து அவளின் கன்னத்தில் கொஞ்சினாள்.

மணிகேட்டது, தொடர்ந்து காங்கேசன் சங்கை எடுத்து ஊதினான். சனங்கள் பூசைக்காக எழுந்து ஆத்தையையை நெருங்கிச்சென்றனர், விளையாடிக் கொண்டிருந்த சிறுவர்களும் மலைகளையும், நிலத்தில் நட்டும் புதைத்தும் கொண்டிருந்த பாவைப் பிள்ளைகளையும் அப்படியே போட்டு விட்டு பூசைபார்க்க ஓடினார்கள். இவர்கள் இருவரும் எழுந்திருக்கவில்லை. சக்கடத்தானும் சோம்பல் முறித்துக்கொண்டு கொஞ்சம் நகர்ந்து வந்து வெரோனியின் கால்களில் முதுகு படுமாறு படுத்துக்கொண்டான்.

மடை பரவிப் பூசை முடிந்ததும், மடைப்பண்டங்களோடு வேப்பிலைகள் ஆத்தையைச் சுற்றிப் பூக்களோடு சேர்த்து அடுக்கப்பட்டன. படங்குகளில் எல்லோரும் வரிசையாக பந்திக்கு அமர்ந்தார்கள். தாமரையிலையில் சீனிப்புட்டும், பழங்களும் பரிமாறப்பட்டது. பந்தி முடிந்த பிறகு

அதே படங்கு உதறப்பட்டு மீண்டும் விரிக்கப்பட்டது. ஆத்தையின் அரசைச்சுற்றி கட்டப்பட்டிருந்த கதைக்கட்டில் ஏறினாள் ஆச்சி. அவளோடு ஊரின் இன்னும் பிற மூத்த பெண்களான நல்லம்மா, பூவரசு, மணித்தாய், கனகையாச்சி நால்வரும் ஆச்சியின் இரண்டு பக்கமும் ஏறியமர்ந்து கொண்டனர். ஆச்சி அன்னம்மாளை நினைத்துக்கொண்டாள். அன்னம்மாள் இனி கதைக்கட்டு ஏறமாட்டாள். ஒவ்வொரு ஆண்டும் உச்சவிழிப்பை பாடி முடிக்கும் போது உடல் நடுங்கி அடங்கும் அவளுடைய குரல் இன்னும் ஆத்தை வளவை விட்டுப்போகவில்லை. இறுதியாகப் பார்த்த பச்சை பூத்த அவளுடைய முகம் ஆச்சிக்குள் வந்து போனது. மற்ற மூத்த பெண்களும் அன்னம்மாளைத்தான் நினைத்திருப்பார்கள் போலும் ஐவரின் பார்வையும் ஒரே கோட்டில் சந்தித்துக் கலைந்து போயின. ஆச்சி ஆத்தையைத் திரும்பிப்பார்த்தாள். அவளிடமிருந்த நித்தியம் அப்படியே இருந்தது.

சின்ராசன் உடுக்கை எடுத்துக்கொள்ள, நல்லாமாள் கிழவி உரத்த குரலில் கதையைத் தொடங்கும் முத்தாய்ப்பான, நகுலாத்தை வாழ்த்துப் பாட்டை உரக்கப்பாடத் தொடங்கினாள். உடுக்கு பின்னணியில் உருக்கொண்டது. சின்ராசன் கதைப்பாடல், ஏறியிறங்கும் கணங்களுக்கு நன்கு பழக்கப்பட்டவன். உடுக்கொலி கதைப்பாட்டுக்கு முன்னே வளர்ந்து செல்ல கதைப்பாட்டு உடுக்கைப் பிடித்து ஏறியது. நல்லம்மாள் வாழ்த்துப் பாட்டை முடிக்க, பூவரசுக்கிழவி இயக்கர் குடியின் ஆதிக்கதையையும் நாகர்குடியோடு வந்த பகைமையையும் சொல்லெடுத்துப் பாடினாள். அவளுடைய கதையெங்கும் நிலக்காட்சிகள் விரிந்தன. கடலும் அதை அடுத்து மேவி வளர்ந்த காடுகளும், நீர் நிலைகளும், அதன் குலப்புள்ளினங்ளும், குலவிலங்கினங்களும், மராமரங்களும், புல்லும் பூண்டும் படர்கொடிகளும் திரண்டெழுந்தன. இறுதியாக காட்டுமுகப்புகளில் பரவியிருந்த இயக்கர் குடிகளின் நிலபுலன்களையும் நீள் வாழ்வையும் சேர்த்துப்பாடினாள். உடுக்கொலியின் தாளத்தில் மிதக்கும் கடுங்குரலில் நிலத்தை பாடினாள். அவளின் முகபாவங்களிலும் உடலசைவுகளிலும் நிலம் உருவானது. கடல் புஜங்களுக்கு நடுவே விரிந்தது, காடு மடியில் முளைத்தது, காட்டுக்கு மேலே பருவத்தை மாற்றும் வானமும் சூரியனும். கைகளில் விரல்களில் பறவைகள் காற்றில் சிறகுச் சுவடுகளை அழித்துக்கொண்டே பறந்தன. விலங்குகள் தரையில் நகக்குறிகள் கீற கடந்து போயின. வானின் கீழேயும் கடலுக்கு அப்பாலும், காட்டின் கரைகளிலும் வன்னி நிலமெங்கும் பரவியிருந்த இயக்கர் குடியும் அதன் உப குடிகளையும் அதன் நிலபுலன்களும், மற்றும் தூரத்தூர இருந்த நாகர் குடிகளின் குடிப்பெயர்களும் கிழவியால் படைக்கப்பட்டன. இறுதியாக இயக்கர் குடியின் குலக்குறியான ஆதிப்பெண்டை வணங்கி, தன் பங்குக் கதையை நிறுத்தினாள் நல்லம்மாள். ஆதிப்பெண்டின் துதிப்பாட்டு

கொஞ்சம் நீளமானது. உக்கிரம் மிக்க காவற் தெய்வமான அவள்; உடல் விட்டெரியும் மோகத்தில் விளைந்தவள், தன்னைத் தாயாக வரித்துக்கொண்டு குலங்குடிகளைப் பிரசவித்தவள் என்ற அர்த்தத்தில் அவளை போற்றிப்பாடினாள் நல்லம்மாள்.

இப்போது உடுக்கு குரலின்றி தனியே மெல்ல அதிர்ந்து அடங்க பூவரசுக்கிழவி முகத்தில் ஒளியை வரவழைத்துக்கொண்டாள். மீண்டும் பூவரசுக்கிழவியின் முறை. இம்முறை வேறொரு குரல், கரகப்பு இல்லாத சிந்து நடையில் அமைந்த பாடல்கள் அவளில் தோன்றத்தொடங்கின. இதனால்... என்று தொடங்கி வார்த்தைகளை நீட்டி முழக்கி பாட்டில்லாமல் சொல்ல ஆரம்பித்தாள். தேர்ந்த வில்லுப்பாட்டுக்காரன் எவ்வளவு ஆவேசமாக பாடிக்கொண்டிருந்தாலும் சட்டென்று பாட்டிலிருந்து சொல்லுதலுக்குத்தாவும் போது மொழியில் நின்று நிதானிக்கும் பக்குவமே அவனை தேர்ந்த வில்லிசைக்காரன் என்று சொல்லும். பூவரசுக்கிழவி நல்லம்மாள் நிறுத்திய புள்ளியில் பாட்டின் கடைசிச்சொல்லில் இருந்து கதை சொல்லத்தொடங்கும் போதும் குரலில் அத்தனை நிதானமும், கொடுப்பு பற்கள் விடைபெற்றிருந்தாலும் வார்த்தை குழறாத நேர்த்தியும் பூவரசுக் கிழவியிடமிருந்தது. வாழ்த்து முடிந்து கதைப்பாட்டின் ஆரம்பத்தை அவள் தொடங்கும் போது முன்னிரவுக்குள் நுழைந்து பின்னேரப்பொழுது விட்டுச்சென்ற முன்வேனிலின் வெம்மையை தணிக்க வந்து சேர்ந்த மென்காற்று ஆத்தை ஆத்தை வளவை நிறைத்திருந்தது. டியூப் லைட்டுகளும், கதைக்கட்டின் நேர்மேலே பொருத்தியிருந்த பெரிய குமிழ் விளக்கும் உமிழும் வெக்கையையும் சேர்த்து மென்காற்று தணிக்கவேண்டியிருந்தது.

"இதனால் நற்காடும் நீரும் சூழ்ந்த கிழக்கான இயக்கர் குடிக்கு வன்னிநிலமெங்கும் பரவியிருந்த நாகர்குடியின் குலவதுக்களால் அச்சம் சூழ்ந்தது, காடு காவலற்றுப்போனது, புளியம்பொக்கணைக்கும் நாகர்கோயிலுக்கு இடையிலிருந்த நாககுடியின் பாதையை விட்டு நாகர்குலவதுக்கள் விலகி நெழிந்தன, மூத்ததாயின் மடியிலிருந்த குடிக்குள் புகுந்து கொத்தின." என்று பூவரசுக்கிழவி நிறுத்தினாள். பிறகு முகத்தில் இன்னும் கடுமையை வரவழைத்துக் கொண்டாள். கண்களில் கோபமெரிந்தது. சுருக்கேறிய அடிக்கண்ணில் துடிப்புத்தெரிந்தது. மஞ்சள் ஒளியில் பூவரசுக்கிழவியின் உடலிலொரு மென் உதறல் பரவிற்று. அடி வயிற்றிலிருந்து பாடத்தொடங்கினாள். அது முடிவில் ஒப்பாரிக்குரிய பாட்டாக மாறியது. பாம்பினங்கள் இயக்கர் குடிகளை அழித்த கதையை ஆற்றமையோடு வெடிக்கும் ஒப்பாரிப் பாடல்களைப்போல வானத்திற்குப் பாடினாள். சொற்களை இரவுவானில் அறைந்து ஏற்றினாள்.

குல ஒழுங்குகள் நிர்ணயித்த பாதையை விட்டு விலகிவந்த நாகர்குடியின் குலவதுக்கள் செய்த காரியங்களைப் பாடினாள். குடியழிந்து விடுமளவிற்கு இயக்கர் குடிகளுக்குள் ஓலமெழுந்ததை அறிவித்தாள். பகைமூண்ட கதையை ஒவ்வொரு பாட்டும் தொடர்ந்து வந்து சொல்லத்தொடங்கின. விளச்சல் தளைக்க வேண்டி நிலபுலன்களில் முழுநிலவு ஒளியில் அம்மையும் அப்பனும் புணரும் பொலிநிலச்சடங்கில் நாகர்குல வதுக்கள் புகுந்து நஞ்சு வைத்த போது இயக்கர் குடி அடைந்த பேரவலத்தைப்பாடி அழுதாள். கிழவியின் கண்களில் இருந்து கண்ணீர். மழையின் குணத்தை தன்னுள் வைத்திருந்தது ஒவ்வொரு துளியும். ஒப்பாரியிட்டாள். உடுக்கும் தன் பங்கிற்கு அழுது அரற்றியது. அவலம் கண்ணீராகி ஒப்பாரியாகி பிறகு கோவமேறி உக்கிரம் கொண்டது. ஒப்பாரிக்கு சொன்ன பாட்டளவு இயக்கர் குடியும் குடியின் ஆதிப்பெண்டும் அடைந்த கோபத்தையும் நிலபுலன்களிலும், பருவங்களிலும் பெரும் பெண் தன் கோவத்தை வெளிப்படுத்தியதைச் சொன்னாள். எரியும் வெய்யில், குடியை முக்குழிக்க வைக்கும் மழை, மூசும் பனி இப்படியாக. ஆந்தையொன்று அலறுவதைப்போல கடைசிக் காட்சியைப்பாடி மேற்குரலிற்போய் நிறுத்தினாள்.

அடுத்து கனகையாச்சியின் முறை.

சின்ராசன் உடுக்கை உக்கிரம் தணித்து கனகையாச்சியின் பெரிய தேகத்திலிருந்து தோன்றப்போகும் மிச்சக்கதைக்கு உடுக்கொலியை எடுத்துச்சென்றான். உடுக்கு ஒரு உக்கிரமான வாத்தியம். மெல்லுணர்வுகளை அதனொலிக்குள் வைத்து கொண்டு செல்வது அத்தனை சுலபமில்லை. இடையில் சட்டென்று சொன்னபடிகேட்காது. அது நன்கு நுட்பமேறிய கைகளுக்கே வாய்த்திருந்தது. கடுமையான அதன் குணத்தில் அசாதாரண மென்மையை ஏற்படுத்தினான். அவனுக்கு கனகையாச்சியின் பாடும் பாங்கும் சொல்லும் பாங்கும் பலவருடப் பழக்கம். கதையில் கனகையாச்சி எடுத்துக்கொள்ளும் பகுதிதான் மிகப்பெரியது, நிறையப்பாட்டும், சொல்லுதலும் கொண்டது.

கனகையாச்சிக்கு கரகப்பு பிசுறுமில்லாத மெல்லிய குரல், அவள் முகத்தையோ குரலையோ கடுமையாக்கவில்லை, சின்ராசனின் உடுக்கொலி அவளின் முதல் சொல்லுக்காய் தாழ்ந்து இறங்கியது. இயக்கர் குடி ஆதிப்பெண்டை நோக்கி சனங்கள் நேர்சையும் நோன்புமிருந்த கதையையும், ஆதிப்பெண்டின் பூசாரிப்பெண்ணிடம் குடி சென்று ‘முறை’ சொன்னதையும் அவள் ‘பதிற்குறி’ சொன்னதையும் பாடினாள்.

ஆதிப்பெண்டின் வாக்குச்சொன்னபடி, கடல் கொண்டு வரும் கன்னிப்பெண்டை தேடிக் குடி வேட்டைக்காரர்களும், காட்டுவேடர்களும்

காடுகடந்து சென்று நீள் கடலின் கரையெங்கும் பலநாள் தேடியலைந்த கதையையும் சொன்னாள். “வேட்டைக்காரர் கிழக்கே காட்டுக்குடிகள் வரை போயினர், நரிக்குடிகளும், குறவர் குடிகளும் குறி கேட்டு வந்து சேர்ந்து கொண்டனர். கடல் அமைதியாகக் கிடந்தது. எந்த அசமந்தமும் இல்லை, ஆதிபெண்டின் குறிக்கான எந்த அறிதலுமில்லை. வேட்டைக்காரர்களும், வேடர்களும், நரிக்குடிகளும், குறவர்களும் குறியில் சொன்ன கன்னிப்பெண்டைத் தேடியலைந்தனர். காடும் நெய்தலும் ஆரவாரப்படுவது கண்டு காட்டு மிருகங்கள் கிலிகொண்டு இவர்களைத் தாக்கத் தொடர்ந்தன. அவை வேட்டையை, பசியை, தாகத்தை, மறந்து கடற்கரையெங்கும் உலவித்திரிந்தன. எல்லோரும் இருந்தும், மொத்த நிலத்தையும் தனிமை வாட்டிக்கொண்டிருந்த உணர்வு பரவியிருந்தது. அப்போது ஆதிப்பெண்டு காக்கைவதனனை அனுப்பினாள், காக்கைவதனன் இவர்களை காவல் செய்துகொண்டு வழிநடத்திச் சென்றான். வதனனும் சனங்களும் ஏனைய சீவன்களும் வடக்கால் நடந்து வர கடலிலிருந்து ஆளுயரக்கட்டை மிதந்து வந்தது, கட்டையில் ஆத்தை நினைவின்றிக் கிடந்து வந்தாள். அவளை கடலிலிருந்து எடுத்து காக்கை வதனன் மூர்ச்சை தெளிவித்தான். பார்ப்பதற்கு நகுலத்தைப்போல முகம் கொண்ட பருவமான நித்தியகன்னி. உடலெங்கும் கூசும் நீலவொளி ஓடியது. மொத்தக் குடியும் அவளுக்கு அடிபணிந்தது, அவள் அவர்களை பிள்ளைகளே! என்று விழித்தாள். அவர்கள் அவளிடம் ஆதிப்பெண்டு சொன்ன குறியைச் சொன்னார்கள், ஆத்தை தன்னை பெருநீர்க்குடிக்கு எடுத்துச்செல்ல பணித்தாள். ஆத்தை மிதந்து வந்த கட்டை காக்கை வதனன் பிடித்து வந்த குழுமாட்டின் முதுகில் கட்டப்பட்டு ஆத்தை அதன் மேலே ஒய்யாரமாக இருத்தப்பட்டு பெருநீர்க்குடிக்கு வந்து சேர்ந்தாள். குடிச்சனம் வந்து வணங்கி நிற்க, ஆத்தை பெருநீர் குடியில் அங்கிருந்த பெரிய நீர்ப்பரப்பின் கரையில் தான் மிதந்து வந்த கட்டையை நடச்சொன்னாள். கட்டை நடப்பட்டதும் அதன் முன்னால் போய் அமர்ந்தாள். ஏழுநாட்கள் அவள் நிஷ்டையில் இருந்தாள். ஏழுநாளும் பருவம் சுழன்று சுழன்று மாறியது, முதல்நாள் பெருமழை அடுத்து பெருங்காற்று, கனலும் வெய்யில், மேகம் அடர்ந்து இடியும் மின்னலும் குடியே அச்சத்தில் அவளை வணங்கிக்கிடந்தது. ஏழாம் நாள் அவள் முதுகைச் சாய்த்திருந்த ஒற்றைக்கட்டையில் கிளை தளைத்தது, அப்போதுதான் அந்தக்கட்டை அரசவிருட்சமென்பதைச் சனமறிந்தது. ஆத்தை எழுந்தாள். வானை நோக்கிக் கண்களைப்பதித்தாள், மேகம் திரண்டு வந்து மழையை இறக்கியது. ஒருவரையொருவர் தெரியாத அளவுக்கு சாம்பல் நிற மழை. ஆத்தையையும் தெரியவில்லை, மழை நின்ற போது கட்டைக்கு முன்னால் ஒரு பெரிய ராணிக் கீரிப்பிள்ளை நின்றது. கட்டை நின்றிருந்த இடம் மட்டும் நீரின்றி பிட்டியாக

எழுந்திருந்தது. தளைத்த அரசங்கொப்பில் குருத்திலைகள் ஆடின. சனங்கள் இடுப்பளவு நீரில் நின்றிருந்தனர். விறைத்து உடல் நடுங்க அவளைத் தொழுதபடி. ராணிக்கீரிப்பிள்ளை உடலைச்சிலிர்த்தாள். நீர் விசிறியடித்தது. வெள்ளத்திலிருந்து ஆயிரம் கீரிப்பிள்ளைகள் எழுந்தன. கண் பார்த்திருக்க நீர் வற்றி நிலமுலர்ந்தது. ஆயிரம் கீரிக்களும் அணிவகுத்து ராணிக்கீரியை தங்களின் முதுகில்சுமந்து காட்டுக்குள் நுழைந்தன, காட்டைச்சலித்து புற்றுக்களை பிளந்து அவை வேட்டையாடின. நாககுலவதுக்கள் காட்டை விட்டு வெளியேறின. குடியை விட்டுச் தூரஞ்சென்றன.

கனகைக்கிழவியின் இறுதிப்பாட்டுக்களில் கருணை ஏறி கண்கள் மீண்டும் பனித்து கண்கள் வழிந்து முகச்சுருக்குகளில் ஏறி இறங்கியது. கொஞ்சம் இடைவிட்டு தன்னுடைய அடங்கல் பாட்டை குரல் நடுங்க பாடத்தொடங்கினாள்.

காடும் பெண்டெல்லோ கண்டீரோ என்ரையாத்தை!
நீரும் பெண்டெல்லோ கண்டீரோ என்ரயாத்தை!
நானும் பெண்டெல்லோ கண்டீரோ என்ரையாத்தை!
பெண்டாகி இறக்கி நின்றாய் என்ரையாத்தை!
பூமிப்பெண்டோடு கலந்து போனாய் என்ரையாத்தை!

கனகையாச்சி நிறுத்தினாள்.

இப்போது ஆச்சியின் முறை, ஆச்சி உடனே தொடங்கினாளில்லை, சின்ராசனுக்கு கொஞ்சம் இடைவெளி விட்டாள், சின்ராசன் உடுக்கோடு ஐக்கியமாகி விடைத்து விடைத்து அடித்துக்கொண்டிருந்தான். வியர்வை தெறித்தது. அவனுடைய வெற்றுத்தேகம் விளக்கொளியில் பளபளத்தது. கொஞ்சம் கூட சளைத்தானில்லை. ஆச்சி சின்ராசனைப் பார்த்தாள். கண்கள் சந்திக்க உடுக்கு நிதானப்படத் தொடங்கியது. அவளுடைய முகத்தில் நல்ல தென்றலை வாங்கிக்கொண்ட நனைந்த பசுஞ்செடியின் குளிர்ச்சியும் அசைவும். உடுக்கு அதிர்ந்துகொண்டிருந்தது. வேறெந்தச் சத்தமும் கேட்கவில்லை. நடு இரவு நெருங்கிக்கொண்டிருந்தது.

ஊரில் மிகப்பிரபலமானதும் தாமரைக்கு பிடித்ததுமான, குளத்தினுடைய கதையான “அம்மான் கண்” கதையைப் வார்த்தையாகவும் பாட்டாகவும் கட்டிச் சொல்லத்தொடங்கினாள் ஆச்சி.

ஆச்சி கதை சொல்லத் தொடங்கும் முதலே வெரோனிகா தாமரையின் மடியில் நன்கு உறங்கிப்போயிருந்தாள். தாமரை அணைப்பை இன்னும் செறிவாக்கினாள். உச்சியில் முகர்ந்தாள். வெரோனிக்கு சட்டென்று வியர்க்கும் தேகம். தாமரையில் சாய்ந்திருந்த மெதுவுடல் சட்டைக்குள் புழுங்கி வியர்த்தது. அவளுடைய வியர்வை வாசனை இன்னும் அந்த

நெருக்கத்தையும் அணைப்பையும் சௌகரியமாக்கிக் கொண்டே போனது. அவள் எப்போதும் அப்படியேதான் இருக்க விரும்பினாள். இருவரையும் பற்றிச் சிந்திக்கும் போதெல்லாம் விசித்திரமாக ஏதேனும் தோன்றுவது வழமையாகிவிட்டது. குனிந்து வெரோனிகாவின் மென்மையான காது மடல்களின் குளிர்ச்சியில் முத்தமிட்டாள். வெரோனி நித்திரையிலும் அதரங்களின் மெல்லிய ஈரத்தையும் அழுத்தத்தையும் உணர்ந்தவளைப்போல ஒரு மெல்லிய சிணுங்கலை வெளிப்படுத்தினாள். அணைக்க அணைக்க குளிர்ந்துகொண்டே போனாள். கண்ணீர் துளிர்த்தது. அந்தக் குளிர்ச்சி மிக்க நடுஇரவில் கண்களில் இருந்து வெளிப்பட்ட ஒரு சொட்டு கண்ணீர் அத்தனை வெப்பம் கொண்டதாயிருந்தது.

பூவரசு மரத்தடி மேலும் இருள் அடர அடரக் காட்சி அழிந்துகொண்டே போனது. இவர்களிருவரையும் அயர்ந்து உறங்கும் சக்கடத்தானையும் யாரும் உன்னித்துப் பார்த்தாலொழிய தெரியாது. பாதிச்சனம் உறங்கிப்போனது. விரதகாரரும் வயதானவர்களும் முழித்திருந்து கதை கேட்டார்கள்.

கதை வளர்ந்துகொண்டே போனது. வளவு வாசலில் தாமரையின் கண்கள் நிலைத்தன, அட்சயன் வேகமாக வந்து கொண்டிருந்தான். அவனின் கண்கள் கூட்டத்தில் தேடிக்கொண்டிருந்தன. தொடையில் துரிதம் நன்றாக உறங்கிக்கொண்டிருக்க ஆடாது அசையாமல் படங்கில் இருந்து கதை கேட்டுக்கொண்டிருந்த காங்கேசனிடம் போய் ஏதோ விசாரித்தான், தாமரையைத்தான் விசாரிப்பது போலிருந்தது. அட்சயன் பதட்டமாகவிருந்தான். நினைத்தது சரியாகத்தானிருந்தது. அட்சயன் பூவரசடியை நோக்கித்தான் வேகமாக வந்தான். அவர்களிருந்த கோலத்தை உடனே கலைக்க வேண்டும். இவள் வெரோனியை அருட்டி எழுப்பினாள். அதற்குள் அட்சயன் பூவரசடிக்கு வந்து விட்டான். வெரோனி நித்திரை முறிய அனுங்கி எழும்போது

"அக்கா சாரங்கன் அண்ணையை பிடிச்சிட்டாங்கள், கீதாஞ்சலி டீச்சர் ஊராத்துறையார் வீட்டுக்கு முன்னால் ஒப்பாரி வைச்சுக்கொண்டு இருக்கிறா தமயந்தி அக்கா உன்னை கூட்டிக்கொண்டு வரச்சொன்னவா."

14

காவடிகள் வந்து இறங்கிக்கொண்டிருந்தன. மதியவெய்யிலின் உக்கிரம் சாய்ந்து கொண்டிருந்தது. ஆட்டக்காவடிகள் வருவது குறைந்து விட்டது. காலையில் வெய்யில் ஏறமுதலே பெரும்பாலும் ஆட்டக் காவடிகளும், பாற்செம்புகளும் வந்து சேர்ந்து விடும். பறவைக்காவடிகளும் தூக்குக்காவடிகளும்தான் மத்தியானத்திற்கு பிறகு வந்துகொண்டிருக்கும். ஒலிபெருக்கியில் விதானையார் அலோசியஸ் கூட்டத்தில் தொலைந்து போன குழந்தையையொன்றை தாய் தேடுகிறாள் என்று அலப்பிக்கொண்டிருந்தார். அவருக்கு "மைக் விதானை" என்பது நெடுநாட்களாக இருக்கும் பட்டப்பெயர். அவருக்கு மைக்கிலிருந்த தீராக்காதல் ஊரில் அத்தனை பிரபலம். எங்காவது கூட்டமோ, விளையாட்டுப்போட்டியோ, திருவிழாவோ மைக்கை கையில் கொடுத்தால்போதும். ஒவ்வொரு முறை திருவிழா நாட்களில் அலோசியஸ் விதானைதான் அறிவித்தல்களுக்கு பொறுப்பு, யாரும் அவருக்கு அதைகொடுத்தாரில்லை அவரே எடுத்துக்கொண்டதுதான். ஆள் நல்ல கலகலப்பான மனிதர் என்பதால் அவருக்கு மைக்கை குடுத்துவிடுவது ஊரிற்குப் பழகிப்போனது. குழந்தையைக் காணவில்லை, திறப்பு தொலைந்துவிட்டது, பேஸை தவற விட்டுவிட்டேன் என்று யாரும் போய் நின்றால் அவர்களை வைத்து அத்தனை சனமும் கேட்க பகிடி விடுவார்.

"என்னம்மா பேர் சொன்னனியள் விதுசனோ?, ஐஸ்கீறீம் வேணுமெண்டு ஆத்தைக்காரியை பறிச்சுக்கொண்டு போனவனோ?, விதுசா டேய் விதுசா எங்கையடாப்பா நிக்கிறாய் இஞ்ச அம்மா தேடுறாள், பக்கத்திலை நிக்கிற காவல்துறை அக்காமரிட்டையோ அண்ணாமாரிட்டையோ அம்மாட்டை கொண்டே விடச்சொல்லி ஆக்களிலை ஏறடாப்பா, டேய் விதுசா எங்கையடாப்பா நிக்கிறாய்?"

"தூக்குக்காவடியள் ஆத்தை வளவுக்க வரேக்க பாட்டு கூத்துகளை நிப்பாட்டிட்டு வாங்கோ, இஞ்ச நாங்கள் லஸ்பீக்கர் எல்லாப் பக்கமும் கட்டியிருக்கிறம், காணும்"

"இஞ்ச ஆற்றையோ தங்கச்சங்கிலி கிடந்ததெண்டு கொண்டு வந்து ஒரு பெடியன் குடுத்திருக்கிறான், இந்தக் காலத்திலையும் இப்பிடியொரு பெடியன் தம்பி உன்ர பேர் என்னடாப்பா? துசியந்தன். ஆ, துசியந்தனுக்கு நகுலாத்தை தன்ர நல்லருளை வழங்கட்டும், சங்கிலி கழுத்தாலை விழுந்தது கூடத்தெரியாமை உங்க ஆரும் தேன் முறுக்கு வாங்கிச் சாப்பிட்டுக்கொண்டு நிக்கிறியள் போலை கிடக்கு, எல்லாரும் ஒருக்கா கழுத்தை தொட்டுப்பாருங்கோ, சங்கிலி இல்லாத ஆள் ஓடியந்து அடையாளம் சொல்லி வாங்கிக்கொண்டு போகலாம்."

"அட அங்கை ஆரடாப்பா காவடியள் வாற பாதேல்ல வாகனத்தை நிப்பாட்டினது, பச்சைக்கலர் பஜிரோவாம், காவல்துறைக்காரரின்ரையோ? என்னப்பா இது கரைச்சல், அன்பான காவல்துறை தம்பியவை அந்த வாகனத்தை ஒருக்கா அப்புறப்படுத்தி உதவவேணும்."

"கச்சான் கடை, மணிக்கடை, இனிப்புக் கடையள் போட்டிருக்கிறவை காவு கட்டை சுத்துற பாதையை மினக்கெடுத்தாதபடி சாமன்களை உங்களுக்கு ஒதுக்கப்பட்ட இடங்களிலை பரவுங்கோ, தூக்குக்காவடியளும் பறவைக்காவடியளும் அடுத்தடுத்து வந்துகொண்டு இருக்கு, முள்ளு இறக்கிறவை தங்கடை தங்கட காவடியள் வந்ததும் வாசலுக்கு ஓடிப்போய் இறக்கி விடுங்கோடாப்பா, அடுத்த காவடியளுக்கு வழி விடுங்கோ,"

"அஹ் எல்லாரும் ஆவலோட எதிர்பார்த்த சம்பவம் நடக்கப்போகுது, அங்கை வில்வரத்தினத்தானும், மாரிமுத்தரும் குழுவன் மாடுகளையும் சாவல்கோழியளையும் ஆடுகளையும் ஏலம் விட வெளிக்கிட்டாச்சு, வதனனுக்கு பிடிச்ச குழுவனவையும், பகல்முழுக்க சனம் நேந்து கோயிலுக்கு குடுத்த சாவல் ஆடுகளை எலமெடுக்க வேணுமெண்டவை, மேற்காலை இருக்கிற புளியடிக்கு கீழ போட்டிருக்கிற கூட்டடி பந்தலுக்கு ஓடுங்கோ, கண்ணன் பிடிச்ச கலட்டியனை ஆர் ஏலத்திலை எடுக்கினம் எண்டு பாப்பம், அதென்னடாப்பா யானைக்கணக்கா எல்லோ நிக்குது, அலோசியஸ் விதானை லேசிலை பயப்பிடாத ஆள் எண்டு உங்களுக்கே நல்லாய் தெரியும், நானே பாத்திட்டு வெருண்டு போனனெண்டால் பாருங்கோவன்."

"அங்கை தீமிதிப்புக்கு பொறுப்பா நிக்கிற தம்பியவை கட்டையள் பெரிய பெரிய காட்டுக்கட்டையள் போட்டு, ஆச்சின்ர கையாலை நெருப்பு வைக்கிறாங்கள், இரவுக்கு இறங்கப்போறவை பெயரை பதிவு செய்து ரிக்கெற்ற வாங்குங்கோ, பிறகு கடைசி நேரம் வந்து நிண்டு வீம்புக்கு இறங்கப்போறமெண்டு நிக்காதேங்கோ, எல்லாத்துக்கும் ஒழுங்கொண்டு வேணும்"

“அங்கை காவுகட்டை காவுறதுக்கு பொறுப்பாய் நிக்கிற சின்ராசன் கட்டை காவ பெடியளை கூப்பிடுறார். இப்ப ஊருக்க எங்கை பெடியள் நிக்கிறாங்கள் சின்ராசு? “சரி சரி அரசியல் வேண்டாமெனடாப்பா, எல்லாம் ஆத்தை விட்ட வழி”

“எங்கையடாப்பா நோபிளீசைக்காணேல்ல, கட்டை காவேக்க ஆத்தையைப் பாக்க வாற சனம் நோபிளீஸ் இல்லையெண்டா தவிச்செல்லோ போடும், அடேய் நோப்பிளீஸ் எங்கையடாப்பா நிக்கிறாய்?”

அலோசியசின் குரலில் நோபிளீசின் பெயரைக் கேட்டதும் அனு அட்சயனின் கைகளைப் பிடித்து உலுப்பினாள். அவளுக்கு நோபிளீசைப்பார்க்க வேண்டும். இறுதிநாள் திருவிழாவில் அவளுக்கு அதிகம் வேடிக்கையாக இருப்பது நோபிளீசும், தீமிதிப்பும்தான். அட்சயன் சினந்தான். ஏற்கனவே அனுவை தன்னிடம் விட வேண்டாம் என்று யோகத்திடம் பாய்ந்தான். அவனுக்கும் நண்பர்களுக்கும் அனு இடஞ்சல். கடைசியில் தங்களுக்கு ஆச்சியுடன் வேலைகள் இருக்கின்றன என்று தகப்பன் சண்முகம் உறுக்கிய பிறகுதான் அழுவாரைப்போல அவளைக் கூட்டிக்கொண்டு வந்திருந்தான். எப்படியாவது இவளைத் தாமரையிடம் சேர்த்து விடப் போய் நின்றான். தாமரை இரவு தீமிதிப்பு மற்றும் கரகத்திற்கான ஏற்பாடுகளைக் கவனித்துக் கொண்டிருந்தாள். கரகங்களை அவற்றின் இடத்தில் சேர்ப்பித்து விட்டு அனுவை தன்னுடன் வைத்துக் கொள்வதாகச் சொன்னாள். அனுவிற்கு தனியாகச் சுற்றவேண்டும். அவளுக்கு சினேகிதிகள் கூட அவ்வளவு நெருக்கமாகக் கிடையாது. அப்படிப்பார்த்தால் தாமரையக்காவும் வெரோனியக்காவும்தான். வெரோனியக்கா பின்னேரம்தான் வருவேன் என்று சொல்லியிருந்தாள்.

“நிர்மலா அன்ரியையும் அவளையும் அரசியல்துறைக்கு வரச்சொல்லி கூப்பிட்டவையாம் அதுதான் போட்டாள், பின்னேரம் வந்தோண்ண வருவாள்”

அனுக்குட்டிக்கு அட்சயனுடன் திரிவது பிடிக்கவேயில்லை, அக்கா என்றாலும் பரவாயில்லை. கட்டை காவும் போது நொப்பிளீசைப் பார்க்க வேண்டும் இவளுக்கு. அட்சயனிடம் தாமரை வேலைகளை முடித்திருப்பாள் தான் அக்காவிடம் போறேன் என்று சிணுங்கினாள். திரும்ப இவளை அவ்வளவு சனத்தையும் கடந்து தாமரையிடம் சேர்க்க வேண்டும். பாணுசனும் மற்ற நண்பர்களும் ஏலம் பார்க்க போவோம் என்று கிளம்பினார்கள். பாணுசன் அட்சயனிடம் தீவிரமாக முகபாவத்தை வைத்துக்கொண்டு ஏதோ சொல்லிக்கொண்டிருந்தான்.

யூட்சபின்சன், விமல், டக்சன் மூவரும் ஆர்வமாக அந்த சம்பாசணையில் இணைந்துகொண்டனர்.

“டேய் ஊருக்க பஜிரோக்கள் எல்லாம் ஓடித்திரியுது. புலனாய்வுத்துறைக்காரரும் திரியிறாங்கள், அரசியல் துறை பேசிலை ஏதோ பெரிய மீற்றிங் போல”

“ஆரும் தளபதி மார் வாறாங்களோ?”

“அப்பிடித்தான் நினைக்கிறன், குத்துவரிக்காறரும் பீல்ட்பைக்கிலை போனவங்கள், விந்தனையும் திருவிழாப் பக்கம் காணேல்ல”

“ஆனாலும் பாணுவுக்கெல்லாம் மீற்றிங் எண்டு தெரியிற அளவுக்கு இயக்கத்தின்ர இரகசியங்களெல்லாம் முத்திபோச்சு” யூட்சபின்சன் நக்கலாகச் சொன்னான். ஒரு பெரிய சிரிப்பலையை அவர்களுக்குள் ஓடிப்பரவியது. அனுவிற்கு எரிச்சலாக வந்தது. அவளுக்கு ஆத்தை வளவடிக்குப் போகவேண்டும். சிணுங்கினாள்.

“நான் அக்காட்ட நேராய் போவன் அண்ணா” தமயனின் முகத்தை அண்ணார்ந்து பார்த்தாள்.

“போவியோ கவனமா? பிறகு அப்பாட்ட நான்தான் முறி வாங்கோணும்”

“ஓம் போவன்” திடமாகச்சொன்னாள். “எதாலை போவாய் சொல்லுபாப்பம்”

“இப்பிடியே இறங்கி தூக்குக்காவடியள் போற பக்கமாய் அதுகளுக்கு பின்னாலையே போவன். ஆத்தை வளவு வாசலுக்கு போனால் அக்கா ஆச்சி எல்லாம் நிப்பினம் தானே?”

“சரி கவனமாய் போகோணும்” குழுவன் மாடு போலத்தலையாட்டினாள். பொக்கற்றில் இருந்த இருநூறு ரூபாயை எடுத்து அவளின் சட்டைப்பைக்குள் வைத்தான். கையில் இருக்கும் வளைவியைக் காட்டி “காப்பு கவனம்”. தலையாட்டி விட்டு வயலுக்குள் போடப்பட்டிருந்த மணிக்கடைகளின் பக்கமாக சனத்துக்குள் பாம்புக் குட்டியைப்போல நுழைந்தாள். புது சிலிர்ப்பு பரவியது. வேடிக்கை பார்த்துக்கொண்டே மணிக்கடைகளுக்கு உள்ளாக நடந்தாள். பீப்பி சத்தங்கள், கலர் பலூன்கள், மணிக்கடைகளில் சிறுவர்கள்தான் நிறைந்திருந்தார்கள். மரங்களுக்கு கீழே பொங்கிய பொங்கல் பானைகளை கொண்டு வந்து பரிமாறிச் சாப்பிட்ட படி குடும்பங்கள். எல்லா குடும்பங்களிலும் ஒரு குழந்தை அப்பிள் பழத்தின் வடிவத்தில் ஊதி கட்டப்பட்டிருந்த பலூன்களுடன் விளையாடிக் கொண்டிருந்தது. அனுவிற்கு விளையாட்டுச் சாமான்களை பிடிக்காது, சண்முகம் வில்லங்கமாக வாங்கிக்கொடுத்தால் கூட

உடைத்துவிடுவாள். பாவைப்பிள்ளைகளை தலைவேறு கால்வேறாக கழட்டி போட்டு விடுவாள். விளையாடவோ பேசவோ அவற்றுக்குத் தெரியாது. எல்லாவற்றையும் இவள்தான் சொல்லிக் கொடுக்க வேண்டும். பதில் வராது. பொம்மைகள்.

அனுவிற்கு வேடிக்கையான ஆட்களைத்தான் பிடிக்கும். ஒரு சிணுங்கலுடன் கொஞ்சும் துரிதம் அக்காவை, துவக்குடன் வரும் சின்ராசு மாமாவை, வரியுடுப்பு போட்ட இயக்க அக்காக்களை, எப்பவும் பச்சை நீறு மணக்கும் ஆச்சியை எவ்வளவு நாள் உச்சிமத்தியானத்தில் யாருக்கும் தெரியாமல் வந்து தேடினாலும் இன்னும் காணாத ஆத்தை கோயில் ‘சொத்தி’ முனியை, ஒவ்வொரு திருவிழாவிலும் காவுகட்டை சுற்றும் போதும் தீமிதிக்கும் போதும் தன்னுடைய மொட்டைத்தலையில் பெரிய சோடாப் போத்தல்களை அடித்து சிதறிதி உடைத்து கலையாடும் நோப்பிளீசை என்று அவளுக்கு வேடிக்கையான ஆட்களைத்தான் பிடித்திருந்தது.

வயலுக்கு நடுவே ஓடும் பாதையைக் காணவில்லை இரண்டு பக்கமும் கடைகள் நடுவில் சனக்கூட்டம் போய்க்கொண்டும் வந்து கொண்டுமிருந்தது. ஒரே நிரையில் முன் பின்னான அசைவுகள், நெருக்கம், சந்தடிகள். நடு நடுவே டிராக்டர் பெட்டியின் மீது மரங்களை வரிந்து கட்டிய தூக்குக்காவடிகள் அடுத்தடுத்து போய்க்கொண்டிருந்தன. ஒரு தூக்குக்காவடி பின்னாலே வந்தது. நிமிர்ந்து பார்த்தாள். ஒரு மெல்லிய நடுத்தரவயதுக்காரன். ஒற்றை முள் நடு முதுகில் கொஞ்சம் சதையை கொழுவிக்கொண்டு நின்றது. கையிலிருந்த சூலத்தையும் வேப்பிலையையும் கைகளை சிறகுகளாக்கி அசைத்துக்கொண்டு. சனத்தோடு சனமாக காவடிக்கு விலகி வழி விட்டாள், வழிவிடும் போது நெரிசல் ஒதுக்கிய மண்பாதையில் இருந்து வயலுக்குள் இறங்கி நடந்தாள் மீண்டும் பாதைக்கு வர அடுத்த காவடி வந்தது. அது துக்குக்காவடியில்லை. பறவைக்காவடி, அந்தப்பறவைக்காவடி மிசினைப்பிடித்து பின்னாலேயே நடக்கலாம் என்று காவடியை நெருங்கிப் போனாள், நல்ல புது மிசின் அப்பாவிடம் இருப்பதைப்போல “மெசி பொக்சன்”. அப்பா வாகனங்களுக்கு நம்பரைப்பார்க்க வேண்டும் என்று சொல்லித்தந்திருந்தார், எத்தனை ஸ்ரீ என்று பார்க்க வேண்டும் அல்லது டாஷ். பார்த்தாள். 36 ஸ்ரீ. சிவப்பு நிறத்தில் போனட் புதிதாக விருந்தது. பனைமரத்தின் பெரிய சலாகைகள் நேர்த்தியாகக் கட்டப்பட்டு குத்துக்கால் நிறுத்தப்பட்டு நன்றாகச் சோடித்து தலையில் காவடி வைத்திருந்தார்கள். அட்சயன் அளவில் ஒரு பெடியன் வெறும் மேலில் வியர்வை வழிய காவடி ஆட்டிக்கொண்டிருந்தான்.

“மர உச்சிலை நிண்டு காவடி ஆட்டுறவன் வடிவாய் ஆட்டாட்டி ஆளுக்கு நோகும், ஆட்டிக்கொண்டு இருந்தால் நோகாது” நேர்த்தியான அழகான பறவைக்காவடி. காவடி எடுத்தவருக்கு அப்பாவின் வயதிருக்கும். முட்கள் தாங்கி நிற்க கையை விரித்து விரித்துப் பறந்து கொண்டிருக்கும் அவரைப் பார்த்துக்கொண்டே கொஞ்சம் தேங்கி காவடி நகர டிராக்டர் பெட்டியின் பின்னால் போனாள். பெட்டியின் பின்னால் காவடியில் கட்டியிருந்த ஒலிபெருக்கிகளையும் விளக்குகளையும் உயிரோடு வைத்திருக்கும் ஜெனரெட்டர் இரைந்து கொண்டிருந்தது. சில பெண்களும் சிறுவர்களும் பெட்டிக்குள் பின் பக்கத்தில் நிரப்பியிருந்த மண்ணின் மேல் இருந்தனர். காவடி முன்னால் பெட்டியைத் தூக்காமல் சமனிலையைப் பேணுவதற்கு அந்த மணல் அரைப்பெட்டிக்கு ஏற்றப்பட்டிருந்தது. நல்ல பெரிய முறுக்கேறிய பாரக்கயிறுகள் பனமரங்களில் பிணைக்கப்பட்டு பெட்டியில் கட்டப்பட்ட குத்துக்கால் மரங்களில் இறுக்கி பனைமரத்தை வளைத்துக் கட்டப்பட்டிருந்தது.

“காவடி கட்டுறதை ஒரு நாள் போய் பாக்கவேணும்”. ஆட்டக்காவடிகள் கட்டுவதைப் பார்த்திருக்கிறாள். அதில் பெரிதாக ஒன்றும் சுவாரஸ்யமாகவிருக்கவில்லை. அது மயில் பீலிகட்டைகளையும் மினுங்கும் கோபுரங்களையும், அதன் மேல் ரப்பர் கிளியையும் பொருத்தும் வேலைமட்டும்தான். காவடிக்கு முதல்நாள் இரவில் பள்ளிக்கூடத்திலோ அல்லது எங்கேனும் பொது இடங்களிலோ வைத்துக்கட்டுவார்கள். அனுவயதுப் பிள்ளைகள் அவற்றிலிருந்து மயில் பீலிகளைக் களவாடிச்சேர்க்கப்போவார்கள், அனுவிற்கு அதற்கு அவசியமில்லை. சின்ராசு மாமா காட்டிலிருந்து பெரிதும் சிறிதுமாக மயில் பீலிகளை கொண்டு வந்து தருவாரே! அவளிடம் நிறைய இருந்தன.

டிராக்டர் பெட்டிக்கு நெருக்கமாக நடந்தாள்.

பெட்டிக்குள் இருந்த ஒரு அம்மா இவளைக் கூப்பிட்டாள். “பிள்ளை ஏன் நடந்து வாறியள்? ஏறுங்கோ.” கைநீட்ட ஒன்றும் யோசிக்காமல் தாவி ஏறினாள். மாமரத்துக்கு கீழே நிற்கும் அப்பாவின் டிராக்டர் பெட்டியில் ஒரே தாவில் ஏறுபவள். அன்றைக்குத்தான் ஒரு பறவைக்காவடி மிசினில் ஏறியிருக்கிறாள். சுற்றிச் சுற்றிப் பார்த்தாள். சிறுவர்களுடன் சேர்ந்துகொண்டு பெட்டியில் ஏறி நின்று திருவிழாப் பார்த்தாள். கொஞ்சம் உயரத்தில் எல்லாம் நன்றாகத் தெரிந்தது. ஆத்தை வளவை நோக்கி நகரும் சனப்பாம்பின் முதுகில் ஏறி நின்று பாம்பைப் பார்த்தாள். ஆத்தை கோயில் பக்கம் கற்பூரச்சட்டிகளில் நெருப்பு கனன்று எரிந்து கொண்டிருந்ததும் புகையெழுவதும் தெரிந்தது. இவளை ஏற்றிவிட்ட பெண் இவளிடம் விபரம் விசாரித்தாள். கோயிலில்

அக்கா நிற்கிறாள் போகிறேன் என்று மட்டும் சொல்லி விட்டு முன்னால் போய் ஜெனரெட்டரைக் கடந்து சென்று கட்டப்பட்டிருந்த யாழிக்களின் பின்பக்கமாய் அவற்றின் துளைகளின் வழியாக பார்த்தாள். காவடி மெல்ல மெல்ல சனத்தினுள் மிதந்து போய்க்கொண்டிருந்தது. காவுகட்டை சுற்றுவது தொடங்க முதல் வளவுக்குப்போய் விட வேண்டும். திருவிழாக்காலங்களில் மட்டும் வேலி அகற்றப்பட்டு ஆச்சி வளவும் வயல் வெளியும் பிரிவின்றி இணைக்கப்படும். சனங்கள் எதுவயல் எது வளவென்று தெரியாத மட்டில் குவிந்து போயிருப்பார்கள். நோபிளீஸ் தலையில் போத்தல்களை உடைக்கத்தொடங்கியிருப்பான்.

“நோபிளீஸ்”

அப்பாவிடம் அடிக்கடி வந்து போகும் ஆள். தட்டுவன்கொட்டியில் ஒரு பெரிய பட்டிமாடு வைத்திருந்தான். அப்பாவை “சண் அண்ணை” என்றுதான் கூப்பிடுவது. நகுலாத்தையில் பக்தி. கலைவருமளவிற்கு. சிறுவயதிலிருந்தே நோபிளீஸ்க்கு கலை வருவதாக அப்பா சொல்லியிருந்தார். ஆனால் எந்த திருவிழாவில் தலையில் போத்தலை அடித்து உடைக்கும் விசித்திரமான நேர்த்தியும் கலையும் அவனுக்கு வந்ததென்று சண்முகத்திற்கும் தெரிந்திருக்கவில்லை.

நோபிளீஸ் என்ற பெயர் வரமுதல் அதாவது நோபிளீஸ் சவுதிக்கு வேலைக்கு போய்வர முதல் இருந்தே அவனை தட்டுவன் கொட்டி தொடக்கம் கீரிப்பிள்ளை மேடுவரை மாட்டுக்கார மணியத்தின் மூத்தவன் என்றால் தான் தெரியும். அவனுடைய உண்மையான பெயரை கேட்டால்கூட யாருக்கும் தெரிந்திருக்கவில்லை.

“நோபிளீஸ் மாட்டுக்கார மணியத்தின்ர மூத்தவன், கறுவல், ஆத்தை கோயில்ல கலைவருமே அவன்தானே?”

அதுவரைக்கும் கோயிலில் கலை வந்து ஆளை முறுக்கி அரற்றி விழுத்தினாலும் போத்தல்களை எடுத்து தலையிலறைவதில்லை. சவுதியில் இருந்து திரும்பும் போது அவன் புதுகிரகத்தில் இருந்து வந்தவன் போல தெரிந்தான். வாயில் ஆங்கிலம். சிலவேளைகளின் அரபும். ஊரில் விடைத்துக்கொண்டு திரிந்தான். ஆத்தைமேல் பக்திக்கும் குறைவில்லை. வந்ததும் ஆத்தைக்கு மணி தான் தான் செய்து தருவன் என்று நின்று ஒரு நல்ல மணி செய்து தந்தான். சண்முகம் வீட்டிற்கு அல்பங்களுடன் வருவான். சவுதியில் எடுத்த போட்டோ அல்பங்கள். சவுதியில் வளைகுடாப்போருக்காக முகாமிட்டிருந்த அமெரிக்க விமானப்படையின் குவாட்டடஸ் ஒன்றில் “கீளினர்” என்று சொன்னான். வெள்ளைத்தோலும் பவுசான இராணுவத் தொப்பிகளும் போட்ட இராணுவத்தினருடன் பெரிய டாங்கிகள் விமானங்கள்

முன்னால் நின்று போட்டோ எடுத்திருந்தான். போட்டோக்களைப் பார்ப்பவர்கள் பின்னால் நிற்கும் விமானங்களையும் டாங்கிகளையும் ஏவுகணைகளையும் பற்றித்தான் ஆவலாக விசாரிப்பார்கள்.

"அதென்னடாப்பா இயக்கம் ஆமி வச்சிருக்கிறதெல்லாம் பென்சிலும் சோக்கட்டியும் தான், அமெரிக்கனிட்ட நிக்கிறதுகள்தான் சாமான்கள், சதாமின்ர ஆக்கள் அங்கை ஒரு ரொக்கட் அடிச்சிட்டாங்கள் எண்டால், இஞ்ச நிக்கிறதுகள் அது வாற அதிர்விலையே தானா வெளிக்கிட்டு வாறதை அப்பிடியே கழுகு கவ்வுற போல கவ்விக்கொண்டே கடல்ல விழுத்திடும் கண்டியோ"

"ஒருக்கா இப்பிடித்தான் எங்கட பேஸிலை நிக்கிற ஒரு கொமாண்டர் என்னோடை கதைச்சான், என்னை பற்றி நாட்டை பற்றி விசாரிச்சான், நான் நாங்களும் நாடு வேண்டுமெண்டு போராடுறம் எண்டு சொன்னன். அவன் பெரிய உலகபடம் ஒண்டை விரிச்சு வச்சிட்டு இதிலை உன்ர நாட்டை காட்டு பாப்பம் எண்டான், நானும் விழுந்தடிச்சு இந்தியாக்கு கீழ இருக்கிற குறுணியை கண்டுபிடிச்சு காட்டினன். வடக்கால தொடங்கி கிழக்காய் இருக்கிற வரைக்கும் எங்கட இடம் எண்டு சொன்னன். அவன் ஏற இறங்கப்பாத்தான். வேல்ட் மப்பிலை முழிச்சுப்பாத்தால் கூட தெரியாத சின்ன நாட்டுக்காகத்தான் சண்டை பிடிக்கிறியளோ எண்டு நக்கலா கேட்டான் கேட்டான். எனக்கு புடுக்கெல்லாம் பத்தீட்டுது, கொமாண்டர் தானே ஒண்டும் செய்யேலா, பொறுமையா அவனிட்ட கேட்டன்,

"சேர் உங்கட நாட்டிலை ரோட்டிலை நிக்கிற நாயை சுட்டால் என்ன செய்வியள்?"

"அது பெரிய கிறைம், தூக்கி உள்ளுக்கு போடுவம்"

"எங்கடை நாட்டிலை அப்பிடி மனிசர சுடுவாங்கள், நாங்கள் என்ன செய்யிறது?"

அவன் கொஞ்ச நேரம் யோசிச்சிட்டு என்ர தோள்ள தட்டிட்டுப்போய்டான்.

இப்படித்தான் நோபிளீஸ் கதைகதையாகச் சொன்னான். அடிக்கடி அவன் பேசும் போது புதிதாக ஏதோ ஒரு ஆங்கில வார்த்தை திரும்பத்திரும்ப ஒட்டிக்கொண்டே வந்திருந்தது. அது "நோ பிளீஸ்", கொஞ்ச நாளிலேயே அதை இனம்கண்டு கொண்டு ஊரில் அவனை நோ பிளீஸ் என்றே கூப்பிடத்தொடங்கி விட்டனர்.

சண்முகம் ஒவ்வொரு தடவை நோபிளீஸ் பற்றிச்சொல்லும் போதும் இதைச் சொல்லிச்சொல்லி சிரிப்பார். நோபிளீஸ் கோயிலில் தலையில்

போத்தல்களை மாறி மாறி அடித்து நொறுக்கும் போது அவனின் கறுத்த மொட்டைத்தலையில் மெல்லிய சிவப்பாக காயம் பூத்துத்தெரியும். ஆனால் அடுத்தநாள் சாந்தி பூசைக்கு வரும்போது காயங்கள் பலநாள் ஆனவை போல ஆறி விட்டிருக்கும். கேட்டால் கையைத்தூக்கி ஆத்தையை கும்பிடுவான். அனுவிற்கு ஒவ்வொரு முறை திருவிழாவில் அவன் போத்தல் உடைத்துக் கலையாடுவதும் இரவில் போத்தில்களை தலையில் அடித்து உடைத்து விட்டு தீ மிதிப்பதையும் பார்ப்பது அதிகபட்ச வேடிக்கை. அவனுக்கு அது வேண்டுதல், நம்பிக்கை, சடங்கு.

காவடி டிராக்டர் வளவை நெருங்கியது அனு அந்தப் பெண்மணியிடம் விடை பெற்றுக்கொண்டு பெட்டிக்குள் இருந்து குதித்தாள். காலில் லேசாய் பனஞ்சிராய் ஒன்று சிராய்ந்திருந்தது. அக்கா பார்த்தாள் என்றால் பதறிப்போவாள். அவள் எப்போதும் அப்படித்தான். ஊசி போடவே பயம். கொஞ்சம் மண்ணை அள்ளி அப்பிக்கொண்டாள். கற்பூரச்சட்டிகள் எரியுமிடத்தில் போய் காவடி நின்றது. அவளுக்கு இப்போது விசித்திரமாக இன்னொன்று தோன்றியது. காவடி முட்களை உடலில் இருந்து கழட்டுவதைப் பார்க்க வேண்டும். அவள் முள் ஏற்றுவதைப் பார்த்திருக்கிறாள். ஆரோகரா என்று சுத்தி நிற்பவர்கள் கத்த தசையைப் பிடித்து முள்ளை ஏற்றும் போது தசையில் மெல்லிசாகக் கேட்கும் முறுக்கு கடிபட்டது போன்ற சத்தம் இவளுக்குப்பிடிக்கும். ஆனால் காவடி கழட்டும் போது ஒருநாளும் பார்த்தாளில்லை. முன்னால் போய் நின்றாள். சனம் சுற்றி நின்று வேடிக்கை பார்த்தது. உடனே கழட்டவில்லை. காவடியெடுத்தவரின் கைகளில் அப்போது ஒரு குழந்தை வளர்த்தப்பட்டது. பிறந்து நான்கைந்து மாதங்கள்தான் இருக்கும். பெண்குழந்தை. கோதையைப் போலவேயிருந்தாள். குழந்தையை முகத்திற்கு கிட்ட அவர் வைத்திருக்க காவடி ஆட்டப்பட்டது. குழந்தைக்குத்தான் நேர்த்தியாக இருக்க வேண்டும். தகப்பனின் முகத்தை கண்டதும் குழந்தை குதூகலமானது. தாடையில் குறுக்காக குத்தியிருந்த அலகில் இருந்து வாயிலிருந்து வெளிப்படும் நாகவடிவ தகட்டில் இருந்த பட்டு குஞ்சம் குழந்தைக்கு பெரிய வேடிக்கையாக இருந்தது. தகப்பனின் முகத்தை பார்த்த சந்தோசத்தில் அந்தக் குஞ்சத்தை பிடித்து விளையாடத் தொடங்கியது. அவனும் எட்டு முட்கள் தசையை கவ்வி இவனை அந்தரத்தில் வைத்திருப்பதை மறந்து குழந்தையுடன் கண்களைச் சிமிட்டி விளையாடத் தொடங்கினான். பலருக்கும் கண்கலங்கி விட்டது. அனுவிற்கு உள்ளூர பேருவகை பொங்கிவர வாய்விட்டுச் சிரித்தாள்.

ஆத்தை வளவுக்குளிருந்து கடலிற்குச்சென்று தீர்த்தமாடி கலட்டியன் முதுகில் காவிவந்த காவுகட்டை இப்போது கோயிலைச் சுற்றிவந்து

பூசைக்கு தொடங்கப்போவதற்கு முத்தாய்ப்பாக பறைமேளம் ஒலித்தது. அலோசியஸ் விதானையார் காவுகட்டை சுற்றப்போவதை அறிவித்தார். அனு கூட்டத்தை விலக்கிக்கொண்டு முன்னால் போனாள். நான்கு பேர் காவுகட்டையை தூக்கிக்கொண்டு நடந்தனர். தலையில் தலைப்பாகை வெற்றுடல் இடுப்பில் புது மாறுகரை வேட்டியை ஏற்றி மடித்துக் கட்டியிருந்தார்கள். கட்டைக்கு மேலே ஒரு பெரிய வெள்ளை வேட்டி குடை போலப்பிடிக்கப்பட்டது. அந்த குடையின் முடிவில் ஆச்சி கையில் கும்பத்துடன் தோன்றினாள். அவளுடைய பச்சை நிற புடவையும், தலையில் ஏறியிருந்த தலைப்பாகையும், அனு நேராக ஆச்சியிடம் போனாள். அனுவைக் கண்டதும் ஆச்சி கீற்றாகச் சிரித்தாள். சைகையால் அக்கா எங்கே என்று கேட்டாள். அதற்கு ஆச்சி கண்காட்ட முதலே தோளில் தாமரையின் கை பதிந்தது திரும்ப அக்காவின் பச்சைப்பொட்டு ஒளிரும் முகம். அப்படியே அனுவைத் தூக்கிக்கொண்டாள். அப்படியே கன்னத்தில் அழுத்திக் கொஞ்சினாள். ஆச்சியில் மணக்கும் அதே பச்சை நீற்றின் வாசம்.

கண்ணாடிப்போத்தல் நொருங்கியது.

அனு சத்தம் வந்த திசையில் பார்வையை வளைத்தாள். காவு கட்டைக்கு முன்னாலே சனங்கள் சற்று இடைவெளி விட்டு வட்டமாய் நின்றிருக்க, நோபிளீஸ் தலையில் அடுத்த போத்தல் சிதறியது. மோட்டைத் தலையில் இரண்டு இரத்தக்கோடுகள் லேசாய் நூலிட்டிருந்தன. கண்கள் சிவந்து நெஞ்சு நல்ல தாகத்தில் நீர் அருந்தும் குழுவன் மாட்டின் மடியைப்போல எழுந்து தாழ்ந்தது. சனமெல்லாம் ஆத்தை பேரைச்சொல்லி குரலெழுப்ப அனு வேடிக்கையும் மகிழ்வும் பொங்கி வர நொபிளீசைப்பார்த்துச் சிரித்தாள்.

15

இருபதடி நீளத்திற்கு நீண்டிருந்த தீக்கிடங்கினைச் சுற்றி இரவின் ஒரு சிறு துண்டை ஒளியும், வெக்கையும் பிடித்துக் கொண்டிருந்தன. காற்றைத் தவிர்த்து விட்டு இரவைத் தகனத்துணையாகக் கொண்டு எரிந்துகொண்டிருப்பதைப்போல நெருப்பும் வெளிச்சமும் இரவுடன் கச்சிதமாகக் கசிந்து பொருந்தியிருந்தன. இரண்டு டிராக்டர் பெட்டி முட்டக்கொண்டு வந்து மூட்டிய பெரிய காட்டு மரங்கள் நெருப்புப்பாளங்களாக பாறிப்பிரிந்து எரிந்தன. தொலைவில் நடக்கும் துவக்குச்சண்டையைப்போல தட் தட் என்று முறுகி வெடித்துக் கொண்டிருந்தன கங்குகள். சாம்பல் இரவுக்குள் நுழைய அச்சப்பட்டு தீ நாக்கின் அடியில் உதிர்ந்துகொட்டும் தீத்துண்டுகள் மேல் படிந்தது. ஏழெட்டு பேர் நின்று கங்குகளைத் தட்டி பரவிக்கொண்டிருந்தார்கள். வெக்கை வந்து மோத, அவர்களின் வெறுந்தேகத்தில் உருகும் வியர்வைக் கண்ணாடியில் சிவப்பொளி நடுநடுங்கி மினுங்கிற்று. ஆத்தைக்கு பூசையாகிக் கொண்டிருந்தது. ஏற்பாடுகளைத் தூரத்தில் நின்று பார்த்துக்கொண்டிருந்த திண்ணைப் பெரியப்பு திருவிழாவிற்கு நேர்த்தி செய்யவந்திருந்த வெளியூர்ச் சொந்தகாரர்களுக்கு தீமிதிப்பைப் பற்றி விபரித்துக்கொண்டிருந்தார். அவர் அடிக்கடி பேச்சுக்கு இடையில் கண்டியோ? கண்டியோ? என்று நிறுத்துமிடங்களைத் தவிர கேட்பவர்கள் ஆசுவாசமடைய சந்தப்பமில்லாமல் கதைப்பவர். தவிர காங்கேசன் பிளாவில் வார்த்துகொடுத்த இரண்டு போத்தல் அடிக்கள்ளு உள்ளுக்குள் இறங்கியதில் கணகணப்பு ஏறியிருந்தது. “ஆத்தைக்கும் கள்ளெண்டா காணும், இந்த திண்ணைக்கும் கள்ளெண்டால் காணும் கண்டியோ?” துணைக்கு ஆத்தையையும் அழைத்துகொள்ளும் உரித்தையும் எடுத்துக்கொண்டு புழுகிப்புழுகிக் குடித்திருந்தார்.

“ஆத்தைக்கு இதுவுமொரு புதுமையெல்லொ, பின்னேரம் தண்ணி ஊத்தி தேசிக்காய் வெட்டி அரைச்சாணுக்கு கிடங்கெடுத்து நல்ல முறுகின காட்டு விறகு கொண்டு வந்து கற்பூரம் மூட்டினால் சடசடவெண்டு பரவி பூசை முடியக்கிடையிலை நிலம் நெருப்பு பூத்திடும். கண்டியளோ தணலை?, ஒவ்வொரு துண்டும் சிவப்பு வைரமெல்லோ. சும்மா ஒரு துண்டை சாம்பிராணி தட்டிலை எடுத்துக்கொண்டு போய்

அடுப்பிலை போடு, ஐஞ்சு கிலோ அரசி அவியிற கிடாரம் கொதிச்சிடும் என்ன?, உதுக்கை இறங்கி சனம் மீளுதெண்டால் புதுமையெண்டு சொல்லாமல் என்னெண்டு சொல்லுறது? ஊர் உலகத்திலை நடக்காத தீமிதிப்போ எண்டு நீ இப்ப கேக்கலாம். நடக்குறதுதான், ஆனால் ஆத்தைக்கெண்டொரு விசேசம் இருக்கு கண்டியோ?"

"காலமை வரைக்கும் நூராதாம் என்ன?"

"அட பொறப்பா ஒருமனிசன் சொல்லேக்கை குறுக்காலை பாயாதை, ஒண்டைச் சொல்லேக்க வரலாறோட சொல்லோணும் கண்டியோ?

"பறங்கி நாடாண்ட காலம், யாழ்ப்பாணத்தாலை ஏறி முல்லைத்தீவுக்கு போறதெண்டால் ஆத்தைய கடந்துதான் போகோண்ணும், இப்பமாரி றோடில்லை கண்டியோ? இவடம் காட்டுப்பாதை. ஒரு பறங்கி தளபதி இருந்தான். பேர் மறந்துபோட்டுது, கோயில் வரலாறு அடிச்ச புத்தகத்திலை கிடக்கு. அண்டைக்கு பேரன் கொண்டு வந்து காட்டினவன். ஏதோ லோறஸ்சோ கிறீறன்சோ எண்டு வரும். சரி பேரை விடுவம், ஆரோ ஒரு தளபதி. ஆள் ஒருக்கா இருட்டுற நேரம் பரிவாரங்களோட வந்திருக்கிறான். அண்டைக்கெண்டு பாத்து தீமிதிப்பு. சனம் நெருப்புக்கை இறங்கி கலையாடுறத பாத்து ஆள் வெருண்டு போச்சு, பனிக்குள்ள கிடந்து சிவந்து பழுத்த பயல் சனம் இஞ்சாலை நெருப்புக்கை இறங்குதெண்டால் வெருழுவான் தானே கண்டியோ? அவனுக்கு இதென்ன விசர் வேலையெண்டு கொதியேறிப்போச்சு, தன்ர சிண்ணுகளிட்ட சனத்தை பிடிச்சு குளத்தில தண்ணி மொண்டு கொண்டு வந்து ஊத்தி நெருப்பை நூத்திட்டு தன்னட்ட வந்து முதுகில சவுக்கால ரண்டு வாங்கிட்டுப் போகோணும் எண்டு கட்டளையிட்டு இருக்கிறான், சவுக்கு காயத்தை பாக்கேக்க உந்தமாதிரி விசர் வேலையள் செய்யக்கூட்டதெண்டு ஞாபகம் வருமெண்டு ஆளின்ர யோசினை. சனம் ஆத்தைய நினைச்சுக்கொண்டு குடத்தோட நடந்து போய் தண்ணி கொண்டந்து கிடங்குக்கை விட்டிருக்கு. புஸ் புஸ் எண்டு பிடையன் பாம்பு சீறின கணக்காய் நெருப்பு சீறியிருக்கு, அட நூந்து போகும் எண்டு பாத்தால் அது புஸ் புஸ் எண்டு வெடிச்சு இன்னும் பெரிசா பெருகி எரிஞ்சிருக்கு, தண்ணி ஊத்த ஊத்த நெருப்பு கிடங்குக்கை இருந்து நெருப்பு பொங்கிக்கொண்டே எழும்பியிருக்கு. தளபதிக்கு மண்டை விறைச்சிட்டு. குளக்கட்டை சன்னம் வச்சு உடையுங்கோடா எண்டு தன்ரை ஆக்களுக்கு சொல்லியிருக்கிறான். குளக்கட்டு உடைய கீரிக்குளத்தண்ணி பொங்கி வந்திருக்கு. தண்ணி இறங்கிறதை தளபதியும் சனமும் கட்டிலை நிண்டு பாத்துக்கொண்டு நிக்க நெருப்புக்கிடங்கை மேவி தண்ணி பாஞ்சிருக்கு. நல்ல இருட்டுக்கை இரவு முழுக்க தண்ணி பாஞ்சு வயலுக்கால இறங்கி காட்டுக்கு போட்டுது. ஆத்தை வளவே

தெரியேல்லை. எங்கை பாத்தாலும் தண்ணி. காலமை விடிஞ்சுது எல்லாரும் குளக்கட்டிலை நிண்டு பாக்கினம். ஒரே வெள்ளக்காடு ஆத்தேன்ர முத்தத்திலை தண்ணிக்கு நடுவிலை கிடங்கிலை நெருப்புக்கொள்ளியள் முழிச்சு முழிச்சு எரிஞ்சுகொண்டிருந்திருக்கு. ஒரு சொட்டு தண்ணி தீக்கிடங்கைத் தீண்டேல்ல. அதப் பாத்திட்டு தளபதி ஓடி வந்து ஆத்தேன்ர காலிலை விழுந்தானெண்டால் பாருங்கோவன். அவள்தானே தண்ணியும் நெரும்பும். அண்டேலை இருந்து ஆத்தேன்ர தீமிதிப்பு முடிஞ்சு காலமை தேசிக்காய் வெட்டி ஆத்தேன்ர கும்ப நீர் கொண்டுவந்து ஊத்தும் வரைக்கும் கடல் பொங்கி வந்து மூடினாலும் ஆத்தேன்ர நெருப்பை அசைக்கேல்லாது கண்டியோ, நான் முப்பது வருசமாய் உதுக்க இறங்கிறன் காலிலை ஒரு சின்ன தொப்பளம் கூட கண்டதில்லை. புதுமையடாப்பா புதுமை. என்னை விடு கிழவன். உவன் நோபிளீசை பாரன் இண்டைக்கு இறங்கி ஏதோ களி வயலுக்க சேறடிக்கிறவன் மாதிரி போத்திலோடை நெருப்புக்கை நிண்டு சதிராடித்தான் வெளியிலை ஏறுவான். எல்லாம் அவளின்ர கடாட்சம். அவளுக்கு இதெல்லாம் ஒரு விளையாட்டு, தன்ர குஞ்சுகளை விளையாடவிட்டு பாக்கிறாள்.”

கிழவன் ஆத்தையைப் பார்த்து தனக்குள் குரலை அமிழ்த்திக் கும்பிட்டார். சின்ராசனின் உடுக்குச்சத்தம் கேட்டது. பூசை முடியும் தறுவாயிலிருந்தது. கிழவர் கதை சொல்லிக்கொண்டிருக்கும் போது பாணுசன் பேரனைத்தேடி வந்தான். பின்னாலே அட்சயனும்.

“அப்பு அம்மா குளிசையை மறக்காமல் போடச்சொன்னவா, போட்டனீங்களோ? உங்களை நெருப்புக்க இறங்க வேண்டாம் எண்டவா, நேற்றும் தலை சுத்துது எண்டனியளாமே?”

“போடா விசரா உன்ர மருந்தும் கோத்தேன்ர கோசானும், பார் திண்ணையப்பு நடு நெருப்புக்க டாஞ் ஆடுவான் பார் டாஞ்ச்”

“சரி என்னெண்டாலும் செய்யும்” வறண்டு கோபமேறிய குரலில் சொன்னான் பாணுசன். அவனுக்கு அவருடன் ஆகாது. அட்சயனைக் கூட்டிக்கொண்டு நடந்தான். ஒலி பெருக்கியில் அலோசியஸ் விதானையார் மணிக்கடைப் பக்கமிருக்கும் மின் விளக்குகள் எரியவில்லை என்றும் “தீட்சிகா மின் இணைப்பாளர்களை” உடனே அதைப்போய் பார்க்கச்சொல்லி அறிவித்தார். அட்சயன் பாணுவிடம்

“கொப்பரைத்தான் தேடீனம். எங்கை கொப்பரும் கூட்டாளிமாரும்?”

“அந்தாளுக்கு ஒரு அக்கறையில்லையடா, எங்கையாவது கள்ளுக்கு போயிருக்கும், ஏத்திட்டு வந்துதான் நிக்கும், நான்தான் போய் பாக்கோணும். ஏதோ பியூஸ் போட்டுது போல இருக்கு. நீ பெடியளிட்ட

போ நான் பாத்திட்டு வாறன், இல்லையெண்டா அலோசியஸ் விசர் கதை கதைப்பான் மைக்கில."

"ரெஸ்ரர் எல்லாம் வச்சிருகிறாய் தானே?"

"ஓம் என்ர கோல்சரில்லாமல் வெளிக்கிடுவனோ? ஜெனரெட்டர் பெட்டிக்க கிடக்கு"

"சரி வா என்னெண்டு பாத்திட்டு வருவம், நானும் வாறன்"

"வரலாற்றுச்சிறப்பு மிக்க கீரிப்பிள்ளை மேடு நகுலாத்தை வளவு தீ மிதிப்புச் சடங்கில், தீமிதிக்க பேர் குடுத்தவை எல்லாம் கோயிலடிக்கு வாங்கோ, ஆச்சி கொஞ்ச நேரத்திலை தேசிக்காயும் வேப்பிலையும் தரப்போறா. பிறகு இடையிலை வந்து எங்களோடசிண்டு முடியாதேங்கோ"

அலோசியசின் குரலில் கரகரப்பு தெரிந்தது, தொண்டை இறுகிவிட்டது. ஆனால் மைக்கை கீழே வைக்கும் உத்தேசமில்லை. விடிய விடிய திருவிழா முடியும் மட்டும் அவர் எழும்ப மாட்டார். மீண்டும் தீட்சிகா மின் இணைப்பாளர்கள் விளக்குகளைச் சரிசெய்யப்போய் விட்டார்களா என்று நக்கலாகக் கேட்டார்.

"அலோசியசுக்கு அப்பரோட ஏதோ முறுக்கு போல, அதான் வச்சு வாங்கிறான், இந்தாள் பாக்கிற வேலைதான், தான் மட்டும் போறதெண்டாலும் பரவாயில்லையடா வேலையிலை நிக்கிறபெடியளையும் கூட்டிக்கொண்டு போறது"

"காங்கேசண்ணைக்கும் உழைப்பு வேணும்தானே?" தடியில் ஏறி நிற்கும் பாணுசனைப் பார்த்துச் சொன்னான்.

பாணுசன் பியூஸ்களை சரிபார்த்துப் பூட்டினான். அவன் கரண்ட்வேலை செய்யும் போது பார்க்க ஆசையாக இருக்கும். அவ்வளவு நிதானமாகவும் தனக்கே உரிய பாவத்துடன் ரெஸ்ரரையோ பவுத்தையோ கையாள்வான். அடித்த பல்புக்களை சேர்கிட்களை ஒட்டும் போது ஒரு கையில் பௌத்தும் ஒரு கையில் ஈயமும் உருகி சேர்கிட்டில் கச்சிதமாக அவன் ஒட்டும் போது பெண்கள் நடு நெற்றியில் கண்ணாடி இன்றி பொட்டை கச்சிதமாகப் பொருத்தும் நிதானமும் லாவகமும் இருக்கும். எப்போதும் ரெஸ்ரர்கள், பற்றிகள், அம்பியர்மானி, பவுத் ஈயம், வயர்துண்டுகள், சிறு சேர்கிட்டுகள், சின்ன விளக்குகள், டேப்புக்கள் எல்லாம் இருக்கும் ஒரு இடுப்பு பை அவனில் ஏறி உட்கார்ந்துகொள்ளும். ரெடியோ திருத்துவான், எல் ஈ டி பல்புக்களை ஒட்டி வண்ணம் வண்ணமாக அலங்கார விளக்குகளை ஒட்டுவான்.

பழைய பழுதாகிய மின்சாதனங்களை வாங்கி வந்து தன் அறையில் குவித்து ஏதாவது கழட்டி திருத்திக் கொண்டிருப்பான். ஒவ்வொரு வருடமும் பள்ளிகூடக் கண்காட்சிக்கு பாணுசன் என்ன செய்து வைத்திருக்கிறான் என்று பார்ப்பதற்கு பள்ளிக்கூடமே காத்திருக்கும். ஒரு முறை பெரிய பக்கோ ஒன்றினைச் செய்தான், இன்னொரு முறை கெலிகொப்டர், போனவருடம் ஓயாத அலைகள் தாக்குதல் எவ்வாறு நடந்தது என்பதை ஆமி பொம்மைகளையும் கடல் நிலம் என்பவற்றையும் செய்து விளக்குகள் மூலமும் மோட்டர்களை பொருத்தியும் ரிமோட் கார்கள், போர் வாகனங்களை நகர்த்தியும் ஒரு பெரிய வரைபடத்தில் மீண்டும் போரை நிகழ்த்திக் காட்டினான். குடாரப்பில் தரையிறக்கம், கடல்வழி தரை வழி தாக்குதல்கள், பொக்ஸ் வியூகம். ஆனையிறவு எப்படி விடுதலைப்புலிகளின் கைகளில் வந்தது என்பதை ரிமோட்டில் வரைபடங்கள் மீது நகரும் பொம்மைகளைக் கொண்டு அழகாக நிகழ்த்தினான். அது ஒரு மின்நாடகம் போல இருந்தது. இயக்கத்திலிருந்து நிறைய போராளிகள் வந்து பார்த்தார்கள். ஒன்றிரண்டு தளபதிகளும் கூட. அதில் தானுமிருந்தது அட்சயனுக்கு ஒரு பெருமை.

பியூஸ்களைப் பொருத்த எரியாமல் கிடந்த விளக்குகள் ஒளிமீண்டு எரிந்தன. கீழே இறங்கி வந்து கைகளைத் தட்டிக்கொண்டே,

“உவங்கள் எங்கையடா?”

“தீமிதிப்பு தொடங்கீட்டு போல, அலோசியஸ் அலம்பத் தொடங்கீட்டான் பார்”

“சரி வா அவைக்கு போவம். கிழவன் மயங்கி கியங்கி விழுந்தால் அம்மா என்னிலை தான் பாயப்போறா, உந்தாளுக்கு அறளை பேந்த காலத்திலை உது தேவையோ?”

……

நோப்பிளீஸ் நெருப்பைப் பார்த்துக்கொண்டிருந்தான். கண்கள் எரிந்தன. கங்குகளின் வெக்கையில் வெப்பமேறி வறண்டு கொண்டிருந்த உடலில் கைகளில் மட்டும் விரல்கள் பொத்தி மூடியிருந்த எலுமிச்சையின் குளிர்ச்சி பரவிக்கிடந்தது. ஆச்சி வேப்பிலையால் அவனுடைய தலையில் தடவி கொஞ்சம் தண்ணீர் கைகளில் மொண்டு முகத்தில் அறைந்து பச்சை நீற்றை வரியாக இழுத்து விட்டாள். நனைந்திருந்த நெற்றியை பற்றிக்கொண்டு குளிர்ந்தது நீறு. நோப்பிளீசின் உடல் நடுங்கத்தொடங்கியது. சின்ராசன் உடுக்கை நிறுத்தினானில்லை. சில நடுத்தரவயதுப் பெண்கள் வெக்கையில் நிற்கமுடியாமல் மயங்கினார்கள். அவர்களை ஒவ்வொருத்தராகத் தூக்கிப்போனார்கள்.

மயங்குபவர்களின் உடல் கிடங்கைக் கடக்க உகந்ததில்லை என்று ஆத்தை முடிவு செய்து அவர்களை வெளியேற்றுகிறாள் என்பது நம்பிக்கை. திண்ணையப்புவிற்குப் பக்கத்தில் உடுக்காகவே மாறி நின்ற சின்ராசனின் முகத்தில் நீர் அறைய உடுக்கிலிருந்து ஒரு கணம் மீண்டு நீறு பூச நெற்றியைக் கொடுத்தான். ஆச்சிதான் முதலில் இறங்குவாள். பிறகு சின்ராசன். உடுக்குச்சத்தம். சனங்கள் முண்டியடித்ததால் வந்த ஓசை என்பன இரவின் பின்னணியில் கேட்டபடியிருந்தன. அட்சயன், பாணு, யூட், விமல் மூவரும் மரத்தடியில் நிறுத்தியிருந்த கழற்றிய பறவைக்காவடியொன்றில் ஏறி உச்சி மரத்தில் வசதியாக இருந்துகொண்டு வேடிக்கை பார்த்துக் கொண்டிருந்தனர். அட்சயன் சாரங்கனைப் பற்றிச் சொல்லிக் கொண்டிருந்தான்.

“கீதாஞ்சலி டீச்சர் சாரங்கன் அண்ணாவை கணனிப்பிரிவிலை கதைச்சு சேர்த்திருக்கிறா போலை. அவர் கம்பஸ் எண்டதாலை கணணிப்பிரிவிலை வச்சிருக்கிறம் எண்டு சொல்லியிருக்கினமாம்”

“கோமதி டீச்சர்தானாம் தன்ர மோனை காட்டிக்குடுத்தவா எண்டு மனிசி வீட்டு சண்டைக்கு போயிருக்கிறா.”

“ஆனா சாரங்கன் அண்ணைக்குதான் இயக்கமெண்டால் காணுமே, திரியிறதும் அவங்களோடதானே? அண்டைக்கு பள்ளிகூடத்திலை எல்லாரும் போராடப் போகோணும் எண்டு அவர் கதைச்சத கேக்க எனக்கே இயக்கத்துக்கு போகோணும் மாரி இருந்த, ஊருக்கு உபதேசம் தனக்கில்லையோ?”

“அந்தாள் சரியான பயந்ததடா, என்ன அட்சையன் நீர்தானே அவற்ற வலதுகை, சொல்லுமனப்பா எங்களையும் விட்டிட்டு பேசுக்கெல்லாம் போவியள், பெரிய எடுப்பெல்லாம் காட்டுவியள்”

“அவருக்கு போகத்தான் விருப்பம், தான் படிச்சு முடிச்சு தமிழீழத்திலைதான் வேலை செய்வன் எண்டுவார். தனிய சண்டை பிடிச்சால் மட்டும் தமிழீழம் கிடைக்காது, ஏன் அண்ணை அறிவியல் நகரிலிலை கம்பஸ் கட்ட சொல்லியிருக்கிறார்? படிக்கத்தான்.”

“உதச்சொல்லித்தான் சாரங்கன் லோகேஸ்வரன் வாத்திட்ட கிழி வாங்கினவர், நீ இல்லை அண்டைக்கு என்ன?”

“லோகர் என்ன கிழிச்சவர், அவருக்கு இயக்கமெண்டால் ஆகாது அப்பிடித்தான் கதைப்பார்”

“எல்லா படிச்சவங்களையும் உங்களை கேள்வி கேட்டாங்கள் எண்டு ஒண்டு சுட்டு போட்டியள் இல்லையெண்டா வெளிநாட்டுக்கு

கலைச்சுப்போட்டியள். அன்ரனும் மனிசியும் மட்டும் காணுமெண்டு இருந்தனீங்கள். இப்ப அன்ரனும் இல்லை ஆளுமில்லை, கெலியிலை போய் பேச்சுவார்த்தைலை பல்ல பல்ல காட்டிட்டு வாங்கோ ஒண்டும் கேட்ட பாடுமில்லை, வாங்கின பாடுமில்லை" எண்டு மனிசன் சாரங்களை ஒரு வாங்கு வாங்கிச்சுது.

"அந்தாளை அதுதானே கருணா அம்மான் எண்டு கூப்பிடுறனாங்கள், அந்தாளுக்கு இயக்கத்தை பிடிக்காதெண்டு எல்லாருக்கும் தெரியும் தனக்குத்தான் எல்லாம் தெரியும் பெரிய அரசியல் அவதானி எண்டு நினைப்பு."

சரி கதைய மாத்தாதேங்கோ, இயக்கம் ஆள்பிடிக்கிறது சரியெண்டோ நீ நினைக்கிற?

"இஞ்ச மட்டுமில்லை கட்டாய ஆள் சேர்ப்பு பலநாடுகள்ள இருக்கு, ஐரோப்பாவிலை கட்டாய ராணுவ சேவையெல்லாம் இருந்த. ஏன் அண்டைக்கு பிரதாப் அண்ணை உரையாற்றேக்க என்ன சொன்னவர்? அந்தக்காலத்திலை சண்டையெண்டா வீட்டுக்கொராள் நாட்டை காக்க எண்டு ஈட்டி, வேல் எல்லாத்தையும் தூக்கிக்கொண்டு வெளிக்கிட்ட சமூகம்தானே இது. இப்பமட்டும் ஏன் பயந்து பதுங்குது?"

"அப்ப சங்ககாலத்திலையே இருந்திருக்க வேண்டியதுதானே?"

"ஏண்டாப்பா பிரச்சாரம் வச்சு எடுக்கலாம் தானே, இவ்வளவு காலமும் அதுதானே செய்தவங்கள்? என்னதுக்கு விருப்பமில்லாதவங்களை பிடிச்சுக்கொண்டு போய் நிப்பாட்டுறாங்கள்? அப்பிடி போனவன் சண்டை பிடிப்பானோ ஆமீயைக்கண்டிட்டு துவக்க போட்டிட்டு ஓடிவருவானோ?"

"அவங்களும் என்ன செய்யிறது? ஆக்கள் இருந்தால்தானே சண்டைபிடிக்கலாம்?"

"ஆனா விருப்பமில்லாதவங்களை கொண்டுபோய் லைனிலை விட்டு மூக்குடைபடுறதுதான் மிச்சம். அங்க பார் குடும்பி மலை சரிஞ்சிட்டுதாம், எல்லாம் புதுப்பெடியளை மூண்டு நாலு மாச ரெயினிங்கோட கொண்டு போய் நிப்பாட்டினால் அவங்கள் எங்க சண்டைபிடிப்பாங்கள். பார் மணலாறுப் பக்கமாய் ஆமி கிண்டிக்கொண்டு வரப்போறான்."

"அப்பிடிச் சொல்லாதையடா போன கிழமை. பெரியம்மான்ர மகனை தெரியும்தானே? ஜீவன் அண்ணா. அவர் அக்காவை பிடிச்சிட்டாங்கள் எண்டு அவாவை விடச்சொல்லி தான் போய் இணைஞ்சவர். அவர் சொன்னார் தன்னை சண்டேலை கொண்டே லைன்ல விடும்போது

பயந்து பயந்துதான் நிண்டதாம். துவக்க போட்டிடு ஓடியந்திடுவன் எண்டுதானாம் நினைச்சாராம். தீடிரெண்டு ஆமி முன்னுக்கு வாறான் எண்டு வோக்கில சொன்னதும் எல்லாரும் பொசிசனுக்கு போய் நிண்டிட்டினமாம், ஆமி இருநூறு மீற்றர்ல பதுங்கி இறங்கிறது கண்ணிலை கண்டதும் துவக்கிலை எப்பிடி கை இறுக்கி பிடிச்ச எண்டே தெரியாதாம். அவரை அறியாமல் ஏ.கே பெல்டிலை இருந்த குண்டை விழுங்கி கோதை துப்பித்தள்ளுதாம். ஏதோ மந்திரம்போட்ட மாதிரி தான் முன்னேறினாராம். கடைசில தோள்ள காயப்பட்டு ரத்தம் போய் மயங்கும் வரைக்கும் ஓயேல்லையாம்"

"அப்பா அண்டைக்கு சொன்னவர், துவக்கும் கள்ளுச்சாராயம் மாதிரித்தானாம். எந்த ஆயுதமும் சரி ஆளை பிடிச்சுதெண்டா காட்டு முனியடிச்சமாதிரி விடவே விடாதாம். கோடாலியோ துவக்கோ பீரங்கியோ அது ஒரு போதைதான் எண்டார்"

"கொப்பர் பழைய ஈரோஸ் என்ன?"

"ஓம் அப்பவே விலகிட்டார்"

"என்ன ஏ.எல் பெடியளையும் பிடிக்கிறாங்களாம்?"

"ஆர் சொன்னது உனக்கு?"

"அம்மாதான் சொன்னவா, பிரமந்தனாறு பள்ளிக்கூடத்தடியிலை விளையாடிக்கொண்டு நிண்ட ரெண்டு பெடியளை கூப்பிட்டு கதைக்கோணும் எண்டு ஏத்தினவங்களாம். பிறகு வீட்டுக்காரர் தேடிப்போக அவை அமைப்பில சேந்திட்டினம் எண்டு சொல்லியிருக்கிறாங்கள்"

"அவங்கள் விரும்பிப்போனாங்களோ தெரியாதே" அட்சயன் சந்தேகமாக இழுத்தான்.

"அங்கை பாருங்கோடா நோப்பிளீசும் திண்ணையும் தொடங்கீட்டினம்". யூட் காவடி மரத்தில் நடந்த சம்மாசணையை இடை வெட்டினான். தீக்கிடங்கின் முன்னால் சனங்கள் சுத்தி நிற்க நோப்பிளீஸ் காலைக் கையை எறிந்து நாக்கை நீட்டி ஒரு கையில் வேப்பிலையும் இன்னொரு கையில் போத்திலுமாக ஆடினான். கூடவே திண்ணை அப்புவும் சேர்ந்துகொண்டார். இருவருக்கும் நல்ல கலை. நோப்பிளீஸ் போத்தல்களை சீரான இடைவெளியில் உடைத்தான். சிறுவர்கள் கண்ணாடித்துண்டுகளை ஓடி ஓடிப்பொறுக்கினார்கள். அவன் எங்கேயிருந்து போத்தல்களை எடுக்கிறான் என்பதை மட்டுப்பிடிக்க முடியவில்லை. கூட்டத்தில் இருந்துதான் யாரோ கொடுத்துக்கொண்டிருந்தார்கள். கங்குகளின் மென் சிவப்பும் மஞ்சளும்

குழைந்த ஒளியில் சனம் சுற்றி நிற்க கிடங்கு வாசலில் நின்று இருவரும் ஒருவரையொருவர் முறைத்தும் பிடித்தும் சுழன்றும் கால்களை விசுக்கியும் உறுமியும் நாக்கை நீட்டி கண்ணை பெரிதாக்கியும் கலையாடினார்கள்.

“ஏய். ஏய்”

“ஆய் ஆய்”

மாறி மாறி குரல்கலெழுப்பி இரைந்து கொண்டனர். பற்கள் குளிரில் விறைத்தவர்களைப்போல அதிர்ந்தன.

யூட் தீடீரென்று காதை வானத்துக்கு கொடுத்தான். ஏதோ அவனை அருட்டியிருக்க வேண்டும்.

“டேய் ஏதோ சத்தம்...

அவன் முடிக்க முதல் நன்கு இருண்டிருந்த வானம் ஒளிப்பிளம்பாக வெடித்தது. கண்கள் இறுக்கிச் சாத்திக்கொள்ள வெள்ளொளி வெடித்துப்பரவியது. சனங்கள் ஒளியில் விறைத்து உறைந்தார்கள். எல்லோரும் நிமிர்ந்து வானத்தைப் பார்க்க, இரச்சலொன்று எழுந்தது. பராலைட்டுக்களின் ஒளியில் இரண்டு மிக் விமானங்கள் கீரிப்பிள்ளை மேட்டின் வான் பரப்பினைக்கி குறுக்காக வெட்டி இறங்கின, முதலாவது குண்டை ஒரு விமானம் போட்டு விட்டு எழுந்து பறக்க. சத்தம் பொம் என்று இறங்கி பிராந்தியமே குலுங்கியது. எல்லாம் ஒரே நொடியில் நடந்தது. இரண்டாவது விமானம் இறங்க முதல் அங்காங்க காட்டுக்குள் இருந்தும், கிராமத்துக்குள் இருந்தும் எதிர் தாக்குதல்கள் வானை நோக்கி எழத்தொடங்கின. பராலைட் வெளிச்சத்தில் சனங்கள் சிதறி ஓடுவதையும் ஒருவரை ஒருவர் முட்டித் தள்ளுவதையும் நால்வரும் திகைத்து உறைந்து போய் காவடியின் மேலே இருந்து பார்த்தார்கள். கீரிப்பிள்ளை மேட்டிற்கு தற்காலிகமாக ஒரு பகலை ஏற்படுத்திய விமானங்கள் மீண்டும் இறங்கி வந்து அடுத்தடுத்து இரண்டு குண்டுகளைப் போட்டன. காவடிக்கு மேலே இருந்து பார்க்கும் போது கிராமத்தின் நடுவில் குண்டு விழுந்து வெடிக்கும் ஒளிப்பெருங்கீற்று மின்னல் பொழுதில் தோன்றி சத்தமாகி வெடித்தது.

“அரசியல் துறை பேசுக்குத்தானடா அடிக்குது” யூட் கைகாட்டி கத்தினான்.

ஆத்தை வளவைச்சுற்றி வீறிடல் ஒலிகள். அட்சயன் பதறிக்குதித்து இறங்கினான். அவன் பின்னால் பாணுவும் விமலும் யூட்டும், டிராக்டர் பெட்டிக்கு கிழே பதுங்கி உருண்டனர். இவர்களுக்கு எதிரே சனங்கள்

தடுமாறி ஓடினார்கள். சிலர் காட்டுப்பக்கமாக வயலுக்குள் ஓடி விழுந்து பதுங்கினார்கள். சிலர் கோயில் வளவிற்குள் மரங்களுக்கு கீழே தரையோடு தரையாக ஒட்டிக்கொண்டு வீறிட்டார்கள். குழந்தைகளின் பயப்பீதிச்சத்தம் எல்லோரின் சத்தத்தையும் தாண்டி எழுந்தது. அட்சயனால் கண்களை மூட முடியவில்லை. தாமரையையும் அனுவையும் கூட்டிக்கொண்டு அப்பா ஓடுவது போலிருந்தது. சின்ராசன் ஆச்சியை கட்டிப்பிடித்துக் கொண்டு நிலத்தில் அமத்தி கிடத்தினான். ஆச்சி அவனை உதறி விட்டு வானத்தைப் பார்த்தாள். எத்தனை வருடங்கள் கழித்து மீண்டும் வானத்தில் அதுவும் இவ்வளவு அருகில் பராக்களை அவள் பார்க்கிறாள். முகம் முழுக்க வெள்ளொளி. விமானங்கள் மூன்றாவது சுற்றுக்கு இறங்கவில்லை, சட்டென்று எங்கோ ஒரு பொந்துக்குள் பதுங்கி விட்டவை போல காணாமல் போயின. பரா வெளிச்சம் கொஞ்ச நேரம் நின்று எரிந்துகொண்டிருந்தது. விமானம் அடங்கி விட்டதென தலை தூக்கிய யாரோ எதையோ காட்டி அலறினார்கள். குரல் வந்த திசையில் மொத்த ஊரும் திக்கித் தவித்துப்பார்த்து.

திண்ணை பெரியப்புவும் நோப்பிளீசும் நடு நெருப்புக்குள் வீழ்ந்து உடல் துடிக்க முறுகிக் கொண்டிருந்தனர். கலையாடிய கைகளும் கால்களும் பின்னிக்கொண்டு நெருப்புக்குள் எறிந்து துடித்தன. பார்ப்பதற்கு நெருப்புக்குள் அவர்கள் உக்கிரமாக கலையாடுவது போலத்தனிருந்தது. நோப்பிளீசின் கறுத்து எரிந்து துடிக்கும் தேகம் கண்ணாடி குற்றியொன்று நெருப்பில் புரள்வது போல கங்குகளுக்குள் பளபளக்கும் பிரமைதட்டியது. எல்லோரும் பதறியடித்து கிடங்கை நோக்கி ஓடிவர பராலைட் வீழ்ந்து அணைந்தது. ஜெனரெட்டரை கிபிர்சத்தம் கேட்டதும் யாரோ அணைத்து விட்டிருந்தனர். பரா அடங்கி வீழ வெள்ளொளியை விழுங்கக் காத்திருந்த இரவு மீண்டும் தன்னை விரித்து எல்லோரையும் மூடியது. கிடங்கில் கிடந்த நெருப்புத்துண்டங்கள் மட்டும் இரவை உக்கிரமாகத் தீண்டி எரிந்துகொண்டிருந்தன.

காடுபாடியது

முள்ளாறுங் கல்லாறுந் தென்னரோட
முன்னொருநாள் வாளபயன் முனிந்த போரின்
வெள்ளாறுங் கோட்டாறும் புகையான் மூட
வெந்தவன மிந்தவன மொக்கி லொக்கும்.

– சயங்கொண்டார்.

01

தார் வீதியை விட்டு சரிந்து இறங்கி சவுக்குத்தோப்பின் ஊடாக நுழைந்து புதர்கள் அடர்ந்து எழுந்த கூதல்காற்று வீசும் சிறுகாட்டுப் பகுதியை கடந்து, கடற்கரைக்கு ஓடும் மணல்பாங்கான பாதையில் சைக்கிளைத் திருப்பினான். ஒன்பது மணிக்கு மேலிருக்கும். பூனகரியைத் தாண்டும் போது மேற்கு வானில் தெரிந்த பிறை கீழே இறங்கி மறைந்து விட்டது. வானம் நட்சத்திரங்களுக்கு மட்டும் சொந்தமாயிருந்தது. ஓராயன் என்னும் அந்தப்பெரிய வேட்டைக்காரனின் இடுப்புப்பட்டியில் உள்ள மூன்று நட்சத்திரங்களையும் பார்த்துக்கொண்டே சின்ராசன் சைக்கிளின் வேகத்தை துரிதப்படுத்தினான். முன்புபோலில்லை. வயது உடலை மென்று துப்பிக்கொண்டிருந்தது. தளர்ந்து போய்விட்டோமா என்ன? மனம்தான் அலைக்கழிந்தது. அன்னம்மாள், திண்ணையப்பு, நோப்பிளீஸ், பாம்புகள், பேய்க்கனவுகள், காட்டிலிருந்து அகற்றப்பட்ட வேட்டைக்காரனுக்கு எவ்வளவு பலவீனமான மனம் என்பதை கடுமையான அந்நாட்கள் முகத்திலைறைந்து சொல்லிக்கொண்டிருந்தன. தன்னை எல்லாவற்றுடனும் பொருத்து பார்த்துக்கொண்டு அல்லலுறும் மனம். அடுத்தடுத்து மாதக்கணக்கு கூட இல்லாத இடைவெளிகளில் ஊரில் ஏதோ “தத்து” சனத்தை பிடித்து உலுப்பத்தொடங்கி விட்ட உணர்வு. காலம் காலமாக சொல்லப்பட்ட பழைய கதைகள் காலத்தின் சுழலில் இருந்து தங்களை விடுவித்துக்கொண்டு ஊருக்குள் திரும்பி விட்டனவா என்ன?

பின்னேரம் மேற்கு விழ ஊரைவிட்டு புறப்படும் போது ஒரு முறை ஆத்தையைப் பார்த்துக் குப்பிட்டு வந்திருக்கலாம் என்று தோன்றியது. “எப்பிடியாவது சரிக்கட்டிப்போட்டு வா சின்ராசு, எல்லாத்தையும் வித்துச்சுட்டாவது நான் தருவன்” ஆச்சியின் ஒளியிழந்த முகத்தில் தோண்டி வழித்தால் கூட ஒரு துளிநம்பிக்கையையும் தென்படாது போலப்பட்டது.

ஏழாம் காட்டின் நரிகளின் ஊளைச்சத்தங்கள் மெல்ல மெல்ல எழத்தொடங்கின. ஒவ்வொரு ஊளைச்சத்தமும் தூரத்தூரக்கேட்டது. கடற்கரைப் பக்கமிருந்துதான் வந்தது. ஒவ்வொரு குழுவாக

சீரான இடைவெளி விட்டு வானத்தில் ஊளைச்சத்தத்தை பரவ விட்டன. முன்னிரவிலேயே காடுகளுக்குள் இருந்து வெளிப்பட்டு நண்டுகளைத்தேடி நரிகள் வந்து சேரும். கடற்கரை மணற்பாங்கில் நண்டுகள் தோண்டியிருக்கும் வளைகள் தோண்டுவதற்குச் சுலபமானவை. நடு இரவில் எல்லாவற்றிற்கும் வயிறு நிரம்பிவிடும் பிறகுதான் ஊளையிடுவதும் புணர்வதும்.

ஏழாம் காட்டுக்கு நரி ஊளை தாலாட்டு. தாயார் நீலாத்தையின் ஊர். மணம் முடித்த பிறகு சின்னானோடு கீரிப்பிள்ளை மேட்டில் குடியேறியவள் எனினும் சின்ராசன் பிறந்தது நீலாத்தை பத்தியமிருந்தது எல்லாம் ஏழாம்காட்டில்தான். ஒவ்வொரு ஆண்டும் ஏழாம்காட்டுக்கு லோத்து மாதா கோயில் திருவிழாவிற்கு சின்னானும் நீலாத்தையும் சின்ராசனை அழைத்து வருவார்கள். சின்னான் எப்போதும் நீலாத்தையின் ஊரை ஏதாவது சொல்லி அவளைச் சீண்டிக்கொண்டிருப்பான்.

"கோத்தேன்ர ஊரிலை நரி என்னெண்டு நண்டுபிடிக்கிறதெண்டு சொல்லுப்பாப்பம் சின்ராசு?"

"பொந்துக்க குசு விட்டு"

இப்போது ஏழாம்காட்டில் நிரந்தரமான வீடுகளில்லை. சண்டையில் கொஞ்சம் கொஞ்சமாக அழியத்தொடங்கி கைவிடப்பட்டு இடம்பெயர்ந்து போன சனங்கள் வலைப்பாடு கிராஞ்சி கிராமங்களோடு கலந்து விட்டார்கள். இப்போது வீடுகளும் சிதிலங்களும் மாத்திரம்தானிருந்தது. விமானம் உடைந்து சரிந்த பிள்ளையார் கோவிலும், கடற்கரையைப் பார்த்துக்கொண்டு நின்றிருந்த லோத்து மாதா கோயிலும்தான் புழங்கக்கூடிய இரண்டு கட்டிடங்கள். ஏழாம் காட்டில் மீன் படும் நாட்களில் குடிசைகளும் படகுகளும் வலைகளும் மீனவர்களும் தோன்றுவார்கள். கருவாடோ வலையோ உலர்த்திக்கொள்ள வருவதுமுண்டு. மீன்படும் பருவங்களில் பதினைந்து இருபது குடும்பங்கள் அங்கே வருவார்கள். சிதைந்து பற்றையேறிய வீட்டுக்கட்டிடங்களை துப்பரவாக்கிக்கொண்டோ அல்லது பழைய அத்திவாரங்களில் கொட்டில்களை கட்டிக்கொண்டோ தங்குவார்கள். சித்திரையில் திருவிழாவிற்கு ஊரின் நடுவே இருக்கும் லோத்து மாதா கோயிலில் கூடுவார்கள். பிள்ளையார் கோவில் ஏறக்குறைய ஆதரிப்பாரின்றி கைவிட்டுப் போய்க்கொண்டிருந்தது. தேவாலயமும் சிதைந்து போய்த்தானிருந்தது. பாதர் சேவியர் வலைப்பாட்டிலிருந்து திருவிழாப்பூசைக்கும் திருப்பலிக்கும் வருவார். எப்போதாவது அந்தப்பக்கத்தால் போனால் கொஞ்ச நேரம் வந்து இருந்து விட்டுப்போவார். சின்ராசனுடன் பாதர் சேவியர் நல்ல வாரப்பாடு. திருவிழாவிற்கு பாதருக்கு நிறைய ஒத்தாசைகள்

செய்பவன். சின்ராசு எப்போது ஏழாம்காட்டுக்கு வந்தாலும் லோத்து மாதாவிடம் வராமல் போவதில்லை. அவனுக்கு கிறிஸ்துவர்களின் வழிபாட்டு முறை தெரியாது. யாராவது ஆட்கள் நின்றால் கைகூப்பி வணங்குவான். ஆட்களில்லாமல் லோத்து மாதா தனியே நின்றிருந்தால் சிலுவைக்குறி போட்டு வணங்குவான். பெரும்பாலும் சிலுவைக்குறி தவறாகத்தானிருக்கும். சில சமயம் குறி தொடங்கி முடியும் விதம் பிழைக்கும், அல்லது குறி சரியாக இருந்தாலும் பிதா - சுதன் - பரிசுத்த ஆவியின் பெயரால் - ஆமேன் ஒழுங்கு பிழைக்கும். ஆனாலும் ஆட்களில்லாவிட்டால் அப்படிப்போட்டுக்கொள்வது சின்ராசனுக்கு உள்ளூர ஒரு குழந்தைக் கிளர்ச்சியை உண்டுபண்ணும். என்றாவது சரியாகப் போட்டு விடுவோம் என்று நினைப்பான்.

ஏழாம் காட்டில் தந்தை, மகன் சொரூபங்கள் கிடையாது. தேவாலயத்தில் கூட குருசு மட்டும் இருந்தது. மாதா சொரூபங்களும் லோத்து மாதாவின் முற்றத்தில் கடலைப்பார்த்து நிற்கும் அவளுடைய ஆளுயரச்சொரூபமும், சிலுவையும் அவளுடைய நெஞ்சுக்குள் ஒரு குழந்தை சுற்றப்பட்டதைப் போலத் தெரியும். ஆனால் குழந்தையின் உடலோ முகமோ தெரியாது. சின்ராசன் எப்போது ஏழாம் காட்டுக்கு வந்தாலும் லோத்து மாதாவை கும்பிடப்போவான். அவள் ஒரு ஆச்சரியம். தேவாலயத்தின் முன்றலில் கிராமத்தை நோக்கி நடந்துகொண்டே தலை பின்னால் திரும்பி கடலைப்பார்க்கிறாள். சின்ராசனுக்கு நினைவுள்ள நாட்களில் இருந்து அந்தப் பார்வை கடலுக்கு எறியப்பட்டு உறைந்து கிடக்கிறது.

“அவள் கடலுக்கு புதுமையான மாதாவெல்லோ”

சுனாமி நாளில் பேரலைகள் எழவில்லை என்றாலும் கடல் லோத்துமாதாவின் கால் வரை வந்து நனைத்து விட்டு உள்வாங்கியதாக அன்றைக்கு தேவாலயத்தில் நத்தார் நாள் திருப்பலியில் நின்றவர்கள் சின்ராசனிடம் வியந்து சொல்வதைக் கேட்டிருக்கிறான். அந்தப்பகுதிக்கு அவள் ஒரு புதுமையான தெய்வம். கடலில் போய் வர வழிகாட்டுபவள். வலது கரத்தில் துணியால் சுற்றப்பட்ட சிசுவையும் இடது கரத்தில் நெஞ்சோடு அணைத்தபடி ஒரு பாய்மரக்கப்பலை வைத்திருந்தாள்.

சின்ராசனுக்கு அங்கே ஒரு எட்டு ஏக்கர் காணியிருந்தது. தரிசுதான். கொடிரோஜா பசுமையாக நிலத்தை மூடிப்படர்ந்திருக்கும். சின்ராசனுக்கும் ஏழாம் காட்டுக்குமிருந்த கடைசிப்பிடிப்பு ஏழாம்காடு பற்றிய ஞாபகங்களும் அந்த தரிசும்தான். சின்ராசனின் அந்த வெண்மணலும் பற்றைகளும் எழுந்த தரிசில்தான் ‘பூவும்பொட்டும்’ கொட்டில் போட்டு தொழில் செய்துகொண்டிருந்தான்.

ஏழாம்காட்டில் இப்போது சின்ராசனுக்கு இருக்கும் ஒரே பிடிப்பு அவன். பூவும்பொட்டிற்கு வலைப்பாட்டில் ஒரு வீடு இருந்தது. ஏதோ தொண்டு நிறுவனம் கட்டிக்கொடுத்தது. அவன் கடற்தொழில் உபகரணங்களை வைத்துப் பூட்டவே வீட்டைப் பாவித்தான். பிரதான விறாந்தையில் தகப்பனின் பழைய மரப்படகொன்றும் நின்றிருக்கும். மற்றபடி அவன் வீட்டிலிருப்பதை விட ஏழாம் காட்டில்தான் பெரும்பாலுமிருப்பான்.

திறமையான சண்டைக்காரன் என்று பெயரெடுத்த பூவும்பொட்டு பாதங்கள் சிதையக் காயப்பட்டு காலை அகற்றும் படி ஆயிற்று. குடாரப்பு தரையிறக்கத்திற்கு தன்னுடைய அணியை அனுப்பிவிட்டு வோக்கியைப் பிடித்துக்கொண்டு நடந்து வந்தவனின் காலை மோட்டார் ஷெல் ஒன்றின் சன்னம் சிதைத்துப்போட்டது. இயக்கம் தந்த பொய்காலை மட்டும் வாங்கி கொழுவிக்கொண்டு வேறொரு சலுகையும் வேண்டாம் என்று தீர்க்கமாகச் சொல்லி விட்டு கடல்தொழிலுக்கே திரும்பிவிட்டான். உடல் முழுக்க அங்காங்கே அகற்றப்படாமல் உலோகச்சன்னங்கள் இருந்தன. கையைப் பிடித்துப் பார்த்தால் போள்ஸ்கள் எனப்படும் சிறிய உலோகக் கோளங்கள் சதைக்குள் தட்டுப்படும். யாரையாவது அவற்றைத் தொட்டுப்பார்க்க விடும் போது அவன் முகத்தில் விரியும் பெருமையைப் பார்க்க வேண்டும்.

இரண்டு வாரங்களுக்கு முதல் கிளிநொச்சி சந்தையில் வெங்காய மூட்டைகளுக்கு மேலே ஏறியிருந்த பூவும்பொட்டையும் சின்ராசன் எதேச்சையாக சந்திக்க நேர்ந்தது. சின்ராசனைக் கண்டவுடன் கட்டிப்பிடித்து அண்ணே என்று நெழிந்தான். உடனே மரியதாசைப் பற்றித்தான் கேட்டான்.

“மரியதாஸ் அண்ணன பற்றி தகவலொண்டு இல்லை என்ன?”

“ஓமடாப்பா எனக்கு நம்பிக்கையில்லை, அவனை பழைய ஆக்கள் எல்லாருக்கு தெரியும், ஆமியோட வால்பிடிச்சு நிக்கிறவன் கைகாட்டி இருப்பான். விசரன் ஏன் பிரச்சினை முத்திக் கிடக்கேக்க யாழ்ப்பாணம் போனவன்”

“நிர்மலாக்காதான் பாவம், பிள்ளை வளந்திருப்பாள் என்ன?”

“அதை ஏன் கேக்கிற பெட்டையை அப்பிக் கொண்டுபோட்டாங்கள், நல்ல கெட்டிக்காரப் பெட்டை. ஏ.எல் எடுத்தவள். சோதினை முடிஞ்ச கையோட கொண்டு போட்டாங்கள். இப்ப நிர்மலா அரசியல்துறை நடுவப்பணியம் எண்டு மாறி மாறி திரியிறாள்” சின்ராசன் நிர்மலாவைப்பற்றி வேறொன்றும் சொல்லவில்லை.

"மரியதாஸ் இயக்கத்திலை இருந்ததெண்டு உந்த புண்டை மோனவைக்கு தெரியாதோ?"

"அவன் விலத்தினவர்தானே எண்டு சொல்லுறாங்களாம்"

"காத்தைக்கோழ்க்க! உதென்ன விசர் கதை, மரியதாசண்ணை ஏலாமல்தானே விலத்தினவர். இடுப்புக்க இப்பவும் பீஸ் கிடக்கு என்ன? இயக்கத்துக்கு அவர் செஞ்ச சண்டையள் வேலையள் புதிசா முளைச்ச பூனாக்களுக்கு தெரியுமோ? முந்தநாள் முளைச்சு வந்ததெல்லாம் துவக்கை பிடிச்சுக்கொண்டு சதிராடுது, உவனவை என்ன புடுங்கிறாங்கள்?"

பூவும்பொட்டும் கோபத்துடன் உணர்ச்சிவசப்பட்டுச் சொற்களைக்கடந்து போய்க் கொண்டிருந்தான். பூவும் பொட்டும் இயல்பிலேயே உணர்ச்சிவசப்பட்டுத்தான் கதைப்பான். சாதாரண ஒரு கதையைக்கூட குரலை உயர்த்தி கொஞ்சமேனும் பதட்டமாகிச் சொல்லி முடிப்பான். சட்டென்று கைவைத்துவிடுவான். அதுவும் இயக்கத்திலிருந்து விலத்தியபிறகு அவ்வியல்பு கூடிவிட்டது என்றுதான் சின்ராசனுக்குப் பட்டது.

கதைத்துக் கொண்டே சின்ராசனில் இருந்து பார்வையை விலக்காமல் பக்கத்தில் வைத்திருந்த பொய்க்காலை எடுத்து முழங்காலுக்கு கீழே எடுத்து கொழுவி பட்டிகளை இழுத்துக்கட்டினான். சின்ராசன் அவனுடைய கால்களில் பார்வை நிலைக்க கூடாதென்பதில் கவனமாக இருந்தான். பூவும்பொட்டும் உணர்ச்சிவசப்படுபவன் என்பது சின்ராசனுக்குத் தெரியும். கோபமாக கதைத்துக்கொண்டிருக்கும் அவனுடைய குரலுக்கு பின்னால் பழைய ஞாபகங்களையும் நிகழ்காலத்தின் மீதான பெரும் நம்பிக்கையின்மையும் சுருண்டு கிடந்தன.

பூவும்பொட்டு பத்தொன்பது வயதில் இயக்கத்திற்கு போனது முதல் ஜீன்ஸோ வரிச்சீருடையோ போட்டதில்லை. பெரிய பச்சை பெல்டில் இடுப்பைச் சுற்றியிருக்கும் சறமும் கை உருட்டி மடித்த சேட்டும்தான் அவனுடைய சீருடையாகவிருந்தது. சண்டிக்கட்டுக்குள் அநாயாசமாக இரண்டு மூன்று கிரனைட்களை வைத்திருப்பான். இத்தனை நாளில் ஒன்று கூட சறத்திலிருந்து தவறியதில்லை. எப்போது கிரனைட்டை சண்டிக்கட்டுக்குள் இருந்து எடுக்கிறான் கிளிப்பை அடித்து எறிகிறான் என்று தெரியாது. சறம்தான் அவனுடைய சீருடை, படுக்கை, போர்வை, துடைதுண்டு, முதலுதவித்துணி எல்லாம். சண்டிக்கட்டும் வெறும் மேலில் கோல்சரும் கொழுவி துவக்கை தோளில் போட்டுக்கொண்டு

நகுலாத்தை | 253

வீட்டின் முன் வந்து நிற்கும் பழைய பூவும் பொட்டையும் மீண்டும் எதிரில் இருப்பவனில் வரவழைத்துப் பார்த்துக்கொண்டான் சின்ராசன்.

“என்னண்ணை பாக்கிறியள், எப்பிடி இருந்த தம்பி இப்பிடி ஆகிட்டான் எண்டோ?”

“உனக்கென்னடாப்பா அப்பிடியேதானே இருக்கிறாய்?” அவன் சிரித்துக்கொண்டே மெல்லத்தாழ்ந்து குரலை இறக்கி, கண்ணனை அனுப்பியதைப் பற்றி பிரஸ்தாபித்தான். தானே கொண்டு போய் கரைக்குக்கிட்ட இறக்கி விட்டதென்றான். சின்ராசனுக்கு ஏற்கனவே விசயம் தெரிந்திருந்தது. தலையாட்டி வைத்தான்.

“இயக்கம் வலைப்பாட்டு பக்கம் கண்வச்சுக் கொண்டுதிரியிறாங்கள். இப்ப ரேட் கூடிட்டு. நிமாலாக்கள் நாலு லச்சம் வாங்கிறானவையண்ணை, உயிரெண்டு ஓடியாறதுகளிட்ட ஞாயமில்லாமல் புடுங்கினால் கடலுக்கு அடுக்குமோ சொல்லண்ணை. அண்டைக்கு ஒரு குடும்பத்தைக் கொண்டு போய் இறக்கேக்கை நேவி கண்டிட்டான்”

“பேந்து?”

“பேந்தென்ன!, எல்லாரும் சிறுகண்டல் காம்பிலை.”

“நேவிக்காம்போ?”

“காம்ப் தான், ஆனால் இயக்க கட்டுப்பாட்டுக்க இருந்து வாற சனத்தை வச்சிருக்க எண்டு சிறுகண்டல்ல ஒண்டு கழிமோட்டேலை ஒண்டு அடிச்சிருக்கிறாங்கள் போல”

“அப்ப சனம் போகுதோ?”

“காசுள்ள சனம்; துணிஞ்ச சனம் போய்க்கொண்டுதானே இருக்குதுகள்”

வெரோனிக்கா பிடிக்கப்பட்ட பிறகு, சண்முகம் சின்ராசனை பூவும்பொட்டுவிடம் நேரில் போய் கதைத்துவிட்டு வரச்சொல்லி அனுப்பியிருந்தான். தான் வந்து ஆள் காட்டக் கூடாது என்பதில் பூவும்பொட்டு கரிசனையாகவிருந்தான். சின்ராசன் முதலில் தாமரையைக் கடலால் அனுப்புவதில் உடன்பாடற்றிருந்தான். தமிழ்ச்செல்வனிடம் ஆச்சியைப்போய் கதைத்துப்பார்க்கச் சொன்னான்.

“எத்தினை இயக்கத்துக்கு பாம்பு பூச்சி கடிச்சுக்கிடக்கேக்க உந்தக் காட்டுக்காலை நடந்து போய் கடிவாய் பாத்தனிதானே ஆச்சி, இந்தியன் ஆமி பிரச்சினையளுக்க கூட உவங்களை எல்லாம் வீட்ட

வச்சு, சாப்பாடு போட்டதுக்கு கொஞ்சம் நன்றி எண்டாலும் ஒட்டி இருக்காதோ?"

"செல்வாக்கெல்லாம் செல்லாது சின்ராசு, எங்கடை பிள்ளையை நாங்கள்தான் கரையொதுக்கோணும், இப்ப போய் நிக்கேல்லாது. நீ அலுவலப்பார்"

ஆச்சி அவ்வளவு எளிதில் செய்ததைச் சொல்லிக் காட்டுபவளோ, போய் உதவி என்று நிற்பவளோ கிடையாது. இதுநாள் வரைக்கும் இயக்கம்தான் உதவி என்று படலையைக்கு வெளியே நின்றிருக்கிறார்கள். கண்ணன் தப்பிப்போய்ச் சேர்ந்து விட்ட தைரியம் தாமரையைக் கடலால் அனுப்பிவிட முடியும் என்பதான கொஞ்சம் நம்பிக்கையையேனும் தந்திருந்தது.

ஏழாம்காட்டின் மெல்லிய சந்தடிகள் கேட்டன.

புதுக்குடிசைகள் முளைத்திருந்தன. வலைப்பாட்டு பக்கம் இயக்கம் கண்வைத்திருக்க பூவும் பொட்டும் வள்ளம் ஏறுமிடத்தை ஏழாம் காட்டுக்கு தந்திரமாக மாற்றியிருந்தான். ஏழாம் காடு அவ்வளவாக கவனிக்கப்படுவதில்லை. தவிர ஏழாம்காட்டின் கடற்பரப்பு அவ்வளவு பாதுகாப்பில்லை. கடலில் அலையும் நேவிக்களின் டோறாக்களில் இருந்து சினைப்பர்கள் கரைவரை சுடும். இயக்கம் ஏழாம் காட்டு எல்லைகளில் தங்களின் படகுகளையோ டோறாக்களையோ தேவையில்லாமல் கொண்டு வருவதில்லை. புதுக்கொட்டில்கள் எட்ட எட்ட இருந்தன. எல்லாவற்றிலும் ஒரு லாம்பு பூஞ்சி எரிந்துகொண்டிருந்தது. ஆட்கள் படுத்து விட்டார்கள். இரண்டொரு கொட்டில்களில் இருமும் ஒலிகளும் கெவ்வும் ஒலிகளும் கேட்டன. கொட்டில் வாசல்களில் படுத்திருந்த நாய்களில் ஒன்றிரண்டு தலைதூக்கிப் பார்த்து விட்டு குரைக்காமல் படுத்துக்கொண்டன.

லோத்து மாதாவின் சொரூபம் முன்னால் சிமிலிக்கள் அடுக்கப்பட்டு ஏற்றப்பட்ட மெழுகுகளில் நின்ற சுவாலைகளை, சிமிலிக்களின் திறந்த மேல் வாயினால் நுழையும் காற்று அலைக்கழித்துக்கொண்டிருந்தது. லோத்துமாதா கோவில் நெருங்க வலப்பக்கமாக அத்திமரமொன்றில் கட்டை நட்டு எழுப்பப்பட்டிருந்த கொட்டிலில் இருந்து சத்தம் வந்தது. பஞ்சன் பாட்டுத்தொடங்கிவிட்டான். நல்ல போதையேறிய முரட்டுக்குரல், இயக்கப்பாட்டு.

> *"கடலென்ன உனகென்ன சீதணம் தந்த வயலோ,*
> *எனதன்னை மடியினில் நீ தினம் வாழும் கனவோ?"*

வெறியில் பாட்டு சேடமிழுத்துக் கொண்டிருந்தது. ஓசைப்படாமல் பஞ்சனின் கொட்டிலைக் கடந்தான். தரிசை நெருங்க கடல்காற்று மோதி வியர்வையை உலர்த்தியது. அலைகளின் இரச்சல். காதுமடல்களை அறையும் கடற்கூதல். கடல் மெல்லிய ஒளியுடனிருந்தது. அலைகள் உருளும் இடங்கள் நுரைத்து நீண்ட வெள்ளைக்கோடு திரண்டு திரண்டு மறைந்தபடியிருந்தது. பூவும்பொட்டின் கொட்டிலினுள் பேச்சரவம். சைக்கிளை நிறுத்தி செருப்பை வைத்து இஸ்ராண்டில் ஏற்றி விட்டு கான்ரிலில் இருந்த பையை எடுத்துக்கொண்டு கொட்டிலை நோக்கிப் போனான் சின்ராசன். நரிகளின் ஊளைச்சத்தம் நீண்ட இடைவெளிக்கு பிறகு தூரத்தில் எழத்தொடங்கியது. அவற்றின் ஊளையும் கடலின் ஊளையும் சேர்ந்து சின்ராசன் வந்திறங்கிய சந்தடியை கொட்டிலுக்குள் போகவிடாமல் செய்திருந்தன.

கொட்டில் படலையை சின்ராசன் திறந்த போது கீதாஞ்சலியின் முகம்.

திடுக்கிட்டு பதறி எழுந்தது நின்றாள். லாம்பொளியில் அவளுக்கு குப்பென்று வியர்த்து உடல் நடுங்கியது. சின்ராசனும் அவளை எதிர்பார்த்தானில்லை. சாரங்கன் பக்கத்தில் நிலத்தில் இருந்து கொண்டு கொட்டில் காலில் சாய்ந்திருந்தான். சின்ராசனைக் கண்டதும் எழுந்து நின்று “சின்ராசண்ணை” என்றான் குரலில் பதட்டம். பூவும் பொட்டும் சின்ராசனைப் பார்த்தான். அவனும் சின்ராசனை எதிர்பார்த்தானில்லை.

நிலமையைப் புரிந்து கொண்டு பூவும் பொட்டும் சூழ்நிலையைச் சமாளித்தான். சின்ராசன் தன்னை உள்ளூரக்கடிந்து கொண்டு. “நான் ஆரோ ஊர் பெடியள்தானெண்டு நினைச்சு உள்ளுக்கு வந்திட்டன்” என்று நசிந்தான். பூவும்பொட்டும் தாயையும் மகளையும் கொட்டிலினுள் விட்டுவிட்டு, சின்ராசனை அழைத்துக்கொண்டு வெளியே வந்தான். கடற்கரைப்பக்கம் தாண்டித்தாண்டி நடந்து தன்னுடைய வள்ளத்தை நோக்கிப்போனான்.

“ரெண்டு கதச்சிருக்கிறன் அண்ணை, தாயும் மோனோடதான் போவன் எண்டு நிக்கிறா, வீடுவாசல் வேலை எல்லாத்தையும் விட்டிட்டு வந்து நிக்குது மனிசி, மாறன் அண்ணேன்ர தங்கச்சிக்கு வந்த நிலமையைப்பாருங்கோ” சின்ராசன் சிறிது நேரம் எதுவும் கேட்கவில்லை. நடந்தான்.

“பயமில்லை தானேடாப்பா?”

“இயக்கத்தின்ர போடர் தாண்டி நேவிப்பக்கம் போனால் பயமில்லை.”

“நேவி சுட்டால்?”

“அவங்களுக்கு சுடவேண்டாமெண்டு ஓடர் போல, நிறையச்சனம் போய்க்கொண்டுதானே இருக்கு. வெளிநாட்டுக்காரங்களுக்கு சனம் தங்களிட்டதான் வருது எண்டு காட்ட முகாமிலை வச்சிருக்கிறாங்கள்”

“கீதாவோடையும் பெடியனோடையும் ஆர் போறது?”

“வேறையார் பஞ்சனத்தான் கதச்சு இருக்கிறன், இன்னொரு வட்டக்கச்சி குடும்பமும் வருது. அவை நாலுபேர். ஆரோ பிரின்சிப்பலாம். ரண்டு வளந்த பொம்பிளைப் பிள்ளையள், தோட்டம் வீடு வளவெண்டு கனக்க காசு புழங்கிற ஆள், இயக்கம் பிடிப்பம் எண்டு நிண்டிருக்கு ஒரு பிள்ளைக்கு இதயத்திலை ஏதோ பிரச்சினையெண்டு மெடிக்கல் எடுத்து கொழும்புக்கு கொண்டு போக பாஸ் கேட்டவராம், மற்ற பிள்ளைய கொண்டு வந்து ஒப்படையுங்கோ தாறம் எண்டாங்களாம். விழுவார்.”

“லோத்து மரியே” என்று எழுதிய நீலநிற டொல்பின் படம் வரையப்பட்ட அவனுடைய வெள்ளைப்படகு மணலில்; இருளில் நின்றிருந்தது. அதன் கண்ணாடிநார் வேய்ந்த தேகம் சில்லிட்டுக் குளிர்ந்தது. படகில் சில மிக்சர் பைகள், தண்ணீர் எல்லாவற்றையும் எடுத்து வைத்தான், கூடவே டீசல் கான்களையும். சின்ராசன் அவனுக்கு உதவி செய்தான்.

“பஞ்சனுக்கு வெறி போலை கிடக்கு என்னெண்டு நம்பி அனுப்புறாய்?”

“பஞ்சன் நிதானத்திலை இருக்கேக்கதான் விசர் வேலையள் செய்வான். வெறியிலைதான் வேலை செய்வான்” சின்ராசன் சிரித்துக்கொண்டான். லேசாக பஞ்சனின் பாட்டு கேட்பது போல்தானிருந்தது. நடந்து கிட்ட வருகிறான் என்று தெரிந்தது.

கடல் என்ன உனக்கென்ன சீதணம் தந்த வயலோ?
எனதன்னை மடியினில் வாழும் கனவோ?

பஞ்சன் இன்னும் அதே வரிகளுக்குள்தான் சுற்றிக்கொண்டிருந்தான்.

சின்ராசன் வந்த அலுவலைப்பற்றி பேச்சைத்தொடங்கினான். தாமரையை நிறைய நாட்களுக்கு மறைத்து வைத்திருக்க முடியாது என்பதையும், பழைய சம்பவங்களை எல்லாம் மனதிலிருத்திக்கொண்டு விந்தன் எப்படியும் அவளை இயக்கத்தில் இணைத்துவிட அரசியல்துறை பெண்போராளிகளுக்கு அழுத்தம் கொடுத்துக் கொண்டிருந்ததையும் சொன்னான்.

ஒண்டும் பிரச்சினையில்லை. சண்முகத்தாரை பயப்பிடாமல் கூட்டிவரச் சொல்லண்ணை நானே பிள்ளையைக் கொண்டுபோய் விடுவன்”

…

இரவு இரண்டு மணிக்கு மேல்தான் எல்லோரையும் கடற்கரைக்கு அழைத்து வந்தார்கள். கீதாஞ்சலி கொஞ்சம் வெருண்டு போயிருந்தாள். முகம் வெளிறியிருந்தது.

“அண்ணை, அப்பாவை தங்கச்சிவீட்ட கொண்டு போய் விட்டிட்டன். வீடு வளவு அப்பிடியேதான் கிடக்கு ஏலுமெண்டால் கொஞ்சம் பாத்துக்கொள்ளுங்கோ”

ஏதோ சொல்ல வேண்டும் என்று தட்டுத் தடுமாறிச் சொன்னாள்.

“நீ ஒண்டும் யோசிக்காமல் போ பிள்ளை, பெடியனை விட ஒண்டும் முக்கியமில்லை, கவனம்”

பஞ்சன் அக்குளுக்குள் ஒரு பையை சுற்றிக்கொண்டு சறத்தை ஏற்றி சண்டிக்கட்டாக கட்டிக்கொண்டு லாம்புடன் வந்தான். சின்ராசனைக் கண்டதும் தலையை மட்டும் அசைத்து விட்டு சறத்தில் ஒரு துண்டு துணியைக் கிழித்து ஒரு ரூபாய் குற்றி ஒன்றை வைத்துக் கட்டி விட்டு பூவும்பொட்டிடம் கொடுத்தான். பூவும்பொட்டும் எதுவும் சொல்லாமல் வாங்கிக் கொண்டான். யாரும் எதுவும் கதைக்கவில்லை. ஊளை நின்றிருந்தது. நரிகள் பசியடங்கியிருந்தன. கடல் இன்னும் இன்னும் ஊளைக்காற்றை நிலத்தில் அறைந்து கொண்டிருந்தது.

பிரின்சிப்பல் குடும்பத்தில் மனைவியும் இரண்டு மகள்களும், கைகளிலும் பாரமாக ரவலிங் பைகள். எல்லோரும் படகில் ஏறிக்கொண்டபிறகு சின்ராசனும் பூவும் பொட்டும் பஞ்சனும் படகை தள்ளி நீரில் இறக்கினார்கள். முழங்காலைக்கடந்து நீர் ஏற பஞ்சன் தாவி ஏறிக்கொண்டு இருட்டுக்குள் தலையாட்டினான். என்ஜினின் கால் கடலுக்குள் விழுந்து சுழல படகு மறையும் வரைக்கும், இரச்சல் அடங்கும் வரைக்கும் இருவரும் முழங்காலளவு நீரில் அசையாமல் நின்றிருந்தனர். அலைகள் தொடைவரை மோதி காலை அங்குலம் அங்குலமாக நனைந்து குளிர்ந்தது. பூவும்பொட்டும் “வா அண்ணை” என்றான். கடலிலிருந்து வெளியேறி கரைக்கு ஏறினான். அவனுடைய பொய்க் காலால் தண்ணீர் வழிந்து கொண்டிருந்தது. சின்ராசனுக்கு காலில் ஏதோ சிராய்த்திருக்க வேண்டும். உவர் ஈரம் எரிந்தது.

பூவும்பொட்டும் நடந்தான். லோத்துமாதா சொரூபத்தை நோக்கிப்போனான். ஈரமேறிப் பாரமான ரப்பர் காலை எட்டு வைத்து தாண்டித் தாண்டி வேகமாகப்போனான். நேராக சொரூபத்திற்கு அருகில் போனான். லாம்பு வெளிச்சத்தில் லோத்து மாதாவின் வலது பாதி உடலில் மஞ்சள் வெளிச்சம் மைமலாக படர்ந்திருந்தது.

சிமிலிக்குளிருந்த மெழுகுதிரிகளை காற்று வென்றிருந்தது. அவள் நின்றிருந்த மேடைக்கு நேர் கீழே கட்டப்பட்டிருந்த தொட்டியில் துணி முடியப்பட்ட குற்றிகள் குவிந்து கிடந்தன. குற்றிகளிருந்த தொட்டிக்கு நேர் மேலே பைபிள் வாசகங்கள் வெட்டப்பட்டிருந்தன.

"லோத்து சோதோமை விட்டுப் புறப்படும் நாளிலே வானத்திலிருந்து அக்கினியும் கந்தகமும் வருஷித்து, எல்லோரையும் அழித்துப்போட்டது."

பஞ்சன் தந்த துணியில் முடிந்த நேர்ச்சைக் குற்றியை அதற்குள் போட்டு நெஞ்சில் சிலுவைக்குறி போட்டுக்கொண்டான். சின்ராசனுக்கும் சிலுவைக்குறி போட வேண்டும் போல இருந்தது. எங்கே தவறாக போட்டு விடுவோமே என்று உள்ளுணர்வஞ்ச நெஞ்சில் கைவைத்து கும்பிட்டுக்கொண்டான். பூவும்பொட்டும் அப்படியே அவளின் கீழே வெண்மணலில் இருந்து கொண்டு சொரூபத்தாங்கிக்கு முதுகைக்கொடுத்து சாய்ந்துகொண்டான். பொய்க்காலைக் கழற்றி அருகில் சாத்தினான். சூம்பிய தனது காலை குளிர்ந்த மணலுக்கு புதையுமாறு வைத்தான். குளிர்ச்சி பரவ அதன் இதத்தை உணர்ந்தான். சின்ராசனும் பக்கத்தில் இருந்துகொண்டான்.

"ஒரு கலியாணம் செய்யனடாப்பா"

சின்ராசனுக்கு அவனிடம் அப்படித்தான் சொல்ல வேண்டும் என்று தோன்றியது. மூச்சை மூசிச் சிரித்தான் பூவும்பொட்டும். "ஏன் அண்ணை பகிடி விடுறாய்.?"

"என்ன பகிடி, இப்பிடியேதான் இருக்கப்போறியோ?"

"ஓம், வேறையொண்டும் வேண்டாம், நானுந்த கடலோடை தனகிக்கொண்டே இப்பிடியே இருந்திடுவன்."

பிறகேன் உழைக்கிறாய்? இப்பிடி கறணம் தப்புற வேலையெல்லாம் பாக்கோண்ணும்?

"எனக்கும் தெரியேல்லை அண்ணை, உழைச்ச காசப்பாக்க ஏதோ சந்தோசமாய்கிடக்கு அதுதான் உழைக்கிறன். குடுக்கிறன், குடிக்கிறன். தேவைப்பட்டால் வேசையாடுறன், நீ முந்தி சொல்லுவாய் தானே தின், குடி, ஓழ், சா எண்டு. அதைத்தான் செய்யிறன்"

சொல்லிவிட்டு பூவும்பொட்டும் பெரிதாகச் சிரித்தான்.

"இஞ்சபார் நான் ஊர்ப்பக்கம் சொல்லி ஒரு சம்பந்தம் பேசுறன், கட்டினால் பிள்ளைகுட்டியெண்டு வாழ்க்கை திரும்ப ஒரு பிடிப்போட ஓடுமடாப்பா."

“ஏன் செஞ்ச பாவமெல்லாம் பிள்ளை குட்டியளிலை விடியவோ?”

“நீ என்னடா பாவஞ்செஞ்சனி?”

“இயக்கத்திலை இருக்கேக்கை பைபிளோ வாசிச்சுக்கொண்டு இருந்தனான் அண்ணை?”

“அது போராட்டமடாப்பா, நீ சண்டைக்காரன். சனத்துக்காக சண்டை பிடிச்சவன்”

“ஆமியை சுட்டதை விடுங்கோ, அவங்களும் சுட்டாங்கள் நாங்களும் சுட்டம், சரி. மிச்சமெல்லாம் என்ன கணக்கிலை வரும்?”

“வேற என்ன கணக்கு?”

“எனக்கேன் பூவும்பொட்டெண்டு பேர் வந்ததெண்டு தெரியுமோ அண்ணை?”

“தெரியாது”

இஞ்ச வலைப்பாட்டிலை ஒரு பெட்டை இருந்தவள். றோஸ்மேரி எண்டு அவளைக் கூப்பிடுவாங்கள். மேரிதான் பேர் ஆனால் நல்ல நல்ல வடிவு, ஆள் நல்ல கலர் எண்டுறாதலைதான் றோஸ் மேரி எண்டு கூப்பிடுறதாம். நான் ஆளை கண்டதில்லை. மன்னார் பக்கம் வந்தால் அவளைப்பற்றி ஒராளெண்டாலும் கட்டாயம் கதைப்பாங்கள். அவளிட்ட சிலாவத்துறைப்பக்கம் இருந்து ஆமிக்காரர் வாறவங்கள் போறவன் எண்டு ஊருக்க கதை. அப்ப நான் இந்தியாவிலை ஒரு இயக்க வேலையாய் போயிட்டு பீட்டர் அண்ணைன்ர டீமோட மன்னாரிலை வந்து நிண்டன். ஒரு நாள் அவளைச் சுடச்சொல்லி ஓடர் வந்தது. பீட்டரண்ணை என்னைத்தான் அனுப்பினார். அங்க நான் போக இன்னொரு டீம் அவளைப் பிடிச்சு போஸ்டிலை கட்டிபோட்டு விட்டிருந்தாங்கள். பிடிச்சவங்கள் சின்னப்பெடியள். அப்பதான் இயக்கத்திலை சேந்தவனவை. ஆக்களிட்ட பிஸ்ரல் இல்லை. பெரிய துவக்குளாலை வெடி வச்சால் சிதறிப்போகும். சனத்துக்கு முன்னாலை வச்சு சுடும்போது தலை சிதறினால் நல்லாய் இருக்காதெண்டு எனக்காக தான் பாத்துக்கொண்டு நிண்டாங்கள். நான் அங்க போக முகத்துக்கு கறுப்பு துணி போட்டு மூடியிருந்தாங்கள். எனக்கு றோஸ் மேரின்ர முகத்தை பாக்கோணும் எண்டு ஆசை. என்ன சொல்லி துணிய கழட்டுறதெண்டு தெரியேல்ல சுத்தி சனம் நிண்டுது. அவளுக்கு ஏன் சாவுறுப்புக் குடுக்கிறம் எண்டு அறிக்கை வாசிச்சதும் என்னை சுடச்சொன்னாச்சு. எனக்கு முகத்தை பாக்காமே தீர்க்க போறமெண்டு ஒரே ஏக்கம். அப்ப ஒரு யோசினை வந்துது. பெடியன் ஒருத்தனிட்ட

தைரியமாய் முகத்துணியைக் கழட்டச்சொன்னன். அவன் ஏன் நான் கழட்டச்சொல்லுறன் எண்டு விளங்காமல் கழட்டினான். துணி கழர அவள் நிமிந்து என்னைப் பாத்தாள். அப்பிடியே படங்கள்ள வாறவளவை மாதிரி வடிவு. பெடியள் கன்னத்திலை அடிச்சிருப்பாங்கள் போல. கன்னம் வீங்கி நாடி ரத்தம் கண்டிப் போயிருந்தது. சொட்டுக்கண்ணீர் வரேல்ல. நீட்டி இருந்த பிஸ்ரலை பாத்து எள்ளுக்கும் பயமில்லை. என்னை ஏதோ புழுவைப்பாக்கிற போலைப்பாத்தாள். "நீ என்னை பாக்கத்தானே துணியை கழட்டச்சொன்னனி எண்டு தனக்கு தெரியும் எண்ட மாதிரி இருந்தது அவளின்ர முகமும் பார்வையும்". எனக்கு அவளின்ர வடிவும் அவளின்ர பயமில்லாத முகமும் ஏதோ செஞ்சுது. உள்ளுக்க சினமேறிட்டு. "அறுதல் வேசை என்னடி பாக்கிறாய்" எண்டு கேக்கோணும் போலை இருந்தது. இயக்கத்திலை அதொண்டும் செய்யேல்லாதெண்டதால,

"சொல்லு, உன்ர கடைசி ஆசை என்ன? பூவோ பொட்டோ? எண்டன்.

அவள் விளங்காமல் வெறிச்சுப் பாத்தாள்.

"பூவெண்டால் காதுக்க சுடுவன், பொட்டெண்டால் நெத்திலை சுடுவன்" எண்டன். ஒண்டும் கதைக்கேல்ல என்னை வடிவாய் பாத்தாள்.

"நீ முகத்தைப் பாக்கத்தானே கழட்டின்னி, எங்கையெண்டாலும் வேளைக்கு சுடு எண்ட மாதிரித்தான் முகத்திலை எழுதியிருந்தது.

எனக்கு விசராக்கிப் போட்டுது. சர்வசாதாரணமாய் பயமில்லாமல் துவக்கை பாக்காமை ஒரு பெட்டை என்னைப் பாக்கிறத அதுக்கு மேல பொறுக்கேல்லாமல் போச்சு... நெத்திலை சுட்டிடன்.

"அப்ப அண்டேல இருந்துதான் உன்னை பூவும்பொட்டும் எண்டுறதோ? சின்ராசன் சிரித்துக்கொண்டே அவனுக்குள் என்ன ஓடிக்கொண்டிருக்கிறது என்பதை யோசித்து விளங்க முற்பட்டான்.

"அதுக்கும் இதுக்குமென்னடா சம்பந்தம்? அதொண்டும் பாவமில்லை. நடத்தை கெட்ட பொம்பிளையைத் தானே சுட்டனி."

"அப்பிடித்தான் நினைச்சுக்கொண்டு இருந்தனான். அதுக்கு பிறகு எத்தினை பேரை இந்தக்கையால போட்டிருப்பன். ஆனா அதெல்லாம் ஞாபகத்திலையே இல்லை. ஒவ்வொரு தரம் ஆரைச்சுடும்போதும் றோஸ்மேரின்ர முகம் ஞாபகத்துக்கு வரும். கோபம் கொப்பளிக்க தாறுமாறாய் சுடுவன். துவக்கு என்ர கையில இருக்கும் வரைக்கும் நான் வெறி பிடிச்ச மாதிரி றோஸ் மேரியை சுட்டுக்கொண்டே இருந்தன்"

சின்ராசனுக்கு அவன் சொல்வதில் ஏதோ பிடிபடாத போலத்தானிருந்தது. ஒன்றும் சொல்லாமல் கேட்டுக்கொண்டிருந்தான். ஏதோ அருட்ட,

“அப்ப அவள் நடத்தை கெட்டவள் இல்லையோ?”

“அது எனக்கு தெரியாது, அவள் அந்த ஆமிக்காரனை காதலிச்சாளோ ஆருக்கு தெரியும், எங்கடை சனம் ஊருக்க ஒருத்தி வடிவா திரிஞ்சால் சொல்லுற கதையளை நம்பி இயக்கம் எத்தினை பேரை சுட்டதோ ஆருக்கு தெரியும், சரி நடத்தை கெடுறதெண்டால் என்ன? எப்பவாவது நடத்தை கெட்ட ஆம்பிளை எண்டு ஆரையும் இயக்கம் சுட்டிருக்கோ? நான் இயத்திலை விலத்தினால் பிறகு கொஞ்சநாள் பரியாரியாற்ற மோன் நவத்தின்ர லொறியிலை கொழும்பு ஓட்டங்களுக்கு கிளினரா போய் வாறனான், இடையிலை அநுராதபுரப்பக்கம் நிப்பாட்டி அங்கை பெரிய நோனா வீட்டை கால் கை நனைச்சுப் போட்டுதானே வாறனாங்கள், அப்ப இயக்கம் எங்களையும் சுடுமோ?”

“சரி அதுக்கு இப்ப என்ன?”

“இயக்கத்திலை இருக்கும் மட்டும் சுட்டெடதெல்லாம் சரியெண்டுதானிருந்தது. ஆனா இப்ப பயமா கிடக்கு. சுட்டது எல்லாம் போராட்டக் கணக்கிலை விழுமோ எண்டு பயமாய் கிடக்கு. பாதரிட்ட சொன்னன். அவர் சிலுவைப்போரிலை போராடின புனிதர்களை பற்றி சொல்லுறார். எல்லாரும் சனத்துக்காகதான் போராடினாங்கள். இப்ப அவங்களெல்லாம் புனிதர்கள், எல்லாச் சமயத்திலையும் அப்பிடி போராடினவங்களை கடவுளாயும் புனிதராயும் தான் பாக்கினமாம். அதைப்போலத்தான் நீயும் பாவிகளை அழிச்ச ஆண்டவரின்ர கருவி எண்டுறார். ஆனா எனக்கு ஆறாதாம். கால் துண்டுபட்டு தசை தொங்கேக்க கூட நான் பயப்பிடேல்லை. இப்ப பயமாய் கிடக்கு.”

“நீ சுட்டது செத்தது எல்லாம் ஆமிக்காரரும் துரோகியளும்தாண்டாப்பா. சும்மா பயப்பிடாதை, எல்லாத்தையும் மாதாட்ட ஒப்புக்குடுத்திட்டு நின்மதியா இருக்கப்பார்”

“ஆர் துரோகி ஆர் எதிரி அண்ணை? இப்படிப்பாரண்ணை, இப்ப களவாய் இயக்கத்துக்கு தெரியாமல் சனத்தை ஆமிக்க அனுப்புறன். இப்ப இயக்கத்துக்கு நான் துரோகிதானே, அப்ப தெரிஞ்சால் என்னையும் பஞ்சனையும் சுடத்தானே போறாங்கள்? ஆருக்குத் தெரியும் வலைப்பாட்டிலை இன்னும் ரோஸ்மேரியை கட்டியிருந்த லக்ஸ்சபான போஸ்ட் நிக்குது. அதிலை கட்டிவச்சு சுட்டாலும் சுடுவாங்கள்.”

நக்கலை கொடுப்புக்குள் அடக்கிக்கொண்ட குரலில் சொன்னவன் சிறிது நேரம் அப்படியே வானத்தை அண்ணாந்து கொண்டிருந்தான். சின்ராசன் ஏதோ சொல்ல வாயெடுக்க நினைக்க மீண்டும் குரல் தொடங்கியது.

"உனக்கொண்டு தெரியுமோண்ணை? துவக்கோட இருக்கேக்க ஒண்டும் தெரியாது. அதை போட்டிட்டு வந்து தனிய இழுபட்ட வாழ்க்கை வாழேக்கதான் தெரியும், இயக்கமெண்டில்லை, ஆமீலை காயப்பட்டு வீட்டை இருக்கிறவனை போய் கேட்டுப்பார், ஆர் சுட்டாலும் துவக்கு சுடும். துவக்குதான் படுவேசை. றோஸ்மேரியில்லை."

மணலில் புதைந்திருந்த சூம்பிய காலைப் பிடித்துக்கொண்டு வித்தியாசமாகச் சிரித்தான். எக்காளமும் துயரும் சிரிப்பாக வெளிப்பட்டுக் கொண்டிருந்தது. அப்போதுதான் முதல் வெடிச்சத்தம் கேட்டது. கடல் பரப்பில் கூவிக்கொண்டு சென்று வானத்தில் வெடித்தது. சின்ராசன் கடற்பக்கம் பார்த்தான், கடலில் வேட்டுக்கள் தீரத்தொடங்கின. வெளிச்சப் புள்ளிகள் எரிவெள்ளிகள் வேகமாக அசைவது போல வானை நோக்கியும் தெற்குப்பக்கச் சாய்வாகவும் ஒளிச்சன்னங்கள் பரஸ்பரம் போவது தெரிந்தது. கடல் கணப்பொழுதுகளில் அமைதியிழந்தது. அலைச்சத்தம் மூர்க்கமாக கேட்பது போலிருந்தது. சின்ராசன் பதறியெழுந்து கடற்பக்கம் ஓடினான். தடுதாளிப்பட்டு காலைக் கொழுவிக்கொண்டு பூவும்பொட்டும் தாண்டித்தாண்டி ஓடி வந்தான். கடல் பரப்பின் விளிம்பில் நட்சத்திரங்கள் கொட்டிக் கொண்டிருந்தன. இரண்டு பக்கமும் இருந்து சன்னங்கள் தீர்ந்து கொண்டிருந்தன. இரண்டு தரப்பின் டோறாப்படகுகளிலும் பூட்டப்பட்டிருந்த கலிபர்களின் நாக்குகள் கக்கிய வெளிச்சமும் ஓசையும் அடிவானத்தை அதிரவைத்துக் கொண்டிருந்தன. பஞ்சனின் படகு போன திசை தன்னுடைய நெடுநேரத்து அமைதியை அந்த அதிகாலையில் கடலடியில் புதைத்துக்கொண்டது. கொட்டில்களில் உறங்கிக்கொண்டிருந்தவர்களும் ஓடிவந்து கடற்கரையில் கூடினார்கள். பூவும் பொட்டும் வியர்த்துப்போய் நின்றிருந்தான்.

பஞ்சனும் படகும் மறைந்த திசைக்குள் நடக்கும் களேபரத்தை நட்சத்திரங்கள் பார்த்தன. யாரோ பின்னால் கூப்பிட பூவும்பொட்டும் திரும்பிப்பார்த்தான். பெண்ணின் குரல். கடலைத் திரும்பி பார்த்தபடியிருந்த லோத்துமாதாவின் கருணை முகம் லாம்பொளியில் தெளிவாகத் தெரிந்தது. லாம்புச்சிமிலியில் கிடந்த கறை மாதாவின் தாடையில் மட்டும் ஒரு துண்டு ஒளியை கன்றச்செய்திருந்தது.

02

கூனிக்கிராய் வயல் வெளிகளின் அருகிருந்த ஈச்சம் பற்றைகள் மூண்டு எரிந்தன. வெண்புகை எழுந்து வானத்தை நிலத்துடன் இணைத்தது. புகைக்குடிச்சான் குருவிகள் வெய்யிலிலிருந்து முளைத்து கூனிக்கிராய் வயலுக்குள் வந்து இறங்கின. நெருப்புப் பரவுமிடங்களில் இருந்து தப்பிச்செல்லும் ஜீவபோராட்டத்தில் இருந்த புழு பூச்சிகளை கொத்தித் தின்பதில் மும்முரங்காட்டின. நல்ல விருந்து வயலில் இருந்து வெளிப்பரவுவதையிட்டு சந்தோசத்தில் கீச்சுக்குரல்கள், பெரிய புழுக்களை பறித்துக்கொள்வதில் சொண்டுச்சண்டைகள். வயிறு நிரம்பியதும் நல்ல பெரிய புழுவொன்றைத் தெரிந்து எடுத்துக்கொண்டு தாய்ப்பறவைகள் காற்றில் விருட்டெனக் கிளம்பிச்சென்றன.

சண்முகம் அருவி வெட்டும் மிசின்கள் பரவிவிட்டுப்போன வைக்கோல் திரள்களை நிலத்தோடு குழைக்கும்படி உழுது முடித்திருந்தான். கூனிக்கிராய் வயல்களில் இந்த சிறுபோகத்தில் பண்டி நெல்தான் விளைந்திருந்தது. கூனிக்கிராயில் போட்ட முதலுக்கு மோசம். சிவாஜிலிங்கத்தாரின் நெல்லாலையின் பின் பக்கத்தில் கிடக்கும் உமிமேட்டைப்போல அரிவிவெட்டுமிசினின் பெரிய குழாய் துப்பிய சப்பிநெற்குவியல், வயலெங்கும் இறைந்து கிடந்ததைப் பார்க்கும் போது உழைத்த உடலில் எரிச்சலும் சலிப்புமேறியது. வைக்கோலை மினக்கெட்டு கூலி கொடுத்து கூட்டி சப்பி நெல்லை தவர்த்தி எடுப்பது பெரும் உபத்திரவம். வீண் செலவு. கல்லூண்டி, நாவலடி, யானைமுடிச்சு வயல்கள் பெரிதாகக் கையைக் கடிக்கவில்லை. அவற்றின் வைக்கோலைக் கூட்டி அள்ள சொல்லியிருந்தான். கூனிக்கிராய் வயலின் வைக்கோலை நிலைத்தோடு கலந்துவிடால் அடுத்த போகத்திற்கு பசளையாக இறங்கிவிடும். எல்லாம் சரி, ஆனால் சஞ்சலும் பதட்டமுமான நாட்கள். அன்றிரவு அறுமர் வீட்டில் இருந்து புறப்படும் போது வெளிறியிருந்த மகளின் முகம் அன்றாடத்தைக் குழப்பிக்கொண்டிருந்தது. வெரோனி வெரோனி என்று அரற்றிக்கொண்டே இருந்தாள்.

உயர்தரப்பரீட்சைகள் முடிந்து சில நாட்கள் கூட ஆகவில்லை. யாரும் எதிர்பார்க்கவும் இல்லை. சொல்லி வைத்தாற்போல ஒரே

நாளில் நான்கு பிள்ளைகளைப் பிடித்துச்சென்றிருந்தார்கள். இரண்டு ஆண் பிள்ளைகள் இரண்டு பெண் பிள்ளைகள். வெரோனிக்கா பிடிக்கப்படும்போது தாமரை வீட்டில்தான் நின்றிருந்தாள். சண்முகம் ஏதேச்சையாக தேவாலய வீதியால் போன போது நிர்மலா நடு வீதியில் கிடந்து ஒப்பாரியிட்ட காட்சி கண்ணுக்குள் நின்றது. வெரோனிக்காவை அவர்கள் பிடித்துச்செல்லும் போது ஊர் நின்று பார்த்தது.

நிழலில் துரிதமும் காங்கேசனும் வெள்ளரிப்பழங்களை வடலியோலையில் வைத்துக் கட்டிக்கொண்டிருந்தார்கள். சண்முகத்தின் முகத்தில் இருந்த வாட்டத்தைப் புரிந்து கொண்டவர்கள் போல் பேச்சு ஏதும் கொடுக்காமல் தண்ணீர் போத்தலை மட்டும் எடுத்துக்கொடுத்தான் காங்கேசன்.

திருவிழா இரண்டு அவலச்சாவுடன் நின்று போன பிறகு ஊரிடை ஓடிய இறுக்கமும் தனிமையுணர்வும் எல்லோரையும் அந்தரமாக்கி வைத்திருந்தது. திருவிழா நெருப்பு, நரபலிகளுடன் முடிந்துபோய் மூன்று மாதங்கள். ஆத்தை வளவைச்சுற்றி புற்கள் முளங்காலளவு எழுந்துவிட்டன. ஒற்றையடிப் பாதையும் முற்றமும் மட்டும் வெளிப்பாகவிருந்தது. அதுவும் துரிதம் தன் பழக்கத்தை மாற்றாமல் தினமும் வந்து, கூட்டாவிட்டால் சருகேறி மூடித்தானிருக்கும். திருவிழாவிற்கு கழற்றிய வேலித்தூண்களை நடவேண்டும் என்று யாருக்கும் தோன்றவில்லை. ஆச்சி தினமும் விளக்கு வைக்க போவாள். “சாந்தி செய்ய வேணும்” என்று முணுமுணுப்பாள். ஆத்தையை நிமிர்ந்து பார்த்தாளில்லை. பூசையில்லை, கலையில்லை. அன்று ஒரே இரவில் ஆத்தை வளவில் இரண்டு பலி. ஊருக்குள் நாலு பலி. அதுவும் கேள்விப்பட்ட கணக்குத்தான். அரசியல்துறை முகாமில் எத்தனை பேர் வீரச்சாவென்று இயக்கம் அறிவிக்கவில்லை. ஈழநாதத்திலும் “கீரிப்பிள்ளை மேட்டில் சிறிலங்கா விமானப்படைக்குச் சொந்தமான மிக் 27 விமானங்கள் தாக்கியதில் திருவிழாவில் ஏற்பட்ட களேபரத்தில் முதியவரும் குடும்பஸ்தரும் நெருப்பில் கருகிப்பலி என்று பிரசுரமாகி இருந்தது. அடுத்தடுத்த நாட்களில் வீரச்சாவு அறிவித்தல்களில் இரண்டு லெப்ரினன் கேணல் தர போராளிகளும், ஒரு மேஜர் தர பெண் போராளியும், இன்னொரு இரண்டாம் லெப்ரினண்ட் தர போராளியும் வீரச்சாவடைந்ததாக படங்கள் பிரசுரமாயின. அட்சயன் “அண்ணை காயப்பட்டதாம் எண்டு கதைக்கிறாங்கள்” என்று வந்து சொன்னபோது அவனை அதட்டி விட்டான் சண்முகம். தேவையில்லா கதைகள் வில்லங்கத்தைக் கொண்டு வரும்.

பள்ளிக்கூடப்பிள்ளைகளையும் பிடிக்கத்தொடங்கிய பிறகு அட்சயனைத் தானே கொண்டு போய் விட்டு பின்னேரம் போய் ஏற்றிவருவதை

வழக்கமாக்கிக் கொண்டான். தாமரைக்காக அட்சயனைப் பிடித்துச்செல்லக் கூடும் என்று பயமும் உள்ளூர இல்லாமலில்லை.

தாமரையை அக்கராயனில் அறுமரிடமும் கிளியிடமும் ஒப்படைத்து வந்த பிறகு இரண்டு முறை சண்முகம் இரகசியமாகப்போய் வந்தான். இரவிரவாக போய் விடிய முதல் வந்து சேர்ந்தான். தாமரை உடலாலும் மனதாலும் பலவீனப்பட்டுக் கொண்டிருந்தாள். உடல் மெலிந்து கன்னங்கள் ஒட்டிப்போய். இரண்டு மாதங்கள் சூரியனை நேரே சந்திக்காத தேகம் வெளிறிப்போய். அதோடு ஒவ்வொரு நிமிசமும் எச்சரிக்கையுணர்வுடன் இருக்க வேண்டும். முதலைக்குளத்தில் நீரருந்தும் பறவை போல வெளியில் எந்த வாகனச்சத்தம் கேட்டாலும் மிரளும் தன் குழந்தையின் கண்களை தாங்கமுடியாமல் வீட்டில் வந்து சொல்லியழுதான். ஆச்சியின் ஒப்பாரியைத்தான் தாங்க முடியவில்லை.

காங்கேசன் சண்முகத்தின் கண்களைச் சந்தித்து “என்னண்ணை பிள்ளையைப் பற்றியோ?”

“எங்கை போனாலும் என்ன நடந்தாலும் எங்கையாவது ஒரு ஊடு பாத்து வந்து மடியிலை இருந்து சறத்திலை இருந்து கொண்டு ஊஞ்சாலாடி என்னை கொஞ்சிட்டுத்தான் போவாள்” சண்முகம் மூச்செறியச் சொன்னான்.

துரிதம் “யோகமக்காட்ட நேற்று போனான். ஆளை கண்கொண்டு பாக்கேல்லாம கிடக்கு”

“அவள் பெரிசா கதைக்கக் கொள்ள மாட்டாள். என்னளவுக்கு பெட்டைக்கு செல்லம் குடுக்கிற மாதிரி வெளியிலை காட்டிக்கொள்ளவும் மாட்டாள். ஆனா அவளுக்கு பிள்ளையெண்டால் காணும். தன்ர வயித்திலை வருத்தக்காறியாய் வந்து பிறந்திட்டாள் எண்ட குற்ற உணர்ச்சியோடையே பிள்ளையை வளத்தவள் யோகம். நேற்று சின்னப்பெட்டை தாய்க்காரிட்ட போய் அக்காட்ட கூட்டிக்கொண்டு போங்கோ எண்டு அழ என்னை அழுவாரைப்போல பாக்கிறாள். நான் யோகத்தை கூட பிள்ளையப்பாக்க கூட்டிக்கொண்டு போகேல்ல.”

“இப்பென்ன பிடிச்சோ போட்டாங்கள் அண்ணை? பிள்ளை எங்களிட்டதானே நிக்கிறாள். அது ஒண்டும் நடவாது. நேற்று ஆச்சியைக் கண்டனான். ஆத்தைக்கு காவல் வச்சு ஒரு கட்டுக்கட்டி விடணை எண்டனான், மனிசி ஏவல், கட்டு, காவல் ஒண்டும் செய்யாதெண்டு எனக்கும் தெரியும் ஆனால் மனிசி நிண்ட கோலத்தைப்பாத்திட்டு எனக்கு ஆத்தாமல் போட்டுதண்ணை”

‘ம்ஹ்ம், அண்டைக்கு நிர்மலா பெட்டையைப் பிடிச்சுக்கொண்டு போறாங்கள் எண்டு கத்துறாள் ஊரிலை ஒரு ஆள் கேக்கேலை, முந்தி உப்புடித்தான். ஆமி ஊரிலை ஆக்களை இழுத்துக்கொண்டு போகேக்க சனம் பேசாமல் நிண்டு பாக்கும், அப்ப அவங்கள் ஆமிக்காரர், சுட்டுப்போடுவாங்கள், எண்டு பயந்ததிலை ஒரு நியாயம் இருந்த. இண்டைக்கு எங்கடை பிள்ளையை எங்கடையாக்களே பிடிச்சுக்கொண்டு போகேக்கையும் சனம் சும்மாதான் நிண்டது, ஏன் உந்த அந்தோனியாரும் ஆத்தையும் கூடப்பாத்துக்கொண்டுதான் நிண்டவை பிறகென்ன? உதெல்லாம் கதச்சா விசர்தான் வரும் காங்கேசு’

நிர்மலா வெரோனிக்காவை ஏற்றிய வாகனத்தின் பின் பக்க கைப்பிடியில் கைகளை விடாமல் வாகனத்தோடு பாதமும் விரல்களும் கிழிபட குழறிக்கொண்டே இழுபட்டு இருக்கிறாள். ஒரு கட்டத்தில் வாகனம் வேகமெடுக்க கைகள் விடுபட்டு பாதையில் உருண்டிருக்கிறாள். கிரவல் பாதையில் இரத்தம் வழிய ஒப்பாரி வைத்து தலையை நிலத்தில் முட்டி அழுதுகொண்டிருந்தாள். அதுவரைக்கும் பார்த்துக்கொண்டு நின்ற சனம் அவளை நெருங்கிச்செல்லும் போதுதான் சண்முகம் அங்கே போய்ச்சேர்ந்திருந்தான்.

“கொள்ளிலை போவாளவை, வேசையள், படிக்கிற பிள்ளை எண்டு சொல்லச்சொல்ல கொண்டு போட்டாளவை, வேசைமோக்களே நீங்கள் உருப்படுவியளோடா, அண்டைக்கு எங்களை சுட்டியள் இண்டைக்கு பிள்ளையை காவு கொண்டிட்டாங்கள். படிக்கிற பிள்ளையெண்டு கெஞ்சினனே அறுவாளவைக்கு காதிலை விழுந்ததோ. அய்யோ! அய்யோ! தூர்ந்து போவியளா எல்லாரும் தூந்து போவியள். இரத்தச்சிவப்பில் இருந்த கிரவல் மண்ணை எடுத்து நெஞ்சில் அறைந்து மிச்சத்தை காற்றில் வீசினாள்.

“ஐய்யோ வெரோனியம்மா வெரோனியம்மா ... ஓடடி ஓடடி எண்டு கத்தினனே, அய்யோ என்னிலை இருந்த கோவத்திலை விறுமன் மாதிரி ஏனடி நிண்டனி, ஏனடி ஏறிப்போனனி? ஓடாதையன், ஐய்யோ அய்யோ”

“ஒருத்தரும் என்னைத்தொடாதையள், நீங்களெல்லாம் ஒரு அயலோ? என்ர பிள்ளையை பிடிச்சுக்கொண்டு போறாளவை பாத்துக்கொண்டு நிக்கிறியள். இப்ப ஏன் வாறியள் போங்கோ...என்ர மருதமடு மாதாவே, உனக்கு கண்ணிலையோடி, எங்கடை வியாகுலம் தெரியேல்லையோடி? என்ர பிள்ளையை பெட்டீலை கொண்டு வரப்போறாங்கள், ஐய்யோ உனக்கு நேந்த நேத்திக்கு இன்னும் திரிகொழுத்த வரகூடேல்லை எண்டு என்ர பிள்ளையை பறிச்சுக்கொண்டு போன்னியோ? என்ர மாதாவே! கண்ணை திறந்து பாரனடி!

நிர்மலா நிலத்தில் கிடந்து கலைவந்த முரட்டு பெண்ணைப்போல சூழன்று நிலத்தில் தலையை அறைந்து, மண்ணைக்கிண்டி ஓலமெடுத்துக் கொண்டிருந்தாள். சொல்லப்போனால் சுற்றம் அவளைத்தேற்ற கிட்டப்போகப் பயந்தது. சண்முகம் பொறுக்காமல் அவளுக்குக் அருகில் போனான்.

“ஆர் சண்முகமண்ணையோ? ஐய்யோ, அண்ணை தாமரை எங்கை, ஐய்யோ அவள் நோறுங்கிப்போவாளே, அய்யோ அவளையும் பிடிச்சுப்போடுவாங்கள், உவங்கள் காவு வாங்க திரியிறாங்கள், துலைவார் துலைஞ்சி போவார்!!”

“என்னை விடுங்கோ சண்முகமண்ணை நான் எழும்புவன், எனக்கு பிள்ளை வேணும் நீங்கள் வீட்டை போங்கோ. அய்யோ என்னைத் தூக்க வேண்டாம். வீட்டை போங்கோ, தாமரை கவனம், வீட்டை போங்கோ கர்த்தரே உனக்குக் கண்ணில்லையா? உவங்கள் சிதறுண்டு போவாங்கள்.” அத்தனை உடல் வலியிலும் மனவேதனையிலும் தாமரை கவனம் என்றவளை பார்த்த கோலத்தில் கண்கள் இருண்டது சண்முகத்திற்கு.

“நிர்மலா பிள்ளையை மீட்க அலைஞ்சு சோர்ந்து போனாள் அண்ணை, ஆனால் சனம் அவள் ஏதோ பிள்ளையை வேணுமெண்டு குடுத்திட்டு ஆரோ புலனாய்வுக்காறனோட போட்டாள் எண்டு நாக்கிலை நரம்பில்லாமல் கதைக்குது”

“ஆனால் அண்ணை, அண்டைக்கு பாத்த சனம் பிள்ளை ஏதோ விரும்பி போன மாதிரி சொல்லுதுகள், கையை பிடிச்ச இயக்கப்பெட்டையின்ர கையை உதறிட்டு “நான் வாறன் நீர் தொடாதையும்” எண்டிருக்கிறாள். தாய்க்காரி அழுது குழறுளாம், பெட்டை பேய் அடிச்ச போல நடந்து போய் ஏறினதாம்”

“அவளின்ர சுபாபம் அது, அவள் ஓடி வருவாள் பாரன்”

“கீதாஞ்சலி டீச்சற்ற பெடியன் ஓடி வந்திட்டான் போலை அண்ணை, பெடியனை எங்கையோ கூட்டிக்கொண்டு போய் வச்சிருக்கிறா, வீடுவாசல் பூட்டிக்கிடக்கு, இயக்கப் புலனாய்வுக்காரர் வந்து விசாரிச்சவங்களாம்”

“உண்மையாவோ?”

சண்முகம் அவனிடம் சின்ராசன் வந்து சொன்னதொன்றையும் சொல்லவில்லை. கடலில் அவர்களுக்கு என்ன நடந்தது என்று தெரியும் மட்டும் தாமரையை அனுப்ப அவன் மனம் ஒப்பவில்லை.

அன்றிரவு படகு தலைமன்னாரை நோக்கிப்போகும் வழியில் நடந்த பெரிய சண்டையைப் பார்த்த பிறகு சின்ராசன் தயங்கிய தயக்கமே சண்முகத்தையும் ஆச்சியையும் பயமுறுத்திவிட்டிருந்தது. கொஞ்சம் பொறுத்துப் பார்ப்போம் என்று பூவும்பொட்டிடம் சொல்லி வைக்கச்சொன்னான்.

இயக்கம் புலனாய்வுப்பிரிவினரை நேரடியாக பிள்ளைபிடிக்கு இறக்கியிருப்பதாக பேச்சு அடிபடுவதாக சொன்ன காங்கேசன், ஓமந்தைச் சோதனைச்சாவடியில் சில இளைஞர்கள் சேர்ந்து வான் ஒன்றில் இயக்கத்தின் சோதனைச்சாவடியை உடைத்துக்கொண்டு ஆமிப்பக்கமிருந்த செஞ்சிலுவைச் சங்கத்திடம் சென்று சரணடைந்த செய்தியைச் சிலாகித்துச் சொன்னான்.

“வானுக்க சுத்திவர மண் மூட்டை அடிச்சிருக்கிறாங்கள், இயக்கம் உடைச்சுக்கொண்டு பாய்வாங்கள் எண்டு எதிர்பாக்கேல்ல, சென்றிலை நிண்ட பெடியள் சுட்டிருக்கிறாங்கள், பின் சில்லு வெடிச்சிருக்கு, ஆனால் ஓடின பெடியன் கெட்டிக்காரன் போல, இழுத்துக்கொண்டே சேர்ப்பிச்சிட்டான். அப்ப அண்ணை இப்ப ஆமி நல்லவன் இயக்கம் கெட்டவங்கள் எண்டு ஆகீட்டோ?’

‘நல்லதுக்கும் கெட்டதுக்கும் சண்டை எண்டு நினைச்சுக்கொண்டு இருக்கிறம், என்னக்கென்னவோ எது கெட்டது, எது கேடு கெட்டது எண்டு நிரூபிக்க சண்டை பிடிக்கிற மாதிரிக் கிடக்கு.’

03

அருமர் தாத்தாவும் கிளியன்ரியும் பேசிக்கொள்வதில்லை. கிளியன்ரி பாம்புக்கடிக்கு பார்வை பார்ப்பவள். அதுதான் அவளின் தொழில். ஆச்சியிடம் கற்றுக்கொண்டது. இலந்தை வளவில் அவளுக்குச்சொந்தமாக ஒரு புற்றுக்கோயில் இருந்தது. அதில் வெள்ளைப் பெண் நாகமொன்று வசிப்பதாகவும் காண்பது அபூர்வமென்றும் பேச்சிருந்தது. புற்றுக்கோயிலில் கொட்டிலுக்குள் கூடு கட்டியிருக்கும் குருவிகள் இரவில் கலைந்து கூக்குரலிடும். எவ்வளவு ஆழ்ந்து உறங்கினாலும் சட்டென்று எழுந்து புற்றிருக்கும் திசையைப்பார்த்துக் கும்பிடுவாள்.

தாத்தாவைக் கேட்டால் "எல்லாம் பம்மாத்து. எந்தப் புத்தைக் கண்டாலும் கோயில் கட்டி வெள்ளைப் பாம்பிருக்கெண்டு கிளப்பிவிடுறது" என்று நக்கலாகச் சொல்லிச்சிரிப்பார். கிளியன்ரி பெயருக்குத்தான் பாம்புக்கடிக்கு பார்வை பார்ப்பவள். ஆனால் பில்லி சூனியம் கட்டு, திருநீறு போடுவதில்தான் அவளுக்கு தட்சணைக்காசு சுளையாக வந்துகொண்டிருந்தது. பாம்புகள் எப்போதுதாவதுதான் அக்கராயன் காட்டுக்குள் மிதந்து வந்து சனத்திற்கு வாய்வைக்கும். பெரும்பாலும் வேட்டைக்காரர்களும் வயலில் வேலை செய்பவர்களுக்கும் கடிவாய்ப்படும். தவிர கோடையில் வீட்டுக்குள் தவளைகள் தஞ்சம் வரும்போது பின்னாலேயே சாரை தொடக்கம் வெங்கிணாந்தி வரை விதம்விதமாகப் படையெடுக்கும்.

நேற்றுக்கூட எங்கிருந்தோ வெங்கிணாந்திப் பாம்பொன்றைச் சிறிய உரைப்பையில் போட்டு எடுத்து வந்திருந்தாள் கிளியன்ரி "சொக்கர் வீட்டு கோழிக்கூட்டுக்க பூந்த்திட்டார்" என்றாள். யாரோ அடித்து சழிந்து போன அதன் தலைப்பகுதிக்கு கீழே கைகளைப் பிடித்துத் தூக்க தாமரை பதறிப்போய் வீறிட்டங்கினாள். பார்த்தவுடன் மலைப்பாம்புக் குட்டியென்றுதான் நினைத்தாள். கிளியன்ரிதான் வெங்கிணாந்தி என்றாள். இப்போது அந்தப்பாம்பு வெளியில் நிற்கும் மாங்கொப்பொன்றில் வெய்யில் படுமாறு தலைகீழாகக் கட்டப்பட்டு அதன் நேர்கீழே ஒரு சிவப்பு நிற வாளியை வைத்திருக்கிறாள் கிளியன்ரி.

வெய்யில் ஏறிச்சூடுபட்டு பாம்பின் உடலில் இருந்து எண்ணைய் வாளிக்குள் சொட்டிக் கொண்டிருந்தது. வெங்கிணாந்தி எண்ணை உடல் நோவிற்கு அருமருந்தென்பாள் ஆச்சி.

“எனக்கு அக்காள் கீரி மகள் பாம்பு!” என்பார் அறுமர் தாத்தா. தாமரைக்கு அவர் அதைச் சொல்லும்போது சிரிப்பாக வரும். அவருடன் சேர்ந்து சிரிப்பாள்.

கிளியன்ரியை காணவில்லை. காலையில் புறப்பட்டுப் போனவள். “விசரி எங்கையாவது தகடு தோண்டப்போயிருப்பாள்” என்று அறுமன் தாத்தா புறுபுறுத்துக் கொண்டிருந்தார். அவருக்கு மகள் அப்படி மாறிப்போனது பிடிக்கவேயில்லை. கிளியன்ரிக்கு முப்பத்தேழு வயதாகின்றது. திருமணம் செய்துகொள்ளவில்லை. ஆச்சிதான் அவளையும் வளர்த்தாள். இப்போது தாமரையில் வைத்திருக்கும் பிரியம் அப்போது கிளிமேலிருந்தது. இப்போதும் இருக்கத்தான் செய்கிறது, கோவத்தில் எதையும் வெளிப்படுத்திக் கொள்வதில்லை. ஒவ்வொரு போகத்திற்கும் “கிளிக்கு நெல்லனுப்பியாச்சோ?” என்று கேட்பாள் அம்மா யோகம். “ஏன் அவளோடை தானே கோவம், தம்பிக்கு நெல்லனுப்பியாச்சோ எண்டு கேக்க வேண்டியதுதானே?” என்று கேலி செய்வாள். சிறுபிராயத்தில் கிளியன்ரி நகுலாத்தை வளவே கதியென்று கிடந்தாள். ஒரு நாள் உறங்கப்போனவள் இரவோடு இரவாக வீட்டிலிருந்து காணாமல் போனாள். ஊரெல்லாம் தேடி அதிகாலையில் ஊர் எல்லையில் அறுகம் புற்புதர்களின் மேலே காட்டை வெறித்தபடி இருந்தவளை தூக்கி வந்து பச்சை நீறுபோட்டு சுயநினைவுக்குக் கொண்டுவந்தாள் ஆச்சி.

அன்றிலிருந்து கொடுங்கனவுகள் அவளைத் துரத்தின. பெயரற்ற தெய்வங்கள் உடலில் இறங்கி கலையாடின. துர்தேவதைகளின் குரலில் பேசினாள். ஆத்தைக்கு நேர்ந்து, கழிப்புக்கள் செய்தும் அவளுடைய உடல் நிலையும் மனதின் சமநிலையும் மோசமானது.

ஒரு நாள் முல்லைத்தீவில் பரியாரியார் ஒருவரிடம் போனாள். அவர் காட்டுக் காளிக்கு ஜெபித்தார். அவளுக்கு குணமானது. அதன் பிறகு அவரின் சிஸ்யப்பிள்ளையாகவே ஆகிவிட்டாள். காட்டுக்காளியே கதியென்றானாள். ஆச்சி கண்டித்துப் பார்த்தாள். கடைசியில் ஆச்சியுடனும் சண்டை. கீரிப்பிள்ளை மேட்டிற்கு வருவதையே நிறுத்திவிட்டாள். ஆச்சி மந்திரத்தின் வெளிச்சமான பகுதிக்குள்ளேயே இருந்து விட்டவள். கிளியன்ரி அதன் இருளில் நுழைந்து விட்டாள். வீட்டில் கொடூர முகம் கொண்ட காளிப்படங்களை வைத்து கயிறு, தகடு, மந்திரம் என்று கிளியன்ரி தொடங்கும் போதே அவளில் தெரிந்த மாற்றத்தை கண்டு பயந்து போன அறுமர் அவளுக்கு வரன்

பார்க்கப்போய் சண்டை முற்றி வெடித்து அன்றிலிருந்து கதைபேச்சு வற்றிப்போனது. அவள் பிறந்தது முதலே போராட்டம், கூட்டங்கள், தலைமறைவு வாழ்க்கையென்று அவருடன் கிளியன்ரி அவ்வளவாக ஒட்டுபவள் இல்லை. தாய் இறந்தது முதலே ஆச்சியின் அரவணைப்பில் வளர்ந்தாள்.

அவளே அவருடைய நீண்ட நாள் குற்றவுணர்வினதும், தோல்விக்கும் தோற்காமைக்கும் நடுவில் உறைந்து நடமாடும் வடிவம். கட்சி வேலைகளுக்கு தன்னைக் கொடுத்தவருக்கு குடும்பம் பொருட்டில்லாமல் போனது. மனைவி இறந்தது கூட அவரால் பெருமளவு தத்துவார்ந்து கடக்கப்பட்டது. எல்லாம் உடைந்து திசைமாறி கனவு கண்டதெல்லாம் பிரிந்து போய் அவர் வீடு திரும்பும் போது கொஞ்சம் கொஞ்சமாக இலந்தை வளவில் புற்றுக்கோயில் ஒன்று வளர்ந்திருந்தது. கிளியன்ரி ஊரில் பிரபலமான பூசாரியாயும் குறி சொல்பவளாயும் மாறியதோடு "பார்வை பாக்கிற கிளி" என்று ஊரில் பிரபலமாகியிருந்தாள். காட்டுக்காளி, வெள்ளைபாம்பு என்று அவளுடைய உலகமே அதைச் சுற்றித்தானிருந்தது.

கிளியன்ரி நல்ல வடிவு. தாமரைக்கு அவளுடைய அழகு அவ்வளவு பிடிக்கும், சிறுவயதில் இவளைத் தூக்கித் திரியும் போது அவளிடமுள்ள லேசாக திருநீறு மணக்கும் வியர்வை வாசம் இப்போதுமிருப்பதை தாமரை ஆழத்தில் இருந்து உணர்வதுண்டு. நாற்பதை நெருங்கினாலும், மாலைகள், தாயத்துக்கள், சுற்றப்பட்டு சீத்தைச் சேலைக்குள் அவள் தன்னை இருத்திக்கொண்டாலும், தாமரை இப்போதும் "நீ வடிவன்ரி" என்று அடிக்கடி சொல்வதுண்டு

"பதினெட்டு நடக்கும் போதே எத்தினை சம்பந்தம் வந்தது, விசரி விசரி எல்லாத்தையும் அழிச்சுபோட்டாள்" ஆச்சி யார் கிளியன்ரியின் பேச்சை எடுத்தாலும் புறுபுறுப்பாள். சண்முகமும் - யோகமும் எப்போதாவது அறுமர் வீட்டிற்கு புறப்படும் போது சண்முகம் தோட்டவளவிற்குச் சென்று கொஞ்சம் பன்றியெண்ணையை எடுத்து நக்கிக் கொண்டுதான் போவான். பன்றி எண்ணையை வீட்டில் புதைத்து வைத்தால் நல்லசக்தியோ கெட்ட சக்தியோ அண்டாது என்பது ஐதீகம். கேட்டால் "அவள் தாற தேத்தண்ணிக்க திருநீறுமணக்கும் தெரியுமோ, என்ன போடுறாள் எதைக் கட்டிவிடுறாள் எண்டு ஆருக்குத் தெரியும், வேற வினையே வேண்டாம் எனக்கு அவளைக்கண்டாலே பயமெணை" என்று ஆச்சியிடம் சலித்துக் கொள்வான். ஆச்சிக்கு கோவமிருந்தாலும் தம்பியையும் மகளையும் பார்த்து வர சண்முகத்தை மாதத்தில் ஒரு முறையென்றாலும் அனுப்பத் தவறுவதில்லை. அம்மா யோகம்

அடிக்கடி அக்கராயன் வருவாள். யோகத்திற்கும் கிளியன்ரியும் நன்றாக ஒத்துப் போகும். நல்ல சினேகிதிகள்.

அறுப்பு முடிந்ததும் நெல்மூட்டைகள் அங்கே போய்ச்சேர்ந்துவிடும். பண்டிகைகளில் பலகாரம் உடுப்பு என்று ஆச்சி தம்பியின் குடும்பம் மீது எப்போதும் கரிசனை. எப்போதாவது சண்முகத்துடன் தாமரையும் அங்கே போய்வருவதுண்டு. அவள் பூசாரியாக அலையத்தொடங்கிய வருடங்களில் தாமரைக்கும் அன்ரிக்கும் கொஞ்சம் பலமான தூரம் இடையில் நிகழ்ந்தது. கொஞ்சம் விபரம் பிடிபடும் மட்டும், இவளுக்கும் அன்ரியுடன் பேசப் பயமாகத்தானிருக்கும். பெரிய பொட்டும் மைபூசிய கண்களும், சிக்குப்பிடித்து முடிந்து இறுக்கிய கொண்டையும், கழுத்திலும் கைகளிலும் தூங்கும் மாலைகளும், கயிறுகளும், ஏதோ ஒரு பயங்கரத் தோற்றம் என்று எண்ணும் அளவிற்கு தாமரைக்குள் அவள் பற்றிய பயச்சித்திரம் ஆழமாக புரையோடிவிட்டது. ஆனால் பரிவாகக் கதைப்பாள். சண்முகத்திடம் "அன்ரி நல்லாத்தானேப்பா கதைக்கிறா?" என்று கேட்டால்.

"அவள் நல்ல மாசாலக்கண்ணி நல்லாய் பாணி போட்டுக் கதைப்பாள்" என்று சலித்துக்கொள்வான். தாத்தாவும் மகளைச் சொல்லும் போது "மாசாலக்கண்ணி" என்பார்.

அறுமர் தாத்தா ஒரு பழைய இடதுசாரிக் கட்சியொன்றைச் சேர்ந்தவர். இலங்கையில் இடதுசாரி இயக்கங்களும் கட்சிகளும் ரஸ்யச் சார்பிலும் சீனச் சார்பிலும் உடைந்து பிரிந்து கொண்டிருக்கும் போது கட்சிகளிலிருந்தவர். வன்னியில் கட்சிகளில் வேலை செய்தவர். பழைய தோழர்களுக்கிடையில் இப்போதும் 'அக்கராயன் அறுமன்' என்றால் நல்ல மரியாதையும் அன்புமிருந்தது. குறிப்பாக அறுமர் இட்டுக்கட்டிப்பாடும் பாட்டுக்கள் அந்நாட்களில் தோழர்களின் கூடாரங்களில் பிரபலம். எல்லாவற்றிலிருந்தும் விலகிக்கொண்டு தன்னைத் தனிமைப்படுத்திக் கொண்டாலும் பாட்டிலிருந்து அவர் தன்னை விடுவித்துக் கொள்ளவில்லை.

"தட்டுங்கள் திறக்காது, கேளுங்கள் கிடைக்காது
போராட வேண்டும் என்றார்... மாவோ...
போராட வேண்டுமென்றார்"

என்று பாடிக்கொண்டேயிருப்பார். அவருக்கு பாட்டுத்தான் நகர்பொழுது. பாட்டுவராவிட்டால் ஒன்று தீவிரமாக ஏதோவொரு புத்தகத்தை வாசித்துக் கொண்டிருக்கிறார் அல்லது ஆள் நன்றாக உறங்கிப்போவார்.

இப்போது தாமரைக்கு அறுமர் தாத்தாவின் அறைதான் கொடுக்கப்பட்டிருக்கிறது. மாவோவின் கறுப்பு வெள்ளைப்படம்

ஒன்று சுவரில் மாட்டப்பட்ட, பழுப்பேறிய சுவராலான கொஞ்சம் பெரிய விசாலமான அறை. ஒற்றைப் பெரிய யன்னல் கொண்டது. திறந்தால் வீட்டின் பின்பக்கம் தெரியும். சுவர்களை ஒட்டி பெரும்பாலும் அலுமாரிகளும், ராக்கைகளுமிருந்தன. அதனுள் புத்தகங்கள் பத்திரிகைகள் சஞ்சிகைகள் பழுப்பேறிப்போய் இராமபாணப்பூச்சிகள் அரித்தபடியிருந்தன. அலுமாரிகளைத் திறந்தால் பழைய புத்தகங்களின் வாடை குப்பென்றுவரும். தாமரைக்கு அது பிடித்தமானது. நாளில் ஒரு தடவையேனும் அலுமாரியைத் திறக்கத் தவறுவதில்லை. மற்றப்படி பழைய பித்தளைக் கூஜாக்கள், கத்திகள், சின்னச்சின்ன சிலைகள், பரிசுக் கேடயங்கள் என அறை நிறையப் பொருட்களால், நிறைக்கப்பட்டிருந்தது. வந்த புதிதில் தாமரைக்கு அவற்றைப் புரட்டிப்போட்டு துப்பரவு செய்வதும், வாசித்துப் பார்ப்பதும் பொழுதுபோக்கு. ஒரே அறையிலிருந்து வேறென்ன செய்வது. வாசிக்காத நேரங்களில் அறுமரின் சாய் கதிரைக்கு அருகில் போய் அமர்ந்து கொள்வாள். அவர் தங்களுடைய “தோழர்” சாகசங்களைச் சொல்லிக்கொண்டிருப்பார். அத்தனை ஆர்வமாக அத்தனை உற்சாகமாக. அறுமர் அதிகமாகப் பங்குபற்றியது சாதிய எதிர்ப்புப் போராட்டங்களில்.

அவருடைய காலத்தில் அவருடை ஞாபகங்களில் அந்த நாட்களின் கதைகள் திகதி வாரியாக நினைவிலிருந்தன. அறுமர் விடுதலைப் போராட்ட இயக்கங்களின் மீது கடுமையான தொனியில் விமர்சிக்கக் கூடியவர். குறிப்பாக சண்முகம் விடுதலைப் போராட்டத்தைச் சிலாகித்தால்,

“இனவாதம் எண்டுறதும் பொருளாதாரத்தாலையும் மத அமைப்புக்களாலையும் கட்டப்பட்ட ஒண்டுதான் சண்முகம், இனவாதத்தை அழிக்கிறது எண்டுறது பொருளாதார சமத்துவம் நோக்கின புரட்சியாலைதான் சாத்தியம். விடுதலைப்போராட்டம் எண்டுறது சிங்களவனைச் சுடுறது எண்ட மனநிலையிலை எல்லாத்தையும் வளத்து விட்டிருக்கிறியள். கடைசில சுடுறதோடைதான் எல்லாம் முடியும். விடுதலைக்கான உலகத்தின்ர கனவை தனிய நிண்டு காணேலாது விளங்குதோ”

சண்முகத்திற்கு அவர் சொல்வது புரியவில்லை என்பது தாமரைக்கு தெரியும். அவளுக்கும் அதெல்லாம் பெரிதாக விளங்குவதில்லை. ஆனால் அப்பாவின் முகம் மாறுவதைப் பார்த்து உள்ளூரச் சிரித்துக்கொள்வாள். அக்கராயனில் இருந்து வரும் போது அதைச்சொல்லி தகப்பனைக் கேலி செய்துகொண்டிருப்பாள். சண்முகத்திற்கு அவர் பற்றியுள்ள அபிப்பிராயம் என்னவென்றால்,

“ஒரு தோழர்மாருக்கும் இயக்கத்தைப் பிடிக்காது, அறுமரும் ஒரு தோழர்.”

என்று தாமரையின் “லொஜிக்” வாத்தியார் தியரி சொல்லும் தொனியில் சண்முகம் சொல்வதைக் கேட்டிருக்கிறாள். மற்றபடி அவர் “நல்ல பாட்டுக்காரன்” என்று சண்முகமும் அடிக்கடி சிலாகிப்பதுண்டு.

இரண்டு மாதங்களில் அவர்களுடன் இத்தனை நாளும் இருந்த தூரம் வெகுவாய் குறைந்து விட்டது. மிக முக்கிய விருந்தாளி போல இருவரும் அவளைப் பார்த்துக் கொண்டனர். இவ்வளவுநாளும் பேச்சு சத்தம் இல்லாத வீடு. மாலை வேளைகளில் “வெறிக்குட்டி” பூபாலர் அறுமருடன் வந்து ஊர்க்கதை அளந்து விட்டு கள்ளுக்கு காசு வாங்கிக்கொண்டு போவார். தாமரை அங்கு வந்த பிறகு அறுமர் பூபாலரை வாசலில் வைத்தே அனுப்பி விடுவார். பக்கத்திலிருந்த பெண் போராளிகளின் முகாம்தான் அவர்களை ஏகத்திற்கு பயப்படுத்திக் கொண்டிருந்தது.

பக்கத்து பேசில் சூட்டுச்சத்தங்கள் கேட்டன. சீரான இடைவெளியில் அடுத்தடுத்து சிறியரகத் துப்பாக்கிகளின் டப் டப் சத்தம். பெரும்பாலும் கைத்துப்பாக்கிகளாக இருக்கவேண்டும். தாமரை அதை அடிக்கடி கேட்டிருக்கிறாள். பெண் போராளிகள் பயிற்சியெடுத்துக் கொள்கிறார்கள். அதைப் “பூரணி பேஸ்” என்று ஊர்க்காரர் சொல்லுவார்கள். ஐந்து ஏக்கர் மாமரக் காணிக்குள் மறைந்து கிடந்தது. தொலைத்தொடர்பு அன்ரனா மட்டும் இல்லையென்றால் அங்கொரு பேஸ் இருக்கிறதையாரும் இனங்காணுவது சுலபமில்லை. முன்பு தாமரை அறுமர் தாத்தாவிடம் வரும் போது பேஸ் வாசலில் முகமூடிகளுடன் பெண்போராளிகள் சிவில் உடையில் பேஸ் வாசல் பக்கங்களில் வளரும் புற்களை செருக்கிக் கொண்டு நிற்பதைப் பார்த்திருக்கிறாள். “வெளியிலை வேலை செய்யிற பெட்டையள்” என்று அறுமன் தாத்தா அவர்கள் முகமூடி போட்டிருப்பதற்கு காரணம் சொன்னார். சண்முகம் பேஸ் பக்கத்தில் இருக்கும் வீட்டில் ஒழித்திருப்பது யாருக்கும் சந்தேகத்தை வரவழைக்காதென்று நினைத்துத்தான் அங்கே கொண்டு வந்து தாமரையை விட்டிருந்தான். எனினும் பக்கத்தில் பேஸ் ஒன்று இருப்பது பதட்டம் தராமலில்லை.

“கிளியன்ரியை இன்னும் காணவில்லை” சாப்பாடு பரிமாறும் போது அறுமர், இவளைப் பயமில்லாமல் இருக்கச்சொன்னார். சாப்பிட்டுவிட்டு நன்றாக உறங்கிப்போனார். அவருக்கு மதியச்சாப்பாட்டிற்கு பின்னரான தூக்கம் அலாதி. நன்றாகக் குறட்டை விட்டு உறங்கிப்போவார்.

நடு இரவுக்கு மேலே லாம்பும் அவரும் புத்தகமும் முழித்துக் கொண்டிருப்பார்கள். எப்போது படுக்கப்போவார் என்று தாமரைக்குத் தெரியாது. இரவில் வாசிக்க செலவழிக்கும் நித்திரையைப் பகலில் சரிசெய்துகொண்டிருந்தார். தாமரைக்கு நித்திரை அலுத்துப்போனது. வந்த நாட்களில் இருந்து நித்திரைதான் தொடர்ச்சியாக, அழுது விட்டு நித்திரையாகிவிடுவாள். கொஞ்சநாளில் நித்திரை சலிப்பாகி வரமறுத்தது. நடு இரவுவரை கண்களில் ஆந்தைநந்தனம். பகலில் சுத்தமாக நித்திரை வருவதில்லை. நித்திரை வந்தால் தற்காலிகமாக தனிமையிலிருந்தும் பயத்திலிருந்தும் தப்பிவிடலாம். பழுப்பேறிய இந்தச்சுவர்களை உடைத்துக்கொண்டு வெளியேறலாம். சுவரோடு ஒன்றிக்கொண்டு படுத்தாள். மார்புக் காம்புகளை அழுத்தி கன்னத்தைச் சரித்து சுவரின் மென்மையை கன்னத்தில் நகரவிட்டாள். அந்தச்சுவருக்கு இவளின் ஸ்பரிசமும் வாசமும் தெரிந்திருந்தது. அந்தச்சுவரில் மெல்ல மெல்ல உணர்வு பரவி உள்ளிருந்து அதன் மீதொரு நேசத்தை ஏற்படுத்திவிட்டிருந்தது. கொஞ்ச நேரம் சுவரோடணைந்தாள். அதுவும் கொஞ்சநேரம் தான். எல்லாம் வேகவேகமாகச் சலிப்பேறிக் கொண்டிருந்தன. தனிமையில் இருக்கின்றோம் என்ற சலிப்பே மனதை எதனுடனும் ஒன்றவிடுவதாயில்லை. அழுகையோடு கூட கண்களுக்கு நித்திரைக்கு செல்வதற்குரிய எந்தக்குணங்குறியும் பிடிபடவேயில்லை. ஆச்சி, அம்மா, அப்பா, அட்சயன், அனுக்குட்டி, வெரோனி, தமயந்தியக்கா, குழந்தை கோதை எல்லோரின் முகமும் கண்களுக்குள் சரிந்தது. வெரோனி மட்டும் பாதுகாப்பாக இல்லை. எங்கே இருக்கிறாள்? அப்பா வந்தால் ஏதாவது அவளைப் பற்றிக் கொண்டுவருவார். “என்ர ஆத்தை அவள் எப்படியாவது ஓடிவந்திடோணும்”

“வெரோனி”

உள்ளங்கையும் நெஞ்சுக்குழியும் முந்தி வியர்த்தன. மீண்டும் சலித்து அழுதுவிடுவதைத் தவிர்க்க நினைத்தாள். எண்ணத்தை மாற்றிக்கொண்டு எழுந்து அறைக்குள் நடந்தாள். ஒவ்வொரு பொருளாகத் தொட்டுப்பார்த்தாள். சில புத்தகங்களை உருவியெடுத்து விரித்துப் பார்த்தாள். நடுவில் மூக்கை வைத்து வாசம்பிடித்தாள். லேசாய் மூக்கரித்தது. அறையைச் சுற்றிப் பார்வையோடியது. அவளுக்கென்றொரு தனியறை. இவளை அதற்குள் விட்ட பிறகு தாத்தா அறைக்குள் வருவதில்லை. ஏதாவது புத்தகம் வேண்டுமென்றால் இந்த ராக்கையில் இத்தனையாவது வரிசையில் இந்த நிறத்தில் இருக்கும் புத்தகம் என்று கேட்பார். எடுத்துக்கொடுப்பாள். “உள்ளுக்க வந்து எடுங்கோவன்” என்றால், “அது இனி உன்ர அறை நான் வரமாட்டன்” என்று பகிடியாகச் சிரிப்பார். இவளை தனியே விட்டு விட்டு தாத்தாவோ கிளியன்ரியோ போவதில்லை. யாராவது ஒராள்

வீட்டில் நிற்பார்கள். தாமரை எத்தனை முறை அந்த அறையை மீண்டும் மீண்டும், பார்த்து விட்டாள். அந்த அறையில் இவளுடைய விரல்கள் படாத வஸ்துக்கள் இல்லையென்றேயாகிவிட்டது. அவளுக்கு எப்போதும் தனக்கென்று ஒரு தனியறை இருக்க வேண்டும் என்றொரு கனவிருந்தது. சொல்லப்போனால் அந்த அறையை உள்ளூரக்கட்டி நிறம்பூசி அலங்கரித்தும் விட்டிருந்தாள். தேவைப்பட்டால் திறந்து பார்த்துக்கொள்வாள். கடல் நீல நிற வண்ணப்பூச்சில் அந்த அறை. ஒரு கட்டில், ஒரு மேசை, ஒரு அலுமாரி. யன்னல் ஓரம் இரண்டு பூக்கொடிகளும் ஒரு பூந்தொட்டியும், மேசையில் பழைய கண்ணாடிப் போத்தல்களில் தெளிந்த நீரில் சின்ன சின்ன மீன்கள். இப்படி தனக்கென ஒரு தனியறையை மனதுக்குள் கட்டி அலங்கரித்திருந்தாள். வீட்டில் இவளுக்கென்று ஒரு அறையிருந்தது. அதற்குள்தான் அலுமாரியும், நிலைக்கண்ணாடியும், இருந்தன. அப்பா கொண்டுவந்து அடுக்கும் நெல்மூட்டைகளும் இருந்தனவே தவிர, அது தனிப்பட்ட அறை என்பதனை அவள் உணர்ந்ததேயில்லை. எப்போதாவது யாராவது கண்ணாடி முன்னால் வந்து நின்றபடியிருப்பார்கள்.

இப்போது இங்கே யாரும் நுழையாத தனியான அழகான ஒரு பழைய வீட்டின் அறை கிடைத்திருக்கிறது. ஆனால் வெளியே போக முடியாத பயத்தினால் நிரம்பிய அறையிது. தினமும் தனிமையும் சலிப்பும் இவளின் அழுகையும் ஒன்றன் பின் ஒன்றாக அடைந்துகொண்ட, வெளியேற முடியாமல் தவித்துக் கொண்டிருந்த அறை. கதவு யன்னல்களை இறுக அடைத்துக் கொண்டாலும் மேலே பரவியிருந்த செம்மண்ணோடுகளுக்கு நடுவே வைத்திருந்த கண்ணாடி ஓட்டின் வழியே வெளிச்சம் வரும். பகல் முழுவதும் அறையை லேசான நீலம் கரைந்த வெள்ளொளியிலிருக்கும். நுண்மையான தூசிக்கள் மிதப்பது கூடத்தெரியும்.

வீட்டின் பின்புறத்தை இவளால் பார்க்க முடிவதில்லை. யன்னலை திறக்க வேண்டும். சாதாரணமாக வந்து போன நாட்களில் வீட்டின் பின்னால் கீற்றுக்களில் காற்று நுழைந்து இரைந்து கொண்டிருக்கும். தென்னந்தோப்பையும் அதன் பின்னணியாக நிற்கும் பெரிய வயல் பரப்பையும் கண்டிருக்கிறாள். கட்டிலில் கிடந்து, ஒளிரும் கண்ணாடி ஓட்டின் பளிங்குடலைப் பார்த்துக்கொண்டிருந்தாள். அறை உறைந்து கிடக்க வெளியே அறுமரின் குறட்டைச்சத்தம் சீராக எழுந்து அந்த கனத்த மௌனத்துள் மிதந்து மிதந்து போய்க்கொண்டிருந்தது.

மீண்டும் வந்து படுத்தாள். வியர்வை உலர்ந்து தசைகள் இறுகவுணர்ந்தாள். ஏறி வந்த பெருமூச்சை மூக்கில் நிறுத்தி வெட்டி வெட்டி விட்டாள். அணிந்திருந்த நீலச்சட்டையை தெறி விலக்கிக் கழற்றினாள்,

நகுலாத்தை | 277

பாம்புரித்ததைப் போல கட்டிலில் இருந்து வீழ்ந்து சுருண்டு கிடந்தது. தசைகள் இன்னும் இறுகியது, மூச்சு பெரிதாக அதேநேரம் நிதானமாக எழுந்து அடங்கியது. கைகளைப் பரவ விட்டாள். எதிரெதிர் திசைகளில் அவை அலையத்தொடங்கின. கண்களை இறுக்கி மூடினாள். வெரோனியை வரவழைத்தாள். உடல் மயிர்க்கூச்செறிந்தது. ஒவ்வொரு மயிர்க்கால்களின் அடிகளிலும் பருத்தோன்றிச் சிலிர்த்தது. இப்போது அலைபவை வெரோனியின் கைகள். வியர்த்துக் கசியும் உடல் நதியின் மேற்பரப்பில் வீழ்ந்து நீரூறிக் குளிர்ந்த ஐந்து கிளைகள் கொண்ட மரத்தின் கொம்பாக விரல்கள் ஓடி நெழிந்தன. வெரோனி தொடுமுணர்வை தேகமெங்கும் பரப்பினாள், காதுகளை குரலாலும், கண்களை வருகையாலும் நிரப்பினாள். அவளுக்கு சட்டென்று வியர்க்கும். உள்ளங்கையைக் கொஞ்சம் பொத்திப்பிடித்தால் கூட வியர்த்துக்கொட்டும். அவளுடைய வியர்வையின் ஈரவாசம் நாசியில் எழும் பெருமூச்சோடு போய் நின்றது. இறுதியாக அவள் முழுமையாகத் தோன்றினாள்.

கைகளில் ஒரு நீல நிறக் கண்ணாடிப்போத்தலுடன் நின்றிருந்தாள். போத்தலின் அரைப்பங்கிற்கு நீர் தழும்பிக்கொண்டிருந்தது. அவள் போத்தலை ஏந்தியிருந்த கைகளை அசைக்கவேயில்லை. கைகளில் மட்டுமில்லை தேகத்திலும் சலனமில்லை. போத்தலினுள் நன்கு குலுக்கி கொள்வதைப்போல ஆக்ரோசமாக அலைகள் எழுந்து மேல்மூடி வரை தெறித்துக்கொண்டிருந்தன. உடலின் ஆரோகணக்குரல் தவித்தது. மூச்சுவாங்கி வியர்த்தது. நேரம் ஓட ஓட விரல்கள் அலைய, வெரோனிக்கா அசையவேயில்லை. இப்போது போத்தலின் உள்ளே கடல் கோளொன்று நிகழ்ந்து கொண்டிருந்தது. அலைநீரின் சத்தத்தையும் உக்கிரப் புரள்வையும் பயத்தைத் தரவல்ல ஒன்றாய் உணர்ந்தாள். வெரோனியை நெருங்கிச்செல்ல முடியவில்லை. அவள் நிற்பது அப்படியே ஓவியம் போல மனதின் இருளில் வரையப்பட்டதாயிருந்தது. முழுவதுமாகக் காட்சியாவும் நீலம்பாரித்தது. தாமரைக்கு உடல் விடைத்தது. அப்போது வெரோனியின் கையில் இருந்த போத்தல் அலைகளின் கொந்தளிப்பால் அருட்டிச் சாய்க்கப்பட்டதைப்போல நழுவி வேகமாக இறங்கி நிலத்தில் மோதி வெடித்தது. தண்ணீரும் கண்ணாடித் துகள்களும் தரையெங்கும் சிதறியது. துகள்களாக சிதறிய கண்ணாடிப் பளிங்குகள் ஒவ்வொன்றும் மீன்களாக நிலத்தில் இறைந்தன. சுவாசிக்கப் போதாத ஈரநிலத்தில் பரவித்துடித்தன. வெரோனியைக் காணவில்லை. மீன்கள் மட்டும்தான் துடித்தன. சத்தமேயில்லாமல் துடித்தாலும் அவற்றின் துடிதுடிப்பு மனதில் அறைய ஓலமெழுந்தது. நெஞ்சு மூச்சிழுத்து ஏறியது. காற்றில் எழுந்து இழுபடும் வில்லாக உடல் வளைந்து எழுந்து அப்படியே தொப்பென்று மெத்தையில் முதுகு மோதக் கண்களைத் திறந்தாள். முதுகு மார்பு என உடலெங்கும்

திட்டுத்திட்டாக வியர்வை வழிந்தது. அழுகை விம்மிக்கொண்டு வந்தது. அப்படியே முகத்தைப் பொத்திக்கொண்டு கட்டிலில் இருந்து சரிந்து நிலத்தில் வீழ்ந்தாள். முழங்கால்கள் மார்பில் பதியக் குறுங்கினாள். களைத்த உடலில் நடுக்கம் பரவியது. குரலெடுத்து அழக்கூடாது என்று உள்ளே நிரம்ப நாளாக உட்கார வைத்திருக்கும் புதுக்குரல் எச்சரித்துக் கொண்டே தொண்டையை வேட்டை மிருகத்தின் பற்களாக இறுக்கிக்கொண்டது. கண்களிலும் அல்குலிலும் நீர் ஒருங்கே துளிர்த்தது. ஒரு வித கீச்சிடல் சத்ததுடன் நெஞ்சடைக்க நடுங்கி அழுதாள். நிலத்தின் குளிர்ச்சி உடலெங்கும் சுவறியது. இவளைச்சுற்றி கண்ணாடி மீன்கள் நிலத்திலும் வெளியிலும் உடலை அறைந்து துடித்துக்கொண்டிருந்தன.

04

அதிகாலை வரை தாமரை நித்திரையில்லாமல் அறைக்குள் உலாத்திக் கொண்டிருந்தாள். பக்கத்திலிருந்த பெண் போராளிகளின் முகாமில் ஏதோ குழப்பம். பலமான சந்தடிகளும், ஆளரவங்களும் கேட்டுக்கொண்டேயிருந்தன. எப்போதும் இப்படி நிகழ்வதில்லை 'வோக்கிகள்' எனப்பட்ட தொலைத் தொடர்புக் கருவிகள் வெட்டி வெட்டி கரகரத்த குரலில் இரையும் வழமையான சத்தத்தைத் தாண்டிய புதுப் பரபரப்பு. பகலிலோ இரவிலோ இருபது பேருக்கு மேலே இருக்கும் முகாம் என்று சொல்ல முடியாத அளவிற்கு வோக்கிகளின் சத்தம் தவிர அங்கிருந்து எந்தச் சந்தடியும் எழுவதில்லை. அன்றைக்கு தாமரை நித்திரை பிடிபடாமல் கொட்டக்கொட்ட விழித்துக்கொண்டு யன்னலாலும் மேலே இருந்த அலங்காரத் துளையினாலும் எட்டி எட்டிப்பார்த்தும் என்ன பிரச்சினை என்பதை ஊகிக்க முடியவில்லை. அதனால் தானாகவே சில ஊகங்களைப் போட்டுப்பார்த்தாள். முகாமைச் சேர்ந்த யாரும் வீரச்சாவாக இருக்கலாம், ஏதாவது அவசர வேலை சொல்லப்பட்டு முகாம் பரபரக்கலாம், அல்லது கிபிர் ஏதும் அடிக்கப்போவதாக முன் கூட்டியே தகவல் வந்து ஆரவாரப்பட்டு பதுங்கு குழிக்குள் ஓடிக் கொண்டிருக்கிறார்களா? ஐய்யோ கிபிர் அடித்தால் ஒரு வேலி தாண்டி பக்கத்தில் விழாதென்று என்ன நிச்சயம்? தாமரை ஆத்தையை நேர்ந்து கொண்டு நெஞ்சுச்சுவர்கள் அதிர்வதை நிதானப்படுத்த முடியாமல் தண்ணீரை மொண்டு குடித்து, கொஞ்சம் நீரைக் கைகளில் ஏந்தி முகத்தில் அறைந்து கழுவி விட்டு ஈர நெற்றியில் ஆச்சி கையோடு தந்துவிட்ட பச்சை நீற்றை எடுத்து பூசிக்கொண்ட பின்னர்தான் உறக்கம் பிடித்தது.

காலையில் கண் விழித்த போது இராத்திரியிருந்த பதட்டம் அடங்கியிருந்தது. தலை லேசாய் ஒற்றைப்பக்கமாக வலித்தது. எழுந்து பற்பொடியை வாயில் போட்டுக்கொண்டு கிணற்றின் செத்தையடியில் நின்று முகாம் பக்கம் பார்த்தாள். இயல்பு திரும்பியிருந்தது. செறிந்த ஒழுங்கில் நடப்பட்ட கிளுவைக் 'கதியால்' வேலியில் வாளைச்சருகுகள் ஏற்றப்பட்டு முட்கம்பி பின்னியோடும் மாமரங்களுக்கு நடுவில், நான்கைந்து பரண்கள், கட்டிட முகடுகள் மட்டும் தெரியும். கொஞ்சம்

தள்ளிப்போனால் தொலைத்தொடர்பு கோபுரத்தின் அடிப்பாகம் தெரியும். சிறிது நேரம் கிடைத்த இடைவெளிகளுக்குள்ளால் ஆராய்ந்தாள். யாருடைய சிலமனுமில்லை. இரண்டொரு முறை வோக்கிச் சத்தம் ஏதோ சங்கேத வார்த்தைகளைச் சொல்லி விக்கி விக்கியணைந்தது.

அறுமர் மீசை திருத்தும் கண்ணாடியில் முகத்தைப் பார்த்தாள். கண்களுக்கு அடியில் கருமை குழிந்திருந்தது. புருவங்கள் தடித்து வீங்கியிருந்தன. அறுமர் செருமுவது கேட்டது. கிளியன்ரி ஒரு பை நிறைய தேசிக்காயோடு வந்தாள். பூசைக்குச் சனம் கொண்டு வருவதை கழுவி வெட்டி உப்பிட்டு ஊறுகாயாக்கி விடுவாள். அவளுக்கு எல்லாவற்றிலும் காசுபார்க்கத் தெரியும்.

“அன்ரி ராத்திரி என்ன உங்காலை நடந்த?”

“ஏன் எப்ப?”

“ரண்டு மூண்டு மணிக்கு பிறகு ஏதோ ஆரவாரப்பட்டவை”

“நான் நல்ல நித்திரையடியப்பா, சத்தம் ஏதாவது கேட்டதோ?”

“ஓம் ஆக்கள் ஓடித்திரியிற, ஏதோ கதைக்கிற சத்தம் எல்லாம் கேட்டது”

“ஏன் பிள்ளை நீ இரவு நித்திரை கொள்ளேல்லையோ?”

“வரேல்லை அன்ரி”

அறுமர் மீண்டும் செருமும் சத்தம் கேட்டது. “தோழர் தேத்தண்ணிக்கு செருமுறார், ஒருக்கா போய் தேத்தண்ணியை போடுறியோ பிள்ளை. கேற்றில் அடுப்பிலைதான் கிடக்கு, நான் இந்த தேசிக்காயை காயப்போட்டிட்டு வாறன் வெய்யில் வர முதல்”

தாமரை தலையாட்டி விட்டு பின் வாசலால் வீட்டுக்குள் போனாள். இருவரும் மாறி மாறி தாமரையிடம் ஒருவரைப்பற்றி மற்றொருவர் ஏதாவது சீண்டிக் கொண்டேயிருந்தனர். தாமரைக்கு கொஞ்ச நாளில் தினமும் நடக்கும் ஒரு நீண்ட வேடிக்கைக் கதையின் வெவ்வேறு காட்சியைப்போல ஆகியது. அக்கதையில் அவளும் ஒரு பகுதியாக இணைந்து கொள்ள கொஞ்ச நாள் பிடித்தது. முன்பு, அறுமர் ஒரே மகளை “சூனியக்காரி வாறா பார் பிள்ளை” என்பதும் கிளியன்ரி “தோழர் என்னவாம் பிள்ளை? என்பதுமான சீண்டல்கள் இருவரிடமும் கொஞ்சம் அன்னியப்பட வைத்தது. நெடுநாள் போர் நடந்து கொண்டிருக்கும் சூனியப்பிரதேசத்தில் அடைக்கலமடைந்திருக்கும் உணர்வு. ஆனால் மெல்ல மெல்ல அந்த சூனிய வெளியில் கட்புலனில்லாது இருவருக்கும் இடையில் இயங்கும், வார்த்தைகளோ

எழுத்துக்களோ இல்லாத மொழியின் மீது அவள் இடறினாள். அறுமரின் செருமல்கள், அன்ரியின் செருப்பு நிலத்தில் உதைபடும் சத்தம், மூக்கு உறிஞ்சல்கள், பெருமூச்சுகள், ஒவ்வொரு காலையிலும் வெற்றிலைக்கும் கள்ளுக்குமென அறுமரின் சட்டைப் பையில் தோன்றும் காசுச்சுருள். ஒவ்வொன்றையும் மெல்ல மெல்ல கண்டுகொள்ளும் போது தாமரைக்கு இத்தனை வருடம் அவர்கள் பேசிக்கொள்ளாமல் தங்களின் கோபங்களுடன் புதிதாக ஒரு உரையாடல் முறைக்கு வந்திருப்பது தெரிந்தது. கண்களால் பார்க்க முடியாதபடிக்கும் சொற்களே இல்லாதபடிக்கும் அந்த உரையாடலிருந்தது. சொல்லப்போனால் இருவரும் அதை மிகுந்த ஈடுபாட்டுடனும் லயத்துடனும் செய்வதைப் போலத்தோன்றியது. தாமரை அந்த உரையாடல் மேடைக்கு புதிய பறவையைப் போல வந்து அமர்ந்து கொண்டாள். இப்போது ஒரு பொதுவான பறவையின் பெயரில் அவர்கள் உரையாடத் தலைப்பட்டார்கள். அதுவே அன்றாட பயத்தையும், தனிமையின் சலிப்பையும் ஓரளவேனும் தணித்துக்கொண்டிருந்தது.

அவள் வந்த அன்று அறுமர் ஒரு சிறிய புத்தகத்தை அவளுக்கு கொடுத்திருந்தார், குட்டி இளவரசன் என்ற புத்தகம் "இதுதான் உலகத்தின் மிகச்சிறந்த காதல் கதை" என்றார். தாமரை நான்கைந்து முறை வாசித்துவிட்டாள். தினமும் தன்னுடைய மூக்குக்கண்ணாடியைத் தொலைத்துவிட்டு தேடுவார், கிளியன்ரிக்கு அவர் எங்கே தொலைப்பார் என்று அச்சொட்டாகத் தெரிந்திருக்கும். அவர் தேடத்தொடங்கும் போதே தாமரையிடம் எங்கே கிடக்கும் என்று சொல்வாள். அவளே எடுத்து வைத்தது போல அங்கே கண்ணாடி கிடக்கும். தாமரை கொண்டு போய்க் கொடுப்பாள். சிரித்துக்கொண்டே "இதயத்திற்குதான் பார்வையுண்டு, கண்களுக்கு முக்கியமானவை தெரியாது" என்பார்.

தாமரை தேனீரை எடுத்துக்கொண்டு அறுமரை நெருங்கும் போது வாசலில் யாரோ அழைத்தார்கள். தாமரைக்கு நெஞ்சு விழித்துக்கொள்ள ரேயுடன் பாய்ந்து அறைக்குள் போய் சாத்திக்கொண்டாள். மேசையில் தேனீர் ரேயை வைத்து விட்டு கதவுக்குக் காதைக் கொடுத்தாள். புதுக்குரலில் அத்தனை அவசரமும் பரபரப்பும் தெரிந்தது. அறுமர் வெளியில் போனார். தாமரை சாவித் துவாரத்தினுள் பார்வையை நுழைத்து வெளியே நடப்பதை முடிந்தளவு கிரகிக்க முயற்சி செய்தாள்.

இரண்டு இளம் பெண்கள். தலை கிப்பி வெட்டியிருந்தார்கள். ஜீன்சும் ஒரு பழைய சேட்டும். தாங்கள் பக்கத்து முகாமைச் சேர்ந்த போராளிகள் என்று சுருக்கமாக அறிமுகப்படுத்திக் கொண்டார்கள்.

"ஐய்யா கிளியக்கா நிக்கிறாவோ?"

“ஓம் என்ன விசயம் பிள்ளை?”

“எங்கடை போராளிப் பிள்ளை ஒராளுக்கு ஏதோ செய்யுது, ராத்திரியும் ஏதோ செஞ்சதெண்டு மெடிக்ஸுக்கு கொண்டு போனனாங்கள், மெடிக்சில நல்லா இருந்தவா, இஞ்ச கொண்டு வந்தோண்ணை ஏதோ செய்யுதெண்டு குழறுறா. கிளியக்காவை ஒருக்கா வரச்சொல்லுங்கோ” அவள் மிகவும் பயந்து போயிருந்தாள். குரலில் நிதானம் துண்டு துண்டாகியிருந்தது.

“நான் அவாவோடை கதைக்கிறேல்ல, நீர் கொஞ்சம் சத்தமாய் கூப்பிடும் பின்னாலதான் நிக்கிறா”

“நான் ஓடிப்போய் கூட்டி வரட்டோ?” மற்ற போராளிப்பெண்.

“ஆளை விட சத்தம் வேகமாய் போகும் பிள்ளை, கூப்பிடு” அறுமர் குரலை கடுமையாக்கிக் கொண்டார். அவர் தாமரை வீட்டுக்குள் நிற்பதால் அவளை வீட்டைக் கடந்து போக அனுமதிப்பதாயில்லை. தாமரை யன்னல்களைப் பூட்டினாளோ இல்லையோ என்று அவருக்கு தெரியாது. குரலின் கடுமையை புரிந்துகொண்ட அவள். “கிளியக்கா” என்று உரத்தாள்.

“ஓமோம் ஆரது?” என்று கொண்டு வந்தவள், முற்றத்தில் போராளிகள் இருவரையும் கண்டதும் ஒரு கணம் வெலவெலத்துப் போனாள். தெரிந்த முகங்களென்றாலும் தாமரையை வைத்துக் கொண்டிருக்கும் போது பதறாமலெப்படி.

“அன்ரி எங்களோடை ஒருக்கா முகாமுக்கு வாங்கோ பிள்ளை ஒராளுக்கு என்னவோ செய்யுது?”

“என்ன செய்யுது பிள்ளை?” தன்னுடைய திருநீற்றுப் பையை எடுத்துக்கொண்டு அவர்களை அழைத்துக்கொண்டு வேகமாகப் போனாள். அறுமர் வீட்டுக்குள் வந்து அறையின் கதவுக்கு அருகில் நின்று,

“பிள்ளை பயப்பிடாத. அது உந்த முகாம் பெட்டையள், ஆருக்கோ ஏதோ குறைபாடு போல கிடக்கு அதுதான் அன்ரியை கூட்ட வந்தவளவை” தாமரை அறையை திறந்து கொண்டு வெளியே வந்தாள். தொப்பலாக வியர்த்திருந்தவளைக் கண்டதும் அறுமருக்கு கண்களில் நீர் முட்டியது.

“பயந்து போனியே என்ரயாச்சி?”

மூச்சை விட்டுக்கொண்டே தெளிந்து சிரித்து பதட்டத்தை முறித்தாள். தேனீரை வந்து அவருக்கும் கொடுத்து தானும் குடித்தாள். அதிகாலையில் முகாம் பரபரத்ததை அறுமருக்குச் சொல்லத்தொடங்கினாள். அரை மணிநேரத்துக்கு மேலோடியது. கிளியன்ரியை காணவில்லை. முகாம்

பக்கமும் எந்த சிலமனுமில்லை. மீண்டும் படலை திறபடுமோசை. திறப்பது கிளியன்ரியின் கைகள் இல்லை என்றதும் வளையின் வாசலில் கண்களையும் கூருணர்வையும் பொருத்தி விட்டு மேய்ந்து கொண்டிருந்த வயல் எலியைப் போல அறைக்குள் தாவினாள். முதலில் வந்த பெண் போராளிகளில் ஒருத்தி. மழையைக்கடந்து வந்தவள் போல் தொப்பலாக வியர்வையில் நனைந்து ஓடி வந்தாள்.

“கிளியக்கா தாமரைய வரட்டாம், ஊத்தை குடியன் அடிச்சுப் போட்டுது எண்டு சொல்லச் சொன்னவா”

அறுமர் முகம் மாறிக்கொண்டிருக்கும் போதே. தாமரை அறைக்கு முன்னால் தோன்றினாள். கைகளில் நகுலாத்தையின் பச்சை நீற்றுச்சரை. அவளை அழைத்துக் கொண்டு அறுமரிடம் கூடச் சொல்லாமல் போனாள். அறுமர் விக்கிப் போய் பார்த்துக் கொண்டிருந்தார்.

தாமரையை ஊத்தைகுடியனின் பெயரைச்சொல்லி அழைத்துப்போன பெண் போராளி நடந்த கதையைச்சொன்னாள். ஊத்தைகுடியன் அடித்த பெண் போராளியின் பெயர் தயிர்வளை. மாலையில் பூனகரிப்பக்கமிருந்து இயக்க வேலை ஒன்றை முடித்து விட்டு திறந்த வாகனம் ஒன்றில் ஐவராக வந்திருக்கிறார்கள். இடையில் தயிர்வளை ஏதோ மணக்குது, ஏதோ மணக்குது என்று சொல்லியிருக்கிறாள். வாகனச்சில்லில் ஏதேனும் காட்டு மிருகங்களின் பீ பிரண்டிருக்கும் என்று அவளைக் கையமர்த்தியிருக்கிறார்கள். பெரிய பறவையொன்று இறந்து சிதைந்து மணப்பதைப்போல தயிர்வளையின் நாசிக்குள் அத்தனை குமட்டல். அவளால் அதன் வெடுக்கு நாற்றத்தை தாங்க முடியாமல் காறாப்பி துப்பி அருவருத்துக் கொண்டே வந்திருக்கிறாள். கூட வந்தவர்களுக்கு அத்தனை கடுமையான துர்நாறறம துளியும் மூக்கில் உறைக்காதது வேறு அவளுக்கு குழப்பத்தை தந்திருக்க வேண்டும். முகாமிற்கு வந்து தொட்டியில் தண்ணீர் மொண்டு உடம்பில் கொட்டி முழுகி விட்டு வந்து படுத்திருக்கிறாள். இரவு உணவு கொண்டு வந்த சக போராளியிடம் வயிற்றைப் பிரட்டுவதாகச்சொல்லி சினந்திருக்கிறாள். குளித்த பிறகும் அந்த துர்நாற்றத்தை அகற்ற முடியவில்லை. பரசிற்றமோல் குளிசைகளைப் போட்டுக்கொண்டு நேரத்தோடு படுத்தவள் நடு இரவில் எழுந்து அலறியிருக்கிறாள். யாரோ கழுத்தில் ஏறி பிடித்ததாகவும், தொடர்ந்தும் அதே நாற்றம் இன்னும் அதிகரித்துவிட்டதையும் அது தன்னிலிருந்து வருவதையும் கமக்கட்டும் கைகால்களும் எரிந்து கொண்டே துர்நாற்றம் வீசுவதாகவும் அலறியிருக்கிறாள். அவளின் உடலெங்கும் வியர்த்து இவர்களுக்கும் வித்தியாசமான வியர்வை நாற்றம் அடித்திருக்கின்றது. வாகனத்தில் ஏற்றி இயக்கத்தின் வைத்தியசாலைக்குக் கொண்டு போய் காட்டிய

போது கொஞ்சம் அடங்கியிருக்கிறது. தூக்க மாத்திரைகளைக்கொடுத்து விட்டிருக்கிறார்கள். ஆனால் முகாமிற்குத் திரும்பிய பிறகு தூக்கம் வந்தபாடில்லை. அதிகாலை வரை ஒரே களேபரம். அவளைத்தூங்க வைக்கப் படாதபாடுபட்டார்கள். கடைசியில் யாரோ ஒரு பெண் போராளி தயிர்வளக்கு கொஞ்சம் திருநீற்றை நீரில் போட்டு குடிக்கச்செய்த பிறகுதான் அடங்கி உறங்கிப்போனாள். காலையில் எழுந்து அமைதியாகத் தேனீர் குடித்துக்கொண்டிருந்த தயிர்வளை மீண்டும் மணக்குதக்கா, எரியுதக்கா என்று சொல்லி உடல் வியர்க்க கத்தத் தொடங்கத்தான் கிளியன்ரியை கூட்டிவர இவர்கள் ஓடி வந்திருக்கிறார்கள்.

ஊத்தை குடியனின் பெயரைக்கேட்டதும் தாமரைக்கு ஏறக்குறைய விசயம் விளங்கிவிட்டது. இருக்கின்ற ஏவல் தேவதைகளில் மிகவும் பொல்லாதது. கிளியன்ரியால் சமாளிக்க முடியாமல்தான் விடயம் தெரிந்த யாரும் வேண்டும் என்று தாமரை ஒழிந்திருந்ததைக் கூட பொருட்படுத்தாமல் கூப்பிட்டு அனுப்பியிருக்கிறாள். தாமரை யோசிக்காமல் புறப்பட்டு போனாள். ஊத்தை குடியன் பொல்லாதது, உடலை முறித்துவிடும், சொந்த உடலை துன்புறுத்தவும் உடைகளையும் தோலையும் கிழித்து எறியவும் தயங்காது. முற்றினால் மரணம் வரை கூடக் கொண்டுபோகும்.

தாமரை இதற்கு முதல் எந்த இயக்க முகாமிற்குள்ளும் போனதில்லை. முற்றத்தில் புலிக்கொடி பறந்து கொண்டிருந்தது. மா மரத்தின் நிழலில் ஒரு ரப்பர் கதிரையில் கிளியன்ரி தலை கலைந்து வழிய, சோர்ந்து போய் அடித் தொண்டைக்குள் எதையோ இரைந்து கொண்டிருந்த தயிர்வளையின் கைகளை இறுக்கிப்பிடித்தவாறு வெள்ளை மணலில் அலங்கோலமாய் களைத்துப்போய் இருந்தாள். சோர்ந்து போன கிளியன்ரியை பார்த்ததும் தயிர்வளை படுத்தியபாடு கூட்டவந்த பெண்போராளி சொன்னதை விட அதிகமாகவிருந்தது. சுற்றி நின்ற பெண்போராளிகளின் கண்களில் கலக்கம். இரண்டு பேர் தயிர்வளையின் தோள்களை அழுத்தியவாறு நின்றிருந்தனர். தாமரையை கண்டதும் ஏதோ தமக்குள் பேசிக்கொண்டனர். தாமரை தயக்கமாக கிளியன்ரியை நெருங்கினாள். இவளைக்கண்டதும் சோர்ந்து போயிருந்த கிளியன்ரியின் கண்கள் மட்டும் மலர்ந்தன. தயிர்வளையின் கைகளை பிடிக்கச்சொல்லி தாமரையை அழைத்து வந்தவளிடம் சொல்லி விட்டு தாமரைக்கு கிட்ட வந்தாள். குரலைத் தாழ்த்திக் கொண்டு,

“பிள்ளை ஊத்த குடியனை யாரோ அருட்டி விட்டு இருக்கினம், ஆரெண்டு சொல்லுறான் இல்லை. காளிக்கும் அடங்கானாம், எனக்கென்னமோ காளின்ர விளையாட்டுப் போலத்தான் கிடக்கு, என்னாலை ஏலாதாம் நீ

என்னெண்டு பார். இல்லையெண்டா ஆச்சியைத்தான் கூப்பிட வேணும், பிள்ளை சரியாய் பயந்து போனாள், ஊத்தையன் சட்டையைக் கிளிப்பன் எண்டு நிக்கிறான், குமர் பிள்ளை. வேளைக்கு ஏதும் செய்யோணும்'' தாமரை தலையாட்டிக்கொண்டே உள்ளூர எழுந்த சிறிய பதட்டத்தை கண்களுக்கோ முகத்திற்கோ எடுக்காமல் அவர்களிடம் தண்ணீர் கெட்டாள். முகம் கைகால்களைக் கழுவிக்கொண்டு ஆத்தையின் பச்சை நீற்றை எடுத்து நெற்றியில் பூசினாள். ஆத்தை நீற்றின் வாசம் பரவ தயிர்வளையின் உளறல் அதிகரித்தது.

கிளியன்ரி மீண்டும் அவளின் கைகளை இழுத்துப்பிடித்துக் கொண்டாள். தாமரை தயிர்வளையின் தலைமயிரை ஒதுக்கி விட்டு, தண்ணீரை எடுத்து முகத்தில் அறைந்தாள். தயிர்வளை திமிறிக்கொண்டு எழப்பார்த்தாள். குரலில் ஆவேசம் கண்களில் கொலைவெறி. சுற்றி நின்ற பெண்போராளிகளில் சிலர் அங்கிருந்து அகன்று உள்ளே ஓடினார்கள். சிலருக்கு அழுகை வந்தது. நெருங்கி தோழிகள் தயிர்வளையின் நிலையைப்பார்த்து விம்மினார்கள், சிலர் மட்டும் முன்னால் உதவிக்கு வந்தார்கள். அவர்களைத் தடுத்தாள். வயதுக்கு மீறிய நிதானம் தாமரையிடம் சட்டென்று வந்ததை கிளியன்ரி பார்த்தாள். ஆச்சிதான்!

தயிர்வளையின் முகத்தில் நீர் காய முதல் நகுலாத்தையின் நீற்றை நெற்றியில் அப்பினாள். கிளியன்ரியிடம் தேசிக்காய் கேட்டாள். ஏற்கனவே வந்திருந்தது. நான்கைந்து தேசிக்காய்களை தயிர் வளையின் நாசிக்கு அருகில் கொண்டு போய் அவளை முகர்ந்து பிடிக்கச் செய்து விரலுக்கும் கத்திக்கும் இடையில் வைத்து நறுக்கி நிலத்தில் விழுத்தினாள். தேசிக்காய்களின் அரைக்கோளங்கள் நிலத்தில் விழுந்து சிதறின. இரண்டு சோடிகள் மட்டும் வெளிப்புறம் காட்டின. அவற்றை எடுத்துத் தயிர்வளையின் காலைச்சுற்றி அடுக்கினாள். ஆத்தை நீற்றை எடுத்து தேசிக்காய்களில் பூசினாள். பச்சை நீறு தேசிக்காய்களில் படர்ந்த மறுகணம் அதன் நிறம் கருநீலநிறத்திற்கு மாறியது. சுற்றி நின்றவர்களின் கண்களில் பதட்டம். தாமரை மேலும் மேலும் தன்னில் நிதானத்தை வரவழைத்துக் கொண்டிருந்தாள். வேப்பங்குளைகளை இடுங்கி தேசிக்காய்களை மூடினாள். கிளியன்ரியிடம் திரும்பி,

"அன்ரி பூனாறிக்குத்தான் கேக்கும்''

கிளியன்ரி போராளிகளிடம் "ஆருக்கும் பூனாறி தெரியுமோ?'' ஆளாளாளுக்குப் பார்த்தார்கள். பதிலில்லை. ஒருத்தி மட்டும் எப்படியிருக்கும் என்று கேட்டாள். கிளியன்ரி கையை ஊன்றி எழுந்து, "குளத்தடில நிக்குது நான் போட்டு வாறன் பிள்ளை'' என்று கிளம்பினாள். அவளின் பின்னால் நான்கைந்து போராளிகள் யாரும் சொல்லாமலே நடந்தார்கள். தாமரை பச்சை நீற்றில் கொஞ்சத்தை

விரல்களால் அள்ளி தயிர்வளையின் உள்ளங்கைகளில் வைத்து அழுத்தினாள். தயிர்வளைக்கு சுயநினைவு திரும்பவில்லை. லேசான அனுங்கல் மட்டும்தான் முகம் பொலிவிழந்து கிடந்தது. இரண்டு பேர் அருகில் நின்று கடதாசி அட்டைகளால் விசிறினார்கள். தாமரையைக் கூட்ட வந்தவள், “என்ன செய்யுது தங்கச்சி? என்று கேட்டாள். குரல் பயத்தில் தோய்ந்திருந்தது.

“பயப்பிடவேண்டாம் அக்காக்கு ஒண்டுமில்லை” என்றாள். தயிர்வளையின் முகத்தில் கண்களை ஓட்டினாள். இருளின் குணம் பாரித்திருந்தது. மூடியிருந்த கண்களில் துடிப்புத் தெரிந்தது. தாமரை அவளின் கால்களை கையில் ஏந்தி உள்ளங்காலை அழுத்தித் தொட்டுப்பார்த்தாள். குளிர்ந்தது. கால்களைத் தேய்த்து விடத் தொடங்கினாள். தாமரையிடமிருந்து மற்றக் காலை வாங்கி இன்னொரு போராளி தேய்க்கத் தொடங்கினாள். மெல்ல மெல்ல மற்றவர்களும் நெருங்கி வந்து நின்றனர்.

“அக்கா பயப்பிடுவாவோ?”

“ஓம், கொஞ்சம் பயந்த பிள்ளைதான், கடவுள் நம்பிக்கை இல்ல, ஆனால் பேய் பிசாசுகளுக்கு பயம் எண்டுறவள்”

‘கடவுள் இல்லாமல் பேய்க்கு என்ன வேலையாம் இஞ்ச?’ தாமரை தயிர்வளையின் உள்ளங்கையில் கட்டை விரலை அழுத்திக்கொண்டே லேசாய் சிரித்தாள்.

அவர்கள் தாமரையைப் பற்றித்தெரிந்து கொள்ள இவளை விசாரிக்கத் தொடங்கினார்கள். பரீட்சைகள் முடிந்ததால் அன்றி வீட்டுக்கு வந்து நிற்பதாக மட்டும் சொன்னாள். மற்றபடி நகுலாத்தையையும் ஆச்சியைப் பற்றியும் சொல்லி வைத்தாள். உள்ளூரப் பயம் கிருமியைப்போல பெருகிக் கொண்டிருப்பதை அவளால் உணர முடிந்தது. புலியின் திறந்த வாய்க்குள் நுழைந்து அதன் நாக்கில் தைத்த முள்ளை எடுக்கும் மனநிலை. பயம் பெருகி முகத்திலும் செயலிலும் படபடப்பை கூட்டுவதை நிறுத்த நினைத்தவள், அவர்கள் ஒவ்வொருத்தரையும் பார்த்தாள். சிலர் பாவாடையும் டீசேட்களும் சேட்டுகளும் அணிந்திருந்தனர். சிலர் நீளக்காற்சட்டையோடு இருந்தனர். ஏழெட்டுப் பேருக்குதான் தலை மயிர் கத்தரிக்கப்பட்டு கிப்பி வெட்டப்பட்டிருந்தது. சிவில் உடைகளில் வீட்டிலிருப்பவர்கள் போல இருக்கும் பெண் போராளிகளை இன்றைக்குத்தான் பார்க்கிறாள். அவர்களிடம் வரியுடையிலோ ஆண்கள் அணியும் சேட்களை அணிந்துகொண்டு இடுப்பில் பெல்ட்டை இறுக்க கட்டிக்கொண்டு துவக்குகளுடன் கடந்து போகும் போது இருக்கும் கடுமை அங்கே இருக்கவில்லை. சக பெண்ணொருத்தியை பற்றிய கவலையும் பயமும் அவர்களின் முகங்களில்.

“வெரோனிக்காவும் இப்படித்தான் எங்காவது ...வெரோனிக்காவின் நினைப்பு ஆழ்நதியில் இருந்து மேற்பரப்பில் விழுந்த தீவனத்தை நோக்கி கிளம்பி வரும் மீனைப்போல எழுந்து வந்தது. கட்டாயம் புதிதாக இணைத்த போராளிகளுக்கு கிப்பி வெட்டுவார்கள். அவர்கள் தப்பிப்போனாலும் கண்டுபிடிப்பதற்காக. தாமரையை மூடி அணைத்துக் கொள்ளும் வெரோனிக்காவின் கடுங்கரு கேசம் கத்தரித்தாகியிருக்கும். அவளுடைய முகத்தில் கடுமையேறியிருக்கும். அவள் கடுமையானவள்தான். கடுமையும் இறுக்கமும் அவளின் கருணையளவிற்கு மூர்க்கமானது. ஆத்தை இறங்கி நிற்கும் போது ஆச்சியிடம் அத்தனை கடுமையையும் மூர்க்கத்தையும் பார்த்திருக்கிறாள். வழமையாக சுருங்கிப் போய் குளிரும் அவளுடைய தேகம் உலோகத்தனம் கொண்டு இறுகும். சுடும். கலைவரும் போது திடமான நான்குபேர் பிடித்தால் கூட உலுப்பி விழுத்தி விடுவாள் ஆச்சி, வெரோனியிடமும் அத்தனை மூர்க்கத்தைக் கண்டிருக்கிறாள். கோவத்தில்; கடுந்துயரத்தில் கெட்டித்து இறுகும் உடலும் குரலிலும் அத்தனை கடுமை வெளிப்பாடுகளை நெருக்கமாகக் கண்டிருக்கிறாள்.

தான் ஆச்சி போலவோ வெரோனிக்கா போலவோ இல்லை. தன்னில் கடுமையை வரவழைக்கும் போது உருகிவிடுகிறாள். கோபத்துடன் கண்ணீர் வந்துவிடுகிறது. துயரத்தில் மூச்சடைத்து எல்லாம் இருண்டு விடுகிறது. தாமரை தன்னுடைய மென்மையை அத்தனை தூரம் வெறுத்தாள். தான் வெரோனியைப் போலவோ ஆச்சியைப் போலவோ இருக்க வேண்டும் என்று விரும்பினாள். ஆனால் அவர்களிருவரும் இந்த மென்மையான பயந்த சுபாவமுள்ள பெண்ணைத்தான் எவ்வளவு நேசிக்கிறார்கள்.

தயிர்வளை மீண்டும் அனுங்கினாள், நெற்றியைத் தொட்டுப்பார்த்து விட்டு அவளுடைய தலையை யாரேனும் தாங்கிப் பிடித்திருக்கும்படி சொன்னாள். ஒருத்தி தன்னுடைய வயிற்றுப்பகுதியில் தயிர்வளையின் பிடரியைச் சாய்த்துக் கொண்டு தலையை ஆதரவாகப் பிடித்துக்கொண்டாள்.

பெண் போராளிகள் இவளைத்தான் விசித்திரமாகப் பார்த்தார்கள். இத்தனை இளவயதுப் பேயோட்டுபவளை அவர்கள் பார்த்திருக்க மாட்டார்கள். ஏன் தாமரையே இப்போதுதான் பார்க்கிறாள். ஆத்தையின் பெயரை மனதுக்குள் சொல்லிக் கொண்டிருந்தாள். தைரியமும் கடுமையும் தாமரைக்கு தேவைப்பட்டன. கிளியன்ரி விரைவாக வந்தால் நன்றாகவிருக்கும். அறுமர் என்ன மனநிலையில் இருக்கிறாரோ என்று யோசித்தாள். அவரை மிகச் சாதாரணமாக கடந்து வந்துவிட்டாள்.

ஊத்தைக்குடியன் பெயரைக் கேட்டதும் ஆத்தையும் ஆச்சியும் இவளைக் கையைப்பிடித்து அழைத்து வந்துவிட்டதைப் போலிருந்தது.

துணியொன்றைக் காய்ந்த சுள்ளி ஒன்றில் சுத்தி கட்டினாள். பிறகு அதைச்சுற்றி தேசிக்காய்களை அடுக்கினாள். பச்சை நீற்றைத்தூவி தண்ணீர் தெளித்து வைத்தாள். கிளியன்ரியும் போராளிகளும் கைகளில் பூனாறிச்செடிகளுடன் வந்தார்கள். குளக்கரைகளில் பூனாறிகளை மாடுகள் மேய்ந்து விட்டிருந்தது. முழுமையானதொரு செடியைக் கண்டுபிடிப்பதற்குள் அன்ரியும் அவளுடன் போன போராளிகளும் படாத பாடுபட்டிருக்கிறார்கள். கடைசியில் கிடைத்துவிட்டது. கோடை குளத்தடிச்செடிகளைக் கருக்கி விட்டது போக நிழலில் வளர்ந்த செடிகளைத் தேடி அலைந்ததாகச் சொன்னார்கள். தாமரை பூனாறியை கசக்கி தயிர்வளையின் உள்ளங் கைகளில் பூசினாள். பார்த்துக் கொண்டிருக்க அது நீல நிறமாக மாறி உறைந்து காய்ந்தது. பிறகு செடியில் இலைகளைப் பிய்த்து உள்ளங்கைகளுக்கு கொடுத்து இறுக்கி மூடி விட்டாள். தன்னுடைய உடலுக்கு கனவிலேதோ சடங்குகள் நடப்பதாக எண்ணியவள் போல தயிர்வளை வாய்க்குள் முணுமுணுத்துக் கொண்டிருந்தாள். பூவரசங் கம்பு ஒன்று முறித்து வரச்சொல்லி ஊத்தைக்குடியனின் பெயரைச்சொல்லி தயிர்வளையின் காலில் ஓங்கி அடிக்கத் தொடங்கினாள். வரிவரியாக காலில் கோடுகள் சிவந்து விழ தயிர்வளை திமிறினாள். தாமரை ஒவ்வொரு அடியை அடிக்கும் போதும் "போறியோ இல்லையோ" என்று கேட்டு அடித்தாள், ஏழெட்டு அடிக்குப்பிறகு "ஓம் ஓம்" என்று கத்தினாள் தயிர்வளை. மூச்சு வாங்கி இரைத்தது. அங்கே நின்றிருந்த பெண் போராளிகள் சிலர் பயந்தனர். தயிர்வளை சோர்ந்து மயங்கிப் போனாள். பச்சை நீற்றை நெற்றியிலும் உச்சியிலும் தடவி, அவளைத் தூக்கிச் சென்று கிடத்துமாறு சொன்னாள். நான்கைந்து பேர் சேர்ந்து உள்ளே தூக்கிச்சென்றனர்.

"ஊத்தை குடியன் இனி இறங்கி ஓடிடுவான், பின்னேரம் ஒருக்கா வந்து பாப்பம், ஏதோ குறைபாடுதான் போல கிடக்கு பெரிய தெய்வம் ஏதோ அருட்டிவிட்டிருக்கு"

பெண்போராளிகளிடம் விடை பெற்று வீட்டிற்கு வந்த போது அறுமர் வாசலில் உட்கார்ந்திருந்தார். தாமரை எதுவும் பேசாமல் கிணத்தடியில் போய் கைகால்களை அலம்பி விட்டு வந்து அவரின் பக்கத்தில் வந்து இருந்து கொண்டாள். அவளுடன் அவர் எதுவும் பேச்சுக்கொடுக்க தயாராக இல்லை என்பது போல முகத்தசைகளை இறுக்கி கண்களை கட்குழியின் ஆழ்நிலத்தை நோக்கி எடுத்துச்சென்றிருந்தார். தாமரை அவரின் கையைத் தூக்கி தன்னுடைய கைகளுக்குள் வைத்துக் கொண்டாள். கிளியன்ரி குசினிக்குள் போய் ஏதோ செய்துகொண்டிருந்தாள். இடைக்கிட மூக்கு

உறிஞ்சும் சத்தம் கேட்டது. அவள் அழுதுகொண்டிருக்கிறாள் என்று இருவருக்கும் விளங்கியது.

“இப்ப கொப்பன் எங்கை உன்னை விடப்போறான்?”

“தெரியா, அப்பாவை கூப்பிடுங்கோ” தாமரையின் குரல் மூழ்கிப்போயிருந்தது.

“உதொண்டும் அரசியல்துறை முகாம் இல்லை, பிள்ளை பிடிக்கும், இவளைவக்கும் ஒரு தொடர்புமில்லை” குசினிக்குள்ளிருந்து குரலதிர்ந்தது.

“எல்லாரும் இயக்கம்தான், இனி பிள்ளையை இஞ்ச வச்சிருக்கிறது மடிக்க கொள்ளியை கொட்டிக்கொண்டு இருக்கிற மாதிரித்தான்” அறுமர் சொல்லிக்கொண்டே எழுந்து படலைக்குப் போனார். தாமரை அறைக்குள் போய் கட்டிலில் வீழ்ந்தாள். நீண்ட அழுகையும் பிறகு நித்திரையும். மீண்டும் கிளியன்ரி அருட்ட எழுந்து போய் குளித்து விட்டு வந்து சாப்பிட்டாள். அறுமரைக் காணவில்லை. சண்முகத்தைக் கூட்டிவர கீரிப்பிள்ளை மேட்டிற்கு பஸ் ஏறியிருப்பார் என்றுதான் கிளியன்ரி சொன்னாள். தாமரைக்கு கண்கலங்கியது. அரைக்கோப்பை சாப்பாடு மிஞ்சியது.

மாலையில் முன்னர் வந்த இரண்டு பெண் போராளிகளும் வந்தனர். தயிர்வளை கண் விழித்து எழும்பிவிட்டதாகச் சொன்னார்கள். கிளியன்ரியும் தாமரையும் போய்ப்பார்த்தனர். தாமரை அவளை நிறையத்தண்ணீர் குடிக்கச்சொன்னாள். தயிர்வளை உடல் முழுவதும் உளைவதாகவும் அசதியாக இருப்பதாகவும் அனுங்கும் குரலில் சொன்னாள். அவளுக்கு கிளியன்ரியை தெரியும். தாமரையை விசித்திரமாகப் பார்த்தாள். தாமரையின் குரல் கனவில் கேட்ட பிரமையைத் தந்திருக்க வேண்டும். தாமரை அவளின் நெஞ்சில் கைவைத்துப் பார்த்தாள். குளிர்ந்து கிடந்த உடலில் சூடு ஏறிக்கொண்டிருந்தது. மற்றப் போராளிப் பெண்கள் அவளைச் சூழ்ந்துகொண்டு நலம் விசாரித்துக் கொண்டும் பகடி செய்துகொண்டுமிருந்தனர். அவளிடையே கலகலப்பு தோன்றியிருந்தது. தயிர்வளை வெட்கப்பட்டு நெழிந்து கொண்டிருந்தாள்.

“என்னடியப்பா என்னெண்டு காடுகரைம்பேலை நிண்டு சண்டைபிடிச்சனி? போறது வாறதெல்லாம் உன்னிலை ஏறுதாம்”

தாமரை தயிர்வளையிடம் “அக்கா வீட்டுக்காறர் கோயில், குலதெய்வம் ஏதாவது வச்சு ஆதரிச்சவையே?”

“ஓம் காட்டேரியம்மன். நாங்கள்தான் ஆதரிச்சம்”

“நீங்கள் மலைநாடோ?” மலைநாட்டில் காட்டேரியம்மன் வழிபாடு பற்றி காங்கேசன் ஒரு முறை ஆச்சியிடம் சிலாகித்துச் சொல்லிக் கொண்டிருந்ததை கேட்ட ஞாபகமிருந்தது.

“இல்லை நாங்கள் பளை”

“பளையிலை காட்டேரியம்மன் கோயில் இருக்கோ?” அன்ரி வியப்பாகக் கேட்டாள். தயிர்வளை தலையசைத்தாள்.

“இப்ப ஆதரிக்கிறேல்லையோ வீட்டுக்காரர்?”

“கோயில் ஆமின்ர சென்ரியளுக்கு கிட்ட சூனியப் பிரதேசத்திலை கிடக்கு. சமாதான காலத்திலை திருவிழா நடந்த. இப்ப சண்டை தொடங்கினால் பிறகு அங்கை ஆரும் இல்லை, ஊர்ச்சனமும் இடம்பெயர்ந்திட்டு”

“காட்டேரியம்மன் தான் ஊத்தைகுடியனை தட்டி விட்டிருக்கிறாள். காலமையிலை ஒரு செம்பிலை தண்ணி வச்சு காட்டேரிய்ய கும்பிடு பிள்ளை” அன்ரியின் கண்களை உற்றுப்பார்த்து தலையசைத்தாள் தயிர்வளை.

அவர்களிடம் இருந்து புறப்படும் போது அந்த முகாமின் பொறுப்பாளர் அன்ரியையும் தாமரையும் தன்னுடைய அறைக்கு கூட்டிப்போனாள். அவர்களிடம் சம்பிரதாயமாக நன்றி சொன்னாள். தேனீர் வந்தது. குடித்து விட்டு இரண்டு பேரும் புறப்படும் போது.

“ஆரும் வந்தால் பின்பக்கமாய் ஓடிவந்து வந்திடோணும், நான் பிள்ளையளிட்ட சொல்லி வேலில ஒரு பொட்டு வெட்டி விடச்சொல்லுறன்”

தாமரையும் அன்ரியும் எதிர்பாராத கணத்தினால் தள்ளப்பட்டு அவளின் முகத்தில் விழுந்தார்கள். குறுக்கே தையல் நூலோடிய காயங்களுடன் மூடியிருந்த அவளுடைய விழிக்கோளம் எடுக்கப்பட்ட வலது கண்ணின் இமைத்தோலில் அசைவு தெரிந்தது. தாமரை நன்கு திறந்திருந்த அவளின் இடது கண்ணுக்குள் இறங்கினாள். அது வலது கண்ணுக்கும் சேர்த்து செறிந்த ஒளியோடிருந்தது. தாமரையால் இப்போதுதான் அவளைப் பார்க்க முடிந்தது.

“இதயத்திற்குத்தான் பார்வையுண்டு, முக்கியமானவை கண்களுக்குத் தெரியாது”

05

துரிதம் கருவுற்றிருந்தாள். காங்கேசன் கல்யாணம் செய்த பிறகு மலையாளபுரம் பக்கம் போவதை நிறுத்தியிருந்தான். மலையாளபுர கிராமத்துடன் இருந்த உறவு காங்கேசனுக்கு பதின்மூன்று வருடங்களுக்கு முதல் சித்தப்பர் இறந்து போனதோடு முடிந்திருக்க வேண்டியது. ஆனால் சைலஜாவின் தாய்க்காரி பொத்துப் பெரியம்மாவின் கசிப்பு அவனை மலையாளபுரத்துடனான பந்தத்தை நூலில் கட்டி விட்டிருந்தது. மேலும் கூட்டாளிகளிடையே, இரகசியமாக கசிப்புக்கு போய் வருவது ஒரு பெரிய சாகசச் செயலாகச் சொல்லிச் சிலாகிக்க முடியும். இயக்கத்திற்கு தெரிந்தால் சந்தியில் வைத்து நெற்றியில் முழங்கி விடுவார்கள் அல்லது வட்டுவாகல் சிறையில் விதம் விதமான சித்திரவதைக் கூண்டுகளில் வாழ்வை தேய்த்து முடிக்க வேண்டியிருக்கும்.

“களவெடு பிடிபடாதை எண்டுற மாதிரி, மனிசனுக்கு அந்தக் கசிப்பை களவாய் குடிச்சிட்டு வெறி முறியும் மட்டும் கிடக்கிறது ஒரு புழுகுதானே? உனக்கு எங்கடை பட்டியடி மாணிக்கர தெரியும் தானே, ஆளுக்கு யாழ்ப்பாணம் புத்தூர்ல ஒரு தொடுப்பு இருந்தது. ஞாயிறு எண்டால் ஆனையிறவு காத்தை வெட்டிக் கொண்டு சைக்கிள் வலிச்சு வெளிகிட்டிடுவார். ஆளுக்கு அந்த பம்ப்புடு சிங்கியோடு பெரிய வாரப்பாடு. ஒரு நாள் மனிசிக்காறிக்கு ஆரோ காதிலை ஓதீட்டாங்கள். மனிசிக்கு ஜாரிக்கு நிண்டு அந்தாளை ஒண்டும் செய்யேல்லாதெண்டு தெரியும். ஒண்டும் கதைக்காமல் விட்டிட்டு. மனிசிக்கு விசயம் தெரியுமெண்டு தெரிஞ்ச கொஞ்ச நாளிலை மாணிக்கர் தீடீரெண்டு புத்தூர் பக்கம் போறதை நிப்பாட்டிட்டார். என்னெண்டு கேட்டால் மனிசிக்கு தெரியாம போய் வரேக்கை இருந்த குறுகுறுப்பு இல்லையடா காங்கேசு, உவளுக்கு தெரிஞ்சிட்டு எண்டதும் சீ எண்டு போட்டுது. ஒரு சொல்லுக்கூட என்னைக் கேக்கேல்லை எண்டால் பாரன். கல்லிலை செய்து வைன் பூட்டினவள் போல உலாத்துறாள். சண்டைக்கு வந்தாளெண்டால் காதுக்க ரெயினோடப் பண்ணி விடுவன். ஒரு சொட்டு சினங்கூட காட்டாதவளை தாங்கேலாமல் போச்சடாப்பா. எங்கை வெளிக்கிட்டாலும் ஒரு பார்வை பாக்கிறாள். அறுதல் வேசை மோனே எண்டு பாக்கிற போலை கிடக்கு, வழமையாய் மூண்டு கறி

வைக்கிறவள் இப்ப நாலைஞ்சி வைச்சு ஆத்தைக்கு மடை வச்சாப்போல படைச்சிட்டுப் போறாள். ஒரு பிடிகூட தொண்டேக்கை உப்போட இறங்குதில்லை" என்பார்.

காங்கேசனுக்கு சைலஜாவுடன் இருந்த தொடுப்பு பற்றி ஊரில் சின்ராசனுக்கு மட்டும்தான் தெரியும்.

"அவள் உன்னட்டை நல்லாய் வறுகிக் கண்டிட்டாள், இப்ப குடும்பமெண்டு ஆகியாச்சு சும்மா மலையாளபுரத்துக்கு றேசுக்கு போறதெல்லாம் நிப்பாட்டு" என்று சொல்லி விட்டான் சின்ராசன்.

ஆனாலும் இன்னும் பிடித்து விடாத சன்னாசியாரின் குரங்கொன்று காங்கேசனுக்குள் இருக்கத்தான் செய்தது.

அன்றைய வருகை காங்கேசனுக்கு நெடுநாள் கழித்து நிகழ்ந்தது. துரிதத்தைக் கட்டிய பிறகு, சைலஜாவுடன் சகவாசம் வைக்க வேண்டாமென்றுதான் நினைத்திருந்தான். ஆனால் மனது எதைக் கேட்கிறது. ஆணுக்கு அளிக்கப்பட்டிருக்கும் சுதந்திரம் அவனுடைய அறத்தினை அடிக்கடி கொத்தி நினைவுவிழக்கச் செய்யும் பாம்பு. காரியமாற்றி முடிந்தபிறகு எழும் குற்றவுணர்வு அவனுடைய அறத்தை தாங்கி நிற்பவளிடத்தில் பயத்தையும் பதட்டத்தையும் உள்ளூரக் கிளர்த்திவிடும். அதனிடமிருந்து தப்பிச்செல்ல அல்லது அதனை மறைக்கவும் மறந்து போகவும் இயல்பை மீறிய அன்பையும் கரிசனையையும் சம்பந்தப்பட்டவள் மேலே நிகழ்த்தும்படி கள்ளமனம் அருட்டும். அது ஒரு அவஸ்தை, சுயவதை.

"சன்னாசி சன்னாசி குரங்கைப்பிடி"

சைக்கிள் கிளிநொச்சியைத்தாண்டும் போது கசிப்புடன் நிறுத்திக் கொள்ளத்தான் நினைத்திருந்தான். கசிப்பு மட்டும்தான். வேறொன்றுமில்லை. ஊருக்கே கள்ளிறக்கினாலும் சைலஜாவின் கசிப்பில் விசயமிருந்தது. இயக்கத்தின் கண்களை ஏமாற்றி விட்டு வன்னிக்குள் கசிப்புக் காய்ச்சுபவள் சைலஜா. மிகவும் அந்தரங்கமான நம்பிக்கையான இருபது நெடுநாள் வாடிக்கையாளர்கள் அவளிடமிருந்தனர். தவிர ஊருக்கு வெளியே இருக்கும் சைலஜாவின் வீட்டை காலமும் மானிடர்களும் தனித்து விட்டு பல வருடங்களாகி விட்டன. எப்போது யார் வருகிறார்கள் போகிறார்கள் என்று வீட்டுக்கு முன்னால் குந்தியிருந்தால் கூட மட்டுப்பிடிப்பது கஸ்ரம். காங்கேசன் கசிப்புக்கு முதலில் போகும் போது சரி பிறகு அவளுடன் தொடுப்பு ஏற்பட்ட பிறகும் சரி கசிப்புக்கு வருபவர்கள் எவரும் எதிர்பட்டதில்லை. கேட்டால் ஆயிரம் இரகசிய வார்த்தைகளைக் கோர்த்துக் கொண்டு சிரிப்பாள் சைலஜா. அதற்கு பிறகு தண்ணீரில் மூழ்கியதைப் போன்ற

அவளின் கண்களை சந்திக்கும் போதேல்லாம் வேறு கேள்வி கேட்கத் தோன்றுவதில்லை.

துரிதத்தைக் கட்டிய பிறகு பல மாதங்கழித்து தயங்கியபடி போய் நின்ற போது எந்த சலனமுமில்லை. எதுவும் அறியாதவள் போலிருந்தாள். ஆனால் அவளறியாமலிருப்பாள் என்பதில் காங்கேசனுக்கு நம்பிக்கையில்லை. கீரிப்பிள்ளை மேட்டில் தேங்காய் விழுந்தால் கூட அவளுக்குத் தெரிந்துவிடும். கசிப்பு போத்தலை வாங்கி நெஞ்சு எரிய இறக்கி விட்டு புறப்பட்டவனை கையமர்த்திய போது காங்கேசன் எந்த மறுப்பும் சொல்வதற்குரிய திராணியுமற்று இடறி அவளுக்குள் விழுந்து போனான். மார்புக்குள் புதையும் போது கசிப்பின் போதையை முறித்துக்கொண்டு விசவாய்ப்பட்ட காயத்திலிருந்து பரவும் நஞ்சு மண்டைக்கு ஏறி ஆளை விழுத்துவதைப் போல உடல் நிதானமிழந்து கிடந்தது. அவள் என்றைக்குமில்லாத நிறங்களை உடலெங்கும் படர விடுவதும், அவளுடைய கரிய வாளிப்பான இறுகிய உடல் ஒரு கருங்கடலைப் போல அலைகொள்ளத் தொடங்கி அவனுடைய நிதானத்தை நடுக்கடலுக்கு எடுத்துச்சென்று புதைப்பதை அவனால் பார்க்க மட்டும்தான் முடிந்தது. தான் வீழ்த்தப்படுவதை கவனித்துக்கொண்டே மனம் அவள் இசைத்தலுக்குச் சதிர்கொண்டது. காங்கேசனுக்குள் ஒப்பிடுதலையும் குற்றவுணர்வையும் அவள் நிறுவ முயன்றாள். ஆனால் ஒரு வார்த்தை கூட அவளுக்கு அதற்கு தேவைப்பட்டிருக்கவில்லை. தேகத்திலிருந்து புறப்பட்ட ஒவ்வொரு வார்க்கயிறும் இறுக்கி கட்டுவதற்கு பதிலாக மனமத்தில் சுழன்று காங்கேசனைக் கடைந்தன. அவளாக விலகினால் மட்டும்தான் அவனால் விடுபடமுடியும். காங்கேசன் அழுகையை ஆண் சொற்களைக் கொண்டு ஆறுதல்படுத்தி மறைத்து வைத்துக்கொண்டே இருந்தான். ஆனால் கடல்கொண்ட சதிரில் உடைந்த போது காங்கேசனின் கண்ணீர் உடன் குருதியை விடச் சூடாயிருந்தது. உடல்கள் அவளுடைய வீட்டின் தூசி படிந்த அறையில் சந்தித்துக் கொள்ளவே முடிந்தது. பார்த்துக் கொள்வதோ பேசிக்கொண்டதோ குரல்களில்லாத வெளிச்சமில்லாத இவை எல்லாவற்றிற்கும் அப்பால் எங்கோ நிகழ்ந்தது.

புறப்படும் போதாவது அவளேதாவது சொல்லுவாளென்று எதிர்பார்த்தான். சைக்கிளை எடுக்கும் போதும் முகத்தை நிமிர்ந்து பார்க்கும் போதும் நீர்க்கண்களில் வார்த்தைகள். பாமரனுக்கு அந்நியமான சொற்கள். பெண் தன்னை மர்மமாக்கிக் கொள்ளும் போதும் மறைத்துக் கொள்ளும் போதும், அவள் தன்னிலிருந்து ஒரு வார்த்தையைக்கூட தரமாட்டாதவளாய் நிற்கும் பொழுது ஆண்மனம் கொள்ளும் வெறுமையையும் அந்தரத்தையும் காங்கேசனால் பார்க்க முடிந்தது.

அவள் அவனிடம் என்னவெல்லாம் கேட்பாள். வெடித்தழுவாள். கோவிப்பாள் என்று யோசித்தபடி வந்தானோ அத்தனையும் இவனிடம் கேட்க வேண்டும் என்று இவனே நினைத்தவையேயன்றி வேறில்லையென்று உணர்ந்தான். அவள் தன்னை இப்போதும் முக்கியமானவனாக காணவேண்டும் என்பது இதுகாறும் அவனை துன்புறுத்திக் கொண்டிருந்தது. அப்போதுதான் காங்கேசன் சைலஜாவின் மீது காதல் வரப்பெற்றான். அதனிடமிருந்து தப்புவதற்கு. "சீ வேசை" என்று காற்றில் இரைந்து சொல்லிப் பார்த்தான். காற்றுப்பட கசிப்பு வெறி ஏறியதேயொழிய வார்த்தை கொழுகொம்பற்றுக் காற்றோடு போனது.

கிளிநொச்சி நகரைக் கடந்து கரடிப்போக்குச் சந்தியில் கடைகளில் வெளிச்சம். சனச்சந்தடி இயல்பைவிட அதிகம் தெரிந்தது. கசிப்பு வெறிக்கு ஒன்று நான்காகத் தெரிகின்றதோ என்னவோ? கிழக்குப்பக்கமாக குளிர்காற்று வந்தது. கீழ்வானம் இரவை விட கருமையான மேகத்தால் அடர்ந்திருந்தது. இடைக்கிடை வெட்டும் மின்னல் வேர்கள். பிறகு தூரத்து இடி முழக்கம். தலைக்குள் திராணி தப்பிக் கைகள் தடுமாறின. கால்களுக்கும் பெடல்களுக்கும் பரஸ்பரமிருந்த விசுவாசம் காங்கேசனைக் காவிச்சென்றது. பொன்னம்பலம் மில்லைத் தாண்டும் போது வரும் சிறுபாலத்தடியில் வீதிக்கு குறுக்கே குழாயிலமைந்த துலா ஒன்று விழுந்திருந்தது. புதிதாக ஒரு சென்ரியும் அருகில் முளைத்திருந்தது. வாகனங்களையும் சைக்கிள்களையும் போராளிகள் சிலர் பரிசோதித்துக் கொண்டிருந்தனர். சிவில் உடையில், இடுப்பில் பெல்ட் ஓடியது.

"சென்ரி போட்டு பெடியளை பிடிக்கத் தொடங்கீட்டாங்கள்" யாரோ அங்கலாய்த்தது கேட்டது. சைக்கிளில் போகும் தன்னை ஏன் மறிக்கப்போகிறார்கள் என்று வீதியை விட்டு விலகி இறங்கி சென்ரியைத் தாண்டி போக எத்தனித்தான். கான்ரிலில் பலமான கையொன்று விழுந்தது. காங்கேசன் தடுமாறினான். முகத்தை நிமிர டோச் வெளிச்சம் முகத்தில் குத்தியது.

"டேய் யாரடா அவன் டோச்ச நிப்பாட்டடா"

மறித்தவனுக்கு காங்கேசன் போட்ட "டா" சுட்டு விட்டது. "கம்பி போட்டிருக்கிறது தெரியேல்லையோ? உச்சிக்கொண்டு போறாய் இறங்கு." அவனுடைய குரலில் கோபம்.

"ஆர் உச்சிக்கொண்டு போனது? பிள்ளை பிடிக்குத்தானே மறிக்கிறியள் நான் ஏன் நிக்கோணும்?"

காங்கேசனை சைக்கிளை விட்டு இறங்கச்சொன்னான். முகத்தில் இன்னும் கடுமையை வரவழைத்துக் கொண்டான். அவன் தான் அங்கே பொறுப்பாளராக இருக்க வேண்டும். இடுப்பில் பிஸ்ரலும், கையில் பெல்டில் வோக்கியும் கொழுவியிருந்தான். காங்கேசனிலிருந்து வந்த கசிப்பு வாடை அவனுக்கு இன்னும் கோவத்தைக் கிளர்த்தியிருக்க வேண்டும். காங்கேசன் நிலத்தில் நிற்கப் பழக்கப்படாதவன் போல ஆடினான். அவன் கேட்க முதலே காங்கேசனின் வாய் குழறியது.

"தம்பி எங்களை எல்லாம் பிடிக்கேலா தெரியும் தானே? நாங்கள் மற்றது."

அவன் நிமிர்ந்து காங்கேசனின் முகத்தைக் கூர்ந்தான். "மற்றதெண்டா?"

"அதுதான் தம்பி மற்றது, எங்களைப்பிடிச்சா பெரிய பிரச்சனை வரும் தெரியுமோ?"

"என்ன நீங்கள் எல்லைப் படைல ஏதாவது இருக்கிறியளோ?" காங்கேசனின் தோற்ற வயதில் சம்பளத்துக்கு எல்லைப்படையில் வந்து சேர்ந்தவர்களை அவனுக்குத் தெரிந்திருக்க வேண்டும். காங்கேசன் எல்லைப்படையோ என்று இரண்டாம் முறையும் கேட்டான். "ஐசி தகடு ஏதாவது கிடக்கோ?" அவன் ஏறக்குறைய காங்கேசன் எல்லைப்படையைச் சேர்ந்தவன் என்றே நம்பிவிட்டிருந்தான்.

"சீச்சி... அதில்ல இல்லை, நாங்கள் மற்றது?"

"மற்றதெண்டால் முன்னாள் போராளியோ? இயக்கத்திலை இருந்தனியளோ?"

"ப்ச் இல்லையடாப்பா... அதுவுமில்ல... மற்றது!"

"என்ன மற்றது? மற்றது எண்டா என்னெண்டு சொல்லு" அவனின் குரலில் சினம் பரவியேறியது.

"இஞ்ச பாரட்டாப்பா நாங்கள் மற்றது, பெரிசு. தொடேலாது தெரியுமோ?" காங்கேசன் ஏகத்துக்கு குரலை உயர்த்தி அவனை வெருட்டி விடுவதைப்போல பாவனை செய்தான்.

"என்ன பெரிய புலனாய்வோ?"

"புலனாய்வுக்கும் மேலையடாப்பா ...மற்றது"

"என்ன பெரிய தளபதியோ?" அவனின் குரலில் எரிச்சல்.

"இல்லையடாப்பா மற்றது"

காங்கேசன் குரலை முடிக்க முதல் அவனின் கை அரை வட்டமாக சுழன்று காங்கேசனின் கன்னத்தில் பலமாக இறங்கியது. காங்கேசன் அதை எதிர்பார்க்கவில்லை. நிலை குலைந்து போனான். தலைக்குள் இரும்புச்சட்டம் ஒன்று நுழைந்து வெளியே வந்ததைப் போலிருந்தது. வெலவெலப்பிலிருந்து மீளாமல்,

“ஏனடப்பா கைநீட்டின்னீ?”

“மற்றது மற்றதெண்டுறாய், என்னை என்ன விசரனெண்டு நினைச்சியோ, என்னடா மற்றது?” அவன் திரும்ப கையை ஓங்கிக்கொண்டு வந்தான்.

“மற்றதெண்டால் ...மற்றது ... சனம் ... பொதுசனம்”

அவனுக்கு சட்டென்று சிரிப்பு வந்து விட்டது. அருகில் நின்ற போராளிகளும் சிரித்தார்கள். அவன் காங்கேசனிடம் சைக்கிளை எடுத்துக்கொடுக்கச் சொல்லிவிட்டு சிரித்துக் கொண்டே சென்ரிப்பக்கம் போனான். காங்கேசனுக்கு வெறியில் கண்கள் சொருகின. சைக்கிளில் அவர்கள் ஏற்றி விட்ட போது தன்னை முழுவதுமாக இழந்திருந்தான். உள்ளுக்குள்ளிருந்து காங்கேசனை வேறொரு குரல் சைக்கிளை உழக்க வைத்தது. பரந்தன் சந்தியால் திரும்பி முல்லைத்தீவு பிரதான வீதியில் இறங்க தூறல் விழுந்து கொண்டிருந்தது. முரசு மோட்டையை நெருங்கும் போது கனமழை காங்கேசனை மறைத்து மூடியது. காங்கேசன் எங்கும் நிற்கவில்லை. சொல்லப்போனால் சைக்கிளையும் அவனையும் கொண்டு சேர்க்கும் குரல் அவனை கீரிப்பிள்ளை மேட்டுக்கு கூட்டிவந்தது. மழை வலுத்துக்கொண்டே இருந்தது.

....

பின்னேரம் தொடங்கிய மழை தொடங்கும் போதே இரைத்துக் கொண்டு பெருந்துளிகளால் கோடையின் சாயல்கள் இருந்த இடங்களை மோதி குளிர்ச்சியை ஊர்முழுக்க நிறைத்தது. பனைவளவில் மழைச்சத்தம் ஓலைகளில் மோதி இன்னும் உரத்துக்கேட்கும். காதடைத்துவிடும் இரைச்சல். மாலையிலிருந்து துரிதம் மழையைத்தான் பார்த்துக் கொண்டிருக்கிறாள். இம்மியளவும் குறையாமல் அடர்ந்து இறக்கிக் கொண்டேயிருந்தது. லாம்பை மூட்டி அருகில் வைத்து விட்டு அதன் மெல்லிய இளஞ்சூட்டை வாங்கிக்கொண்டு அடிக்கடி பனந்தோப்பை பார்த்துக்கொண்டிருந்தாள். மழை தொடங்கும் போது சத்தம் போட்ட காவோலைகள் ஈரம் ஊறி நைந்து போய் சத்தத்தை நிறுத்தியிருந்தன. அல்லது பனைவளவில் இறங்கும் மழையின் சோ வென்ற சத்தம் காவோலைச் சத்தத்தை விழுங்கியிருக்க வேண்டும்.

காங்கேசனைக் காணவில்லை. கிளிநொச்சிக்குப் போகிறேன் என்று மதியத்தில் புறப்பட்டுப் போனவன். இரவும் மழையும் ஏற ஏற பதட்டமானாள். யாருமில்லாத போதும் யார் வீட்டு திண்ணையில் படுத்துறங்கும் போதும், அவள் தனிமையை பயமாகவோ துன்பமாகவோ உணர்ந்ததில்லை. பதட்டமடைந்ததில்லை. ஆனால் இப்போது அவள் பதட்டமாயிருக்கிறாள். அடிவயிற்றில் பயத்தின் நாக்குகளின் மென்சூட்டை உணர்கிறாள். சமீபத்தில் தான் பிறந்தது போன்ற உணர்வு. ஊரும் நிலமும் பனங்கூடலும் புதிதாக அறிமுகமானவை போல புதுப்பயமும் பதட்டமும் காட்டின. கைகளைத் தேய்த்துக்கொண்டாள். சிமிலியில் உள்ளங்கையை பதித்து பதித்து கன்னத்தில் ஒற்றி ஒற்றிப் பார்த்தாள். நன்றாகவிருந்தது. கையில் மண்ணெண்ணை மணத்தது. வயிறு கடமுடத்தது. பசிக்கிறது போலும். இறக்கி வைத்த கீரைப்புட்டு சூடாறிக் குளிர்ந்து விட்டது. காங்கேசனுக்கு புட்டுக் குளிர வேண்டும். இரவு அவித்ததை காலையில் தேத்தண்ணீருடன் சப்புக்கொட்டிச் சாப்பிடுவான். கீரைப்புட்டு முழுவதும் ஆறிக்குளிர்ந்து விட்டால் சுவை கெட்டுப்போகும். மிளகாய் உறைப்பே ருசியை மறைத்துவிடும். கீரைப்புட்டுக்கு இளஞ்சூடுதான் பதம். சம்பல் சேர்க்காமல் கடுஞ்சீனி போட்ட தேத்தண்ணீருடன் அருமையாக இருக்கும். மீண்டும் பனைத் தொடர்ச்சிக்குள்ளே பார்வையை நுழைத்துப் பார்த்தாள். இருட்டும் மழைச்சத்தமும் தவிர வேறில்லை. வயல் பக்கமாக தவளைகள் வயிற்றுக்குள் தண்ணீர் இறங்குமாறு கத்தத் தொடங்கிவிட்டன. கால்கள் விறைத்தன. எழுந்து குந்தியிருந்து கொண்டாள். கொட்டில் ஒழுக்கு கண்டது. பாத்திரம் ஒன்றை எடுத்து வைத்தாள். சொட்டும் சத்தம் மேலதிகமாகச் சேர்ந்து கொண்டது. துரிதம் கண்களில் பயனில்லை என்று நினைத்தவளைப் போல காதை பாதைப் பக்கம் வைத்துக்கொண்டு செத்தையில் சாய்ந்து கொண்டாள். மழைக்குளிர்ச்சி கண்களுக்குள் இதமாக இறங்க நித்திரை சொக்கியது. இருள் பரவ நெஞ்சிலும் நினைப்பிலும் கனமின்மையை உணரத்தொடங்கினாள்.

“பிள்ளை”

திடுக்கிட்டு விழிக்கும் பொது குரலின் தடம் அழிந்து போயிருந்தது. நெடுநேரம் நித்திரைக்குள் மூழ்கிவிட்ட பிரமை. வெளியே மழை உக்கிரம் குறையவில்லை. நித்திரையாகி விட்டோமென்று நினைத்து பதறி எழப்போனவள், ஒழுக்குக்கு வைத்த பாத்திரத்தில் சத்தம் வரக் கேட்டாள். எட்டிப்பார்க்க அரை விரலிடை கூட நீரேறவில்லை. கண்கள் புதைந்து மீண்டிருக்கின்றன, நித்திரையில்லை, லேசாக அயர்ந்திருக்கிறாள். அதற்குள் யாரோ கூப்பிட்டிருக்கிறார்கள். ஆனாலும் அழைத்த குரலின் பிரமை மனதுக்குள் குளிர்ந்து கொண்டிருந்தது. காங்கேசனுடையதைப் போலவும் இருந்தது. இல்லை, அப்பட்டமாக

அதுவொரு பெண்குரல். வியர்த்தது. உடலில் பரவியிருந்த மழையின் குளிர்ச்சி இறங்கியது. நினைப்பில் விழுந்த சொல் பரவி எதோ உந்தியது. மேலே செருகியிருந்த உரைப்பையை எடுத்து தலையில் கொழுவிக் கொண்டாள். தன்னுடைய டோர்ச்சை எடுத்துக்கொண்டு மழைக்குள் இறங்கினாள். முதல் நனைவே உரைப்பையைத் தாண்டி முழுவதும் நனைத்து விட்டது. தலைக்கு மட்டும் லேசான ஈரக்கசிவு. எதையும் பொருட்படுத்தாமல் மழைக்குள் நடந்தாள். பழைய பழக்கங்களில் மீண்டும் நுழைவதைப் போலவும் பழைய குரல்கள் வழிநடத்துவதைப் போலவும் மனம் முழுவதும் தோற்றம். அவற்றைப் பிடித்து நடந்தாள்.

நீரூறிக் கரையும் வரம்புகளில் சுருங்கிக்கிடந்த தொட்டாச்சுருங்கி முட்கள் தைத்துக் கொண்டிருக்க அந்த நோவை பாதத்தை தாண்டி உறைக்கவிடாமல் மழையீரமும் குளிர்காற்றும் காலை மரத்துப்போகச் செய்வதையும் சட்டைசெய்யாமல் நடந்தாள். அவள் மனத்தினால் தான் நடந்தாள். காலுக்கோ ஏன் மொத்த உடலுக்கோ அங்கே பொருளிருக்கவில்லை. அவை மழையோடும் இருளோடும் அழிந்து போயின. ஒலித்த சொல் முன்னால் சென்றது. முதலில் இருளிலும் பிறகு குளிர்காற்றிலும் இறுதியாக மழையிலும் அந்த அழைப்பின் சத்தம். வாசல் தட்டியைப் பூட்டாமல் ஓவென்று விட்ட கொட்டிலும் தணிக்க மறந்த லாம்பும் ஏன் இன்னும் திரும்பாத காங்கேசனும் கூட நினைவிலழிந்து போயினர். துரிதம் வேகமாக நடத்தப்பட்டாள்.

வந்த அழைப்பு அவளைக் கூட்டிச்சென்றது.

ஆத்தை வளவை நெருங்கும் போது குரலின் திசை மாறிக்கொண்டே போனது. ஆத்தைக்கு முன்னால் கண்ணாடிப் பெட்டியுள் பூஞ்சிய மஞ்சள் கண்ணைப்போல எரிந்துகொண்டிருந்த விளக்கை கடும் பொழிதலுக்கு மத்தியில் துரிதம் கண்டாள். விளக்கில் நின்ற நெருப்பில் வழிநடத்திய எல்லாச்சொற்களும் ஒடுங்கிக்கரைந்தன. ஒளி அவளை அவளிடம் திருப்பிக் கொடுத்தது. உடல் குளிர்ந்தது. பல்லாயிரம் ஊசி நுணிகளைப் போல உடலில் குத்தி விழும் மழையை முழுவதுமாக உணர்ந்தாள். துரிதம் மறுகணம் திடுக்கிட்டாள். பயம் இரவுக்குள் இருந்து வெளிப்பட்டு எதிரில் வந்து நின்றது. பிடித்துக் கொள்வதற்கும் சென்று சேர்வதற்கும் ஆத்தைக்கு முன்னால் எரியும் ஒளியைத் தவிர வேறேதுமில்லை. ஓடினாள்.

ஒளி வட்டமாக பரவியிருந்த இடத்தில் மழைக்குள் ஒரு உருவம் விழுந்து கிடந்தது. இருட்டில் அதன் வெற்றுடலில் விழும் மழை ஒளியின் மினுமினுப்பில் இரைந்து சிதறிக்கொண்டிருந்தது. அந்த உடலிலிருந்து நடுக்கமும் அனுங்கலும் வெளிப்பட்டுக் கொண்டிருந்தன. துரிதம் அந்த உடலை எல்லோரையும் விட நெருக்கமாக அறிந்தவள். அதை தனக்குள்

புதைத்துக்கொண்டும் தன்னை அதனுள் புதைந்துகொண்டும் இருப்பவள். கொடும் இருட்டிலும் தாட்டான்கள் கத்தும் பனைவளவிலும் அந்த உடலின் ஒவ்வொரு ஒலியையும் அசைவையும் நன்குணர்ந்தவள். ஐய்யோ என்று கத்திக்கொண்டே மழைக்குள் கிடந்த காங்கேசனை வாரியெடுத்தாள். அப்படியே இழுத்து ஆத்தையின் கொட்டிலுக்குள் போட்டாள். அந்தப்பெரிய முரட்டு தேகத்தை நன்கு பழகிய ஒரு விளையாட்டுப் பொருளைப்போல மழைக்குள்ளிருந்து தூக்கி கொட்டிலின் துமிபடர்ந்த சீமெந்துத் திண்ணையில் வளர்த்தினாள். காங்கேசனில் குப்பென்று கசிப்பு வாடை. அவன் ஆலங்கட்டி மழைத்துண்டாக விறைத்துக் கிடந்தான். அனுங்கல் மட்டுமே அவ்வுடலில் ஜீவன் ஒட்டியிருப்பதைச் சொல்லவந்த கடைசி தூதனாக அல்லலல்பட்டுக் கொண்டிருந்தது. அவனை அப்படியே கிடத்தி விட்டு ஆத்தையின் கொட்டிலில் தூண்களில் கட்டப்பட்டிருந்த பட்டுத்துண்டுகளை அவிழ்த்தெடுத்து உலர்ந்த இடத்தில் நிலத்தில் குவித்தாள். எரிந்துகொண்டிருந்த விளக்கின் சுவாலையில் ஒரு பட்டைத்தொட்டு மூளச்செய்து நிலத்தில் கிடந்த பட்டுக்களின் மேல் போட்டாள். கொஞ்சம் தயங்கி நசநசவெனப்பரவி பட்டுக்களின் மேல் நெருப்பு எரியத்தொடங்கியது. நீலம் சிவப்பு பச்சை மஞ்சள் நிறப்பட்டுக்களில் இருந்த சாயங்கள் தத்தமது நிறங்களில் எரிந்தன. ஒரே சிதையில் அத்தனை வண்ணங்களும் மூண்டு ஆத்தையின் முகத்திலும் துரிதத்தின் முகத்திலும் காங்கேசனின் உடலிலும் வெப்பத்தையும் நிறத்தையும் இறைத்து எரிந்தன. துரிதம் காங்கேசனின் கைகளை தூக்கி தேய்த்துச் சூடாக்கினாள். ஈரச்சறத்தையும் உள்ளாடையும் உருவி அவனை நிர்வாணமாக்கினாள். மெல்ல மெல்ல வெப்பத்தை வாங்கிக்கொண்டு உடல் கதகதப்பைப் பெறத்தொடங்கியது.

காங்கேசனின் உறைந்து கொண்டிருந்த குருதி வெப்பம் கண்டது. நடுக்கத்தில் சீர் குலைந்து கொண்டிருந்த உடலை நிதானத்திற்கு கொண்டுவர வெப்பம் பரவிச்சென்றது. குருதியில் கரைந்திருந்த கசிப்புவெறி குளிரிலிருந்து வெப்பத்துக்கு மாறும் போது மெல்ல மெல்ல முறிய நிகழ்வதையும், நிகழ்ந்ததையும் புலன்கள் சீராக மீட்டு அடுக்கத் தொடங்கின. சுரணை ஒரு புள்ளியில் நினைவைச் சந்திக்க, துரிதத்தில் கண்களைத் திறந்தான். கடகடவென்று நெசவுத்தறியைப்போல அடிக்கும் பற்களையும் இறுகிய உதடுகளையும் இச்சைக்கு அசைத்து.

“என்ரையாச்சி” நீரில் ஊறிச்சோர்ந்த விரல்கள் துரிதத்தின் கன்னத்தில் பதிந்து தடவின. திறக்காத கண்ணில் துரிதம் பெருங்காட்சியாக ஒரு கணம் தோன்றினாள். உதறித் துடித்தான். யாரோ அவனை கால்களில் பிடித்துக்கொண்டு மழைக்குள் இழுத்துக்கொண்டு போனார்கள். பெரிதாக வலிப்பு வந்தவனைப் போல நடுங்கித் துடித்தான். துரிதம்

பயந்து போனாள். பெருமழையாக மாறிய கண்களை ஆத்தைக்கு ஒருகணம் ஒப்புக்கொடுத்தாள். பிறகு எழுந்து மழைக்குள் நுழைந்து முற்றத்தில் நின்ற மணியின் கயிற்றைப் பிடித்து வேகமாக இழுத்தாள். கயிற்றில் விசையேறிச்சென்று மணியைச் சாய்த்தது. மழைக்குள் மோதி மணிச்சத்தம் கறுத்த சாம்பல் மேகம் இறங்கிய வானத்தின் கீழே பரவிச்சென்றது.

06

*அ*ம்மான் கண் கலிங்கிற்கு சமாந்தரமாக ஓடும் கலிங்குப்படிகளில் இருந்து காங்கேசனின் உடல் நிலையைப்பற்றி ஆச்சிக்கும் சண்முகத்திற்கும், சின்ராசன் விளக்கிக் கொண்டிருந்தான். காலையில் பனைவளவுக்குப் போய் பார்த்து விட்டு வந்திருந்தான். நான்கு நாட்களாகவிருந்த கடுங்காய்ச்சல் இறங்கியிருந்தது. துரிதம் புளிக்கஞ்சி வைத்துக்கொண்டிருந்தாள். மூன்று நாட்களுக்கு மேலே காங்கேசன் சுயநினைவிழந்து கிடந்தான். வெள்ளிக்கிழமை இரவு துரிதம் அடித்த மணிச்சத்தம் சின்ராசனை அருட்டி எழுப்பாவிடால் காங்கேசனுக்கு ஏதேனுமாகியிருக்கும். வைகாசிக் கிழவரைக் கூப்பிட்டு ஆத்தைக்கு இரண்டு வேளை உருமேளம் அடிக்கச்சொல்லி விட்டு வந்திருந்தான். ஊரில் யாரேனும் நோய்வாய்ப்பட்டோ உயிர் அந்தரித்தோ கிடந்தால் ஆத்தையை "எழுப்ப" உருமேளமடிப்பது வழக்கம்.

"சொத்திமுனிதான் உருக்கொண்டு திரியுது"

காங்கேசனைச் சொத்தி முனிதான் அடித்துப் போட்டதென்றுதான் துரிதமும் நம்பினாள். காங்கேசன் தான் கசிப்பு வெறியில் வந்ததைச் சொல்லாமல் ஆத்தை வளவடியைக் கடக்கும் போது தன்னை யாரோ அடித்து விழுத்தி தன் காலைப்பிடித்து இழுத்துக் கொண்டு போனதும் பிறகு துரிதம் வந்ததையும் அன்றையை கனமழையையும் ஊருக்கு நினைவு கூர்ந்தான். ஏற்கனவே தொடர்ச்சியாக நடந்த மரணங்களுக்கும் அசம்பாவிதங்களும் ஆத்தையின் ஏவல் கட்டுக்கு கீழே இருக்கிற சொத்தி முனிதான் காரணம் என்றார்கள். ஆச்சியாலும் எதையும் மறுதலிக்க இயலவில்லை. ஊர் கடும் தீர்மானத்திலிருந்தது. ஆச்சி சுருட்டை எடுத்து தன் கறுத்த உதட்டில் பொருத்திப் பற்ற வைத்தாள். பொப் பொப் என்று கன்னங்கள் உப்பித்தாழ புகைவிட்டாள். சின்ராசனும் சண்முகமும் யோசனை பிடித்துக்கொண்ட முகங்களுடன்.

சின்ராசன், ஆச்சிக்குள்ளோடும் நினைப்பினை முடிந்தவரை தொடர்ந்து செல்லக்கூடியவன். பெரும்பாலும் ஆச்சியுடையை எண்ணமே இவனுடைய நம்பிக்கையாகவும், வாழ்வாகவும் மாறிவிடுகிறது.

அதுவே அவனுக்கு மகிழ்வையும் பாதுகாப்புணர்வையும் கொடுத்துக் கொண்டிருக்கிறது. ஆச்சியில் சில நம்பிக்கைகள் அசைக்க முடியாதவை. ஆத்தை துர்பலிகள் வாங்குவாள் என்பதை ஆச்சி நம்பத் தயாராயில்லை. "அதெல்லாம் பழைய கதை" என்பதை அடிக்கடி சொல்லிக்கொள்ள வேண்டியிருந்தது. முகத்தில் தீர்மானங்கள் ஓடி தோலின் சுருங்கிய கருமைக்குள் மறைந்தன.

"சொத்தி முனி குளத்திலை எடுத்துச் சாப்பிடுவான் எண்டுதான் வழக்கு சின்ராசு, ஆத்தைன்ர ஏவலாய் திரியிறவன் சனத்தைப் பலிகொண்டு தின்னுவான் எண்டு யோசிக்கேலாமல் கிடக்கு, முந்தி அப்பிடி எல்லாம் நடந்த எண்டு கேள்விப்பட்டிருக்கிறன், ஆனால் ஆத்தைக்கு கட்டினால் பிறகு அவன் நல்ல பிள்ளையெண்டு என்ர பேத்தி சொல்லுவா"

ஊரில் தொட்டம் தொட்டமாய் நடந்த அசம்பாவிதங்களுக்கு சனம் கட்டிய கதைகள் கற்பனைகள் எல்லாம் சேர்ந்து ஆச்சியின் காதுக்கு வரும் போது அவள் ஒவ்வொரு முறையும் தன்னைச் சமாதானம் சொல்ல வேண்டியிருந்தது. அவர்கள் எல்லோருடைய அபிப்பிராயமும் சொத்தி முனியைக் கட்டிக்காவல் வைக்க வேண்டும் என்பதாயிருந்தது. வயல் கரையில் கொள்ளியாய் எரிந்தபடி சொத்தி முனி நடு இரவில் திரிவதாகவும், இரவு வயல் காவலில் இருந்தவர்கள் வந்து சொன்னார்கள். தாமரை இருந்திருந்தால் "அது மிதேன் வாயு ஆச்சி, காற்றில் தகனத்துணையிகள் கிடைக்க எரியும்" என்பாள். ஆனால் குழந்தை வெகுதூரத்தில் இருந்தாள்.

"என்ர அம்மை நீலாத்தை, குளத்திலை சாகேக்கையும் சொத்திமுனியடிச்சதெண்டுதான் கதச்சவங்கள், அம்மை குளத்துக்க பாதி நிலத்திலை பாதி ஊறிச்சோர்ந்து கிடந்தது. இப்பவும் கண்ணுக்க நிக்குதாச்சி, ஆனா அம்மைக்கு வலிப்பு வாறதெண்டு எல்லாருக்கும் தெரியும் அதை யாரும் கதைக்கேல்ல, நீலாத்தை சொத்தி முனியடிச்சு செத்தவளெண்டுதான் கதைச்ச, ஏன் அண்டைக்கு ராத்திரி மணிச்சத்தம் கேட்டு வளவடிக்கு போய் காங்கேசுவை தூக்கேக்க அவனுக்கு நிறைவெறி."

சின்ராசன் எப்போதும் ஆச்சியின் யோசனைகளை ஸ்திரப்படுத்த தனக்குத் தெரிந்த ஒன்றை முட்டுக்கொடுத்து நிறுத்துவதை சண்முகம் அவதானிப்பதுண்டு. இன்றைக்கும் அவளின் சொல்லை உறுதியாக நிற்க வைப்பதற்குரிய வார்த்தைகளைச் சொல்லிக் கொண்டிருப்பதை உணர்ந்தான். ஒரு மூச்சுச் சிரிப்பை வெளியே எடுத்து சட்டென சொண்டுக்குள் புதைத்து மூடிவிட்டு ஆச்சியின் முகத்தைப் பார்த்தான்.

ஆச்சி கலிங்கின் தலைப்பாகத்திலிருந்து நகர்ந்து படிகளில் கால்களை நிதானமாகப் பதித்து தண்ணீரை நோக்கி இறங்கினாள். மழையின் உக்கிரத்தால் கலங்கிப் போயிருக்கும் நீர்ப்பரப்பினை பார்த்தாள். மழையில்லாவிட்டால் அடர்கறுப்பு நிறத்தின் மேலே மென்பச்சைக் கண்ணாடிக்குற்றியை வைத்ததைப்போல கருப்பஞ்சைப் பளிங்காக நிற்கும் நீர் பெய்த பெருமழையினால் சேற்றைக் கலக்கி விட்டதைப்போல கிழிஞ்சல்கள் மிதக்க நின்றது. கோடையைத்தாண்டி ஏழெட்டுப்படிகள் மேலே ஏறிய நீரில் கைகளை இணைக்க நிறைந்த கைக் கவளம் நீரை மொண்டு எடுத்தாள். சேறு கலங்கிய கஞ்சல்கள் அடர்ந்த நீரை பார்த்தாள். அப்படியே முகத்தில் அறைந்தாள். குளிர்ந்து லேசான பாசிவாசம் நாசிக்குள் ஊறியது. திரும்ப அதே நிதானத்துடன் ஒவ்வொரு அடியிலும் பாதங்களை படியுடன் நன்கு பழகவிட்டு மேலேறி வந்தாள். “அப்ப சொத்தி முனியை கட்டத்தான் வேணுமோ?” குரலில் நம்பிக்கை தளர்ந்து நின்றது.

“வேற என்ன செய்யிறது?” சண்முகம் ஊரின் தீர்மானத்தின் மொத்த வடிவமாக நின்றான்.

“சொத்தியனை ஆறு மருதிலை கட்டினால் பிறகு, திரும்ப குளத்துக்குக் கொண்டு நடந்தால் ஆரைப்பிடிச்சுக் காவல் வைப்பியள்?”

மூச்சைப்பிடித்து இழுத்துக்கொண்டு அணைக்குள் அடங்கி நிற்கும் குளத்தின் பெரும் பிரவாகத்தையும் கண்டாள். ஒரு ஆழ்குரல் தேவையில்லாத கவலையது என்றும் சொல்லிக்கொண்டிருந்தது. ஆனால் கடந்த நாட்களில் அவளுக்குள் வந்து தங்கிவிட்ட சமநிலையின்மை அவளை பலவாறு சிந்திக்க வைத்துக் கொண்டிருந்தது. சொத்தி முனியில்லாவிட்டால் குளத்துக்கு ஏதும் நேர்ந்துவிடுமென்ற நம்பிக்கை அவளைக் குடைந்து கொண்டுதானிருந்தது. ஆச்சி குளத்தை நன்கறிவாள்.

“திணைக்களக்காறர் வந்து தண்ணி பாத்தவங்கள், கோடு ஏறியிருக்கு. முப்பத்தி ரெண்டு. மாரி உச்சம் குடுத்தால் இந்த முறை எல்லாக்கதவும் திறக்க வேண்டியிருக்கும் போன முறை மழை காணாதுதானே, இந்த முறை வேளைக்கே நல்ல மழை பெஞ்சிட்டு”

அவளுடைய கவலையை அகற்றி விட வேண்டும் என்ற பதட்டத்தை சின்ராசனின் சொற்களின் குரலில் மீந்திருந்த பலவீனம் காட்டிக்கொடுத்தது. கீரிக்குளம் வெறுமனே சீமெந்து தடுப்புச்சுவராலும் மண் அணைகளாலும் காட்டாலும், கட்டப்பட்டிருக்கும் குளமில்லையே. தொல்கதைகளாலும் நம்பிக்கையாலும் பரந்து நிற்கும் குளம். கீரிப்பிள்ளை மேடு அந்தக் குளத்தின் அடிமடியில் இருந்தது. குளம் ஒரு பெரிய நினைவு. மேலான

நேசமும் பக்குவமும் இருக்கும் நீருக்குத்தான் வேகமும் கோரமும் கூட இருந்தது.

“குளத்தை நம்பேலாது சின்ராசு, குளத்துக்க நிக்கிற தண்ணியை வச்சு முடிவெடுக்காதை. குளத்துக்க நிக்கிறது மட்டுமோ தண்ணி? அப்ப காடு வழிச்சு ஊத்துறது எந்தக்கணக்கில வரும்? திணைக்களக்காறருக்கு அளவு கோட்டைப் பாத்துதான் கணக்குச் சொல்லத்தெரியும். அவங்களுக்கு தண்ணியும் நம்பர், வாய்க்காலும் நம்பர். வெறும் நம்பர். நம்பறாலை காட்டை அள்ளேலுமோ குளத்தை அளக்கேலுமோ? காட்டை பார். கீரிக்குளம் காட்டை மறிச்சு நிக்குது, காட்டுக்க ஓடிவாற எல்லாத்தண்ணி வழியையும் மறிச்சு நிக்குது. காடு ஒரு அளவுக்கு மேலை தண்ணியைத் தேக்காது. திணைக்களக்காறர் குளத்தை நிர்வாகம் செய்யேல குளத்தை நிர்வாகம் செய்யிறது காடுதான், காட்டுக்குத்தான் தெரியும் எவ்வளவு தண்ணியை வச்சிருக்கோணும் எவ்வளவு தண்ணியை குளத்துக்க இறக்கோணுமெண்டு, மனிசருக்கு என்ன தெரியும்? குளம்முட்டி கோட்டுக்கு ஏறினால் வான் கதவை திறந்து கடலப்பாத்து தண்ணியை விடத்தெரியும். தெரியுமென்ன... அவ்வளவுதான் ஏலும்!”

ஆச்சிக்கு சொத்திமுனியைக்கட்டி குளக்காவலை எடுப்பதில் இருந்த விசனத்தில் வார்த்தைகள் உணர்ச்சிக்குள் நிற்கமுடியாது விம்மி எழுந்துகொண்டிருந்தன. ஆச்சி காட்டின் மீதும் குளத்தின் மீதும் அதனில் உறையும் தெய்வங்கள் மீதும் கொண்டிருந்த நம்பிக்கையை சிறிதும் தளர்த்தினாளில்லை. மாறாக அவளுக்கு மனிதர்கள் மீதும் ஏன் தன்மீதும் கொண்டிருந்த அவநம்பிக்கை வலுப்பெற்றுக்கொண்டே போனது.

“கல்லுமண்ணை அணைச்சு கட்டிவிட்டாலும் எல்லாத்தையும் மனிசர் பாக்கேல்லாது சின்ராசு, அதுக்குத்தான் தெய்வம் எண்ட ஒண்டை கொண்டு வந்து இருத்திறம்.”

சொல்லிக்கொண்டே கண்கள் கீழே கலிங்குக் கதவுகளுக்கு கிட்டப்போக தாமரை மார்பளவு நீரில் அமிழ்ந்திருந்தாள். அவளுடைய சிவப்பு பாவாடை உப்பி ஒரு பக்கத்தால் காற்று வெளியேறுவது பெரிய சத்தமாகக் கேட்டுக்கொண்டிருந்தது. அவளுடைய தலை சரிந்து காது தண்ணீர் பிரவாகத்தின் மேலே பட்டும் படாமலும் படர்ந்திருந்தது.

“அம்மான் கண்”

“அம்மான் கண்”

இன்னும் எத்தனை வருடங்களுக்கு அந்த தண்ணீரில் குரலைத்தேட வேண்டுமோ என்ற ஏமாற்றத்துடன் தாமரையின் முகம் சலிப்பேறிக்கிடந்தது.

“எணேய் எனக்கொண்டும் கேக்கேல்ல” முகம் வாடச் சிணுங்கும் தாமரை. ஆச்சிக்கு பேத்தியின் நினைப்பு வேரோடி முகிழ்ந்தது. நெஞ்சு அந்தரப்பட்டது. இன்னும் அம்மான் கண் கலிங்கின் அருகில் தான் நின்றிருந்தாள். அவள் எங்கேயும் விலகிப்போவதில்லை. போகவும் மாட்டாள்.

ஒரு அடி திறந்திருந்த அம்மான் கண் கலிங்கின் கதவுகளில் மோதி நுரைத்து வாய்க்காலில் நிரம்பி ஓடிக்கொண்டிருந்தது. நுரைபடந்த நீரோட்டம்.

ஆச்சி தீடீரென்று குரலை துண்டித்துக் கொண்டுவிட்டு வான்கதவுகளைப் பார்த்துக்கொண்டிக்க சின்ராசன் வேறேதோ சொல்லத்தொடங்கினான். அதற்கு சண்முகம் பதிலாக வேறேதோ சொல்லிக்கொண்டிருந்தான் ஆச்சி தலையை நிமிர்ந்து,

“சண்முகம் பிள்ளேட்டை ஒருக்கா போட்டு வருவமோ?”

சண்முகம் தாய்க்காரியின் கண்கள் வைக்கப்பட்டிருந்த குழிக்குள் கடுமை வற்றியிருந்ததையும் தாமரை முழுவதுமாக நிறைந்து நின்றதையும் கண்டான். சின்ராசன் சண்முகத்தைப் பார்த்தான். இந்தக் கிழமையில் ஆச்சி தாமரையிடம் போகவேண்டும் என்று நான்காவது முறை கேட்கிறாள். சண்முகம் எதுவும் பதில் சொல்லவில்லை. அவளைக் குளக்கட்டிலிருந்து இறக்கி ஆத்தை வளவிற்கு கொண்டுவந்தான். வாசலில் சிவப்பு நிற ஸ்பிலெண்டர் - மோட்டார் சைக்கிள் நின்றிருந்தது. புலேந்திரன் சரிந்து நின்ற பூவரசில் அமர்ந்திருந்தான். நிர்மலா அரசைச் சுற்றி வந்துகொண்டிருந்தாள். இவர்களைக்கண்டதும் புலேந்திரன் தடுதாளிப்பட்டு எழுந்து நின்று சிநேகமாகப் புன்னகைத்தான். நிர்மலா இவர்களைக் காணவில்லை. சேலையுடுத்திருந்தாள். கழுத்தில் மஞ்சள் நூலில் புலித்தாலி தொங்கியது. அதற்குப் பின்னால் எப்போதும் அணிந்திருக்கும் கறுப்பு நூலில் தொங்கும் சாம்பல் நிறக் குரிசு. உச்சிக்கு சிவப்பு குங்குமமும் நெற்றிக்கு பச்சை நீறும். முகத்தில் பொலிவு கண்களுக்கடியில் தெரிந்த கருவளையங்கள் கூட ஒளிபெற்றிருந்தன. புலேந்திரன் முன்னால் வந்து சண்முகத்திடமும் சின்ராசனிடமும் கதைகொடுத்தான். மழையைப்பற்றி சிலாகித்துக்கொண்டு தன்னுடைய சம்பாசணையைத் தொடங்கினான். ஆச்சி அவர்களை விட்டு விட்டு ஆத்தையிடம் போனாள். நீர் நிரப்பி வைத்திருந்த செப்புக்குடங்களை எடுத்துபோய் ஆத்தைக்கு வார்த்து புதுப்பட்டுரித்து கட்டினாள். கற்பூரத்தைக் கொழுத்தி விட்டு திரும்ப நிர்மலா காத்திருந்தாள்.

ஆச்சி மீண்டும் நிர்மலாவை அருகில் பார்த்தாள். வெரோனிகா பிடிக்கப்பட்டு ஒன்றரை மாதங்களின் பின்னர் ஊரிலிருந்து சுத்தமாக

அழிந்து போனாள். யாரிடமும் சொல்லவுமில்லை. ஆச்சியிடம் கூட. சண்முகம் கிளிநொச்சியில் புலேந்திரனுடன் திரிவதாக ஊரில் பேச்சு வந்து விழ தாய்க்காரியிடம் வந்து சொல்லியிருந்தான். நிர்மலாவிற்கு கண்கள் ஊறின. ஆச்சி ஒன்றும் சொன்னாளில்லை. ஓடிவந்து கட்டிப்பிடித்தாள். அணைத்து தலையில் விரல்களால் வருடிக்கொண்டே நிர்மலாவைக் குலுங்க விட்டாள். அவள் எதை நினைத்துக்கொண்டு அழுகின்றாள் என்று ஆச்சிக்கு மட்டுப்பிடிப்பது கடினமாகவிருந்தது. சொல்லாமல் கொள்ளாமல் மறைந்து விட்டதை நினைத்தா? மணம் செய்துகொண்டதைப் பற்றியா? அல்லது வெரோனிக்காவைப் பற்றியா? என்றாலும் ஆச்சி தன்னளவில் ஏதோ உந்த,

"சொல்லாமல் வெளிக்கிட்டு போட்டாய் எண்டுதானடி கோவம். வேறையொண்டுமில்லை"

"பிள்ளைய மீட்கேலும் எண்டுதான் கலியாணம் செய்தம். இவர் புலனாய்வுத்துறைப் போராளி எண்டதாலை விட்டிடுவாங்கள் எண்டுதான் அலுவல் பாத்தது."

"பிறகு?"

"உள்ளாலை கதச்சு ஓமெண்டு எல்லாம் சரி வாற நேரம் என்ர பிள்ளை எல்லாத்தையும் போட்டு உடைச்சுப்போட்டாள் ஆச்சி"

"என்ன நடந்த?" ஆச்சி இப்போது பதட்டமாகியிருந்தாள்.

"தான் வரமாட்டன் எண்டு சொல்லிப் போட்டாளாம்"

ஆச்சிக்கு கண்ணீர் அடைத்தது. முதலில் வெரோனிக்காவின் முகமும் பிறகு தாமரையும் தோன்றித் தெரிந்தனர். உள்ளுக்குள் ஓடி வெரோனிக்காவின் தூரத்திலெங்கோ இருந்த மனதை விளங்கிக் கொள்ளப்பாத்தாள்.

"அவள் சொன்னவள் எண்டா ஏன் விட்டனியள் நீங்கள்?"

"நாங்கள் கதைச்சுப் பாத்தம், என்னை பேசுக்க போய் அவளோடை கதைக்க இவர் சரியான துன்பப்பட்டு அலுவல் பாத்தவர். ஒருத்தரையும் பாக்க மாட்டன் எண்டு சொல்லி இருக்கிறாள். போன இடத்திலை இவர் மொக்கேனப்பட்டு வந்தவர்"

ஆச்சி கண்களைத் துடைத்து விட்டாள். "மூண்டு மாசமிருக்குமோ பிள்ளைய கொண்டு போய்?"

“ஓம் ரெயினிங் முடிஞ்சுதாம். வாற சனிக்கிழமை பிள்ளையக் காட்டுறாங்கள், வந்து சொல்லிப்போட்டு போனவங்கள். துலைவார். எனக்கு ஆரணை இருக்கினம். அதுதான் உன்னட்ட சொல்லுவம் எண்டு வந்தனான். சனிக்கிழமை பிள்ளையைப் பாக்க போகோணும். தமயந்தி வீட்டையும் போய்ச் சொல்லப்போறன்”

“போவம். நான் பிள்ளையோட கதைக்கிறன்.”

“தாமரை என்ன செய்யிறாள், பிள்ளை கவனம். எப்பிடித் திரிஞ்சதுகள் ரண்டும். அங்கையொண்டு இங்கையொண்டா சிதறிப் போனாளவை.”

“சும்மா யோசிக்காத பிள்ளை, பிள்ளைக்கொண்டும் நடவாது, நல்ல நேர்த்தியா ஒண்டு வை.”

“ஒண்டில்லையணை காணுற கோயிலெல்லாம் நேந்துகொண்டுதானே திரியிறன், மடுவுக்கு மட்டும் மூண்டு நேத்தி வச்சாச்சு. முதல் பிள்ளை உயரத்துக்கு மெழுகு நடுவனெண்டு மாதாக்கு வச்ச நேத்தியும் செய்யேல்ல. இவரைக் கேட்டனான் மடுவுக்கு ஒருக்கா போவம் எண்டு, அங்காலை சண்டையள் துடங்கீட்டுது போல கிடக்கு. போறது பயமெண்டவர். முதலே போயிருக்கோணும்”

“நீ ஒண்டும் யோசிக்காதை, பிள்ளையை எப்பாடு பட்டாவது கொண்டு வந்திடலாம்”

“பிள்ளையை என்னட்ட தாவெண்டு தான் ஆத்தேட்ட இப்பவும் அழுதனான். அவளுக்கு என்னிலை கோவம். உனக்கு தெரியுமோ என்னவோ தெரியாது. அவள் கடைசி நேரம் என்னோட கதைக்கிறதையே விட்டிட்டாள்.” நிர்மலா மீண்டும் அழ ஆரம்பித்தாள்.

அரசில் இருந்த புலுணிகள் திடீரென்று வெருண்டு சத்தமிட்டுக்கொண்டு கலைந்து பறந்தன. ஆச்சி மரத்தைப் பார்த்தாள். மரத்திலிருந்து யாரோ இருவரையும் பார்க்கும் உணர்வு.

07

“இந்த முகாமுக்கை வந்த ஒரே வெளியாள் நீதானடி” என்று தயிர்வளை பேச்சோடு சொன்னதை தாமரையால் உள்ளூர நிறுத்தி, விளங்கிக் கொள்ள முடிந்தது. தாமரை பேசுக்குள் வருவதிலும் புளங்குவதிலும் கொண்டிருந்த எல்லையை அவர்களும் உணராமலில்லை. அது ஒரு சாதாரண பயிற்சி முகாமோ, போராளிகளின் வதிவிடமோ மட்டுமில்லை விடுதலைப்புலிகளின் முக்கியமான தொலைத்தொடர்பு மையவிடமாகவும் கண்காணிப்பிடமாகவுமிருந்தது. இருபது பேர் கொண்ட தொழில்நுட்பப்பிரிவு அணி அந்த பேஸில் இயங்கியது. பகலில் பேஸில் நான்கைந்து பேருக்கு மேல் நிற்கமாட்டார்கள். எப்போதும் பேஸில் நிற்பது தயிர்வளைதான். அவளுக்கு அன்ரனாக்ளுடனும் வோக்கிகளுடனும் ரான்ஸ்மீற்றர் பெட்டிகளுடனும் வேலை. ஊத்தைகுடியன் அகலும் போது இருவருக்கும் பசைபோட்டுவிட்டு போயிருந்தது. தாமரை, பகலில் ஒருவேளையென்றாலும் பேசிற்குப் போவாள். புதிதாக வேலியின் அடியில் மரங்களை வெட்டி அகற்றியதில் உண்டான துவாரத்தினுள் புகுந்து மாமர நிழலில் இருக்கும் மரக்குற்றிகளில் போய் இருப்பாள். பெரும்பாலும் இயக்க வேலைகள் குறைவான நேரங்களில் பேஸில் நிற்கும் பெண் போராளிகள் அந்த மாமர நிழலின் குற்றிகளில் இருந்து கதைப்பார்கள். தாமரை அந்த நிழலைத் தாண்டி கொட்டகைக்குள்ளோ அறைகளுக்குள்ளோ போவதில்லை. அவர்களும் இவளை உள்ளே அழைத்ததில்லை.

சுபதினி. தயிர்வளைக்கு வீட்டில் வைத்த பெயர். குழந்தைத் தனங்கள் தெரிந்தாலும் இருபத்தியேழு வயது அவளுக்கு. பதினெட்டு வயதில் இயக்கத்திற்கு வந்தவள். முல்லைத்தீவு சண்டையுட்பட பல சண்டைகளில் நின்றவள். முன்பு மாலதி படையணியில் வோக்கி மாஸ்ராக இருந்தவள். கம்பியில்லாத தொலைத்தொடர்பு சாதனங்கள் அவளுக்கு அத்தனை அத்துப்படியானவை. இப்போது அந்த தொலைத்தொடர்புக்கு பொறுப்பான பேஸில் வோக்கி மாஸ்ராக இருக்கிறாள். பேசில் எழுந்து நிற்கும் சிறிய தொலைத்தொடர்பு கோபுரமும் அங்குள்ள தொலைத்தொடர்புக் கருவிகளும் அவளுக்கு கீழே இயங்கின. ராஸ்ன்ஸ்மீற்றர்கள், வோக்கிகள் எல்லாவற்றையும் கழட்டிக்

காட்டுவாள். கட்டைகளைச் சுழற்றி சிக்னல் எடுத்து எப்படிப் பேசுவது என்பதைச் சொல்லித்தந்தாள். பெரிய வோக்கியொன்றைக் கொண்டு அருகிலிருக்கும் வோக்கிகள் கதைப்பதை எப்படி இடைமறித்துக் கேட்பது என்று செய்துகாட்டினாள். சங்கேத வார்த்தைகள், வொக்கி வேலைசெய்யும் தூரம் என்பவற்றை விளக்கினாள். அவற்றோடு அவளுக்கு பிணைப்பிருந்தது. கைகளில் அன்ரனாக்கள் அமிழ்ந்து தாளும் போதும் விரல்கள கட்டையைச்சுற்றும் போதும் நேர்த்தியான அழகு உருண்டது. பகலில் பழுதாகிப்போய் வரும் வோக்கிகளை கொண்டு வந்து வைத்து திருத்திக் கொண்டிருப்பாள். பவுத்தும் ஈயமும் சேக்கிட்டுகளும் அம்பியர் மீற்றரும். தாமரைக்கு அட்சயனின் கூட்டாளி பாணுசனை ஞாபகப்படுத்துவாள். அடித்த யூ பல்புக்களை கைகளில் வைத்து பெளத்தால் ஒட்டி ஒளிரச்செய்து காட்டுவான். தயிர்வளைக்கும் அந்த மின்சாதனங்களுடன் அவனைப் போலவொரு பிரியமிருந்தது. ஒரு முறை தலைவரின் கையால் தொழில்நுட்ப பிரிவில் சிறந்த நிபுணராக சான்றிதழ் வாங்கிய போட்டோவைக் காட்டினாள். அதைக்காட்டும் போது கண்கள் ஒளிர்ந்து அடங்கின.

கதைத்துக் கொண்டிருக்கும் போது வியப்பு மேலிடுமிடங்களில் எல்லாம் “அம்மட்டசிறி” என்பாள். தாமரை ஒரு வேளை அவளைப்பிரிய நேர்ந்தால் நிறைய வருடங்கள் கடந்து போனாலும் “அம்மட்டசிறி” என்று அவள் சொல்லும் போது அவளுடைய பாவத்தையும் குரலையும் கண்கள் விரிந்ததையும் மறக்கவே மாட்டாள் என்றுதான் தோன்றியது. தயிர்வளை அதைச் சொல்லும் போது அவளை நுணுக்கமாக சில கணங்கள் பார்வைக்குள் எடுப்பாள். புருவங்கள் லேசாக உயர்ந்துதாழும். அவளின் மொத்த அழகும் அந்த வார்த்தையிலும் புருவங்களிலும் வந்து குவிந்து சடசடனறு விலகிப்போவது போலிருக்கும்.

“நீ நல்ல வடிவக்கா”

தயிர்வளை தன்னையொரு பேயோட்டுபவளாகவே நினைத்துக் கொண்டிருப்பதும் இடைக்கிட தன்னிடம் எங்காவது கேள்விப்பட்ட பேய்க்கதைகளைச் சொல்லி அவற்றின் உண்மைத்தன்மை பற்றி கேட்டுக்கொள்வதும் தாமரைக்கு உள்ளூரச்சிரிப்பை வரவழைக்கும். சொல்லப் போனால் அவள் அப்படிக் கேட்கும் போது அவளை மிகவும் விரும்பினாள். அவளுக்கு கொஞ்சம் கவிதை எழுதத் தெரிந்திருந்தது. வாராந்தரிகளில் கவிதைகள் எழுதுவது தயிர்வளையின் பொழுதுபோக்கு. வெளிவரும் கவிதைகளை வாராந்தரிகளிலிருந்து கத்தரித்து தன்னுடைய டயரிக்குள் ஒட்டி திகதியிட்டிருந்தாள். தாமரையிடம் அவற்றையும், பிரசுரமாகாத சில இரகசியமான கவிதைகளையும் காட்டினாள். தாமரைக்கு சில கவிதைப் புத்தகங்களையும் கொடுத்தாள். தாமரை

அவளுக்கு தாத்தா வைத்திருந்த குட்டி இளவரசனும், அன்னா அக்மத்தோவாவின் கவிதைகளையும் கொடுத்தாள்.

இருவரும் பரிசுப்பொருட்களைப் பரிமாறிக்கொள்வதில் ஆர்வமாக இருந்தார்கள்.

“பேனை மட்டும் ஒராளுக்கு குடுக்கவும் கூடாது, வாங்கவும் கூடாது” தயிர்வளையிடம் சேகரமாகியிருக்கும் மிகப்பெரிய நம்பிக்கைகளில் அதுவுமொன்று. கடைகளில் “கடன் அன்பை முறிக்கும்” என்று யாரேனும் எழுதியிருந்தால் சுற்று முற்றும் பார்த்து விட்டு கடன் என்ற சொல்லை அடித்து விட்டு “பேனை” என்று எழுதி விட்டு வருமளவிற்கு அவளதை நம்பினாள். மயிலிறகு குட்டி போடும் என்பதை நம்புமளவிற்கு அவளொரு மூட நம்பிக்கைகாரி இல்லை எனினும், பேனா விடயத்தை உறுதி செய்வதற்கு அவளிடம் ஏற்கனவே ருசுக்கள் இருந்தன. தாமரைக்கு பேனா கொடுத்து பிரிந்தவர்களின் கதைகளை விலாவாரியாக விளக்குவாள். ஒரு கட்டத்தில் தாமரையே பேனாவைக் கண்டு அஞ்சத்தொடங்கி விட்டாள்.

அவளுடைய இயல்பான பயந்த சுபாவம் அவளுக்கு ஒரு குழந்தைத் தன்மைகள் கொண்ட அழகைக் கொடுத்திருந்தது. வெரோனியின் இயல்பில் இருந்து நேர்மாறாக இருந்த போதும் ஏதேனுமொரு பக்கத்தில் தீடீரென்று அவளில் வெரோனியை அவதானித்தாள் தாமரை. குறிப்பாக கண்களில் தொடங்கி உதட்டுக்கு வந்து மலரும் புன்னகையில் வெரோனியின் சாயலைக் கற்பித்துக் கொண்டாள். அந்த கண்களுக்கு கதைசொல்லத் தெரிந்திருந்தது. இயல்பிலேயே அது ஒரு நாடகக்குணம் கொண்டிருந்தது. அவை கதை நிகழ்த்தும் இடங்களில் ‘அம்மட்டசிறி’கள் இடைக்கிட வந்து உச்சம் கொடுத்துவிட்டுப்போகும்.

“எதை பார்க்க விரும்புகிறோமோ அதுவே எல்லோரிலும் தெரிகிறது” தயிர்வளையின் இரகசியமான கவிதைக்கொப்பியில் இருந்த வரியொன்றை மீண்டும் எடுத்து வாய்க்குள் சொல்லிப் பார்த்துக் கொண்டிருந்தவளை தயிர்வளை இடை வெட்டி அவளின் குலதெய்வமான காட்டேரியம்மனின் கதையைச் சொல்லிக் கொண்டிருந்தாள்.

“சரி ஏன் கிடங்கிலை ரத்தம் விடுறவை?”

“அம்மட்டசிறி! அதுக்குமொரு கதையிருக்கெல்லோ! அதைத்தான் முதல் சொல்லி இருக்கோணும். எனக்கு வடிவா கோர்வையா அடுக்கி கதை சொல்ல வராது. பழைய கதை. புராணம் மாதிரி கோயில் வேள்விக்காப்பிலை பாட்டாய்ப் படிப்பினம். எப்பிடி காட்டேரியம்மன் வந்தவா எண்டு சொல்லுற கதை. “சரி சொல்லு”

“எங்கட காட்டேரியம்மன் வேறை யாருமில்லை. உமாதேவியார்தான். ஒரு நாள் சிவபெருமான் நல்ல நித்திரை. திடீரெண்டு பக்கத்திலை படுத்திருந்த உமாதேவியார் நடுச்சாமத்திலை எழும்பிப் போறமாதிரி ஒரு பிரமை. ஒரு நாள் களவாய் நித்திரைமாதிரி படுத்திருந்து இருக்கிறார். உமாதேவியார் நைசா கட்டிலால இறங்கி இருட்டுக்க நடந்து போயிருக்கிறா. சிவனும் சத்தம் போடாமல் பின்னாலையே போய்ப் பாத்திருக்கிறார். ஆள் விறுக்கு விறுக்கெண்டு ஏதோ தண்ணிவிடாய் பட்டவள் தண்ணியைத்தேடி ஓடுற கணக்காய் தொண்டை வறண்டு மூச்சு இரைச்சுக் கொண்டு நடந்து போயிருக்கிறா. சிவனும் என்ன நடக்குதெண்டு பாப்பம் எண்டு பின்னாலையே போயிருக்கிறார். மனிசி நேரா எங்கை போனது தெரியுமோ?

“எங்கை?”

“சுடுகாட்டுக்கு.”

“அங்கை ஏன்?”

“அம்மட்டசிறி! கேளன், உமாதேவியார் சுடுகாட்டுக்கு போய், சிதையிலை எரியிற, எரிஞ்சு குறையாய் கிடக்கிற பிணங்களை எல்லாம் இழுத்து எடுத்து பசியிலை கடிச்சு கடிச்சு திண்டு கொண்டு இருந்திருக்கிறா. சிவனுக்கு மனிசியை அந்தக் கோலத்திலை பாத்தோண்ணை அஞ்சுங்கெட்டு அறிவும்கெட்டுப் போச்சு. கனநாள் என்ன செய்யலாம் எண்டு யோசிச்சிருக்கிறார். கடைசியா ஒரு முடிவுக்கு வந்தார். இரவிலை உமாதேவியார் நடந்து போற வழியிலை ஒரு பெரிய கிடங்கை வெட்டி வச்சிட்டார். இருட்டுக்க பிணப்பசியிலை வேகமாய் நடந்து போய் உமாதேவியார் அதுக்குள்ள விழுந்திட்டா. ஆளாலை வெளியிலை வர முடியேல்ல. அப்ப சிவன் அங்கை வந்து, பிணந்தின்னுறத நிப்பாட்டு அப்பத்தான் கிடங்காலை வெளியிலை எடுத்து விடுவன் எண்டு சொல்லி இருக்கிறார். உமாதேவிக்கு சரியான கோவம் வந்திட்டு. நான் இனி கிடங்கை விட்டு வரமாட்டன். இதுக்கதான் இருக்கப்போறன். காடேறியாய் திரியப்போறன். எண்டு அரக்கி போல மாறிட்டாவாம். சிவனுக்கு குலப்பன் அடிக்க ஆள் விட்டிட்டு ஓடிட்டுது. மனிசிட்ட மாட்டி இருந்தா நெஞ்சிலை எல்லோ மிதிக்கும். அதுக்கு பிறகு காட்டேரியம்மன் பிணங்களை திண்டு கொண்டு அந்தபக்கம் போற குமர்ப்பிள்ளையளையும், பிள்ளைத்தாச்சிகளையும் பிடிச்சு வெருட்டிக் கொண்டும் துன்புறுத்திக் கொண்டும் இருந்திருக்கிறாள். ஊரிலை இருந்தவைக்கு என்ன செய்யிறதெண்டு தெரியேல்லை. கடைசில காட்டேரிக்குப் பலி குடுப்பம் எண்டு ஆடுகளைக் கொண்டு போய் வெட்டி அந்தக் கிடங்குக்க ரத்தத்த நிரப்பி பிறகு மண் போட்டு மூடி கிடங்குக்கு மேலை தகடு பதிச்சு இலுப்பை மரமொண்டு நட்டு

கோயில் கட்டியாச்சு. அண்டேலை இருந்து காட்டேரி அவேன்ர குலதெய்வமாய் காவல் தெய்வமாய் ஆகிட்டாள். அதுக்கு பிறகு வருசா வருசம் திருவிழா எண்டால் கிடங்கு எடுத்து வேள்வி செய்து ரத்தத்தை காட்டேரிக்கு குடுக்கிறதாய் வழக்கமானதாம்"

"எனக்கு நல்ல ஞாபகம். திருவிழா எல்லாம் பெரிசாய் நடக்கும். கோயில் முத்தத்திலை கிடங்கு வெட்டி கிடங்குக்குதான் பூசை செய்யிறது. ஆடு கோழி எல்லாம் அறுப்பினம். ஆடு வெட்ட வெட்ட ரத்தம் சேறாய் நிக்கும், அம்மட்டசிறி! நிலமெல்லாம் சிவந்து கருஞ்சிவப்பாய் நிக்கும். சும்மா கற்பனை பண்ணிப்பார், ரத்தச்சகதி! அதை வாய்க்கால் ஒண்டு கீறி கிடங்குக்க இறக்குவினம். அதை பலிக்கிடங்கு எண்டு சொல்லுறது. சின்னன்ல எனக்கு அதப் போய் பாக்கோணும் எண்டு சரியான விருப்பம். ஆனால் சின்ன பிள்ளையளையும், குமர் பெட்டையளையும் ஆடு வெட்டுற இடத்துக்கு விடமாட்டினம். வேள்வி நடக்கேக்க அங்கை போய் எப்பிடியாவது அந்த கிடங்க பாக்கோணும் எண்டு ஒவ்வொரு முறையும் அப்பாவை வேள்விக்கு போக விடாமல் அழுது குழறுவன். ஆனால் கூட்டிக்கொண்டு போகவே மாட்டார். தம்பியை மட்டும் கூட்டிக்கொண்டு போவார். அதுதான் எனக்கு சரியா விசராக்கும். என்னைவிடச் சின்னப்பெடியனை கூட்டிக்கொண்டு போறியள் நானும் வருவன் எண்டு மடிக்கை ஏறி இருந்து கொண்டு அழுது குழறுவன். எனக்கு ஒரு விசர் பழக்கம், நல்லா அழுதனெண்டா அழுது கொண்டே நித்திரையா போவன். நான் நித்திரையானதும் அப்பா நைசா என்னைத் தூக்கி அம்மான்ர மடியிலை வளத்திட்டு தம்பியைத் தூக்கிக்கொண்டு போவார். பின்னேரம் வந்து அவன் ஆடு வெட்டுறத பாத்தனான், ரத்தவறை திண்டனான் எண்டு என்னை வெறுப்பேத்துவான். எனக்கு கோவமும் அழுகையும் வந்திடும். அழுதிட்டு நித்திரையாய் போவன்"

தாமரை அவளின் கண்களைச் சந்தித்துச் சிரித்தாள்.

"பாத்தியா நீயும் சிரிக்கிறாய்"

"பின்ன சிரிக்காமல் என்ன செய்யிறது, அழுதா நித்திரை கொள்ளுற பிள்ளையை தெரியும். அழுதுகொண்டே நித்திரையாகிற பிள்ளையை இப்பத்தான் பாக்கிறன்."

"போடி நான் சொல்லமாட்டன் போ"

"சரி சரி கோவிக்காதை, அப்ப கடைசி வரைக்கும் பாக்கவேயில்லையோ?"

"அம்மட்டசிறி! ஆர் சொன்னது? இயக்கத்துக்கு வந்தால் பிறகு என்ர பிறண்ட் ஒருத்தி இருந்தவள். பாமா எண்டு. வட்டக்கச்சி பிள்ளை. ஆனையிறவில வீரச்சாவடஞ்சவள். அவளும் நானும் ஒரு வேள்விக்கு

பளைக்கு வெளிக்கிட்டு காட்டேரியம்மன் கோயிலுக்கு போனனாங்கள். வரியுடுப்போட எங்களை கண்டதும் ஊரிலை ஒருத்தரும் ஒண்டும் சொல்லேலை. முன்னுக்கு போய் நிண்டு வேள்வி பாத்தனான். அப்ப அப்பா நான் இயக்கத்துக்கு போட்டன் எண்டு என்னோட கதைக்கிறேல்ல. அம்மாவும் தம்பியும் மட்டும்தான் கதைக்கிறவை. என்னை வேள்வியிலை பலிகிடங்குக்கு பக்கத்த கண்டதும் அவரை அறியாமல் அவருக்கு சிரிப்பு வந்திட்டு, "அம்மட்டசிறி! தன்ர மோள் கடைசில பலிக்கிடங்கு பாத்திட்டாள் எண்டு நினைச்சிருப்பார் போல. எனக்கும் சிரிப்பு வந்திட்டு. நான் அவரைப் பாக்கிறன் எண்டு தெரிஞ்சோண்ணை, ஆள் நைசா நழுவிட்டார். நான் கிடங்கடியிலை நிண்டு சிரிச்சுக்கொண்டு நிண்டன், பாமா நான் ஏன் சிரிக்கிறன் எண்டு தெரியாமல் என்னை பாத்துக்கொண்டு நிண்டாள். பிறகு வரேக்க விசயத்தை சொல்லத்தான் ஆனையிறவு வெளியிலை நான் அழுதால் நித்திரையாகிடுவன் எண்டுறத நக்கலடிச்சு சிரிச்சுக்கொண்டு வந்தாள். அவள் சரியான பம்பல்காறி, கதைக்குபோதே ஏதாவது நக்கலோடதான் கதைப்பாள். அவள் பேஸூல வந்து இதச்சொல்லி எல்லாரும் நக்கலடிப்பாளவை." தாமரைக்கு திரும்பவும் சிரிப்பு வந்தது. தயிர்வளையும் சிரித்துக் கொண்டுதானிருந்தாள்.

தாமரைக்கு அவளுடைய "அம்மட்டசிறி" தான் வெகுவாகப் பிடித்திருந்தது. அன்றைக்கு வழமையான நேரத்தை விட கொஞ்சம் முதலே பேசினுள் வந்து மரத்தடியில் இருந்துகொண்டாள். தயிர்வளையின் அசமந்தமேதுமில்லை.

வோக்கியும் ரான்ஸ்மீற்றரும் விட்டு விட்டு இரைந்து கொண்டிருந்தது. தாமரை நிலத்தில் கிடந்த துருவேறிய ஆணி ஒன்றை எடுத்து மரக்குற்றியில் "வெ ரோ னி க் கா" என்று செதுக்கத்தொடங்கினாள். பிறகு தன்னுடைய கழுத்தில் அணிந்திருந்த கறுப்பு நூலில் இணைத்திருந்த வெள்ளி நிறத்தில் இருந்த சிலுவை ஏசுவைக் கழற்றி அதன் குளிர்மையை உள்ளங்கையில் உணர்ந்துகொண்டே வெரோனிக்கா என்று குற்றியில் செதுக்கிய பெயரின் அருகில் அதனை வைத்தாள். அவளுடைய பெயரின் முடிவில் சிலுவையில் தொங்கிக்கொண்டிருந்த ஏசு அவளுடைய பெயருடன் இணைந்து கொண்ட போது அவளால் முழுமையையும் நிறைவையும் உணரமுடிந்தது.

"மதர் ஏவா ஒரு மாதா பெண்டனும், சிலுவை ஏசு பெண்டனும் தந்தவா" என்று சொல்லி தாமரைக்கு வேண்டியதை எடுத்துக்கொள்ளும்படி சொன்னாள். தாமரை சிலுவை ஏசுவை எடுத்துக்கொண்டாள். வெரோனிக்கு மாதா மேல் அத்தனை பிரியமிருந்தது தாமரைக்குத் தெரியாமலா இருக்கும். "இது வத்திக்கானிலை போப்பாண்டவரின்ர

பூசைல வச்சுக்கொண்டு வந்த பெண்டனாம்” என்றாள். தாமரைக்கு போப்பைப் பற்றி அக்கறையில்லை. அப்போதிருந்து அது அவள் தந்தது. அதை எப்போதும் கழட்டமாட்டேன் என்று வெரோனிக்குச் சொல்லி வைத்தாள்.

கண்ணீர் முட்டியது.

வேலியால் கிளியன்ரி எட்டிப்பார்த்தாள். “பிள்ளை தாமரை” என்று கூப்பிட்டது. ஏசுவை எடுத்து அணிந்துகொண்டு, குற்றியில் இருந்து இறங்கி தயிர்வளையின் அறை வாசலில் போய் நின்று “அன்ரி கூப்பிடுறா” என்று சொல்லி விட்டு பொட்டுக்கால் புகுந்து அவளிடம் வந்தாள். கிளியன்ரிக்கு பக்கத்தில் அப்பாவும் ஆச்சியும் நின்றிருந்தனர். தாமரை ஆச்சியைக் கண்டதும் ஓடிப்போய் அணைத்துக் கொண்டாள். ஆச்சி அவளைத்தூக்கி இடுப்பில் வைத்துக்கொண்டு காலை தாண்டி தாண்டி நடந்தாள். கிளியன்ரி அவளைப் பார்த்துச் சிரித்தாள். தாமரை ஆச்சியில் இருந்து இறங்கியதும் சண்முகத்தைப் பார்த்தாள். ஏதோ சொல்ல இருப்பதை முகத்தில் கண்டதும் விபரம் கேட்டாள்.

“வெரோனியை காட்டுறாங்களாம். உன்னையும் கூட்டிவரச் சொல்லி நிர்மலா வந்து கேட்டவள்.”

08

அதிகாலை வரை பெய்த மழையில் முகில்கள் முழுவதுமாக தீர்ந்து விட்டதைப்போல வானம் நீல வெறுமையை அகட்டியிருந்தது. மிதமான வெப்பம். மரநிழல்களின் இருந்துகொண்டு ஆளாளுக்கு வானத்தை எட்டி எட்டிப்பார்த்துக் கொண்டிருந்தார்கள். அனைவரின் முகங்களில் தெரிந்த எச்சரிக்கையுணர்வு ஒரே பாடலைப்பாடும் மனிதர்களின் முகபாவங்களைப்போல ஒத்த சாயல்களைப் பெற்றிருந்தது. கடந்து போன இரண்டு மிக் போர் விமானங்கள் எழுப்பிய வானிரச்சல் பிரமையில் இன்னும் அழிந்து போகவில்லை. பாடசாலை மைதானத்தின் புற்களுக்கு கீழே ஈரம் பூத்துக்கிடந்தது. பள்ளிக்கூடக் கட்டிடங்களின் சுவர்களில் ஈரம் பட்ட இடங்களில் வண்ணம் நிறம்மாறித் தெரிந்தது. பள்ளிக்கூடத்தின் தெற்குப்புறமிருந்த பெரிய மாடிக்கட்டிடத்தின் ஓட்டுக்கூரையில் ஒலிம்பிக் விளக்கின் படம் வெள்ளை நிறத்தில் பெரியதாய் வரையப்பட்டிருந்தது. பள்ளிக்கூடங்களைக் குறிப்பதற்கு விமானப் பார்வைக்காக ஒவ்வொரு பள்ளிக்கூடத்திலும் அதை வரையச்சொல்லி கல்வித்திணைக்களம் அறிவுறுத்தியிருந்தது. மழைகாலம் மாணவர்களுக்காக வெட்டிய பதுங்கு குழிகளை மண்ணரித்து மூடி தண்ணீரையும் நிறைத்திருந்தது. மைதான விளிம்பில் வரிசையாக நின்றிருந்த வில்வ மரங்களுக்கு கீழே நீண்டிருந்த கொட்டில்களில் போடப்பட்டிருந்த பிளாஸ்ரிக் கதிரைகளில் பிள்ளைகளைப் பார்ப்பதற்கு வந்திருக்கும் குடும்பங்கள். சுற்றிக் கதிரைகளை போட்டுக்கொண்டு தாழ்ந்த குரலில் கதைத்துக் கொண்டிருந்தனர். அதனால் எழுந்த சந்தடி வெளிவாசல் வரை கேட்டுக்கொண்டிருந்தது.

சண்முகமும் புலேந்திரனும் சற்றுத்தள்ளி வாசல் பக்கம் போய் கதைத்துக் கொண்டிருந்தனர். ஆச்சி தாமரைக்கு முதுகைக் காட்டிக்கொண்டு நிர்மலாவுடன் கதைத்துக்கொண்டிருந்தாள். தாமரையின் மடியில் அனுவும் தமயந்தியின் மடியில் கோதையும். குழந்தை நன்றாக உறங்கி விட்டிருந்தாள். அனு தாமரைக்கு கதை சொல்லிக்கொண்டே கோதை எப்போது எழும்புவாள் என்று ஆழத்தினுள் உறங்கும் குழந்தையின் முகத்தை அடிக்கடி உற்று உற்றுப்பார்த்துக் கொண்டிருந்தாள்.

தாமரை தங்கையின் நெஞ்சுக்கு குறுக்காகக் கையை வைத்து தங்கையை அணிந்திருந்த சீத்தைப்பாவடை வழுக்கி விடாமல் பிடித்திருந்தாள். அனுவிற்கு மாதங்கள் கழித்து அக்காவைப் பார்த்த மகிழ்வில் விளையாட்டுக் குணமும் கண்ணில் பூரிப்பின் ஒளியும் வந்து சேர்ந்திருந்தது. தாமரை இடைக்கிட தங்கையின் உச்சியில் கொஞ்சினாள். அனு மடியில் நெஞ்சுக்கு நெருக்கமாக இருப்பது நெஞ்சுக்குள் தொற்றியிருந்த பதட்டத்தைக் கொஞ்சம் குறைப்பதாயிருந்தது. எந்தக்கணத்திலும் வெரோனியின் முகம் அங்கே தோன்றலாம் என்ற நினைப்பு விதம்விதமாக அவளுடைய வருகையை உள்ளுக்குள் புனைந்துகொண்டு அச்சமூட்டியது.

தமயந்தியின் சில சொற்களை தவற விட்டுக்கொண்டே அவளின் குரலில் லயிக்க முயற்சி செய்துகொண்டிருந்தாள்.

"நான் நினைப்பன் அக்கா, நீ என்ன செய்யிறியோ , பிள்ளையோட தனிய என்னெண்டு சமாளிக்கிற எண்டு. எல்லாத்தையும் நினைச்சால் அழுகைதான் வரும்"

"அனுவும் இல்லாட்டி எனக்கு விசராக்கியிருக்குமடி, பிள்ளையோட சரியா கஸ்ரப்பட்டிருப்பன். நல்லா படுத்துக்கொண்டே அட்டனக்கால் போட்டு நித்திரை கொள்ளுவா. எழும்பினால் எரிச்சல் பட்டு அழுதுகொண்டே இருப்பா. பகல்ல பள்ளிக்கூடம் முடியும் மட்டும் நான் வச்சிருப்பன், அனு வந்தோண்ணை குடுத்திட்டு நின்மதியாய் தைப்பன்."

"அஹ் அப்பிடியோ, நீங்கள் பெரிய மனுசியாகீட்டிங்களோ" அனுவை லேசாகக் குலுக்கி கன்னத்தில் பதிந்தாள். அனு வெட்கப்பட்டு நெழிந்தாள்.

கோதைக்கு நித்திரை கொள்ளோணும் எண்டால் லேசாய் ஓராட்டி தட்டிக்கொண்டு இருக்கோணும். நான் தட்டித்தட்டி காட்டி அதையே பழகிட்டா, தட்டுறதை நிப்பாட்டினால் சிணுங்க தொடங்கீடுவா. நான் தைக்கிற நேரம் அனுதான் தட்டிக்கொண்டு படுத்திருக்கும், கொஞ்ச நேரத்திலை ஆளும் நித்திரையாகிடும். ஆனால் கைமட்டும் பிள்ளையை தட்டிக்கொண்டே இருக்கும். பாத்தால் சிரிப்புத்தான் வரும்" தாமரை குலுங்கிச்சிரித்து, தங்கையை மீண்டும் கொஞ்சினாள்.

அனு சிரிப்பதைக்கேட்டு ஆச்சியும் நிர்மலாவும் திரும்பிப் பார்த்தார்கள். தமயந்தி குரலைத் தாழ்த்திக் கொண்டாள்.

"உவள் ஏனடி இப்பிடிச் செய்யிறாள், அண்டைக்கு நிர்மலாக்கா வந்து அழுத அழுகை, மனிசி ஏதோ தன்னாலதான் அவள் இயக்கத்திலையே

நிக்கிறாள் எண்டு யோசிக்குது. எல்லா வீட்டுலையும் பிள்ளையை எப்பிடியாவது கொண்டு வந்திடோணுமெண்டு நேந்துகொண்டு கிடக்க இவள் வரமாட்டன் எண்டு நிண்டால் என்னடி செய்யிறது?"

தாமரை எதுவும் பதில் சொல்ல தோன்றாமல் கோதையைப் பார்த்தாள். குழந்தை கண்ணைத்திறந்து கொண்டு இவளையே பார்த்தது. உள்ளுக்குள் அந்தரமனம் எதையாவது பிடித்து ஏறி வெளியில் வந்துவிட தவித்துக்கொண்டிருந்தது. குழந்தையின் முகத்தில் நிலைக்கத் தொடங்கினாள். தமயந்தி குழந்தை எழுந்துவிட்டதைக் கண்டதும், பையிலிருந்து போச்சி போத்தலை எடுத்து அதன் றப்பர் காம்பை வாய்க்குக் கொடுத்தாள். கண்களை பூஞ்சிக்கொண்டு கோதை பாலைக் குடிக்கத்தொடங்கினாள்.

"பெற்றோர் சந்திப்பு முடிஞ்சா இனி எல்லைக்கு அனுப்பிடுவாங்கள். எடுக்கிறது கஸ்ரமடி"

"ம்"

குழந்தை லேசாக அருண்டாள். பால் போதுமென்பதற்கு அறிகுறி. தாமரை கைகளை நீட்டி குழந்தையை வாங்கி நெஞ்சோடு அணைத்தாள். குழந்தையின் தேக மிருது நெஞ்சை லேசாக்கியது. அனு இறங்கி சண்முகத்திடம் போனாள்.

"நீ கொஞ்ச நாளைக்கு ஊரிலை வந்து நில்லன், அப்பான்ர முகத்திலையோ ஆச்சின்ர முகத்திலையோ சிரிப்பே இல்லையடி நீ போனதிலை இருந்து. அம்மா நெடுக பின்னேரத்திலை வந்து பிள்ளை என்ன செய்யிறாளோ, பிள்ளை என்ன செய்யிறாளோ எண்டு மனிசி கண்ணைப் பிழியாமல் போகாது, எனக்குத்தெரிஞ்சு வன்னிலை இருக்கிற எல்லாக் கோயிலுக்கும் சேர்ச்சுகளுக்கும் நேத்தி வச்சாச்சு, போதாததுக்கு நேற்று கதிர்காமத்துக்கு நடந்து வாறன் எண்டு கிழக்க பாத்து சொல்லுறா"

"எனக்கு மட்டும் என்ன விருப்பப்பட்டே நிக்கிறன் அக்கா, விந்தனை நம்பேலாது, ஆச்சிலையும் அப்பாவிலையும் இருக்கிற கோவத்தை காட்டாமல் விடமாட்டான்."

"உனக்கு விசயம் தெரியாது என்ன? இப்ப விந்தன் கொஞ்ச நாளாய் அரசியல்துறைக்கு வாறேல்லையாம், அண்டைக்கு நீதனோட நிண்ட பெடியன் ஒருத்தனை கண்டனான், அவன்தான் ஒரு விசயம் சொன்னவன், உவர் பிரமந்தனாறுப் பக்கம் ஒரு வீட்ட பிள்ளை பிடிக்குப் போயிருக்கிறார். அங்கை ரண்டு குமர் பெட்டையள், தகப்பன் கராட்டி மாஸ்ராம், போன இடத்திலை தேப்பன் இல்லை, பிள்ளையள் தனிய

நிண்டிருக்கிறாளவை, இயக்கப்பெட்டையள் மூத்த பிள்ளைய பிடிக்க போக பெட்டை அவளவைக்கு நல்ல அடி அடிச்சுப்போட்டுது. இவர் கோவம் வந்து போய் பிள்ளேன்ர கையை எட்டி பிடிச்சிருக்கிறார், தங்கச்சியார் தமக்கேன்ர கைய விடடா எண்டு கத்தி எடுத்து விசிக்கி விட்டாள் இவற்ற சின்னி விரல் துண்டாய் போச்சு.

"பேந்து?"

"பேந்து என்ன இயக்கபெட்டையள் பாஞ்சு பிடிச்சு மூத்தவளை விட்டிட்டு இளையவளை கொண்டு போயிருக்கு. விந்தனுக்கு பொம்பிளை பிள்ளேல்ல கைய வச்ச எண்டு பணிஸ்மெண்ட் குடுத்திருக்காம், கொஞ்ச நாளைக்கு ஆள் ஊர்பக்கம் வரமாட்டார் போல, புதுசாய் ஆரையோ தான் போடுவாங்கள் எண்டும் கதைக்கினமாம்."

"கெட்டிக்கார பிள்ளையள் தான் போல"

வாசல் பக்கம் ஆரவாரமெழுந்தது, இரண்டு தமிழீழ போக்குவரத்துக்கழகத்தின் மஞ்சள் நிற பேரூந்துகள் வந்து வாசலில் நின்றன, கூடவே சில ஜீப் ரக வாகனங்களும். பேரூந்துகளின் யன்னல்களில் பிள்ளைகளின் முகங்களை அடையாளம் கண்டு கொண்டு எல்லோரும் வாசலை நோக்கி கைகாட்டிக்கொண்டே ஓடினார்கள், பிள்ளைகளின் முகங்கள் தென்படாதவர்களும் அவர்களின் முகங்களை எதிர்பார்த்துக்கொண்டு பேரூந்தை நோக்கி ஓடினார்கள். சட்டென்று குறுக்கே வந்த பச்சை நிற உடையில் இருந்த போராளிகள் சிலர் அவர்களை மறித்து, மைதானக்கரைகளுக்குப் போகும்படியும் அணி வகுப்பு நடைபெற்றபிறகு பிள்ளைகளுடன் கதைக்கலாம் என்றும் சொன்னார்கள். எல்லோரும் பேருந்துகளில் இருந்து கண்களை எடுக்காமல் மைதானத்தை நோக்கிப் போகத்தொடங்கினார்கள். பேரூந்துக்குள் இருந்து புதிய போராளிகளின் முகங்கள் எட்டி எட்டி தங்கள் குடும்பங்களைத் துழாவிக்கொண்டிருந்தன.

மைதான ஏற்பாடுகள் சரிபார்த்த பின்னர், பேரூந்துகளில் இருந்து புதுப்போராளிகள் இராணுவ ஒழுங்குடன் வரிசையாக இறக்கப்பட்டனர். ஒரு பேரூந்தில் ஆண் போராளிகளும் இன்னொன்றில் பெண்போராளிகளும் இறங்கினர். மைதானத்தை நோக்கி பச்சை உடைகளில் வரிசையில் நகரும் அவர்கள் எல்லோரும் ஒரே போலவிருந்தனர். ஆண் போராளிகளுக்கு மொட்டயடிக்கப்பட்டும் பெண்போராளிகளுக்கு கிப்பியும் வெட்டியிருந்தனர். கைகளில் ஏகே.47 துவக்குகள். மைதானத்திற்குள் வரிசை நுழைந்ததும் வரிசையில் இருந்து உடைந்து அணி நடைக்குரிய விதத்தில் பிரிந்து நேராக அணிவகுத்தார்கள். பொக்கற்றுக்குள் இருந்த புலிச்சின்னம் பொறித்த

தொப்பிகளை எடுத்து அணிந்து கொண்டார்கள். மைதானத் தூரத்தில் முகங்களைச் சரியாக அடையாளம் கண்டுபிடிக்க முடியவில்லை. சிலர் அந்தா அண்ணா, அந்தா தம்பி, அந்தா அக்கா நிக்கிறாள், அந்தா பிள்ளை நிக்கிறாள், வலது பக்கம் மூண்டாவது வரிச, இல்லை அவளை மாதிரி இல்லை, அது ஆரோ, அங்க அதுதான் போல கிடக்கு, ஒவ்வொருத்தரும் பார்வையுடனும் சிந்தனையுடனும் தாங்களாகவே பேசிக்கொண்டும் காட்டிக்கொண்டும் மறித்திருந்த கயிற்றுக்கு அருகில் அலைந்து கொண்டிருந்தனர். ஒரே உடையும், ஒரே உடற்பாவனையும், ஒழுங்கும் கொஞ்சம் தூர நின்றால் அவர்களின் தனி முகங்களையோ இயல்புகளையோ பொதுப்படுத்திவிடுகிறது. கலந்து விட்டிருந்தால் ஆண் பெண் வித்தியாசமும் அழிந்து போயிருக்கும். எல்லோரும் ஒருவரைப்போல நகர்ந்து வந்தனர்.

நிர்மாலாவும் தாமரையும் கையிற்றை அடுத்தடுத்து பிடித்துக்கொண்டே கால்கள் நடுங்க வெரோனியின் முகத்தைத் தேடிக்கொண்டிருந்தனர். அணி நடைக்குரிய கட்டளையை அணி நடைக்கு தலைமையினால், பிறப்பிக்கப்படுவது தெரிந்தது. கால்கள் சீராக எடுத்து வைக்க, புலிக்கொடி ஏற்றுவதற்குரிய கம்பமும் படையணிகளின் கொடிகளின் கம்பமும் நின்றிருந்த இடத்தை நோக்கி அணி நடை சீராக வந்தது. முதலில் ஆண்களின் அணி நடை ஈர நிலத்தில் “சொத் சொத்” என்று சப்பாத்துக்கால்கள் சீரான சந்தத்தில் மோத “இடம் வலம் இடம் வலம்” என்ற குரலின் கட்டளைகளுக்கு ஏற்ப அணி நடை சீராக கைகள் காற்றில் விரிய நெருங்கி வந்தது. இரண்டு அணியிலும் ஐம்பது அறுபது போராளிகள் வரையிலிருந்தனர். அணி நடை கொடியை நோக்கி வந்து “ட” வடிவில் திரும்பி சனங்கள் நின்ற பக்கம் வரத்தொடங்கியது. தாமரை கயிற்றை இறுக்கிப் பிடித்துக்கொண்டாள். இதயஓசை கயிற்றில் இறங்கி அதிர்ந்து கொண்டிருந்தது.

“அங்கை வெரோனி அக்கா” அனு சண்முகத்தின் கைகளில் இருந்து கொண்டு கத்தினாள். தாமரை எங்கை? எங்கை? என்று பதறினாள். அனு “அங்க பார் வெரோனி அக்காதான் லீடரா வாறா” பெரியவர்கள் ஒழுங்குகளில் ஏமார்ந்து போகிறார்கள். குழந்தைகளுக்கு ஒவ்வொன்றையும் பார்க்கத்தெரிந்திருந்தது. அப்போதுதான் தாமரை அணி நடையை வழிநடத்தி வந்தவளைக் கவனித்தாள், அதுவரைக்கும் அணிநடையை வழிநடத்தி வந்தவள் மீது கண்களை பதிக்காமல் அணிநடைக் கூட்டத்தில் வெரோனியை தேடிக்கொண்டிருந்தாள்.

“அது வெரோனி தான்”

முகம் முழுக்க கடுமையேறி கன்றியதைப்போல கறுத்திருந்தாள். நிறம் அடையாளம் குறைந்து உடலில் மிடுக்கு. இந்த நான்கு

மாதங்களில் உயரமாகிவிட்டதைப்போல நிமிர்ந்திருந்தாள். எல்லோரும் தங்கள் பிள்ளைகளையும் சகோதரர்களையும் சகோதரிகளையும் கண்டுகொண்டு கத்தினார்கள். அழுது அரற்றினார்கள். கயிற்றுக்கு வெளியே நின்ற போராளிகள் சிலர் அவர்களை அடக்கினார்கள். சொந்தங்களின் எந்தக்குரலும் அணிநடையின் நேர்த்திக் கோடுகளை உடைக்க முடியவில்லை. அருகில் கடந்து செல்லும் போதும் போராளிப்பிள்ளைகளின் முகத்திலோ கண்களிலோ சலனமில்லை, உதடுகள் இறுகிப்போயிருந்தன.

வெரோனிக்கா துவக்கை நெஞ்சுக்கு குறுக்காக பிடித்துக்கொண்டு பாம்பின் தலையைப்போல அந்த நீண்ட அணியை நடத்திச்சென்று மீண்டும் ஒரு "ட" எடுத்து கொடிக்கம்பங்களுக்கு எதிரில் நிறுத்த கட்டளைகளை வழங்கினாள். நேர்த்தியாக உடல்கள் இறுகி மரமாகின.

"இலகுவாய் நில்" கால்கள் விரிந்து நிலத்தில் மோதின.

"கொடி மரியாதை செய்"

கால்கள் மீண்டும் எழுந்து அடித்து, வலது கரம் நெஞ்சுக்கு எழுந்து கைகள் நிமிர்ந்து கூராகி நின்றன. தலைகள் விறைத்து கொடியைப் பார்க்க. தளபதி கொடியை ஏற்றினார். இரத்தச் சிவப்பு புலியை மறைக்கும்படி கொடி காற்றை மோதி வெட வெடத்துக்கொண்டே ஏறியது. கீதம் காற்றில் இறங்கியது. எல்லோரும் அமைதியானார்கள். தாமரை வெரோனியின் மீது கண்களை இறுக்கியிருந்தாள். குறுக்கே கட்டியிருந்த கயிறு அதிர்ந்து கொண்டேயிருந்தது.

அணிநடை முடிந்து மைதானத்திலிருந்து சனங்கள் நிற்கும் பக்கமாக வரிசை நகர்ந்து வந்தது. ஒவ்வொருத்தரும் தங்கள் பிள்ளைகளைக் கண்டுவிட்டு கயிற்றைக் கடந்து முன்னால் ஓடிப்போய், தங்கள் பிள்ளைகளை அவ்வரிசையொழுங்கில் இருந்து பிய்த்து எடுத்து அணைத்துக் கொண்டார்கள்.

வெரோனிக்காவை நோக்கி தாமரை ஓடினாளில்லை. அவளால் அசையக் கூட முடியவில்லை. நிர்மலா வெரோனியை வேகமாகப் போய் அணைத்துக்கொண்டாள். கூட்டு அழுகை மைதானத்தை நிறைத்தது. ஈர நிலத்தில் பிள்ளைகளை அப்படியே இருத்தி அணைத்து அழுதார்கள் தாய்மார்கள். ஒவ்வொரு குடும்பமும் முழங்காலில் சரிந்துகொண்டே தங்களின் பிள்ளைகளைக் கட்டிக்கொண்டு அழுதனர். வெரோனிக்கா தாயை அணைத்துக் கொண்டே ஈரக்கண்களை நிமிர்த்தித் தாமரையைப் பார்த்தாள்.

அவள் தாமரையின் வருகையை எதிர்பார்த்தாளில்லை.

இது நடந்து வெகுநாட்களுக்கு பிறகு, நீரினால் எல்லாம் நிறையும் போது கடைசி கணமென எண்ணிய வானமும் நிலமும் இருண்டு நீரின் பெரிய ஓசையால் தன்னை மூடிக்கொண்ட போது, தாமரை பள்ளிக்கூட மைதானத்தில் மழையில் நனைந்தூறிய பறவையைக் கதகதப்பான தும்புகளைக்கொண்ட பறவைக்கூடு வாங்கிக்கொள்வது போல வெரோனிக்கா அணைத்துக் கொண்டதை நினைவு கூர்ந்தாள். அந்தக்கணத்தைத் தாண்டிய எதையும் அவளின் மீது தன்னாலும் தன்மீது அவளாலும் நிகழ்த்த ஏலாது என்று எண்ணத்தக்க குளிர்ந்த நீரினாலும் ஈரக்காற்றாலும் வரையப்பட்ட சித்திரமாக தாமரைக்குள் அது தன்னைப் பொருத்திக்கொண்ட கணமது. விபரிக்கத் தொடங்கினால் நாடகீயமாக மாறிப்போகும். மொழிக்கு அத்தனை கனமில்லை என்றாகிவிடும். அப்போது வெரோனியின் முகத்திற்கும் இயல்புக்குமான நிறமூர்த்தங்கள் வெகுவாய் மாறியிருந்தன. கைகளில் கடுமையேறி உடலில் நிதானம். வார்த்தைகள் அணிநடையைப் போல சீராக வரக்கூடிய தோரணை, தொடுகை, வாசம் எல்லாம் வெரோனியை புது மனுசியாக தாமரையிடம் கொண்டு வந்து கொடுத்திருந்தன. அந்த கதகதப்பான கூட்டை விட்டு வெளியேறினால் மீண்டும் நடுங்கும் குளிரும் மழையும் அவளைப் பிடித்துக் கொன்றுவிடும். அணைத்த வேகத்தில் தாழாத கெவ்வலுடன் அவர்கள் முத்தமிட்டுக் கொண்டனர். அவர்களை மொத்தக் குடும்பமும் உறவும் சுற்றி நின்று, இன்னும் எல்லா வகைக்கும் தயாராகி விடாத அற்ப உலகிற்கு மறைத்தது.

மதிய உணவு தயாராகிக் கொண்டிருந்தது. அதற்கிடையில் நிர்மலா மூன்று முறை வெரோனிக்காவின் கையைப் பிடித்து அழுதுவிட்டாள். ஆச்சியில் தொடங்கி ஒவ்வொருத்தராக அவளுடன் கதைத்தார்கள். ஆச்சி கண்கலங்கிக் கொண்டே வெரோனியை வந்துவிடும்படி கேட்டாள். சத்தமாக கதைக்க முடியாது. எல்லோருடைய குரலோ விம்மலோ அடங்கி அடங்கி எழுந்தது. வெரோனி கோதையை தூக்கி மடியில் வளர்த்திக்கொண்டு இருந்தாள். உண்மையில் அவள் குழந்தையுடன் விளையாடவே விரும்பினாள். அழுவதற்கோ அவர்கள் சொல்வதைக் கேட்பதற்கோ இல்லை. எல்லாவற்றிற்கும் “ம்ம்” என்று தலையாட்டிக்கொண்டே தமயந்தியிடம் குழந்தையைப் பற்றிக் கேட்டுக்கொண்டே குழந்தையை கொஞ்சினாள். குழந்தை நெடுநாள் பழக்கப்பட்ட வாசமும் சூடும் கொண்ட கைகளினாலும் மார்புகளினாலும் அணைக்கப்படுவதைப்போல அவளுடன் சிணுங்கலோ அழுகையோ இன்றி சிரித்து விளையாடினாள்.

வெரோனிக்காவிடம் தாமரை, அறுமர், கிளியன்ரி, தயிர்வளை எல்லோரையும் பற்றிச் சொன்னாள். அவள் பிரிந்திருந்த நாட்களை அவளிடம் முழுவதுமாக ஒப்புவிக்க விரும்பினாள். “இயக்குத்துக்கு

பயந்து இயக்கத்திற்குள்ளேயே" ஒளித்துக் கொண்டதைச் சொல்லிச் சிரித்தாள். வெரோனிக்கா "இண்டைக்கு வந்தது பயமில்லையோ?" என்று கேட்டாள். எல்லோருக்கும் முன்பும் சம்பிரதாயமாக நிகழ்த்தப்படும் தூரத்தன்மை கொண்ட உரையாடலே அங்கே இருவருக்கும் நிகழ்ந்தது. ஆன்மாக்களிரண்டும் கட்டித்தழுவி அழுது வெடிக்கும் வெளியில் ஆயிரம் கதைகளைச் சொல்லிக்கொள்ள உள்ளூரத்துடித்துக் கொண்டிருந்ததை இருவரும் கண்களில் பரஸ்பரம் பார்த்துக் கொண்டிருந்தனர். தாமரை "எப்பிடியாவது ஓடி வந்திடடி" என்பதை திரும்பத் திரும்ப மந்திரம் போல் சொல்லிக் கொண்டிருந்தாள். அங்காங்கே கேள்விப்பட்ட "ஓடி வந்தவர்களின் கதைகளைச் சொல்லிக்கொண்டிருந்தாள். புலிகளின் முகாமொன்றில் இருந்து தப்பி வருவது பற்றி வெரோனிக்காவிற்கு எல்லோரும் மாறி மாறி யோசனைகளைக் கொடுத்துக் கொண்டிருந்தனர். அதுவும் மிக இரகசியமாக.

புலேந்திரன் கதிரையைச் சற்றுத் தள்ளிப் போட்டுக்கொண்டு எல்லாவற்றையும் பார்த்துக் கொண்டிருந்தான். இரண்டொரு முறை வெரோனிக்கா அவனைப் பார்த்தாலும், வேண்டுமென்றே அவனிடமிருந்து தன்னுடைய பார்வையை விரைவாக விரட்டிக் கலைத்தாள். அவனைப்பற்றி அவள் எதுவும் கேட்கவில்லை. தாயைப் பற்றியும் கேட்கவில்லை. அவளிடம் எல்லோரும் தங்கள் தங்கள் அளவில் கேள்விகேட்டுக் கொண்டிருந்தார்கள். அவள் பதில் சொல்லிக்கொண்டிருந்தாள்.

"எங்கை பிள்ளை ரெயினிங் தந்தவங்கள்?"

"மணலாறு"

"எந்தப்படையணி?"

"சோதியா"

சண்முகத்திடம், "அப்பா தாமரை கவனம் தாமரை கவனம்" என்றே சொல்லிக் கொண்டிருந்தாள். குழந்தை உறங்கி விட அவளைத் தமயந்தியிடம் கொடுத்துவிட்டு அனுவைத்தூக்கி மடியிலிருத்திக்கொண்டாள். அனு அவளுடைய கையிலிருந்த தகட்டை திருப்பித்திருப்பி பார்த்தாள். "உங்கட இயக்கப் பெயர் என்ன அக்கா?"

"நச்செள்ளை"

மதிய உணவிற்கு மாட்டிறச்சியும் சோறும் பரிமாறப்பட்டது. நிர்மலா மகளிற்கு தீத்திவிட்டாள். நான்கு மாதங்களுக்கு முதல் பிடித்துச் செல்லப்படும் நாள்வரை அவர்களுக்கு இடையில் உருவாகியிருந்த

கண்ணாடிச்சுவர் இப்போதிருக்கவில்லை. ஒவ்வொரு வாயாக வாங்கிக்கொண்டு வெரோனிக்கா தாயை கவனித்துக் கொண்டாள். அவளிடம் எந்தக் கோவமும் வெறுப்புமிருக்கவில்லை. மனதை வெறுமையாக வைத்திருப்பதற்குரிய வாழ்வைத்தான் அவள் தெரிவு செய்திருந்தாள். அவளை திரும்பக் கூப்பிடும் குரல்களின் அன்புக்கு அந்த வெறுமையை நிரப்பி அவளை ஆழத்திலிருந்து மேலே கொண்டு வருவதற்குரிய கொள்ளளவு போதவில்லை. தாமரையின் வார்த்தைகளுக்கும் அந்த வெறுமைக்குள் நுழைந்து நிரம்புவதில் போதாமையை உணர்ந்தன. அவளுடைய கண்களில் மகிழ்வோடு சிரிக்கும் போதும் கூட இருக்கும் துயரத்தின் நிழல் மீது முழுவதுமாக புது ஒளியின்மை மூடியிருந்ததைத் தாமரை கண்டாள்.

சாப்பாட்டிற்குப் பிறகு, அங்கிருந்த ஒரு பெண் போராளியை வெரோனிக்கா அழைத்து வந்தாள்.

"இது செந்தழல்" என்று அவளை அறிமுகப்படுத்தினாள். கன்னங்கதுப்புகள் நன்கு விரியச்சிரித்தாள் அந்தப்பெண்.

"எந்த இடம் பிள்ளை?" சண்முகம் கேட்டான்.

"பிரமந்தனாறு"

"அப்பா எங்கட விந்தனை ரண்டு பொம்பிளை பிள்ளையள் வெட்டினது கேள்விப்பட்டனீங்களோ?"

"அப்ப அது உண்மையோடி பிள்ளை?"

"உண்மையோ? வெட்டினது ஆரெண்டு நினைக்கிறியள், செந்தழல்தான்"

செந்தழல் சங்கடப்பட்டு குழந்தையைப் போலச் சிரித்துக் கொண்டிருந்தாள். அவளுக்கு அதற்கு பிறகு செந்தழிலிடம் எல்லோருக்கும் ஆர்வம் மேலிட்டது. "இயக்கம் ஒண்டும் செய்யேலையோ பிறகு?"

"அதுதான் நானும் இயக்கமாகிட்டனே பிறகென்ன செய்யிறது?" கலகலத்துக் கொண்டே சொன்னாள். இவள்தான் கத்தியை எடுத்து விசீனாளென்பதைத்தான் நம்பமுடியவில்லை யாராலும். நிர்மலா செந்தழலின் கையைப்பிடித்துக் கொண்டாள். "பிள்ளை இவளை எடுக்க அலுவல் பாத்திருக்கிறம், ஆனால் வாறாள் இல்லை, நீ கொஞ்சம் சொல்லு இவளுக்கு" என்று கெஞ்சினாள். வெரோனி தாயைப் பேசாமல் இருக்கும் படி மெல்ல உறுக்கினாள்.

"அன்ரி நீங்கள் என்ன சொல்லுறது? பிடிச்சு ஒரு மாசம் கிளிநொச்சிலதான் எங்களை வச்சிருந்தவங்கள், இவள் இரவிரவா ஒரே அழுகை, அங்க

நிண்ட அக்காக்கள், இவளைப் பாத்திட்டு இஞ்ச ஏன் வந்தனீங்கள், ஒழுங்கா ஒளிச்சு இருக்கக் கூடாதோ நாங்கள் போராட வந்தனாங்கள், உங்களுக்கு என்ன கேடோ ஒடுங்கோ எண்டு ரண்டு மூண்டு சான்சும் தந்தவை மூண்டு பிள்ளையள் அப்படி ஓடியும் போட்டினம். ஓடாட்டி தாங்களே காலில சுட்டு ஏலா எண்டு வீட்ட அனுப்பிடுவம் எண்டு சொன்னவை. அப்ப நாங்கள் நாலு பேர்தான் நிண்டனாங்கள், நான் வந்தா அக்காவை திரும்பப் பிடிப்பாங்கள். அதோட இனி இயக்கமாய் இருக்கிறதுதான் எனக்கு பாதுகாப்பு. ஆனால் இவளவைக்கு பிளான் எல்லாம் போட்டு குடுத்தனான். ரண்டு பேரும் ஓடிட்டாளவை, இவள் போமாட்டன் எண்டு நிண்டவள். நான் இப்ப இவள் ஓமெண்டாலும் காட்டுக்காலை கொண்டுவந்து சேப்பன்.''

செந்தழல் உறுதியான வார்த்தைகளால் கதைத்தாள். எதுவும் கேட்காவதவள் போல வெரோனிக்கா கோதையுடன் விளையாடிக் கொண்டிருந்தாள். தாமரை அவளை செயற்கையாக ஒரு வெறுப்பை வரவழைத்துக்கொண்டு பார்த்தாள்.

''ஓடி எல்லாம் வராதேங்கோ, காட்டுக்க பயம். இயக்கம் பிடிச்சால் பிரச்சனை, இவர் கதைச்சு எடுப்பார். இவள் ஓமெண்டால் சரி, நீ எப்பிடியாவது இவளோட கதையம்மா. நான் ஒரு விசரி இப்பிடி ஒரு விறுமனை வளத்து விட்டுட்டு கலங்கிச்சாகிறன்'' நிர்மலா அழத்தொடங்கினாள். செந்தழல் அவளுடைய கைகளைப் பிடித்துக்கொண்டு தேற்றினாள். வெரோனிக்கா தன்னைப் பார்த்துக்கொண்டிருக்கும் தாமரையை நிமிர்ந்து ''என்னடி?'' என்று கேட்டாள்.

''வெய்யிலே படமால் வீட்டுக்க இருந்து இருந்து வெள்ளடியன் கோழி மாதிரி ஆகிட்டாய்''

தாமரைக்குச் சிரிப்பாகவிருந்தது. இருவருக்கும் தனிமையில் உரையாட வேண்டும், கண்களைக் கதைக்கவிட்டு பத்தியப்படவேயில்லை. வெரோனிக்கா தூரத்தில் யாரோ போராளிகளுடன் கதைத்துக் கொண்டே இவளை கடைக்கண்ணால் அடிக்கடி பார்த்துக்கொள்ளும் புலேந்திரனை கண்டாள். நிர்மலா அவனை அங்கே கூப்பிடவில்லை, அவனும் வரவில்லை. தாயின் முகத்தைப் பார்த்தாள். வெளித்திருந்தது போலப்பட்டது. கண்ணீர் துளிர்த்தது. தாமரையின் விரல்கள் அழுத்தித் துடைத்தன.

''நீ ஓடிவா, வந்து என்னோடையே நில்''

தாமரை திரும்பத்திரும்ப அவளைக் கெஞ்சிக்கொண்டிருந்தாள். அவளைக் கெஞ்சாதே என்று சினந்தாள். தாமரைக்கு சட்டென்று

கோவம்வர யாரும் பார்க்காத நேரத்தில் அருகில் கையைக்கொண்டு போய் வலிக்கும்படி வேகமாக வெரோனியின் கன்னத்தில் அறைந்தாள். சிவந்து போனது. அடிவாங்கிக்கொண்டு கண்ணீர் துளிர்க்கச் சிரித்தாள்.

“கன நாளாய் வாங்கேல்லை!”

மாலையில் போராளிகளைப் புறப்படத் தயாராகுமாறு ஒலிபெருக்கி அறிவிக்க தாமரைக்கு முள்ளந்தண்டு வடம் திடுக்கிட்டுக் குளிர்ந்தது. வெரோனிக்கா எழுந்துகொள்ள நிர்மலா கட்டிப்பிடித்து அழத்தொடங்கினாள். பிரிவும், இனி ஏதும் நடந்துவிடும் என்ற மனிதக்கற்பனையும் சேர்ந்துகொண்டு எல்லோரையும் அலைக்கழித்தது. சீருடைகளைத் தாய்மார் கண்ணீரால் நனைத்தார்கள். தாமரைக்கு எதையும் பார்க்கும் திராணியிருக்கவில்லை. தமயந்தியிடமிருந்து குழந்தையை இடுங்கி அணைத்துக் கொண்டாள். நடுங்கும் நெஞ்சை சமநிலைப்படுத்த குழந்தையின் அரவணைப்பு ஓரளவேனும் திராணி தந்தது. வெரோனி எல்லோரையும் கடந்து இவளருகில் வர மூக்கை உறிஞ்சினாள்.

“அழாம இரு, நான் வருவன்”

“எனக்கு நீ பொய் சொல்லுற”

“குழந்தை மாதிரி இராத, வருவன் எண்டா வருவன், நீ கவனமாய் இரு.”

ஆச்சி இடைமறித்து, தன்னுடைய தோளில் போட்டிருந்த துண்டினால் வெரோனிக்காவின் முகத்தில் துளிர்த்திருந்த வியர்வையை ஒற்றியெடுத்துவிட்டு, நெற்றியில் பச்சை நீற்றைப் பூசினாள்.

“நகுலாத்தைக்கும் நேந்து, மடுவுக்கும் நேத்தி வச்சிருக்கிறன் நீ வந்துதான் செய்யோனும் பிள்ளை” நிர்மலா முழுவதுமாக உருக்குலைந்திருந்தாள். வெரோனி சலனமின்றித் தலையாட்டினாள். மீண்டும் மைதானத்திற்குள் இறங்கி அணிவகுத்து கொடியிறக்கப்பட்டது. அணிகள் வரிசையாக மாறி பாம்பு புற்றுக்குத் திரும்புவது போல பேரூந்துகளை நிறைத்துக்கொண்டு யன்னல்களில் தோன்றிக் கையசைத்தனர். தூரம் மாறாவிட்டாலும் அப்போது அவரவர் பிள்ளை எந்தயன்னலில் நிற்கின்றது என்பதை அவர்களால் தெளிவாகப் பார்க்க முடிந்தது. பேரூந்துகள் புறப்பட்டுப் போயின. சனங்களுக்குள் அழுகை அடங்க கொஞ்ச நேரமானது.

நிர்மலாவைத் தேற்றிக்கொண்டு புறப்படும்போது வாசல் பக்கமிருந்து புலேந்திரன் வேகமாக வந்தான்.

“வாசல்ல அரசியல்துறைப் பெட்டையள் நிக்கிறாளவை”

சண்முகம் பதற்றமானான். “பிடிக்கிறவளவையோ?”

“என்னெண்டு தெரியேல்ல, நிகழ்வுக்குத்தான் வந்து நிக்கினமோ தெரியாது.”

“இப்ப என்ன செய்யிறது, பின் பக்கம் ஏதும் வாசல் இருக்கோ?”

“இல்லை பின்பக்கம் எல்லாம் போகேலாது, அந்தப்பக்கம் வாய்க்கால்தான் ஓடுது, இப்ப அந்தப்பக்கம் போனால் சந்தேகம் வரும். தாமரையை நானும் கொண்டு போகேலா, என்னை எல்லாருக்கும் தெரியும். பிரச்சினையெண்டால் பிறகு கதைக்கலாம், முன்னுக்கு போய் முகத்தை குடுக்க வேண்டாம் எண்டு பாக்கிறன். நிகழ்வுக்குத்தான் வந்து நிக்கிறாளவை எண்டால் பேசாமல் வெளிக்கிடலாம்.

தாமரை பதட்டத்தில் கைகள் நடுங்க குழந்தையை இறுக்கிப் பிடித்துக்கொண்டாள். வியர்த்து எரிந்தது. அவள் இதை எதிர்பார்த்திருக்கவில்லை. ஆச்சியை நெருங்கி நின்று கொண்டாள். புலேந்திரன் உதட்டைக்கடித்து யோசித்தான்.

“நிர்மலா! தாலியைக் கழட்டி பிள்ளைக்கு போட்டுவிடு, பொட்டுப் பேஸ்ட் இருந்தால் எடுத்து உச்சிக்கும் நெத்திக்கும் வச்சுவிடு.”

நிர்மலா ஒன்றுக்கும் யோசிக்காமல் செய்து முடித்தாள். தாமரை தமயந்தியிடம் குழந்தையையும் தாங்கோ என்று வாங்கிக் கொண்டாள். அவளை நடுவில் விட்டுவிட்டு மற்றவர்கள் சுற்றி நடந்து வாசலை நெருங்கினார்கள். தாமரை முகத்தில் பதட்டமேதும் முகத்திற்கு ஏறிக்கசிந்து விடக்கூடாதென்பதில் கவனமாக பாவனைகளைச் செய்துகொண்டாள். வாசலைத்தாண்டும் போது சொல்லி வைத்ததைப்போல ஒருத்தி வந்து மறித்தாள்.

“எங்களோடை ஒருக்கா வாரும் பிள்ளை.”

“ஏன் என்ன பிரச்சினை?” புலேந்திரன் முன்னால்ப் போய்க் கேட்டான்.

“நீங்கள் தலையிடாதேங்கோ அண்ணை, எங்களுக்கு தரப்பட்ட வேலையை செய்ய விடுங்கோ” அந்தப் பெண்போராளி உறுதியாகச் சொன்னாள். அவளுக்கு அவனைத் தெரிந்திருந்தது. புலேந்திரன் ஒருகணம் வெருண்டுபோனதை எல்லோரும் கண்டனர்.

“உம்மட பேர் என்ன?”

“தாமரை”

“இது ஆற்ற பிள்ளை?”

“என்ன கேள்வி கேக்கிறீங்கள்? என்ரதான்.”

“பொய் சொல்லாதையும் ஐசே. இது உம்மடை பிள்ளையில்லை, எங்களுக்குச் சுத்தேலாது?”

“இதென்னப்பா கரச்சல், என்ர பிள்ளையை என்ர பிள்ளை எண்டுதானே சொல்லோணும்?”

“நாங்கள் என்னெண்டு நம்புறது?”

“என்னடியம்மா விசர் கதை கதைக்கிறாய், சும்மா போறவள மறிச்சு பிள்ளை ஆற்ற எண்டு விசாரிக்கிறாய், என்ர பேத்தி என்ன பிள்ளையை கடத்திக் கொண்டு வந்தோ வச்சிருக்கிறாள்?” ஆச்சி கோவமாகப் பாய்ந்தாள்.

“நான் கதச்சுக்கொண்டெல்லோ இருக்கிறன் ஆச்சி, கொஞ்சம் பேசாமல் இருங்கோ அவா பதில் சொல்லட்டும்?”

“இது என்ர பிள்ளைதான் நம்பினால் நம்புங்கோ, பேத் சேடிபிக்கேட், சத்தியக் கடதாசி எல்லாம் கொண்டுதான் இனி திரியோணும் போல கிடக்கு” தாமரை உறுதியும், அருவருப்பையும் கலந்த குரலில் சொன்னாள். உள்ளூர இருந்து சலித்துக் கொள்வதைப்போல் “ம்ஹிம்...” கொட்டினாள். கைகள் குழந்தையை அனிச்சையாக நெஞ்சுக்குள் இன்னும் புதைத்தன.

அந்தப் பெண்போராளி யோசித்து விட்டு, “சரி அப்ப பால் குடுத்துக்காட்டும்”

தாமரை இதனை எதிர்பார்க்கவில்லை, இருந்தாலும் ஒரு சொட்டு அதிர்வைக் கூட காட்டாமல் வாகனப்பக்கம் திரும்பிக்கொண்டு தெறிகளை விடுவித்து சட்டையை நீக்கி குழந்தையை மார்போடு அணைத்து கோதையின் மெல்லிய உதடுகளுக்கு காம்பைக் கொடுத்தாள். கோதை எந்த மறுப்பும் இல்லாமல் ஆர்வமாக அதை வாங்கிக்கொண்டு குடிக்கத்தொடங்கினாள். நெஞ்சறைக்குள் மார்பில் பதிந்த கோதையின் மெல்லிய சொண்டுகளும், பல்முளைக்காத பிஞ்சு முரசுகளும் ஏற்படுத்திய குறுகுறுப்பு நெஞ்சை அருட்டிக் கண்ணீர் திரண்டது. அந்தப் பெண்போராளி சங்கடப்பட்டுக் கொண்டே கீழுதட்டில் கீற்றாகப் புன்னகைத்துக் கொண்டே, “சரி போம்” என்று சொல்லி விட்டு வாகனத்தை நோக்கிப் போனாள். தாமரை கலங்கும் கண்களில் இருந்து கண்ணீரை விடாமல் மூக்கை உறிஞ்சிக் கொண்டு மார்பிலிருந்து குழந்தையை விடுவித்து தெறிகளைப் பூட்டினாள். குழந்தை பிஞ்சுக் கைகளால் மேற்தெறியைப் பிடித்துக்கொண்டு வீறிட்டு அழத்தொடங்கினாள்.

09

கடற்புறத்தில் வளர்ந்தவள் என்பதற்குச் சாட்சியாக நீலாத்தையின் ஒவ்வொரு வார்த்தையும் முடியும் போது பிற்பகுதி நீளமாக ஒலிக்கும். கடற்காற்றை மீறிச் சொல்லவந்ததை நீட்டிச் சொல்லிச்சொல்லி பழகியதால் அவளுடைய குரல் நீண்டு நீண்டு சொல்லும். வேற்று ஊர்க்காரி என்ற போதும் நீலாத்தைக்கு அவள் வயதில் கீரிப்பிள்ளை மேட்டை அறிந்தளவிற்கு யாரும் அறிந்தார்களில்லை. பதினைந்து வயதில் ஏழாம் காட்டிலிருந்து கீரிப்பிள்ளை மேட்டிற்கு குடித்தனமானவள். சின்னானின் தாய் செம்பாத்தியினால் மகளைப் போல நடத்தப்பட்டாள். வெளியூரிலிருந்து வந்தாலும், ஆத்தையின் கதைக்கட்டில் ஏறுமளவிற்கு அவளுக்கு ஊரைப்பற்றி ஞானமிருந்தது. உடுக்கொலிக்குச் சமாந்தரமாக ஏறும் தாய்க்காரியின் கணீர் குரல் சின்ராசனுக்கு எப்படி மறந்து போகும்?

“சொத்திமுனி லேசுப்பட்ட காவல் இல்லை! மனிசனாய் இருந்து ஏவலாயோ காவலாயோ ஆகிற தேவதையளுக்கு மனிசரோடையும் தெய்வத்தோடையும் இருக்கிற பிணைப்பு காலாகாலத்துக்கும் இருக்குமெண்டு சொல்லுவினம். மனிசனாய் அவன் ஒரு ராசாவெல்லோ, பண்டாரவன்னி, பெரிய வன்னி எல்லாருக்கும் மூதாதை. கனகாலம் முந்தின கதையொண்டு இருக்கு. என்ர அத்தைக்காரி, உன்ர கொப்பம்மா எனக்குச்சொன்ன கதை. உன்ர ஆச்சியும் அப்புவும் அவேன்ர ஆச்சியும் அப்புவும் பிறக்க முதல் நடந்த கதை. அப்ப கீரிப்பிள்ளை மேட்டிலை இப்பிடி குளக்கட்டோ வாய்க்காலோ இல்லை, அப்ப கீரிக்குளம் மடுவாய் இருந்தது, “ஆத்தை நிண்ட மடுவெண்டு” இதுக்கு இன்னொரு பேர். காட்டைத்தாண்டி ஓடி வந்து நிக்கிற மடு. பனங்காமத்து ராசாக்கு கீழ இருந்த ஒரு கிராமம் தான் இது. அப்ப சொத்தி வன்னி தான் இந்தக்காட்டுக்கும் சனத்துக்கும் ராசா. ஒற்றைக்கால் ஊனமெண்டாலும் பெரிய வீரன், கெட்டிக்காரன், சிங்கள நாட்டு இளவரசர்மாரோட மலைநாட்டுக்கு போய் அங்கை வித்தையெல்லாம் படிச்சிட்டு வந்து ராசாவானவன். இண்டைக்கு வன்னியெல்லாம் குளமும் வாய்க்காலுமிருக்கெண்டால் அதுக்கு ஆர் கால்கொண்டது? குளக்கோட்டனுக்கும் சிங்கை ராசாக்களுக்கும் ஆர் மூதாதை? எல்லாம்

சொத்தி வன்னியன்தான், ஆறில்லாத வன்னியிலை மூன்று போகமும் இண்டைக்கு வரைக்கும் பொய்க்காம விளையுதெண்டால் அதுக்கு குளமும் வாய்க்காலும் இருக்கிறதாலதான். நாடோடியா திரிஞ்ச குடி நிரந்தரமா ஒரு இடத்திலை இருக்கோணும் எண்டு நினைச்ச பிறகு முதல் செய்த வேலை குளங்களைச் சரிக்கட்டினதுதான். வன்னில எல்லா பழைய ஊரும் குளம், மடு எண்டுதான் முடியும். ஏன் எல்லாம் குளத்தோட உதிச்ச குடியள். அந்தப் பரம்பரையிலை வந்தவந்தான் சொத்தி வன்னியும்.

அப்ப குளமொண்டை தோண்டுறதெண்டால் இலேசோ? எத்தினை ஆயிரம் பேர் வேலை செய்யோணும், மம்பட்டியும் கடகமும் எத்தின தரம் கொத்தோணும் எத்தினை தரம் கோலோணும்? கீரிக்குளத்தைப்பார் மோனே, நடுவுக்கு போனால் நாலு நெடுவல் ஆம்பிளைய ஒரு இடத்திலை புதச்சிடுமெல்லோ? அப்பிடித்தான் சொத்தி வன்னி கீரிக்குளத்தை தோண்டி முடிச்சவன். அவன் தோண்டினதிலை கீரிக்குளம்தான் பெரிசெண்டு சொல்லுவினம். அவன் தோண்டின அவ்வளவு குளங்களிலை அவனுக்கு கீரிக்குளமெண்டால் தனி வாரப்பாடு. ஏன்? அவனுக்கு ஆத்தேலை சரியான வாரப்பாடு, ஆத்தேன்ர பார்வைக்குள்ள இருக்கிற குளமெல்லோ இது. கீரிக்குளத்து அணையைக்கட்டேக்க தானே நிண்டு கல்லெடுத்துக் குடுத்தான் எண்டால் பாரன்.

மாசத்திலை ஒவ்வொரு பறுவத்துக்கும் குதிரையில ஏறி காட்டுக்கால இரகசியமாத் தனிய வந்து குளக்கட்டிலை இருந்திடுவானாம். பறுவத்திலை குளம் மினுங்கிக்கொண்டெல்லோ கிடக்கும். குளக்கட்டிலை நிண்டு பாத்தால் குளத்த விட்டுக் கண்ணெடுக்க ஆருக்கும் மனம் வராது. சொத்தி வன்னி பெரிசா பாடிக்கொண்டும் குளத்தோடை கதைச்சுக்கொண்டும் குளக்கட்டிலை நடந்து திரிவானாம். இரவிரவாய் குளத்திலை இறங்கி நீந்தி விளையாடுவானாம்.

இப்பிடி இருக்கேக்க, எல்லாருக்கும் வாற கெட்ட காலம் சொத்தி வன்னியை மட்டும் விடுமோ? சொத்தி வன்னிக்கு சத்துரு வெளியிலை இருந்து வரேல்ல; வீட்டுக்க இருந்தே வந்துது, சொந்த ரத்தத்திலை இருந்து வந்துது. அவன்ர பெடியன். காசையெல்லாம் குளமும் வாய்க்காலும் வெட்டுறன் எண்டு கரியாக்கிறான் சொத்தி வன்னி எண்டு தேப்பனோட சண்டை பிடிச்சிட்டு காட்டுக்க ஓடிட்டான். ஒரு பறுவத்துக்கு சொத்தி வன்னி கீரிக்குளத்துக்கு வெளிக்கிட, பனங்காமத்துக்க தன்ர ஆக்களோட பாஞ்சு வன்னிக்கு ஆதரவான எல்லாரையும் வெட்டிப் விழுத்திப்போட்டு, கையில வாளோட தேப்பனைத்தேடி குளத்தடிக்கு வந்திருக்கிறான்.

அண்டைக்கு நிறைஞ்ச பறுவம், சொத்தி வன்னி குளத்திலை விழுந்து கிடக்கிற நிலவைப் பாத்துக்கொண்டு கிழக்கால இருந்த குளக்கட்டிலை மெய்மறந்து கிடக்கிறான். மோன் வாளை கொண்டுவந்து தேப்பன்ர கழுத்தில வச்சு “எங்கை வச்சிருக்கிறாய் சொத்தெல்லாம், முழுக்க எனக்கு வேணும் இல்லாட்டி உன்னை வெட்டிப்போடுவன். எண்டு மிரட்டி இருக்கிறான். சொத்தி வன்னி ஒரு சிரிப்பு சிரிச்சுப் போட்டு வாடா மோனே காட்டுறன் எண்டு பெடியனை தோளில கைவச்சு கூட்டிக்கொண்டு போனான், குளக்கட்டிலை இறக்கி படியிலை காலை இழுத்து இழுத்து போய், குளத்துத் தண்ணியை அள்ளி, “இதுதானடாப்பா நான் சேத்த சொத்து, இந்தா பிடி” எண்டு நீட்டி இருக்கிறான். மோனுக்கு சினம் தலைக்கு அடிச்சு, வாளை எடுத்து சொத்தி வன்னின்ர நெஞ்சிலை குத்தி குளத்துக்க சாய்ச்சு விழுத்திப்போட்டுப் போட்டானாம். அடுத்த நாள் சனம் விசயம் கேள்விப்பட்டு குளத்தடிக்கு வந்து பாக்க சொத்தி வன்னின்ர உடம்பக் காணேல்ல, ரத்தம் ஊறின வாள்மட்டும் கிடந்துதாம், அப்ப சனம் வாளை எடுத்துக்கொண்டு போய் ஆத்தேன்ர காலடியில அவளின்ர எந்திர தகட்டுக்கு பக்கத்திலை புதச்சிட்டு, ஆத்தைக்கு பூசை வைக்கிற பெண்டிட்ட குறி கேக்க, ஆத்தை சொத்தி வன்னி குளத்துமுனியாய் மாறி குளத்துக்கு காவலாய் இருந்திட்டாள் எண்டு குறி சொல்லி இருக்கிறாள், அண்டேலை இருந்து சொத்தி முனிதான் குளக்காவல்.”

சின்ராசன் சீத்தை சேலையை துவை கல்லில் வீடிக்கொண்டே கதை சொல்லும் தாயை இன்னொரு துவை கல்லில் குந்தியிருந்து கேட்டுக்கொண்டிருந்தான்.

“இப்பிடி உந்தக் குளத்துக்கு பல கதை இருக்கடா மோனே”

நீலாத்தை குறுக்குக் கட்டைக் களைந்து கொண்டே, கறுத்து முற்றிய சீக்காய் நுங்குகளைப் போலத் தொங்கும் திடமான மார்புகள் நீரில் அமிழ்வதை மீண்டும் சிறுவனாகவே மாறிப் பார்த்துக் கொண்டிருந்தான் சின்ராசன்.

நீலாத்தைக்கு பிறப்பிலேயே வலிப்பு நோயிருந்தது. சின்ராசன் பிறந்த பிறகு அது வருவதில்லை என்று சின்னான் ஒரு தடவை சொல்லியிருக்கிறான். நீலாத்தையை சொத்தி முனிதான் அடித்தது என்று ஊரே நம்பிய போதும், சின்ராசனுக்கு பெருத்த சந்தேகம் இருந்ததை அவன் யாரிடமும் கூறியதில்லை. நீலாத்தைக்கு வலிப்பு வந்திருக்கலாம். பழி சொத்திமுனி மீது விழுந்த போது சின்ராசன் வாளாதிருந்தான். நீரிலும் நிலத்திலுமாக உப்பிக்கிடந்த தாயின் பிரகாசமான முகமும் அவளைத் தூக்கும் போது கால் மாட்டில் சுற்றியிருந்த நீண்ட பாசியின் வாசனையும் அவனுக்குள் நிரந்தரமாக

உறைந்து போனவை. அவ்வப்போது குளத்தில் இறங்கி தாமரைக்கொடி சுற்றியோ முதலையடித்தோ நடுக்குளத்துக்குள் சுதைக்குள் சிக்கியோ யாரும் மாண்டுபோனால், பழி சொத்திமுனிமீது விழுவது வாடிக்கை. ஆனால் குளத்துக்கு வெளியே நடந்துகொண்டிருக்கும் விபரீதங்களை ஒன்றன் பின் ஒன்றாக சொத்திமுனி மீதே போட்டுக்கொண்டிருந்தனர். பாம்புகள் தென்பட்டது, அன்னம்மாள் இறந்து கிடந்தது, குரங்குமடை தடைப்பட்டது, பெரியவதனனுக்கு கண்ணன் பிடித்த கலட்டியன் விற்கப்பட்ட இடத்தில் சவாரிக்குப் பூட்டப்பட்ட வண்டில்கள் மோத பக்கத்தில் சாய்ந்த வண்டில் சில்லில் காலைக் கொடுத்து கால் துண்டாகிப் போனது. ஊருக்குள் கிபிர் அடித்தது, இரண்டு பேரை நெருப்புப்பலி வாங்கியது, இறுதியாக காங்கேசன் ஆத்தை வளவில் அடித்துப்போட்டது போல கிடந்தது, என்று சனங்கள் எல்லாவற்றையும் கூட்டாக யோசித்தார்கள். தன்னிச்சையான அமானுஷ்யமான ஒன்று அவைகளுக்குப் பொறுப்பேற்க வேண்டும் அப்போதுதான் அவர்களுக்கு உறக்கம் வரும், பயம் போகும். சொத்திமுனிதான் தோதாக வாய்த்துப் போனான்.

பல்லை மினுக்கிக் கொண்டிருந்த வேப்பங்குச்சியை கரையில் எறிந்து விட்டு துவை கல்லில் இருந்து தாவி குளிர்ந்த நீரில் இறங்கி வாயைக் கொப்பளித்துக் கொண்டே இன்னும் இருள் அகலாத குளத்தின் கறுத்த மேற்பரப்பை கிழித்துக்கொண்டு இரையை கண்ட முதலை தண்ணீருக்குள் வீழ்ந்து சட்டென நீரின் அமைதிக்குள் மூழ்கிப்போவது போல சுழித்துக்கொண்டு உட்புறம் சென்றான். குஞ்சு மீன்கள் உடலில் நுண்மையான ஊசி முத்தங்களால் கடித்துக்கொண்டிருந்தன. கருக்கலுக்கு பிறகும் நீரும் வெளியும் கறுத்துக் கிடந்தது அவனுக்குள் ஏதோ கிலேசத்தை உண்டு பண்ணியது. இருள் கவ்வுவதையும், நிலம் வெளிப்பதையும் நீர் ஒளி கொள்வதையும் கணிப்பதற்கு வைத்திருந்த பழைய கணிப்புக்கள் பொய்த்துக்கொண்டு போகும் உணர்வை சின்ராசன் அடிக்கடி பார்த்துக் கொண்டிருந்தான். அவை மனிதர்களிடமிருந்து தங்களுடைய இரகசியங்களை ஆழத்தில் புதைத்துக் கொண்டிருந்தன. இத்தனை காலமும் திறந்திருந்த கதவுகள் இறுகச் சாத்திக்கொண்டன. ஒளியும் இருளும் பழகினால், தங்களின் நுண்மையான இரகசியங்களை நெருக்கமானவர்களுக்கு காட்டும். ஆனால் இப்போது அவை எல்லோரையும் குழப்புவது போலிருந்தது. நெஞ்சுக்குள் காற்றுத் தீர்ந்து போக கால்களை நீருக்குள் உதைத்து நீரின் மேலே வந்து மூச்சிழுத்தான். புதையும் போது கவ்வியிருந்த இருட்டு மூழ்கி எழும்புவதற்குள் மறைந்து வெளிச்சம் பரவியிருந்தது. ஒரு இமைக்கணம் கண்கள் புது ஒளியைத் தாங்காமல் தடுமாறிக் கூசின. சின்ராசன வேகமாக நீரிலிருந்து வெளியேறி கரையைப் பிடித்து வேகமாக நடந்தான். விலாங்குகள் கிழக்குப்பிட்டியில், ஏறி தண்ணீரை

நோக்கி தமது பாம்புடலை அசைத்துக் கொண்டே சேற்றில் விழுந்து மீண்டும் குளத்திற்கு திரும்பிக் கொண்டிருந்தன. கண்ணிக்கு எதிரில் நூறுக்கு மேற்பட்ட விலாங்குகள். அவற்றின் நெழியுமுடல்கள் காலை ஒளியால் மினுங்கின. சின்ராசன் வேகமாக ஓடினான். ஈரச்சறத்தை கைகள் தளர்த்தி அவிழ்த்தன. ஓடிக்கொண்டே தலைக்கு மேலாக சறத்தைக் கழற்றினான். ஈரச்சறத்தை விரித்து அப்படியே காற்றில் ஏவ்விப் பாய்ந்தான். குறிவைத்த விலாங்கின் மேல் சறத்தை மூடிப்பாய்ந்தான். விலாங்கிற்கு லாவகமும் வேகமும் கேடு செய்தன. அதனால் சேற்றை அடைய முடியவில்லை. சின்சாரனின் ஈரச்சறம் அதைப் போர்த்து மூடியது. அப்படியே பிடித்து சறத்தை பையைப் போல சுற்றி நெஞ்சோடு அழுத்திக்கொண்டான். நெஞ்சுக்குள் விலாங்கின் நெளிவு கூசியது. காவற்பலிக்குரிய அந்த விலாங்கை அப்படியே சறத்தில் ஏந்திக்கொண்டு வாய்காலுக்குப் பக்கத்தில் கிண்டி வைத்த கொஞ்சம் நீர் ஊறிய கிடக்கில் போட்டான். விலாங்கு கைப்பிடியளவு ஊற்று நீர் போதாது, காற்றில் உடலை விடைத்து துடித்தது. அது துடிக்க துடிக்க வாய்க்கால் நீர் வேகமாக ஊறியது. ஏதோ விலாங்குதான் உடலால் கிடங்கை ஆழப்படுத்தி நீரை ஊறச்செய்வது போலொரு காட்சி. சின்ராசன் கொஞ்ச நேரம் விலாங்கு துடிப்பதையும் நீரூறி வருவதையும் பார்த்துக்கொண்டிருந்தான். அம்மணம் எங்கும் அப்பியிருந்த சேறு காயும் உணர்வு உடலில் மெல்லிய திட்டுத்திட்டான இறுக்கத்தைப் பரவ விட்டது. சறத்தை எடுத்துக்கொண்டு வாய்க்காலில் இறங்கினான். சறத்தை அலம்பிப் பிழிந்து காயவிட்டான். உடலில் பட்ட சாம்பல் நிறச்சேற்றை வாய்க்காலில் குளித்துக் கழுவினான். ஆத்தை கோயிலில் மணி கேட்டது.

காவலை முடித்துக் கொண்டு ஆச்சியை ஏற்றிக்கொண்டு கிளிநொச்சிக்குப் போக வேண்டும். ஆச்சிக்கு தமிழ்ச்செல்வனைக் கண்டு ஓமந்தையைக் கடக்கும் அனுமதிப்பத்திரத்திற்கான உறுதி வாங்கப் போராடிக் கொண்டிருந்தாள். இறுதியில் அவளுக்கு வேறு வழி தெரியவில்லை. இயக்கம் “பிடிப்பிரச்சினையை” சனங்களின் கழுத்து வரை இறுக்கியிருந்தது. யுத்தம் கடுமையாக நிலங்களையும் உயிர்களையும் விழுங்கிக்கொண்டு வந்தது. தாமரையைக் கடலால் அனுப்பும் எண்ணத்தை சண்முகமும் ஆச்சியும் பூரணமாகக் கைவிட்டிருந்தனர். தாமரைக்கு பாஸ் பெறுவதற்கு அரசியல்துறைக்கு அலைந்து கொண்டிருக்கிறாள் ஆச்சி. தமிழ்ச்செல்வன் ஒரு சொல் சொன்னால் அனுமதிப்பத்திரம் கிடைத்துவிடும். ஒரு முறை காட்டிற்குள் பாம்பு கடித்த போது காட்டிற்குள் சென்று விடம் தலைக்கேறாமல் காப்பாற்றிய உபகாரத்தை, திரும்பக் கேட்கின்றோமோ என்ற உணர்வு அவளைப் பிசைந்தது. ஆனால் தாமரைக்காக ஆச்சி தன்னை மீறத் தயங்கமாட்டாள்.

இராணுவக் கட்டுப்பாட்டுப் பகுதிகளில் இருந்து வரும் செய்திகளும் உவப்பாக இல்லை. யாழ்ப்பாணம் பூரண ஊரடங்கிலும், ஏனைய பிரதேசங்கள் அவசரகாலச் சட்டத்தின் இரும்புக்கைகளால் அவ்வப்போது விறாண்டப்பட்டுக் கொண்டுமிருக்கின்றது. அங்காங்கே நடக்கும் தற்கொலைத் தாக்குதல்களும், வான்வழித்தாக்குதல்களின் போதும் இராணுவக்கட்டுப்பாட்டுக்குள் இருக்கும் தமிழர்கள் பச்சை மட்டை அடி தொடங்கி, கைதுகள், படுகொலை வரை இழுத்துச் செல்லப்பட்டுக் கொண்டிருந்தார்கள் என்றாலும், புத்தளத்தில் இருக்கும் யோகத்தின் மூத்த சகோதரனுடைய குடும்பத்துடன் தாமரையை விடுவதற்கு, தொலைபேசி நிலையத்தில் வரிசையில் நின்று சண்முகம் உறுதி வாங்கி வந்திருந்தான். பூவும்பொட்டும், பஞ்சனுக்கும் கீதாஞ்சலி சாரங்கன் மற்றும் அந்த அதிபர் குடும்பத்தின் நிலையைத் தெரிந்துகொள்ளப் பிரயத்தனப்பட்டு அலைந்து கொண்டிருந்தான். அன்றைக்கு இரவு நடந்ததை சின்ராசன் வந்து விபரித்த பிறகு தாமரையை படகில் அனுப்பும் நோக்கத்தை எல்லோரும் முழுவதுமாக கைவிட்டதில் ஆச்சரியமில்லை. பூவும்பொட்டுவும் தொழிலை நிறுத்திக்கொண்டான்.

எதுவும் முன்போலில்லை. ஆச்சி அரசியல்துறை அலுவலகங்களில் சலிக்கச் சலிக்க அலைந்து கொண்டிருந்தாள். காத்திருப்புகள், ஏளனப்பார்வைகள், தட்டிக்கழிப்புகள். அவள் குற்றம் பொறுக்க மாட்டாள். விடுக்கென்று கோபம் வந்துவிடும். அரசியல்துறை அலுவலகங்களைத் தாமரைக்காகப் பொறுத்துக் கொண்டிருந்தாள்.

"நான் அலுவல் பாத்து பிள்ளையை அனுப்புறன்ரா சின்ராசு, மற்ற தாய் தேப்பனை நினைச்சுப்பார், அதுகள் என்ன செய்யும்? வீட்டுக்கொண்டு வேணுமெண்டு குடுத்திட்டு இருக்குதுகள், பெடியனோ பெட்டையோ விரும்பிப் போனாலே ஒப்பாரி வைக்கிற சனம், இண்டைக்கு பிடிச்சுக்கொண்டு போனால் பிறகு எப்ப என்ன செய்தி வருமோ எண்டு தெரியாமல் உள்ளுக்குள்ள நடுங்கிக் கொண்டுதான் திரியுதுகள். அதுகளும் மனிசர்தானே, ஏன் எங்கட நிர்மலாவை நினைச்சுப்பார், கோயில் கோயிலாய் சாத்திரம் கேக்கவும் நேத்தி வைக்கவும் திரியிறாள். எனக்கு தமிழ்ச்செல்வனிட்ட கதைச்சு பிள்ளையை அனுப்பிடுவன் எண்டு ஒரு நம்பிக்கையெண்டாலும் இருக்கு. ஆனால் மற்றச் சனத்துக்கு? நான் ஒரு சுயநலக்காறியாகிட்டன். அண்டைக்கு நிர்மலான்ர பெட்டை பஸ்சிலை ஏறிப்போகும் போது எனக்கு தலை கால் எல்லாம் விறைச்சுப்போட்டுது. ஆச்சி ஆச்சி எண்டு என்னிலை அந்த பெட்டை சரியான வாரப்பாடு, நான் அந்த பெட்டைய விட்டிட்டு சொந்த ரத்தத்துக்கு கேடு வந்திடுமோ எண்டு பயந்து திரியிறன். இதுகளை நினைச்சால் பொருமிக்கொண்டு வருகுதடா சின்ராசு, நித்திரை வராதாம். உவள் ஏன் எங்களை இப்பிடிச் சோதிக்கிறாள்?"

அழுது விம்மிக் கொண்டுமிருப்பவள் சட்டென்று அமைதியாகிவிடுவாள். முகம் புயல் ஓய்ந்த நிலமாகிவிடும். கொஞ்சநேரம் எதையாவது வெறித்துக்கொண்டு இருந்தபடி, "எதுக்கும் பூவும்பொட்டையும் கதைச்சு வை, குடும்பத்தோடை எண்டாலும் போவம், நடக்கிறது நடக்கட்டும். என்னாலை பெட்டையை குடுத்திட்டு வாழேலாது."

பூவும்பொட்டும் ஏறக்குறைய பைத்தியமாகிவிட்டான் என்று சின்ராசன் அவளிடம் சொல்லவில்லை.

விலாங்கு நெழிந்து துடித்தது.

அரைவாசி உலர்ந்த சறத்தை எடுத்துச் சுற்றிக்கொண்டவன், கிடங்கை எட்டிப் பார்த்தான். விலாங்குக்காக அரைச்சாணுக்கு மேலே கிடங்கு நீரை ஏற்றியிருந்தது. இடைக்கிட நீரில் நெழிவும் துடிப்பும் தெரிந்தது. இன்னும் கொஞ்சம் ஆசுவாசப்பட்ட பிறகு விலாங்கு கிடங்கைத்தாண்டி ஏற எத்தனிக்கும். சுற்றுமுற்றும் பார்த்தான். சிறு துரிசுக் கதவிற்கு மேலே கறள் ஏறியிருந்த கட்டுக்கம்பி தென்பட்டது. விரல்களால் அதை அவிழ்த்தெடுத்தான். கம்பியை குளத்து அணையின் தொடக்கத்தில் நேராக வளர்ந்திருந்த பூவரசொன்றில் பிடித்து இழுத்து நேராக்கினான். இழுத்ததில் துரு உதிர்ந்து கம்பியில் மெல்லிய சூடு பரவியது. கிடங்கிற்குள் கையை விட்டு விலாங்கின் வாய்ப்பகுதியை இறுக்கிப்பிடித்துத் தூக்கினான். புயல்காற்றில் கிழிஞ்சல் துணி படபடவென அடிப்பதைப்போல அதன் வால்ப்பகுதி தன்னை விடுவித்துக் கொள்ளத்துடித்தது. பிடியை இறுக்கிக்கொண்டே வாய்க்கு குறுக்காக கம்பியைச்சொருகி அலகு குத்துவதைப்போல கம்பியைச் சுற்றிக்கட்டினான். கம்பியில் கொழுவப்பட்ட வாயோடு விலாங்கு இன்னும் துடித்தது. அப்படியே தூக்கிக்கொண்டு கோயில் பக்கமாக நடந்தான்.

கோயிலில் அவ்வளவு சனமில்லை. வேலை நாள். குறைவாகத்தான் வந்திருந்தார்கள். இளம் பெண்களும் குழந்தைகளும் இம்மாதிரியான காவற் சடங்குகளுக்கு அனுமதிக்கப்படுவதில்லை. ஆச்சி பூசைக்கு வேண்டியவற்றைச் செய்துகொண்டிருந்தாள். அரியத்தானும், பெரியாம்பியும் ஆத்தையின் காலடியில் மண்வெட்டிகளை அளவாகப் போட்டு குழிதோண்டிக் கொண்டிருந்தார்கள். சொத்தி வன்னியைக் குத்திய குறுவாளிருக்கும் பெட்டியை எடுப்பதற்கு மண்ணை வாரிக்கொண்டிருந்தனர். ஆச்சி, கட்டு யந்திரம், நுகத்தாணி என்பவற்றோடு தேசிக்காய்கள், பச்சை நீறு கட்டு நூல் என்பவற்றை அடுக்கி பூசைக்குத் தயாராகிக் கொண்டிருந்தாள். சின்ராசன் துடிக்கும் விலாங்கு மீனை நுகத்தாணிக்குப் பக்கத்தில் கொண்டு போய் வைத்தான். யாரும் எதுவும் பேசிக்கொள்ளவில்லை. சடங்கு நிறைவுறும்

நகுலாத்தை | 335

மட்டும் எல்லாம் சைகைதான். குழியெடுத்துக் கொண்டிருந்தவர்களின் மண்வெட்டி நாக்கில் பெட்டி தட்டுப்பட்டது பத்திரமாக வெளியில் எடுத்துத் திறந்தார்கள். அவர்கள் பல தலைமுறைக்கு பிறகு அந்தப்பெட்டியைப் பார்க்கின்றார்கள். இத்தனைநாள் மண்ணுக்குள் கிடந்தும், அது மண்ணேறிக் கிடந்ததே தவிர எள்ளுக்கும் கறளில்லாமல் இருந்ததை அவர்கள் ஆச்சரியமாகப் பார்த்தனர்.

ஒருமுழம் நீளமான பழைய பிடிபோட்ட கத்தி செம்மண் நிறத்தில் இருந்தது. அதனுடைய பிடி ஆற்றின் அடியில் கிடக்கும் கறுத்த கூழாங்கல்லின் வளவளப்பும் கருமையையும் பெற்றிருந்தது. எல்லோரும் ஒருவரையொருவர் பார்த்துக்கொண்டனர். முன்பு இப்படியொரு சடங்கைச் செய்திராத தலைமுறையைச் சேர்ந்தவர்கள் அவர்கள். அங்கிருந்த முதிய பெண்களும் ஆண்களும் கூட. ஆச்சி சின்ராசனுக்குக் கண்காட்டினாள். சின்ராசன் நூலை எடுத்து வாளின் பிடியில் சுற்றத் தொடங்கினான். நிதானமாகச் சீராக வாளின் பிடியை வெள்ளை நூல் சுற்றியோடியது. ஆச்சி புது எந்திரத்தகட்டை எடுத்து ஆத்தையின் காலடியில் வைத்தாள். கிடங்கெடுத்த மண்மேட்டில் நின்று அவளால் ஆத்தையை வழமைபோல நன்கு நெருங்க முடியவில்லை. அந்த கறுத்த, லேசான ஈரமுள்ள மணலில் எப்போதும் நுகர்ந்திராத வாசனையை அவள் நுகர்ந்தாள்.

சின்ராசன் நூலைச் சுற்றிய பின்னர், சுளகில் நுகத்தாணிக்குப் பக்கத்தில் அந்த புராதன வாளை வைத்தான். ஆச்சி சம்மடி கட்டியிருந்து கொண்டு தேசிக்காய்களை வெட்டிப் பச்சை நீற்றைப்பூசி ஆத்தைக்கு அருகில் வரிசையாக அடுக்கினாள். பிறகு கண்களை மூடி ஆழ்ந்தவள், மந்திரங்களை முணுமுணுக்கத் தொடங்கினாள்.

ஆச்சி அவளுடைய தாயான பெரிய பெண்டுவிடமிருந்து மந்திரங்களைப் பெறும்போது ஏவல், காவல், கட்டுக்குரிய மந்திரங்களை வாழ்நாளில் பயன்படுத்தக்கூடாதென்று பெரிய பெண்டு அடிக்கடி சொல்வதை நினைத்துப் பார்த்தாள். அவை தீயவை என்பதிலும், எக்காரணத்திற்கும் அவசியமற்றவை என்பவை என்பதிலும் தலைமுறைகளாக இருந்த நம்பிக்கையையும் கட்டுப்பாட்டையும், உடைத்துக் கொண்டிருக்கிறோம் என்ற கனம் ஆச்சிக்குள் எடையேறிக் கொண்டிருந்தது. சின்ராசன் பூசைச்சாமான்கள் இருக்கும் புதுச்சுளகில் இருந்த விலாங்கைப் பார்த்தான். அதனிடம் துடிப்பு அடங்கினாலும், தன்னுடைய கரிய விழிகளால் சின்ராசனை வெறிக்கப்பார்த்துக் கொண்டிருந்தது. லேசாக அதனுடைய வயிற்றுப்பகுதி எழுந்து தாழ்வது போலிருந்தது. அதனுடைய கண்களைப் பார்த்துக்கொண்டே சுளகைத் தூக்கிச்சென்று ஆச்சிக்கு எதிரில் வைத்தான். ஆச்சி வாய் முணுமுணுப்பை நிறுத்தாமல்

அப்படியே சுளகைத் தூக்கிக்கொண்டவள் குளக்கட்டுப்பக்கம் வேகமாக நடக்கத்தொடங்கினாள். அவளின் பின்னால் உடுக்கை எடுத்து ஒலித்துக்கொண்டு சின்ராசனும் சண்முகமும் போனார்கள். கொஞ்சம் இடைவெளிவிட்டு ஊர்க்காரர் நடந்தார்கள்.

அம்மான் கண் துரிசிற்கு அருகில் அணைக்கட்டைப் பிடித்துக்கொண்டு அடுத்தடுத்து நிற்கும் ஆறு மருதுகளை நோக்கிப் போனாள். "சொத்திமுனியைத் தாங்க ஆறுமருதடிதான் சரி, ஒருமரத்திலை குத்தி விட்டால் மரத்தை கருக்கிப் போடுவான், ஏவலும் காவலும் உடைஞ்சால் முழு வம்சம் கருக்காமல் அடங்காது சின்ராசு"

ஆறுமருதுகளும் அடுத்தடுத்து வில்போன்று வளைந்து குளக்கட்டில் பெருவேலிகளின் எச்சத்தத்தைப் போல நின்றிருந்தன. நல்ல செழிப்பான விரிந்த மருதுகள். இரண்டு மருதுகள் மட்டும் குளப்பக்கமாக தாழ்வாக கிளைகளை இறக்கியிருந்தன. அதனுடைய நிழலில் படுத்திருந்த நான்கைந்து முதலைகள் ஆளரவம் கேட்டு "சொத் சொத்" என்று தண்ணீருக்குள் பாய்ந்து மறைந்தன. ஆறுமருதடியைச்சுற்றி சேற்று வாசனை பரவியிருந்தது.

ஆச்சி சுளகை மரங்களுக்கு நடுவே வைத்து விட்டு தேசிக்காய்களை சுளகைச்சுற்றி மீண்டும் அடுக்கினாள். சின்ராசன் உடுக்கை நிறுத்தியிருந்தான். பெரிய நீற்றுக்காயை கொண்டு வந்து பிளந்து, குங்குமம் பூசி சிவப்பு வழிய வழிய சுளகருகில் வைத்தான் சண்முகம். ஆச்சி எந்திரத் தகட்டை மரங்களுக்கு நடுவில் புதைக்க சைகை செய்தாள். விறுவிறுவென மண்வெட்டிகள் இயங்கின. அவர்களை வெட்ட விட்டு விட்டு நுகத்தாணியை எடுத்து தேசிக்காயைப் பூசினாள். பிறகு சின்ராசனைப்பார்க்க அவன் பெரிய மடத்தல் ஒன்றைத் தூக்கினான். இரண்டு பேர் ஆணியை நடுமருதில் பிடிக்க மடத்தலை வேகமாக இறக்கினான். இரண்டு அடியில் ஆணி முக்கால் பங்கு இறுகியது. ஆச்சி 'காணும்' என்று கைகாட்டினாள். கிடங்கிற்குள் தகடும் தேசிக்காய்களும் போடப்பட்டன. சின்ராசன் விலாங்கைத் தூக்கிக்கொள்ள ஆச்சி வாளை எடுத்துக் கொண்டாள். எந்திரத்தகட்டோடு சேர்த்து சுளகும் கிடங்கிற்குள் கொட்டப்பட்டு கிடங்கு மூடப்பட்டது. சின்ராசன் ஒன்றுக்கும் தாமதிக்காமல் குளக்கட்டின் சாய்வில் கால்களைப் பதித்து இறங்கத்தொடங்கினான். ஆச்சியின் முளங்கையை சண்முகம் ஆதரவாகப் பட்டும் படாமலும் பிடிக்க ஆச்சி மெதுவாக சின்ராசனைத் தொடர்ந்து இறங்கினாள். வேறு சிலரும் அவர்களுடன் இறங்கினார்கள். மற்றவர்கள் ஆறு மருதடியில் நின்றிருந்தனர். குளத்தினருகில் இறங்கியபிறகு மஞ்சள் நிறவொளியில் மினுங்கும் குளத்துப்பரப்பு கண் கூசியது. மிதமான வெப்பம். ஆச்சி குளத்துச்சரிவில் போய் நின்று கொண்டாள். சின்ராசன்

விலாங்கை ஆச்சிக்கு முன்னால் வைத்தான். ஆச்சி மந்திரங்களை முணுமுணுத்துக்கொண்டு வாளை வாங்கி விலாங்கை ஓங்கிக் குத்தினாள். மீனின் கறுத்த உடலை ஊடுருவி கத்தி இறங்கியது. குத்திய வேகத்தில் கத்தியை உருவி எடுத்து சண்முகத்திடம் கொடுக்க சண்முகம் சிலரைக் கூட்டிக்கொண்டு கத்தியை மீண்டும் பெட்டிக்குள் போட்டு புதைப்பதற்காக ஆத்தை வளவை நோக்கி வேகமாகப் போனான். அவன் பின்னால் மற்றவர்களும் திரும்பிப்பார்க்கக் கூடாது என்பதை மனதில் இருத்திக் கொண்டு வேகமாக நடந்து போனார்கள். சின்ராசன் அவர்கள் போவதைப் பார்த்துக்கொண்டு அப்படியே நின்றிருந்தான். ஆச்சி விலாங்கைக் கடந்து போய் நீருக்குள் இறங்கினாள். இறங்கும் போதே அணிந்திருந்த சீத்தைச் சேலையை கைகள் அனிச்சையாக விடுவித்தன. நீர்மை மார்பைத் தொடும்போது ஆச்சி முழுவதுமாக சீத்தையின் பிடியில் இருந்து தன்னை விடுவித்துக் கொண்டாள். அவளின் பின்னால் சீத்தைச் சேலை மஞ்சள் நிறத்தில் மிதந்து சென்றது. அவள் முழுவதுமாக நீருள் அமிழும்போது அவளுடைய நிர்வாணத்தை தனக்குள் வாங்கியது குளம். அவளைத் தொடர்ந்து சின்ராசன் நடந்து போய் நீருக்குள் புதைந்தான். ஆச்சி நான்கைந்து முறை தாண்டு நன்கு முழுகி விட்டு நீரில் நீண்டு மிதந்து கொண்டிருந்த சீத்தையை இழுத்து மீண்டும் சுழற்றி ஈரத்தோடு அணிந்து கொண்டு கரையேறினாள். அப்படியே நடந்து போய் குளத்துக்கட்டில் இருந்துகொண்டாள். சின்ராசன் மெதுவாகக் கரையேறிவந்தான்.

“வெயிலேற முதல் வெளிக்கிடுவம் சின்ராசு”

“ஓமணை நான் இப்பிடியே போய் சறத்தை மாத்திட்டு சேட்டை கொழுவிக் கொண்டு வாறன்”

“உனக்கு கஸ்ரமடாப்பா எங்களாலை, சண்முகத்துக்கு ஏதோ ஏத்தோணுமாம், இல்லையெண்டால் அவன் வந்திடுவான்.”

“நீ என்னை வேறையாளாய் பாக்கிறதை நிப்பாட்டணை, எனக்கொண்டும் கரைச்சலில்லை வெளிக்கிடுவம்”. சின்ராசன் ஆச்சியை ஏற்றிக்கொண்டு கிளிநொச்சிக்குப் போக வேண்டும். அன்றைக்கு தமிழ்ச்செல்வனைச் சந்திக்க வாய்ப்பிருந்தது. ஆச்சி தாமரைக்கு பாஸ்கிடைத்துவிடும் என்ற நம்பிக்கையோடு இருந்தாள்.

இருவரும் மீண்டும் குளக்கட்டில் ஏற எத்தனிக்கும் போது அட்சயன் வேகமாகச் சைக்கிளை வலித்துக் கொண்டு வந்தான். அவனுடைய நீல நிறச்சட்டை கருநீலமாகக் காணும்படி வியர்வையில் நனைந்திருந்தது. மிகவும் பதட்டமாயிருந்தான்.

“ஆச்சி ஆச்சி” அவனுடைய குரல் பதறிக்கிடந்தது.

"என்ன மோனே?"

"தமிழ்ச்செல்வண்ணை வீரச்சாவாம்"

"எப்ப?" பதறினாள்.

"இப்ப காலமை ஆறுமணி போல கிளிநொச்சியில அவற்ற வீட்டுக்கு கிபிரடிச்சதாம்"

ஆச்சி அப்படியே "என்ரை ஐய்யோ" என்று தலையைப் பிடித்துக்கொண்டு நிலத்தில் தொப்பென்று இருந்தாள். சின்ராசனுக்கு கால்கள் ஏதோ நடுங்கின. குளத்துச்சரிவில் கண்கள் அனிச்சையாக சுழன்று நின்றன. இறந்து கிடக்கும் விலாங்கின் கண்களை அவனால் தெளிவாகப் பார்க்க முடிந்தது. கண்களை எடுக்காமல் அதைப் பார்த்தான். கணப்பொழுதில் வயிறு பிளந்து கிடந்த விலாங்கில் ஒரு அதிர்ச்சி பரவியது, உடல் வெடுக்கென்று துடித்துத் தெறிந்தது. ஒரு இமைக்கணத்திற்கும் குறைவான நேரம். இரண்டு வெட்டில் விலாங்கு குளத்துக்குள் விழுந்து "க்ளுக்" சத்தத்துடன் மறைந்தது. சின்ராசன் இழுத்த மூச்சை விடுவதற்கு நடுங்கிக் கொண்டிருந்தான்.

10

*அ*னு எல்லாவற்றையும் பார்த்துக்கொண்டிருந்தாள்.

பாணுசன் கைகளை ஆதரவாகப்பிடித்திருக்க, அட்சயன் அழுதுகொண்டிருந்தான். குற்றவுணர்வும் ஆற்றாமையும். அட்சயனை அவர்கள் பள்ளிக்கூட வாசலில் சீருடையுடன் பிடித்துச்சென்றார்கள். நான்கு நாட்களில் அது அவனுடைய வியர்வையிலும் அழுகையிலும் ஊறி கசங்கி ஊத்தையேறியிருந்தது. தாமரை யாரிடமும் சொல்லாமல் புறப்பட்டுச் சென்று கிளிநொச்சியில் இணைந்திருக்கிறாள். தாமரைக்காக அட்சயன் பிடிக்கப்பட்டதை அவளுக்குச் சொன்ன பிறகு எப்படி அவள் அங்கே நின்மதியாக இருப்பாள். "அவன் சின்னப் பிள்ளையப்பா" என்று உடையும் போதே அவள் போகப்போகிறாள் என்பதை சண்முகம் உள்ளுணர்ந்து விட்டான். அவளை போய் சேர் என்று எப்படிச்சொல்லுவான்? போகாதே என்று எப்படிச் சொல்லுவான்? இரண்டும் அவனுடைய குழந்தைகள். அறுமரின் மடியில் கிடந்து கிளியன்ரி அழுது கொண்டிருந்தாள். துரிதம் அவளைத் தேற்றுமாறு தோள்களில் கைவைத்திருந்தான். யோகம் சுவரில் பதிந்து போய் இறுகியிருந்தாள். ஆச்சி தலைவாசல் படியில் சின்ராசன் அவள் பக்கத்தில் செய்ய ஏதுமின்றி பெருமூச்சை பிடித்துக்கொண்டு இருந்தான். அனு தாய்க்காரியிடமும் தகப்பனிடமும் மாறிமாறி நடந்தாள். ஒவ்வொரு தடவை அவள் அருகில் வரும் போதும் யோகமும், சண்முகமும் குழந்தையின் கண்ணீரை அழுத்தித் துடைத்து விட்டனர். அவளால் வரும் அழுகையை நிறுத்த முடியவில்லை. இருந்தால் இன்னும் அழுகை வந்தது. அப்பாவிற்கும் அம்மாவிற்கும் இடைப்பட்ட நடை பெரிய தூரமொன்றைக் கடந்து கொண்டிருப்பது போல குழந்தையின் எண்ணத்தை கண்ணீரின் மீது குவிய விடாமல் அலைக்கழித்துச் சென்றது. ஆயினும் அவள் அழுதபடிதான் மாறி மாறி நடந்து கொண்டிருந்தாள். முகத்தில் கண்ணீரின் தழும்புகளைப்போல துடைத்து விட்ட அடையாளங்கள். அவள் அக்காவை உடனே பார்க்க விரும்பினாள். அவள் எல்லாவற்றையும் நொடியில் மாற்றிவிட விரும்பினாள். கால்கள் உளைந்தன. அக்காவின் அறைக்குள் சென்று அவளுடைய கட்டிலில் படுத்துக் கொண்டாள். நன்கு குறங்கிப்போய் முழங்காலை நெஞ்சுக்கு

ஆதரவாக அழுத்திக்கொண்டு இறுக்கி கண்களை மூடினாள். கண்ணீரை நிறுத்தமுடியவில்லை. கசிந்தது. விம்மல் நெஞ்சை சீரான வேகத்தில் எக்கி எக்கி தணிந்தது. குழந்தையின் கண்களும் கன்னங்களும் வீங்கி இறுகிப்போன உணர்வு. சோர்ந்து கொண்டே போனாள். அடிக் கண்கள் சுரணை இழந்தன. நெஞ்சு விம்மலில் இருந்து தணிந்து மூச்சை ஆழத்திற்கு எடுத்து விடுவிக்கத் தொடங்கியது.

அனு அறையை விட்டு வேகமாக கசங்கிய கண்களுடன் முற்றத்துக்கு ஓடி வந்தாள்.

"அம்மா அம்மா"

"என்னணை?"

"அக்கா எங்கை?"

"என்னம்மா என்ன நடந்த?"

"அக்கா வந்தவள் எல்லோ இப்ப"

"எங்கை வந்தவள், அய்யோ என்ர ஆத்தை கனவு ஏதும் கண்டவளோ?" ஆச்சி நெஞ்சு விம்ம அனுவை தூக்கி அணைத்துக் கொண்டாள். அனு இரண்டு புரிபடாத உலகங்களுக்கு மத்தியில் கண்ணைக் கசக்கியபடி நின்றிருந்தாள்.

"கனவில்லை... அக்கா வந்தவள்."

"ஆத்தை ... ஆத்தை"

படலையில் குரல் கேட்டது. படலைக்கு மேலாக இரண்டு பெண்களின் உச்சிகளில் துணிப்பையில் கட்டிய அரிசி மூட்டைகளிருந்தன. ஆச்சிக்கு பக்கத்தில் இருந்து அவளைத் தேற்றிக்கொண்டிருந்த துரிதம் எழுந்து போய் படலையைத் திறந்தாள். மெல்லிய கறுத்த இரண்டு பெண்கள். கீரிப்பிள்ளை மேட்டைச் சேர்ந்தவர்களில்லை. துரிதத்திடம் மடிப்பிச்சை கேட்டார்கள். துரிதம், பிறகு வாங்கோ என்று சொல்ல அவர்கள் அவளை விலத்தி விட்டு, தலைவாசல் திண்ணையை நோக்கி வந்தார்கள்.

"ஆத்தைக்கு நேர்ச்சையணை மடிப்பிச்சை?"

மிகுந்த கருணையும் உரிமையும் கொண்ட நெடுநாள் பழகியவள் போல அவ்விருபெண்களில் பெரிய சிவப்பு மூக்குத்தியணிந்த பெண் தலையில் மூட்டைகளையும் இடுப்பில் இருந்த கடகத்தையும் இறக்கி வைத்தாள். கண்ணைக் கசக்கிக்கொண்டு ஆச்சிக்கு பக்கத்தில்

விசும்பிக்கொண்டிருந்த அனு அவர்களைக் கண்டதும் அசூசைப்பட்டு ஆச்சியின் மடிக்குள் ஒண்டினாள்.

அந்தப் பெண்கள் அருகில் வந்து ஏறிட்ட பிறகுதான் அங்கிருந்த முகங்களில் கண்ணீர் உலர்ந்து சதை வாடியிருப்பதைக் கண்டனர். ஆயினும் தாங்கள் சங்கடமான நேரத்தில் வந்து விட்டோம் என்ற சங்கடத்தை அவர்களிடம் அறவே காணவில்லை. கடகத்தை இறக்கி வைத்த கையோடு ஒருத்தி முந்தானையை அவிழ்த்து நெல்லுக்காகவோ, அரிசிக்காகவோ விரித்துச் சரி செய்யத் தொடங்கினாள்.

அவர்களுக்கு ஏதேனும் கொடுத்து அனுப்பிவிட நினைத்த யோகம், துரிதத்திடம் நெல்லை கொத்து ஒன்றில் அள்ளி வந்து மடியில் போடச்சொன்னாள். துரிதம் உள்ளே போக, ஆச்சி அவர்களிடம் நிமிர்ந்து,

"எந்த இடம் பிள்ளை?"

"குஞ்சுப்பரந்தன் ஆச்சி"

"நைலோன் பரியாரியார் வீட்டுக்கு கிட்டவோ?"

"ஓமணை உன்னைக் கண்டிருக்கிறன் பரியாரியார் வீட்டிலை"

"எனக்கும் எங்கையோ கண்டமாரித்தன் இருக்கு"

"பிள்ளைக்கு நேர்ந்தனான்"

"ஏன் ஏதும் வருத்தம் கிருத்தமோ?"

"இல்லை இயக்கத்திலை இருக்கிறாள், நாலைஞ்சு மாசம் முதல் காயப்பட்டவள், அப்பேக்க ஆத்தைக்கு நேர், பிள்ளை பிழைச்சு வருவாள் எண்டு பரியாரியார் தான் சொன்னவர். அதுதான்"

"பிள்ளை எங்கை இப்ப?"

"வீட்டிலைதான், கால் எடுத்தது, இன்னும் காயம் மாறேல்லை"

மகளுடையை கால்கள் துண்டிக்கப்பட்டதை அந்தப்பெண் சாதாரணமாகச் சொன்ன போது ஆச்சிக்கு அப்படியே விறைத்துப்போனது. அவள் ஆச்சியின் கண்களைப் படித்துவிட்டு,

"இனி என்னோடைதான் இருப்பாள், அங்கை விடமாட்டன்" சந்தோசமாகச் சொன்னாள்.

ஆச்சிக்கு அவள் சொல்வது எதுவும் கேட்கவில்லை, எண்ணங்கள் நூலிழையாக காற்றற்ற வெளியில் எழுந்து வேறு வேறு நுணிகளில் தொடுத்தன. குப்பென்று நெஞ்சு வியர்த்து மார்பகங்களில் இருந்து சுருங்கிய அவளது நெஞ்சுக்குழிக்கு வியர்வைக் குளத்தை அனுப்பியது. மடியில் இருந்த அனு எதையும் முன்னுணராத வெற்றுக்குரலில் ஆவலை நிரப்பிக்கொண்டு,

"ஆச்சி அக்கா எப்ப வருவாள்?"

11

சின்ராசன் ஆத்தை வளவிற்கு வரும்போது பொழுது பட்டிருந்தது. வளவில் ஆச்சியும் துரிதமும் இருந்தனர். துரிதம் தண்ணீர் அள்ளிவந்து ஆத்தை நின்றிருந்த மேடையில் ஊற்றிக் கொண்டிருந்தாள். அருகில் செண்பகம் ஒன்றும் அணில் ஒன்றும் மேய்ந்து கொண்டிருந்தன. ஆச்சி பூவரசடி திண்ணையில் சாய்ந்திருந்தாள்.

தாமரை இயக்கத்தில் இணைத்த நாளிலிருந்து ஆச்சி கடுமையான நோன்பிலிருந்தாள். மூன்று கிழமைக்கு மேலாக ஆத்தை அவளில் இறங்கவில்லை பூசை வைப்பதோடு சரி. முன் எப்போதும் இல்லாதவாறு ஆத்தைவளவிற்கு சனங்களின் வரத்துக் கூடியிருந்தது. விடுதலைப்புலிகள் வீட்டுக்கொருவர் கட்டாயம் போராட்டத்தில் இணையவேண்டும் என்பதைக் கட்டாயமாக்கி கட்டாய ஆட்சேர்ப்பை கடுமையாக அமுல்படுத்தியபிறகு, கிழக்கிலும் சரி வடக்கு களமுனைகளிலும் சரி சண்டைகளும் உக்கிரமாக நடக்கத் தொடங்கியிருந்தன. ஊருக்குள் அடிக்கடி வீரச்சாவுகள் நடந்தன. முதலில் ஏற்கனவே விடுதலைப் போராட்டத்தில் இறந்த "மாவீரர்" குடும்பங்களில் இருந்து இளைஞர்களையோ யுவதிகளையோ பிடிப்பதில்லை பின்னர் சில இடங்களில் அதுவும் நிகழத் தொடங்கியது. பிள்ளைகளை இயக்கத்திடம் கொடுத்தவர்கள், ஒழித்து வைத்திருப்பவர்கள் என்று நேர்ச்சைக்கும் குறிகேட்கவும் தூர ஊர்களிலிருந்து கூட வந்தார்கள்.

"என்ர குஞ்சையே உவள் கைவிட்டிட்டாள், நான் என்னத்தை உதுகளுக்கு வாக்குச்சொல்லுறது மோனே?" என்று ஆச்சி தளர்ந்து போயிருந்தாள்.

"எல்லாப் பக்கத்தாலையும் அலுவல் பாத்துக்களைச் சாச்சு, வீடுவாசல் இருண்டு போச்சு. உவங்களுக்கு சாப்பாடு போட்டு வளத்து விட்ட பாவத்துக்கு என்ர பிள்ளையை காவுக்கு கொண்டு போட்டானவை. நடுவப்பணியகம், அரசியல்துறை எண்டு அலையிறன், அண்டைக்கு நடுராத்திரிலை வந்து புட்டவியணை, கோழியடியணை எண்டவன் எல்லாம் எங்கை போட்டாங்கள் எண்டு தெரியேல்லை"

"ஊரோட ஒத்தது தானேணை?"

“உவங்களுக்கு சாப்பாடு போட்டுத்தானே என்ர நெத்திப்பொட்டை இந்தியன் ஆமி உரிச்சவன்? அப்புவை சுட்டு ரத்தவெள்ளத்திலை கிடக்கேக்கையும் நான் ராசீவ்காந்தியைத் தானே மண்ணள்ளி தூத்தின்னான். உவங்களை வீட்டை வச்சு சோறு போட்டதால தான் எண்டு ஒரு சொல்லுச் சொல்லி இருப்பனோ? அதுக்கு பிறகும் அவிச்சுக் கொட்டினான். வளத்த கிடாய் நெஞ்சிலைபாஞ்சால் தெரியும் உங்களுக்கு.”

“செஞ்சதை சொல்லிக்காட்டி என்னணை ஆகப்போகுது?”

“உண்ணாணைத் தானடாப்பா, எனக்கு மட்டும் ஆசையோ திண்டதைச்சத்தி எடுத்து கையாலை அழைய?”

கிழவியில் சதா கண்ணீர் வழிந்து கொண்டேயிருந்தது. குறி கேட்கவந்த பெண்கள் ஏமாற்றத்தில்,

“ஊருலகத்திலை எல்லாப் பிள்ளையளையும் தான் பிடிக்கிறாங்கள், அதுக்கு கிழவி ஏன் உப்புடி புசத்திக்கொண்டு கிடக்கு” என்று சலித்துவிட்டுப் போனார்கள். ஆத்தை வளவே கதியென்று கிடந்தாள் ஆச்சி. யோகமும் சண்முகமும் இன்னும் மனம் தளராமல் பிள்ளையை மீட்க அலுவல் பார்த்துக் கொண்டிருந்தார்கள். காலையில் போனால் பின்னேரம்தான் வரத்து, வீட்டில் சமைத்து நாளாகியிருந்தது. துரிதம் ஆச்சிக்கு சாப்பாடு கொண்டுவருவாள், அனுவும் அட்சயனும் தமயந்தி வீட்டில் சாப்பிட்டார்கள். அனு இரண்டுகிழமைக்கு பிறகு பள்ளிக்கூடம் போகத் தொடங்கியிருந்தாள். அட்சயன் இன்னும் போகத் தொடங்கவில்லை.

“என்னை பிடிச்சதாலை தான் அக்கா போனவள்” என்பது அவனைத் தொடர்ந்து துன்புறுத்திக் கொண்டிருந்தது. ஆச்சி ஓரிரு முறை அணைத்துக் கொஞ்சித் தேற்றிப் பார்த்தாள், பறித்துக்கொண்டு போய் தனியே யாருக்கும் தெரியாமல் அழுதான்.

அடிக்கடி கிழவிக்கு கால்கள் வீங்கின. ஏதேனுமென்றால் தனக்குத்தானே வைத்தியம் செய்துகொள்பவள், கால் உழைவும் வீக்கமுமாக ஆத்தை வளவிலேயே கிடந்தாள். தன்னுடைய வைராக்கியத்தைக் கொண்டு ஆத்தையை அசைத்து விடுவோம் என்ற நம்பிக்கை அவளை அங்கே வைத்திருந்தது. சின்ராசன் வேளை தவறாமல் யாரேனும் அவளுடன் இருக்குமாறு பார்த்துக் கொண்டான்.

அன்றைக்கு கொஞ்சம் மஞ்சள் சுட்டுக் கொண்டுவந்து பச்சிலை சேர்த்து ஆச்சியின் காலுக்கு உருவிவிட்டுக் கொண்டே, குளத்திலிருந்து ஏராளம் நத்தைகள் ஊருக்குள் படையெடுப்பதையும், சனங்கள் உப்புக் கரைத்த வாளிக்குள் அவற்றைப்பிடித்து போட்டு கூழாக்குவதையும்

சொல்லிக்கொண்டிருந்தான். ஏராளம் நத்தைக் கூடுகள் வயல்கரைகளில் குவிந்து கொண்டிருப்பதை அவன் சொல்லும் போது "நிலத்துக்கும் நீருக்கும் அடிவயிறு பொருமுது சின்ராசு" என்றாள். சின்ராசனுக்கு புரியவில்லை. நிமிர்ந்து ஆச்சியைப் பார்த்தான். அவள் இறுகிய முகத்தை கொஞ்சமும் தளர்த்தாமல் எங்கோ பார்வையைக் குத்தியிருந்தாள்.

"நேற்று என்ன நடந்த? இயக்கப்பெட்டையள் யாரையோ கூட்டிக்கொண்டு வந்தவளவையாம்?"

"ஆரோ பிள்ளையைப் பிடிச்சு வச்சிருந்திருக்கிறாளவை, பிள்ளைக்கு பேய் பிடிச்சுப்போட்டுது என்னெண்டு ஒருக்கா பாருங்கோ எண்டு வந்தவை"

"என்ன ஊத்தை ஏதும் ஏறிட்டுதோ?"

"அவளுக்கு ஒண்டுமில்லை!"

"பின்னை?"

"பிள்ளை வலு சோக்கா நடிக்கிறாள்"

"என்னணை, உனக்கு எப்பிடித் தெரியும்?"

"இத்தினை வருசம் உந்த அறுதல் வேசையை என்னிலை இறங்கி ஏற விட்டவளுக்கு பேய் பிடிச்சதோ இல்லை பிசாசு பிடிச்சதோ தெரியாதோடாப்பா?" ஆத்தையைக் காட்டிச் சொன்னாள்.

பிறகு கடுமையை கொஞ்சம் கலைத்துக் கொண்டே, பெண் போராளிகள் பேய் பிடித்துவிட்டது என்று அழைத்து வந்த பெண்பிள்ளையைப் பற்றிச் சொல்லத் தொடங்கினாள்.

"சிங்காரி நாடகக்காரி, பாத்தோண்ணை கண்டுபிடிக்கேலாம போச்சு, அதுவரைக்கும் அவள் உறுமினத பாக்க ஏதோ எறித்தான் வந்ததெண்டு நினைச்சனான். "ஏய் கிழவி சாத்திரம்தானே சொல்லுறனி எப்ப தமிழீழம் கிடைக்குமெண்டு சொல்லடி பாப்பம்." எண்டு என்னை ஒரு வெருட்டு வெருட்டினாள். கேட்ட மாத்திரத்தில சிரிப்பு வந்திட்டுது. ஆனால் காட்டிக்கொள்ளேல்ல. அவள் கஸ்ரப்பட்டு வீட்ட போக நடிச்சுக் கொண்டு நிண்டவள் ஏன் நான் ஆற்றையோ பிள்ளையைக் காட்டிக்குடுப்பான் எண்டு தலைக்கு திருநூத்தை அடிச்சு, சரியான சாமான் ஒண்டு ஏறி நிக்குது கொண்டே வீட்டில தாய் தேப்பனிட்ட விடுங்கோ, இல்லாட்டி தொத்தும் எண்டு ஆக்களை வெருட்டி விட்டிட்டன்."

சின்ராசன் பயங்கரமாகச் சிரித்தான். "காத்தைக்கோழ்க்க நீ கடுமாள்தானணை"

“ஏன் கொம்மா நீலாத்தை, முந்தி என்ன செய்யிறவள், நடிப்பெண்டால் நடிப்பு அப்பிடி ஒரு நடிப்பு நடிப்பாள், ஊருலகத்துப் பம்புடுசிங்கியல்லாம் தூக்கித் திண்டுடுவாள். கொப்பன் சின்னான் லேசிலை குடிக்கமாட்டான், குடிச்சான் எண்டால் அவனை போல ஒரு கடைசி ஆள காணேல்லாது, அவன் எப்ப குடிச்சிட்டு ஆடுபாரத்திலை வந்து கதவழிப்படத் தொடங்கினாலும், நீலாத்தை தலையை விரிச்சுப் போட்டிட்டு ஆத்தை இறங்கீட்டாளடா, வேசை மோனே குடிச்சிட்டோடா அவளுக்கு கிட்டவாறாய் எண்டு தொடங்குவாள், சின்னான் விழுந்தடிச்சுபோய் தலையிலை தண்ணி ஊத்திப்போட்டு கோத்தேன்ர காலைப்பிடிச்சுக் கொண்டு வேப்பிலையால தடவித்தடவி, என்ர ஆத்தை மலையேறணை எண்டு அரட்ட தொடங்கீடுவான். கொம்மா அப்பப்ப உள்ளுக்க வச்சிருந்ததெல்லாம் சொல்லி வெருட்டி கொப்பனை ஒரு உலுப்பொண்டு உலுப்பி நாலு சாத்து சாத்தாமல் ஓயமாட்டாள்”

சின்ராசன் வரும் வழியில் வெள்ளாங்குடி பிள்ளையார் கோவிலின் ஐய்யரை இயக்கம் கைது செய்து அழைத்துப் போவதாகச் சொன்னான். ஆச்சிக்கு ஐய்யரை நன்றாகத்தெரியும். ஏவல், வினையென்று யாரும் வந்தால் காசு வாங்கிக் கொண்டு ஏமாற்றாமல் ஆச்சியிடம் அனுப்பிவிடுவார். “எனக்கு உதுகள் தெரியாது” என்பதை வெளிப்படையாகவே ஒத்துக்கொள்வார். ஊரில் நல்ல மதிப்பிருந்தது. ஆனால் சின்ராசன் சொன்ன விசயம் தலைகீழாகவிருந்தது.

“ஐய்யருக்கு ஒரு குமர் பிள்ளை இருந்தவள் தானே. நாசமறுப்பார் பிள்ளையைப் பிடிக்க தேடி இருக்கிறாங்கள். ஐய்யர் எங்கையோ பிள்ளையை மறச்சு வைச்சிட்டார் விந்தன் தேடித்தேடி களைச்சுப் போனான். ஆனால் ஐய்யர் பிள்ளையைக் கோயில் மடப்பள்ளிக்கைதான் மறச்சு வச்சிருந்திருக்கிறார் எண்ட விசயம் ஊருக்க எப்பிடியோ கசிஞ்சிட்டு. சனம் சொல்லிக் குடுத்திட்டு. உவங்கள் பிள்ளையைப் பிடிச்சுக் கொண்டு போட்டாங்கள்”

“அட கோதாரி விழுந்த சனம், ஏன் உந்த வேலை செய்தது?”

“எணை கேளன், எளியசனம், குமர் பெட்டையை கோயிலுக்க இருத்தினால் தீட்டுக்கு வாற நாளிலையும் குமரி கோவிலை துடக்குப்படுத்துவாள்” எண்டுதானாம் சொல்லிக் குடுத்தவையாம்,

ஆச்சிக்கு கண் கலங்கிச் சிவந்திருந்தது.

“எளிய சனம், சரி அதுக்கேன் ஐய்யரைப் பிடிச்சுக்கொண்டு போறாங்கள்?”

“பிரபாகரனுக்குச் சூனியம் வைச்சுத்தா எண்டு பரியாரிட்ட போய் நிண்டவராம்”

12

வெரோனிக்காவிற்கு தண்டனைக் காலத்தின் இரண்டாவது மாதம். மெடிக்ஸ் முகாமில் சிலநாட்களாக அவளுடைய முகம் அடிக்கடி தட்டுப்பட்டது. புதிதாக வந்திருக்க வேண்டும். அவள் பார்வையிலும் உடலசைவுகளிலும் சரியான துடுக்குத்தனம். "சரியான வாய்" என்று பரவலாக அவளைப்பற்றி அபிப்பிராயம் ஓடியது. உடனே எல்லோரிடமும் ஒட்டிவிடுபவள். நான்கைந்து நாட்களாக அவளுடயை கண்கள் தன்னைக் கவனிப்பதை உள்ளுணர்ந்தாள் வெரோனிக்கா. எல்லோரிடமும் இருந்து ஒதுங்கியே இருக்க நினைத்திருந்தாள். யாரிடமும் பெரிதாகப் பேச்சுக்கொடுப்பதில்லை. கேட்ட கேள்விக்கு மட்டும் பதில். யாரும் எதுவும் கேட்பதில்லை. பொறுப்பாளர் மட்டும் அழைத்து வேலை சொல்லுவாள். அல்லது அறிக்கை பற்றி ஏதாவது கேட்பாள். மற்றபடி மெடிக்ஸ் எப்போதும் வேகமாக இயங்கிக் கொண்டிருக்கும். மன்னார் களமுனைகள் சண்டை நடந்துகொண்டிருப்பதால் தட்சிணாமருதமடுவில் இருந்த மெடிக்ஸ் முகாம், களமுனையின் பிரதான சிகிச்சையிடமாக மாறியிருந்தது. வெரோனிக்கா ஒரு தாதியைப்போல வேலை செய்துகொண்டிருந்தாள். தாயிடமிருந்து கற்றுக்கொண்டவை அங்கே அவளுக்கு நல்ல பெயர் எடுத்து தந்தன. அவள் எந்தச் சிறப்புச்சலுகையையோ நற்பெயரையோ பற்றிச் சிந்தித்தாளில்லை. அங்கே இருந்தால்தான் சிந்திக்க முடியும். வெறும் உடல்களும் குரல்களும் சந்தித்துகொள்வது எத்தனை போலியானதென்று உள்ளுணர்ந்த நாட்கள் ஓடிக்கொண்டிருந்தன. வெரோனிக்கா தன்னை தனிமைப்படுத்துவதிலேயே குறியாகவிருந்தாள். செந்தழல் மணலாறில் வீரச்சாவடைந்த பிறகு யாருடனும் ஒட்டுவதில்லை என்ற நினைப்பிலிருந்தாள். மணலாறு இவளுடன் பயிற்சி பெற்றவர்களில் பாதிப்பேரைக் கொண்டு போய்விட்டது. முன்னேறிய இராணுவ அணிகளை பழைய நிலமைக்கு திருப்ப அன்றைக்கு பதினைந்து பேரைக்கொடுக்க வேண்டியிருந்தது. போதாத குறைக்கு தண்டனை வேறு வந்து சேர்ந்தது. செந்தழலின் நினைப்பு அடிக்கடி அடிநெஞ்சை பிசைந்து அழவிடும். இனியும் இதுதான் நடக்கப்போகிறது. எல்லாத் திசைகளிலும் யுத்தம் சதிரைத்

தொடங்கியாயிற்று. தண்டனை முடிந்ததும் மீண்டும் படையணிக்குத் திரும்ப வேண்டும். அங்கேயும் இனி புதுமுகங்களே அதிகம் தட்டுப்படும். யாருடனும் ஒட்டுவதில்லை. தண்டனை முடிந்ததும் தாமரையை ஒருமுறை போய்ப் பார்த்துவிட்டு படையணிக்கு திரும்பவேண்டும். மற்றபடி வெரோனிக்கா தனித்திருப்பதை நின்மதியாக உணர்ந்தாள். அல்லது அதுவொரு பெருத்த நின்மதி என்று தனக்குச் சொல்லிக் கொடுத்து மனதை நம்பச்செய்திருந்தாள்.

ஆனால் அந்தப் புதிய துடுக்குப்பெண்ணின் கண்கள் சீண்டிக் கொண்டேயிருந்தன. சிரித்தாள். "பேரென்னப்பா?", "சாப்பிட்டாச்சோ?", "எந்த இடம்?, சோதியா படையணியோ மாலதியோ?, என்னத்துக்கு பணிஸ்மெண்ட்?", "கதைக்க மாட்டீரோ?" நேரம் தவறாமல் கேள்விகளுடனும் வில்லங்கமாக விசாரிக்கும் குசலங்களுடனும் வந்து நின்றாள்.

நான் மார்கழி, உம்மட பேர் என்ன?

பதில் சொல்லாமல் முகத்தை முறித்துக்கொண்டு போவாள் வெரோனிக்கா.

"நீர் வேதக்காரப் பிள்ளையோ?" இது யாரிடமும் விசாரித்து அறிந்திருக்க கூடியதல்ல. மெடிக்சில் எந்தப் பிரார்த்தனையும் கூட அவள் செய்திருக்கவில்லை. பொறுப்பாளருக்கு கூட இயக்கப்பேரும் படையணியும் குற்றமும் தண்டனைக் காலமும், தகட்டு இலக்கமும்தான் தெரிந்திருக்க வாய்ப்புள்ளது. கிறிஸ்தவ பெண் என்பதற்குரிய எந்த ருசுவையும் அங்கே வெரோனிக்கா வெளிப்படுத்தினாளில்லை. பொட்டு வேறு வைத்துக்கொள்கிறாள். தாமரை பழக்கி விட்டது. எப்போதும் ஒட்டுப் பொட்டு பக்கற் ஒன்று வைத்திருப்பாள்.

"என்னெண்டு சொல்லுறீர்?"

"நல்ல முகவெட்டு, பாத்தால் வேதக்காரப்பிள்ளை போலத்தான் இருக்கு, மேரி மாதா சிலையைப்போல. நல்ல அழூத்தமான கண்குனிஞ்ச எண்ணை வடியிறமுகம். மெல்லிய கருணை முடிஞ்சு சாதுவா சிரிக்கிற மாதிரியும் இருக்கும், புருவம் சரியான அடர்த்தி இல்லை. அதுதான் கேட்டன். என்னோடையும் ஒரு பிள்ளை படிச்சவள் மேரி அனுசியா எண்டு, உம்மளைப் போலத்தான் இருப்பாள்"

"இல்லை நான் கிறிஸ்ரியன் இல்லை" வெறுமையைக் குரலில் சிக்கனமாகச் சொற்களை வரவழைத்துச் சொன்னாள்.

"பொய் சொல்லாதையும்"

"நான் ஏன் உம்மளிட்ட பொய் சொல்லோணும், வேலை செய்ய விடும்" வெட்டினாள். அவள் புறக்கணிக்கும் வெரோனியின் சொற்களை தன்னுடைய சிரிப்பை அனுப்பி அதனுள் புதைத்து மறைத்தாள். அவள் அதைப் பொருட்படுத்தப் போவதில்லை என்பதை முன்பே தீர்மானித்திருந்தாள்.

"அப்ப நீர் சைவமோ?"

"ஓம்" வெரோனிக்காவால் அவளுக்கு பதில் சொல்லிக் கொண்டிருக்கும் மனதினை பிடித்துக்கட்ட முடியவில்லை. அவளிடம் ஏதோவிருந்தது. சொற்களை இவளனுமதி இல்லாமலே பறித்துக்கொள்ளக்கூடிய ஒன்று.

"அப்ப ஒரு தேவாரம் படிச்சுக்காட்டும்"

"உமக்கென்ன விசரோ ஏன் இப்பிடி எல்லாம் கேக்கிறீர் பேசாமல் போம், இல்லையெண்டா பொறுப்பாளரிட்ட சொல்லுவன்."

"நீர் ஒரு தேவாரம் படிச்சுக்காட்டும், பிறகு உம்மடை பக்கம் கால் கை கூடவைக்க மாட்டன்." தான் நினைப்பதைப் பறித்துக்கொள்ளும் ஆற்றல் மார்கழிக்கு இருக்கத்தான் செய்தது. மெடிக்ஸில் அவள் இப்போது எல்லோருக்கும் பிரியமானவளாகிவிட்டாள். தன்னைச்சுற்றி எல்லோரையும் தெரிந்து வைத்துக்கொள்ளவும், அவர்களின் அன்றாடத்தில் சிரத்தையுடன் கலந்துகொள்ளவும் செய்தாள். வெரோனிக்கு அவளொரு அருகில் அலையும் ஆபத்தான சுழல். மார்கழி தன்னை கண்டுபிடித்துவிடக்கூடாது என்பதற்காக ஏதாவது செய்து விடவேண்டும் என்று தோன்றியது. தேவாரத்தைப் படித்து துலைப்போம் என்று தோன்றியது. கோளறு பதிகத்தை தெரிவு செய்தாள். உள்ளூர பழைய நினைவுகள் நீர்பட்ட வேர்களைப்போல நுண்ணியளவில் தளைத்து எழத்தொடங்கின. "பியந்தைக் காந்தாரம்" நாவில் இசையை நெடுநாட்கள் கழித்து கொண்டுவந்து இருத்தியது. வேர்கள் வேகமாகத் தளைக்கத் தொடங்கின. உண்மையில் தான் யாருடனும் கதைக்கவோ அழவோ பாடவோ விரும்பிக் கொண்டிருக்கிறேனா? என்று கேட்டுக்கொண்டாள். ஆழ்மனம் தனக்கு அறிவிக்காமல் இன்னும் எத்தனை தீர்மானங்களில் இருக்கிறது என்று தெரியாமல் குழம்பினாள். உண்மையில் தான் பாட விரும்பவில்லை என்று நினைத்துக் கொண்டுதான் தொடங்கினாள். அவள் பாடி நெடுநாட்களாகிவிட்டது.

"வேயுறு தோளி பங்கன்விடமுண்ட கண்டன்
மிகநல்ல வீணை தடவி
மாசறு திங்கள் கங்கை முடிமேல் அணிந்தென்
உளமே புகுந்த அதனால்
ஞாயிறு திங்கள் செவ்வாய் புதன் வியாழன்

வெள்ளி சனிபாம் பிரண்டு முடனே
ஆசறு நல்ல நல்ல அவை நல்ல நல்ல
அடியார் அவர்க்கு மிகவே.”

“நல்ல குரலப்பனே உமக்கு, சங்கீதமோ எடுத்தனீர்?”

“இப்ப நம்புறீர்தானே? போம் பேசாமல்”

“சரி நம்புறன், போறன்” சிரித்துக்கொண்டே பின்னலில் சொருகியிருந்த மெல்லிய கிளிப்புக்களை கழற்றி கேசத்தை அவிழ்த்துக்கொண்டே எழுந்து போனாள். அந்த சிரிப்பும் பின்னலை அவிழ்த்ததும் இணைந்து ஒரே கணத்தில் நிகழ்ந்து வெரோனிக்காவுக்குள் இறங்கி வெளியேறிச்சென்றன.

இவளிடம் இன்னும் கவனமாகவிருக்க வேண்டும். மனத்தின் பிறிதொரு இரகசியமான பகுதியில் இருந்து தகவல் சொல்லப்பட்டது.

அன்றைக்கு இரவு அறிக்கை கொப்பியை எடுத்துக்கொண்டு மரக்குற்றி ஒன்றில் இருந்து எழுதத்தொடங்கும் போது மீண்டும் அவள் அங்கே வந்தாள். “நச்செள்ளை, பொறுப்பாளர் வரட்டாம்” அவளை சட்டை செய்யாத பாவனையில் எழுந்து நடந்து போனாள்.

“பிள்ளை நீரும் மார்கழியும் காலமை வெள்ளண காட்டுக்க போய் காவுகட்டிலுக்கு கொட்டனுகள் வெட்டிக்கொண்டு வரோணும். நூறு தடி எண்டாலும் வேணும். மற்றப் பிள்ளையள் உரப்பை தைப்பினம். காலமை வெளிக்கிடுங்கோ. களப்பகுதியளுக்கு கொண்டு போய் குடுக்கோணும். வெரோனிக்கா தலையாட்டிவிட்டு வந்தாள். அவள் பின்னாலேயே தொற்றிக்கொண்டு வந்தாள். “நான் வேளைக்கு எழும்பிடுவன், வந்து எழுப்பட்டோ?”

“இல்லை வேண்டாம், நான் நாலுமணிக்கே எழும்புவன்”

“அப்பச் சரி”

சொல்லிக்கொண்டே வெரோனிக்காவின் பிருட்டங்களில் ஓங்கித் தட்டி விட்டுப் போய் விட்டாள். சட்டென்று கோவமும் நிதானமின்மையும் எழ முதல் அவள் அங்கிருந்து மறைந்து விட்டாள்.

....

மன்னார் களமுனைகளில் சண்டை உக்கிரமாகிக் கொண்டுவந்தது. ராணுவ நிலைகள் முன்னேறிக் கொண்டே வந்தன. காயப்பட்ட போராளிகளை தூக்கிவருவதற்குரிய காவுகட்டில்கள் நிறையத் தேவைப்பட்டது. இரண்டு கட்டைகளை வெட்டி உரப்பையினுள்ளோ சாக்கினுள்ளோ

இருமருங்கிலும் இணைத்துத் தைக்க வேண்டும். காவு கட்டிலுக்கு பாரமில்லாத அதேநேரம் வலிமையான நேரான கொட்டன்கள் தேவைப்படும். வெரோனிக்கா கோல்சரையும் துவக்கையும் கட்டிக்கொண்டாள். தண்ணீர் போத்தல்களை நிரப்பிக் கொண்டாள். இரண்டு கீறீம்கிறேக்கர்கள் மதிய உணவுக்கென எடுத்துக்கொண்டாள். அவள் காலையில் சாப்பிடுவதில்லை. பொறுப்பாளர் இருவரையும் அழைத்து காட்டுக்குள் ஒரு கண்வைக்கச் சொன்னார். மல்லாவிக்கு சமீபமாக நான்கு ஆழ ஊடுருவும் ராணுவ அணிகளை சுற்றி வளைத்து முடித்திருப்பதாக செய்தி வந்திருந்தது. காட்டுக்குள் இருக்கும் அணிகளும் முகாம்களும் அவதானமாக இருக்கச்சொல்லி அறிவுறுத்தியிருந்ததைச் சொன்னாள். இருவரும் தலையாட்டி விட்டுப் புறப்பட்டனர். ஒரு காட்டுக்கத்தியும், சாதாரண கொடுவா கத்தியொன்றும் தரப்பட்டது. வெரோனிக்கா முகாமை விட்டு இறங்கி முன்னால் நடந்து போனாள். மார்கழி விசிலடித்துக்கொண்டே தொடர்ந்து வந்தாள். அவளிடம் ஒரு வோக்கியை பொறுப்பாளர் கொடுத்திருந்தார். அது அடிக்கடி வெட்டி வெட்டி இரைந்தது. அவளுடைய விசில் சத்தம் இவளைச் சீண்டப் போகின்றாள் என்பதற்கான முத்தாய்ப்பான அறிவிப்பு போல்தானிருந்தது. “தேவை இல்லாம இவளைக்கண்டு பயப்பிடாதை, பதட்டப்படாதை” உள்ளுணர்வு அருட்டிக்கொண்டிருந்தது. நெஞ்சின் வெறும் சொற்கள் எப்போதும் வலியதாய் இருப்பதில்லை. பின்னால் அவள் நெருங்கி வரும் போது பிருட்டங்கள் அனிச்சையாக விறைக்க, இரண்டெட்டு வேகமாக மிதித்து தூரத்தை அதிகப்படுத்தினாள்.

வெரோனிக்கா வேலையில் கரிசனையுள்ளவள் போலத் தன்னைப் பாவித்துக் காட்டினாள். கத்தியின் கூரை தடவிப் பார்த்துக் கொண்டே நடந்தாள். சற்று மழுங்கியிருந்தது. எங்காவது கல் தென்படுகிறதா என்று பார்த்துக் கொண்டே மரங்களிடையே கொடிகளை விலக்கிக்கொண்டும், வெட்டிச்சாய்த்துக் கொண்டும் நடந்து சென்றாள்.

“இஞ்ச... இப்பிடி உம்மெண்டு வந்தால் வேலை செய்யேல்லாது”

“கதைச்சுக்கொண்டு நிண்டால்தான் வேலை செய்யேலாது, கத்தி கூர் காணாது, கல்லு ஏதாவது கிடந்தால் பாரும் தீட்ட.”

“ம்ஹ்ம்... நான் இரவே கருங்கல் இடிச்சு கொண்டு வந்திட்டன், கத்தி கல்லிலை தீட்டுறேல்ல மரத்திலை தீட்டுறது, எங்கையாவது காஞ்ச மரமிருந்தால் பாக்கோணும்” பொலித்தீன் பை ஒன்றைக் காட்டினாள், கறுப்பாக - மினுமினுப்பாக கருங்கல் துகள்கள். அவளே கட்டையொன்றைக் கண்டுபிடித்து கத்திகளைத் தீட்டினாள். ஏழுமணிக்கு மேலே மரங்களைத் தெரிவு செய்து ஏறி, கட்டைகளை வெட்டிச்சாய்க்கத் தொடங்கினார்கள். தூரத்தில் ஷெல் சத்தங்கள் கேட்டன. ஆட்லறிகள்.

பிறகு மோட்டார்கள். கீழே கழட்டி வைத்திருந்த கோல்சர்களிலும் துவக்குகளைளலும் கண்வைத்துக் கொண்டே வெட்டினார்கள். காட்டின் நிழற்செறிவுக்குள் பரவியிருந்த வெக்கை இருவரையும் வேகமாகக் களைக்கச் செய்துகொண்டிருந்தது. மார்கழி ஆச்சரியமாக மௌனமாய் வேலை செய்தாள். கைக்கும் கத்திக்கும் அசாதாரண பிணைப்பையும் லாவகத்தையும் கொண்டிருந்தாள். காற்றில் எழுந்து கத்தி மரக்கொப்புகளை துண்டு போட்டு, சிராய்த்து கொப்பிலிருந்து கொட்டன்ளை வெட்டி விழுத்திக்கொண்டிருந்தது. வெரோனிக்கா ஒரு கொட்டனை வெட்டி முடிப்பதற்கும் அவள் மூன்று கொட்டன் என்ற கணக்கில் வேலை நடந்தது.

“நீர் எந்த இடம்?” ஒரு அளவுக்கு மேலே அந்த கனதியை வெரோனிக்காவால் பொறுத்துக்கொள்ள முடியவில்லை. அவள் பதிலுக்கு ஏதும் சீண்டலாகவோ குத்தலாகவோ பதில் சொல்வாள் என்று எதிர்பார்த்துக் கொண்டேதான் கேட்டாள். ஆனால் மார்கழி அவள் பேச்சுக் கொடுக்கட்டும் என்று காத்திருந்தவள் போல ஆர்வமாக பதில் சொன்னாள்.

“நான் முத்தையன் கட்டு”

“எப்ப பிடிச்சவை? எந்தப்படையணி இப்ப?”

மார்கழி பெரிதாகச் சிரித்தாள், “என்ன பிடிச்சவையோ? நான் இணைஞ்சனான்”

“எப்ப?”

“இப்பத்தான் கிட்டடில, ஒரு பத்து வருசமிருக்கும்”

“பத்து வருசமோ? உமக்கு எத்தினை வயசு?”

“இருபத்தாறு”

“பொய் சொல்லுறீர்?”

“இதென்னப்பனே, பாத்தால் தெரியேல்லையோ” ,

“அப்பிடி இல்லை இயக்கத்திலை சேர்ந்து பத்து வருசமெண்டால் எத்தின வயசிலை சேர்ந்தனீர்?”

“பதினாறு, பள்ளிக்கூடத்திலை பிரச்சாரத்துக்கு வந்த அக்காமாரோட ஏறிட்டன்” சிரித்தாள்.

“உம்மைப் பிடிச்சதோ?”

“ம்ம்”

மாலைவரை கதையளந்தார்கள். வெரோனிக்கா இறுக்கத்திலிருந்து தளர்ந்து ஆர்வமாகியிருந்தாள். ஆயினும் சொந்த விடயங்களை பகிர்ந்து கொள்வதில் அவளுக்கு நாட்டமிருக்கவில்லை. சொன்ன பொய்யினை ஒரு இரகசியமாக மாற்றிப் பாதுகாக்க விரும்பினாள். அந்தப்பொய்யின் பின்னால் சொந்த விடயங்களை மறைத்து வைத்தாள். சொந்தப்பேர் “தாமரை” என்று சொல்லி வைத்தாள். இயக்கத்திற்கு பிடிக்கப்பட்ட பிறகு உள்ள கதைகளில் அவள் எந்த இரகசியத்தையும் உருவாக்கிக்கொள்ள விரும்பவில்லை. அவற்றைப் பகிர்ந்துகொள்ளவே விரும்பினாள். தண்டனைக்குக் காரணத்தைச் சொன்னாள்.

மணலாறு முன்னணி அரங்கில் பதினைந்து பேர் கொண்ட தன்னுடைய அணிக்கு தலைமை தாங்கிச் சென்றிருந்தாள். அதுவொரு திடீர் தாக்குதல். எனினும், போராளிகள் இரண்டு பெரிய பட்டாலியன்களை எதிர்கொண்டனர். செந்தழல் கனரக ஆயுதங்களைத் தாங்கியிருந்தாள். நிலையெடுத்திருந்த நிலம் கொஞ்சம் சதுப்பு. வேகமாக காலால் முன்னேற முடியாது. இராணுவம் டாங்கியொன்றை இறக்கி அதனைத் தொடர்ந்து முன்னேறியது. கனரக ஆயுதங்களை வைத்திருப்பவர்களை சதுப்பைக் கடந்து நிலையெடுத்து டாங்கியை முடிக்குமாறு கட்டளை வந்தது. செந்தழல் யோசிக்காமல் தன்னுடைய ஆர்.பி.ஜி ஐ தோளில் ஏற்றிக்கொண்டு பெரிய மரமொன்றின் கீழே நிலையெடுத்திருந்தாள். டாங்கி நகர்ந்து முன்னால் வராமல் தூரத்திலிருந்து சுட்டு, மரச்செறிவுகளைச் சாய்த்துக் கொண்டிருந்தது. செந்தழல், தான் மறைந்திருக்கும் இடத்தை டாங்கியோ அதற்கு துணையாக பரவியிருந்த ராணுவத்தின் இலக்கிற்கோ அசமந்தம் காட்டாமல் பொறுமையாக மறைந்திருந்தாள். வெரோனிக்கா கட்டளைகளைக் கொடுத்துக்கொண்டே செந்தழலைத் தேடிக்கொண்டிருந்தாள். வோக்கியில் செந்தழல் செந்தழல் என்று கத்தியும் பதிலில்லை. செந்தழல் டாங்கியில் கண்களை எடுக்கமாலிருந்தாள். ஆர்பிஜியின் தாக்குதூரத்துக்குள் அது நுழைந்து விட்டால் அதை நொருக்கி விடலாம். அருகில் “லோ” ஒன்றுடன் நிலையெடுத்திருந்த பெயர் தெரியாத ஆண் போராளி ஒருவனுக்கு முன்னால் செல்லும்படி சைகை செய்தாள். ஆர்பிஜியை விட லோவிற்கு டாங்கியைச் சீர்குலைக்கும் சக்தி அதிகம். அதோடு அது குறித்து தாக்ககூடிய றொக்கட் வகை லோஞ்சரைக் கொண்டிருந்தது. அவனுக்கு கண்காட்டினாளே ஒழிய அந்த டாங்கியை தான்தான் முடிக்க வேண்டும் என்று நினைத்தாள். அவன் மரங்களுக்குள்ளால் பதுக்கிக்கொண்டு போக இவளும் பதுங்கினாள். டாங்கியும் சரி, ராணுவமும் சரி இலக்கில்லாமல் குண்டுகளை பொழிந்து கொண்டிருந்தது. ஷெல் வேறு அடிக்கத்தொடங்கி விட்டார்கள். டாங்கி மெது

மெதுவாக முன்னேறினாலும் அது முன்னேறும் ஒவ்வொரு சாணும் போராளிகளுக்கு பேரிழப்பிற்கான சகுனத்தை நெருக்கிக்கொண்டிருப்பது போலத்தான். அந்த "லோ" தாங்கிய போராளி தோளில் காயப்பட்டான். டாங்கியின் மேல் நின்று சுட்டுக்கொண்டிருந்த ராணுவ சிப்பாயின் கலிபர் குண்டு தோள்பட்டைச் சிதைத்து விட்டிருந்தது. துடித்துக் கொண்டிருந்தான். செந்தழல் அவனருகில் போய் அவனை இழுத்து மரமொன்றில் சாத்தி விட்டு ஆர்பிஜியை மீண்டும் முதுகில் கழற்றி கொழுவிவிட்டு, அவனுடைய லோவை எடுத்துக்கொண்டு டாங்கிக்கு இலக்கு வைத்தாள். சரியாக அதனுடைய செயின்கள் இரண்டுக்கு நடுவில் தாக்க டாங்கி சீர் குலைந்தது. போராளிகள் ஆரவாரம் செய்தார்கள். அப்போது இராணுவத்தினர் "லோ" வந்த திசைய நோக்கி சரமாரியாகச் சுடத் தொடங்கினார்கள். திறந்த சூட்டுக்கான உத்தரவை அவர்களுடைய கொமாண்டர் பிறப்பித்திருக்க வேண்டும். ஒரு டாங்கியை இழந்திருப்பது சாதாரணமில்லை அவனுக்கு. செந்தழல் காயப்பட்ட போராளிகளை அப்புறப்படுத்தச்சொல்லி வோக்கியில் வெரோனிக்காவிற்கு அறிவித்தாள். வோக்கியை வைக்கும் முதல் இராணுவத்தின் ஒரு ஆர்பிஜி இவள் நிலையெடுத்திருந்த பாலை மரத்திற்பட்டு வெடித்தது. அதன் நெருப்பிலிருந்து சிதறி வந்த இரும்புத்தணல் துண்டொன்று செந்தழலின் இடுப்பை ஊடுருவி முதுகுப்பக்கமாக வெளியேறியது.

இராணுவம் பழைய நிலைகளுக்கு திரும்பியது. முப்பத்தைந்து உடல்களையும் ஆயுதங்களையும் விட்டுச்சென்றிருந்தனர். போராளிகளின் பக்கம் செந்தழல் உட்பட பதினைந்து பேர் வீரச்சாவு. செந்தழல் வீரச்சாவடைந்தது சொல்லப்பட்டதும் வெரோனிக்கா உடைந்து போய் அவளைத் தேடிவந்தாள். அதற்குள் செந்தழலின் உடல் கொண்டு செல்லப்பட்டாயிற்று. சில பெண்போராளிகள் இராணுவத்தினரின் உடல்களை எடுத்து வந்து பெரிய தறப்பாள் ஒன்றின் மேல் அடுக்கியிருந்தனர். அழுது கொண்டே வோக்கிகளில் தன்னுடைய குழுவிலிருக்கும் போராளிகளை நிலைகளுக்கு திரும்புமாறு அறிவித்தபடி நடந்தவளின் கால்களில் இராணுவவீரன் ஒருவனின் சப்பாத்துக்கால் இடறியது. குனிந்து பார்த்தாள் குடல்பகுதி வெளியே தள்ள சோர்ந்து போயிருந்தது உடல். ஏதோ கோவம் உந்தித்தள்ள இடறிய அவனுடைய காலை தன் காலால் ஒரு உதை உதைந்து விட்டு கடந்து சென்றாள்.

செந்தழலின் இறுதியஞ்சலி கூட்டமும் வித்துடல் விதைப்பும் விசுவமடு மாவீரர் துயிலுமில்லத்தில் நடந்தது. முடிந்ததும் வாகனத்திற்காக துயிலுமில்லத்திற்கு முன்பிருந்த தேக்கங்காட்டில் சில போராளிகளுடன் இருக்கும் போது, ஒரு போராளி அவளிடம் கடிதமொன்றைக்

கொண்டுவந்து கொடுத்தாள். விசாரணைக்கு அழைக்கப்பட்டிருந்தாள். ஏன் என்று தெரியாமல் விசாரணைக்கு சென்ற பொழுது இவளுடைய படையணியின் தளபதியும் இவளுடைய பொறுப்பாளரும் மற்றுமொரு படையகப் புலனாய்வுத்துறையைச் சேர்ந்த இளம்போராளி ஒருவனும் இவளை விசாரித்தார்கள். இவளுடைய பொறுப்பாளர்,

“லெப்டினன் நச்செள்ளை, களத்தில் இராணுவ உடலொன்றிற்கு காலால் உதைஞ்சிருக்கிறீங்கள். மானுட அறத்தின் படியும், அமைப்பின் நடைமுறைகளின் படியும் அது தவறான நடத்தை. அதாலை உங்கட ராங் இரண்டாம் லெப்டினண்ட் ஆக குறைக்கப்படுவதோட, மூண்டு மாசம் நீங்கள் மெடிக்ஸ்சில பணிஸ்மெண்ட் செய்ய வேண்டி இருக்கும். ஏதாவது ஆட்சேபனை இருந்தால் சொல்லலாம்.”

“அவங்கள் எங்கடை ஆக்களின்ர பொடிய எடுத்தால், கீறி கிழிச்சு நிர்வாணமாக்கி ரோடுரோடா கட்டி இழுத்து சிதைச்சுதான் எங்களிட்ட தாறாங்கள்...”

வெரோனிக்கா முடிக்க முதல் அருகில் இருந்த தளபதி இவளை இடைமறித்து “இஞ்ச பாரும் பிள்ளை, நாங்கள் ராணுவம் இல்லை. நாங்கள் விடுதலைப்போராளியள், ஒரு இராணுவ எதேட்சாதிகார கட்டமைப்புக்கும், விடுதலைக்காக போராடுற எங்களுக்கும் இதுதான் வித்தியாசம், அதாலை நீங்கள் இந்த விசயத்தை சரியாய் விளங்கிக் கொள்ளவேணும், என்னதான் கோவம் கவலை இருந்தாலும், நிதானமில்லாமல் நடக்கூடாது. உங்கடை அறிக்கையள் செயற்பாடுகளை படிச்சனான். பொறுப்பாளரும் சொன்னவா. இணைக்கப்பட்டு குறைஞ்ச காலத்திலை பயிற்சியிலையும், பரீட்சையள்ளையும், களமுனையிலும் சரி உங்கட செயற்பாடுகள் திருப்தியாய் இருக்கு எண்டதாலைதான், ஒரு ராங் மட்டும் குறைச்சு மெடிக்ஸ்சுக்கு அனுப்புறம். விளங்குதோ?”

“அப்ப என்னை விருப்பமில்லாமல் பிடிச்சுக்கொண்டு வந்து இயக்கத்திலை சேத்தது எந்த மானுட அறத்தில வரும்?” வாய் உன்னியது. மானிட அறம் என்ற அந்த வார்த்தை அவர்களிடமிருந்து மிகுந்த செயற்கைத்தனத்துடன் வெளிப்பட்டதை நெஞ்சு உணர்ந்து அந்தரம் குரலை இறுக்கியிருந்ததை மார்கழியிடம் நினைவு கூர்ந்தாள்.

“அவா சொன்னவா எண்டு நீரும் தலையாட்டிப்போட்டு வந்திட்டீரோ?” மார்கழி சிரித்துக்கொண்டே கேட்டாள்.

“வேறை என்ன செய்யிறது?”

“சரி விடுமப்பா, சண்டேல்ல நிக்கிறத விட இது பரவாயில்லைத் தானே?”

“ஹ்ம்ம், சரி நீர் என்ன செய்தனீர்?”

“காதலிச்சனான், அதுதான் பணிஸ்மெண்ட்”

“முந்தித்தானே காதலிச்சா பணிஸ்மெண்ட், இப்ப என்ன?”

“அது ஒரு பெரிய கதையப்பா?”

“என்ன கதை, லைன்ல நிக்கேக்க ஆமிக்காரர் ஆரையும் விரும்பீட்டீரோ?”

“அடியேய்! நீ சரியான ஆள்தான் போல, அமசடக்கி!”

“அப்ப என்னெண்டு சொன்னால்தானே தெரியும்?”

“அப்ப நான் சோதியா படையணில இருந்தனான், வெத்திலைக் கேணிக்கு கிட்ட தலைவற்ற முகாமொண்டு இருந்தது. அதால கடல்பக்கம் இருக்கிற காட்டுக்கு எங்கடை பிள்ளையள்தான் பாதுகாப்பு குடுத்தவளவை. நான் ஒரு நாலு சென்ரிக்கு பொறுப்பாய் இருந்தனான். வெத்திலைக்கேணி பக்கத்து காடுகள் சரியான அடர்த்தி, சும்மா உள்ளுக்குபோய் வெளியிலை வரேலாது. நான் அண்டைக்கு ஒரு இரவு சென்ரிலை நிண்டனான். சுடுதண்ணி போத்தில் ஒண்டு எப்பவும் என்னோட இருக்கும். என்னாலை சாப்பிடாமை கூட இருக்கேலும் ஆனால் தேத்தண்ணியில்லாமல் இருக்கமாட்டன். அண்டைக்கு கொஞ்சம் கூதலும். அண்டைக்கு இரவுக்கு மட்டும் நாலஞ்சு தேத்தண்ணி போகப்போகுதெண்டு நினைச்சுக்கொண்டு இரவொரு பதினொரு மணி போல தேத்தண்ணி ஒண்டு போட்டு குடிச்சுக்கொண்டு கடற்சத்தத்தை கேட்டுக்கொண்டு குத்தியொண்டிலை சாஞ்சு கொண்டு இருந்தன். துவக்கிலை பிடிக்க சில்லெண்ணு இருந்தது. இரும்பு குளிருக்கு ஐஸ்கட்டியாமாறிடுமெல்லோ, நான் துவக்க கைக்கு எட்ட வச்சிட்டு, தேத்தண்ணிப் பேணியை உள்ளங்கைக்க வச்சு உறுட்டி கையை வெதுவெதுப்பாக்கிக்கொண்டு ஏதோ பாட்டொண்டும் முணுமுணுத்துக்கொண்டு இருந்தனான். திடீரெண்டு கொஞ்சம் தள்ளி ஆரோ வெடிவச்சமாதிரி சத்தம், ஆனால் கேட்ட மாத்திரத்திலையே அடங்கீட்டுது, ஏதும் பிரமையாய்தான் இருக்குமோ எண்டு யோசிக்க, எட்ட நிண்ட பிள்ளையள் அக்கா என்ன சத்தமெண்டு வோக்கிலை கேட்டாளவை, எனக்கு ஆரோ காட்டுக்க நிக்கினம் எண்டு விளங்கீட்டு. டக்கெண்டு பிள்ளையளுக்கு அலேட் ஒண்டு அடிச்சன். நானும் சென்ரியை விட்டு விலகி மரமொண்டுக்கு பின்னாலை பதுங்கினன். கனநேரம் அசமந்தம் இல்லை. ஒரு இருபது நிமிசமிருக்கும் பிறகும் “டப்... டப்...” எண்டு ரண்டு சத்தம். நான் சத்தம் வந்த பக்கம் மெல்ல மெல்ல இருட்டுக்க போனன். அப்ப ஆரோ கதைக்கிறது கேட்டுது. தமிழ்தான் கதைச்சினம். நான் பிள்ளையளை கூப்பிட்டு விசயத்தை

சொல்லி எந்த பக்கம் எப்பிடி வரோணும் எண்டும் சொன்னன். சொன்ன மாதிரியே அவை எதிர்பாக்காத மாதிரி பிள்ளையள் பாஞ்சு ஆக்களை அமத்தினாளவை. பாத்தால் இயக்கப்பெடியள் ரண்டு பேர். சிவில்தான். பெலிட் கட்டி கையில ஒரு ரி.56 வைச்சிருந்தவ. பிள்ளையள் பாஞ்சதும் ஆக்கள் வெருண்டடிச்சு "நாங்கள் இயக்கம் நாங்கள் இயக்கம்" எண்டு கத்திச்சினம் எனக்கு சிரிப்பு வந்திட்டு. "நீங்கள் இயக்கமெண்டால் அப்ப நாங்கள் ஆர்?" எண்டு கேட்டுக்கொண்டு ஆக்களின்ர முகத்திலை லைட் அடிச்சன். ஒரு நடுத்தர வயசுகாரர் மற்றது சின்னப்பெடியன். அண்டைக்குத்தான் நான் அவரை கண்டது. என்னை வடிவாய் பாத்துக்கொண்டு நிண்டார். நான் பிள்ளையளை சொல்லி ஆக்களின்ர துவக்க பறிச்சிட்டு ஆக்களை இருத்தினன். என்ன காட்டுக்க செய்யிறியள் எண்டு கேக்க. உக்குளுவான் அடிக்க வந்தனாங்கள் எண்டான், அந்த சின்னப்பெடியன். நாங்களும் அங்கை உக்குளுவான் அடிக்கிறானாங்கள். உனக்கு உக்குழுவான் தெரியும்தானே? முயல்மாதிரி கொஞ்சம் பெரிசு, வலுவேகமாய் ஓடும், ஆனால் என்ன ஓடிப்போய் பொந்துக்க தலைய மட்டும் நுழைச்சு இறுக்கி கண்ண மூடிதான் ஒழிஞ்சிட்டன் எண்டு நினைச்சுக்கொள்ளும். ஆள் எப்பவும் குண்டில வெடி வாங்கிறது அதாலதான். நான் அவரிட்ட என்ன பேர் எண்டு கேட்டன். அவர் "திகழ்சீரன்" எண்டார். சின்னப்பெடியனுக்கு என்ன பேர் எண்டு கேக்க அவன் 'சின்னப்பெடியன்' தான் பேர் எண்டான். பொறுப்பாளர் அப்பிடித்தான் கூப்பிடுறவர் எண்டான். நான் ஆர் பொறுப்பாளர் எண்டு கேக்க இவரைத்தான் அவன் காட்டினான். எனக்கு சிரிப்பு வந்திட்டு. அவற்ற தகட்டை வாங்கிப்பாத்தன். கேட்ட உடனை ஒண்டும் கேக்காமல் தந்திட்டார். ஆள் முதல் வெருண்டாலும் பிறகு என்னைக் கணக்கெடுக்காத மாதிரி நக்கல் பார்வையும் பதிலும். நான் தகட்டை வாங்கிப் பாத்தன். ராதா வான்காப்பு படையணிக்காறர்ட தகடு. பெரியாக்கள்தான். ஆனால் என்ர வேலையை நான் சரியாத்தான் செய்வன் எண்டு அவருக்கு காட்டோணும் எண்டு நினைச்சன். தகட்டை வச்சுக்கொண்டு என்ர பொறுப்பாளருக்கு அடிச்சு விபரம் சொன்னன். பொறுப்பாளர் இவேன்ர பேரும் விபரமும் சொன்னதும் பதறிப்போய் ஆக்களை விடுங்கோ எண்டு சொன்னா. நான் ஆக்களுக்கு ஒரு தேத்தண்ணி ஒண்டு போட்டு குடுக்க சொல்லிட்டு குடிச்சு முடிச்சதும் கொண்டுபோய் விடுங்கோ எண்டு பிள்ளையளிட்ட சொல்லிப்போட்டு, என்ர சென்றிக்கு வெளிக்கிட்டுப்போட்டன். அதுக்கு பிறகு தலைவற்ற மீற்றிங் ஒருக்கா நடக்கேக்க ஆள் வரியுடுப்பெல்லாம் அடிச்சுக்கொண்டு வந்தார். என்னைக் கண்டதும் வந்து கதைச்சார். எனக்கு அவரை பிடிச்சுப்போச்சு எண்டு காட்டிக் கொள்ளாமல் நிண்டன். ஆள் அத்தனைக்கு என்ர விபரமெல்லாம் பைலோட வாங்கி இருப்பார் எண்டு எனக்கு தெரியும். இருந்த இடம் அப்பிடி. எனக்கு

பைல் ஒண்டும் தேவையில்லை, ஆவரே எல்லாம் சொன்னார். அவர் பார்த்த பார்வைக்கும் கதைச்ச கதைக்கும் கடிதம் வருமெண்டுதான் நினைச்சன். ஆனால் அந்த மனிசன் எழுதவே இல்லை. இந்தாளைப் பாத்துக்கொண்டு நிண்டால் சரிவாராதெண்டு நானே சும்மா நலம் விசாரிச்சு கடிதம் போட்டன். பதில் வந்துது. நான் விசாரிச்சதுக்கு மட்டும் சிக்கனமாய் பதில் எழுதி ஒரு கடிதம், உலகத்திலையே வன்வேட் ஆன்சர் எக்ஜாமுக்கு பதிலெழுதின மாதிரி எழுதப்பட்ட காதல் கடிதம் எங்கடை மட்டும்தான். பிறகொரே கடிதம்தான். நானும் ஒண்டும் சொல்லேல்ல, அவரும் ஒண்டும் சொல்லேல்ல, ரண்டு பேருமே பிடிகுடுக்கிறதா இல்லை. ஒரு நாள் எனக்கு ஏதோ நெஞ்செல்லாம் பாரமாய் இருந்த. பின்ன "எனக்கு உங்களை விருப்பம்" எண்டு பத்து பக்கத்திலை கைப்பட, அவற்றை படமெல்லாம் தீட்டி அனுப்பினன். கடிதத்திலை கடைசில "எனக்கென்ன தருவீங்கள்?" எண்டு கேட்டு அண்டலைன் ஒண்டும் அடிச்சிருந்தனான். ஏழெட்டு நாள் கழிச்சு பதில் வந்துது.

"போராட்டத்திலை கலியாணம் எல்லாம் சரி வராது. நிரந்தமில்லாமல் வாழ்ந்து கொண்டிருக்கிறம். சமாதானம் எப்ப எண்டாலும் உடையும், உடைஞ்சால் நீர் ஒருபக்கம் நான் ஒருபக்கம் துவக்க தூக்கிக் கொண்டு காட்டுற திசைக்கு போகத்தான் வேணும். நீர் ஒரு பணிஸ்மெண்டோட ஒரு வருசத்திலை விலகலாம். அது சுலபம். நான் விலகிறதுக்கு கடிதம் குடுத்தாலும் என்னை அவ்வளவு சுலபமாய் விட மாட்டாங்கள். நான் இருக்கிற இடம் அப்பிடி, தெரியும்தானே? சும்மா ஆசையளை வளத்துக் கொள்ளாதையும். தமிழீழம் கிடைச்சால் பாப்பம்"

எண்டு எழுதி பின் குறிப்பு போட்டு, நான் எனக்கென்ன குடுத்து விடுவியள் எண்டதுக்கு, "கடிதத்தோட குடுத்து விட்டிருக்கிறன்" எண்டு எழுதி அண்டலைன் அடிச்சிருந்தார். என்ன குடுத்து விட்டவர் எண்டு சொல்லு பாப்பம்?

"என்ன?"

மார்கழி பதில் சொல்லாமல் தன்னுடைய பொக்கற்றுக்குள் இருந்து ஒரு சோடி பைக்கற் உடைக்காத பெரிய எவரடி பற்றியை எடுத்தாள். கூடவே கழுத்திலிருந்து சோடியாக ஒட்டப்பட்டிருந்த சயனைட் குப்பியையும் கழட்டி கைகளில் ஏந்திக்காட்டினாள்.

"இந்த குப்பியும் பற்றியும் தான்"

"சரி பணிஸ்மெண்ட் என்னத்துக்கு?"

“நான் இந்தக் கோவத்திலை துவக்கை லோட் பண்ணி பேசிலை நிண்ட தென்னைக்கு சுட்டு, வட்டு பட்டுப் போச்சு.”

“நம்புற மாதிரி இல்லை.”

“ஓம் பொய்தான் சொன்னனான்.”

சிரித்துக் கொண்டே, ஓங்கிப் பிருட்டத்தில் அறைந்து விட்டுப் போய்விட்டாள்.

13

ஒப்பிரேசன் மரியாள், மன்னார் களமுனைக்கு சங்கேத வார்த்தைகளால் அறிவிக்கப்பட்ட போது வெரோனிக்காவும் மார்கழியும் இராணுவக் கட்டுப்பாட்டில் இருந்த தலைமன்னார் பெரியாஸ்பத்திரியில் இராணுவம் போட்டிருந்த இரண்டு போராளிகளின் உடல்களை கடல் மார்க்கமாக மீனவர்கள் இரகசியமாகக் கொண்டு வந்து சேர்க்க, அதிகாலையில் அவற்றைப் பெற்றுக்கொண்டு அம்புலன்ஸ் ஒன்றில் மெடிக்சிற்கு திரும்பிக்கொண்டிருந்தனர். அவ்விரண்டு போராளிகளும் குப்பியடித்திருந்தார்கள். எதிர்பாராமல் இராணுவ வளையத்திற்குள் சிக்கியிருந்தனர். உடலெங்கும் காயங்கள். பிணங்களைச் சுட்டு விளையாடியிருக்கிறார்கள். துவக்கு காயங்களை விட நெருப்பினால் பொசுக்கிய காயங்கள் அதிகமிருந்தன. இரண்டு ஆண்களின் நிர்வாண உடல்கள். அதுவும் சிதைக்கப்பட்ட உடல்கள். இரண்டு நாட்கள் மூடியிருந்த கறுப்பு பொலித்தீன் பையைத் தாண்டி பிணவாடை. எப்போது மெடிக்ஸ் வருமென்றிருந்தது. மெடிக்ஸை அண்மிக்கும்போது வாகனங்கள் நின்றன. மெடிக்ஸ் களேபரப்பட்டுக் கொண்டிருந்தது.

இராணுவம் மடுவை நெருங்கி விட்டிருந்தது. இருதையநாதர் கோவிலின் மேல் ஷேல்கள் வீழ்ந்தவுடன் மடுத் தேவாலயத்திலிருந்து பாதிரியார்கள் வெளியேற முடிவெடுத்திருந்தனர். சன்னங்கள் கூவிவரும் ஒலிகள் தலைக்கு மேலே கேட்கும் பொழுது அவர்கள் அங்கே தொடர்ந்தும் பிரார்த்தனைகளில் ஈடுபடுவது சாத்தியமில்லை. விடுதலைப்புலிகள் மடுமாதாவை இராணுவத்திடம் விடுவதற்கு தயாராக இருக்கவில்லை. அவளை வன்னிக்கு கொண்டு வருவதில் முழுமூச்சாக அணிகளை இறக்கிக் கொண்டிருந்தனர். அதன் ஒரு பகுதியாகவே மெடிக்ஸ் முகாமை இடம்மாற்றப்படுவதற்கான ஏற்பாடுகள் களேபரமாயிருந்தன. பொறுப்பாளர் உடல்களைத் தாங்கிவந்த அம்புலன்ஸை கிளிநொச்சிக்கு அனுப்புமாறு சொல்லிவிட்டு இருவரையும் அழைத்தாள். மடுவிற்கு புறப்படும் படையணி ஒன்றில் மருத்துவ பின் உதவிகளுக்காக வெரோனிக்காவையும் போக வேண்டும் என்றாள். பிறகு மார்கழியை தனியாக அழைத்துச்சென்று ஏதோ சொன்னாள். வெரோனிக்காவிற்கு அவர்கள் தனிமையில் என்ன பேசிக்கொள்கிறார்கள் என்பதை

விளங்கிக்கொள்ள முடியவில்லை. அடிக்கடி இதைக் கவனித்திருக்கிறாள். மெடிக்சில் அன்னியோன்னியமான இத்தனை நாளில் இருவரும் ஏராளம் கதைத்திருக்கிறார்கள். வெடித்துச் சிரிக்குமளவிற்கும் சிரிப்பில் கண்ணீர் வருமளவிற்கும் காரணமேயில்லாமல் அழுது தீர்க்குமளவிற்கும் இரவுபகலாக நீண்டிருக்கின்றன உரையாடல்கள். ஆனாலும் வெரோனிக்காவிடம் அவள் எல்லாவற்றையும் பகிர்ந்து கொள்வதில்லை என்பது போன்ற உணர்வு. ஒரு வேளை இவள் தாமரையை பற்றி கதைப்பதை தவிர்த்துக்கொள்வது போல அவளும் யாரையும் ஆழப்புதைத்துக் கொண்டிருக்கலாம் அல்லது தன்னையே மார்கழியில் பார்த்துக் கொள்வதால் அந்த இரகசியம் பற்றிய உணர்வு மேலிடுகின்றதா என்று வெரோனிக்கா அடிக்கடி குழப்பமைடைந்தாள்.

"உனக்கு ஆரையாவது விருப்பமெண்டால் அவைக்கு சொல்லாமல் ஏதாவது ஒரு இரகசியத்தை வச்சுக்கொள், அவையிலை இனியில்லையெண்ட பாசம் இருக்கும், எப்பவும் அவேட்டை உணர்ச்சி வசப்பட்டு கதைப்ப. அது ஒரு வாதை. எனக்கு சின்னல்ல சிராய்ப்பு காயத்துக்கு மேல படர்ற அயரை உரிக்கும் போது லேசாய் நோகுமெல்லோ அந்த உணர்வு பிடிக்கும். சுகமான வாதை எண்டும் ஒண்டு இருக்கெல்லோ.

அப்போது அவளுடைய கண்களில் அத்தனை அகலம். கடலை நோக்கி பரவிச்செல்லும் பேரொளி.

"அம்மாக்கு டயபட்டிக் இருக்கு. அவா இன்சுலின் தான் எடுக்கிறவா. ஒவ்வொரு நாளும் ஊசி குத்தி குத்தி அவாக்கு அந்த ஊசி குத்துற உணர்வு பிடிச்சுப் போச்சு. பழகிட்டுது எண்டு வச்சுக்கொள்ளன். அப்பா வெத்திலை போடுறவர், போதை எண்டுறது பழக்கம்தான் எண்டுவார். அம்மாக்கு இன்சுலின் போதை போல மாறிட்டு. அண்ணா ஒருக்கா வெளிநாட்டிலை இருந்து வந்து பேனை ஊசி குடுத்தவன். சின்ன ஊசி. குத்துறதே தெரியாது. ஆனால் அம்மாக்கு அது பிடிக்கேல்ல. பெரிய சிரிஞ்ச் வேணும் எண்டு குழந்தைப் பிள்ளை மாதிரி நிண்டு கொண்டா. அது குத்தாமல் இருக்கேலாதாம். மனிசி ஒற்றைக் காலிலை நிண்டது.

அப்பிடித்தான் சில வாதையள் எங்களுக்குப் பிடிச்சுப்போகும். போதை மாதிரி. எல்லாருக்கும் ஏதாவது ஒரு வாதையிலை பிடிப்பு இருக்கும், எனக்கு இரகசியம் வச்சிருக்கிறது. சின்னன்ல நான் வகுப்பில சரியா களவெடுப்பன். என்னெண்டு கேளன், பிள்ளையள் கொண்டு வாற சாப்பாடு பொக்ஸ் மூடியள், எல்லாத்தையும் கழட்டி கொண்டு வந்திடுவன். இன்ரேவலுக்கு பிறகு எல்லாரும் சாப்பிட்டு முடிச்சிட்டு பாக்கிலை வச்சிட்டு போடுவினம் அப்ப நைசா ஒரு மூடிய கழட்டி என்ர பாக்குக்குள்ள போட்டிடுவன். ஒருக்கா பிடிபட்டுட்டன் என்ர

ரகசியம் வெளிச்சு போச்சு. டீச்சர் அடிச்சதுக்கு கூட அழுகை வரேல்ல ரகசியம் உடைபட்டு போச்செண்டுதான் அழுகை.

“அடிப்பாவி”

“உனக்கு விளங்கேல்ல, அது ஒரு திரில்லிங்கான உணர்வு. என்ன ஒண்டு நான் ரகசியம் வச்சிருந்தா எனக்குள்ள குறுகுறுப்போடை அதை பொத்திப்பொத்தி வச்சிருக்க நல்லா இருக்கும். ஆனால் ஆரும் என்னட்ட சொல்லாமல் ரகசியம் வச்சிருந்தால் தாங்கேலாது, அதை தெரிஞ்சு கொள்ளாட்டி நித்திரையே வராது” பெரிதாகச் சிரித்தது மார்கழியின் குரல்.

“இரகசியம் தான் என்ர வாதை”

வெரோனிக்காவை யாரும் இல்லாத நேரங்களில் “தாமரை” என்று அழைப்பாள் மார்கழி. “உனக்கு உந்த பேர்தானடி நல்லா இருக்கு ஏன் நச்செள்ளை எண்டு வச்சவங்கள்? தாமரையும் தமிழ் பேர்தானே? வெரோனிக்காவிற்குள் அவள் சொன்ன குறுகுறுப்பு உள்ளார்ந்து பரவும். வெரோனியும் அந்த வாதையைப்பற்றி நன்கு தெரிந்துகொண்டாள். இது தவிர “தாமரை” என்று அழைக்கும் போது இன்னும் கூடுதல் சந்தோசமாயிருக்கும்.

வாதை! வாதை!

மெடிக்ஸிற்கு திரும்பிய கொஞ்ச நேரத்திலியே புறப்படக் கட்டளை வந்துவிட்டது. பெரிய துருப்புக்காவியில் பொருட்கள் ஏற்றப்பட்டது. வெரோனியும், மார்கழியும் வரியுடைகளுக்கு மாறினார்கள். வெரோனிக்கு மார்கழியே கோல்சர்களைக் கட்டி விட்டாள். தண்ணீர் நிரப்பித்தந்தாள். மருத்துவ உபகரணங்களை எடுத்து அடுக்க உதவி செய்தாள். வைத்திய போராளிகளுடன் இவளுக்கு களமுனையில் மருத்துவ வேலைகள் இருப்பதாக பொறுப்பாளர் சொன்னதை ஞாபகப்படுத்தினாள். “அப்ப நீ வரேல்லையோ?” என்று கேட்க உன்னினாள். கேட்கவில்லை. எல்லோரும் அவ்வளவு பரபரப்பாக இருந்தனர். வெரோனிக்காவிற்குள்ளும் அவர்களின் பதற்றம் தொற்றிக்கொண்டிருந்தது.

“எனக்கு திரும்ப வரச்சொல்லி ஓடர் வந்திருக்கு, பக்கத்தான் எங்கையோ டீம் நிக்குது, போய் இணையட்டாம்” கோல்சர் பட்டியியை இறுக்கினாள். மார்பு நொந்தது வெரோனிக்காவிற்கு. பதிலுக்கு மார்கழிக்கான கோல்சரை எடுத்து கொழுவ வர அவளைக் கையமர்த்தி விட்டு கறுப்பு நிற தடித்த அங்கி ஒன்றை கொழுவிவிடச் சொன்னாள். வெரோனிக்கா முன்பு அப்படியொன்றை பார்த்ததில்லை.

குண்டு துளைக்காத கவசம் போலிருந்தது. உடலோடு ஒட்டிக்கொண்டு பொருந்தியது. புதியதாக இருக்க வேண்டும் புதுத்துணியிலிருந்து வரும் வாசனை. கட்டிவிட்ட பிறகுதான் அதைப்பற்றிக் கேட்டாள்.

"ஏனாம்?"

"தெரியா ஓடர் வந்தது போல, ஒரு நல்ல சண்டைக்காரிய ஏன் மெடிக்ஸில வச்சிருப்பான் எண்டு நினைச்சிருப்பினம்"

"ஆர் நீரோ? அய்யோடா. பெரிய சண்டைக்காரி, தென்னம்வட்டுக்கு சுட்டவையெல்லாம் பெரிய சண்டைக்காரர் இப்ப"

மார்கழி சிரித்துக் கொண்டே கன்னத்தில் தட்டி விட்டு, வெரோனிக்காவை இறுக்கி அணைத்துக் கொண்டாள். "கவனம்" என்றாள்.

"அப்ப நீ என்னோட நிக்க மாட்டியோ?"

"உன்னோடதான் நிப்பன், ஆனால் கொஞ்சம் முன்னுக்கு நிப்பன்"

"அப்ப நீதான் கவனம்"

கண்களுக்கு நீர்ப்பட வேண்டாம் என்று சொல்லியிருந்தனர் போலும்.

....

மதியத்துக்கு பிறகு காட்டுப் பாதையொன்றினுள் இறங்கி துருப்புக்காவியும், இரண்டு வழங்கல் பிரிவைச்சேர்ந்த கன்ரர் ரக வாகனங்களும் வேகமெடுத்தன. காட்டுக்குள் ஓடும் செம்மண் வீதி, கிரவல் கற்கள் நிறைந்து புழுதி திட்டு திட்டாக கரைகளில் எழுந்திருந்தது. அது மடுவிற்குச் செல்லும் காட்டு வழி. மிகப்பழைய வழியும் கூட. வழித்துணைக்காக சீரான இடைவெளிகளில் காவல் சிலுவைகள். தடிகளால் செய்து வெள்ளை நிறம் பூசி மரங்களில் தறைந்திருந்தார்கள். ஷெல் சத்தங்கள் கேட்டுக்கொண்டிருந்தன. 'வழிப்போக்கர் அந்தோனியார்' சொரூபமாகப் பாதையில் நின்றிருந்தார். கடக்கும் போது எதிரில் அமர்ந்திருந்த மார்கழி சிலுவைக்குறி போட்டுக்கொண்டாள். வெரோனிக்கா அவள் சிலுவை போட்ட விதம் சிரிப்பை வரவழைத்தது. மற்ற போராளிகள் கவனிக்காத ஒரு கணத்தை தெரிவு செய்து மார்கழிக்கு புன்னகைத்தாள்.

"மடுவுக்கு போயிருக்கிறியா?" வெரோனிக்கா கேட்டாள்.

"ஓம் சின்னன்ல, ஆனால் பெரிசா ஞாபகம் இல்லை."

“திருவிழாக்கு அப்பா அம்மாவோட வாறனாங்கள், அப்ப ரோட்டாலை வாறதெண்டால் சுத்து, மல்லாவிக்கு வந்து காட்டுக்காலை இறங்கி, காட்டுப்பாதையளால தான் வாறது. சிறுத்தையள் திரியிற காடு. எங்களிட்ட ஒரு எம்டி நைன்ரி நிண்டது. அதுலைதான் அப்ப எங்களை ஏத்திக்கொண்டு வாறவர். நான் முன் கரியல்ல. அம்மாவும் அண்ணாவும் பின்னாலை, நிறைய சனம் சேர்ந்துதான் வாறனாங்கள். சட்டிபானையள் எல்லாம் கட்டி, சமைச்சு சாப்பிடுற ஏற்பாட்டோட வாறது, சரியான பம்பலான பயணமது, சிறுத்தை கரடி எல்லாம் துணைக்குவரும்”

மார்கழி நினைவுகளைச் சொல்லும் போது கண்களை வைத்துக் கொள்வது அம்மாவை ஞாபகப்படுத்துவதுண்டு வெரோனிக்காவிற்கு. பெற்றோர் சந்திப்பு அன்று நிர்மலாவின் உடைந்த குரலின் உட்சுவர்களில் பாசி பிடித்திருந்தது.

“பிள்ளை மூண்டு முறைக்கு மாதாக்கு நேர்ந்திருக்கிறனடி, எப்பிடியாவது ஓடியந்திடு. உன்ர உயரத்துக்கு மெழுகுதிரி கொழுத்தி மாதாக்கு முழங்காலிலை அரக்கி வந்து கும்பிடுறதாய் நேந்தனான். வயித்திலை கொள்ளியைக் கட்டிக்கொண்டு இருக்கிறன், அம்மாவில என்ன கோவம் எண்டாலும் உன்னிலை சாதிக்காதையடி, கர்த்தர் வழிகாட்டுவார் யோசிக்காமல் வா”

கண்கள் நீர் வெட்டின. யாரோ மரமொன்றில் பலகை அறைந்து, “வழிப்போக்கர் அந்தோனியாரே வழித்துணைக்கு வாரும்” என்று எழுதியிருந்தது இருட்டை மீறி வெள்ளை நிறத்தில் கடந்து போனது. வெரோனிக்கா சிறுவயதில் மடுவிற்கு வந்த ஞாபகங்களில் எத்தனை பழுப்பேறி நைந்த பக்கங்கள் இருக்கின்றன என்று கிளறினாள். ஐந்து அல்லது ஆறு வயதுக்குரிய ஞாபகங்கள். அவளுக்கு ஆச்சரியமாக அந்த பிராயத்தின் நினைவுகள் துல்லியமாக நினைவிலிருக்கின்றன. ஆனால் மடு பற்றிய சித்திரம் ஏறக்குறைய அழிந்து போனவொன்று, ஆயினும் சில துண்டுகள் ஒட்டக்கூடிய தன்மையுடன் மீதமிருந்தன. பின் வந்த நாட்களில் மடு என்று பத்திரிக்கைகளிலோ புத்தங்களிலோ பார்த்த புகைப்படங்களின் காட்சிகளையும் துணைக்கு வாங்கிக் கொண்டு அந்த பழைய ஞாபகங்கள் அவளுக்குள் நீரோடியிருந்தன. பிரமாண்டமான நீல நிற தேவாலயமும், அதன் உட்புறம் நீண்ட மரத்தூண்களும், சுற்றி உள்ள சுவர்களில் ஏசுவின் பாடுகளின் காட்சிகளும் அவற்றுக்கு கீழே இடப்பட்ட ரோமன் இலக்கங்களும், பக்கவாட்டில் உள்ள சொரூபத்தின் முன்னால் எரியும் ஆழுயர மெழுகுகளும், அவற்றின் வாசனையும். அப்படியே நடுவில், பெரிய பல நிறங்கள் பூசப்பட்ட பழைய விசாலமான யன்னலும் அதன் நேர் கீழே மாதா சொரூபத்தை தாங்கி நிற்கும் மரவேலைப்பாடுகளும் அவற்றின் நடுவில் அழகாக

அவளின்... "ம்ம்ஹிம்..." மாதாவின் முகம் துளிகூட ஞாபகத்தில் தட்டுப்படவில்லை. ஒரிருமுறை பார்த்திருக்கிறாள். அது எல்லா மாதாகோயில் சொரூபங்களைப் போலத்தான், ஆனால் அதுகூட இப்போது பார்வைக்கு ஒரு கீற்றேனும் நினைவுள் கிடைக்கவேயில்லை. படங்களில் உள்ள மடுமரியாளின் திருச்சொரூபத்திற்கும் சிறுவயதில் கண்ட சொரூபத்திற்கும் அசலான வேறுபாடுகள் இருந்தன. புகைப்படக்கருவிகளால் வனைய முடியாத சித்திரங்கள் அவையென்று தோன்றியிருக்கிறது அவளுக்கு. இப்போது அந்த பொதுச்சித்திரமும் அழிந்து போயிருந்தது. அங்கே மரவேலைப்பாடுகளுக்கு நடுவே மரியாளின் திருச்சொரூபம் தெரியவில்லை, ஆனால் அங்கேதான் அது இருக்கின்றது.

"நீ எப்பவாவது வேதக்காரர் இல்லாத ஆக்களும் ஏன் மடுவுக்கு வந்து கும்பிடுறவை எண்டு யோசிச்சு இருக்கிறியோ? நேர்த்தியெல்லாம் வைக்கிறவை. தெரியும் தானே? இலங்கையில அந்தோனியாரை தவிர எல்லாரும் கும்பிடுற வேதக்கார தெய்வம் மடு மாதா. அந்தோனியார் எப்பிடி ஒரு நாட்டுபுறத் தெய்வம் மாதிரியோ அதை மாதிரிதான் மடு மாதாவும், அது எப்பிடி வந்ததெண்டு உனக்குத் தெரியுமோ?"

"இல்லை ஏன்?"

"சொன்னால் நம்ப மாட்டாய், நாங்கள் மடுவுக்கு வாறது, நேற்றைக்கு இண்டைக்கு வந்த பழக்கமில்லை. எங்கடை ஆச்சி அப்பு ஆக்களவைன்ர காலத்துக்கு முதலே இஞ்ச வாறனாங்கள், அப்பு எண்பத்தாறிலை சாகும் வரைக்கும் பிரச்சனை நேரத்திலை கூட காட்டுக்காலை சைக்கிள் ஓடி வந்திட்டு போறவராம், மாதாவை கண்டதும் "என்ர ஆச்சி" எண்டு கும்பிடுவாராம். முந்தி அது ஒரு தாய்க்கிழவி கோயிலாம், கண்ணகையம்மன் கோயிலெண்டும் சொல்லுறவை. வெள்ளைக்காரர் வந்து இருந்த கோயிலை இடிச்சுப்போட்டு மாதா கோயிலை கட்டினவங்களாம், சனம் மாதா கோயில் வந்தால் பிறகும் தாய்க் கிழவியைத்தான் கும்பிடுறம் எண்டு நினைச்சுக்கொண்டு மாதாட்டையும் வாறதாம், அது அப்பிடியே சனத்தின்ர நம்பிக்கையிலை கலந்திட்டு, எங்கடை ஆச்சி சொல்லும் மாரியும் மேரியும் ஒண்டுதான் எண்டு!"

"எனக்கு இது தெரியாது" வெரோனிக்கா கொஞ்சம் அழுத்திச் சொன்னாள், அருகில் இருந்த போராளிகளில் சிலர் அதை நம்பவில்லை கட்டுக்கதை என்றனர். ஒருத்தி "ஏன் யாழ்ப்பாணம் நல்லூர் கோயில் இப்ப இருக்கிறதும் முஸ்லிம்களின்ர பள்ளி வாசலோ, சமாதியோ இருந்த இடத்தில தானாமே? அப்பா அடிக்கடி சொல்லுவார், அங்கை இப்பவும் கற்பூரம் விக்கிற பொறுப்பும் உரிமையும் முஸ்லிம்களுக்குதான் இருக்கெண்டு, அது மரபாயே இருக்குதாம்."

"அது மட்டுமில்லை, பழைய உண்மையான நல்லூர் இருந்த இடத்திலை தேவாலயம் தானே இப்ப இருக்கு, ஒவ்வொரு சாமிக்கு மேல ஒவ்வொரு சாமி ஏறி இருந்துகொண்டே இருக்கு மாறி மாறி" இன்னொருத்தி முடித்தாள்.

ஒரு ஆட்டிலறி - ஷெல் சத்தம் கேட்டது. மிக அருகில் காட்டுக்குள் வீழ்ந்து வெடித்தது. புகை எழுவதும் தெரிந்தது. வாகனம் நிறுத்தப்பட்டு அனைவருக்கும் இறங்கக் கட்டளை வந்தது. வெரோனி தன்னுடைய பைகளை எடுத்துக் கொண்டாள். மார்கழி வோக்கியில் யாருடனோ கதைத்தாள். சில சங்கேத வார்த்தைகளை வோக்கியின் குரலுடன் பகிர்ந்து கொண்டாள். கொஞ்சம் புரிந்தது. பொறுப்பாளர் அந்த மெடிக்ஸ் குழுவிற்கு மார்கழியைத்தான் பொறுப்பாக நியமித்திருந்தாள். மார்கழி மூன்றாவது நிலையில் நிற்கும் தன்னுடைய டீமுடன் கதைத்ததாகச் சொன்னாள். வழித்தடத்தைக் கேட்டதும், மருத்துவ உதவிக்குரிய டீமை கொண்டு வருவதாக சொன்னதும் ஓரளவு விளங்கியது. வோக்கி அணைந்தவுடன் மார்கழி தன்னைத் தொடர்ந்து வரும்படி சொல்லிவிட்டு காட்டுக்குள் இறங்கி பரிச்சமானவள் போல முன்னால் நடந்தாள்.

அன்றிரவு நடுச்சாமத்தில் ஒப்பரேசன் மரியாள் தொடங்கியது.

……

சின்னப்பண்டிவிரிச்சான் மற்றும் பெரிய பண்டிவிரிச்சானில் தொடங்கி நீண்டு வரும் எல்லைகளில் விடுதலைப்புலிகளின் முன்னரங்க அணிகள் அதிகாலை வரை ஏ14 எனப்படும் மதவாச்சி – மன்னார் வீதியை கடந்து இராணுவம் வந்து விடக்கூடாது என்பதில் கரிசனையாக சண்டையிட்டன. மதவாச்சி - மன்னார் வீதி அதிகாலை வரை விடுதலைப்புலிகளின் கட்டுப்பாட்டிலேயே இருந்தது. தலைமன்னாருக்கு நிலமார்க்கமாக வழங்கல்களை கொடுக்கத்தக்க வீதி என்பதோடு அதைக்கடந்து விட்டால் அடுத்தகட்டமாக விடுதலைப்புலிகளின் அணிகள் நிலையெடுத்துக்கொள்வதற்கு மடுத்தேவாலயத்தை தாண்டி பின் நகர்ந்து சென்றே காட்டை முன்னணி அரண்களாக அமைத்துக் கொள்ள வேண்டும். இராணுவத்துக்கு கடும் எதிர்ப்பை தாண்டி வீதியைப் பாதுகாக்க வேண்டியிருந்தது. மோட்டார், மற்றும் பீரங்கி படையணிகள்தான் அப்போது இரண்டு பக்கமும் பெரும் பக்கபலமாகவிருந்தன. அடர்ந்த மன்னார் காடுகளுக்குள் நேரடியான துவக்குச்சண்டை கள் வெறும் கேடயங்கள் மட்டும்தான். நெத்தி முட்டாக எதிர்ப்படும் வரை தூரத் தாக்குதல்கள் தான் வெற்றியின் பின்னணியாய் இயங்குவன.

வெரோனிக்கா அதிகாலை வரை காயப்பட்ட போராளிகளுக்கு சிகிச்சை செய்யும் வைத்தியர்களுக்கு பின்னால் சுழன்று கொண்டிருந்தாள். கூடாரங்களில் விளங்குகளைக் கூட ஏற்ற முடியாது. தலைக்கு மேல் உளவு விமானம் இரைந்து கொண்டேயிருந்தது. டோச் வெளிச்சத்தில் எல்லாம் செய்ய வேண்டியிருந்தது, இரண்டு மூன்று அறுவை சிகிச்சைகள் கூட. இரண்டு போராளிகளுக்கு கால்களை எடுக்க வேண்டியதாகிவிட்டது. மயக்க மருந்து போதாமையால், வாயில் டூத்பிரஸ்களை கடிக்கச் சொல்லி விட்டு பெரிய பல்லுவாளால் அறுத்து அகற்றிய போது அவர்களின் தொண்டை வீறிட்ட சத்தம் நெஞ்சுக்குள் மோதிக் கொண்டிருந்தது. நல்லவேளையாக டோச் லைட் வெளிச்சத்தில் வெளியேறிச்சிதறிய இரத்தத்தை பார்க்காமல் தப்பித்தோம் என்று ஆனது. களமுனைச் சிகிச்சைகள் முதலுதவி போன்றவைதான். அடிக்கடி அம்புலன்ஸ்கள் கிளிநொச்சியை நோக்கிப் போய் வந்தபடியிருந்தன. இடையில் ஒரு முறை வோக்கி ஒன்றில் மார்கழியைத் தொடர்பில் கொண்டு வர முயற்சித்தாள் பயனில்லை. மாலை இருட்டிய பிறகு தன்னுடைய அணியுடன் போனவள். இராணுவத்தின் எறிகணைகள் தலைக்கு மேலாக கூவிக்கொண்டு சென்று காடுகளுக்குள் வீழ்ந்து வெடித்தன. நெஞ்சுக்குள் ஒரு கனமான கொடுக்கு முக்கிய நரம்பினை அடிக்கடி கவ்வி கவ்வி விட்டுக்கொண்டிருந்தது. வெரோனிக்கா எந்த யோசனைக்கும் இடங்கொடாமல் மருத்துவ உபகரணங்களுடன் தன்னை ஐக்கியமாக்கிக்கொண்டு இயங்க வேண்டும் என்பதில் குறியாகவிருந்தாள்.

"பிள்ளையள் ஆரும் வோக்கி ரான்ஸ்மீற்றர் ஒப்பிரேட் செய்ய கூடியவை இருக்கிறியளோ? எனக்கு கொஞ்சம் உதவி வேணும்." வெரோனிக்கா நிமிர்ந்து பார்த்தாள். பெண் போராளியொருத்தி முதுகில் பெரிய வோக்கி ரான்ஸ்மீற்றரும், கையில் ஒரு ரான்ஸ் மீற்றரும் சில உபகரணங்களோடும் நின்றிருந்தாள். வெரோனிக்கா அவளிடம், "நான் செய்வன்" என்றாள். "சரி என்னோட வாரும்", "இருங்கோ பொறுப்பாளர் அக்காட்டை கேட்டிட்டு..." "நேரமில்லை, சொல்லத்தேவையில்ல வாரும்" அவளுடைய குரலிடம் பதில் பேசாமல் பின்னால் நடக்க வைக்கும் குரல்பாவமும் தொனியுமிருந்தது. கோல்சர்களை கொழுவிக்கொண்டு தன்னுடைய துவக்கையும் ஏந்தி அவளின் கையில் இருந்து ஒரு வோக்கி ரான்ஸ்மீற்றரை வாங்கிவைத்துக் கொண்டு நடந்தாள்.

இவர்கள் நின்றிருந்த மெடிக்ஸ் மடு ஏரிக்கு அண்மையில் இருந்தது. இருவரும் கொஞ்சம் சதுப்புத்தன்மையான புதர் மண்டிய நிலத்தின் ஊடாக நடந்து மடுத்தேவாலயமிருந்த திசையில் நடந்து போனார்கள்.

"உம்மட பேர் என்ன?" அந்த வோக்கிக்காரி கேட்டாள்.

வெரோனிக்கா தன் இயக்கப் பெயரைச்சொன்னாள்.

“என்னெண்டு ரான்ஸ்மீற்றர் ஒப்பிரேட்டிங் எல்லாம் தெரியும்?”

“அவ்வளவு தெரியாது, முதல் செந்தழல் எண்டு என்னோட நிண்ட பிள்ளை கொஞ்சம் சொல்லித்தந்தவள். உண்மையச்சொல்லோணும் எண்டா எனக்கு வடிவா ஒண்டும் தெரியாது, அங்கை நிக்கேலாமத் தான் நீங்கள் கூப்பிட்டோண்ணை வெளிக்கிட்டனான்”

சிதைந்த காலின் சதைக்குள் இறங்கி பிறகு எலும்பை அறுத்துக் கொண்டிருக்கும் வாளின் உராய்வுச்சத்தம் இன்னும் அவளுக்குள் கேட்டபடியிருந்தது.

“ம்ம்” அவள் ஒன்றும் சொல்லவில்லை. வேகமாக நடப்பதில் குறியாகவிருந்தாள்.

“உங்கடை பேர் என்ன?”

“தயிர்வளை”

அவளுடைய தோளில் விளக்கெரிந்து கொண்டிருந்த வொக்கிகள் மாறி மாறி அவசரத்தை அலறியது. இராணுவம் சுட்ட மல்டிபெரல் ஏவுகணையின் ஒரு சுற்றுக்குரிய நாற்பது கணைகளும் இவர்களைக் கடந்து போய் சில மைல்களுக்கு அப்பால் சீரான ஆயிடையில் வெடித்துச் சிதறின. வேகமாக நடந்து முன்னேறினார்கள்.

மடு வளாகத்தின் கிழக்குப்பக்கம், தேவாலயம் தேய்பிறை நாட்களின் இருட்டில் மூழ்கி தூரத்தில் லேசான காட்சியாகத் தெரிந்தது. மடுத்தேவாலயத்தின் மீது கணைகள் அவ்வளவாக ஏவப்படாததால், தொலைத்தொடர்பு மற்றும், உணவு வழங்கல் பகுதிகளை அங்கே தற்காலிகமாக நிறுவியிருந்தனர். கொஞ்ச நேரம் அடங்கியிருந்த துவக்குச் சத்தங்கள் மீண்டும் தொடங்கிவிட்டிருந்தன.

விடியும் போது மீண்டும் துவக்கு சத்தங்கள் இரண்டு பக்கமும் அடங்க, மோட்டார் குண்டுகளை மட்டும் சீரான இடைவெளியில் இரு தரப்பும் அனுப்பிக்கொண்டிருந்தது. மர அணில்கள் முதல் யானைகள் வரை கைவிட்டுச்சென்ற காடுகளுக்குள் மனிதர்களைத் தேடிச்சென்று மோட்டார் ஷெல்கள் வீழ்ந்து சிதறிக்கொண்டிருந்தன.

“அல்பா அல்பா ஓவர்”

தயிர்வளை ரான்ஸ்மீற்றரில் ஒரு கையும் பெரிய வோக்கி ஒன்றின் திருகுக்கட்டையில் ஒரு கையுமாக தகவல்களை பரிமாறிக்கொண்டிருக்க

அவற்றின் சங்கேதங்களை உடைத்து திறந்து குறிப்பு புத்தகம் ஒன்றில் எழுதி ஒழுங்குபடுத்திக் கொண்டிருந்தாள் வெரோனிக்கா. இடைக்கிட கொஞ்சம் தூரமாக மரங்களின் பச்சை விரிவுக்கு இடையில் தெரியும் "*AVE MARIA*" என்று தேவாலய முகப்பில் எழுதியிருந்த வாசகத்தில் கண்கள் நிலைத்து நிலைத்து மீண்டன. அருகிலிருந்த அதன் தமிழ்பெயர்பையும் சிங்களப்பெயர்பையும் மரங்கள் மறைத்திருந்தன. குறியீடுகளையும், சங்கேதங்களையும் ஒழுங்குபடுத்தி ஒப்பிரேசன் மரியாளின் ஒழுங்கு செய்யப்பட்ட முழுவடிவத்தையும் குறிப்பில் எழுதிமுடித்தாள் வெரோனி. பிறகு மன்னார் களமுனைக்குரிய பெரிய வரைபடமொன்றை எடுத்து ஒரு கறுப்பு நிற பெயின்ரிக்ஸ்சால் திட்டத்தை அம்புக்குறிகள், கோடுகள், சங்கேதச் சொற்களால் வரைந்து குறித்தாள். வோக்கியில் கையை வைத்துக் கொண்டே அவள் வரையும் போது சில இடங்களைச் சுட்டிக்காட்டி அதில் குறிக்க வேண்டியவற்றைச் சொல்லிக் கொண்டிருந்தாள் தயிர்வளை.

இராணுவத்தை பழையபடி; முன்னேற முதல், இருந்த இடத்திற்கு பின் தள்ளுவதற்கு நானூறு போராளிகளை தரச்சொல்லி முன்னரங்கில் கோரியிருந்தார்கள். முதலில் மடு மாதா சொரூபத்தை வன்னிக்கு கொண்டு போவதற்குரிய ஏற்பாடுகள்தான் செய்யப்பட்டிருந்தன. ஆனால் இப்போது இறுதியாக ஒரு திட்டம் வகுத்து அனுப்பப்பட்டிருந்தது. இந்த நடவடிக்கை தோல்வியடைந்தால் சொரூபம் வன்னி பெருநிலத்தை நோக்கி எடுத்துச்செல்லப்படும், புலிகளின் நிலைகள் சில கிலோ மீற்றர்கள் பின்னால் தள்ளப்படும். அதுமட்டுமன்றி இழப்பு அதிகமாகவும் இருக்கும். முன்னர் அறிவித்ததைப்போல "ஒப்பிரேசன் மரியாள்" என்ற பெயரை மாற்றாமல் அந்தத்திட்டத்தை விரிவுபடுத்தியிருந்தது தலைமை. வோக்கியில் வந்த எல்லாச் சங்கேதக் கட்டளைகளையும் தொகுத்து வெரோனிக்கா திட்டத்தை சுருக்கமாக இவ்வாறு விளங்கிக்கொண்டாள்,

"மதவாச்சி - மன்னார் பிரதான வீதியை ஒரு நேர் கோடாக கொண்டால், அந்த நேர்கோட்டை மொத்தமாக ஆறு அணிகள் சரியான இடைவெளில் இறங்கும். நடுவில் இருக்கும் நான்கு புள்ளிகளும் மட்டுமே நகரக்கூடிய படையணிகள். கனரக ஆயுதங்கள் தாங்கிய படையணிகள். அவை மாலை வேளை வரை அமைதியாக இருக்கக் கோட்டின் அந்தங்களில் இருக்கும் மோட்டார் மற்றும் பீரங்கிகளைக் கொண்டிருக்கும் படையணிகள் தொடர்ச்சியாக இராணுவ நிலைகளை நோக்கி கணைகளை ஏவும். ஆனால் ஒரே இடத்திலன்றி அவை அரை மணி நேரத்துக்கு ஒருமுறை வீதியை அண்டி காடுகளுக்குள் நேர்கோட்டின் ஏனைய புள்ளிகளுக்கு இடையில் நகர்ந்தபடி இராணுவ முன்னேற்றத்தை குழப்பிக்கொண்டிருக்கும். தற்பொழுது களத்தில் நிற்கும் படையணிகள்

மெல்ல மெல்ல தமது தற்போதைய நிலைகளை கைவிட்டு விட்டு இராணுவத்தை முன்னேற வழி செய்துகொண்டு பின்னகர்ந்து கோட்டை நோக்கி வரும். இராணுவம் முன்னே நகர நகர கோடு ஒரு தடியை வில்லாக வளைப்பதைப் போல வளைந்து ஒரு பெரிய அரை வட்டத்தை உண்டு பண்ணும். வேகமாக முன்னேறும் இராணுவம் அந்த பிரமாண்டமான வளையத்துக்குள் ஒழுங்கின்றி நுழையும், அதாவது அவர்களிடமுள்ள ஒழுங்கு மோட்டார்களாலும் பீரங்கிகளாலும் குலைக்கப்பட்டுக் கொண்டேயிருக்கும். உளவுத்தகவல்களின் படி இராணுவம் சில கனரக டாங்கிகளையும், கொமோண்டோக்கள், அடங்கிய பட்டாலியன்களையும் இறக்கியிருக்க வேண்டும். அத்தோடு வான்வழியான தாக்குதல்களையும் செறிவாக எதிர்பார்க்கலாம். இராணுவத்தை வளையத்துக்குள் பெருமளவில் எடுத்து திடீர் தாக்குதலின் மூலம் வளையத்தை இயன்றவரை வளைத்து மூடி, ஒரு தொகை இராணுவத்தை அகற்றவேண்டும், கோடு வில்லாக மாறத்தொடங்கிய பிறகு கோட்டின் நடுவில் உள்ள அணிகள் இராணுவத்தை மிக நெருங்கிச்சென்று சண்டையிட வேண்டும். செறிந்த காடு, வான்வழி உதவிகள் இராணுவத்திற்கு பயனளிக்காது. வேண்டுமென்றால் குத்துமதிப்பாக காடுகளுக்குள் குண்டுகளை வீசலாம். காட்டில் நேரடியான “நெத்தி முட்டும்” சண்டைதான் வெற்றியைத் தீர்மானிக்கக் கூடியது. டாங்கிகளும் வேகமாக முன்னேற முடியாது, மதம்பிடித்த யானைகளைப்போல மரங்களை கடக்க முடியாமல் தலையை சுற்றிச்சுற்றி மூசிக்கொண்டு டாங்கிகள் காட்டுக்குள் நிற்கும். “டாங்கியை வச்சு பாலைவனத்திலதான் திறமாய் சண்டை பிடிக்கலாம், காட்டுக்க ஏலாது” செந்தழல் ஒரு முறை மணலாற்றில் சொன்னது வெரோனிக்காவிற்கு ஞாபகமிருந்தது. ஆனால் இதிலிருக்கும் ஆபத்து நடுவில் இறங்கப்போகும் போராளிகளின் நிலைதான். வில் வளைபடாமல் உடையும் பட்சத்தில் கோடு சிதறி அவர்கள் தனித்தனி புள்ளிகளாக காட்டுக்குள் தனித்து விடப்படுவதற்கும் இராணுவத்தினால் சூழ்ந்து கொள்ளப்படுவதற்கும் வாய்ப்பிருக்கின்றது. நின்று சண்டை செய்வதற்கு தொடர்ச்சியான வழங்கலும் துண்டிக்கப்பட்டு விடும். இராணுவத்திடம் மூன்று திசைகளும் போராளிகளிடம் ஒரேயொரு திசையும் மாத்திரமே இருந்தது. அப்போது ஏதோ ஒரு புது தகவல் வர கோட்டில் இருந்த ஆறு புள்ளிகளுக்கு பின் பக்கமாக அதாவது, மடு மாதா வளாகத்திற்கும் மன்னார் பிரதான வீதிக்கும் நடுவில் இருந்த காட்டுக்குள் கறுப்பு நிற பெயின்ரிக்சால் தயிர்வளை ஒரு பெரிய புள்ளியை குறித்தாள்.

“இது என்ன?”

“குத்துவரிக்காரர். மோட்டச்சைக்கிள் டீம், கரும்புலியளும் நிக்கினம் போல”

“ஏன்?”

“நானூறு பேரை உள்ளுக்கு விடப்போறமெல்லோ, தச்சலும் சறிக்கினால் பாயவேண்டித்தான் இருக்கும். ஆமி இப்ப இயக்கத்த விட நல்லா பொக்ஸ் அடிக்கிறான், அவன் எண்டைக்கும் பயப்பிடுறது தற்கொலைத் தாக்குதலுக்குதான். அவன் பயபிடுறத வச்சு அடிச்சால்தான் குலைஞ்சு போவான்.”

...

மூன்றாவது அணி கோட்டிலிருந்து இறங்கியிருந்தது. இரவு பத்து மணிக்கு மேலே சண்டையின் உக்கிரத்தை பரா லைட்டுகளை விமானம் மூலம் ஏவி வானத்தில் ஒளி நிரப்பிக்கொண்டு இராணுவம் ஷெல் மழை பொழிந்து கொண்டிருந்தது. பதிலுக்கும் காட்டுக்குள் தலை நீட்டியிருந்த போராளிகளின் பீரங்கிகளும் அதிர்ந்து அதிர்ந்து அடங்கிக்கொண்டிருந்தன. தயிர்வளைக்கும், வெரோனிக்காவிற்கும் உதவிக்கு நான்கு போராளிகளை அனுப்பியிருந்தார்கள். ரான்ஸ் மீற்றர்கள், சமிக்ஞை கருவிகள், அண்டனாக்களுடன் அவர்கள் ஓயாமல் சுழன்று கொண்டிருந்தார்கள். வெரோனிக்கா இடைக்கிட மார்கழியைத் தொடர்பில் எடுக்க முயன்று கொண்டிருந்தாள். ராதா வான்காப்பு படையணியின் வோக்கி தொடர்பு மையத்துடன் அடிக்கடி தொடர்பை ஏற்படுத்தி “மார்கழி மார்கழி” என்று அழைத்துப் பார்த்தாள். இடையில் “மார்கழியக்கா தூரத்தை நிக்கிறா என்ன விசயம்?” என்று ஒரு பெண் போராளியின் குரல். “வந்தோண்ணை ஒருக்கா எடுக்கச்சொல்லுங்கோ” தயிர்வளை சிரித்தாள் “என்ன அவா கிணத்தடியிலை உடுப்புத்தோய்ச்சுக் கொண்டே நிக்கிறா, வந்தோண்ணை எடுக்க?”

வெரோனிக்கா சங்கடப்பட்டு புன்னகைத்தாள், அங்காங்கே நட்டிருந்த மெழுகு ஒளியில் அவளுடைய முகத்தில் தெரிந்த பதகளிப்பை தயிர்வளை கொஞ்சம் குறைக்க நினைத்துக் கொண்டு பேச்சுக் கொடுத்தாள். “ஆமி பின்னுக்கு போட்டான் எண்டால் சொரூபம் எடுக்க மாட்டாங்கள், காலமை ஒருக்கா போய் கும்பிட்டு வருவம்.”

“போவானா?”

தயிர்வளை வாயுன்ன வோக்கி இரைந்து கூப்பிட்டது. வந்த குரலில் பதற்றம், “பீற்றா... பீற்றா... ஓவர்!, குரங்குகள் வளையத்தை உடச்சு பெட்டியால ஏறுது, திரும்ப சொல்லுறன், குரங்குகள் வளையத்தை உடைச்சு பெட்டியாலை ஏறுது”

தயிர்வளை பரபரப்பானாள். ரான்ஸ் மீற்றரை எடுத்து தலைமையிடத்துக்கு தகவல் சொன்னாள்.

“அண்ணை ஆமி உடைச்சிட்டான் போல கிடக்கு, பொக்ஸாலை ஏறுறான் எண்டினம், பிள்ளையளை திரும்ப எடுத்தால் நல்லம் போல கிடக்கு”

“...”

“இல்லையண்ணை பதட்டமாய்தான் கதைக்கினம், தொடர்பு எடுத்து கேக்கிறன்”

“...”

தயிர்வளை மீண்டும் களத்தில் நிற்கும் போராளிகளுக்கு தொடர்பெடுத்துப் பார்த்தாள், நிலமை அசாதாரணமாக கையை மீறியிருந்தது, முன்னூறு போராளிகளுக்கு மேல் கோட்டிலிருந்து துண்டிக்கப்பட்டிருந்தார்கள். தலைமன்னார் பக்கம் ஓடும் ரோட்டைப்பிடித்து ஒரு டாங்கியையும் கனரக பட்டாலியனையும் கொண்ட இராணுவ அணி ஒன்று மிதந்து ஏறியிருக்கிறது, கோட்டின் ஒரு அந்தத்தை அது உடைத்து விட்டிருக்கிறது, ஏறக்குறைய இராணுவம் தன்னுடைய முதலை வாயை கோட்டுக்கு எதிரே பலமாக திறந்து கொண்டிருந்தது.

சரியாக ஒன்றரை மணிநேரம் கழித்து சண்டையில் இராணுவத்தின் கை ஓங்கியது, இரண்டு மூன்று முறை மிக் விமானங்கள் வானத்தை எரித்து ஒளியுண்டாக்கி நான்கைந்து முறை காடுகளுக்குள் குண்டுகளைப் போட்டன. கோடு ஏறக்குறைய சிதைந்து முன்னுக்கும் பின்னுக்கும் இதய வரையம் போல நடுங்கிக் கொண்டே பின்வாங்கிக் கொண்டிருந்தது. ஷெல்கள் மடுவளாகத்தில் விழத்தொடங்கியிருந்தன. துப்பாக்கிச்சன்னங்கள் தலைக்கு மேலே கூவிச்சென்றன. தயிர்வளை முக்கியமான உபகரணங்களை மட்டும் வைத்துக்கொண்டு மிகுதியை அப்புறப்படுத்த கட்டளையிட்டாள். பிறகு ரான்ஸ்மீற்றர்கள், ஒன்றிரண்டு வோக்கிகளை எடுத்துக்கொண்டு வளாகத்தில் வெட்டப்பட்டிருந்த பதுங்குகுழிக்குள் வெரோனியை அழைத்துப் போயிருந்துகொண்டு தொடர்புகளை ஏற்படுத்த முயற்சித்துக் கொண்டிருந்தாள். வீதியை பிடித்து ஏறிய அணியும் ஒரு பெரிய கொன்வே போன்ற தொடர் தாக்குதல் அணியையும் பற்றி உளவுப்புலிகள் தகவல் அனுப்பியிருந்தார்கள், அது ஒரு நீண்ட பாம்பைப் போன்று வேகமாக கோட்டை விழுங்கிக்கொண்டு காட்டுக்குள் இறங்கிய அணிகளை கோட்டிலிருந்து துண்டிக்க வீதியைப் பிடித்து முன்னேறி வந்தது. அந்த டாங்கி கம்பீரமாக ரோட்டில் எந்த தங்கு தடையும் இன்றி தன்னுடைய அணிக்கு பக்கபலமாக நின்று முன்னேறி வந்தது.

வரைபடத்தை மடித்து வைத்துக் கொண்டு தயிர்வளை தகவல்களை தலைமை இடத்திற்கு சொல்லிக்கொண்டிருக்கும் போது வெரோனிக்கா வோக்கிகளை மடியில் வைத்துக்கொண்டு அன்ரனாவை இறுக்கி பிடித்திருந்தாள். அப்போது வரைபடத்தில் நிலையாக இருந்த பெரிய கறுப்பு புள்ளியை அசைந்து செல்ல கட்டளை வந்தது. நடக்கவிருக்கும் தாக்குதல் பற்றி உள்ளிருக்கும் போராளிகளுக்கு அறிவிக்கப்பட்டது, பதில்தாக்குதலின் போதோ அல்லது தற்காப்பு தாக்குதலின் போதோ முன்னேறிச்சென்று தாக்கும் போதோ ஏற்படும் இழப்பைக்காட்டிலும், பின் வாங்கும் போதே இழப்புக்கள் அதிகமாக இருக்கும். பண்டைய போர் முறைகளில் புறமுதுகு காட்டும் வீரர்களை நோக்கி தாக்குதல் செய்யக்கூடாது என்ற அறம் பெயரளவிலேனுமிருந்தது. ஆனால் நவீன போர் முறையென்பது பெயரளவில் கூட அதை அறியாதது. போராளிகள் தயாரானார்கள், கோட்டை விழுங்கும் அந்த பெரிய அணியையும் டாங்கியையும் அழித்து விட்டாலோ நிலை தடுமாறச் செய்தாலோ வீதியைக் கடந்து மடுவைத்தாண்டி பின் வாங்கி அடுத்த நிலைகளில் தயாராக இருக்கும் அணிகளுடன் இணைய வேண்டும். ஏராளம் போராளிகள் காயப்பட்டும் சாவடைந்துமிருந்தனர். அவர்களை காவிக்கொண்டு முடிந்தவரை நாங்கள் பின்வாங்கவில்லை என்று இராணுவ முன்னரங்க அணிகளை நம்ப வைக்க தற்காப்பு தாக்குதல்களை செய்துகொண்டு பின் வாங்க வேண்டும். பாம்பு கொல்லப்படாவிட்டால், உருவாகி இருக்கும் அந்த பெரிய முதலை வாய் அத்தனை போராளிகளையும் விழுங்கி மூடும்.

வெரோனிக்கா நிறைய நாட்களுக்கு பின்னால், சிலுவைக்குறியிட்டு கர்த்தரையும் அந்தோனியாரையும் மாதாவையும் அழைத்தாள். மாரகழியை தொடர்பு கொள்ள முடியவில்லை, அடி நெஞ்சுக்குள் பதற்றம் வெடிக்க தயாராக இருந்தது, மடியில் கிடந்த வோக்கிகளைப்போல மனது இரைந்தது. மீண்டும் கட்டையை உருட்டி, மார்கழியை தொடர்பில் எடுக்க முயற்சி செய்தாள். பதிலில்லை. தயிர்வளை ஏதோ ஒரு சங்கேதத்தை எழுதச்சொன்னாள். எழுதினாள். இரண்டு பெயர்கள், அந்தப்பாம்பின் தலை மீது பாயப்போகும் கரும்புலிகளின் பெயர்கள்.

“எயிலி”

“மார்கழி”

எழுதி முடித்து சில நிமிடங்கள் பரபரப்பாக வோக்கின் குரல்களுக்கு பதில் சொல்லிக் கொண்டிருந்தாள். அவள் அந்தப் பெயர்களை உள்ளே எடுக்கவில்லை. ஓடிக்கொண்டிருந்த மனது ஒரு கணம் நின்று பார்த்தது. சட்டென்று அடிநெஞ்சிலிருந்து அந்தப் பெயர்கள் வெடித்துப் பரவின. கைகள் நடுங்கிக் கொண்டிருக்கும் போதே,

“ஆரும் என்னட்ட சொல்லாமல் ரகசியம் வச்சிருந்தால் தாங்கேல்லாது அதை தெரிஞ்சு கொள்ளாட்டி நித்திரையே வராது”

தலைக்கு மேலே மின்னியது, கண்களை குத்தி நுழைந்த ஒளி, அடுத்தடுத்து ஆட்லறி ஷெல்கள் பதுங்குகுழிகளுக்கு மேலே விழத்தொடங்கின, தயிர்வளை வெரோனிக்காவை அணைத்து அமத்திக்கொண்டு படுத்தாள், கையில் இருந்த டோச் தவறிச்சரிந்தது, அவர்களுக்கு மேல் மண் சரிந்து கொட்டத்தொடங்கியது. தயிர்வளையிடம் ஒரு பெரிய விக்கல் வெளிப்பட்டு அடங்கியது. அவள் மார்பில் முகம் அழுத்திய போது தாமரையின் வியர்வை வாசனை அப்படியே அச்சொட்டாக தலைக்குள் பரவியது. வெரோனிக்கா ‘தாமரை’ என்று வாய்விட்டு கத்தினாள். சத்தம் வரவில்லை. தயிர்வளையின் முதுகுப்பக்கம் சூடாக குருதி இறங்கி வெரோனிக்காவை நனைத்தது. தயிர்வளை துடிக்க ஆரம்பித்தாள். வெரோனிக்கா அவளை உலுக்கி முதுகைத் தடவிப்பார்த்தாள், தசை சிதைந்து குருதி ஒட்டியது. மரமொன்றில் பட்டுத்தெறித்த சன்னம் ஒன்று முதுகில் பாய்ந்து புதைந்திருந்தது. மூச்சு இரைந்தது. வோக்கிகள் மாறி மாறி இரைந்தன, வெரோனிக்கா அப்படியே தயிர்வளையை தூக்கி தோளில் போட்டாள். வானமெங்கும் நட்சத்திரங்கள் உதிரும் பிரமை, சன்னங்கள் இரவை சல்லடை போட்டுக்கொண்டு கடந்து போயின, வெரோனிக்கா தயிர்வளையை தூக்கிக்கொண்டு மரியாளின் ஆலயம் நோக்கி ஓடினாள். மரியாளிடம் ஓடும் எண்ணம் அறவேயில்லை, ஏதோ ஒரு திசைக்குள் ஓடினாள் அங்கே மரியாளிருந்தாள்.

தேவாலயத்தின் முகப்பிற்கு நேர் எதிரே வயதான பூவரசு நிலத்தோடு சாய்ந்து நின்றிருந்தது, கசஇருட்டில் அது இடற இருவரும் விழுந்து உருண்டனர். வெரோனிக்காவின் தலை வெறும் நிலத்தில் “சொத்” என்று மோதியது. தொடையில் பெரிய காயம் ஒன்று ஏற்பட்டிருக்க வேண்டும், குருதி வழியத்தான் அது தெரிந்தது. உடலில் என்றும் உணராத சூடு பரவி ஓடியது, இருட்டில் தயிர்வளையை தட்டுத்தடுமாறி தேடினாள், கோல்சரினுள் இருந்த டோச் ஞாபகம் வர எடுத்து அடித்துப் பார்த்தாள், தயிர்வளை சுருண்டு சோர்ந்திருந்தாள், சோதித்தாள். அந்த உடலில் இருந்து தயிர்வளை வெளியேறியிருந்தாள், தூக்கி தோளில் ஏற்றினாள். உடல் அசாதாரணமாகக் கனத்துப்போயிருந்தது. காவிக்கொண்டு நடந்தாள். தேவாலயம் இருட்டின் கனதிக்குள் தெரிந்தது. இப்போது அவள் மாதாவிடம்தான் போய்க்கொண்டிருந்தாள்.

பெரிய கதவு அகலத் திறந்திருந்தது, மேடையில் ஏறி வாசலில் தயிர்வளையின் உடலை வளர்த்தினாள். தன்னுடைய காலுக்கு ஒரு துணியை கிழித்து கட்டினாள். தொடையில் பெரிய சிதைவு. இரத்தம் சகட்டு மேனிக்கு வெளியேறிபடியிருந்தது. தோளிலும் காயம்பட்டிருந்தது.

அது பதுங்கு குழிக்குள்ளேயே பட்டிருக்க வேண்டும், இப்போதுதான் எரிவு தெரிந்தது. நிறைய குருதியை அந்தக்காயம்தான் இரகசியமாக வெளியேற்றியிருக்க வேண்டும். தலை லேசாகக் கிறுகிறுத்தது. டோச்சை பிடித்துக்கொண்டு கோயிலுக்குள் நுழைந்தாள், கசஇருட்டு. சொரூப மேடையின் பக்கத்தை அனுமானித்துக் கொண்டு முழந்தாளிட்டாள். தலை மீண்டும் ஒருமுறை கிறுகிறுத்தது. செபங்கள் எதுவும் நினைவில் தட்டுப்படவில்லை. தாமரையின் வாசனை தலைக்குள் கிறுகிறுத்தது. மாதாவின் தூயமுகத்தைப் பார்க்க நினைத்தாள். சொரூபத்தை நோக்கி டோச் வெளிச்சத்தைப் பாய்ச்சினாள். அவளுடைய நினைவில் உள்ளதைப் போல அந்த பழைய அழகிய மரவேலைப்பாடுகளுக்கு மத்தியில் புனித மரியாளின் திருச்சொரூபம் மறைந்துவிட்டிருந்தது.

பைதரம் நீங்குபடலம்.

கொலை புறங்கொண்ட வேந்தன் குணத்து உரி நகரும், நாடும்,
வலை புறம் கொண்ட பாவம் மலிந்து, இருள் மொய்த்ததன்றே.

– வீரமாமுனிவர்

01

பின் மழைக்காலத்தின் குளிர்காற்று நடுங்கச்செய்யும் கூதலுடனிருந்தது. சண்முகம் பெட்டி கழட்டிய வெறும் டிராக்டரை வேகமாக திருப்பி தருமபுரம் வைத்தியசாலைக்கு அருகில் ஓடும் ஒழுங்கைக்குள் இறக்கினான். யுத்தம் மன்னார் மாவட்டத்தைக் கடந்து கிளிநொச்சியின் தெற்கு எல்லைகளுக்கு வந்து கொண்டிருந்தது. ஷெல் சத்தங்கள் நெருங்கி வர, கிளிநொச்சி இடம்பெயர்ந்து கொண்டிருந்தது. சனங்கள் தங்களின் பொருட்களை முடிந்த வரை கிளிநொச்சி முல்லைத்தீவு எல்லைக்கிராமங்களில் கொண்டு வந்து தெரிந்த, தெரியாத வீடுகளில் வைத்தார்கள். மெல்ல மெல்ல இடம்பெயர்வு தன்னுடைய வேகத்தை விரித்துக் கொண்டே வந்தது. சனங்கள் வந்து சேரச்சேர தருமபுரமும் விசுவமடுச்சந்தியும் திடீரென நகரமாக மாறத்தொடங்கிவிட்டன. பரந்தன் தொடக்கம் கிளிநொச்சி வரையிருந்த வணிக நிறுவனங்களும், கந்தோர்களும், வைத்தியசாலையும், பாடசாலைகளும் தருமபுரம் தொடக்கம் விசுவமடுவரை புதிதாக ஒரு நகரத்தை உண்டு பண்ணின. முல்லைத்தீவுக்குள் கிழக்குப்பக்கமாகப் பிரவேசிப்பதற்குரிய ஆரம்பநிலைக் கிராமங்கள் சன அடர்த்தியால் நெருங்கிக் கொண்டிருந்தன. வெறுங்காணிகள் தற்காலிகக் கொட்டகைகளால் நிரம்பியிருந்தது. எப்படியும் கிளிநொச்சியை மீட்டு விடுவார்கள், திரும்பலாம் என்ற நம்பிக்கை அவர்களுக்கு. புலிகளின் அரசியல் தலைநகரம். அத்தனை சீக்கிரத்தில் அதை இழப்பது போராளிகள், சனங்கள் இருசாராருக்கும் பெரிய மனவீழ்ச்சியை உண்டுபண்ணும். யுத்தப்பகுதிகளில் இருந்து வந்து சேரும் செய்திகளும் போராளிகளின் உடல்களைத் தாங்கிக்கொண்டு துயிலுமில்லம் நோக்கிச்செல்லும் சோககீதம் இசைக்கும் ஊர்த்திகளும் மக்களுக்கு நம்பிக்கையை எடுத்துவரவில்லை. புதிதாக பிடித்துச்செல்லப்பட்ட போராளிகளின் சாவுகள் அதிகமாயிருந்தன. சரியான பயிற்சிக்கு கூட நாட்கள் போதாமல் எல்லைகளில் வீழ்ந்துகொண்டிருந்தன உடல்கள். மன்னார் பக்கமிருந்து இடம்பெயர்ந்து வந்த சனங்கள் சலித்துப் போயிருந்தார்கள். விசுவமடு வைத்தியசாலையில் களமுனையில் காயப்பட்ட போராளிகளைப் பராமரிப்பதற்கான உதிரியான

கொட்டகைகள் அடிக்கப்பட்டிருந்தன. இயக்க வாகனங்கள் அந்த ஒழுங்கைக்குள் அடிக்கடி போய் வந்தபடியிருந்தன. வீதியைக் கடந்து போகும் வாய்க்காலின் அருகில் டிராக்டரை நிறுத்தி விட்டு இறங்கி படலையைத் திறந்து கொண்டு போனான்.

''நாங்களும் உப்பிடித்தான் மன்னாரிலை இருந்து எறும்புப் புத்துக்கு பக்கத்திலை கக்கூசுக்கு ஒதுங்கினவன் மாதிரி அரக்கி அரக்கி இருந்து பதினைஞ்சு இடத்திலை தறப்பாள் விரிச்சுக்கொண்டே இப்ப இஞ்ச வந்து நிக்கிறம், இன்னும் எவ்வளவு தூரம் போகோணுமெண்டு ஆருக்கு தெரியும்'' என்று மன்னாரிலிருந்து இடம்பெயர்ந்து வந்த சனங்கள் அங்கலாய்ப்பதை அறுமர் கோபமாகச் சொல்லிக் கொண்டிருந்தார்.

அறுமருக்கும் கிளிக்கும் இது நான்காவது இடம், அக்கராயனில் ஷெல்கள் விழத்தொடங்கியதும் நகர்ந்து வந்து கனகபுரத்தில், முன்பு கட்சியில் சேர்ந்து வேலை செய்த தோழர் கோகுலத்தாரின் பெரிய ஐந்தேக்கர் காணியில் கொட்டிலொன்றைப் போட்டார்கள். சாமான்களை அவரின் வீட்டுக்குள் அடுக்கினார்கள். சண்முகம் அக்கராயனில் ஷெல் விழுவதைக் கேள்விப்பட்டதுமே சின்ராசனையும் காங்கேசனையும் ஏற்றிக்கொண்டு அறுமர் வீட்டில் போய் நின்றான். இரண்டு முறை டிராக்டர் போய் வர வேண்டியிருந்தது. கீரிப்பிள்ளை மேட்டிற்கு வந்து விடுங்கள் என்று சண்முகம் திரும்பத் திரும்ப கேட்டும் அறுமர் சம்மதித்தாரில்லை.

''பிள்ளைய தன்ர கையால தவற விட்டிட்டன் எண்டு சரியான மனவருத்தம் அவருக்கு, என்னட்ட சொல்லாமல் வீட்டால வெளிக்கிட்டு போட்டாள். அவள் இல்லையெண்டுறதை ஏற்றுக்கொள்ளேலாமா கிடக்கெண்டு புலம்பல். இரவிலை தடுமாறி ''தாமரை அந்தச்செம்பை எடு பிள்ளை எண்டுவார், அவருக்கு அவளெண்டால் சரியான விருப்பம்.'' கிளி சொல்லும் போது சண்முகம் கண்கலங்கிப் போனான்.

''பிள்ளைக்கு பயமில்லை, கதச்சு கணணிப்பிரிவிலைதான் சேர்த்துகிடக்கு, கொம்பியூட்டர் வேலைதான், கெட்டிக்காரிதானே சுழிச்சுக்கொண்டு வந்திடுவாள், நீ யோசிக்காதை, கொப்பரை பாத்துக்கொள்''

தருமபுரத்தில் அவர்கள் வந்து கொட்டகை போட்ட போதும் சண்முகம் போய்க் கேட்டுப் பார்த்தான். அறுமர் கீரிப்பிள்ளை மேட்டுக்கு வரச் சம்மதித்தார் இல்லை. ''இஞ்சாலை ஷெல் விழுந்தால் பாப்பம்'' என்றார்.

அருகிலிருந்த வெறிக்குட்டி பூபாலர் இனி பெடியள் விடமாட்டாங்கள் என்பதில் தீர்க்கமாயிருந்தார்.

"இனி வரேலாது கண்டியோ சண்முகம், உது பெரிய பிளான் பாரன் கும்பாபிசேகம் இருக்கு, கிளிநொச்சிலை மறிச்சு பெட்டி அடிக்கிறம், புஞ்சி பண்டாக்கள் சுறுட்டிக்கொண்டு ஓடப்போறானவை" வெறிக்குட்டி பூபாலர் ஏகத்திற்கு குரலை பெரிதாக்கி சபதமிடும் தோரணையில் பிரஸ்தாபம். அவருக்கு நல்லவெறி. பூபாலர் என்ற பூபாலசிங்கத்தை யோகத்தின் தங்கை சின்னமணிக்கு மணம் செய்து கொடுத்திருந்தார்கள். சண்முகத்திற்கு அவருடன் ஏறுகொடுத்துக் கதைக்கவே பிடிக்காது. சின்னமணி அத்தான் அத்தான் என்று இவனில் சரியான விருப்பம். சின்னமணி ஷெல் விழுந்து இறந்து போனாள், அக்கராயனில் விழுந்த ஷெல்லின் முதல்பலி சின்னமணியும் அவளுடைய பசுமாடும்தான். அவள் இறந்து முழுதாய் இரண்டு மாதம் கூட ஆகவில்லை. குடித்து விட்டு அலப்பிக் கொண்டிருக்கிறார். முகத்தில் வெறி நின்றது. சண்முகத்திற்கு இன்னும் சின்னமணியின் இறுதிமுகம் மறக்கவில்லை. யோகம் அக்கராயனுக்கு கிளியிடம் போனால் சின்னமணி தமக்கையைப் பார்க்க ஓடி வந்து விடுவாள். அக்காளில் அத்தனை வாரப்பாடு, ஆனால் யோகம் அவ்வளவு ஒட்டில்லாதவள் என்றே சண்முகம் முதலில் நினைத்தான். ஆனால் சின்னமணியின் தலைமாட்டில் கிடந்து யோகம் சொல்லியழுத ஒப்பாரியில் சண்முகம் அசைந்து போனான்.

"உவன் வெறிக்குட்டி, கொப்பர் ஏன் சின்னமணியை கட்டி குடுத்தவன்? கொப்பனுக்கென்ன குறுடோ? வயசும் அவளை விட பதின்மூண்டு கூட"

எப்போதும் யோகத்தைக் கடிந்துகொள்வான்.

"செவ்வாய் குற்றமுள்ளவனுக்கு எங்கை போறதெண்டு கட்டி வச்சிட்டார், பிறகுதானே தெரியும் குடிகாறக் கள்ளன் எண்டு, பாவம் அவள் என்னெண்டு கொண்டு இழுக்கிறாள்".

எல்லோரும் சின்னமணிக்காகத்தான் பூபாலரைச் சகித்துக் கொண்டனர். சின்னமணியின் பெயரில்தான் கள்ளோ, காசோ பூபாலருக்கு வழங்கப்பட்டது. சின்னமணி ஊரில் பிரபலமான தையல்காரி. யாரை நம்பியும் அவள் கடைசி வரை நின்றாளில்லை என்று யோகம் செத்த வீட்டில் ஒப்பாரி சொன்னாள். அத்தனை மைல்கள் தாண்டி கீரிப்பிள்ளை மேட்டிலிருந்து யோகம் தாமரைக்கோ தனக்கோ ஏதும் தைக்க வேண்டும் என்றால் சின்னமணியிடம்தான் கொண்டு போவாள்.

பூபாலரில் சண்முகம் எப்போதும் வெள்சுள் என்று பாய்வான். சின்னமணியிடமே பலமுறை சினந்திருக்கிறான். அறுமரும், பூபாலர் செய்யும் வேலைகளில் சினப்பதுண்டு. "பிள்ளை உன்ர முகத்துக்காகத்தான் உவனை பேசாம விட்டிருக்கிறன், இல்லையெண்டால் குறுக்கெலும்பை

நகுலாத்தை | 381

உடச்சு செருகிப்போடுவன்” என்பார். ஆனால் பூபாலர் கள்ளுக்கு காசு என்று நின்றால் புறணி சொல்லிக்கொண்டே எடுத்துக்கொடுப்பார்.

சின்னமணி போன பிறகு கேட்க ஆளில்லாமல் குடிக்கும் பூபாலருக்கு அறுமரும், கிளியும்தான் துணை. சண்முகத்தைக் கண்டு விட்டு பூபாலர் கண்களை மின்னி மின்னிப்பார்த்தார்.

“தாடியை வழியன் அண்ணை, கண் கொண்டு பாக்கேல்லாமல் கிடக்கு’

“ம்ம்... பிள்ளை வரட்டும்”

கிளி தேனீர் கொண்டு வந்தாள். அவளுக்கு காலில்பட்ட காயம் இன்னும் ஆறவில்லை. நொண்டி கொண்டே வந்தாள்.

“ஆத்தேட்ட ஒரு சொல் கேட்டுப் பாத்திருக்கலாமே?”

“யோகத்துக்கு வேற என்னை வேலை, பூக்கட்டி பாத்தவள் பிள்ளை வருமெண்டுதான் ஆத்தையும் சொல்லுறாள்.”

“பிறகேன் யோசிக்கிறாய்?” அவளுக்கு ஒன்றும் சொல்லாமல் எழுந்து அறுமருக்கும், கிளிக்கும் தலையாட்டிவிட்டு படலையை திறந்துகொண்டு வெளியே வந்தான். டிராக்டரை நோக்கி நடந்தான்.

சின்ராசனும் காங்கேசனும் பெட்டியில் இருந்து பொருட்களை இறக்கி முடித்திருப்பார்கள், இடம்பெயர்வின் போது மிசினுக்கு நல்ல ஓட்டம். ஒரு நாளில் நான்கைந்து தடவைக்கு மேலே. ஷெல்விழும் இடங்கள் கொஞ்சம் பயமென்றாலும் துணிந்தால்தான் காசு பார்க்கலாம். நிலமை எப்படி மாறுமென்று யார் கண்டது? கீரிப்பிள்ளை மேட்டிலிருந்தும் இடம்பெயர நேரலாம். கையில்காசு வேண்டுமே, அன்றைக்கும் சின்ராசனையும் காங்கேசனையும் அழைத்துக்கொண்டு கிளிநொச்சியில் இருந்து ஒரு பெரிய புடவைக்கடையின் பொருட்களை ஏற்றிவந்து தருமபுரத்தில் பறிக்க வேண்டியிருந்தது. ஒரு சுற்றுப் பொருட்களை காங்கேசனையும் சின்ராசனையும் இறக்க விட்டு விட்டு இடையில் இங்கே வந்திருந்தான்.

பூபாலர் பின்னாலே ஓடி வந்தார். படலைக்கு அருகில் வந்து தன்னை இரகசியத்தன்மையில் வைத்திருப்பதாக நினைத்துக் குறுகிக்கொண்டு வந்து, “தம்பி ஒரு இருநூறு தாவன், பிறகு தாறன்”, “இஞ்ச பார் அண்ணை, மிசின்ல வேலைக்கு வா, ஒரு ஓட்டத்துக்கு சுளையா ஆயிரம் தாறன், சும்மா குடிக்கிறதுக்கு காசு கேளாதை”

சண்முகம் ஒரு நாளும் அப்படி முகத்திலறைந்ததில்லை, பூபாலரை பிடிக்காவிட்டாலும் சின்னமணியின் பெயரில் அவனுக்கு இருந்த

பரிவு சுடுசொல் ஒன்றையும் சொல்லாமல் வைத்திருந்தது. இன்றைக்கு சின்னமணி இல்லை என்றாகிவிட்ட பிறகு கோவமும் வெஞ்சொல்லும் வந்து விட்டன. பூபாலர் அதை எதிர்பார்த்தாரில்லை.

"என்ன புதுக்காசுகள் மணக்குதோ, எப்படாப்பா கண்டனியள் காசை, சந்தனம் மெத்தக் கிடந்தால் குண்டியிலை தடவுவீங்கள் என்ன? உன்ர புண்டையில் காசு வேண்டாம், இனி இந்த பூபாலனுக்கும் உனக்கும் கதையில்ல, அம்பலத்திலை ஏறின சிங்காரி இருந்து பாக்கிறவன் எல்லாம் தன்ரை கவட்டுக்கு கீழை எண்டாளாம்."

இருந்த மிச்சப் போதையில் கண்கள் எரிந்தன வெறிக்குட்டி பூபாலருக்கு. சண்முகம் எதுவும் பேசவில்லை, கதை வளர்த்தால் அவன் வார்த்தைகளை விட வீணாக பிரச்சனை வளரும். சண்முகம் பேசாமல் ஆளைக்கடந்து வாய்க்காலடியில் நின்றிருந்த மிசினை நோக்கிப்போனான்.

வாய்க்கால் கரையில் நின்றிருந்த இசுசு லொறி ஒன்றின் உரிமையாளனாக இருக்கவேண்டும் சண்முகத்தை விட ஆறு ஏழு வயது அதிகமிருக்கலாம் லொறிக்கு கிட்ட நின்று, யாரையோ கோவமாகத் திட்டிக் கொண்டிருந்தான்.

"பறைப்புண்டை மோக்கள் உவங்கள்தான் பற்றியை கழட்டி இருப்பாங்கள், இரு காவல்துறைக்கு போறன்"

வாய்க்காலுக்கு எதிரில் சில பெண்கள் இரண்டு, மூன்று ஆண்களை இழுத்துப்பிடித்து அடக்கிக் கொண்டிருந்தார்கள்.

"இஞ்ச பாரண்ணை, வாயளை அளந்து விடு, உன்ர பற்றியை நாங்கள் களட்டவுமில்ல, காணவும் இல்லை." அவர்களில் கொஞ்சம் வயதானவன் பதிலுக்கு சினந்தான். அவனின் மார்பில் ஒரு பெண்ணின் கை சுற்றி அவனை இழுத்துப் பிடித்து அடக்கிக் கொண்டிருந்தது.

சண்முகம் வாய்க்காலுக்கு அந்தப்பக்கம் பார்த்தான், சில புதிய தறப்பாள் கொட்டில்கள், பற்றைப்பகுதியை வெட்டி அடிக்கப்பட்டிருந்தன, கொடிகளில் உடைகள் காய்ந்தன, பாத்திரங்கள், சிறிய தளபாடங்கள் என்பன பரவிக் கிடந்தன. பூவரசு ஒன்றின் கீழே "பேச்சியம்மா அந்தியகால சேவை" என்று வெள்ளை நிறத்தில் எழுதப்பட்ட சவ ஊர்திக்குரிய கறுப்புக் காரும், அதன் பக்கத்தில் ரம்செட்டுகளும், பறைமேளங்களும் இருந்தன. இடம்பெயர்ந்து வந்து அந்தப் பற்றையை வெட்டி விட்டு வாய்க்கால் கரையில் கொட்டில்கள் போட்டிருக்கிறார்கள். இரண்டு மூன்று இளம் பெண்கள் என்ன செய்வது என்று தெரியாமல் நடுங்கிக் கொண்டிருந்தார்கள், ஒருத்தியின் கையில் இருந்த பெண் குழந்தை வீறிட்டு அழுதுகொண்டிருந்தது. உயிரைப்

பதறவைக்கத் தக்க அழுகை. குழந்தைக்கு நடந்துகொண்டிருக்கும் விபரீதம் புரிந்திருக்க வேண்டும்.

சண்முகம் அந்த லொறிக்காரனிடம் போய் விபரம் கேட்டான், காலையில் எழும்பிப்பார்க்கும் போது அவனுடைய லொறியின் இரண்டு பெரிய மின்கலங்களையும் காணவில்லை என்றான், கூடவே "உவங்கள்தான் கழட்டி இருப்பாங்கள் எளிய சாதியள்' என்று கொண்டே, லொறிக்குள் இருந்த கதவுப்பட்டத்தை எடுத்துக்கொண்டு அவர்களுக்கு அடிக்கப்போவதாக வாய்காலை கடந்து இறங்கப் பார்த்தான். சிலர் அவனைப் பிடித்து பட்டத்தை பிடுங்கி அடக்கினார்கள். இரண்டு பக்கத்துக்குமிடையில் வாய்க்கால் நேற்றுப்பெய்த மழைநீரை கடலுக்கு கொண்டு போவதற்கு முனைப்பாக ஓடிக்கொண்டிருந்தது. பேசாமல் கடந்து போனான். அவனுக்கு அங்கே செய்வதற்கு ஒன்றுமிருக்கவில்லை. இரண்டு பக்கத்தையும் மறித்து சமாதானம் செய்வதற்கு நிறையப்பேர் கூடி விட்டிருந்தனர். நின்று வேடிக்கை பார்க்கவும் அவனுக்கு விருப்பமிருக்கவில்லை. டிராக்டரை எடுத்துக் கொண்டு வீதியில் ஏறி நெத்தலியாற்றுப் பாலத்தடியை நோக்கிப்போனான். மாலை வேளை விரைவாகக் கவியத் தொடங்கியதைப் போலிருந்தது. மேற்கிலிருந்து நகர்ந்து கொண்டிருந்த கனத்த மேகங்கள் மழைக்குறிகளை வரையத்தொடங்கின. எதிர்பார்த்ததைப் போல சின்ராசனும் காங்கேசனும் பொருட்களை இறக்கி வைத்திருந்தார்கள். பெட்டியைக் கொழுவிக்கொண்டு புறப்பட்டார்கள். வலது மக்காட்டில் காங்கேசனும் இடது பக்கம் சின்ராசனும் நின்றிருந்தனர்.

"என்ன நேரம் போட்டுதோ?" சண்முகம் ஸ்ரேரிங்கில் நகரும் விரல்களை தளர்த்திக்கொண்டு கேட்டான்.

"சீ இல்லை, நல்லா பொழுது போனது ரண்டு பேருக்கும்"

"என்ன நடந்த?"

"பக்கத்தை ஒரு கோயில் இருந்ததெல்லோ, அங்கை திருவிழா நடக்குது போல, சூரன் ஆட்டினவங்கள், சூரன் முருகனை ஏமாத்த மாமரமாய் மாறினான், நல்ல பெரிய சூரன், நல்ல பெரிய மாங்கொப்பு, நிறைய மாங்காய் வேற, பெடியள் சூரனை தூக்கி பந்து விளையாடுற மாதிரியெல்லோ எறிஞ்சு ஏந்தினவங்கள், சன்னதி சூரன் மாதிரி உள்ளுக்க கோது போலை, பெடியள் அவா பட்டு தூக்கி எறிஞ்சு, சரிச்சு ஆட்டினாங்கள், சனம் அலவலாதிப்பட்டு மாங்காய் பிடுங்குறம் எண்டு சூரன் சரியேக்க கொப்பை பிடிச்சு இழுத்திருக்குதுகள். சூரன் சரிஞ்சு போச்சு. தலை பாறி நிலத்திலை உருண்டது. காங்கேசன் வேடிக்கையான தோரணையை அதிகரித்துக் கொண்டே சொன்னான்.

“உது நல்லதுக்கில்லையடாப்பா” சின்ராசனின் சகுனமனம் உள்ளூர அணத்திக் கொண்டு இருப்பது கண்களில் தெரிந்தது.

“சூரன் தானே சரிஞ்சது, முருகனோ சரிஞ்சது, சும்மா பயப்பிடாதை அண்ணை.”

சின்ராசன் வெளியில் நிகழ்பவைகளை தனக்குள் எடுத்துக்கொண்டு குழம்புபவன் என்று காங்கேசனுக்குத் தெரியும். அவனுடைய யோசனைக்கு குறுக்கே போனாலும் அவன் சொல்வதில்தான் நின்று சுற்றிச் சுழல்வான். காங்கேசன் மேலே ஒன்றும் சொல்லவில்லை. மிசின் குலுங்கிக் கொண்டிருந்தது.

வீதியில் வாகனங்களை மறித்து ஒதுக்கினார்கள். காவல்துறையினர் மற்றும் சிவிலில் இருந்த போராளிகள் துவக்குகளுடன் நின்றிருந்தனர். பெரிய ரக கன்ரர்களில் எதையோ ஏற்றிச்செல்லும் வாகனத் தொடரணி வந்துகொண்டிருந்தது. அருகில் வர காங்கேசன்

“உப்பு”

“ஆனையிறவிலை இருந்து போகுது போல கிடக்கு, ஏன் உப்பை கொண்டு போறாங்கள்?”

“உப்பை நெருப்பிலை போட்டு பாத்திருக்கிறியோ சின்ராசு?” சண்முகம் கேட்டான்.

“என்ன சக்கைக்கோ?”

“வேறை என்னத்துக்கு?”

தொடர்ந்து உப்பு ஊர்திகள் போய்க் கொண்டிருந்தன. உப்பு வீதியெங்கும் சிந்தியபடியே சென்றது. வெடிமருந்திற்காக அவ்வளவு உப்பென்பதை சண்முகத்தால் நம்பவே முடியவில்லை. எப்படிச் செய்வார்கள் என்று வியப்பாயிருந்தது. உப்பை கந்தகத்துடன் கலப்பார்களோ?

விசுவமடுச் சந்தியை நெருங்குவதற்குள் கடைகளில் ஜெனரட்டர்கள் இயக்கப்பட்டு மின் வெளிச்சம் பரவத்தொடங்கி விட்டது. இடம்பெயர்ந்து நகரும் வாகனங்கள் நெரிந்து கொண்டிருந்தன. மிசின்கள், கன்ரர்கள், லொறிகள், லான்மாஸ்ர்கள், வண்டில்கள் என்று ஒவ்வொன்றின் முதுகிலும் சனங்களின் வீடுகள் குலைந்து போய் அடுக்கி கட்டடப்பட்டிருந்தன.

“புது முறிப்பு, கோணாவில் பக்கம் செல் விழுந்ததாம், உருத்திரபுரம் சனம் எழும்பத்தொடங்கீட்டு போல.”

“அவன் ஆட்டிபூட்டி அடிக்கிறான், அது நாப்பது அம்பது மைல் போகும். கொத்தா விழுந்து எரிஞ்சு எரிஞ்சு வெடிக்குதாம், தோல் எல்லாம் கருகி ஏதோ கெமிக்கல் வாசம் வருதாம்”

“உவையள் கிளிநொச்சியை விட்டினமோ, பிறகு ஆனையிறவு முகமாலை எல்லாம் விடவேண்டி வரும், அவன் சும்மா நடந்து வந்து மேவுவான்”

“எனக்கென்னமோ உவை சண்டை பிடிக்கிற பிளானிலை இல்லைப் போல கிடக்கு, சனம் ஒபாமா வந்திட்டார், வெட்டிப்புடுங்குவார் எண்டு எல்லோ கதைச்சவங்கள். அவன் கறுப்பினத்துக்காறன் நெல்சன் மண்டலோக்கு சொந்தக்காறன் தீர்வு கொண்டு வருவான், கொசோவாக்கு அடுத்தது தமிழீழம் தான் மலரப்போகுதெண்டு எண்டு புழுகினவை, ஆனால் ஒண்டையும் காணேல்ல. அன்ரனும் இல்லை, சுனா பானாவும் இல்லை, இனி பேச்சுவார்த்தைக்கு போய் சிரிச்சு கதைக்க கூட ஆள் இல்லை.”

“சனத்துக்கு விசர், ஒபாமா வந்து கிழிப்பார் எண்டு ஆர் சொன்னது?

“நீ என்ன விசர் கதை கதைக்கிறாய் சின்ராசு, முந்தி உவங்கள் குற்றவாளியள், துரோகியளை போஸ்டில கட்டி வச்சுத்தானே சுடுறவங்கள், ஒருக்கா நெல்சன் மண்டலோ அன்ரன் அண்ணையை கூப்பிட்டு இப்பிடி பொதுமக்கள் முன்னிலேல சுடுறது தண்டனை குடுக்கிறது எல்லாம் மனிதாபிமானச்செயல் இல்லை, உப்புடிச்செய்ய வேண்டாம் எண்டு கேட்டவராம், தலைவருக்கும் நெல்சன் மண்டலோவிலை வாரப்பாடாம், பின்ன அப்பிடி சுடுறதை சமாதான காலத்திலை நிப்பாட்டி இருந்தவராம்”

“பிறகு?”

“பிறகு போஸ்டிலை கட்டாமல் உள்ளுக்கை வச்சு சுட்டதுதான்”

சின்ராசன் நக்கலாகச் சொன்னான். காங்கேசன் அவனைப் பொருட்படுத்தாமல் தானறிந்ததைச் சொல்ல பிரயத்தனப்பட்டான்.

“இப்ப ஒபாமா வந்திருக்கிறதால, ஒபாமாவும் நெல்சனும் இஞ்ச ஒரு தீர்வ தருவினமெண்டு சனம் நம்புது, அவைக்கு நாங்கள் சண்டைக்காரர் இல்லை, எண்டு காட்டத்தான் சும்மா தற்காப்போட பின்னுக்கு பின்னுக்கு வாறாங்கள் பெடியள்.”

“உதெல்லாம் ஆர் சொல்லுறது காங்கேசா?” சண்முகம் சிரித்துக் கொண்டே ஸ்ரேரிங்கை நிதானப்படுத்திக் கொண்டு கேட்டான்.

“நாலுபேர் கதைக்கிறது தானே, நாங்களும் ஒண்டு ரண்டு யோசிப்பம் தானே.” காங்கேசன் செயற்கையாக பகிடிக்குரலை வரவழைத்துக் கொண்டே சிரித்தான். “பின்னை காங்கேசுவுக்கே இவ்வளவு விசயம் தெரியேக்க, தலைவருக்கு தெரியாமல் இருக்குமோ சண்முகம்” சின்ராசனும் அவனுடன் இணைந்து கொண்டு கெக்கட்டம் விட்டான்.

பிரதான வீதியில் இருந்து திரும்பும் பெரிய ஒழுங்கைக்கு அண்மையாக வாகனங்கள் ஏகத்திற்கு சிக்கலாகி நெரிந்தன. டீசல் வாசனை, கோர்ன் சத்தங்கள், மானுட அதட்டல்கள். ஒழுங்கையடி சரியான நெரிசலாயிருந்தது. சண்முகம் வரும் போது இல்லாத புது சென்ரி ஒன்றை இயக்கம் அமைத்திருந்தது. ஒவ்வொரு வாகனமாக நிறுத்திப் பரிசோதித்துக் கொண்டிருந்தனர். எல்லாம் பரபரப்பாக அந்த இருட்டை தாங்கமுடியாமல் நடுங்கும் ஒன்றிரண்டு குமிழ் விளக்குகளின் ஒளியில் நின்றும் நகர்ந்து கொண்டுமிருந்தன. சின்ராசன் இறங்கி என்னவென்று பார்த்து வருவதாக சென்ரியடிக்கு நகர்ந்து போனான். இருட்டில் கோர்ன் சத்தங்கள் மாறி மாறி எழுந்துகொண்டிருந்தன. அடியடியாக வாகனங்கள் நகர்ந்து கொண்டிருந்தன. காங்கேசன் மக்காட்டில் இருந்து கொண்டு சுற்றிச் சுற்றி பார்த்துக் கொண்டிருந்தான். வலது பக்கமாக சின்ராசன் திடீரெண்டு தோன்றினான். முகம் வியர்த்து உடலில் அதிர்வுள்ள பரபரப்பு.

“அண்ணை ஒருக்கா இறங்கி வா” சண்முகத்தை அழைத்தான்.

“என்ன, என்ன நடந்த?”

“பிள்ளை நிக்கிறாள்”

“ஆர்... தா... தாமரையோ?”

“ஓம் ஓம் சென்ரியடியிலை”

சண்முகம் டிராக்டரை நிறுத்தக் கூட தோன்றாமல், பின்னாலும் முன்னாலும் அணிவகுத்து நின்ற வாகனங்களை பொருட்படுத்தாமல் தாவி இறங்கி முன்னால் ஓடிப்போனான். வெரோனிக்கா சாவடைந்த போது ஊருக்கு வந்தவள் சரிவர தனக்குள் இருந்து மீழாது சிக்கியிருக்க, துயரமும் கண்ணீருமாகப் புறப்பட்டு போயிருந்தாள். ஒவ்வொரு பொழுதும் மகளின் ஞாபகம் அடி நெஞ்சைத் திடுக்கிடச் செய்துகொண்டேயிருந்தது சண்முகத்திற்கு. சட்டென்று சின்ராசன் தாமரை என்றதும் நெஞ்சு அணத்த சின்ராசனைத் தொடர்ந்து கண்களை தூர நீட்டிக்கொண்டே போனான்.

ஏழெட்டு டோச் விளக்குகள் அந்தரத்து ஒளி மூலங்களைப் போல ஆளுயரத்தில் தலையைத் திருப்பி திருப்பி மிதந்து கொண்டிருந்தன. லேசாக மழைத்தூறல். ஒவ்வொரு வாகனமாக அவர்கள் சோதித்துக் கொண்டிருந்தனர். தாமரையின் கைகளை பிடித்தும் கன்னத்தை தடவியும் ஒரு நடுத்தர வயதுப்பெண் கெஞ்சிக் கொண்டிருந்தாள்.

"அம்மா நாங்கள் ஒண்டும் செய்யேல்லாது, சொல்லுறத செய்யிறம், எங்களோடை கதைச்சு பிரியோசனம் இல்லை. தயவு செய்து போங்கோ"

அந்தப் பெண்மணி தாமரையின் குரலைப் பொருட்படுத்தாமல் தொடர்ந்தும் கெஞ்சிக் கொண்டிருந்தாள்.

"அவன் சின்னப் பெடியனம்மா, இப்பத்தான் ஏ.எல் எடுத்தவன். கம்பசுக்கு காணும். கெட்டிக்காரன். போராடுற வயசோம்மா அவனுக்கு, ஏன் இப்பிடி அநியாயம் செய்யிறியள். நீரும் ஒரு அப்பா அம்மாக்குதானே பிறந்திருப்பீர், இவ்வளவு நாளும் பொத்தி பொத்தி வச்சிருந்தன், இப்ப பாழ்படுவார் செல் அடிக்கிறாங்கள் எண்டுதானே இடம்பேந்து வந்தம். என்ர பிள்ளைய விடுங்கோம்மா."

தாமரை சலித்துக்கொண்டே அவளுக்கு ஏதோ சொல்லப் போனாள். அப்போது சண்முகத்தின் குரல் இடை புகுந்தது.

"பிள்ளை"

"அப்போய்... என்னப்பா இஞ்சாலை?" அவளுடைய கண்களில் விழுந்து காடானது புது வாஞ்சை. அப்போது அந்தப்பெண்மணி குறுக்கிட்டாள். தம்பி இவா உங்கட பிள்ளையோ? ஒருக்கா சொல்லுங்கோ என்ர பெடியனை விடச்சொல்லி, அவன் சின்னப்பெடியன் தம்பி இப்பான் போன வருசம் ஏ.எல் எடுத்தவன், இடம்பேந்து போனனாங்கள், இடையிலை மறிச்சு ஏத்தி போட்டினம்"

தாமரை அவளை தளர்த்தி அனுப்பும் குரலை நெஞ்சுக்குள் இருந்து எடுக்கும் முதலே சண்முகம். உரத்து அதட்டினான்.

"அம்மா என்ர பிள்ளையும் போன வருசம்தான் ஏ.எல் எடுத்தவள், நாங்கள் என்ன விருப்பப்பட்டோ விட்டிட்டு நிக்கிறம், போங்கோ அங்காலை ஆரும் பொறுப்பாளரை பிடிச்சுக் கதையுங்கோ"

தாமரையே கொஞ்சம் அசைந்து போனாள். எவ்வளவு சுயநலமான வார்த்தைகள், நாங்கள் செத்தால் நீங்களும் சாகவேண்டும் என்பது போல. எதற்காகப் பயந்து பயந்து அறைக்குள் அடைபட்டிருந்தாளோ அதே பயத்தை மற்றவர்களுக்கு கொடுக்கும் ஒருத்தியாக மாறி விட்டாள். சண்முகத்தைக் கண்டதும் தான் ஒரு பிள்ளை பிடிகாரியாக

நிற்பதைப் பார்த்து விட்டார் என்ற பயமும் ஆற்றாமையும் உள்ளூர எழும்போதுதான், சண்முகம் அந்தப் பெண்மணியை அதட்டியது சுருக்கென்று தைத்தது.

ஆனால் சண்முகத்திற்கு அவள் எங்கேனும் ஒரு போர்முனையில் நிற்காமல் ஊருக்குள் நிற்பது நிம்மதியளித்திருக்க வேண்டும். ஆனாலும் அவளுடைய கோலத்தை அளந்த கண்களில் துயர் பரவாமலில்லை.

சிவிலில் இருந்தாலும் இடுப்பில் கட்டப்பட்டிருந்த பெல்டும், கத்தரித்த தலையும், கழுத்தில் தொங்கும் குப்பியும் உடலெங்கும் அங்காங்கே கட்டப்பட்டிருக்கும் இலக்கத்தகடுகளுடன் நின்றிருந்தாள். தகப்பனின் கையைப் பிடித்து வீதியின் கரைக்கு அழைத்துப் போனாள் தாமரை, அங்கே நின்ற பொறுப்பாளரிடம் சண்முகத்தை அறிமுகம் செய்து பதினைந்து நிமிடம் அவகாசம் வாங்கினாள். சண்முகத்திற்கு அப்போதுதான் டிராக்டரின் ஞாபகம் வந்தது. சின்ராசனிடம் சொல்ல, காங்கேசன் ரோட்டோரம் நகர்த்தி தரித்து விட்டான் என்றான். மூவரும் சற்றுத்தள்ளி ஒழுங்கைக்கு அருகில் இருந்த முறிந்து சரிந்திருந்த மின் கம்பம் ஒன்றில் போய் அமர்ந்து கொண்டனர். சண்முகம் மகளை உச்சி முகர்ந்தான். தகப்பனின் கண்களைத் துடைத்து விட்டாள்.

“தாடிய வெட்டுங்கோப்பா”

“அதை விடு கிடக்கட்டும், கணனிப் பிரிவெண்டுதானே சொன்னவங்கள், ஏன் இஞ்ச கொண்டு வந்து விட்டிருக்கிறாங்கள்?

“அது... அது ஒண்டுமில்லை, கொஞ்ச நாள் இதுக்கையும் நிக்கோணுமாம், லைனுக்கு போறியோ இதுக்க போறியோ எண்டு கேட்டினம், நான் இதுக்க வந்திட்டன்” அவள் எதையோ சொல்லி சமாளிக்கும் பாவனை சண்முகத்திற்கும் சின்ராசனுக்கும் அப்பட்டமாக விளங்கியது. தாமரையையும் ஒரு “பிள்ளை பிடிகாரியாக” மனம் ஒப்புக்கொடுக்கவில்லை. தாமரை சட்டென்று தகப்பனுக்குள் புகுந்து வாசித்துவிட்டாள்.

“இது அமைப்பப்பா, இஞ்ச கட்டளையும் கீழ்படிவும்தான், தாறதச் செய்யிறம்.”

சின்ராசன் அருகில் வந்தான்.

தாமரை இப்படி கதைத்து சண்முகம் கேட்டதேயில்லை. குரலில் சொல்லில் அழுத்தமான பாவமும். கச்சிதமாக நறுக்கப்பட்ட வார்த்தைகள்.

சின்ராசனுக்கோ அவள் முழுவதுமாக மாறிய ஒருத்தியாகத்தானிருந்தாள். கடைசியாக சின்ராசன் சின்னாத்தையைப் பார்க்கும்போது வெரோனிக்காவின் சவப்பேழை வெடித்து விடுமளவிற்கு அறைந்து கதறிக் கொண்டிருந்தாள். அன்றைக்கு பொது நோக்கு மண்டபத்தில் நடந்த அஞ்சலிக் கூட்டத்தில் சின்னாத்தை வெடித்தழுவதைச் சகிக்க முடியாமல் அவன் அங்கிருந்து போய்விட்டிருந்தான்.

“எப்பிடி இருக்கிறீங்கள் சின்ராசு மாமா?”

“இருக்கிறன் பிள்ளை, நீ எப்பிடி இருக்கிறாய், எல்லாருக்கும் உன்ன நினைச்சுத்தான் யோசினை”

“ஆச்சியை கவனமாய் பாத்துக் கொள்ளுங்கோ” அவள் எதை யாரிடம் சொல்ல வேண்டும் என்பதில் தீர்மானமான முடிவுகளை வைத்திருந்தாள் போலிருந்தது. சொல்லப் போனால் சின்ராசன் அவளைக் கண்டு இப்போது பயந்தான். சண்முகத்தின் கண்களில் தெரிந்த மிரட்சியும் கவலையும் இவனைவிட பலமடங்கு உயர்ந்திருந்ததை சின்ராசன் கவனிக்காமலில்லை. ஒவ்வொரு அசைவிலும் நிதானம். சொற்கள் சிக்கனமாகி பார்வை ஆளை ஊடுருவும் கூருடனிருந்தது. சற்று உயரமாகி கன்னங்கள் மெலிந்து கொஞ்சம் கறுப்பேறியிருந்தன.

“உவடத்த தருமபுரம் ஆசுப்பத்திரிக்கு பின்பக்கம், வாய்க்காலடியிலைதான் அறுமரும், கிளியும் இருக்கினம்”

“தெரியும், எங்கட பேஸ் பக்கத்த தான் இருக்கு, ஆஸ்பத்திரியோடை ஒட்டினால் போல, பின்னேரம் அதிலை ஏதோ லொறி - பற்றி பிரச்சினையெண்டு பாக்க போனனாங்கள், தாத்தா அந்தக் காவலிக்க போகேக்க கண்டனான்.”

“கதைச்சனியோ?”

“இல்லை நான் என்னெண்டு போறது? என்னால அவருக்கு முன்னாலை போய் நிக்கேலாது.”

அந்த மனிசன் உன்னை பற்றித்தான் யோசிச்சுக் கொண்டு இருக்குது, ஒருக்கா போவன், எப்ப மட்டும் இஞ்ச நிப்பியள், நான் ஆச்சி, அம்மா, தம்பி, தங்கச்சி எல்லாரையும் கூட்டிக்கொண்டு வாறன்.”

“இல்லை வேண்டாம், நானே கேட்டிட்டு ஒரு நாள் வாறன்.”

“எப்ப?” சண்முகம் ஆர்வமாகக் கேட்டான்.

“நான் வாறனே...”

சண்முகம் அவள் அவசரப்படுவதை உணர்ந்தான். பதினைந்து நிமிடத்திற்கு மேலாகி விட்டது. எழுந்து கொண்டனர்.

“வடிவாய் சாப்பிடு. கவனம்.”

“ஓம். ஆச்சி, அம்மா, அட்சயன், அனு எல்லாம் கவனம், அக்கா வருவன் எண்டு அனுட்ட சொல்லுங்கோ. ரெண்டு பேரையும் தனிய ஒருடமும் அனுப்பாதேங்கோ, கிபிர் கவனம். கண்மண் தெரியாமல் அடிக்கிறான்”

சண்முகம் தன்னுடைய குழந்தையைக் கண்ணெடுக்காமல் பார்த்துக் கொண்டிருந்தான்.

“நீங்கள் தாடிய வெட்டுங்கோ, நான் வரேக்க தாடி இருக்க கூடா” அதட்டினாள்.

“சரி பிள்ளை” சண்முகம் சூரனைப் போல தலையாட்டுவதை சின்ராசன் வினோதமாகப் பார்த்துக் கொண்டிருந்தான். மூவரும் நடந்து டிராக்டரின் அருகில் வந்தனர், கடையொன்றிலிருந்த முன்குமிழின் ஒளியில் காங்கேசன் டிராக்டரின் அருகில் நின்றிருந்தான். காங்கேசன் ஒரு பொலித்தீன் பையில் சோடா பிஸ்கற், மிக்சர் பக்கற்றுக்களுடன் வந்தான். சண்முகத்திற்கோ சின்ராசனுக்கோ கூடத் தோன்றவில்லை. சண்முகம் நெகிழ்ந்து போனான்.

“துரிதமக்கா சுகமோ?”

“ஓம் பிள்ளை. நாலுமாசம்.”

“கன்சீவா இருக்கிறாவோ, அச்சா. கேட்டன் எண்டு சொல்லுங்கோ.”

“ஓம் பிள்ளை” காங்கேசன் பிரகாசமாகச் சொன்னான்.

சண்முகம் டிராக்டரில் ஏறினான். சென்ரிக்கு பக்கத்தில் மாலையில் சண்டை பிடித்துக்கொண்டிருந்த லொறிக்காரன் இவளுடைய பொறுப்பாளருடன் கதைத்துக் கொண்டிருந்ததைக் கண்டான். அவன் ஏதோ அவளுடன் வாக்குவாதப்பட்டுக் கொண்டிருந்தான். அவனைக்காட்டி சண்முகம்,

“அந்த பற்றிப் பிரச்சனை என்ன நடந்த பிள்ளை?”

“அது எங்கடை பெடியள் ஜெனரட்டர் இஸ்ராட் பண்ணுறதுக்கு லொறி ஒண்டின்ர பற்றியை கழட்டிப்போட்டாங்கள். லொறிக்காரன் அதிலை பக்கத்த இடம்பெயர்ந்து வந்திருந்த சனத்தோட சண்டைக்கு போய், ஒராளுக்கு மண்டை உடஞ்சு போச்சு, பொம்பிளையள் கத்தின சத்தம் கேட்டு ஓடிப்போய் பாத்தம், பிறகு விசாரிச்சதில எங்கடை பேஸிலை

நிக்கிற பெடியள்தான் கழட்டினதெண்டு தெரிஞ்சுது" சண்முகம் சாவியைத் திருகினான். தாமரை கதை சொல்லும் தோரணையே மாறி விட்டதை கண்கள் அங்குலம் அங்குலமாக உள்வாங்கின. ஆச்சியிடமும் யோகத்திடமும் அதை எப்படிச் சொல்லப் போகின்றோம் என்ற ஒத்திகையை மனது அப்போதே தொடங்கிவிட்டிருந்தது. கீரிப்பிள்ளை மேட்டிற்கு ஓடும் பாதையில் டிராக்டரை இறக்கினான். இரவு இன்னும் இறுகிக்கொண்டிருந்தது.

கொஞ்சத்தூரம் இருவரும் பேசிக்கொள்ளவில்லை, பிறகு சின்ராசன், 'நான் ஒண்டு கேக்கட்டோ அண்ணை?'

'கேள் சின்ராசு'

'தம்பியாரைப் பிடிப்பாங்கள், உன்னையும் ஆச்சியையும் பிடிச்சுக்கொண்டு போய் வச்சிருப்பாங்கள் எண்டுதான் பிள்ளை ஓடிவராமல் நிக்கிறாள் எண்டு எனக்கும் விளங்குது அண்ணை, ஆனால் நீ வா பிள்ளை எண்டு ஒரு சொல்லெண்டாலும் கேட்டிருக்கலாம் தானே?'

சண்முகம் டிராக்டரை நிறுத்திவிட்டு இறங்கிப்போய் நடுரோட்டில் நின்று வானத்தைப்பார்த்து ஓ வென்று கத்தி அழத்தொடங்கினான்.

02

போலித்தீன் பைகள், சாக்கு, பிறகு உரப்பை இவற்றைக் கடந்து ஈரம் காங்கேசனின் பின்பகுதியில் குத்தியது. அந்த "ட" வடிவ பதுங்கு குழியில் இருபுறமும் சுவர் கசியாமல் துரிதத்தின் சீலைகளில் மண்ணைச் சுற்றிக் கட்டியிருந்தான். நிர்மலா பதுங்குழியின் வாசலில் ஏறும் படியில் இருந்து வானத்தைப் பார்த்துக் கொண்டிருந்தாள். வாசல் பக்கமாக அவள் அவரசமாக எழுந்திருக்கும் பட்சத்தில் மூடியிருந்த தகரத்தின் விளிம்பு அவளின் தலையைப் மீண்டும் பதம்பார்க்கும். தடுதாளிப்பட்டு இறங்கும் போது ஏற்கனவே ஒரு முறை தலையில் இடித்து நெற்றி கன்றியிருந்தது.

துரிதம் அடிக்கடி விழித்துக் கொண்டு முனகினாள், "குண்டீலை ஏதோ குத்துது" அருளும் போதெல்லாம் பாதி வாய்க்குள் சொன்னாள். காங்கேசன் ஏற்கனவே பரிசோதித்துவிட்டான், ஈரத்தைத்தான் அப்படிச் சொல்லிக் கொண்டிருந்தாள். அதன் குளிர்ச்சி ஊசிமுனைகளை பரப்பி வைத்திருப்பதுபோல அவளை அந்த ஈரநாக்குகள் தொட்டிருக்க வேண்டும். முழங்காலுக்கு கீழே என்பும் சதைகளும் அறுக்கப்பட்டு பாண்டேஜ் சுற்றி மயக்க ஊசியொன்றைச் செருகும் வரை அவள் முனகிக்கொண்டு அரைப் பிரக்ஞையில் இருந்தாள். நிறைய குருதி வெளியேறியதும், கர்ப்பகாலக் களைப்பும், உடல் தெம்பின் மிச்ச மீதியை மெல்ல மெல்ல அரித்துக் கொண்டிருந்தன.

ஷெல் விழுந்த கணத்திலிருந்து அவளுடைய காதினுள் எதுவும் கேட்கவில்லை, காங்கேசனின் குரலோ, தொடர்ந்து வீழ்ந்த ஷெல்களின் குரலோ, பக்கத்து வளவில் போன உயிர்களோ, சொல்லப்பட்ட ஒப்பாரிகளோ, கதறும் சத்தங்களோ, ஏன் எப்போது அவளை ஆழத்திலிருந்து அருட்டி எழுப்பும் ஆத்தையின் "பிள்ளை" என்ற அழைப்போ எதுவும் செவிக்கோ புலனுணர்வுக்கோ உறைத்ததாயில்லை. ஒற்றைக்கை அடி வயிற்றில் குளிர்ந்த விரல்களால் பரவிக் கிடந்தது. பிறிதோர் கைகளின் விரல்களை காங்கேசன் இறுக்கிப் பிடித்திருந்தான்.

வெளியே துவக்குச் சண்டைகள் கிட்டக்கிட்ட வருவது போலிருந்தது. கணத்துக்குக் கணம் அவற்றின் நாக்குகளின் அதிர்வுகளின் கடுமையை உணர முடிந்தது. கூடாரங்கள் அடிக்கப்பட்ட இடத்தில் ஷெல்கள் விழுந்த போது ஓடிச்சிதறி இரண்டு கிலோமீற்றர்கள் தள்ளி வந்து யாரோ வெட்டி வைத்த பதுங்குழிகளில் தஞ்சமடைந்திருந்தார்கள். மதர் ஏவாவும் பிற கன்னியாஸ்திரிகளும் கூப்பிடும் தூரத்தில் இருந்த பதுங்கு குழிகளில் இருக்க வேண்டும். நான்கைந்து அருட்சகோதரிகள் காயப்பட்டுமிருந்தனர். ஷெல் கொஞ்சம் ஓய்ந்தால் வெளியே சென்று பார்க்கவோ நகர்ந்து செல்லவோ இயலும்.

கூடாரங்களை அடித்த பகுதியிலிருந்து நீங்கும் போது காங்கேசன் "இவளை வச்சுக் கொண்டு இப்பியே சண்டேக்க போகேலாது, நான் ஆமிக்க போகப்போறன் நிர்மலா" என்றான். அவனுடைய இயலாமையின் பின்னரான சோர்விலிருந்து அந்த திடமான சொற்கள் வந்தன. உடையார்கட்டு, இருட்டுமடு பகுதிகளால் நிறையச்சனம் இராணுவத்தின் கட்டுப்பாட்டு பகுதிக்குள் தப்பிச்செல்வதாக அவன் சொன்னான். இளம் பெண் பிள்ளைகளை வைத்திருந்தவர்கள், இயக்கத்தில் பிள்ளைகள் இருந்தவர்கள் இராணுவக் கட்டுப்பாட்டுக்குள் செல்ல தயங்கினார்கள். தவிர இதுவரை கட்டுப்பாட்டு பகுதிக்குள் போனவர்கள் நிலமை தெரியவில்லை. ஏவாவுடன் போனால் பிரச்சினைகள் ஏதும் வராதென்று காங்கேசன் அபிப்பிராயப்பட்டான்.

ஏவா குழப்பத்திலிருந்தாள். கொழும்பிலிருந்து திரும்ப விருப்பமிருந்தால் திரும்புங்கள் என்று அறிவித்தல் வந்த போதும் பாஸ் அனுமதி கிடைத்தபோதும் உத்தரித்த சனத்தை விட்டுப்போகமாட்டேன் என்றவள் தன்னுடன் தங்கி விட்ட பதினெட்டு கன்னியாஸ்திரிகளையும் பணியாளர்களையும் தொடர்ந்தும் ஷெல்கள் விழும் பாதையில் அழைத்துச்செல்ல விருப்பமற்றிருந்தாள். ஆனால் ஒரு போர்க்களத்தைக் கடந்து செல்வது என்பது எத்தனை அபாயமானதென்பதை அவள் நன்கறிவாள்.

"*நிர்மலா!*"

மதர் ஏவாவின் குரல் வாசலில் தோன்றியது. நிர்மலா ஈர நிலத்தில் ஊன்றி எழுந்து பதுங்கு குழிக்கு வெளியே தலை நீட்டினாள். ஷெல் வெகு நேரத்திற்கு முதலே ஓய்ந்து விட்டது என்று ஏவா சொன்ன போது நிர்மலாவால் நம்பமுடியவில்லை. அந்த "ட" வடிவ பதுங்கு குழிக்குள் ஷெல் சத்தம் நிரந்தரமாக தங்கி விட்ட பிரமையை அவள் அப்போது எதிர்கொண்டாள். காங்கேசன் துரிதத்தை தூக்கி வெளியே அனுப்பி விட்டு தவழ்ந்து வந்தான். யாரோ இருட்டில் சிலர் சந்தடி செய்யாது இருக்கும்படி சொல்லி அங்கிருந்தவர்களை ஒரு சிறிய ஒழுங்கையால்

அழைத்துப் போனார்கள். பூவரசுகள் இருபக்க வேலிகளாக நிறைந்த நீண்ட மணல் பாங்கான ஒழுங்கை, கால் வைக்க ஈர நிலம் சட்டென்று புதைந்தது. நிர்மலா தூரத்திற்கு காது கொடுத்துக் கேட்டாள். துளிக்கும் ஒரு சன்னச் சத்தம் கூட இல்லை. இரு தரப்பும் சண்டையை விட்டு விட்டு எங்கோ மறைந்து விட்டதைப் போலிருந்தது. கையில் தொங்கிய நிலையிலிருந்த ரவலிங் பையை இடுப்பில் இருத்தி கைகளால் சுற்றிக்கொண்டாள். மழைக்காற்று காதுமடல்களில் சில்லிட்டுக் கொண்டிருந்தது.

ஏவாவிடம் இரகசியமாக எங்கே போகின்றோம் என்று கேட்டாள். அவளுக்கு மிகச்சரியாகத் தெரியவில்லை. ஆனால் அங்கே நடந்து கொண்டிருந்தவர்கள் இராணுவக் கட்டுப்பாட்டுக்குள் செல்வதற்கு முயன்று கொண்டிருப்பவர்கள் என்பது மட்டும் தனக்குத் தெரியும் என்றாள். நிர்மலாவிற்கு அடி வயிற்றில் துடிப்புப் பரவலாயிற்று.

அருட்சகோதரிகள் அணிந்திருந்த சட்டைகளுக்கு மேலே தமது வெள்ளை நிற கன்னியாஸ்திரிகளுக்குரிய ஆடைகளை பைகளில் இருந்து எடுத்து அணிந்து கொண்டனர். ஏவா நிர்மலாவிற்கும் ஒன்றைக்கொடுத்து அணிந்து கொள்ளச் சொன்னாள். நிர்மலா "இது பாவம் மதர்" என்றாள். மதர் சிரித்து விட்டு இருந்த கடைசி சிகரட்டை வாயிலேற்றி தன்னுடைய லைட்டரை தட்டி, புகையை மிகுந்த ஈடுபாட்டுடன் நெஞ்சுக்குள் இழுத்தாள். நிர்மலா எதுவும் பேசாமல் உடையை அணிந்துகொண்டு செபமாலையை கழுத்தில் அணிந்து கொண்டாள்.

"கர்த்தர் விட்ட வழி"

நிர்மலா இதுவரை எதையும் தீர்மானிக்கவில்லை, ஆனால் யாராலோ வழி நடத்தப்படுகிறாள். நடக்க நடக்க சனங்கள் சேர்ந்து கொண்டே வந்தார்கள், யாரோ சற்றுத் தள்ளி அவர்களை அழைத்துப் போனார்கள். முப்பது நிமிடங்களுக்கு மேலே நடந்துவிட்டார்கள், வழிகாட்டிக்கொண்டு முன்னால் சென்றவர்கள் மேலும் மேலும் ஆட்களை சேர்த்துக்கொண்டே சென்றார்கள். இருபது இருபத்தைந்து பேருக்கு மேலே நிர்மலாவால் பார்க்க முடிந்தது, ஆண்கள் பெண்கள், குழந்தைகள் எல்லோருக்கும் பொது அமைதியொன்று வழங்கப்பட்டிருந்தது. அது பயத்தினால் விளைந்ததாயிருந்தது. அந்த கடும் இருட்டை விளங்கிக் கொள்ளவே முடியவில்லை. போர்களத்தினுள் சில்வண்டுகளின் சத்தம் கூடவில்லை. இரவுப் பறவைகளும் பூச்சிகளும் சனங்களோடு வெளியேறி விட்டிருந்தன. காங்கேசனுக்கு மூச்சிரைத்தது. துரிதம் லேசாக முனகினாள். நிர்மலா அவளுடைய தலையில் கைகளை வைத்துப் பார்த்தாள். காய்ச்சல் அனலடித்தது.

போய்ச் சேந்த இடம் ஒரு பெரிய வீடு. மேலே கூரைக்கு கொங்கிரீட் போடப்பட்ட வீடு, சுவர்களும் கொங்கிரீட் சுவர்கள். வீட்டைச்சுற்றித் தடினமான தேக்கங்கட்டைகள் வரிவரியாக அடுக்கி வேயப்பட்டிருந்தன. லேசான இருட்டில் அவற்றின் நேர்த்தியான வெள்ளை வரித் தன்மையைப் பார்க்க முடிந்தது. நிச்சயமாக அது பொது சனத்தின் வீடல்ல. உண்மையில் அது வீடே அல்ல என்றுதான் தோன்றியது. அது ஒரு நிற்கும் பதுங்குகுழி. சிறிய அரண். அட்லறிகளையும் மோட்டார் ஷெல்களையும் தாங்கி விடும்படி அது அமைக்கப்பட்டிருந்தது. மாஞ்சோலைக்காணிக்குள் விமானப்பார்வைக்கு அது ஒரு சாதாரண வீடு போன்றே ஊர்மனைக்குள் தெரியுமாறிருந்தது. அழைத்துப் போனவர்கள் எல்லோரையும் வீட்டிற்குள் போகச்சொன்னார்கள்.

இரண்டு மூன்று மெழுகுதிரிகளின் வெளிச்சத்தில் பெண்களும் குழந்தைகளுமாக அமர்ந்திருந்தனர். சிலர் தேங்காய் துருவிக்கொண்டிருந்தனர், சில நடுத்தர வயது ஆண்கள் கூடியிருந்து கதைத்துக் கொண்டிருந்தனர். இவர்கள் உள்ளே நுழையும் போது சிலர் வந்து குழந்தைகளையும், பெண்களையும் அழைத்துச் சென்றனர். யரோ ஒரு பெண் அருட்சகோதரிகளின் கைகளைப் பற்றிக் கொண்டு நலம் விசாரித்தாள். திருச்சபையைச் சேர்ந்தவளாக இருக்க வேண்டும். சம்பிரதாயமான விசாரிப்பிற்கு பிறகு, அவள் ஏவாவிடம் உணவு தயாராக இருப்பத்தாகச் சொன்னாள். ஆசுவாசமாக இவர்களை ஒரு மூலைக்கு கூட்டிச்சென்றாள். சுவர்களைப்போல வீட்டைச்சுற்றி வரியப்பட்டிருந்த தேக்கங்குற்றிகளில் சரிந்து இருந்துகொண்டனர் ஏவாவும் நிர்மலாவும். காங்கேசன் துரிதத்திற்கு உடை மாற்றுவதற்கு உள்ளே தூக்கிச்சென்றான். அதற்கு சில பெண்கள் உதவச்சென்றனர். ஏனைய கன்னியாஸ்திரிகள் அங்கேயே இருந்துகொண்டனர். சிலர் பிரார்த்தனை செய்ய நினைத்து இருந்தபடி கண்களை மூடிக்கொண்டு செபமாலைகளை உருட்டத்தொடங்கினர்.

ஏவாவை உள்ளே அழைத்துவந்த அந்த நடுத்தர வயதுப்பெண்ணை ஏவா இமல்டா என்று அழைத்தாள். அந்தப் பெண்மணி அந்த வீட்டைச் சுருக்கமாக அறிமுகம் செய்தாள்.

“மதர் இது ஒரு இயக்க தளபதியின்ர குடும்பம் இருந்த வீடு. இதை பங்கர் வீடெண்டுதான் சொல்லுவினம், புல்லா கொங்கிரீட் போட்டு தேக்கு வரிஞ்சிருக்கு ஷெல் மேலை விழுந்தாலும் ஒண்டும் நடவாது, சோலைக்காணி எண்டுறதாலை கிபிர் பயமும் இல்லை. அவையள் போன பிறகு பக்கத்த இருந்தனாங்கள் செல் விழ விழ ஓடிவந்து இதுக்க இருந்திட்டம். நாலு நாளாய் ஷெல் ஓயேல்ல, இஞ்சாலை ஓடி வந்த சனமெல்லாம் வீட்டுக்கையே இருந்திட்டுது. சனம் சுதந்திரபுரத்த

விட்டு போகுதெண்டவுடனை கனசனம் இஞ்ச இருந்து போட்டுதுகள், நாங்கள் அங்காலை போவமெண்டு இருந்திட்டம். இனி என்ன செய்யிறது சொல்லுங்கோ? நேற்றிரவு ஒரு குறுப் வெளிக்கிட்டு இருட்டு மதவெடியாலை ஆமீக்க போட்டுது, ஒரு இருநூறு சனம் வரும். சிலபேர் கிட்டப்போய் ஓடி வந்திட்டினம், இப்ப திரும்ப போவம் எண்டு வெளிக்கிட்டு நிக்கினம் அவைக்கு பாதையும் தெரியும் நாங்கள் இண்டைக்கு வெளிக்கிடுவம் எண்டு இருக்கிறம்."

ஏவா போவதைப் பற்றி எந்த யோசனையுமற்றிருந்தாள். அங்கிருந்தவர்களில் பெரும்பாலானோருக்கு இமல்டாவை நன்கு தெரிந்திருந்தது. இமல்டா ஏவாவை அறிமுகம் செய்து வைத்த போது அவர்கள் ஆமிக்குள் பயமில்லாமல் செல்வதற்கு பெரிய நம்பிக்கையாக ஏவாவைக் கருதுவதாக வாய்விட்டுச் சொன்னார்கள். இமல்டா பிறகு தான் கேட்டாள், "வாறியள் தானே மதர்?" ஏவாவிடம் பதிலில்லை, நிர்மலாவை நிமிர்ந்து பார்த்தாள். பிறகு தன்னுடைய கன்னியாஸ்திரிகளைப் பார்த்தாள்.

இமல்டாவும் வேறு சில பெண்களும் இவர்களுக்கு புட்டும் சம்பலும் எடுத்து வந்தார்கள். ஏவா மற்றவர்களுக்கு முதலில் கொடுக்கச் சொன்னாள்.

"இமல்டா நீங்கள் தனியவோ நிக்கிறியள், பிள்ளையள் எங்கை?"

"பிள்ளையள் யாழ்ப்பாணத்திலைதானே மதர், பாதை பூட்ட முதல் பெரியம்மா வீட்ட இவரோடை போனவை. நான் அப்பாக்கு சுகமில்லையெண்டு போகேல்ல, பாதை பூட்டினதும் கஸ்ரமாய்தான் கிடந்தது, ஆனால் ஏதோ இவரிலையும், பிள்ளையளிலையும் கர்த்தர் கருணை காட்டிப் போட்டார் எண்டுதான் இப்ப நினைக்கிறன்."

"கர்த்தர் உனக்கும் கொஞ்சம் கருணை மிச்சம் வச்சிருந்திருக்கலாம், அப்பா எங்கை?"

"அவர் பைபிளோடை தான். எனக்கு முதல் அவர்தான் ஆமிக்க போவம் தனக்கு சிங்களம் தெரியும் நான் வெட்டியாடுவன் எண்டு நிக்கிறார்" இமல்டா கைகாட்டிய திசையில் ஒரு சக்கர நாற்காலியின் கைப்பிடியில் நிற்கும் எரி மெழுகின் மங்கல் வெளிச்சத்தில் இமல்டாவின் தகப்பன் லூர்து மரியாம்பிள்ளை பைபிளுக்குள் மூழ்கிக்கிடந்தார். அவருடைய சுருங்கிய தேகம் மஞ்சள் ஒளியில் தேன் வதையைப் போலவிருந்தது. ஏவாவிற்கு அவரில் அவ்வளவாக நல்ல அபிப்பிராயம் கிடையாது, பாதர் இக்னேசியஸிற்கு நெருக்கமான நபர்களை ஏவாவும் நன்கறிந்திருந்தாள். லூர்து மரியாம்பிள்ளை பழைய தேவ ஊழியச்சபைகளின் செல்வாக்கு மிக்க புத்திசீவிகளில் ஒருவர். ஓய்வு பெற்ற கணக்காளர். இலத்தீன்,

பிரேஞ்சு, ஆங்கிலம், சிங்களம் போன்ற மொழிகளில் சரளமானவர். யாழ்ப்பாணத்திலும் வன்னியிலும் நிலபுலன்களுள்ள நபர். சில நிலங்களைத் தேவாலயங்களுக்கும் வழங்கியிருக்கிறார். கிறிஸ்துவ வேளாளர் என சபையறிய முழங்கக்கூடியவர். தன்னுடைய எல்லாவற்றிலும் தலைக்கனத்தை தவறாது ஏற்றி வைத்திருப்பார், குறிப்பாக குரலில். அவருடைய தொனியும் மொழியும் ஏவாவை இரகசியமாக யாரோ ஊசியால் குத்திக்கொண்டே இருப்பதைப் போலொரு உணர்வைத்தரும். ஏவா சரளமாக தமிழில் உரையாடுவாள். ஆனால் அவளை ஒரு பறங்கிய பெண்ணாகப் பாவித்துக்கொண்டு ஆங்கிலத்தில் தன்னைப் பிரஸ்தாபித்துக் கொண்டே கதைப்பார். ஏவா சங்கடத்தைப்பொறுக்க முடியாமல் போகும்போது வலிந்து தனக்கு சரளமாக தமிழ் வரும், தமிழிலேயே கதைக்கலாம் என்பாள்.

"சீ சிஸ்ரர் ஏவா, மை மதர் டங் தமிழா இருந்தாலும், என்னோட திங்கிங் லாங்குவிச் இங்கிஸ்தான். அப்ப எங்களுக்கு தமிழிலக்கியமே ஆங்கிலத்திலைதானே சொல்லித் தந்தாங்க, யு சீ, அப்ப எங்கட பண்டிதர்மார் குடுமியெல்லாம் வச்சு வேட்டி கட்டிகொண்டு தான் வருவினம், ஆனால் அவையள் கதைக்கேக்க ஒரு சொல் தமிழிலை வராது, இத்தனைக்கும் அவங்கள் தமிழைப் பற்றித்தான் கதப்பாங்கள்." என்று ஆரம்பிப்பார். அவருடைய குழிக் கண்களில் நிற்கின்ற அளவற்ற ஏளனத்தில் அவரே மூழ்கிக் கொண்டிருப்பதை ஏவா பார்த்துக்கொள்வாள். அவரை ஏவா சகித்துக் கொள்வதற்கான ஒரே காரணம் இமல்டா. ஏவாவிற்கு கணக்கு உதவிகள் செய்பவள். நல்ல நண்பி. தகப்பனுக்கு நேர்மாறு. அவளுடைய தாயிலிருந்து அத்தகைய சுபாவம் இமல்டாவிற்கு வந்து சேர்ந்திருக்க வேண்டும் என்று ஏவா நினைத்துக் கொள்வாள்.

ஏவாவை கண்டதும் சக்கரநாற்காலியை உருட்டிக் கொண்டு ஏவாவினருகில் வந்தார். அவர் சக்கர நாற்காலியில் அமர்ந்தது ஏவா தன்னுடைய மூன்றாவது வன்னிப் பயணத்தை முடித்துக்கொண்டு கொழும்பிற்கு திரும்பியிருந்த வருடங்களிலாக இருக்க வேண்டும். முதுமை அவரை வேகமாகப் பிடித்துக் கொண்டிருந்தாலும் அவருடைய இயல்பில் மாற்றங்கள் ஏற்பட்ட ருசுக்களேதுமில்லை.

அவர் தனக்கு சிங்களம் தெரியுமென்பதை ஞாபகப்படுத்தி ஆமிக்குள் போகும்போது தான் அவர்களுடன் கதைப்பதாக பிரஸ்தாபித்தார். ஏவா ஒன்றும் கேட்கவில்லை. அவள் அப்போது நெடிய அமைதியை மட்டும்தான் விரும்பினாள். அவர் கதையளக்கத் தொடங்கிய பிறகுதான், இரண்டு நாட்களுக்கு மேலாக பங்கரும் ஓட்டமுமாக அலைந்த அலைச்சலும் பயமும், பதட்டமும் மெல்ல அடங்கும் போது

அவளுடைய உடல் எத்தனை களைத்துப் போயிருப்பதென்பதையும் பசி அடி வயிற்றில் உறுமி உறுமி சோர்ந்து போய் அடங்கி விட்டதையும் உணர்ந்தாள். அவளுக்கு உணவும், நல்ல உறக்கமும் தேவைப்பட்டது. "மதர் கையை கழுவீட்டு வாங்கோ, செல் அடி தொடங்கினால் இனி சாப்பிடேலுமோ தெரியாது" வெள்ளைக் கோதுமைப்புட்டும் தேங்காய்ச்சம்பலும். எல்லோருக்குமிருந்த பசி அந்த உணவை விவரிக்கவியலாத ருசிக்கு எடுத்துச்சென்றது.

சாமத்திற்கு மேல் இடைக்கிட தூரத்தில் துவக்குச் சத்தங்கள் மட்டும் கேட்டன. ஏவா நிர்மலாவின் அருகில் நன்கு உறங்கிப்போனாள்.

இடையில் ஒரு முறை அருண்ட போது வெளியே மழை பெய்து கொண்டிருந்ததைப் போலுணர்ந்தாள். உடல் வேறு குளிர்ந்தது. பிறகு யாரோ வேகமாக உடலை உலுக்கினார்கள். நிர்மலாதான். ஏவா பதறியெழுந்தாள். பெண்களும் குழந்தைகளும் களேபரப்பட்டனர். மூச்சை இழுத்துப் பிடித்துக்கொண்டு மெழுகுதிரிகளில் இருட்டில் களேபரமடைந்து கொண்டிருந்தனர்.

"மதர்! வெளிக்கிடோணுமாம்"

ஏவா எழுந்திருக்க நினைத்தாள். முடியவில்லை தசைகள் கொஞ்ச நேர ஓய்வினைப் பயன்படுத்திக்கொண்டு இழுத்து இறுக்கியிருந்த மூச்சை விட்டிருந்தன, எழ நினைத்தளே ஒழிய அசையக்கூட முடியவில்லை. நான்கைந்து நாட்களாக களைத்துபோன தேகம். நிர்மலாவிற்கு ஏவா அந்தரப்படுவது விளங்கியவுடன் கையைக் கொடுத்து அவளைத் தூக்கி விட்டாள். யார் அழைத்துச் செல்கிறார்கள் என்று தெரியாமல் கைகளில் காவக்கூடிய உடமைகளை எடுத்துக்கொண்டு சனங்கள் அந்தப்பெரிய பங்கர் வீட்டிலிருந்து இருட்டுக்குள் இறங்கி நடக்கத் தொடங்கினார்கள். அவர்களைச் சத்தம் போடாதிருக்கும்படி அடுத்தடுத்து யாரோ அறிவுறுத்திக் கொண்டேயிருந்தனர்.

முதலில் நடந்தது ஒரு சிறிய ஒழுங்கை, மழையில் நனைந்து சேறும் சகதியுமாக சருகுகள் ஊறிய வாசத்துடனிருந்தது. மூன்று முறை தெற்குப் பக்கமாக வளைந்து வளைந்து சென்றது. துரிதத்தைத் தூக்கிக் கொண்டு மூசி மூசி நடக்கும் காங்கேசனின் தோளில் இருந்த பையை ஏவா வாங்கிக் கொண்டாள்.

"இயக்கம் விற்றோ பண்ணீட்டாம். ஆமி உதிலை பக்கத்திலை தான் நிக்கிறானாம்" தாழ்ந்த குரலில் காங்கேசன் சொன்னான்.

"சுட்டால் என்னப்பா செய்யிறது?"

துரிதம் பயம் ஏறிய குரலில் கேட்டாள். யாரும் அவளை திடமாக்க கூடிய பதிலைச் சொல்வதற்கு வார்த்தைகளோடிருக்கவில்லை. இருட்டில் அருகில் வந்த யாரோ "உஸ்" என்றார்கள். இமல்டா தகப்பனின் சக்கர நாற்காலியை சிரமப்பட்டுத் தள்ளிக் கொண்டே வந்தாள். ஈர நிலத்தில் சகதி ஏறி அதன் சக்கரங்கள் சேடமிழுத்துக் கொண்டே சிரமப்பட்டு நகர்ந்தன.

நடக்க நடக்க அது மெல்ல மெல்ல தன்னை விலக்கி பார்வைக்கு அனுமதியளித்தது இரவு, முன்னாலும் பின்னாலும் நூற்றுக்கு மேற்பட்டவர்கள் நடந்து கொண்டிருக்கின்றனர் என்பதை எல்லோரும் உணர்ந்து கொண்டனர். கொஞ்சம் தைரியம் பிடிபட தாழ்குரலில் கதைக்கவும் முற்பட்டார்கள். ஒழுங்கை ஓட ஓட நிலத்தின் சகதித்தன்மை கூடிக்கொண்டே வந்தது. கழி நிலம் செருப்புகளை பிடித்திழுக்கவும் புதைத்துக் கொள்ளவும் செய்தது, கால்களால் செருப்பை மீட்க முயற்சிக்காமல் அடுத்தடுத்து செருப்புகளை அப்படியே விட்டு விட்டு சனங்கள் நகர்ந்து கொண்டேயிருந்தனர். ஏவா நிர்மலாவின் கையை பற்றியிருந்தாள். இடைக்கிட ஏனைய கன்னியாஸ்திரிகளின் பெயர்களைச் சொல்லி அருகிலிருக்குமாறு அறிவுறுத்திக் கொண்டே வந்தாள்.

"டப் டப் டப் டப் டப் டப்..."

சீரான இடைவெளியில் திடீரென துப்பாக்கிச் சத்தங்கள் உறுமத் தொடங்கின. ரப்பர் தறப்பாளில் மழை மெல்ல மெல்ல மோதி வலுப்பதைப்போல துவக்குச்சண்டை வலுத்தது. கூட்டத்தில் சலசலப்புப் பரவியது. துவக்குச்சத்தம் அவ்வளவு அருகில் கேட்டது. வானில் வெளிச்ச சாயல்கள் மின்னி மின்னி அடங்குவதை எல்லோரும் பார்த்தார்கள், குழந்தைகள் அழத் தொடங்கினார்கள். ஆனால் முன்னால் சென்றவர்கள் தீர்க்கமாக குழம்பாமல் வரும்படி அறிவுறுத்திக் கொண்டிருந்தார்கள்.

"இயக்கமோ சுடுகுது, பின்பக்கமாய் வெடிச்சத்தம் கேக்குது"

"ஓம் போல கிடக்கு விற்றோ பண்ணினது ஆமிக்கு தெரியாம இருக்க அங்கை அங்கை கொஞ்ச பெடியளை விட்டு இருப்பாங்கள், அவங்கள் ஓடி ஓடி சுட்டுக் காட்டுவாங்கள்" யாரோ சொன்னார்கள்.

இமல்டா தகப்பனிடம் குனிந்து ஏதோ கேட்டாள். அவர் தன்னை முன்னால் அழைத்துச் செல்லுமாறு சொல்லியிருக்க வேண்டும். இமல்டா சக்கர நாற்காலியை வேகமாத் தள்ளிச் சென்றாள். காங்கேசனும் எட்டு வைத்து வேகமாக அந்தச் சக்கர நாற்காலியைத் தொடர்ந்து சென்றான். ஏவாவும் நிர்மலாவும் வேகத்தில் எந்த மாறுதலையும் செய்யவில்லை.

திடீரென்று முன்பக்கமிருந்து ஒரு பெரிய பதட்ட அலை வேகமாக வந்தது. நெழிந்து கொண்டே இரவுக்குள் வேகமாகச் சென்று கொண்டிருந்த சனப்பாம்பின் தலை ஏதோ பாறையில் மோதியதைப் போல நடை தடைப்பட்டு களேபரம் பரவியது. அப்போது தான் ஏவா நிர்மலாவின் கையை இன்னும் இறுக்கமாகப் பற்றிக் கொண்டு முன்னால் சென்றாள். எல்லோரும் ஸ்தம்பிக்கும் போது ஏவாவை எது வேகமாக அழைத்துச்செல்கிறது என்று தெரியாமல் நிர்மலா அவளோடு இழுபட்டுச்சென்றாள்.

“எங்கை போறியள்?”

போராளியொருத்தன். ஒழுங்கையின் வளைவில் நிலவொளியின் தனித்து நின்றிருந்தான். அவனுடைய முகம் சரியாகத் தெரியவில்லை, அவனில் இலை தளைகள் முளைத்திருந்தன. முகத்திற்கு கரியப்பியிருக்கிறான் போலும். முகம் இருட்டில் கரைந்து போயிருந்தது. அவனுடைய குரலின் உறுதி எல்லோரையும் உறுக்கியிருக்க வேண்டும். சுடுவதற்கு தயாராக துவக்கைப் பிடித்திருந்தான். எல்லோரும் வெலவெலத்துப் போயிருந்தனர்.

நிர்மலாவிற்கு அந்தக் குரலைத் தெரிந்திருந்தது. அடிக்கடி வீட்டின் வாசலில் அழைக்கும் குரல். விறகு கொண்டு வரும் அவனுடன் மரியதாஸ் இவளை இணைத்துக் கதைத்துமிருக்கிறான். “நிர்மலாக்கா” என்று வாஞ்சையோடு அழைக்கும் குரலது. “வதனிக்கு ஒரு சீலை எடுத்தனான் பிளவுஸ் தைக்கோணும் வெளியிலை தெரியவேண்டாம்”.

“ஆர் வல்லியோ?”

“நீங்களார்?”

“நான் நிர்மலா, நீர் வல்லிதானே?”

“மரியதாஸ் அண்ணேன்ர மனிசியோ?”

“ஓம்”

அப்போது தான் காங்கேசன் அவனை அடையாளம் கண்டு கொண்டு முன்னால் போனான்.

“தம்பி வல்லி”

“காங்கேசன் அண்ணை, எல்லாரும் நிக்கிறியளோ?” அவன் குரலில் பதட்டம் அதிகப்பட்டதை எல்லோரும் உணர்ந்தார்கள். காங்கேசன் அவனுடைய பதட்டத்தை சட்டென்று விளங்கிக் கொண்டான்.

“இல்லையடாப்பா. கொம்மா, கொப்பரவை பொக்கணைக்கு வெளிக்கிட்டவை. நான் இவள் காயப்பட்டாப் போல சிஸ்ரவையோட வரவேண்டியதாய் போச்சு”

“சரி அப்ப ஆமீக்கதான் போகப்போறியளோ?”

“வேறை என்னடாப்பா செய்யிறது?”

“சரி இதாலை நடந்து ரண்டாவது திரும்பத்திலை படுத்திருப்பான் போங்கோ”

“பக்கத்திலையோ?”

“ஓம், அவனுக்கு நான் நிக்கிறது தெரியாது, இன்னும் கொஞ்ச நேரத்திலை மூவ் எடுப்பான், அவன் வெளிகிடுறானோ எண்டு பாக்கத்தான் என்னை நிப்பாட்டி இருக்கிறாங்கள்”. வெளிக்கிட்டால் சொல்லோணும். நேற்றும் அவடத்தாலை கொஞ்ச சனம் போனது அது கொஞ்சம் தள்ளி.”

“அப்ப எல்லாம் முடிஞ்சுதோடா?”

“ஆருக்குத் தெரியும், நீங்கள் போங்கோ”

“பிறகேன் நீ நிக்கிறாய்? உதுகளை போட்டிட்டு, என்ர சறம் ஒண்டு தாறன் கட்டிக்கொண்டு எங்களோடை வாவன்”

சிரித்தான்.

“இல்லையண்ணை, நீங்கள் போங்கோ, சிங்களம் தெரிஞ்ச ஆரும் முன்னாலை போனால் நல்லம். வெள்ளைக்கொடி இருந்தால் கொண்டு போங்கோ”

இமல்டா தகப்பனுக்கு சிங்களம் தெரியும் என்று சொன்னாள். அப்போது வல்லி “அண்ணை நெருப்பெட்டி ஏதாவது கிடக்கோ?”

“இல்லையடாப்பா ஏன்?”

“முந்தானாள் சண்டேலை பிள்ளையளின்ர டீம் ஒண்டு இருந்த பங்கருக்க நேராய் ஷெல் விழுந்து ஏழெட்டு பேர் வீரச்சா, பக்கத்ததான் அந்த பங்கர் கிடந்த, பொடியளை எடுத்து வெளியிலை வச்சிருக்கிறன். இனி கொண்டு போகேலாது. விட்டிட்டு போனால் உவங்கள் அலங்கோலமாக்கித்தான் போட்டோக்கள் எடுப்பாங்கள், குமர் பிள்ளையள்... அதுதான் கொழுத்தி விடுவம் எண்டு”

“இந்த ஈரத்துக்கு என்னெண்டு கொழுத்துவாய்?”

“பக்கத்தை ஒரு சங்கக்கடை உடைச்சு விட்டனாங்கள், ரண்டு மூட்டை சீனி கிடந்த எடுத்துக்கொட்டிட்டன் கொழுத்தி விட்டால் சரி”

காங்கேசன் யாரிடமாவது நெருப்பு பெட்டி இருக்குமா என்று விசாரித்தான், அதற்குள் மதர் ஏவா கழுத்தில் அணிந்திருந்த மரத்தாலான நெருப்பு உண்டாக்கும் கருவியை எடுத்து வல்லியிடம் கொடுத்து அதில் பொறியேற்படுத்துவதை விளக்கி விட்டாள். இருட்டில் அவளுடைய கண்கள் முட்டியிருந்ததை வல்லியால் உணர முடிந்தது. வல்லி அவளுக்கு நன்றி சொன்னான்.

“இப்பிடிப்போய் திரும்பினால் ரண்டாவது வளைவிலை பத்தையளுக்கை படுத்திருப்பாங்கள், போங்கோ” திரும்பவும் சொன்னான்.

“வேறை யாருமெண்டால் சுட்டுக் கலைச்சிருப்பாங்கள்” நடக்கும் போது நிர்மலா சொன்னாள்.

“தனிய நிக்கறதாலை விட்டிட்டான், வேற பெடியள் நிண்டால் விடாங்கள், கதை போனால் ஆளை டம் பண்ணிடுவாங்கள் எல்லோ”

அவர்கள் நகர்ந்து போனார்கள், இரண்டாவது வளைவு நெருங்கியது, முழங்கால் அளவிற்கு வெள்ளம். லூர்து மரியாம்பிள்ளைக்கு சிங்களம் தெரியுமென்பது அந்தக் கூட்டத்தில் அவருக்கு திடீர் பிரபலத்தையும், மரியாதையையும் வேகமாகப் பெற்றுத் தந்தது. நூற்றுக் கணக்கானவர்களைக் காக்கப்போகும் ஒருவராக இருந்த அவரை நான்கு ஆண்கள் சக்கர நாற்காலியோடு தூக்கிக்கொண்டு வெள்ளத்தைக் கடந்தார்கள், கிழிக்கப்பட்ட வேட்டிகளில் செய்த வெள்ளைக் கொடிகளில் ஒன்று லூர்து மரியாம் பிள்ளையிடமும் கொடுக்கப்பட்டிருந்தது. அதிகாலை வேளை உச்சமாகி வெடிக்கப்போகும் உத்தரிப்பை எல்லோருக்கும் தந்துகொண்டிருந்தது. யாரும் பேசினார்களில்லை, முன்னால் சென்ற வெள்ளைக் கொடிகள் உயர்த்தி உயர்த்தி அசைந்து கொண்டிருந்தார்கள். வல்லி, ஆமி படுத்திருப்பதாகச் சொன்ன, திருப்பத்தை நெருங்கும் போது திடீரென பக்க வாட்டுகளில் புதிய உருவங்கள் சனத்தினருகில் தோன்றி ஒன்றும் பேச்சுக் கொடுக்காமல் நடக்கத்தொடங்கின. சனங்கள் வெருண்ட போது சத்தம் செய்யாதீர்கள் என்று வாயில் கை வைத்து “உஸ்” “உஸ்” என்றன. உயரமான அந்த தடித்த உருவங்கள் அவர்களை பாதையில் தொடர்ந்தும் நடக்கச்சொல்ல முன்னால் சென்றவர்கள் வெள்ளைக் கொடியை ஆட்டினார்கள். அப்போது ஒரு மோட்டார் சைக்கிளின் இரைச்சல் எதிரில் எழுந்தது. அதன் சத்தம் கிட்ட வர வர பக்கவாட்டில் இருளில் தோன்றும் உருவங்களும் அதிகரித்தபடியிருந்தன.

எதிரில் வந்த மோட்டார் சைக்கிள் விளக்கின்றி வந்து நின்றது, அதனுடைய இலக்கத்தகடு வெள்ளை நிறத்தில் த 011096 என்றிருந்தது. வந்தவன் சற்று பருத்த ஆண். ராணுவச் சீரூடையிலிருந்தான். கொமாண்டர் தர அதிகாரியாக இருக்க வேண்டும். எல்லோரையும் வெள்ளைக் கொடியைப் போடும்படி சொன்னான். சிங்களம் தெரிந்த யாராவது இருக்கிறீர்களா என்று கேட்டான். லூர்த்து மரியாம்பிள்ளையின் சக்கரநாற்காலியை தூக்கி வந்தவர்கள் அவரை முன்னால் கொண்டு சென்றனர். ஏவாவும் இரண்டடி முன் எடுத்து வைத்தாள். லூர்த்து மரியாம் பிள்ளை பதட்டமடைந்தவராகவும் குரலடைபட்டவராகவும் ஏதோ சொல்ல வாயெடுத்தார். அவர் அந்த கொமாண்டரை சட்டென்று கவர ஏதாவது செய்ய வேண்டும் என்று முனைந்தவர்போல வார்த்தைகளைத் தேடினார்.

“சேர்... சேர்... எல்டிடி எல்டீட்டி தெயார் தெயார்” என்று வல்லியைக் கடந்து வந்த திசையில் கைகாட்டினார். சட்டென்று பக்கவாட்டில் தோன்றிய உருவங்கள் ஆயுதங்களுடன் அந்த திசையில் பாய்ந்து சென்றனர். சேறு ஏறி சகதியால் இறுகியிருந்த லூர்த்து மரியாம் பிள்ளையின் சக்கர நாற்காலியைத் தாங்கி நின்ற நால்வரின் கைகளும் அதை ஏறக்குறைய போடுவது போல சக்கரம் நிலத்தில் அதிர்ந்து மோதும்படி வைத்தார்கள். அந்த கொமாண்டர் சனத்தை தொடர்ந்து நகரும்படி சொன்னான். கைகளை விட்டு விட்டு அந்த நான்கு ஆண்களும் நகர்ந்து சென்றனர். இமல்டா ஓடிவந்து கைவிடப்பட்ட தகப்பனின் சக்கர நாற்காலியின் தள்ளு பிடியை, இறுகப் பற்றினாள்.

03

யோகம் 'இது பிள்ளேன்ர கையெழுத்து இல்லை' என்பதில் உறுதியாக நின்றாள். ஆச்சி அது தாமரையின் கையெழுத்தாகவே இருந்துவிட வேண்டும் என்று ஆத்தையை வேண்டிக்கொண்டு நடுங்கிக்கொண்டிருந்தாள். கிளியன்ரியும், அறுமரும் அந்தக்கடிதத்தை மீண்டும் மீண்டும் வாசித்தனர். அனுவும் அட்சயனும் வீட்டுச்சாமான் சட்டிகளைச் சுமந்துகொண்டு நின்ற டிராக்டர் பெட்டிக்குள் ஏறி தாமரையின் கையெழுத்துள்ள ஒற்றைக் கொப்பியையேனும் கண்டுபிடித்து விட வேண்டும் என்று மும்முரமாக முயற்சித்துக் கொண்டிருந்தனர். ஆனால் அவ்வளவு பொருட்களுக்குள்ளும் அக்காவின் கையெழுத்துள்ள கொப்பியையோ புத்தகத்தையோ கண்டுபிடிப்பது கடினம்தான். சண்முகம் சொல்லச்சொல்ல யோகம் மறுத்தபடி நின்றாள். சண்முகம் மிகவும் உணர்ச்சிவசப்பட்டவனாக ஆகியபடியிருந்தான்.

"எனக்கு என்ன பிள்ளேன்ர கையெழுத்து நல்லா தெரியும். இது தாமரேன்ர கையெழுத்து இல்லையப்பா"

"அவள் தடுதாளிலை அவசர அவசரமா எழுதிக் குடுத்திருக்கிறாள், இப்ப நிண்டு இது பிள்ளேன்ர கையெழுத்தில்லை எண்டுறாய்"

யோகம் தன்னிலையிலிருந்து மாறாமல் உறுதியாக நின்றாள். சண்முகத்தின் ஆற்றாமை கோபமாக மாறியது. உடல் நடு நடுங்கி கையை ஓங்கப் போனவனை சின்ராசன் தடுத்து இழுத்துச்சென்றான். அறுமர் அந்த நிலைமையைத் தணிக்க எண்ணி,

"தாமரை சொல்லச் சொல்ல அந்தப்பிள்ளை எழுதிச்சுதோ என்னவோ" என்றார். அது யோகத்தைக் கொஞ்சம் சாந்தப்படுத்தியது.

கீரிப்பிள்ளை மேட்டிலிருந்து இடம்பெயரத் தொடங்கிய நாட்களில் இருந்து எங்கே எந்த இயக்கப் பெண்போராளிகளைக் கண்டாலும் "தாமரையை" விசாரிக்காமல் இருந்ததில்லை. தருமபுரத்தில் கண்டபோது சண்முகத்திடம் "வாறன் போங்கோ" என்றவள் ஊர் திரும்பவில்லை. காணும் எல்லோரிடமும் தாமரையின் பெயர், இயக்கப்பெயர்,

ஊர், சாயல், படையணி என்று சொல்லிச்சொல்லி விசாரிப்பார்கள். எங்கேனும் ஒரு முகாமைக் கண்டுவிட்டால் தாமரை அங்குதான் இருப்பாளோ என்ற நினைப்பு மேலிட எப்படியாவது அங்கிருந்து வெளிப்படும் யாராவது போராளியைப் பிடித்து விசாரிப்பார்கள். அப்படி ஒரு நாள் சண்முகமும் சின்ராசனும் இயக்கம் "சங்கக் கடை ஒன்றை" உடைத்து சனங்களுக்காக திறந்து விட்டிருக்கிறார்கள் என்ற வதந்தி ஒன்றை நம்பி கடற்கரைப் பக்கமாகச் சைக்கிள் வலித்துப் போய் ஏமாந்து திரும்பும் போது தண்ணீர் குடிக்க நின்ற கிணற்றடி ஒன்றின் அருகில் இருந்த முகாமொன்றின் காவலரண் ஒன்றுக்குச் சமீபமாக "பங்கர் வெட்டிக்கொண்டிருந்த" பெண்போராளிகள் குழுவொன்றில் நெய்தலைச் சந்தித்தார்கள்.

தென்னம் வேர்கள் நிறைந்த அந்த நிலத்தில் எப்படி மண்வெட்டியை இறக்கி பதுங்கு குழியை ஆழப்படுத்திச் செல்ல வேண்டும் என்றும், எப்படி வரிவரியாக வெளிப்படும் தென்னம் வேர்களை அகற்றுவது என்றும் சின்ராசனும் சண்முகமும் அவர்களுக்குச் சொல்லிக்கொடுத்தார்கள். ஏறக்குறையை இருவரும் சேர்ந்து அந்தப் "ட" வடிவப் பதுங்கு குழியை வெட்டிக்கொடுத்தார்கள். வெட்டும் போதுதான் சண்முகம் "என்ர மோளும் இயக்கம்தான்" என்று ஆரம்பித்து தாமரையைப் பற்றிக்கேட்டான். அவர்களில் நெய்தல் மட்டும் இவர்கள் புறப்படும் போது "நன்றி சொல்லும்" பாவனையில் வந்து "தாமரையக்கா இஞ்சதான் இருக்கிறா" என்ற தகவலை இரகசியமாகச் சொல்லிவிட்டு ஏனைய போராளிகளுடன் முகாமிற்குள் சென்றுவிட்டாள். வீட்டுக்கு வந்து சொன்ன போது எல்லோருக்கும் மகிழ்ச்சி. ஆச்சி "என்ர ஆத்தை" என்று தன்னுடைய ஆயிரத்து முப்பத்து மூன்றாவது புதிய நேர்ச்சையை "காக்கை வதனனுக்கு" நேர்ந்தாள். "என்ர வதனா என்ர குஞ்சக் கொண்டுவந்து சேரடாப்பா."

...

அடுத்த நாள் அதே இடத்தில் நெய்தலுடன் கதைக்கச் சந்தர்ப்பம் கிடைத்தது. விமானத்தாக்குதல் பயம் இருப்பதால் முகாமிற்கு வெளியில் இருந்த மர நிழல்களிலும் மறைவுகளிலும் அவர்கள் நிறையப் பதுங்குகுழிகளை வெட்டிக்கொண்டிருந்தார்கள். நெய்தல் தாமரையை நன்கு அறிந்திருந்தாள். கீரிப்பிள்ளை மேட்டைப்பற்றி, ஆத்தையைப் பற்றி, ஆச்சியைப் பற்றி, அம்மா, அப்பா, தம்பி, தங்கையரைப் பற்றி, வெரோனிக்காவைப் பற்றி எல்லாம் நெய்தல் சொன்னாள். சண்முகத்திற்கு நல்ல நம்பிக்கை பிறந்தது.

"பிள்ளை வெளியில வரமாட்டாளோ?"

"தாமரையக்கா ஒருக்கா ஓட வெளிக்கிட்டு பணிஸ்மெண்டிலை இருக்கிறா, பணிஸ்மெண்ட் எண்டால் பயப்பிடுறமாதிரி இல்லை கிச்சினுக்க வேலை, நான் நேற்று அப்பாவைக் கண்டனான் எண்டு சொல்ல நம்பேல்லை, கண்ணெல்லாம் கலங்கீட்டு, எல்லாரையும் விசாரிச்சவா, கவனம் எண்டு சொன்னவா"

இப்படித்தான் ஒவ்வொரு தினமும் ஆரம்பித்தது. அந்த முகாமில் தன்னார்வமாக பதுங்கு குழிகளை வெட்டித்தருபவர்களுக்கு உணவும் இரண்டு தேங்காய்களும் கொடுத்தார்கள். பதுங்கு குழிகளை வெட்டிக் கொடுப்பவர்களின் போர்வையில் சண்முகமும் சின்ராசனும் தினமும் அங்கே சென்றார்கள். ஒவ்வொரு நாளும் நெய்தல் தாமரை சொல்லி விட்டதை இவர்களிடம் சொல்வாள். தண்டனைக் காலம் ஒரு வாரத்தில் முடிந்தால் அவளை கொஞ்சம் வெளியில் உலாத்த விடுவார்கள் என்றும், எப்படியும் தானும், தாமரையும் தப்பிக்கத்தான் திட்டமிட்டிருக்கிறோம் என்றும் சொன்னாள். அவள் தாமரைக்கும் தனக்கும் மாற்று உடைகளும், உலர் உணவுகள் வேண்டும் என்று கேட்டு வாங்கிக் கொண்டாள். ஆச்சியும் யோகமும் தினமும் இருப்பதை வைத்து ஏதேனும் பலகாரம் செய்து கொடுத்து விட்டார்கள். அக்காவிற்கு கடிதம் எழுதும் யோசனையை அனுவும் அட்சயனும் கொண்டு வந்தார்கள். எல்லோரும் ஆளாளுக்கு ஒரு கடிதம் எழுதினார்கள். அந்தக் கடிதங்கள் எல்லாவற்றுக்கும் சேர்த்து தாமரை நெய்தலிடம் கொடுத்தனுப்பிய கடிதத்தில் இருப்பவை தாமரையின் கையெழுத்துக்கள் இல்லை என்று யோகம் அழத்தொடங்கத்தான் பிரச்சனை வெடித்திருந்தது.

சண்முகம் கடிதத்தில் தாமரை "நெய்தலின்" தாய் தந்தையரை தேடிக் கண்டுபிடித்துக் கூட்டிவரும்படி சொல்லியிருந்தாள். நெய்தலும் தானும் தப்பிவந்தவுடன் நெய்தலை அவர்களோடு அனுப்ப வேண்டும் என்று கேட்டிருந்தாள். அவர்கள் வலைஞர் மடம் தேவாலயத்தில் இருப்பதாக தாங்கள் கேள்விப்பட்டதைக் குறிப்பிட்டு அவர்களின் பெயர் விபரங்களை எழுதியிருந்தாள்.

அக்காவின் கையெழுத்துக் கொப்பி ஒன்றும் கிடைக்காமல் டிராக்டரில் இருந்து சோர்ந்து போய் இறங்கிவந்த அனு ஆச்சியின் கையில் இருந்த கடிதத்தை வாங்கி மீண்டும் வாசித்தாள். பிறகு இரகசியமாக அட்சயனின் காதுக்குள் "அக்கா பிள்ளையார் சுழி போடுறேல்ல" என்றாள்.

....

சண்முகமும் சின்ராசனும் நெய்தலின் தாய் தந்தையரைத் தேடி வலைஞர் மடம் பெரிய தேவாலயத்திற்குச் சென்றார்கள். நிறைய "வேதக்காரச்சனம்" அங்கே அடைக்கலம் தேடியிருந்தார்கள். ஆனால்

தேவாலயத்தின் உட்புறம் பூட்டப்பட்டு இருந்தது. தேவாலயத்தினுள் ஏதோ பெரிய இரகசியம் ஒன்றைப் பாதுகாப்பதைப் போலவொரு உணர்வை அவர்களின் சந்தடியும் தோரணையும் தந்தபடியிருந்தன. சண்முகமும் சின்ராசனும் அங்கே போனதும் சட்டென்று ஆண்களும் பெண்களும் சூழ்ந்துகொண்டு அவர்களை நகரவிடாமல் அதேநேரம் இயல்பாகக் குசலம் விசாரிக்கும் தோரணையில் "என்ன வேண்டும்" என்று கேட்டார்கள்.

சின்ராசன் ஏதோ சரியாக இல்லை என்ற உணர்வுடன் சுற்றத்தை அவதானித்தான். அங்கிருந்த சிறுவர்கள் தேவாலயத்தின் பின்பக்கம் மெல்ல மெல்ல நழுவிச் சென்றார்கள். சிலர் இவர்களைப் பார்த்து மிரண்டார்கள். சண்முகம் நெய்தலின் தாய் தந்தையரின் பெயரைச்சொல்லி இங்கே இருக்கிறார்களா என்று விசாரித்தான். ஏற்கனவே அவர்கள் இங்கேதான் இருக்கிறார்கள் என்று கேள்விப்பட்டதாகச் சொன்னான். அவர்கள் எல்லோரும் ஒரே குரலில் "இருந்தவை இப்ப போட்டினம்" என்றார்கள். வேறு தகவல்கள் அவர்களுக்குத் தெரியாது என்று சாதித்தார்கள். சண்முகத்திற்கும் சின்ராசனிற்கும் அவர்கள் ஒரே குரலில் ஒரே பதிலை "ஒப்பிக்கிறார்கள்" என்ற எண்ணமும் சந்தேகமும் வலுத்துக் கொண்டே போனது. தாமரையின் கடிதத்தில் "அந்தத் தேவாலயத்தின் பாதிரியாரிடம்" கேட்கச்சொல்லியிருந்தாள். அதன் படி அவர்கள் பாதிரியாரை விசாரித்த போது "பாதர் அங்க இல்லை" என்றார்கள். எதைக்கேட்டாலும் எல்லோரிடமும் கச்சதமான ஒரே பதில் இருந்தது. சின்ராசன் மெல்ல மெல்ல விசயத்தை அவிழ்க்கும்படி சண்முகத்தைக் கேட்டுக் கொண்டான். நெய்தலின் பெயரைச் சொல்லி வந்த விடயத்தை நாசுக்காக வெளிப்படுத்தினார்கள். அப்போது அவர்களுக்குள் இருந்து வெளிப்பட்ட நெய்தலின் தாயும், தந்தையும் சண்முகத்தின் கையைப் பிடித்துக் கொண்டார்கள்.

நெய்தலைப் பற்றிச் சொல்லி முடித்த பிறகு, அவர்கள் தேவாலயத்தின் இரகசியத்தை வெளிப்படுத்தினார்கள். இயக்கம் "வீட்டுக்கொருவர் நாட்டைக்காக்க" என்ற கோசத்தை இப்போது வீட்டுக்கு இருவர் அல்லது மூவர் வரவேண்டும் என்று பதின்மூன்று பதினைந்து வயதுப் பிள்ளைகளையும் பிடித்துச்சென்று ஆயுதப்பயிற்சி கொடுக்கத் தொடங்கியிருந்தார்கள். தேவாலயத்தின் உள்ளே நெய்தலின் தங்கை உள்ளிட்ட சிறார்களைப் பாதுகாக்கவே அங்கிருந்த சனமெல்லாம் தேவாலயத்தை சுற்றி ஒரு மனித வேலியை அரூபமாக நட்டிருந்தார்கள். ஆனால் அங்கே "பிள்ளைபிடிக்காரர்களைத் தடுக்கக் கூடிய வேலி" என்பது அந்தக் குடும்பங்களோ மனிதர்களோ இல்லை. அவர்களுடைய பாதுகாப்பு அவர்களுடைய இரகசியம் மட்டும் தான்.

நெய்தலின் தாயும், தந்தையும் இளைய மகளை அந்தச் சனங்களின் பொறுப்பில் விட்டு விட்டு இவர்களுடன் புறப்பட்டனர். தாமரையும் நெய்தலும் வந்தவுடன் எல்லோருமாகப் புறப்பட்டு இந்த தேவாலயத்திற்கே வந்து விடலாம் என்று சண்முகம் யோசித்துக்கொண்டான். அடுத்து தாமரையோடு சேர்த்து அட்சயனையும் மறைத்து வைக்க வேண்டியிருக்கும்.

“துலைவார்”

……

சண்முகமும் சின்ராசனும் நெய்தலின் முன்னால் அவளின் தாய், தந்தையரை நிறுத்திய போது இரண்டு பக்கமும் விக்கித்துப் போனார்கள். ஆனால் அருகில் செல்லவோ, அழவோ, கொஞ்சவோ முடியாது. கதைப்பதும் ஏலாது. சின்ராசனின் யோசனைப்படி, அருகிலிருந்த கிணற்றில் “தண்ணீர் எடுக்க வந்தவர்கள்” வேடம் அவர்களுக்கு. நெய்தல் முட்டிய கண்களுடன் சண்முகத்தின் அருகில் வந்து நாளைக்கு பொழுது படேக்க கடற்கரைப்பக்கம் போற பாதைக்கு வாங்கோ, நானும் அக்காவும் வாறம்” என்று சொல்லிவிட்டுப் போனாள்.

அடுத்த நாள் மாலையில் அங்கே போன போது அந்த முகாமில் இருந்து போராளிகளை பெரிய வாகனமொன்றில் ஏற்றிக் கொண்டிருந்தார்கள். சண்முகமும் சின்ராசனும் பதட்டமாகிவிட்டார்கள். ஒருவேளை தாமரையையும் ஏற்றுகிறார்களோ என்னவோ? ஆனாலும் நம்பிக்கையைத் தளர்த்த மனமில்லாமல் நெய்தல் சொன்ன கடற்கரை மணற்பாதையின் அருகில் ஒரு பற்றைக்குள் ஒழிந்திருந்தார்கள். முகாமின் கிழக்குப்பக்கம் காடு தொடங்குகிறது. காட்டையும் கடற்கரையையும் அந்தப்பாதை பிரித்தது. மீன் பிடிக்கச் செல்பவர்களும் கடற்புலிகளும் பயன்படுத்தும் மணல்பாதை அது. சின்ராசன் தாமரையும் நெய்தலும் வந்ததும் அவர்களைக் கடற்கரைப்பக்கமாக அழைத்துச்செல்வோம் என்று பாதைகளை விளக்கினான். முதல் நாள் நெய்தல் அங்கே வரச்சொன்ன பிறகு கடற்கரையையும் காட்டையும் சுற்றிவந்து நன்கு நோட்டமிட்டிருந்தான். சக்கடம் இருந்திருக்கலாம் என்று தோன்றியது. என்றாலும் அடிக்கடி இடம்பெயரும்போது அவனைத் தொலைக்க முடியாது என்பதால் “கவிதாவின்” பொறுப்பில் கரையாமுள்ளிவாய்க்காலில் அவனை விட்டுவிட்டு வந்திருந்தான்.

பொழுது சரியச்சரிய சண்முகமும் சின்ராசனும் காட்டுக்குள்ளும் பாதையிலும் சந்தடிகளேதும் எழுகின்றனவா என்று காத்துக் கிடந்தார்கள். இருள் கவ்வக் கவ்வ அமைதியே செறிந்து கொண்டிருந்தது. தாமரையையும் நெய்தலையும் காணவில்லை. காட்டுக்குள் முகாம்

பக்கமாக நெருங்கிச்சென்று பார்ப்போம் என்று முடிவெடுத்து காட்டுக்குள் மெல்ல நகர்ந்து சென்றார்கள். முகாமை நன்கு நெருங்க முடியாது. காவலரண்களில் நிற்கும் போராளிகள் "ஆழ ஊடுருவும் இராணுவத்தை" எக்கணமும் எதிர்பார்த்திருப்பதால் சிறிய மனித நடமாட்டத்திற்கும் வெடிவைக்கத் தயங்கமாட்டார்கள். முகாமிருந்த திசை கடற்கரைப் பக்கத்தைக் காட்டிலும் கும்மிருட்டாயிருந்தது. அதுவொரு அசாதாரண முன்னிரவாயிருந்தது. எதனுடையதோ முத்தாய்ப்பு என்று சின்ராசனுக்குப்பட்டது. அது அவர்களின் வருகையாகத்தான் இருக்க வேண்டும் என்று ஆத்தையை நேர்ந்தான். சட்டென்று முகாம்களில் இருந்து ஒளிச்சலாகைகள் காட்டுக்குள் அங்குமிங்கும் வெட்டின. டொர்ச் வெளிச்சங்கள். அவரை காட்டுக்குள்ளும் வானத்திற்கும் அசைந்த விதமே அங்கு தீடீரென்று எழுந்த பெரிய பதட்டத்தை விளக்கியது. இருவரும் தன்னுணர்வு உந்த முகாமை நெருங்கிச் சென்றார்கள். மரங்களுக்கு இடையில் ஓடிவரும் காலடிகளை அவர்கள் தெளிவாகக் கேட்டார்கள். வடலிகளும் பற்றைகளும் சலசலத்தன. மூச்சிரைத்துக் கொண்டு ஒரு உருவம், "அப்பா" என்றது. சண்முகம் கையெழுத்தைப் போலவே குரலிலும் ஆழக் குழம்பினான். "பிள்ளை" என்று நெய்தலை அணைத்துப் பிடித்தான்.

"அக்கா வரேல்ல, வாங்கோ போவம்"

"ஏன், ஏன் … வ… ரேல்ல"

"ஐய்யோ வந்திடுவாங்கள் ஓடுவம், பிறகு சொல்லுறன்"

மூவரும் காட்டுக்குள் சின்ராசனைப் பின்பற்றி ஓடினார்கள். கடற்கரையை அடைந்தவுடன் நிலத்தில் அரைந்தும் எழுந்து குனிந்து கொண்டு சின்ராசன் அவர்களைக் கூட்டிச்சென்றான். டோச் வெளிச்சங்கள் எல்லாத் திசைகளிலும் எழுந்து களேபரம் மூண்டது. தற்காலிக கொட்டகை அடித்து அவர்கள் தங்கியிருந்த பாலை மரத்தடிக்கு இரவு பத்துமணிக்கு மேலே வந்து சேர்ந்தார்கள். நெய்தல் தாய் தகப்பனை கட்டிக்கொண்டு அழுதாள். மொத்தக் குடும்பமும் "தாமரை எங்கே" என்ற கேள்வியுடன் அவர்களைப் பார்த்தபடி உறைந்திருந்தது.

"அக்கா வரேல்லாமல் போச்சு"

அவர்கள் எல்லோருக்கும் அந்தப்பதில் மிகச் சாதாரண ஒன்றாகவேபட்டது. சொல்லப் போனால் அவர்களுக்குள் ஆத்திரமும், ஆற்றாமையும் கலந்த உணர்வொன்றைத் தந்தது. அவர்கள் மிக நீண்ட, நியாயமான, இன்னுமொரு வாய்ப்புள்ள கதையொன்றை நெய்தலிடமிருந்து எதிர்பார்த்தார்கள். யாரும் அங்கே நிதானமாக இருப்பதற்குத் தயாராகவில்லை. எல்லோரும் அழுது கொண்டிருந்தார்கள்.

அவர்களுடைய மனநிலையைப் புரிந்துகொண்ட நெய்தலின் தாய்க்காரி மகளை ஆசுவாசப்படுத்தும் பாவனையில் தண்ணீர் வாளி இருந்த பக்கம் இருட்டுக்குள் கூட்டிச்சென்று முகம் கழுவச்செய்தாள். சிறிது நேரத்தில் மகளுடன் திரும்பினாள். நெய்தலின் தகப்பனைப் பார்த்து,

“போவமப்பா”

அவரால் நகர முடியவில்லை. ஆச்சி உறைந்த நிலையில் இருந்து விடுபட்டு நெய்தலின் அருகில் சென்று அவளை அணைத்து உச்சி மோர்ந்தாள்.

“பயபிடாதை, என்ன நடந்தது?”

நெய்தல் ஆச்சியின் மீது அழுத்திக் கிடந்து கொண்டு குலுங்கத் தொடங்கினாள். யாரும் எதிர்பாராத கணத்தில் நெய்தலின் தாய்க்காரி “ஐய்யோ” எண்டு பெருங்குரலெடுத்துக் கொண்டே, யோகத்தின் காலில் விழுந்தாள்.

“என்ர பிள்ளையை மன்னிச்சுக்கொள்ளடி அம்மா”

அப்போது ஆச்சி மீது கிடந்து கீச்சிடும் குரலில் விக்கிக் கொண்டிருந்த நெய்தல் மிகவும் துன்பப்பட்டு வார்த்தைகளை வெளிப்படுத்தினாள்.

“நான் தாமரை அக்காவோட ரெயினிங் எடுத்தனான், அப்பத்தான் அக்காவைத் தெரியும் அதுக்குப்பிறகு அவாவைக் கண்டதே இல்லை”

04

ஆச்சியக்கா என்ற பெயர் மருவி ஆச்சாக்கா என்ற பெயர் நிலைத்துப் போனதில் கிழவியின் உண்மையான பெயர் யாருக்கும் தெரியாது போய்விட்டது. எழுபத்து மூற்று வயது. நல்ல குள்ளம். மெல்லியவள். கரையாமுள்ளிவாய்க்கால், புகுந்த வீடு ஆச்சாக்காவிற்கு. பிறந்த வீடு வலைப்பாடு. அச்சாக்கா, நீலாத்தை, ஆச்சி மூவரும் சினேகிதிகள். இவர்களில் அச்சாக்கா இளையவள்.

பொக்கணைக்கு பெயர்ந்து வந்து கூடாரங்களை எழுப்பும் போதே ஆச்சி, தமயந்தியையும் குழந்தையையும் அந்த குளிரிலும், வெய்யிலிலும் வெட்ட வெளியில் வைத்திருக்க மனம் ஒப்பாமல் சின்ராசனிடம் அவளை எங்காவது தங்க வைக்க ஏற்பாடு செய்யக் கேட்டிருந்தாள். அப்போதுதான் சின்ராசனுக்கு ஆச்சாக்காவினதும், கவிதாவினதும் நினைப்பு வந்து தமயந்தியையும், குழந்தையையும், சக்கடத்தானையும் அங்கேயே விட்டுச்சென்றிருந்தான். இடைக்கிட வந்து பார்ப்பதுண்டு. சங்கக்கடையில் மாமூடையை எடுக்கும் போது கிடந்த நான்கைந்து சஸ்ரோஜின் டின்களையும், செர்லக் பிஸ்கற்று பைகளையும் எடுத்து வந்திருநதான. கேற்றை திறந்து கொண்டு உள்ளே சைக்கிளை விட சக்கடத்தான் வாலைக் கிளப்பி, சந்தோசமுனகலை வெளிப்படுத்திக் கொண்டு பாய்ந்து வந்தான். அவனைச் சமாளித்துக் கொண்டு திண்ணைப்பக்கம் போக ஆச்சாக்கா புகையிலையை கத்தரித்து சுருட்டி தன்னுடைய பின்னேரப் பொழுதுக்குரிய சுருட்டை தயாரித்துக் கொண்டிருந்தாள். இவனைக் கண்டதும் நிமிர்ந்து "வராதவை வந்திருக்கினம், எடேய் சக்கடம் ஆளை தெரியுமோ?" நாயைப் பார்த்து நக்கலாகக் கேட்டாள். சக்கடத்தான் அவளைப் பொருட்படுத்தாமல் எஜமானின் காலில் 'சொளுகுனி' தேய்த்துக் கொண்டிருந்தது. சின்ராசன் சிரித்தான். ஹோலில் கவிதாவின் தையல் மிசின் வேகமாக தைத்துக் கொண்டிருந்தது காதில் விழுந்தது. தமயந்தி ஏணைக்குள் வளர்த்தியிருந்த கோதையை ஓராட்டிக் கொண்டிருப்பது வாசலால் தெரிந்தது.

சின்ராசன் கிழவிக்கு முன்னால் திண்ணையில் ஏறி அமர்ந்து கொண்டான். ஏற்கனவே இடுப்பில் வைத்திருந்த பீடிக்கட்டை

எடுத்து இரண்டு பீடிகளை உருவினான். கிழவிக்கு நீட்ட, அவள் திரு திருவென்று விழித்துக்கொண்டே பீடியொன்றை வாங்கினாள். "உவளுக்கு முயல் மூக்கு மணத்தோண்ணை வந்திடுவாள், சுருட்டுக்கே புறணி விடுவாளடாப்பா" என்றாள் கிசுகிசுப்பாக. கிழவிக்கு பீடியில் இருந்த மோகத்திற்கு முழுக்காரணமும் சின்ராசனைச் சாருமென்பதால் சின்ராசனுக்கும் சேர்த்துதான் விழும் என்று அவனுக்குத்தெரியும். "இப்பவே இரவிலை பிடிச்ச சளிக்கு, நித்திரையில்லாமல் கம்மிக்கொண்டு கிடக்கிறா நீங்கள் உதுகளை கொண்டு வந்து மூட்டி விடுங்கோ" என்று கடிந்து கொள்வாள். கிழவி சுருக்கேறிய உள்ளங்கைகளுக்கு நடுவில் பீடியை வைத்து சற்று அழுத்தி உறுட்டினாள். சின்ராசன் நெருப்புபெட்டியில் தீக்குச்சியை உரசி தன்னுடைய பீடியின் வாயில் வைத்து பொப் பொப் என்று புகையை இழுத்து மூட்டினான். பிறகு கிழவிக்கு அதே தீக்குச்சியை கொடுக்க கிழவி மூட்டி இழுத்தாள். நல்ல காரமுள்ள பீடி, லேசாய் கண்களை கலங்க வைத்துக் கொண்டே நாசிக்குள் பாய்ந்து தொண்டையை எரித்துச்சென்றது.

"ஏணேய் எனக்கு தெரியாமல் பீடி ஏதும் களவா வச்சு இழுக்காதை, பீடிக்கு சளி புசுபுசுவெண்டு வைக்கும்"

"நீ வந்தால் தானடாப்பா" கிழவி கண்களை உள்ளுக்குள் இழுத்துக்கொண்டு நமட்டுச் சிரிப்புச் சிரித்தாள். கவிதாவின் தையல் மிசின் ஓடிக்கொண்டே இருந்தது. அவள் பெயரில்தான் சின்ராசனுக்கு ஆச்சாக்காவில் பிடிப்பு. கவிதா ஆச்சாக்காவிற்கு மூத்த மருமகள். வைத்தி கவிதாவின் தொடையை கிபிர் குண்டு சிதைத்து அவளை முடமாக்கிய பிறகு அவளை விட்டுப்போய்விட்டான். பல்லவராயன் கட்டில் அவனுக்கு இப்போது வேறு குடும்பமிருந்தது. சின்ராசன் காவல்துறையிடம் போவோம் என்று நின்ற போது கவிதா தடுத்து விட்டாள். அதுவரைக்கும் மகள் வீட்டிலிருந்த ஆச்சாக்கா மருமகளுடன் நிரந்தரமாக வந்து இருந்து விட்டாள். "கண்ணில படுற இடத்திலை உவனை நாக்கில நரம்பில்லாத மாதிரிக் கேப்பன்" என்று ஆச்சாக்காவிடம் சொல்லுவான் சின்ராசன். ஆச்சாக்கா ஒன்றும் சொல்ல மாட்டாள். தேவைப்பட்டால் ஒற்றை நீள் மூச்சோடு கடந்து போவாள்.

கவிதாவிற்கும், வைத்திக்கும் இருந்த நெருக்கத்தை வைத்தியின் கூட்டாளியாக இருந்த இத்தனை நாட்களில் எப்போது வைத்தியிடம் வந்தாலும் சின்ராசன் பார்த்திருக்கிறான். வைத்தி ஒரு கொண்டா எம்டி 90 சிவப்பு நிற மோட்டார் சைக்கிள் வைத்திருந்தான். மாதத்தில் ஒரு முறையென்றாலும் ஆத்தைவளவிற்கு வந்துவிடுவார்கள் இருவரும். வைத்தி எப்போதும் மக்கள் கடையில் மோட்டார் சைக்கிளை நிறுத்திவிட்டு வெத்திலை தேசிக்காய் என்று பூசைச் சாமான்கள் வாங்க

இறங்கிப் போவான். அவன் இறங்கிப்போனதும் கவிதா மோட்டார் சைக்கிளிற்கு நெருக்கமாக நின்று கொண்டு அதன் வலது கான்ரில் அக்சிலேட்டரை பற்றிப் பிடித்திருப்பாள். எதேச்சையானது தான் என்று சின்ராசன் நினைத்தாலும் எப்போது எங்கே அவளை மோட்டார் சைக்கிளில் இருந்து இறக்கி அதன் பக்கத்தில் விட்டுச்சென்றாலும் அவள் அந்த வலதுபக்க அக்சிரேட்டரை இறுகப்பற்றிக் கொண்டே காத்திருப்பாள். அவளுக்கு அது பிரியத்தையோ அவன் அகன்று போனபிறகு ஒரு தற்காலிக பாதுகாப்புணர்வையோ தருவதாயிருக்க வேண்டும்.

அவளுடைய இயல்பான பயந்த சுபாவம் அவன் விட்டுப்போனபிறகு முழுவதுமாக மாறி விட்டது. சின்ராசன் கால் அகற்றப்பட்ட பிறகு கவிதாவைப் பார்க்கப் போயிருந்தான். வைத்தி வீட்டிற்கே வருவதில்லை என்று அறிந்தபோது கோபித்தவனை,

"அவரை அப்பிடியே விடுங்கோ" வயிற்றில் கட்டியிருந்த பாண்டேஜ்ஜை வலியுடன் அழுத்திப்பிடித்துக் கொண்டே சொன்னாள். கண்கள் நிறைந்திருந்தன.

"உவள் பெரியாத்தை என்ன செய்யிறாள்?" ஆச்சக்கா உளைந்த, பொருக்கேறிய காலை நீவி விட்டுக்கொண்டே ஆச்சியை விசாரித்தாள். ஆச்சியின் பெயரைச் சொல்லி அழைக்கும் அவள் வயதுப் பெண்கள் ஒருசிலரில் அச்சாக்காவும்ருந்தாள்.

"இருக்கினம், கடல்கரையில தானே. இப்போதைக்கு கிபிர் பயம் மட்டும்தான். ஷெல் ஒண்டும் வராது" சின்ராசன் சொல்லிக்கொண்டிருக்கும் போதே தமயந்தி வெளியே வந்தாள். "சிங்காரி நித்திரையோ?" என்று தமயந்தியை பார்த்துக்கொண்டே கேட்ட கிழவி. "வலு கெட்டிக்காறியாய் வருவாள் பார், இக்கனம் தாயை ஆட்டிப்படைப்பாள் பாரன், முதலாம் நம்பர்காறி." சின்ராசன் தமயந்தியைப் பார்த்து சிரித்துக் கொண்டே கொண்டு வந்த பையை அவளிடம் கொடுத்தான். "ஏனண்ணை உதெல்லாம்?"

சங்ககடையொண்டு உடைச்சு விட்டவங்கள், அதிலை கிடந்தது பிள்ளைக்கெண்டு எடுத்துக் கொண்டு வந்தனான். சொல்லிக்கொண்டே கதவால் கவிதாவை எட்டிப்பார்த்துச் சிரித்தான்.

"இருங்கோ சின்ராசண்ணை வாறன், இதை முடிச்சிட்டு." ஊசி நுணியின் கீழே துணி ஓடத்தொடங்கியது.

“என்ன சின்ராசு பெரிய சண்டையொண்டு செய்தவங்களாம் பெடியள், ஆமிக்காறன் இனியெண்டாலும் பின்னுக்குப்போவானோ? இனி உங்காலை ஓட ஒண்டுமில்லை கடலுக்கை பாஞ்சுதான் நீந்தோணும்”

“பெரிய சண்டைதான், கல்மடுகுளமும் கீரிக்குளமும் உடைச்சு செய்ததாம், ஆயிரம் பொடி எடுத்ததெண்டு கதை”

“குளத்தை உடச்சவங்களோ?”

“ஓமணை போனமாரிக்கு கொட்டின தண்ணியிலை முட்டிக்கொண்டு நிண்டதுதானே, ஆமியை உள்ளுக்க விட்டிட்டு வெடி வச்சிருக்கிறாங்கள், அது தண்ணியோட அள்ளிக்கொண்டு போட்டுதாம், போதாத குறைக்கு அந்த தண்ணீலை போட் எல்லாம் இறக்கி அடிப்பட்டவங்களாம்”

“அப்ப கீரிக்குளமும் உடைச்சதோ?” தமயந்தி.

“இரணைமடுக்கு வெடி வைக்க போனவைக்கு ஆமி வெடி வச்சிட்டானாம், கல்மடுவும் கீரிக்குளமும் உடைச்சாச்சாம். ஆச்சிட்ட போய் சொன்னன் கிழவி தலையிலை அடிச்சு குழறுது. சொத்திமுனியை கட்டினது குளம் பாறிப்போச்செண்டு, எப்பிடியும் வீடு வாசல் வயல் எல்லாம் அள்ளிக்கொண்டு போயிருக்கும்.”

“ஆத்தை கோயில்?”

“ஆத்தை பிட்டிலை எல்லோ நிக்கிறாள், அவளுக்கென்ன பயம்” சின்ராசனின் உறுதியான குரலில் அவ்வளவு நம்பிக்கையிருந்தது.

“ஆனால் சண்டைக்க பெடி பெட்டையளும் நிறைய செத்ததாம், பிடிபட்டதாம்”

“என்ன அலங்கோலப்படுத்துறானவையோ, உப்பிடிச் சண்டைக்கு காடையரை தானே இறக்கி விடுவானவை”

சின்ராசன் ஒன்றும் சொல்லவில்லை. அச்சாக்கா தாமரையைப் பற்றிக்கேட்டாள். அவளுக்கு தாமரை சிறுமியாகத் திரிந்த போதுள்ள ஞாபகங்கள்தானிருந்தன. தாமரை சின்னப்பெண்ணாக இருக்கும் போது தனக்கு சாமிப்பெயர் வைத்திருக்கலாம் என்று சொல்லி ஆச்சியிடமும் யோகத்திடமும் குறைபட்டுக்கொள்வாள். “சரஸ்வதி” என்று வைத்திருந்தால் தான் நன்றாகப் படித்திருப்பேன் என்பாள். ஆச்சி ஆத்தை வளவில் ஆச்சாக்காவுடன் கதைத்துக் கொண்டிருக்கும்போது இதைச்சொல்லிச் சிரிக்க ஆச்சாக்கா தாமரையை அழைத்து மடியில் இருத்தி. “எனக்கென்ன பேர் தெரியுமோ?”

“இல்லை”.

“சரஸ்வதி, நான் பள்ளிக்கூடப் பக்கம் மழைக்கும் ஒதுங்கினதில்லை” தாமரை சிரித்தே விட்டாள். ஆச்சாக்கா இதைச்சொல்லிச் சிரிக்கும் போது தமயந்திக்கு கண்கலங்கிவிட்டதை சின்ராசன் பார்த்தான். அவர்களிடமதைக் காட்டிக் கொள்ள விரும்பாமல் தேனீர் போடுவதாகச் சொல்லிக்கொண்டு குசினிப்பக்கம் போனாள். ஆச்சாக்கா அப்போது குரலைத் தாழ்த்திக்கொண்டு “மெய்யே சின்ராசு, உவன் பெரியவன் கட்டினவளுக்கு பிள்ளையொண்டு இருந்ததாம் என்ன?” அச்சாக்கா வைத்தியைப் பற்றித்தான் கேட்டாள். சின்ராசனுக்கு அதுவொன்றும் புதிய தகவலில்லை. ஆனால் கிழவியிடம் சொன்னதில்லை. கவிதாவிடம் சொல்லியிருக்கிறான். கிழவி எப்படியோ விசாரித்திருக்கிறாள். வளவை விட்டு அகலாத கிழவியின் திண்ணைக்கு தகவல் கொண்டுவர அத்தனை பேர் இருந்தனர். வைத்தி கிளிநொச்சியில் இருந்து இடம்பெயர்ந்து வரும் போது விசுவமடுவில் சின்ராசன் அவனை வாகன நெரிசல்கள் இடையில் இறுதியாகக் கண்டான். கதைத்தானில்லை. தையல்மிசினின் ஓசை அடங்கியிருந்தது. கத்தரிக்கோல் துணியை நறுக்குமோசைமட்டும் கேட்டது.

காடும், ஊரும் ஆத்தை வளவும் என்று சுற்றிக்கொண்டு இருக்கும் வரை சின்ராசன் குடும்ப வாழ்வைப்பற்றி யோசித்ததில்லை. ஆச்சி நான்கைந்து முறை பெண்பார்க்கக் கேட்டும் மறுத்திருந்தான். ஆனால் சமீப நாட்கள் தனிமை பற்றிய எண்ணம் அவனை அலைக்கழித்துக் கொண்டிருந்தது. கொஞ்ச நாட்களாகத் தான் கவிதாவைப் பற்றி அவனுக்குள் அபிப்பிராயங்கள் தோன்றியவண்ணமிருந்தன. இடம்பெயரத்தொடங்கும் போது அன்றாடம் உருமாறி வெறுமை மூண்டெரிந்தது. இத்தனை நாளில் இல்லாத தனிமை பலவீனமான இடங்களின் தையல்களை விடுவித்து சீழ்கண்டது. அடிக்கடி எதையாவது பிடித்துக்கொண்டால் நல்லதென்ற உணர்வு மேலிட்டது.

“எணை கவிதாவை எனக்கு கட்டித்தாவன்” கவிதாவிற்கு கேட்டுவிடாதவாறு அந்தக்குரல் கச்சிதமாக விருந்தது.

தமயந்தி அப்போது தேனீரை எடுத்து வந்து கொடுத்தாள். அவளுக்கு அது தெளிவாகக் கேட்டிருந்தது. அவளுடைய முகத்தில் சந்துஷ்டி பரவ ஒன்றும் சொல்லாமல் வேகமாக ஹோலுக்குள் சென்று கவிதா தன்னுடைய றப்பர் கால்களை ஊன்றி எழுந்திருக்க உதவப்போனாள். கிழவியின் முகம் முழுவதும் கலங்கியிருந்தது. சின்ராசனுக்கு பதிலேதுமவள் சொல்லவில்லை. சின்ராசனும் அமைதியாகவிருந்தான். சக்கடத்தான் அவனில் முன்னங்கால்களைப் போட்டு ஏறி நின்று

வாலாட்டினான். அவனுடைய வீணீர் ஊறிய நாக்கு சின்ராசனின் கைகளை நக்கிக் கொண்டிருந்தது.

கிழவி பலமாக யோசித்தாள், சின்ராசன் அடுத்த பீடியை அவளுக்கு சிரமம் தராமல் தானே வாயில் வைத்து மூட்டி ஒரு இழுப்பு இழுத்துவிட்டுக் கொடுத்தான். வாங்கும் போதே,

"அவளுக்கு வாழ்க்கை குடுப்பம் எண்டு நினைச்சு கேக்கிறியோ?"

"இல்லை, எனக்கு ஒரு வாழ்க்கை வேண்டுமெண்டு கேக்கிறனணை"

"வயித்துக்க ஒண்டையும் வளக்க ஏலாது அவளாலை!"

சின்ராசனுக்கு அதெல்லாம் தெரிந்துதானிருந்தது. ஐம்பத்தைந்தாம் கட்டையில் அடித்த கிபிர்ச் சன்னம் கவிதாவின் கால்களையும் வயிற்றையும் குதறிவிட்டுப் போனதை நன்கறிவான். அதற்கு அவன் பதிலேதும் சொல்லுவதாயிருக்கவில்லை. அவன் இதைப்பற்றி யோசிக்கவுமில்லை.

கிழவியின் முகத்தை பார்த்தான். சக்கடத்தானும் கிழவியின் முகத்தைப் பார்த்து நாக்கை வெளியே நீட்டி இளைத்துக் கொண்டிருந்தான்.

கவிதா திண்ணைக்கு வந்து சேர்ந்தாள். சின்ராசன் நிமிர்ந்து சிரித்தான். அவனுக்கு கண்கள் லேசாய் கலங்கியிருக்க, கைகளில் இதுவரை அறியாத நடுக்கம், மயிர்கால்கள் உடலெல்லாம் விடைத்துக்கொண்டன. கோதை நித்திரை குழம்பி எழுந்து அழுதாள். தமயந்தி குழந்தையைத் தோளில் எடுத்து வந்தாள். கவிதா கைகளை நீட்டி கோதையை வாங்கி மடியில் வளர்த்தி குழந்தையிடம் கதை கேட்டுக்கொண்டே தன்னுடைய றப்பர்காலை சீரான ஆயிடையில் தொடையைக் கொண்டு அசைத்து குழந்தையை ஓராட்டத் தொடங்கினாள். கோதை நித்திரை முறியாமல் இடது கைவிரல்களால் மூக்கை ஒரு முட்டு முட்டி மூசிவிட்டு சிறிய சிணுங்கல் ஒன்றை வெளிப்படுத்திக்கொண்டு அயர்ந்து போகத் தொடங்கினாள். சின்ராசன் அதைப்பார்த்துக் கொண்டிருந்தான்.

தாமரையைய்யும், அனுவையும் தோளில் தூக்கிக்கொண்டு திரிந்திருக்கிறான். ஆனால் அதெல்லாம் அவர்கள் ஓரளவு வளர்ந்த பிறகு. தாமரை இவனுடைய சைக்கிள் பாரில் ஏறி நின்று கொண்டு தோளில் கை வைத்துக் கொள்வாள். அவளளவில் அதுவொரு பெரிய சாகசம். அனு எப்போதும் இடியனைத் தூக்கிப் பார்க்கப் போவதாக அடம்பிடிப்பாள். கொண்டு போய் அருகில் விட்டால் தொட்டுத்தொட்டு பார்த்து விட்டு "என்னை விட உயரம்" என்பாள். அவர்களிருவரும் மட்டும்தான் அவனறிந்த நெருக்கமான குழந்தைகள்.

சொல்லப்போனால் அவன் கைக் குழந்தையொன்றை தூக்கிய ஞாபகம் ஏதுமில்லாமலிருந்தான். கவிதா கோதையை எடுத்து இவனுடைய மடியில் இப்போது வளர்த்தினால் மிகவும் பதட்டப்பட்டுப் போவான். பெண்கள் தங்களுடைய குழந்தையை அலட்சியமாக வைத்திருப்பார்கள். கைக்குள்ளே இருந்தாலும் குழந்தை திமிறும் போது சின்ராசனுக்குப் பயமாகவிருக்கும். அதன் திமிறலை அமுத்திப்பிடித்தால் அதனுடைய மெல்லிய தேகம் கன்றிப்போய்விடும், பிடிக்காவிட்டால் நழுவியோ எங்காவது முட்டியோவிடும். ஒரு முறை சின்ராசன் புதுக்குடியிருப்பு பேரூந்தில் மரை வத்தல்களை எடுத்துக்கொண்டு போய்க்கொண்டிருந்தான். முன்சீற்றில் ஒரு பெண் தன்னுடைய குழந்தையை வைத்திருந்தாள், புதுக்குடியிருப்பு ரோட்டில் நல்ல அலையுள்ள கடலில் வள்ளத்தில் போவதுபோலிருக்கும். பஸ் குலுங்கிய குலுங்கலில் குழந்தை வேறு அங்கிருந்து தாவுவதற்கு முயற்சி செய்துகொண்டிருந்தான். யன்னலின் கைபிடி உடைந்து குழந்தைக்கு அண்மையில் துருத்திக்கொண்டு நின்றது. பஸ் ஒரு பெரிய ஏற்றத்தில் ஏறி இறங்க சின்ராசன் பதறி எழுந்து யன்னல் பிடியில் கையை வைத்தான். அந்தப்பெண் அதிர்ந்து விட்டாள். சின்ராசனை "இந்தாள் என்ன செய்யுது?" என்ற தோரணையில் பார்த்தாள். "கவனம் பிள்ளை நீ பாட்டுக்கு பிள்ளையை விட்டுட்டு இருக்கிறாய்" என்றான். அவள் மெல்லிசாகச் சிரித்து விட்டு, குழந்தையை வாரிக்கொண்டு, அவனை விசித்திரமாகவும் அலட்சியமாகவும் பார்த்தாள். குழந்தை தன் பாட்டிற்கு தொடர்ந்தும் விளையாடிக் கொண்டிருந்தான்.

கோதை கவிதாவின் ரப்பர்கால்களில் ஆழ்ந்து உறங்கிப்போனாள். கவிதா திண்ணை விளிம்பில் குழந்தையை மடியில் வளர்த்தியிருந்தாள், அவள் கோதையை பிடித்துக் கொள்ளவில்லை. குழந்தை அருண்டு அசைந்தால் உணர்வற்ற றப்பர் காலிலிருந்து விழுந்துவிடுவாள் போலிருந்தது. ஆனால் கவிதா அதைப் பொருட்படுத்தினாளில்லை. கால்களை லேசாக அசைத்துக்கொண்டே சின்ராசனிடம் கதைகொடுத்தாள். சின்ராசன் குழந்தையை பார்த்துக்கொண்டிருந்தான்.

"கிளியக்கா சாத்திரம் சொல்லுறாவாம்?"

"ஏன் அவள் முதலே சொல்லுறவள்தானே, அக்கராயன்ல. நல்ல சனம் வாற"

"நான் ஒருக்கா வரோணும், கூட்டிக்கொண்டு போவியளோ?"

சின்ராசன் கிழவியைப் பார்த்தான். அப்போது வரை யோசனைக்குள் ஆழ்த்தியிருந்த முகத்தை சட்டென்று மலர்வித்துக் கொண்ட ஆச்சாக்காள்,

"அவள் வாறாளெண்டால் கூட்டிக்கொண்டு போவனடாப்பா"

05

சனங்கள் கூடுவதைப் பார்த்ததும் நிவாரணம் கொடுக்கிறார்களோ என்று துணுக்குற்று குடும்ப அட்டைகளை யோகத்திடமிருந்து வாங்கிக்கொண்டு ஆச்சி விரைந்து சென்றாள். இவர்களின் கூடாரங்களுக்கு சற்றுத் தள்ளியிருந்த பாலை நிழலை நோக்கி சனங்கள் போய்க் கொண்டிருந்தார்கள். அதில் பெரும்பாலானவர்கள் நிவாரணத்தை எதிர்பார்த்தே சென்றார்கள். ஷெல் ஓய்ந்து கிடந்ததால் பயமேதுமின்றி அவர்கள் வேகமாகப் போனார்கள். ஆச்சி போவதைக்கண்டு விட்டு டிராக்டரில் எதையோ கழட்டி சரி பார்த்துக் கொண்டிருந்த சண்முகம் தாயைத் தொடர்ந்து போனான். கீரிப்பிள்ளை மேட்டை விட்டு சுதந்திரபுரத்திற்கு நகர்ந்து வந்து நூறேக்கரில் இருந்த போதும் இப்படித்தான் நிவாரணத்திற்கு தான் லைனில் நிற்கிறேன் என்று போனாள். சரியாகச் சொல்லிவைத்தால் போல் இராணுவம் அந்த மைதானத்தில் குண்டுமழை பொழிந்ததில் சனங்கள் கொத்துக்கொத்தாக கொல்லப்பட்டார்கள். சண்முகம் நெஞ்சடைக்க தாய்காரியைத் தேடிப்போன போது யாரோ ஒரு பெண்ணின் உடலை மடியில் கிடத்திக் கொண்டு அழுது கொண்டிருந்தாள். லைனில் ஆச்சிக்கு பின்னால் நின்ற பெண்ணாம், சில மணிநேரப் பழக்கம், ஷெல் விழுந்த போது ஆச்சிக்கு வாய்க்க வேண்டிய இரும்புத்துண்டுகளை அவள் வாங்கிக்கொண்டிருந்தாள். அவளின் சீவனும் ரத்தமும் ஆச்சியின் மடியிலேயே போனது. நான்கு நாட்கள் சாப்பிடாமல் கிடந்தாள் ஆச்சி. அதற்கு பிறகு "உத்தரிக்காமல் சாகோணும்" என்று அவள் அடிக்கடி ஆத்தையை நேர்ந்து கொண்டாள். இன்றைக்கு திரும்பவும் குடும்பக்காட்டை கையில் எடுத்துக்கொண்டு போகிறாள். அவர்கள் அந்த இடத்தை நெருங்கிவர முதலே முன்னால் போன சனங்களில் பெரும்பங்கினர் திரும்பி வந்தனர்.

"அதாரோ குரங்கு வித்தைக்காரர்"

சண்முகம், தாய்க்காரி திரும்புவாள் என்று நினைத்தான். ஆனால் அவள் ஏதோ ஆர்வமிகுதியால் உந்தப்பட்டவள் போலச் சென்றாள். அது ஒன்றும் குரங்கு வித்தை பார்ப்பதற்கான நேரமில்லை. ஷெல் ஓயும்

நேரங்களில்தான் எல்லா அலுவலும் பார்த்தாக வேண்டும். குரங்கு வித்தை பார்ப்பதற்கு அங்கே யாருக்கேனும் மனநிலையிருக்குமா என்று சண்முகம் அங்கலாய்த்துக் கொண்டான். ஆனாலும் ஐம்பது அறுபது பேருக்கு மேலே கூடியிருந்தனர். அவர்களுக்கு நடுவில் ஒரு நடுத்தரவயது ஆணும் அவன் வயதை ஒத்த பெண்ணும் இரண்டு மூன்று பெட்டிகளையும் துணித் தூக்குப்பைகளையும் வைத்துவிட்டு குரங்கை வைத்து வேடிக்கை காட்டிக் கொண்டிருந்தார்கள். அந்தப்பெண் சிவப்பு நிறப்பாவாடையும், சட்டையும் அணிந்திருந்தாள். கழுத்து நிறைய மாலைகளும் தாயத்துகளும், மூக்குத்தி அணிந்திருந்தாள். அவன் ஒரு கரும்பயன் ஏறிய சேட்டும், சறமும் உடுத்திருந்தான். அவனுடைய குரங்கு அவனுடைய சறத்தில் பாதியும் அவளுடைய பாவாடை துணியில் பாதியுமாகத் தைத்த உடையை உடுத்தியிருந்தது. அவள் கை இரண்டையும் நீட்டி வளையம் போல் கோர்த்துப் பிடித்திருக்க அவன் "தாவுடா" என்று சொல்ல குரங்கு அதனுள் பாய்ந்து தாவி அப்படியே அவளுடைய தோளில் ஒரு சுற்றுச்சுற்றி அமர்ந்து பிறகு அவனிடம் பாய்ந்து சென்றது. சனங்கள் கொஞ்சம் சூழ்ந்தவுடன் அவன் தன்னுடைய கதையை சுருக்கமாகச் சொன்னான்.

"சாமி நாங்க இந்தியாக்காரனுவ, அங்கிட்டு பஞ்சம் பொழைக்க ஏலாம ராமேஸ்வரத்தாலை போட் ஏறினோமுங்க, மொத மன்னார்ல வித்தைகாட்டி பொழச்சிட்டு இருந்தப்ப, சண்டேக்க சிக்கிப்போட்டஞ் சாமி, இங்கிட்டு பாதைய பூட்டிட்டானுவ, நாங்க எங்கிட்டு போறன்னு வழி புரியாம எங்கட கொழந்தைங்கதான் தஞ்சம்னு கிளிநொச்சி வந்தமுங்க, எங்களுக்கு போக நாதியில்ல சாமி, உங்களோட நாங்களும் இடம்பெந்து வந்தோம் சாமி, எங்களுக்கு இதாஞ்சாமி தொழிலு. ஆமிக்காரனுவ ஷெல் போட்டு நம்மள கொல்லுறானுவ, இந்த நெலமைல உங்க கிட்ட காசுன்னு நாங்க வந்து நிக்கேல்லா சாமி, ஆனா இந்த வயித்து பசிக்கும்லா சாமி, முடிஞ்சா ஏதும் போடுங்க சாமி, இல்லன்னா சாமி சித்தம் சாமி"

குரங்கை மீண்டும் தாவச்செய்தான், யரோ கூட்டத்தில் "அந்த பெட்டியளுக்கு என்ன இருக்கு?" என்றார்கள் ஆர்வ மிகுதியால். அவன் அதற்கே காத்திருந்தவன் போல குரங்கை தோளில் இருத்திக்கொண்டு, அந்தச் சிறிய பெட்டியைத்திறந்து அந்த சிறிய மலைப்பாம்பை எடுத்தான். எல்லோரும் ஒரு முறை அரண்டு விட்டார்கள், பாம்பு அவனுடைய கைகளைச் சுற்றிக் கொண்டு நெழிந்தது.

"இவ என் கடைசிபுள்ள சாமி, நாகம்மா"

அது ஒரு பெண்பாம்பு என்பதோடு அதற்கொரு பெயருமிருந்தது. அங்கே சிரிப்பலையை உருவாக்கியது. யாரோ "என்னாய்யா மலைப்பாம்புக்கு

நாகம்மான்னு பேர் வச்சிருக்கிறான்'' என்று சிரித்தார்கள். அவனுடைய துணைவி மற்றப் பெட்டியைத் திறந்தாள். திறந்து கையை உள்ளே விட அவளுடைய கையில் தாவி தோளில் ஏறி இருந்து கொண்டது ஒரு கீரிப்பிள்ளை. பழுப்பு நிறத்தில் அதன் கண்கள் எல்லோரையும் வெடுக்கு வெடுக்கென்று தலையை வெட்டி மிரட்சியோடு பார்த்தன.

''இவம் பேரு பச்சை''

அவள் பெயரைச்சொல்ல கோரைப் பற்களை காட்டி உறுமியது கீரிப்பிள்ளை. ஆச்சி சட்டென்று அவளையறியாமல் கையெடுத்து கும்பிட்டு விட்டாள். சட்டென்று யாரும் காணாமல் கையை இறக்கினாள்.

''என்ன சாமி ரெண்டையும் சண்டைக்கு விடுவமா? சோரா கைதட்டுங்க சாமி!'' கரவொலி அதிர்ந்து பரவியது.

கீரியை அவளும் பாம்பை அவனும் நிலத்தில் இறக்கி விட்டார்கள். கீரி உடலைச் சிலிர்த்துக்கொண்டு பாம்பை நெருங்கியது. அந்த மலைப்பாம்பு அதனுடைய பின் பக்க வளைவுகளின் எண்ணிக்கையை அதிகரித்து தன்னுடலைச் சமநிலைப்படுத்தி கீரியை நோக்கிச் சீறியது. கீரி பாய பாம்பு அதன் வாயில் தன் பற்களால் கவ்வியது, கீரி இரண்டு சுற்று சுற்றியது, பாம்பும் அதனோடு சேர்ந்து சுற்றியது. அவனும் அவளும் அவை இரண்டையும் சுற்றி சுற்றிச்சுற்றி வந்து உற்சாகப்படுத்தினார்கள். சனங்கள் எச்சரிக்கை உணர்வோடு வேடிக்கை பார்த்தார்கள். குரங்கு அவனுடைய தொப்பி ஒன்றை எடுத்துக்கொண்டு தானும் அதை விசுக்கி விசுக்கி கீச்சிட்டது. பாம்பு கீரியை தன்னுடலால் சுறுட்டியது. கீரி விடாது போராடியது. சிறியதாக இருந்தாலும் கீரியின் பற்கள் பதியமுடியாத உடல் மலைப்பாம்பிற்கு. ஆச்சி உள்ளூர பதட்டமெழும்ப கீரியை வாயெடுத்து உற்சாகப்படுத்தத் தொடங்கினாள்.

''கடியடா கடியடா, விடாத விடாத சூ சூ'' என்று அவள் பரபரத்துக் கொண்டிருந்தாள். பாம்பின் கை ஓங்கியது. கீரி மெல்ல மெல்ல உடல் தினவை இழக்கத்தொடங்க, அவன் சட்டென்று தன்னுடைய பிரம்பை எடுத்து இரண்டுக்கு நடுவில் நுழைத்தான். அவள் மகுடியை எடுத்து ஊதத் தொடங்கினாள். பாம்பு தன் பிடியைத் தளர்த்த கீரிப்பிள்ளை அதனிடமிருந்து விடுவித்துக்கொண்டு அவளின் கைகளில் தாவித் தோளில் ஏறியது. அவன் பாம்பை எடுத்து கையில் சுற்றிக்கொள்ள, காத்திருந்ததைப் போல குரங்கு கீழே குதித்து தொப்பியை நீட்டிக்கொண்டு சனங்களை நோக்கி வந்தது, நாணயக்குற்றிகள் விழுந்தன.

எல்லோரும் கலைந்து போக ஆச்சி அங்கேயே நின்றிருந்தாள். சண்முகம் தாயை வரும்படி அழைத்தான். அவனைக் கையமர்த்தி விட்டு அந்தப்

வித்தைக்காரப் பெண்ணை நோக்கிப் போனாள். கீரியைப் பார்த்துக் கொண்டே,

"உன்ர பேர் என்ன பிள்ளை?"

"காத்தாயி பாட்டி"

"எங்கை தங்கிற?"

"எங்கை எண்டாலு, கெடைச்ச எடத்துல படுத்துப்போம்"

"நான் நிவாரணம் குடுக்கிறாங்கள் எண்டுதான் வந்தனான், காசொண்டும் எடுத்துக்கொண்டு வரேல்ல"

"பரவால்ல பாட்டி"

"இல்லை வா சாப்பிட்டு போகலாம்?"

"உனக்கேன் செரமம் பாட்டி, அரிசி இருந்தா ஒரு படி கொடு, நான் கஞ்சி காச்சிப்பன், ஒனக்கு புண்ணியமா போவும்"

"அரிசியும் தாறன், ஆனா சாப்டு போ"

அவள் அவனைப் பார்த்தாள், அவன் சரி என்று தலையாட்டினான். பெட்டிகளைக் கட்டிக்கொண்டு ஆச்சியுடன் நடந்தனர்.

கூடாரத்துக்கு அருகில் இருவருக்கும் யோகம் சோறும் பருப்பும் கொடுத்தாள். குரங்கும் சோறு சாப்பிட்டது. அனுவும், அட்சயனும் அதற்கு சோறு கொடுத்தார்கள். அது இருவருக்கும் ஒரு குட்டிக்கரணம் போட்டு "சலாம்" வைத்து விட்டுச் சோற்றை வாங்கிச் சாப்பிட்டது.

"பாம்பும், கீரியும் என்ன சாப்பிடும்?"

"அதுங்க முட்டை சாப்டும்", நா சாப்டு அதுங்களுக்கு ஊட்டணும்" என்றாள்.

"பாதை திறந்திருக்கேக்கை நீங்கள் போயிருக்கலாம், இயக்கம் பாஸ் தந்திருக்கும்!" சண்முகம் அவர்களைப் பார்த்து பரிதாபப்படும் தொனியில் சொன்னான்.

"எங்க சாமி அதுக்குள்ளதா செயிலுக்க போட்டிட்டானுவளே!"

"ஆர்?"

"புலிங்கதாஞ்சாமி"

“ஏன் உங்களை பிடிச்சவங்கள்?”

“நாங்க றோ காறனுவ எண்டு நெனச்சு பிடிச்சிட்டாங்க, இவுக சொல்லித்தான் எங்க நாட்டுல “றோ காறனுவ எண்டொரு சாதி” இருக்கிறதே எங்களுக்கு தெரியும். நா எவ்ளோ சொல்லியும் கேக்கல, அடிச்சுப்புட்டாங்க, ஏழெட்டு நாள் வச்சி விசாரிச்சாங்க, நாங்க வெறும் வித்தக்காரன் சாமீ, எங்கிட்ட எந்த அத்தாட்சியுமில்லேன்னு சொல்லி அழுதேன், ஒரு பொறுப்பாளர் நல்லவரு போல, ஒன்ன எப்பிடி உளவாளி இல்லன்னு நம்புறதுன்னு கேட்டாரு, நா எனக்கு வித்ததாஞ் சாமி, ஒளவெல்லாம் பாக்க வரல்லசாமி, எழுதப்படிக்க கூட தெரியாதவங்க சாமின்னு அழுதே, எம் புள்ளங்கள வெச்சி அவுங்களுக்கு வெத்தை செஞ்சு காட்டினேன், அதுக்கு பொறவு விட்டுட்டானுவ, ஆனா வன்னியை விட்டு போக கூடாதுன்னுட்டானுவ, தங்கட கண்ணுக்க கெடக்கனுன்னு சொல்லித்தான் விட்டானுவ”

“இப்ப வருமானம் இராது என்ன?” யோகம் தானும் ஏதேனும் அவர்களுடன் பேச்சுக் கொடுக்க வேண்டும் என்ற ஆர்வத்துடன் கேட்டாள்.

“எங்கம்மா நீங்களே கஸ்ரபடுரிய, பொழக்க வந்த எங்களுக்கு எப்பிடி?”

அவள் “இங்க எங்கட செனம் இருக்குன்னு சொன்னாவ, நாங்களும் எங்கட இந்தியாக்காரனுவ என்னு போய் இருக்க ஒரு குடிசையோ இடமோ தாங்களேன்னு கேட்டோஞ்சாமி, அவிங்க எங்களை ஒரு எட்டுக்கும் கண்ணெடுக்கேல்லை சாமி, ஏஞ்சாமி அவுகளும் பொழப்புக்கு வந்தவக தானே சாமி?”

“அந்தச் சனங்களை எங்கடை சனம் வடக்கத்தையார் எண்டு மதிக்கிறேல்லை, அதுகள் உங்களை மதிக்கிறேல்லை”

அவ்வளவு நேரமும் நடப்பதைப் பேச்சேதும் கொடுக்காமல் கேட்டுக்கொண்டிருந்த அறுமர் இரைந்து சொன்னார். குரலில் விசனம்.

“ஆனா என் புள்ளைங்க எங்களுக்கு கஞ்சி ஊத்துதுங்க, போகும் வரைக்கும் போவம் ஆத்தா, ஏலாட்டி எம்புள்ளைங்களை காட்டுலை விட்டிட்டு நானும் இவளும் செத்துப்போவம்” அவன் உறுதியாகச் சொன்னான். அவன் சொன்னது விளங்கியது போல குரங்கு அவனைப் பார்த்து உறுமி ஒரு அலப்பு அலப்பியது. அவள் கண்ணீர் துளிர்க்க அதற்கு ஒரு வாய் ஊட்டி விட்டாள்.

அவன் சாப்பிட்டு முடிக்க முதல் அவள் சாப்பிட்டு முடித்து விட்டு தன்னுடைய துணித்தூக்கு ஒன்றை எடுத்து பிரித்தாள், உள்ளே உமிப்பை

ஒன்று முட்டைகளோடு இருந்தது. கோழி முட்டைகளில்லை, சிறியவை. பலநிறங்களில், பல அளவில் இருந்தன. வெள்ளை, நீலம், கறுப்பு என்று வெவ்வேறு நிறங்களில் அழகான முட்டைகள். இவர்கள் விசித்திரப்படுவதைப் பார்த்துவிட்டு அவளே சொன்னாள்.

"வழில பறவ கூடுங்க இருந்தா, ஏறி ரெண்டு முட்டை எடுத்துப்போம் சாமி, நாங்க பசி கெடப்போம் சாமி புள்ளைங்க பசியிருக்க கூடால்லா"

இரண்டு நீல முட்டைகளை உடைத்து பாம்பிற்கு கொடுத்தாள், ஒரு கோழி முட்டையை நெருப்புத்தணலில் வாட்டி எடுத்து அரை அவியலாக கீரிக்குக் கொடுத்தாள். கீரி முட்டையின் ஓட்டை உடைத்து சாப்பிட்டு விட்டு பாம்பின் அருகில் சென்றது. பாம்பு ஏற்கனவே இரண்டு நீல முட்டைகளையும் சாப்பிட்டு விட்டிருந்தது. அவை மீண்டும் சண்டையிடப் போகின்றன என்று நினைத்துக்கொண்டு எல்லோரும் கொஞ்சம் ஒதுங்க கீரிப்பிள்ளை பாம்பின் தலையில் நக்கி கொடுத்தது. பாம்பும் தாடையால் கீரியின் தாடையை உரசியது. எல்லோரும் வியப்பாகப் பார்த்துக் கொண்டிருப்பதைப் பார்த்த அந்தப்பெண் சிரித்தாள்.

"அதுங்க நல்லா ராசியான சகோதரங்க சாமி" என்றாள் தன்னுடைய குழந்தைகளைப் பூரித்து.

ஆச்சி எதுவும் பேசினாளில்லை, அந்த பாம்பும், கீரியும் கொஞ்சுவதை கண் கொட்டாமல் பார்த்துக்கொண்டிருந்தாள்.

அந்தப்பெண் தன்னுடைய பையை எடுத்து வைக்கும் போது அதிலிருந்து சாத்திரக் கோல்கள் தவறி வீழ்ந்தன. அவற்றைக் கண்டதும் கிளி உற்சாகமானாள்.

"சாத்திரமும் பாக்கிறதோ?"

"ஆமாத்தா, இந்த வித்தைல்லாம் இவுக வூட்டு தொழிலுங்க, எங்காத்தா அப்புச்சில்லாம் குறி சொல்லுவாவ"

யோகம் கையை நீட்டி, "எனக்கு சொல்லு, பிள்ளையைப் பற்றிச்சொல்லு!" என்றாள் அவசரமாக.

ஆச்சி நிமிர்ந்து யோகத்தைப் பார்த்தாள். அவள் கண்களால் பார்க்கட்டுமா? என்று கெஞ்ச சரியென்று தலையாட்டினாள் ஆச்சி.

"ஒம்புள்ளைக்கு ஒன்னுமில்ல ஆத்தா, நல்லாருக்கா, ரொம்ப தூரமில்லே, தன் வீட்டுக்கு கிட்டத்தான் இருக்கா, தன் தெய்வத்து

மடிலதா உலாத்துறா, நீ ஒண்டையும் நம்பாத ஆத்தா, யார் சொன்னாலும் எது வந்தாலும் ஒண்டையும் நம்பாத ஆத்தா வேளைக்கு சேதிவரும்"

அந்தப் பெண் யோகத்தின் கையில் சாத்திரத்தடியால் வரைந்து கொண்டே ஏடுகளையும் கண்களால் மேய்ந்துகொண்டே குறி சொல்லிக் கொண்டிருந்தாள். ஆச்சி மீண்டும் பாம்பையும் கீரியையும் பார்த்தாள். அவை ஒன்றையொன்று பிணைந்தும் விலகியும் விளையாடிக் கொண்டிருந்தன. கொஞ்சம் முதல் அந்தக் கீரியிடம் அந்தப் பாம்பைக் கடிக்கச்சொல்லி கத்தியவளின் முன்னால் அந்தப் பெண்ணின் குழந்தைகள் விளையாடிக் கொண்டிருந்தனர்.

06

அட்சயன் கிளிஅன்ரியின் கூடாரத்தைத் தேடிக் களைத்து வியர்த்தொழுக அங்கே போய்ச் சேர்ந்தான். அறுமர் தாத்தாவிற்கும் சரி, ஆச்சிக்கும் சரி அவள் அங்கே கோயில் ஒன்றைச் சரிக் கட்டிக்கொண்டது அறவே பிடிக்கவில்லை. ஆச்சியும் அறுமரும் அவளுடன் திரும்பவும் பேச்சுவார்த்தையைக் கைவிட்டார்கள். அம்மா யோகம்தான் இவர்கள் மூவருக்கும் நடுநிலையில் இருந்தாள். மூவரையும் கையாள்வதில் அம்மாவிற்கு அலாதி தேர்ச்சியிருந்தது. அதோடு யோகத்திற்கு கிளிஅன்ரி மேலே இருந்த தனி வாரப்பாட்டை அனைவருமே அறிந்திருந்தனர். யோகம் அட்சயனிடம் கொஞ்சம் கொப்பறாவும், கருவாடும் கொடுத்து விட்டிருந்தாள். கொப்பறாவும் கருவாடும் அப்போது தங்கத்தை விடவும், ஒரு டிராக்டரை விடவும், மோட்டார் சைக்கிளை விடவும் பெறுமதியானது.

அன்ரி தன்னுடைய கூடாரத்திற்கு சமீபமாகவிருந்த ஆலமரத்தைச் சிறிய ஊர்க்கோயிலைப் போல மாற்றியிருந்தாள். பெரிய பாம்புபுற்றும் சந்தனம், குங்குமம் பூசப்பட்ட மரவேர்களும், பட்டுக்கட்டிய கற்களும், பூக்களும், காய்ந்த மாலைகளுமாக நெடுநாட்களான ஊர்த்தெய்வமொன்றின் கோயிலைப் போலிருந்தது. நிறைய தடிக்குச்சிகள் ஒன்றன் மேல் ஒன்றாக ஆலமரத்தைச் சுற்றி சாத்தப்பட்டிருந்தன. காணாமல் போனவர்கள், தொலைந்தவர்கள் கிடைக்க வேண்டி தடிசாத்தியிருந்தார்கள். பெரும்பாலும் கட்டாய ஆட்சேர்ப்பில் பிள்ளைகள் இணைக்கப்பட்ட தாய்மார் கோயிலே கதியென்று கிடந்தார்கள். நாளுக்கு நாள் வந்து சேரும் வித்துடல்களும், ஒவ்வொரு நாளும் கூடாரங்களின் ஏதோ ஒரு மூலையில் அல்லது நான்கைந்து மூலையில் எழும் ஒப்பாரிச் சத்தங்களும் அனைவரையும் நேர்ச்சையை முணுமுணுத்துக் கொண்டு ஷெல் விழும் நேரம் தவிர கோவிலே கதி என்று கிடக்க வைத்தது.

“பிள்ளை வந்திடுவாளோ?”

“பெடியன் வந்திடுவானோ?”

ஊரில் மாடுகள் ஆடுகள் தொலைந்தாலோ, வழிமாறிச்சென்றாலோ வதனமாருக்கோ ஆச்சிக்கோ வேண்டித் தடிசாத்துவார்கள். தடிசாத்தினால் தொலைந்த ஆடுமாடுகள் வந்து சேரும் என்று நம்பிக்கை. அதையே இங்கே கிளியன்ரி ஆட்களுக்கு மாற்றியிருந்தாள். ஆச்சி அவள் மேல் கோவப்பட்டதில் நியாயமிருப்பதாகவே அட்சயனுக்குப்பட்டது. யோகம் ஒரு முறை அக்காவை பற்றி கிளியன்ரியிடம் குறி கேட்கப்போகிறேன் என்று புறப்பட்ட போது ஆச்சி கலையொன்று ஆடிவிட்டாள். இரண்டு பேரும் இரண்டு நாட்கள் சாப்பிடாமல் கிடந்தனர்.

"ஆத்தையை நம்பாட்டி என்னை தாண்டி உந்தச் சூனியக்காரிட்ட போ" என்றாள் ஆச்சி.

அட்சயன் கிளியன்ரி கூடாரத்தை நெருங்க முதல் அவள் கோயில் வைத்திருந்த ஆலை மரத்தைப் பார்த்தான். எப்படி அவளுக்கு அந்த புற்றெழும்பிய ஆலமரத்தடி கிடைத்தது என்று அவளிடம் கேட்க வேண்டும். பிரதி செவ்வாய்கிழமையும் வெள்ளிக்கிழமையும் அங்கே அவள் கலையாடிக்குறி சொல்லிக் கொண்டிருந்தாள். அது தவிர குழந்தைகளுக்கு, அல்லது வளர்ந்தவர்களுக்கு ஏதேனும் கெட்ட சொப்பனமோ, குறைபாடோ என்று வந்தால் நீறு போட்டு மந்திரம் சொல்லி விடுவாள். ஏற்கனவே அக்கராயனில் அவளுடைய புற்றுக்கோயிலில் இருந்த வெள்ளைப்பாம்பு வடிவான காளியும் நகுலாத்தையைப்போல இங்கேயும் வந்து குடியேறி விட்டாள் என்று ஒரு கதையையை தன்னிடம் வருபவர்களிடம் சொல்லிக் கொண்டிருந்தாள். "சாமியை இருத்தோணும் எண்டால் முதல்ல அங்கையொரு கதையை இருத்தோணும்" என்பாள் ஆச்சி. கிளி அன்ரியைப் போல ஆச்சியை அறிந்தவர்கள் மிகக்குறைவு.

அன்றைக்கு வெள்ளிக்கிழமை வேறு, தூரத்தில் கேட்ட ஒன்றிரண்டு ஷெல் சத்தங்களைத் தவிர வேறொரு அசமந்தமும் இல்லை, காலையில் இரண்டு தடவை கிபிர்கள் கடற்கரைப் பக்கமாக குண்டு வீசியிருந்தன. மாலையில் பெரும்பாலும் அவை வான் பரப்புக்கு வருவதில்லை என்பது ஒரு பொதுவான கணிப்பாகவிருந்தது. பூசை நேரத்திற்காக சனங்கள் ஆலமரத்தடியில் கூடிக்கொண்டிருந்தார்கள். அட்சயன் அவர்களைத் தவிர்த்து விட்டு பின்பக்கமாகச் சுழன்று கூடாரத்திற்கு அருகில் சென்றான். உள்ளே அவளுடைய அசைவு தெரிந்தது. இவன் யோசனை ஏதுமின்றி கூடாரத்தின் வாசல் தறப்பாளை உரித்துக் கொண்டு உள்ளே நுழைந்த போதுதான் இவனுடைய நிலமை தர்மசங்கடமாகிவிட்டது. தலைக்கு மேலால் அவள் தன்னுடைய உடையை நுழைக்க முற்பட்ட போது அவன் உள்ளே நுழைந்திருந்தான். அட்சயன் ஸ்தம்பித்த போது அவள் திடுக்கிட்டு போய்,

“ஆரது?”

அட்சயன் சட்டென்று திரும்பி, நான் தான் அன்ரி என்றான். அட்சயன் என்றதும் அவளுடைய குரலில் தொற்றிய பதற்றம் அடங்கி “நான் ஆரோ எண்டு நினைச்சன்” என்றாள் இயல்பாக. அட்சயன் திரும்பி நிற்க அணிய ஆரம்பித்த மேற்சட்டையை அணிந்து கொண்டபிறகு அவள் உள்ளாடைகளை அணிவதை அட்சயனால் உணர முடிந்தது. முதலில் சட்டையை அணிந்த பிறகு உள்ளாடைகளை அணிவது ஆண்களுக்கும் சரி பெண்களுக்கும் சரி வழக்கமாக இருந்தது. அங்கிருந்த பாதுகாப்பின்மையால் முதலில் எதையாவது அணிந்து தம்மை மூடிக்கொண்ட பிறகு உள்ளுக்குள் மிகுதியைப் பொருத்திக்கொண்டனர். எப்போது ஷெல் விழும் என்றோ கிபிரடிக்கும் என்றோ யார் கண்டது.

அவள் நிரம்ப நேரம் எடுத்துக் கொள்ளவில்லை, கடைசியாக உள்ளாடையின் இலாஸ்ரிக்குகள் இரண்டும் உடலில் மோதும் ஒலி கேட்டது. உடல் நடுங்கி வியர்க்க வார்த்தையற்று நிற்கும் போதே இவனை உள்ளே வரச்சொல்லி அழைத்தாள். அவளில் எந்த பதட்டமுமில்லை. வழமை போல அட்சயனின் தலையைக் கோதினாள். அட்சயன் சங்கடப்பட்டான். அவனுடைய புது வியர்வையையும் நெழியும் உடலையும் அவள் சட்டென்று புரிந்து கொண்டாள்.

“அப்ப நீர் வளந்திட்டீரோ? வெக்கமெல்லாம் வருது, அதுவும் அன்ரில”

“இல்லை நான்... தெரியாமல்...”

அவளுடைய சிரிப்பு முகத்தில் ஆலாபனையிட்டது.

“உனக்கு மீசையெல்லாம் முளைச்சிட்டு எண்டு [illegible] போலாம கிடக்கு, நீ சிப்பை பொத்திப் பிடிச்சுக் கொண்டு சிக்குப்பட்டிட்டு எண்டு வீறிட்டது நேற்று மாரி எல்லோடா கிடக்கு, உண்மையாவே வளந்திட்டியோடா?”

அவள் அட்சயனை ஏகத்திற்கு சீண்டினாள். சிறுவயது முதலே அவனைத் தூக்கித் திரிந்தவள். சிப்பு விசயத்தைக் கூட ஞாபகத்தில் வைத்திருந்தாள். மீண்டும் தலையைக் கோதினாள். இவன் கொண்டு வந்த பையை அவளிடம் கொடுத்து விட்டு வேகமாக வெளியேற நினைத்தான். உள்ளூர காட்சிகள் தொந்தரவையும் குறுகுறுப்பையும் தொடங்கியிருந்தன. ஆனால் கோதிக் கொண்டிருக்கும் அந்தக் கையை விலக்கத் தோன்றவில்லை. நெற்றியில் வியர்க்க அதை அப்படியே வழித்து முடிக் கால்களுக்குள் பூசியது அவளது கை. காற்றுக்கு சில்லிட்டு குளிருமுணர்வு.

“சாப்பிடன்”

"இல்லை வேண்டாம்"

"எனக்குப் பசிக்குதடா, ஒவ்வொரு நாளும் தனியத்தானே சாப்பிடுறன், இண்டைக்கு என்னோட சாப்பிடன்?"

"என்ன சாப்பாடு?"

"சோறுதான், இண்டைக்கு மரக்கறி. பூசை இருக்கெண்டு"

"சமைக்கிறதோ?"

"ஓம் குக்கர் வாங்கி வச்சிருக்கிறன். இப்போதைக்கு அரிசி கிடக்குதானே"

இவனை இருத்தி விட்டு கைகளை அலம்பி விட்டு வந்தாள். அலுமினிய பாத்திரம் ஒன்றினுள் சோற்றையும், பிறகு பருப்புக்கறியையும் வழித்துக் கொட்டினாள். கொஞ்சம் சோறும் கொஞ்சம் கறியும் மிச்சம் வைத்தாள். அது ஒராளுக்கு போதுமானதாகவிருந்தது. ஊறுகாய் பக்கற் ஒன்று வைத்திருந்தாள்.

"ஊறுகாய் கையிலை தரட்டோ?, இதுக்க போட்டு குழைக்கட்டோ?"

"உதுக்க போடு"

சோற்றைக் குழைத்து உருட்டி முதல் பிடியை ஏந்தினாள், அட்சயன் "ஆ..." என்று சோற்றை வாங்கினான். மெல்ல உறைப்பும், ஊறுகாய் புளிப்பும் இதர சுவைகளும் மேலிட்டன. அவள் இரண்டாவது வாயை நீட்ட,

"நீயும் சாப்பிடன் அன்ரி"

"எனக்கு ஆர் தீத்தி விடுற?"

அப்படியொரு குழந்தைத் தனமான குரலை அவளிடம் இதுகாறுமிவன் கேட்டதில்லை. அதை எதிர்பார்க்கவுமில்லை. வழமையாக தாமரை, அனு, அட்சயன், சமயங்களில் வெரோனிக்கா நால்வரும் சுற்றியிருக்க பூவரசு இலைகளில் சோறைக் குழைத்து தருவாள் கிளியன்ரி. சுவையில் எந்த மாற்றமும் இல்லை, ஆனால் எதிரில் நிலைக்கும் பரிவகலாத அவளுடைய பார்வையும், அந்தக் குழந்தைமையும் அட்சயனுக்கு புதிது. ஏற்கனவே உள்ளூர அடங்கிக் கொண்டிருந்த பதட்டம், மீண்டும் காட்சிகளைப் பிடித்தேறியது. கைகள் அனிச்சையாக சோற்றைக் குழைத்து அவளுக்கு ஊட்டின. பரஸ்பரம் புதிதாகப் பார்க்கும் பார்வைகளில் சொல்லப்படாத சொற்களுக்கு பஞ்சமில்லை. வியர்த்தது. இலாஸ்ரிக் உடலில் மோதும் சத்தம் மீண்டும் மீண்டும் இதுவரை தீண்டப்படாத உள்ளூர கிளரும் மர்மஸ்தானங்களில் மோதிப்பரவியது.

வெளியில் குரல் கேட்டது. கோயிலுக்கு வந்தவர்கள் அழைத்தார்கள்.

“ஓம் வாறன்”

கடைசிப் பிடி சோற்றை இவனுக்கு நீட்டும் போது,

“காணுமோ இன்னும் கொஞ்சம் குழைக்கட்டோ?”

பசித்தது தான்.

“இல்லைக் காணும், கூப்பிடீனம்”

“அவையளை விடு, உனக்குக் காணுமோ?”

“ஓம் வடிவாக் காணும்”

அவளுக்கு “காணுமோ?” என்று கேட்க நினைக்காத மனதை அவள் இவனின் கைகளை சோறு குழைத்த அதே பாத்திரத்தினுள் வைத்துக் கழுவும் போதுதான் கடிந்துகொண்டான். இனிக்கேட்க முடியாது. கைகளை அலம்பி விட்டு துவாய் ஒன்றை எடுத்து கொடுத்தாள். இவன் வாயைத் துடைக்கும் போது தலையை கோதி ஒரு முறை நெற்றியில் முத்தமிட்டாள். ஈரம் நெற்றியில் சுவறியது. அட்சயன் கைகள் நடுங்கும் போது அவள் அநயாசமாக கூடாரத்தை விட்டு வெளியேறினாள்.

இவனைத் தொடர்ந்து வா என்றோ, உன்னுடைய கூடாரத்திற்கு திரும்பிச்செல் என்றோ எதுவும் அவள் சொல்லவில்லை. வெறுமனே அவனை அங்கே விட்டுச்சென்றாள். அட்சயன் துவாயால் முகத்தை அழுத்தித் துடைத்து விட்டு கூடாரத்தைக் கடந்து வந்தான். முத்தம் நெற்றியில் அழிபடாமல் கிடந்தது. உள்ளூர சற்று முன் நடந்ததேல்லாம் மீண்டும் ஓடியது. அவளுடைய பிருஷ்டங்களின் வாளிப்பு. உள்ளாடைப்பட்டிகளின் மனதிலறையும் சத்தம். ஒரு பெண்ணின் உடலை அவ்வளவு நெருக்கமாக அவன் கண்டதில்லை. வளர்ந்த பெண்ணின் முழு உடல் பற்றிய தெளிவுகளில்லாத நாட்களில் இருப்பவன். அதே போலத்தான், பார்வை, முத்தம், உள்ளூரத்தோன்றும் கிளர்ச்சி, ஸ்பரிசம், தைரியம், பெரும்பயம் எல்லாம் முதல் முதலாக நடக்கும் இயல்போடிருந்தன.

சாரங்கன் அண்ணா இருந்தபோது வீட்டில் இரகசியமாக காட்டும் படங்களில் எல்லாம் அப்பட்டமாகவும் மிக அருகாகவும் பெரிதாகவும் காட்டப்படும் வெள்ளைக்கார உடல்கள். ரப்பர் பொம்மைகளைப் போன்ற ஒவ்வொரு பாகமும், ஒவ்வொரு பெண்ணும், பெண் குறியும், ஆணும் ஆண்குறியும். இது இப்படி இருக்காது என்ற உள்ளுணர்வையே தந்தன. சுக்கிலத்தோடு வடிந்தோடும் மிக எளிய காட்சிகள் அவை.

ஆனால் இது அப்படி இருக்கப் போவதில்லை என்பது தீர்க்கமாக உள்ளூர ஓடி வெளித்தது.

அட்சயன் வெளியே வந்தான், அவள் ஆலமரத்தின் விழுதுகளைச் சுற்றி வந்த போது புற்றுக்கு அருகில் அணிந்திருந்த பாவாடை சட்டை மீது அவள் ஒரு சேலையைச் சுற்றியிருந்தாள். அதை எப்போது எங்கே அணிந்தாள் என்றே தெரியவில்லை. கையில் வேப்பிலையை வைத்துக்கொண்டு உடலைச் சுற்றி தொண்டையால் உறுமிக்கொண்டிருந்த அவளின் காலைத் தொட்டுக்கும்பிட்ட ஒரு முதிய பெண், "அம்மா காளியாச்சி" என்றாள்.

"எனக்கார் தீத்தி விடுறது" குழந்தைக்குள் மீண்டும் சிரித்தாள்.

07

மொத்தமாக மூன்று அணிகள். ஒவ்வொரு அணியிலும் ஆறுபேர் இருந்தார்கள். அணிகள் கீரிப்பிள்ளை மேட்டின் வடக்கு பக்கமாகக் காட்டுக்குள் இருந்து வெளிப்பட்டு கிராம எல்லைக்குள் நுழைந்த பின்னர்தான் மழை தொடங்கி வலுத்தது. குளிரால் தோலை மரத்துப்போகச் செய்தபின் துளிகளால் குத்தத் தொடங்கியிருந்தது. தாமரை கீரிக்குளத்தின் கீழே விசாலித்திருக்கும் குளத்தடி வயல்களுக்கு நடுவில் கலிபரை தோளில் தூக்கிக்கொண்டு முன்னால் நடந்தாள். துவக்கு குளிரை அதிகமாக வாங்கிக் கொண்டு மழைத்துளியை விட அதிகம் குளிர்ந்தது. துவக்கின் குளிர்ச்சியோடு பார்க்கும் போது கைகளில் விழும் துளிகளில் மிதமான வெப்பம் இருப்பதைப் போலொரு உணர்வு. மழை தொடர்ந்தும் இறங்கும் வீச்சை அதிகப்படுத்திக் கொண்டே போனது. முகத்தில் இறங்கி குத்திய மழை கண்களுக்கு அடியில் நோவை உண்டு பண்ணிக்கொண்டிருந்தது. "தாமரையின் ஊர்" என்பதால் தலைமைப் பொறுப்பில் இல்லாவிட்டாலும் ஒரு வழிகாட்டியைப் போல கீரிப்பிள்ளை மேட்டிற்குள் அவர்களை அழைத்துச் சென்றாள். இவளோடு சேர்த்து நான்கு பெண் போராளிகள், அவர்கள் அந்த வரிசையில் இறுதியில் வந்துகொண்டிருந்தனர். ஈழவாணி, இசை, மகிழினி மற்றும் அரசி. ஏனைய ஆண்போராளிகளின் விபரம் இவளுக்குத் தெரியாது, காட்டுக்குள் இவர்களுடன் வந்து சேர்ந்திருந்தனர். தாமரைக்கு பின்னால் நடந்து கொண்டிருந்தவன் உரத்து எவ்வளவு தூரமென்று கேட்டதைப்போல இருந்தது. அவனுடைய குரலை மழையிரச்சலைத் தாண்டி பதில் சொல்வது சிரமமாக இருந்ததால் கைகளால் தொடர்ந்து வரும்படி சைகை செய்தாள். நன்கு விளைந்து முற்றி நின்ற அறுவடை செய்யப்படாத வயல்களின் கதிர்கள் தலையை நீருக்குள் அடித்து மூழ்கிக் கொண்டிருந்தன. அவ்வளவு உயரமான நெருக்கமான கதிர்கள் மஞ்சள் நிறத்தில் வெள்ளத்தினுள் மூழ்கிக் கொண்டிருந்தன. "சாவிளச்சல்" என்றாள் உரத்து. பின்னால் வந்தவன் என்ன? என்று மீண்டும் உரத்துக் கேட்டான். சிதைந்து கொண்டிருந்த வரம்பைக் காட்டி கவனம் என்று சொன்னாள். அவளால் வயல்களைப் பார்ப்பதை தவிர்க்க முடியவில்லை, வரம்பு வழுக்கி

வயலுக்குள் உருண்டு விழுவதில் ஒன்றும் ஆபத்தில்லை. ஆனால் நிற்கின்ற வெள்ளம் உடலை இறுக்கி விடுமளவிற்கு குளிரலாம். கொஞ்சம் வலது பக்கமாகத் திரும்பி மழைக்குள் நடந்து போனால் கூனிக்கிராய் வயல். அச்சியினுடையது. இப்போது தாமரைக்கோ அனுவிற்கோ உரித்துடையது. கீரிப்பிள்ளை மேட்டில் ஆண்களின் பெயரில் எந்தச் சொத்தையும் வாங்குவதில்லை. முக்கியமாக நிலங்கள் ஆண்களின் பெயரில் வாங்கவோ பெயரிடுவதோ இல்லை. விளையும் பெருநிலமும் காடும் பெண் என்றேயிருந்தன.

அப்பாவை நினைத்துக் கொண்டாள்.

"கூனிக்கிராய் பெரியவளின்ர வயலெல்லோ"

"அப்ப எனக்கு?" அனு சிணுங்குவாள்.

"என்ர உக்குழுவன் குட்டிக்கு தோட்டப்பக்கம் உள்ளதெல்லாம்."

"அது எனக்கு வேண்டாம், அது பாம்புப் புத்துக்காணி"

"இஞ்சை எங்கை பாம்பு? அது பாம்புப் புத்தில்லை கறையான் புத்து, பாம்பு அடாத்தாயெல்லோ குடியேறுறது"

"அதுக்கை கீரிபிள்ளை போய் வாறதைக் கண்டனான் எல்லோ, பாம்பு பிடிக்கத்தான் போயிருக்கும், எனக்கு வேண்டாம்"

தாமரை கூனிக்கிராயை மேவி நடந்தாள். வயலுக்கு நடுவில் நின்றிருந்த சிறு நாவல் மரத்தைச்சுற்றி புதிதாகப் புற்றுகள் எழுந்து கனமழையோடு போராடும் கறையான் புற்றுக்களைக் கண்டாள்.

நினைவைக் கரைக்க முடியாத மழை.

பின்னால் வருபவன் தனக்கு பின்னால் வருபவர்களுக்கு ஏதோ சொல்லிக் கொண்டே வந்தான். என்னவென்று மட்டுப்பிடிக்க முடியவில்லை. ஒன்பது பேரில் ஆறு பேர் புதிதாக இணைக்கப்பட்டவர்கள். ஒரு மாதம் கூட பயிற்சியெடுக்காதவர்கள். அட்சயனின் வயது இருக்கும் போலிருந்தது. ஆயுதங்களையும் சக்கைப் பெட்டிகளையும், ரவைக்கூடுகளையும், பெல்டுகளையும் காவுவதும் சண்டையில் யாரேனுமொரு மூத்த போராளியின் தூசண வார்த்தைகளையோ, ஏச்சையோ வாங்கிக்கொண்டு என்ன செய்வது என்று தெரியாமல் ஏதாவது ஒரு குண்டு வந்து கொல்லும் வரை அவதிப்பட்டுக் கொண்டேயிருப்பவர்கள். தாமரையும் அரசியும் மட்டும்தான் போர் அனுபவம் கொண்டவர்கள். அரசி இயக்கத்தில் இணைந்து ஏழு வருடங்கள். சமாதான காலம் அதனுள் வருவதால், பயிற்சி அனுபவமே

அதிகமாகவிருந்தது, அவளுக்கு இது நான்காவது களம். தாமரைக்கு மூன்றாவது களம், உருத்திரபுரம் சண்டை, பிறகு வட்டக்கச்சி இப்போது கீரிப்பிள்ளை மேடு. மாதக்கணக்கான இடைவெளிகளில் வெவ்வேறு இடங்களுக்கு மாற்றப்பட்டுக் கொண்டேயிருந்தாள். உண்மையில் ஆறு மாதமெல்லாம் மிகக்குறைவு. ஆனால் பத்து நாட்கள் பதுங்கு குழிக்குள் பயிற்சியெடுத்த சிறுவர்களை விட இது நல்ல தேர்ச்சியென்றுதான் நினைத்தாள்.

பின்னால் வந்த போராளி கொஞ்சம் குள்ளம். போரில் பங்கு பற்றியவனில்லை. 'நிதர்சனத்தில்' இருந்ததாகச் சொன்னான். தரப்பட்ட வேலைக்கு அன்றைக்கு அவன்தான் பொறுப்பாக நியமிக்கப்பட்டிருந்தான். ஆனால் அதிகார முகம் சற்றுமில்லாதவன். அதிகம் கதைக்கவும் மாட்டான். அவனுடைய பெயரைக்கூடக் கேட்கவில்லை, அவனுடைய அணியைத் தொடர்புகொள்ளும் வோக்கிக்குரிய சங்கேதச்சொல் மட்டும் தெரிந்திருந்தது.

அச்செழுமேடு வயலைத் தாண்டி, வதனமார் கோயிலடிக்கு வரும்போது மழை கொஞ்சம் குறைந்தது. குளத்தடிக்குப்போக பத்து நிமிட நடை தேவைப்பட்டது. குளக்கட்டின் கீழே வந்து நின்றனர். தாமரை, அவளுக்கு கொடுத்த வேலையில் முக்கால் பங்கை முடித்துவிட்டாள். பரந்தன் முரசுமோட்டை பிறகு கண்டாவளை என இராணுவம் முன்னேறிக்கொண்டிருந்தது. தருமபுரத்தை தாண்டும் போது இராணுவத்தை மறிக்க அனுப்பட்ட குழுவில் தாமரையிருந்தாள். திடீரென பொறுப்பாக நின்ற கனகியம்மான் "இஞ்ச வா பிள்ளை, நீ உந்த கீரிப்பிள்ளை மேடுதானே?" என்றார். அம்மானுக்கு இருந்த அதீதமான ஞாபக சக்தி போராளிகளிடையே பிரபலம். தாமரையை உருத்திரபுரம் சண்டையில் பின்னணி நிலையில் வழங்கல் பகுதியில் ஒருமுறை சந்தித்திருந்தார். இரண்டு மாதமிருக்கும். பெயரும் ஊரும் மட்டும் விசாரித்திருந்தார். அன்று கண்டவுடன் கைகாட்டி கூப்பிட்ட போது தாமரை அவரைப்பற்றிப் போராளிகள் சொல்லும் கதைகள் உண்மைதானென்று நினைத்துக்கொண்டாள். அவருடைய ஆச்சரியமான கூருணர்வு பற்றியும் ஞாபகசக்தி பற்றியும் போராளிகள் சிலாகிப்பர். அம்மானுக்கு அறுபது வயதிற்கு மேலிருக்க வேண்டும். "அண்ணைய விட வயது கூட, முதல் பாங்க் மனேஜ்ஜரா இருந்தவர். இயக்கத்துக்கு அந்த பாங்கை கொள்ளையடிக்க திட்டமெல்லாம் போட்டு குடுத்திட்டார். இவர்தான் பிளான் போட்டது எண்டு ஆமிக்கு தெரிஞ்சிட்டு தேடி வீட்ட வர ஆள் வெளிக்கிட்டு இயக்கத்திட்ட வந்திருக்கு, என்ன விசயம் எண்டு அண்ணை கேக்க, பாங்கை கொள்ளையடிச்சால் மனேஜ்சர் பிறீ" எண்டு சொல்லியிருக்கிறார். சிரிச்சுப்போட்டு, அண்ணை அவரை நிதிப்பிரிவுக்க விட்டிட்டார். இண்டைக்கு வரைக்கும் இயக்கத்தின்ர

விசுவாசமான ஆட்களிலை முக்கியமானவர் அன்றைக்கு கனகியம்மான் தாமரையையும் அரசியையும் புதிய அணிகளுடன் சேர்த்துவிட்டார். மிகவும் பரிவாகக் கதைக்கக் கூடியவர். தாமரைக்கு அவரைப் பிடித்திருந்தது. அதோடு கீரிப்பிள்ளை மேட்டிற்கு இவர்களைக் கூட்டிப்போ என்று சொன்னபோது சம்மதித்தாள்.

ஊருக்குள் நுழையும் போது கிரவல் வீதிகளில் வெள்ளம் சிவந்து ஓடிக்கொண்டிருந்தது. கடைசியாக நடந்து வந்த அரசி எட்டி மிதித்து சளக் சளக் என்று வெள்ளத்தை உதைந்து உதைந்து தாமரைக்கு அருகில் வந்தாள். "அவசரமடி எங்கையாவது வீட்டுக்க போவம்."

"என்ன உனக்கு டேட்டோ?"

"சீ... இல்லை இல்லை, அத பற்றி ஆர் கவலைபடுற, வந்தா மழை கொண்டு போகும், நான் அதையெல்லாம் கவனியாமல் விட்டு கனகாலம்." அலுத்துக் கொண்டாள். மழை துமியாக உதிர்ந்து கொண்டிருந்தது. தாமரைக்கு சட்டென்று சிரிப்பு வந்தது. அவளுக்கு தெரிந்து விட்டது.

"பிறகென்ன?"

"கக்காதான்"

"நீதான் அடக்கித் தள்ளுவியே"

மூண்டு நாளாச்சடி, பெடியளோடை இறக்கி விட்டால் இதுதான் கரைச்சல், ஒண்டுக்கும் போகேலா. தாமரைக்கு மீண்டும் சிரிப்பு வந்தது. அரசிக்கு அவள் எதை நினைத்துச் சிரிக்கிறாள் என்று விளங்கியது.

விசுவமடு பயிற்சி முகாமில் இருந்த நேரம் அந்த அணியில் அரசிக்கு ஒரு பட்டப் பெயர் இருந்தது "பணிஸ்மெண்ட் அரசி". எப்பவும் ஏதாவது செய்து தண்டனை பெறுவது அவளுக்கு வாடிக்கை. தாமரை அங்கு கொண்டு வரப்பட்ட நாட்களில் அரசியுடன் நெருங்கிப்பழக வேண்டாம் என்று இரகசியமாக எச்சரிக்கைகள் வந்தன. அதற்கு அவர்கள் சொன்ன முதல் காரணம் அரசி எப்போதும் ஏதாவது செய்து தண்டனை வாங்குபவள் என்பது. ஒரு சிலர் மட்டும் அவள் சரியான "நண்டு" என்றும் சொன்னார்கள். இந்த நண்டுவிற்கு அர்த்தம் பிடிபட்ட போதுதான் உண்மையில் தாமரை அவளைத் தவிர்க்கத் தொடங்கினாள். தாமரைக்கு உள்ளூரவிருந்த இரகசியக் கதவுகளுக்கு வெளியே யாரோ நடமாடுவதைப்போல உணர்வு. வெரோனிக்காவை நினைத்துக்கொண்டாள். பயமும் எச்சரிக்கையுணர்வும் தொற்றிக்கொண்டது. எல்லாப் பிரச்சினைகளுக்கும்

மேலாகவும் உச்சி நீந்தி மேலேறி மிதந்து விடுகிறது சில இயல்புகள். வெரோனிக்காவோடு வளர்ந்த நாட்களில் அவளிடமிருந்து கிடைத்த நெருக்கம் அந்நியமான ஒன்றாகவிருக்கவில்லை. அவர்களுக்கு இயல்பு. உள்ளூர இருந்த பயம் சூழலால்தான் கொடுக்கப்பட்டது. யாருக்கும் தெரிந்துவிடுமோ என்ற எச்சரிக்கையுணர்வு. சொந்த உடலை குற்றத்திற்குள் அமிழ்த்துவதைப் போல சிலநேரம் மூச்சுத்திணறும். வெரோனிக்கா எதுவும் சொல்லமாட்டாள். விபரம் தெரிந்த பிறகு தாமரை இரண்டொரு முறை அழுதிருக்கிறாள். ஆனால் அப்படியான சந்தர்ப்பங்களில் தாமரை அவளிடமிருந்து இன்னும் நெருக்கமான அரவணைப்பை விரும்பினாள். அவள் விலகிவிடாமல் தன்னை அணைத்துக் கொண்டு சேர்ந்து அழுது தீர்க்க வேண்டும் என்று எதிர்பார்ப்பாள்.

மதர் ஏவா ஒரு முறை கேட்டாள் "நீங்கள் இருவரும் காதலர்களா?"

சர்வ நிச்சயமாக வெரோனியாக யாரும் ஆக முடியாது. அவள் மட்டும்தான் வெரோனி. ஒருத்திதான். ஆனால் அவளைத் தேடிக்கொண்டே இருக்கப் போகிறேன் வாழ்நாள் முழுவதுமாக.

அரசியிடம் தாமரை நேர்மாறான விளைவுகளைக் காட்டத் தொடங்கினாள். தன்னை எப்படி மறைத்துக்கொள்வது அந்தக் கதவுக்கு பின்னால் உலவும் அரசியின் நிழல் உருவை விரட்டி விட வேண்டும் என்று பயந்து கொண்டிருந்தாள். ஆனால் அரசி அவளைச் சட்டை செய்யவேயில்லை. ஒரு வகையில் நின்மதியாகவிருந்தது. அவள் யாரையும் சட்டை செய்வதில்லை. சக போராளிகள் சொல்வது போல "அவள் ஒருபோக்கு".

இரண்டொருமுறை இரவில் எழுந்து சென்று லாம்புக்கு அருகில் இருந்து சித்திரக்கொப்பி ஒன்றில் வரைந்து கொண்டிருக்கும் அரசியை அவதானித்திருக்கிறாள். அதைப்பற்றிக் கேட்ட போதும் சுவாரஸ்யமாக அரசி - குயிலினி பற்றித்தான் சொன்னார்கள்.

"ஏதாவது கதைவழிப்பட்டு தூசணமெல்லாம் பேசி சண்டை பிடிப்பாளவை. ஒவ்வொண்டும் ஒவ்வொரு மூலைலை கிடந்து அழுங்கள், பெரும்பாலும் அந்த குயிலினிதான் அழுதுகொண்டோ மூஞ்சைய தூக்கி வச்சுக்கொண்டோ இருக்கும், அது சரியான விறுமன். அரசி அப்பிடியில்லை, டக்கெண்டு கரைஞ்சு போவாள், கிட்டப்போய் குயிலினிக்கு பக்கத்திலை இருந்து அவள் என்னெண்டு இருந்து அழுகிறாளோ அதை அப்பிடியே பாத்து அச்சொட்டா அவளைக் கீறி அவளிட்ட குடுப்பாள். அதை பாத்ததும் அவளுக்கு கோவம் எங்கை

போனதெண்டு தெரியாமல் மறைஞ்சு போடும், பிறகு சிரிச்சுக் கதைக்கத் தொடங்கீடுவினம்”

“இப்ப குயிலினி எங்கை?”

“அவளை மாத்தியாச்சு, குயிலினியை மாத்தப்போறாங்கள் எண்டதும் மூண்டு, நாலுநாள் செத்தவீடெல்லோ கொண்டாடினதுகள்”

ஆதவியக்கா ஒரு முறை சொன்னாள்,

“கொஞ்ச நாள் எங்களுக்குள்ள ஒரு மாதிரித்தான் இருந்த, நானும் உதுகள் சரியில்லை எண்டுதான் நினைச்சனான், ஆனால் கிட்ட இருந்து பாத்துப் பாத்து ரண்டின்ர அடிபாடுகளும் பாசமும் என்னை உதிலை என்ன பிழை எண்டு யோசிக்க வச்சிட்டு. நான் வெளியிலை கதைச்சா எல்லாரும் என்னிலை கோவிப்பாளவை எண்டு நினைச்சு ஒண்டும் கதைக்கேல்ல. ஒருநாள் எங்களுக்கு டோம் மாத்தினவை. ஆர் ஆர் எங்கை இருக்கோணும் எண்டு ஆக்களிட்ட விருப்பம் கேட்டு ஒரு லிஸ்ட் எழுதினவா பொறுப்பாளர். அப்ப இவளவை ரண்டு பேரிலை குயிலினிக்கு அண்டைக்கு வெளியிலை சென்ரி. அரசிக்கு கிச்சின் வேலை, புது டோமுக்கு பேர் குடுக்கிற விசயம் தெரியாது, நான் நினைச்சன் எப்பிடியும் இந்த முறை ஆக்கள் வேறை வேற டோமுக்கு பிரியத்தான் போறீனமெண்டு, ஆனால் இவளவை எல்லாம் அவளவைக்கு ஒண்டா ஒரே இடத்துக்கு பேர் குடுத்திருந்தாளவை.”

அரசி இவளைக் கண்டு கொள்ளாமலிருப்பது ஒரு பக்கத்தில் தன்னுணர்வைத் தூண்டிக் கொண்டிருந்தது. எதாவது சொல்லி அவளைச் சீண்டவேண்டும் என்ற உணர்வு. அதைக் கட்டுப்படுத்தத்தான் தாமரை அதிகமாகப் போராடிக் கொண்டிருந்தாள். அரசியிடம் இயல்பாகவேயிருந்த அதிகார முகம், அலட்சியம் அவளுக்கு வெரோனிக்காவின் சாயல்களில் தோன்றித் தோன்றி சிதைந்து கொண்டிருந்தது. அப்படியான கடுமையும் “விறுமன் குணமும்” இயல்பில் வாய்த்த பெண்களில் தாமரை வெரோனியைத்தான் பார்த்தாள். அவர்களிடமிருந்து தன்னைக் காப்பாற்றிக்கொள்ள வேண்டும் என்று அதீதமாக புனையப்பட்ட பயத்துடன் தன்னை ஒழித்து வைத்துக்கொண்டே அவஸ்த்தைப்பட்டாள்.

தாமரைக்கு அந்த மழையில் அந்த, உடல் வெடவெடப்பில் அரசியின் அவசரத்தை நினைத்து சிரிப்பு வந்து தொலைந்தது. கூட வந்த போராளிகள் அவள் சிரித்துக் கொண்டிருப்பதை விசித்திரமாகப் பார்த்து விட்டு விசாரித்தார்கள். ஒன்றுமில்லை என்று சமாளித்து விட்டு அரசியை தொடர்ந்து வா என்று சொல்லி விட்டு தேவாலய வீதியில் இறங்கினாள்.

சனங்கள் இடம்பெயர்ந்து ஒருமாதமளவில்தானிருக்கும். இரண்டொரு வீடுகளுக்கு மேலே ஷெல் விழுந்திருந்தது. மழை ஓய்த பிறகு நீர் வழிந்து செல்வதைத்தவிர எந்தச் சந்தடியுமில்லை. ஒரு நாய் கூட ஊருக்குள் தென்படவில்லை. தொலைவில் ஐய்யன்கிராய் வயல்பக்கம் கறுப்பு புள்ளிகள் அசைந்தன. எருமைகள் விளைந்து முற்றிய கதிர்களை மேய்ந்து தள்ளிக் கொண்டிருந்தன. அவற்றுக்கு விருந்து.

அரசி இவளைத் துரிதப்படுத்தினாள்.

“எடியே ஒரு வீட்டைக்காட்டனடி, நீ காட்டுறியோ நான் உள்ளடட்டோ?”

தாமரைக்கு பதிலேதுமில்லாம் பேசாமல் வா சைகை செய்து கொண்டே முன்னால் போனாள். ஒன்பது அல்லது பத்து மாதங்கள்தானிருக்கும் ஊரை விட்டு அறுமர் தாத்தாவீட்டிற்கும் பிறகு இயக்கத்திற்கும் போய். தனக்குள்ளிருந்து எதையும் நேசமாக உணரமுடியாத அளவிற்கு அவ்வூர் அந்நியப்பட்டுக்கிடக்கின்ற உணர்வை பார்க்க வேண்டியிருந்தது. கீரிப்பிள்ளை மேட்டிற்கும் அதே உணர்வுதான் அவளிடம் ஏற்பட்டிருக்க வேண்டும். சனங்கள் வெளியேறி இரண்டு வாரம்கூட ஆகியிருக்காது பலவருடங்கள் தனித்து விடப்பட்ட கனத்த அமைதியும் தனிமையுணர்வும் அங்கே விரவியிருந்தது. ஊரை மூன்று பக்கமாக சூழ்ந்திருக்கும் காடும், வயல்களும் குளமும் வாய்க்காலும், மரங்களும், கோயில்களும், வீடுகளும் கட்டிடங்களும் அந்த ஊரல்ல, இந்த் மழையில் நனைந்து கொண்டிருக்கும் இவையெல்லாம் ஊரல்ல. கீரிப்பிள்ளை மேடு என்பது சனங்கள்தான்.

தாமரைக்கு அப்போதுதான் நெஞ்சு கனத்தது. ஷெல்கள் கூவும் ஒலி கேட்டது.

அரசி இவளையும் ஏனைய போராளிகளையும் இழுத்துக்கொண்டு அங்கிருந்த வீடொன்றினுள் நுழைந்து பதுங்கப் பார்த்தாள். தலைக்கு மேலே தாண்டிச்சென்ற ஷெல்கள் வயல்வெளிகளில் வீழ்ந்து வெடித்தன. அங்கு பயிரை மேய்ந்துகொண்டிருந்த எருமைக்கூட்டங்கள் பெரிதாக முக்காரமிட்டுக்கொண்டு காட்டுப்பக்கம் ஓடத்தொடங்கின. நுழைந்த வேகத்தில் வீட்டின் முன்னிருந்த தலைவாசலுக்குள் நுழைந்தார்கள்.

“ஆர் மோனை”

பழையதும், சுரம் தூர்ந்து போனதுமான அந்தக்குரல் குகைக்குளிருந்து கேட்பது போல தலைவாசலின் மேற்கு மூலையில் இருந்து வந்தது. நீட்டிய கால்களுக்கு இடையில் இறுக்கியிருந்த பெரிய பலாமரத்தின் நடுப்பகுதி ஒன்றினைக் கோதி வெட்டிய பலாக்கொட்டில் நன்குகாய

வைத்த மாட்டுத்தோலை இறுக்கி கட்டிக்கொண்டிருந்த வைகாசிக் கிழவரை யாரும் எதிர்பார்க்கவில்லை.

“நான் ஆமிக்காறந்தானோ எண்டு நினைச்சிட்டன்” கிழவர் பகிடியை கண்களில் வைத்துக்கொண்டு குரலில் காட்டமால் சொன்னார். அரசி “ஆமிக்குத்தான் பாத்துக்கொண்டு இருக்கிறியளோ?”

“அப்ப நீங்கள் விடத்தான் போறியளோ?” வைகாசிக் கிழவர் யாரிக்கு நிற்கும் கேலியோடு அவர்களைப் பார்த்தார்.

“ஏன் அப்பு நீங்கள் போகேல்ல? ஷெல் எல்லோ விழுது”

அவருக்கு தாமரையை நன்கு தெரியும், மடை நாட்களிலோ திருவிழா நாட்களிலோ வைகாசிக்கும் சுகாக்களுக்கும் ஆச்சி சாராயப் போத்தல்களை வாங்கி வைத்திருப்பாள், பின்பக்கமாக ஏதேனுமொரு கொட்டகைக்கு அருகில் வந்து ஆச்சியிடமோ சின்ராசனிடமோ போத்தலை வாங்கி இறக்கி விட்டு அருகில் அதை வேடிக்கை பார்க்கும் தாமரையிடம் “பாரடி பிள்ளை இண்டைக்கு அடிக்கிற அடியிலை ஆத்தை எழும்பி வந்து உருகொள்ளுவாள்” என்று விட்டுப்போவார்.

“ஆர், சண்முகத்தின்ர மூத்தவளோ? டக்கெண்டு மட்டுப்பிடிக்கேலாமல் போச்சடியப்பா, சின்னப் பெட்டையாய் திரிஞ்சனி குழலுகள் எல்லாம் கொழுவி இப்பிடி நிமிந்து வந்து நிக்கிறாய்”

அவர் துவக்குகளைக் குழல் என்கிறாரா அணிந்திருக்கும் நீளக்காற்சட்டைகளை அப்படிச்சொல்கிறாரா என்று மட்டுப்பிடிக்க முடியவில்லை. ஊர் கிழவர்களிடையே நீளக்காற்சட்டைகளுக்கு புட்டுக்குழல் என்றொரு பட்டப்பெயர் இருந்தது.

“ஓம், நீங்கள் ஏன் போகேல்ல? உங்கடை மகன் எங்கை?”

அவன் குடும்பகாறன் எல்லோ, கெஞ்சி கூத்தாடிப் பாத்தான், நான் வரமாட்டன் எண்டு கடுண்ரைட்டா சொல்லிப்போட்டன். கோவிச்சுக்கொண்டு புனா சுனா எண்டு திட்டிப்போட்டு வெளிக்கிட்டவன்”

“என்னப்பு நீங்கள்?”

“ஒண்டு பிழையில்லை மோனே, ஆத்தையைத் தாண்டி ஆமிவந்திடுவானோ, கிட்ட வந்தால் நான் போய் உருவடி ஒண்டு அடிக்கிறன், அதுக்குதான் புதுக்கொட்டிலை தோல் ஏத்துறன். பிறகு பார் ஆமி தானாய் பின்னுக்குப்போவான், உவங்களுக்கு ஆத்தையை இறக்கினால்தான் சரி”

தாமரைக்கு தலை கிறுகிறுத்தது. கிழவர் பகிடிக்கு ஒன்றும் சொல்லவில்லை. அவரிடமிருந்த நம்பிக்கைக்கு அத்தனை உரமிருந்தது. தாமரை பார்த்திருக்கிறாள். ஊரில் யாரும் நோய்வாய்ப்பட்டோ, சேடமிழுத்தபடியோ கிடந்தால் வைகாசிக்கிழவர் தன்னுடைய பரிவாரங்களுடன் வந்து “முளக்குவார்”. ஆத்தையை ஒவ்வொரு சுற்றுக்கும் அவருடைய முகமும் உடலும் பறையின் தோலும் இறுகிக்கொண்டே செல்லும். “வைகாசி முளக்கினால் சேடமிழுக்கிறவன் எழும்பி இருப்பான்” என்பாள் ஆச்சி. ஆத்தைவளவுக்குள் நின்று அவர் உருவடிக்கும் போது இறுகும் அதே முகத்தின் ஒரு துண்டுச்சாயலை அப்போது அவரிடம் பார்த்தாள். அதற்குப்பிறகு கிழவருடன் கதைத்து அவரை அங்கிருந்து கிளப்ப முடியாது என்று அவளுக்கு தீர்க்கமாகத் தெரிந்துவிட்டது.

அவரிடம் கேட்டு அரசியின் அவசரத்தை முடித்து வைத்தாள். கிழவர் துவாய்கள் இரண்டைக்கொண்டு வந்து கொடுத்தார். எல்லோரும் துவட்டிக்கொண்டனர். தேனீர் வந்தது. கொஞ்சம் தேங்காய்ச் சொட்டும் புழுக்கொடியலும் கொண்டு வந்து வைத்தார். எல்லோரும் குழத்தைகளைப் போல அடிபட்டு சாப்பிட்டார்கள். அவருடைய வீடு காட்டுத்தடிகளால் வரிச்சிட்டு கழிமண் அடைந்து சுவரெழுப்பிய வீடு, முற்றத்திலிருந்த தலைவாசலும் திண்ணையும் சீமெந்தால் கட்டப்பட்டிந்தது. வீட்டுக்கும் தலைவாசலுக்கும் ஓடுகளை வேய்ந்திருந்தார்.

அவர்கள் எங்கே போகின்றார்கள் என்று விசாரித்தார். குளத்தடியில் நிலையெடுக்க சொல்லி கட்டளை என்று மட்டும் சொல்லி வைத்தாள் தாமரை. ஆமி எங்கே நிக்கிறான்? என்று கேட்டார். முரசுமோட்டைக்கு கிட்ட” என்று சொல்ல ஏதோ யோசித்து விட்டு “அப்ப ஆனையிறவும் விட்டாச்சோ?” என்றார்.

“பின்னாலை கிளிநொச்சி பரந்தன் விழுந்தோண்ணை விற்றோ பண்ணுற மாதிரி போச்சு தாத்தா”

கிழவரின் முகத்தில் ஏமாற்றம். குப்பி விளக்கொன்றை ஏற்றினார். இவர்களிடம் எப்போது போக வேண்டும் என்றார். அவர்கள் காலையில் என்றார்கள். இருந்த மாவில் ரொட்டி சுட்டார்கள். தேங்காய்ச் சம்பலுடன் இரவுணவு. எல்லோரும் அசதியில் தூங்கிப் போனார்கள். எட்டு மணியில் இருந்து ஷெல் சத்தம் கேட்டது. பல்குழல்களும், ஆட்லறி ஷெல்களும் காட்டுக்குள் வீழ்ந்து வெடித்துக் கொண்டிருந்தன. வெளியில் போய் நின்று பார்த்தார்கள், பிறகு மழை பிடித்துக்கொள்ள ஷெல் சத்தம் கொஞ்சம் ஓய்ந்தது.

“மாரி முடிஞ்சும் மழை போமாட்டன் எண்டு நிக்குதெண்டால் அதுக்கும் ஏதோ விளங்கித்தான் இருக்கு” திண்ணையில் இருந்து வெளியே பார்த்துக் கொண்டே கிழவர் சொன்னார். எல்லோரும் உறங்கப்போனார்கள். தாமரையும் அரசியும் கிழவருடன் கதைத்துக் கொண்டேயிருந்தார்கள். தாமரைக்கு உறக்கம் பிடிக்கவில்லை. அவளிருக்கின்றாள் என்றால் அரசிக்கும் தூக்கம் வராது, பேசில் இருந்த நாட்களில் இரவிரவாக இருந்து கதைத்து விட்டு பகலில் பயிற்சி வகுப்புகளில் தூங்கி விழுவார்கள் இருவரும்.

கிழவர் இருவரிடமும் தான் நகைச்சுவை நிரம்பிய ஆள் என்றும் தைரியசாலி என்றும் காட்டப் பிரயத்தனப்பட்டார், பெரும்பாலும் நக்கல் பேச்சும், உள் குத்துமாக இயக்கத்தை விமர்சித்தார். சில நேரங்களில் கடுமையாக முகத்தை வைத்துக்கொண்டு ஏதேனும் அங்கலாய்ப்பார்.

“எடி ஆத்தை, சொத்திமுனியை கட்டிப்போட்டு கொப்பம்மா போட்டாள், குளம் தண்ணி ஏறி பிள்ளைத்தாச்சியாய் நிக்குது. எனக்கு ஆமியை விட அதாலதான் பயமாய் கிடக்கு. அப்பவும் கொப்பம்மா சொன்னவள் சொத்தியனை கட்டவேண்டாம், கட்ட வேண்டாம் எண்டு, ஊரிலை ஆர் கேட்டவை? அவளுக்கு சொட்டும் விருப்பமில்லை” கிழவர் அலுத்துக் கொண்டார். அரசிக்கு தாமரை குளத்தின் சடங்குகளை விளங்கப்படுத்தினாள்.

பெய்து கொண்டிருக்கும் பேய் மழையில் குளம் நிரம்பி வான் பாய்ந்து கொண்டிருப்பதாக கிழவர் சொன்னார். கதவுகளை திறந்து விடாவிட்டால் குளக்கட்டு உடைக்கும் என்றார். ஆறாம் வாய்க்கால் பக்கம் பாசியும் தாமரை இலைகளும் திரண்டு வந்ததைச் சொல்லி நடுங்கினார். நீருயரத்திற்கு இயல்பில் வளரும் தாமரை இலைகளையும் கொடிகளையும் சடுதியாக அதிகரித்து வான் பாயும் நீரின் வேகம் அறுத்து வந்திருந்தது. அதுவொரு நல்ல சகுனமல்ல. காடு நீரை குளத்திற்கு ஆற்றைப்போல வாரியிறக்கிக் கொண்டிருந்தது. கீரிக்குளம் அந்தரித்து நிற்பது கிழவரின் நெஞ்சு விம்முவதில் தெரிந்தது.

நள்ளிரவுக்கு மேலே தலைவாசலில் இருவரும் படுத்துக் கொண்டார்கள். கிழவர் கொட்டுப்பறையை எடுத்து வாயை தோலால் போர்த்தி வார்பிடிக்கத் தொடங்கினார். அரசி கையை தாமரைக்கு குறுக்காக போட்டு கால்களையும் அவள் மேல் ஏற்றிக்கொண்டாள். மழையில் ஊறி உடல் சூட்டில் காய்ந்தும் லேசான ஈரப்பிடிப்பு இருந்த சீருடையின் குளிர்ச்சிக்கு அவளின் உடல் சூடு கததப்பாகவிருந்தது. புளித்த ஈரவாசனை இருவரையும் சுற்றியிருந்தது. தாமரை நெடுநேரமாக உறங்கவில்லை. கிழவரும் உறங்கினாரில்லை. இடையில் தாமரை கொஞ்சம் அழுதாள். மூக்கு உறிஞ்சுவது அவரின் காதுக்கு விழுந்திருக்க

வேண்டும். நிமிர்ந்து பார்த்தார். "என்ன பிள்ளை தடிமன் குணமோ?", "இல்லை நீங்கள் படுக்கேல்லையோ?" "நித்திரை வந்தால்தான் படுப்பன்". மழை இன்னும் கடுமையாகவிருந்தது. குளிர்ந்தது. கிழவரின் சுருங்கிய வெறும் தேகம் குளிரின் உபாதைக்கு எந்தச் சலனமும் கொடுக்காமலிருந்தது. தாங்கள் ஏன் வந்திருக்கிறோம் என்பதைக் கிழவரிடம் சொல்ல வேண்டுமா இல்லையா என்று உள்ளூர ஒரு குறுங்காலத் தர்க்கத்தைச் செய்து பார்த்தாள் தாமரை.

இவளுக்கே சற்றும் விருப்பமில்லாததை செய்யப் போகிறாள். கிழவருக்கு மட்டும் எப்படியிருக்கும். சொல்லவேண்டாம் என்று முடிவுசெய்தாள். "வீட்டை ஒருக்கா உள்ளிட்டுப் பாப்பம்", "ஆத்தை வளவுக்கு ஒருக்கா போவம்" எல்லா எண்ணங்களுக்கும் "வேண்டாம்" என்ற முடிவுதான் வந்தது. ஒரு முழுப்பகலும் பாதி இரவும் கீரிப்பிள்ளை மேட்டில் கழித்தாயிற்று. இன்னும் வீட்டுக்குச் சென்று பார்க்கவோ ஆத்தை வளவிற்கு செல்லவோ அவளுக்குத் தோன்றவில்லை. உள்ளூரக் குரலெழுந்தது. மழை வலுத்துக்கொண்டே போனது.

08

அரசி வான் பாய்ந்து கொட்டும் கீரிக்குளத்தின் நீரை எட்டி அழைந்தாள். கைகளில் பட்ட நீர் உடலில் இறங்கி ஓடுவது போலச் சிலிர்த்தாள். "அந்தக் கதையைத் திருப்பச்சொல்லு" என்றாள். தாமரை சலிக்காமல் நான்காம் முறை "அம்மான் கண்" கதையைச்சொல்லி முடித்தாள். அந்தக் கடைசிக்குரலை அவள் கேட்க விருப்பினாள். காலம் காலமாக பாய்ந்து இறங்கும் குளத்து நீரில் உறைந்து போன குரல், நீரைக் கைகளில் அள்ளிப் பார்த்துக்கொண்டாள், கலங்கிய பாசி சுவறிய மெல்லிய பச்சை நிறமும் நல்ல குளிர்ச்சியும் கைகளில் நிறைந்து வழிந்தது. அப்படியே தலையைத் திருப்பி காதை கைப்பிடி நீருக்குள் அமிழ்த்திப் பார்த்தாள். அப்படியே காதைக் குளிர்த்திக் கொண்டு கையை விட்டு வெளியேறியது தண்ணீர்.

"உனக்கு கேட்டதேயில்லையா?"

"ம்ம்ஹிம், நான் சின்னன்ல இருந்து தாண்டு தாண்டு பாப்பன், கேட்டதேயில்லை. ஆச்சி கேக்கிறதெண்டுவா"

"நான் ஒருக்கா கேட்டுப் பாக்கட்டோ?"

"இப்பத்தானே காதுக்க வச்சுப்பாத்தனி, கேக்கேலையோ?

தாமரைக்கு அவள் சொன்னது வேடிக்கையை தந்தது. சிறுபிராயத்திலிருந்து தாமரை எப்போது குளிக்க வந்தாலும் கலிங்கில் காது வைக்காமல் போனதில்லை என்றாவது ஒரு நாள் அந்தக்குரல் தனக்குக் கேட்கும் என்று நம்பினாள். வான் பாயும் அதன் நீண்ட நீர் பிரவாகத்தின் சத்தம் தான் தொடர்ந்தும் கேட்டபடியிருந்தது. அரசி ஏதோ வேடிக்கைக்கு கேட்கிறாள் என்றுதான் தாமரை நினைத்தாள். ஆனால் அவள் வான் கதவுகளுக்கு கீழே விழும் நீருக்கடியில் இறங்கப்போகின்றேன் என்று புறப்பட்ட போதுதான் அவள் விபரீத விளையாட்டில் இறங்குகின்றாள் என்பது உறைத்தது. குளத்தின் "பலியெடுக்கும்" குணத்தையும் சொத்திமுனியின் காவல் கட்டப்பட்டிருப்பது ஞாபகத்தில் எழுந்து

எச்சரிக்கை உணர்வைக் கிளர்த்தி விட்டது. அரசியின் வழமையான துடுக்குத்தனங்களுக்கோ, விளையாட்டுக்கோ அங்கே இடமில்லை.

“உனக்கென்ன விசரோ தண்ணியைப் பாத்தனிதானே? அடிச்சுக்கொண்டு போடும் விசர் கதை கதையாத”

தாமரை முடிக்க முதல், அரசி பாய்ந்தாள், நீரைச் சுழித்துக்கொண்டு மீனின் லாவகத்தை உடலில் வரவழைத்துக் கொண்டு இரண்டு முறை அமிழ்ந்து எழுந்தாள். தாமரை ஏறக்குறைய வீறீட்டு விட்டாள். தொண்டை அதிர்ந்த அவளுடைய வீறிடுகை நீரின் இரைச்சலுக்குள் ஒலித்த கணத்தின் முடிவிலேயே அமிழ்த்தப்பட்டது. ஆச்சரியமாக அரசி மூன்றாம் முறை நீரின் மேற்பரப்புக்கு மேலே எழுந்து கதவுகளை நோக்கி நீந்தத் தொடங்கினாள். கதவடியில் நுரைத்துக்கொண்டு முகில் துண்டைப்போல எழும் புகைத்திரட்சியின் இடையில் அவளை இரண்டொரு முறை கண்டாள். ஆளைக் கொண்டு போகத்தக்க அந்த பிரவாகத்தின் இடையில் அரசியின் முகம் தெரியும் போதெல்லாம் அவள் சிரிப்பது போலிருந்தது. தாமரையின் உடல் நடுங்கி குரல் அடைத்து நாவைத் தவிர உடலின் இதரபாகங்கள் அனைத்தும் குழறின. வான் கதவு மதகுக்கற்களில் தாவி ஏறி; ஓடி அருகில் போய் பார்த்தாள், குதித்து விடுவோமா என்று கூட மனம் உன்னியது, முடியவில்லை. சில நிமிடங்களிலேயே நுரைத்த நீர்பரப்பு அவளை வெளியே உமிழ்ந்தது. “அரசி! அரசி!” என்று கத்தினாள். கைகளும் கால்களும் நீரில் எறிந்திருக்க திரண்டு ஓடும் நீரின் மேற்பரப்பில் சருகைப்போல மிதந்து வந்தாள். தாமரை மிதக்கும் அரசியினுடலைக் கண்டவுடன் பதறிப்போய் குதித்தாள். வாய்க்கால் அத்தனை அகலமில்லை ஆனால் அதன் வேகம் தான் அதனை ஒரு பெரிய ஆற்றுக்கு இணையாக மாற்றியிருந்தது, நீந்தினாள். எங்கிருந்து உடல் அத்தனை உறுதியைப் பெற்றுக்கொள்கிறது என்று அறியாதவாறு கைகள் உரத்தன. நெஞ்சு இறுக்கமான பையில் நிரம்ப காற்று ஏற்றப்பட்டது போல இவளை நீரின் மேற்பரப்பில் தள்ளியது. நீர் கெட்டிப்பட்டது. இரண்டு முறை கால்களை உதைக்க அரசியின் அருகில் போய் விட்டாள் அப்பிடியே இடுப்பைப் பிடித்துக்கொண்டு அவளை இழுத்து வந்தாள். வாய்க்கால் விளிம்பைப் பிடித்து சீமெந்து கட்டில் அவளை உருட்டினாள். உன்னி ஏறி அவளை உலுப்பினாள். உடல் நீருறிய மரக்கட்டையாகியிருந்தது. சூடு கொஞ்சமும் தெரியவில்லை, ஒரு சில நிமிடங்களில் நிலமை வேகமாகச் சுழற்றப்பட்ட திரைக்காட்சியைப்போல நடந்து விட்டது.

தாமரைக்கு நெஞ்சு அடைத்து பயமும் அழுகையும் வெப்பியாரப்பட்டு எழுந்தது. உடல் துடிக்க மார்பு நுனிகளில் ஒரு கீற்றுச்சூடு தோன்றி நெஞ்சுக்குள் பரவ தாமரை குலையத் தொடங்கும் போது,

“பூம்” உடலை விடைத்துக் கொண்டு எழுந்து வாய்க்குள் வைத்திருந்த நீரைத்துப்பி பெரிதாகச் சிரித்தாள் அரசி.

தாமரையின் கை காற்றில் ஓங்கி அவளின் கன்னத்தில் இறங்கியது.

“விசர்”

“என்னப்பா, அடிச்சுப்போட்டாய்?”

“அடிக்காமல் என்ன கொஞ்சுவாங்களோ? அதுக்க குதிச்சதும் காணாதெண்டு நடிப்பும் வேற.”

“என்னப்பனே, எனக்கு நல்லா நீந்தத் தெரியும் தானே?”

“அது எனக்கென்னண்டடி தெரியும், நீந்த தெரிஞ்சவள் கூட வான் பாஞ்சா உதுக்க குதிப்பாளோ?

“தண்ணி ஒண்டும் செய்யாது, சும்மா ராத்துப்பட்டால்தான் ஏதும் செய்யும்.”

தாமரை சமாதானமடைந்தாளில்லை, முகத்தைத் திருப்பிக் கொண்டாள். வோக்கியில் ஆண்குரல் ஒன்று அழைத்தது. எடுத்து கட்டையை அழுத்தி பதிலளித்தாள். அன்றைக்கு இரவு குளத்தை அண்டியுள்ள காட்டுப்பகுதியில் மோட்டார் எறிகணைத் தளமொன்றை அமைப்பதற்குரிய ஜிபிஸ் எண்ணிமங்களை அனுப்பச்சொன்னது குரல். வோக்கியை அணைத்து வைத்த போது அரசி,

“உனக்கொண்டு தெரியுமோ?”

“என்ன?”

“எனக்கு கேட்டது”

“என்ன கேட்டது?”

“அந்தக் குரல்.”

“எனக்காகப் பொய் சொல்லுறியோ?”

“இல்லை சத்தியமா கேட்டது, ஏதோ பயத்திலை சொல்லுறது போல ஒரு குரல்.”

“அம்மான் கண் அம்மான் கண்” எண்டு. “தண்ணிக்கு ஒரு குரலிருக்குமெண்டா அப்பிடித்தான் இருக்கும் எண்டு நினைக்கிறன்.” தாமரை அவளைப் பார்த்தாள். பார்வையை முடிந்தவரை அவளுடைய

கண்களுக்குள் சொருகி இறக்கினாள். முகத்தில் எந்த அசைவுமில்லை, பாவனையில் தெளியும் குரலின் உறுதியும் கண்களில் நீரின் கனவு விரிந்திருந்தது. ஆனாலும் தாமரைக்கு அதை நம்ப ருசுக்கள் வேண்டும். இன்னும் இன்னும் அதிகமாக வேண்டும். அவள் இத்தனை வருடங்களாக அந்தக் கதவுகளுக்கு கீழே நுரைத்து வரும் நீரில் காதைப் பொருத்திப் பொருத்திக் கேட்டிருக்கிறாள். அரசியைவிட அந்தக்குளமும், வாய்க்காலும், கதவுகளும் தனக்கு மிக நெருக்கமானவை என்பதில் அவளுக்கு சந்தேகமில்லை. கீரிப்பிள்ளை மேட்டில் சொல்லப்படும் பழைய கதையில் ஓடும் நீரில் கேட்டுக் கொண்டிருப்பதாகச் சொல்லப்பட்ட அந்தக்குரல் கேட்டதேயில்லை.

"பிரமையாகவிருக்கும்!"

தாமரை அவளுடன் தொடர்ந்து எதுவும் பேச்சுக்கொடுக்க விரும்பவில்லை. பேசாமல் நடந்தாள். தொடர்ந்து வந்து மன்னிப்பும் கேட்டுப்பார்த்தாள். கோபப்பட்டும் பார்த்தாள். கண்கள் கலங்க, அரசி கோபத்தினதும், எரிச்சலினதும் உச்சிக்கே போனாள். என்னத்துக்கு இப்ப அழுகிற? செத்தால் என்ன இப்ப? சண்டைக்குத் தானே வந்து நிக்கிறம் ஆமி சுடேக்க குறுக்க பாயவே போற?

"ஓம் பாய்வன்"

"உன்ரை ஒரு அக்கறையும் எனக்குத் தேவையில்லை"

"அப்பிடி ஆரும் இருக்கேலா, மனிசர மனிசர்தான் பாத்துக்கொள்ளோணும்"

"அதுதான் தேவையில்லை எண்டுறன், எனக்கு இப்பிடி ஆரும் செய்தா எரிச்சல்தான் வரும். எனக்கு தெரியும் என்னைப் பாத்துக் கொள்ள. நான் என்னை செய்ற, ஏது செய்ற எண்டு ஆரும் கேக்கத் தேவையில்லை, கேட்டால் கூட பரவாயில்லை, கேட்டிட்டு தலையாட்டிட்டு போங்கோ உங்கடை பாட்டுக்கு. அதுக்காக தங்களை ஆரும் வருத்திக்கொள்ள தேவையில்லை. அரசிக்கு அவள் செய்யிறதுக்கு ஆருக்கும் விளக்கம் குடுக்கிறதுமில்லை, ஆருக்கும் அவள் தன்னை ஒப்புக்குடுக்கிறதுமில்லை" ரவைப் பட்டியைத் துவக்கு விழுங்கி குண்டுகளைத் துப்புவதைப்போல பொழிந்து தள்ளினாள். தாமரைக்கு குரல் தொண்டைக்கு திரண்டு உலோகக் கழிம்பாக மீண்டும் உள்ளிறங்கிக் கொண்டிருந்தது. அத்தனை கோவமாக அரசியை அவள் பார்த்ததில்லை. தாமரையிடமிருந்த கோவம் அரசியிடம் சென்று தஞ்சம் புகுந்து சட்டென்று கிளைகள் பரப்பிக்கொண்டு எதிரில் நிற்கிறது. தாமரை பயந்து போனாள். அப்போது வரை அவள் அறிந்த உச்சமான கோவக்காரப்பெண் வெரோனிக்கா மட்டும்தான். அது தகர்ந்து போனது வெரோனிக்கா கோவம் வரும் போது தன்னை இறுக்கமாக்கிக்

கொண்டு ஆமையைப் போல தனக்குள் தன்னைப் புதைத்துக் கொள்பவள். அதை தாமரை தாங்கிக்கொள்ள சிரமப்படுவாள். அவள் தன்னைத்தானே வருத்திக்கொள்வதன் ஊடாக இவளுக்கு வாதையைத் தந்தபடியிருப்பாள். அந்த இறுக்கத்தை விட அரசியின் வார்த்தைகள் கூரேறியிருந்தன. அரசியின் முகத்தை வெட்டிக்கொண்டு வேகமாக அங்கிருந்து போனாள்.

“நான் குதிச்சிருந்தால் என்ன செய்திருப்பாய்?” என்று அவளிடம் கேட்க வேண்டும் என்று தோன்றியது. ஆனால் குரலும் தெம்பும் உள்ளூர எங்கே பதுங்கியிருக்கின்றன என்று தெரியவில்லை. வேகமாக நடந்தாள். அவள் பின் தொடர்ந்து வரவில்லை என்பது திரும்பாமலே தெரிந்தது.

ஊருக்குள் போராளிகளின் நடமாட்டம் அதிகமாக இருந்தது. வைகாசி கிழவரின் வீட்டின் முன்னால் ஏதோ களேபரம். நான்கு போராளிகள் அவரை அமத்திப்பிடித்து வாகனத்தில் ஏற்றிக்கொண்டிருந்தனர். அவர் கோவத்தில் கத்திக் கொண்டே அவர்களைத் தூசணத்தால் திட்டி தன்னை விடும் படி திமிறிக் கொண்டிருந்தார். வாகனத்தினுள் ஏறக்குறைய அவரைத் தூக்கிப் போட்ட போது தாமரை அருகில் வந்து சேர்ந்து விட்டாள்.

“ஏன் அவரோடை வம்புக்குப் போறியள்?”

“போகச்சொன்னால் போகோணும், ஷெல் பரவலாய் விளத்தொடங்கீட்டு, ஊருக்க நிக்கப்போறன் எண்டால் எப்பிடி?” அவரைத் தூக்கி ஏற்றிய போராளிகளில் சற்று உயரமாகவிருந்தவன் சொன்னான்.

“அதுக்கு இப்பிடித்தான் ஏத்துவியளோ? தாமரை கோபமானாள். யாரிடமாவது எரிந்து விழவேண்டும் என்பதைப் போலிருந்த மனநிலை பீறிட்டுக்கொண்டு அவன் மேல் பாய்ந்தது. வெளியேறி வாகனத்திலிருந்து குதிக்க வெளிக்கிட்ட கிழவரை நோக்கி அவன் “அய்யா இனி சொல்லிக்கொண்டு நிக்கமாட்டன் ஒரு அளவுக்குத்தான் வயசுக்கு மரியாதை விசர் கூத்து ஆடினியள் எண்டால் வேறமாதிரி போடும்” அவன் அதட்டல் அவரை அச்சுறுத்தியிருக்க வேண்டும். ஆச்சரியமாக சட்டென்று பவ்வியமாகி, “அப்ப என்ர பறையை எடுத்துத் தாங்கோடாப்பா” கொடுத்தார்கள். புதிதாக வார் பிடித்த அந்தப் பெரிய கொட்டுப் பறையை மடியில் கிடத்தி அணைத்துக் கொண்டார்.

“உங்காலை விசுவமடுப் பக்கம் விடுங்கோ நான் நடந்து பொக்கணைப் பக்கம் போடுவன், ஊர்ச்சனம் அங்கைதான் போனதுகள், என்ர பெடியனும் அங்கைதான் நிப்பான்” என்றார் கிழவர்.

“அப்பா, அம்மாவை, ஆச்சியை ஆரையாவது கண்டால், என்னைக் கண்டதெண்டு சொல்லுங்கோ, தம்பியும், தங்கச்சியும் கவனம் எண்டு சொல்லுங்கோ அப்பு”

கிழவர் தலையாட்டினார். அவள் கிழவரின் கண்களில் ஏக்கத்தையோ கவலையையோ காணவில்லை. ஊரை விட்டுப்போகமாட்டேன் என்று வீம்பாக இருந்த கிழவர். இப்போது போராளியின் அதட்டலுக்கு பணிந்துவிட்டார். அவருடைய வயதிற்கு அவன் கையை காலை ஓங்கியிருந்தால் மரியாதை கெட்டுவிடும் என்று நினைத்திருப்பார் என்று தோன்றியது. வாகனம் மறையும் வரை பார்த்துக்கொண்டே நின்றிருந்தாள்.

“அரசியக்கா எங்கை?” யாரோ கேட்டார்கள்.

“தெரியாது”

நடந்து ஆத்தை வளவை நோக்கிப் போனாள். எல்லாத் தீர்மானங்களும் மனதுக்குள் ஓடி வேறொன்றாக மாறத்தொடங்கியிருந்தன. அழவேண்டும் என்பது மட்டும் அப்படியே இருந்தது.

தாமரை முகம் வீங்கி திரும்பும் போது இரவு ஏறத் தொடங்கியிருந்தது. கூடவே ஷெல் சத்தமும். இரவு உணவு அன்றைக்கு இருட்டில் தான். உணவுக்கு அழைக்கப்பட்ட போது அரசியைத் தேடினாள், காணவில்லை. விசாரித்தாள், யாருக்கும் தெரியவில்லை. மேலே வண்டு இரைந்து கொண்டிருந்தது. விளக்குகள் கொழுத்த வேண்டாம் என்று கண்டிப்பாக உத்தரவு வந்திருந்தது. தூரத்தில் துவக்குச்சண்டைகள் கேட்டன. முன்னணி அரங்குகளில் ‘சன்னதம்’ மீண்டும் தொடங்கி விட்டதாக யாரோ உரத்துச் சொன்னார்கள். மழையிருட்டில் ஆளையாள் தெரியவில்லை. அப்போது குரல்களுக்குத்தான் மனித உருவமிருந்தது.

மணிநேரங்களில் கட்டளைகள் வந்தன, நிலமை மாறியது. துவக்குச்சத்தங்கள் அருகில் வந்தன, கீரிக்குளத்தை அண்டி இவர்களின் அணிகள் நிலையெடுக்கச் செய்யப்பட்டன. தாமரை அப்போதுதான் அரசியைக் கண்டாள். கலிபர் ஒன்றைச்சுமந்து கொண்டு வந்தாள். அவளின் பின்னால் இரண்டு மரப்பெட்டிகளுடன் சிறுமிகள் இரண்டு பேர் வந்தார்கள். தாமரைக்கு அவர்களை போராளிகள் என்று அழைக்கவே தோன்றவில்லை. அடுத்த சிலமணிநேரத்தில் உக்கிரமாகப் போகும் சண்டையில் இவளுக்கு உதவியாக நிற்கப்போகும் அவர்களை புதிதாக பிடித்திருக்கிறார்கள், பத்தோ அல்லது பதினொன்றோ படித்துக் கொண்டிருந்திருப்பார்கள். அழைத்து பெயர் ஊர் விசாரித்தாள். அரசி பேசவில்லை. அந்தச் சிறுமிகளில் ஒருத்தியை அழைத்துக் கொண்டு

குளக்கட்டுப்பக்கம் போனாள். தாமரைக்கு ஏற்கனவே திட்டம் சொல்லப்பட்டிருந்தது.

"உறுதியில்லை, எதுக்கும் ரெடியா வச்சிருப்பம் பிள்ளை" என்றுதான் மாஸ்ரர் சொல்லியிருந்தார். அவளும் அரசியும் அனுப்பப்பட்டது அதற்குத்தான். வோக்கி வெட்டியது. மாஸ்ரர்தான் கதைத்தார். அரசி போவதை இருட்டுக்குள் கண்களை நுழைத்துப் பார்த்துக் கொண்டே அவருக்கு பதில் சொல்லிக்கொண்டிருந்தாள்.

அதிகாலை இரண்டு மணிக்கு மேலே முன்னரண் பகுதியிலிருந்து காயப்பட்ட போராளிகள் ஏராளமாகக் கொண்டு வரப்பட்டார்கள். உடல்கள் சொற்பமாகத்தான் வந்தன. நின்று எடுக்க முடியாத அளவிற்கு வேகமாக இராணுவம் வந்து கொண்டிருந்தது. குளக்கட்டில் எட்டுப்பேர் மட்டும் மிச்சமிருந்தார்கள். தாமரை அம்மான் கண் படித்துறைப் பக்கமாக நான்கு பெண் போராளிகளுடன் சேர்ந்து வயர்களைப் பொருத்திக் கொண்டிருந்தாள். அந்தப்பக்கம் அரசியும் அதைத்தான் செய்துகொண்டிருப்பாள் என்று தாமரைக்குத் தெரியும். தலைக்கு மேலே இராணுவத்தின் சன்னங்கள் கூவிக்கொண்டு சென்றன. காற்றின் பேரூளை எழுந்து காதை அடைத்தது. மழை மீண்டும் தொடங்கியது. போராளிகளின் பக்கம் உக்கிரமாக சண்டை நடந்தது. மாஸ்ரர் வோக்கியில் தூசணத்தால் பேசிக்கொண்டிருந்தார். தாமரையின் வோக்கியில் இடைக்கிட சங்கேத வார்த்தைகளுக்கு ஊடே தூசணங்கள் வெடித்தன. நால்வரும் சிரித்துக் கொண்டே வயர்களைப் பூட்டினார்கள். சக்கை மேலே சி4 சார்சர்களை பொருத்துவது அவ்வளவு பிரமாதமான செயலில்லை. ஆனால் அவற்றை வெடிக்க வைப்பதற்குரிய வயர்களை இருட்டில் - மழையில் பொருத்துவது கடினமானதுதான். பொருத்தி முடித்து வான் கதவுகளின் அடியில் கொண்டு போய் அவற்றை இறுக்கி வைத்தார்கள். மூன்று மணிக்கு மேலே கட்டளை வந்தது.

"படகுகள் தயாராக இருக்கின்றன. நேரம் 3.55க்கு சரியாக அந்த சி4 சார்ச்சர்கள் வெடிக்க வைக்கப்பட வேண்டும்" எல்லாம் தயாராகவிருந்தது. வெடிக்க வைத்து விட்டு குளக்கட்டின் கிழக்காக வலது பக்கமாக உருண்டு எட்டுப்பேரும் பக்க வாட்டில் வெளியேறும் போராளிகளுடன் இணைந்து கொண்டு வெளியேற வேண்டும். தாமரை நடக்கப் போகும் பிரளயத்தை ஒரு முறை கற்பனை செய்து பார்த்தாள்.

"மாரி அம்பலம் கண்டதாம், ஊரே நீரோட போனதாம்"

ஆத்தையின் கதைப்பாடல் வரிகள் நினைவில் வந்தன. பூவரசாச்சி உச்சஸ்தாயியில் பாடும் குரல் கேட்டது. முன்பு போல ஆத்தை வளவு மட்டும் மேட்டில் நின்றிருக்க ஊரை நீர் புரட்டிக்கொண்டு

போகப்போகிறது. ஊரின் மேலே போராளிகள் படகுகளை இறக்கி இராணுவத்தை நோக்கி சுட்டுக்கொண்டே முன்னேறிச் செல்லப்போகிறார்கள். வேகமாக வருகின்ற இராணுவத்தினர் ஆயிரக்கணக்கில் நீரில் சிக்கி உருட்டிச் செல்லப்பட்டு கடலில் தள்ளப்படப் போகிறார்கள். திட்டப்படி நடந்தால் அது ஒரு பெரிய சண்டையாக இருக்கும். கீரிப்பிள்ளை மேடு மட்டுமில்லை, அதன் சரி நேரே பெரிய வாய்க்காலால் இணைக்கப்படும் இரணைமடுவும், கல்மடுக்குளமும் ஒருங்கே உடைக்கப்படப் போகின்றது. மிகவும் இரகசியமான ஆனால் காத்திரமான திட்டம். வேறு வழியில்லை. மொத்தமாக ஷெல் விழுந்து அழிவதற்கு பதில் ஆமிக்காரனை அழித்து விட்டு அழிந்து போகட்டும். இருப்பது ஊரில்லை கட்டிடங்கள் தானே, தன்னைத் தேற்றிக் கொண்டாள். ஆனால் ஒவ்வொரு வீட்டுக்கும், கிணற்றுக்கும், தெருக்களுக்கும் நினைவுகளிருந்தன. அவளுக்கு அந்நியப்பட்டது போல சனங்கள் மீளத்திரும்பும் போது அங்கே எவையெல்லாம் நின்றிருக்கும்? அப்போது ஊர்காரிகள் என்று அங்கே இருப்பது தானும் ஆத்தையும்தான். ஷெல் சத்தத்தில் எருமைகள் மாடுகள் கூட வெளியேறிவிட்டன. காட்டிலிருந்தவை எல்லாம் எப்போதோ ஒதுங்கியிருக்கும். ஊருக்குள் நான்கைந்து நாய்களை கண்டிருந்தாள். அவைகளும் போயிருக்க வேண்டும். வைகாசிக் கிழவரும் தூரமாக போய் விட்டிருப்பார். ஆத்தை தன்னைப் பார்த்துக் கொள்வாள். அவளுக்கு ஏற்கனவே வெள்ள அனுபவமிருக்கிறது. தாமரை கதவுகளையும் ஒரு பக்க குளக்கட்டையும் உடைத்து விட்டு அரசியையும் ஏனைய போராளிகளையும் அழைத்துக் கொண்டு காட்டுக்குள் இறங்கி நீர் ஏறமுதல் மேவிச்சென்று விடுவாள்.

எல்லாம் சரியாகவிருந்தது.

வானம் சிவப்பு நிறத்தில் மின்னல் கிளையை முகில்களின் இடையில் முறித்தது. வயரை குறுக்காக இழுத்துக்கொண்டே அரசி தன்னுடைய சார்சர்களின் வயர்களை இணைத்திருந்த கம்பிகளுக்கு அருகில் போனாள். அதனோடு தன்னுடைய வயர்களையும் இணைத்துச் சரிபார்த்தாள். மழை இரச்சலில் சைகையில்தான் பேசிக்கொள்ள வேண்டியிருந்தது. அதோடு கோவத்தின் தன்முனைப்பை விட்டுக்கொடாமல் உரையாடிக் கொள்வதற்கு அவர்கள் இருவருக்கும் சைகை பேருதவியாகவிருந்தது. அங்கிருந்த சிறுமியொருத்தி பிடித்திருந்த சிறிய டொச் விளக்கின் ஒளியில் அரசியின் முகம் மழை இறங்கியதால் குளிரில் விறைத்து இறுகிக்கிடக்கிறதா, இன்னும் கோவம் அடங்காது இறுக்கமாக இருக்கின்றதா என்று தெரியாமல் குழம்பிக் கொண்டிருந்தாள் தாமரை.

குளத்தின் பின்பக்கமாக போராளிகள் தற்காப்புத் தாக்குதலுடன் வெளியேறி, கீரிப்பிள்ளை மேட்டுக்கு வெளியே தீர்மானித்திருந்த நிலைகளுக்கு நகர்ந்து கொண்டிருந்தனர். இராணுவம், முன்னேறுவதைக் கொஞ்சம் தாமதப்படுத்திக் கொண்டு ஷெல் தாக்குதல்களைத் தீவிரப்படுத்தத் தொடங்கியிருந்தது. குளக்கட்டின் அருகில் எதிர்பாராமல் பல்குழல் குண்டுகள் விழத்தொடங்கின. அடுத்தடுத்து கொத்துக்கொத்தாக விழுந்து வெடித்தன. தாமரை எல்லோரையும் பதுங்கச் சொன்னாள். குளக்கட்டின் சரிவினடியில் பதுங்கினார்கள். சிறுமிகள் வீறிட்டுக் கத்தினார்கள். அவர்களைப் பார்க்க பரிதாபமாகவிருந்தது. அரசி இரண்டு பேரையும் அணைத்துக் கொண்டு படுத்திருந்தாள். தாமரை வோக்கியில் நிலவரங்களைக் கேட்டு அறிந்து கொண்டிருந்தாள். போராளிகள் வேகமாக வெளியேறிக் கொண்டிருந்தனர். குளக்கட்டை தகர்க்கப்போகும் அணிதான் இறுதியாக வெளியேற வேண்டும். இராணுவம் எதைத் தெரிந்து கொண்டதோ தெரியவில்லை. சொல்லி வைத்தாற்போல் குளக்கட்டைப் பிடித்து ஷெல்களை ஏவிக் கொண்டிருந்தார்கள். பல்குழல்கள் நிறுத்தப்பட்டு மோட்டார் ஷெல்கள் வந்து விழத்தொடங்கின. பல்குழல்களுக்கு தப்பலாம், ஆனால் மோட்டார் ஷெல்கள் தங்களவில் விழுமிடத்தை சல்லடையாக்க கூடியவை. மழைக்குள் ஒரு பக்க காடு பற்றியெரிந்தது. சரியாக நகுலாத்தை வளவிற்கு மேலாக அதன் சிவப்பு சுவாலை கனன்றெழுந்து இரவை எரித்துக் கொண்டிருந்தது.

அரசி, குளக்கட்டுப் பக்கம் பாதுகாப்பின்மையை உணர்ந்தாள்.

“நீ பிள்ளையளை கூட்டிக்கொண்டு வெளிக்கிடு நான் சார்ச்சரை அமத்திப் போட்டு வாறன், கொஞ்ச நேரம்தானே கிடக்கு”

தாமரை தீர்மானமாக மறுத்தாள், “நான் தான் இஞ்ச பொறுப்பு, நீ வெளிக்கிடு நான் அமத்திட்டு வாறன்.”

“விசர்கதை கதையாத, வெளிக்கிடு, சொல்லீட்டன்!”

“இப்ப நீ போகப்போறியோ இல்லையோ, என்னை எனக்கு பாத்துக்கொள்ள தெரியும், இது என்ர ஊர், எனக்கு வரத்தெரியும் போ. இவளைவை பயப்பிடுறாளவை கூட்டிக்கொண்டு வேளைக்கு போ” தாமரை அழுத்தமாக ஒவ்வொரு சொல்லையும் கோர்த்து முள்ளுச் சங்கிலியைப்போல அரசியில் இறக்கினாள். அரசிக்கு மறு பேச்சேதும் எழவில்லை. குளக்கட்டுக்கு கீழே நின்ற பூவரசுகளை பிடித்துக்கொண்டே குறங்கி நடுங்கிக் கொண்டிருந்த சிறுமிகளையும் மற்ற போராளிகளையும் எழுந்து கவனமாகப் போகச் சொன்னாள். டோர்ச்சை தாமரையின் கையில் திணித்துக் கொண்டே “வராட்டி

போகமாட்டன்''. டோச் ஒளியில் தாமரை தன்னுடைய கழுத்து தகடும் குப்பியும் அவளுடைய கழுத்திலிருப்பதை பார்த்தாள். குளிக்கும் போது கழற்றி வைத்தது. அதில் கை வைத்து கழற்றப் போனாள். கையைத் தட்டி விட்டாள் அரசி. ''வா தாறன்''. வேகமாக இருட்டுக்கு திரும்பி மறைந்து போனாள்.

தாமரை பூவரசில் சாய்ந்து கொண்டு மணிக்கட்டில் நேரத்தைப் பார்த்தாள். பதினைந்து நிமிடங்களுக்கு மேலேயிருந்தது. அதற்குள் காயப்படவோ இறந்து விடவோ கூடாது. வோக்கியில் தயாராக இருக்கச் சொல்லி சங்கேத வார்த்தைகள் வந்தன. ஜிபிஸ் கருவி பொக்கற்றில் இருக்கின்றதா என்று பார்த்துக்கொண்டாள். வழிதவறாமல் போக அது தேவைப்படும். துவக்குச் சன்னங்கள் மிக அருகில் வந்தன. இராணுவம் வேகமாக முன்னேறி வந்து கொண்டிருக்க வேண்டும். போராளிகள் வெளியேறி விட்டதால் எதிர்ப்பு ஏதுமின்றி மேவி வந்திருக்கிறார்கள். அவர்கள் வந்த பக்கம் கண்டாவளையைத் தாண்டிவரும் சிறு பற்றைக்காடுகளும் சமதரையும் ஓரிரண்டு வாய்க்கால்கள் மழைக்கு சுழித்து ஓடுவதைக் கண்டு பயந்திருக்க மாட்டார்கள். சிங்கள நாட்டில் பெரிய ஆறுகள் அதிகம். முப்பது மேற்பட்ட பெரிய ஆறுகள் மலைநாட்டிலிருந்து எல்லாத் திசைகளிலும் இறங்கி ஓடுகின்றன. போதாதற்கு சிறிய ஆறுகள் நூறுக்கு மேலேயிருக்கின்றன. அவர்களுக்கு அந்த வாய்க்கால்கள் பொருட்டாயிருக்காது. ஆனால் கல்மடுவும், கீரிக்குளமும் திறந்து கொள்ளும் போது அந்த வாய்க்கால்கள் சில நிமிடங்களுக்கேனும் அவர்களுக்கு மகாவலியையோ, தெதுறு ஓயாவையோ ஞாபகப்படுத்தக்கூடும். காடு நீர் நிறைந்து அவர்களை மூழ்கடிக்கும் போது போராளிகளின் படகுகளில் இருந்தும் ஷெல்தாக்குதலில் இருந்தும் தப்ப முடியாமல் தத்தளிக்கப்போகின்றார்கள். ஊர்ப்பக்கம் பார்த்தாள் அது நீரில் மூழ்க முதல் இருட்டுக்குள் தன்னை புதைத்துக் கொண்டாயிற்று. காதுக்குள் ஏதோ கூவியது. பூவரசின் கிளைகளை சிராய்த்துக்கொண்டு ஒரு மோட்டார் குண்டு விழுந்தது. நெஞ்சில் ஒரு விசை அறைய தூக்கி வீசப்பட்டாள். நல்ல வேளையாக சுரணை போகவில்லை. முதுகில் குருதி சுட்டவாறே இறங்கியது. காயம் பெரிதாகவில்லை என்றுதான் நினைத்தாள். நேரம் நெருங்கிக் கொண்டிருந்தது. வோக்கி அலறியபடியே இருந்தது தட்டுத்தடுமாறி ஈரத்தினுள் தன்னைச்சுழற்றி நகர்ந்து சென்று பூவரசின் வேரில் பொருத்தியிருந்த சார்ச்சர் அழுத்தியைப் பார்த்தாள். அதற்கு எதுவுமாகவில்லை. ஷெல்கள் இப்போது கீரிப்பிள்ளை மேட்டை தாண்டிப்போயின. இராணுவம் ஊரை நெருங்கி விட்டது, அதனால்தான் ஷெல் தூரம் போகின்றது. அப்போதுதான் தாமரையின் காதுக்கு அந்தச்சத்தம் வந்து சேர்ந்தது. ஆத்தை வளவுப்பக்கமாக இருட்டில், மழையில், கொட்டுப்பறை அதிர்ந்து கொண்டிருந்தது.

ஷெல்கள் விழாத துப்பாக்கிச் சன்னங்கள் கூவாத இடைவெளிகளில் அந்தச்சத்தம் பெரிதாகக் கேட்டது. வைகாசிக் கிழவர் தன்னுடைய கைகளில் இருக்கும் உரம் எல்லாவற்றையும் திரட்டி அறைந்து கொண்டிருந்தார். கிழவர் திரும்பி விட்டார். போராளிகளை ஏமாற்றி விட்டு ஊருக்குள் மீண்டும் வந்து, ஆத்தை வளவில் ஆத்தையை உருவேற்றி அவளை எழுப்பிக் கொண்டிருந்தார். தூறிக் கொண்டிருந்த மழை மீண்டும் வலுக்கத்தொடங்கியது. முதுகைத் தொட்டுப்பாத்தாள். சன்னம் ஒன்று கைகளில் தட்டுப்பட்டது. இரத்தம் வெளியேறி மயங்காமலிருக்க வேண்டும். தன்னைப் பார்த்தாள். துளிக்கும் கூட பயமில்லாமலிருப்பது போலிருந்தது, தாமரை எங்கே?

வோக்கி அலறியது. வெடிக்க வைக்க, சங்கேதம் வந்தது. சார்ச்சரின் சீலை அகற்றி விட்டு அழுத்தினாள். சி4கள் தங்களை பொறியாக்கி சக்கைகளுக்கு விஸ்வரூபம் கொடுத்தன. கீரிப்பிள்ளை மேடு பெரிதாகக் குலுங்கி அடங்கியது. இருட்டில் குளம் இராட்சதக் குணத்துடன் காதை இரைக்கும்படி சீறிக்கொண்டு பாய்ந்து ஊருக்குள் இறங்கியது. தாமரை வேகமாக குளக்கட்டில் ஏறி ஓடத் தொடங்கினாள். உடல் நடுங்கியது. கால்கள் தடுமாறுவதை அறிவில் கொண்டு சேர்க்க போதிய குருதி உடலிலிருக்கவில்லை. ஏழுமருதடியை நெருங்க முதல் வீழ்ந்தாள். அப்படியே குளக்கட்டில் வழுக்கியது உடல். மழையின் சத்தம் வறண்டது, துவக்குச் சத்தங்கள் காதுக்கு தூரமாகப் போயின. வைகாசிக் கிழவரின் கொட்டுப்பறை மெல்ல செவிச் சுரணையில் இருந்து அகன்று போனது. எல்லாச் சத்தமும் அடங்க. எங்கும் நீரின் குரல்.

09

கிளியன்ரி ஆச்சியிருந்த பதுங்குழிக்குள் இறங்கினாள்.

மாலையில் ஆறுமணிக்குப் பிறகு ஒருமணிநேரம் வானம் சத்தங்களில் இருந்து ஓயும். அப்போதுதான் இருப்பதைப் பகிர்ந்து தின்பதும் வெளிக்குப்போவதும் எல்லோரும் உயிரோடு இருக்கிறோமா என்று பார்த்துக்கொள்வதும். அதுவொன்றும் நெடுநாட்களாக இருக்கும் நடைமுறையில்லை, ஆனாலும் மாலையில் அவ்வாறு ஒரு இடைவெளி விடப்படுவது வாடிக்கையாகிவிட்டது. பூபாலரை இரண்டு இரவுக்கு மேலே காணவில்லை. ஆச்சி அதிசயமாக அவரைத் தேடச்சொல்லி எரிந்து விழுந்து கொண்டிருந்தாள். பூபாலரைத் தேடுமளவிற்கு அவரில் அவளுக்கு ஏற்பட்டிருந்த கரிசனை எல்லோருக்கும் வியப்பைத் தந்ததில் நியாயமிருந்தது. ஆச்சி காயப்பட்டதிலிருந்து இப்படித்தான் எரிந்து விழுந்துகொண்டிருந்தாள். தொடையில் பாய்ந்த இரும்புத் துண்டொன்று சகட்டு மேனிக்கு தசையைக் கிள்ளிக் கொண்டு போயிருந்தது. நல்லவேளையாக எலும்பை நொறுக்கவில்லை, நிறைய இரத்தம் போய்விட்டது. மருந்து கட்டிக்கொண்டு வந்து விட்ட பிறகு நான்கைந்து நாளில் எழுந்து உட்கார்ந்து விட்டாள் ஆனால் பதுங்குழிக்குள்ளிருந்து கொண்டு தன்னுடைய காயத்தை நொந்து கொண்டிருந்தாள், முழங்காலுக்கு கீழே பிய்க்கப்பட்ட தசையின் சீழ் நாற்றத்தை சதா சுவாசித்துக் கொண்டிருக்கும் அவளுடைய சுபாவம் முற்றிலும் மாறிப்போய்விட்டது. எப்போதும் உடலின் ஏதோவொரு ஆழத்திலிருந்து சொற்களை எடுப்பவள் சம்பந்தமேயில்லாமல் அர்த்தமற்றுப் புறுபுறுத்துக் கொண்டிருந்தாள்.

சின்ராசனையும், அனுவையும் தவிர அவளிடம் யாரும் நெருங்கப் பயப்பிட்டனர். ஏற்கனவே யோகத்தை ஏதோ பேசி அவள் அந்தப்பக்கம் போவதில்லை. கிடைக்கின்ற மாவையோ பருப்பையோ வைத்து உணவு தயாரிப்பதும், அனுவை அணைத்துக்கொண்டு பதுங்கு குழிக்குள் சுருண்டு போவதும் தாமரையை நினைத்துக் கொண்டு தூக்கத்தில் திடுக்கிட்டு எழுவதுமாக யோகம் அருகிலிருந்து பதுங்குழியில் தன்னுடைய அன்றாடத்தை கடத்திக்கொண்டிருந்தாள்.

இத்தனை வருடங்களில் அவள் ஆச்சியிடம் அப்படிச்சுடு சொற்களைக் கேட்டதேயில்லை. சொல்லப்போனால் ஆச்சி, யோகம், தாமரை மூவரும் நல்ல சினேகிதிகள் போலப் புழங்குபவர்கள். நான்கைந்து இரவுகள் சண்முகத்திடம் கண்ணைக் கசக்கியிருந்தாள். காலையில் கிளியிடமும் வந்து அழுதிருந்தாள்.

பதுங்கு குழி முழுவதும் புறணியால் நிறைந்து கொண்டேயிருந்தது.

பெரிதாக கேட்கும் ஆச்சியின் குரல் எல்லாப் பக்கமும் நன்றாகக் கேட்கும். சண்முகம் கொண்டுவந்த கொப்பறாவை நல்ல விலைக்கு விற்றுக் கொண்டிருந்தான். ஆயிரக்கணக்கில் காசு சேர்ந்துகொண்டிருந்தது. போன போக்கில் காயப்போட்டிருந்த கொப்பறாவை டிராக்டரில் தூக்கிப்போட்டு வந்தது. இப்போது தங்கமாக மாறியிருக்கிறது. கொப்பறா வியாபாரம் நடப்பது அந்த ஒரு மணிநேரத்தினுள்தான். சண்முகத்திற்கு உதவியாக அட்சயன் எப்போதும் தகப்பனுடையே ஒட்டிக்கொண்டிருந்தான்.

அறுமர், கிளி, பூபாலர் மூவருக்குமான பங்கர் ஒவ்வொரு முறை நிலமதிரும் போதும் உருந்திண்டு சீழும் கிருமித்தொற்றும் வந்த காயத்தைப்போல தூர்ந்து பெருத்துக்கொண்டே வந்தது. சண்முகம் மண்வெட்டியால் இரண்டு முறை மண்ணை அகற்றி யோகத்தின் சேலைகளில் மண்ணை நிரப்பி, பக்கச்சுவர்களில் அடுக்கி அந்தப்பதுங்கு குழியைச் சரிசெய்து கொடுத்திருந்தான். அறுமர் பெரும்பாலும் தன்னுடைய கறுப்பு நிறத்தில் தோல் உறை போட்ட சிறிய வானொலியை திருகித்திருகி செய்தி பிடித்துக் கொண்டிருந்தார். எல்லாருடைய ரேடியோக்களும் ‘புலிகளின் குரலில்’ எங்கே ஷெல் விழுந்தது, யாரெல்லாம் காலமானார்கள் என்ற தகவல்களைக் கேட்டுக்கொண்டிருக்க அறுமர் வெளிநாட்டு வானொலி அலைவரிசைகள் வேண்டும் என்று திருகு கட்டையுடன் மல்லுக்கட்டிக் கொண்டிருந்தார். யாரேனும் அந்த சண்டையை நிறுத்திவிடுவார்கள் என்ற நம்பிக்கை அவரிடமும் இருக்கத்தான் செய்தது. அறுமரின் ரேடியோ இரைச்சலைத் தாண்டி ஆச்சியின் குரல் கேட்டது. அவள் பூபாலர் எங்கே என்று தொடர்ச்சியாகக் கேட்டுக்கொண்டேயிருந்தாள்.

“ஏன் மனிசி புறணி விடுது?”

“கிழிவி நல்லா குளிச்சு முழுகிக் கிடந்தது, காயமும் ஊத்தையும் மனிசிக்கு பொறுக்கேல்ல”

கிளி ஆச்சியை சரியாகக் கணித்து வைத்திருந்தாள். ஆச்சி வியர்வை நாற்றமடிக்கும் குளித்துப் பல நாளான தன்னுடைய தேகத்தில் பச்சை நீற்றைக்கூட ஒரு சொட்டும் பூச மாட்டேன் என்று மறுத்துவிட்டிருந்தாள்.

அவள் மிகவும் பயந்தும் போயிருந்தாள். உணரப்படாதபடி அவளுடைய அசலான இதயத்தைச்சுற்றி பயம் பீடித்துக் கொண்டிருந்தது. அந்தப் பயமே நெடுநாள் கோவமாக இருந்த கிளியுடன் கதைக்கவும் காரணமாகியது. அருகில் நடக்கும் சாவைக்கூட ஓடிச்சென்று பார்க்க அவள் தயாராகவிருக்கவில்லை. அவளால் அந்த அவலச் சாக்களைப் பொறுத்துக்கொள்ள முடியவில்லை. அவ்வளவு பயந்து போயிருந்தாள்.

கிளியை அழைத்து, இரவில் யாரோ பங்கர் வாசலில் நடந்து போவதாகச் சொன்னாள். அந்த வார்த்தைகளைச் சொல்லும் போது ஆச்சியின் கண்களின் கீழே வெளிறிய பயத்தை கிளியால் தாங்க இயலவில்லை. பதுங்குகுழியின் வாசலில் 'யாரோ' என்று சொன்னது அசாதாரணமான ஒன்று என்பது கிளியால் புரிந்துகொள்ள முடிந்தது.

"நாலைஞ்சு நாள் பாத்திட்டனடி பிள்ளை, உதிலை பக்கத்திலை கேக்கும், அப்பத்தான் ஷெல் சத்தம் கேட்ட மாதிரிக் கிடக்கும் எப்ப உறங்குவனெண்டு தெரியாது, டக்கெண்டு ஆரோ பிடரிலை அடிச்ச மாதிரி திட்டுக்கிட்டால் ஆள் நடந்து போகும், நல்ல ஈர மணலுக்க செருப்புக்காலை விசுக்கி நடக்கிற சத்தம், நான் ஆர் ஆர் எண்டால் சத்தம் வேகமாய் நடந்து கடந்திடும். முந்தநாள் பங்கர் வாசலுக்கு கிட்டபோய் இருந்தன். பூபாலு எனக்குப் பக்கத்தை அனுங்கிக் கொண்டு கிடந்தான், நல்ல வெறி. நான் நித்திரையாக கூடாதெண்டு வைராக்கியமா வாசலோடை கண்ணையும் காதையும் சாத்திப்போட்டு இருந்தன். அப்ப பூபாலு ஆரடா அது அங்காலையும் இஞ்சாலையும் விசுக் விசுக்கெண்டு நடக்கிறது எண்டு சத்தம் பொட்டான், நான் பூபாலுவை உலுக்கி "உனக்கும் கேட்டதோடாப்பா?" எண்டு கேக்க இப்பவும் கேக்குது, இப்பவும் கேக்குது எண்டு அனுங்கிக்கொண்டே காலைக் கையை எறிஞ்சு உழட்டுறான். தூரத்திலை ஷெல்லுகளும், துவக்குச்சத்தமும் கேட்டுக்கொண்டு இருந்தது. காலமை பூபாலுவை கேப்பம் எண்டு கூப்பிட்டால் பூபாலுவைக் காணேல்ல எண்டுறான் சண்முகம். நேற்றிரவு திரும்பவும் வாசலுக்கு கிட்ட போய் சாஞ்சு கிடந்தன், திரும்பவும் ஆள் நடந்து வருது. நான் அரக்கி அரக்கி மேலை ஏறிப்பாத்தன், என்ர கண் வெளியிலை விள, நடக்கிற சத்தம் டக்கெண்டு நிண்டிட்டு. கொஞ்ச நேரம் வெளியிலை பாத்துக்கொண்டே இருந்தன், கால் உழைஞ்சு நோகத்துடங்கீட்டு, உடம்பெல்லாம் நடுங்குதெண்டு திரும்பவும் இறங்கி சாய்ஞ்சு கொண்டு ஒரு மூச்சு விட விறு விறு எண்டு நடை கடந்து போட்டுது"

"ஆத்தை தானோ?"

“எனக்கு ஒண்டும் விளங்கேல்லை, ஆத்தை வந்தால் ஏன் எனக்கு வெருளூறாள்? பூபாலு அனுங்கேக்கை, “ஆரடி அது?” எண்டு தான் அனுங்கினவன். அவன் ஆரோ பொம்பிளையத்தான் கண்டிருக்கோணும்”

“ஆதரிக்காம விட்டவளவை எல்லாம் அள்ளூண்டு வந்திருப்பாளவை” என்று சலித்துக்கொண்டு கிளி ஆச்சியைக் கடந்து வந்தாள். ஆச்சி சொன்ன பிறகுதான் பூபாலரை எல்லோரும் தேடினார்கள். அந்தப்பகுதியில் அவர் திரும்பக் காணாமல் போயிருந்தார். இவர்களின் தறப்பாள் கொட்டில்கள், இலையெல்லாம் இழந்து நின்றிருந்த வாகைமரத்தின் கீழே அடிக்கப்பட்டிருந்தது. அப்படியே கண்ணை விரித்தால் அடுத்தடுத்து நெருக்கமாக கடற்கரைப் பின்னணியில் சனங்களின் கூடாரங்கள்.

அன்றைக்கு மாலையில் ஷெல் சத்தம் இரண்டு பக்கங்களிலும் ஓய்ந்து விட்டிருந்தது. அதிசயமாக நெடுநேரம் ஓய்ந்து கிடந்தது. காலை பத்து மணி வரைக்கும் உக்கிரமாக ஷெல் சத்தமும் இரண்டு தடவைகள் விமானத்தாக்குதலும் அருகில் நடந்திருந்தது. ஆனால் மதியம் அசாதாரணமாக ஓய்ந்து கிடந்தன. சனங்களின் தலைகள் தெரிந்தன. சறங்களுக்குள் துவக்குகள், வோக்கிகளை மறைத்துக்கொண்டு ஆளில்லா விமானத்தை ஏமாற்றும் போராளிகளின் தலைகளும் அதிகமான அசமந்தமும் அப்பகுதியெங்கும், குறிப்பாகக் கடற்கரையெங்கும். சென்ற நாட்களில் கடற்கரைக்கு அருகில் யாரும் போவதில்லை. இலங்கைக் கடற்படை கடல் மார்க்கமாக சினைப்பரோ ஷெல் தாக்குதலோ மேற்கொள்ளும் அபாயமிருந்தது. ஆனால் அன்றைக்கு கடற்கரையில் நிறையச்சனம். இரண்டு நாட்களுக்கு முன்னர்தான் செஞ்சிலுவைச் சங்கத்தின் கப்பலொன்று காயப்பட்டவர்களை ஏற்ற வந்திருந்தது. இன்றைக்கும் வரலாம் என்று ஊகமலைந்தது. கிளி அதற்காகத்தான் ஷெல் நிறுத்தியிருப்பார்களோ என்று நினைத்தாள். அடிவயிறு கனப்பது தெரிந்தது. இருட்டு விழ முதல் வெளிக்கு போக முடியாது. சனங்கள் நடமாட்டம் அதிகம். பெரும்பாலும் எல்லோரும் நிர்வாணம் பற்றிய எண்ணெமெல்லாம் அழிந்து போய் ஷெல் சத்தம் எப்போது ஓய்ந்தாலும் கடற்கரைப்பக்கம் ஓடிச்சென்று சிறு பூண்டின் மறைவிலேனும் “அலுவலை” முடித்துவிட்டு ஓடிவருவார்கள். கிளி பெரும்பாலும் பொழுது படத்தான் வெளிக்கிடுவாள். எப்படியும் பொழுது விழும் போது அவள் வெளிக்கு போகவென்று இரண்டு தரப்பும் சிறிது நேரத்தை எப்போதாவது விடாமலிருப்பதில்லை. ஆனால் அன்றைக்கு என்று பார்த்து அடிவயிற்று குழப்பம் பலமாகவிருந்தது. பூபாலரைக் விசாரித்துக் கொண்டே பதுங்குகுழி வாசலில் நடக்கும் அந்த மர்மப் பெண்ணை சொல்லி பயந்துகொண்டிருந்த ஆச்சியைக்

கையமர்த்தி விட்டு, வெளியே மிதந்து வந்தாள். கிழக்கு, கருநீலத்தை கிழித்து சிவப்பை பிசுக்கி விட்டதைப் போலிருந்தது.

கைகளால் கிண்டி வைத்திருந்த உப்புக்கிணற்றில் அல்லது கிடங்கில் ஒரு எட்டு எட்டி பாதி அரிந்த சோடாப்போத்தலினுள் நீரை நிரப்பிக்கொண்டு அவளுடைய வழமையான எருக்கலைப் புதர்களைத் தேடி நடந்தாள். இன்னும் சரியாக இருட்டவில்லை. வெளிச்சம் அந்த நிலத்தை விட்டு போகமாட்டேன் என்று கடலுடன் மல்லுக்கட்டிக்கொண்டு நின்றிருந்தது. கடல் துல்லியமாக லேசான மஞ்சள் நிறத்தை வாங்கி விரிந்து சென்றது.

நிலத்தை பார்த்து நடக்க வேண்டும், பெண்கள் அதிகம் ஒதுங்கும் இடமென்பதால் கண்ட இடத்தில் இருந்து தொலைக்க மாட்டார்கள். எப்போதும் பெண்களிடம் ஒரு ஒழுங்கு; எல்லோருடைய சௌகரியத்தின் மீதான குறைந்தபட்ச அக்கறையேனுமிருக்கிறது. ஆண்கள் சோம்பேறிகள். அவர்களுக்கு தங்களைப் பற்றித்தான் கவலை. இதில் கூட அவர்களின் பிறவிக்குணம் வெளிப்பட்டுக் கொண்டேயிருப்பதாக சினந்துகொண்டாள். கொஞ்சம் முதல் ஷெல் ஆரவாரங்கள் ஓய்ந்ததால் எல்லோரும் அசமந்தம் பார்த்துத்தான் வெளிப்படுவார்கள். அதற்குள் முடித்துக்கொண்டு தறப்பாள் கொட்டிலுக்குத் திரும்பிவிடவேண்டும். கிளி வேகமாக நிலத்தில் நிதானமாக கண்களை ஓட்டிக்கொண்டு எருக்கலைகளைக் கடந்து போனாள். அவள் மூக்கைப் பொத்திக் கொள்ளவில்லை. அவள் அதைச் சுவாசிக்க நினைக்காத போது; யோசனையில் வேறெதையோ வரித்துக்கொண்டே நடக்கும் போது அவளை எந்த நாற்றமும் அணுகுவதேயில்லை. ஆச்சியை ஒவ்வொரு காலையிலும், கண்ணை பிடிக்கும் இரண்டு கரப்பும் இடைவெளி விடும்போதும் வெளிக்கு கூட்டி வந்து திரும்பக்கொண்டு போய்ச் சேர்ப்பது அத்தனை துன்பமாகவிருந்தது. பூபாலர் எங்கிருந்தோ ஒரு பிளாஸ்ரிக் கதிரையொன்றின் இருக்கைப் பகுதியில் வட்டமாக வெட்டி எடுத்து வந்து கொடுத்திருந்தாலும் ஆட்களிருக்குமிடங்களில் தான் ஒன்றும் போகேன் என்று ஆச்சி தீர்மானமாக குழந்தைப் பிடிவாதத்துடன் சொல்லிவிட்டாள். ஆகவே கிளிதான் அவளை அழைத்து வரவேண்டும். அவளுக்கிருந்த நீரிழிவு, அவளுடைய காயம் அவ்வளவு சீக்கிரம் அயர்கள் உண்டாகி குணமாகி மூடுவதற்கு விடுவதாயில்லை. இரண்டுதரம் மாத்தளன் வைத்தியசாலையில் காயத்திற்கு கட்டுப்போட அழைத்துப் போனார்கள். மூன்றாம் முறை அங்கிருந்த நிலைமைக்கு ஆச்சியினுடைய காயம் அவர்களுக்கு வெறும் எறும்புக்கடி. அத்தனை கொடூரங்களை கிளி கண்டாள். ஆச்சி அன்றைக்கு அவற்றைப் பார்த்த பிறகுதான் மிகவும் உடைந்து போனவளாயும் உள்ளூர அலைக்கழிக்கவும், பயமுறுத்தப்படுபவளாயும் மாறிப்போயிருந்தாள்.

கற்பூர ஒளியில், உடுக்கின் உறுமலில் நின்று கலையாடும் அந்த கிழவி கீரிப்பிள்ளை மேட்டிலேயே இருந்து விட்டாள். இப்போது வந்திருப்பது மீண்டும் குழந்தைக்கு திரும்பும், சண்முகம் அன்றைக்கு கோவத்தில் சொன்னது போல "அறைளை பெயர்ந்து" போன ஒரு முதிய பெண். மூன்று நாளுக்கு ஒருமுறை காயத்தை கழற்றி துணிமாற்றும் போதும் அவள் சொந்தக் காயத்தைப் பார்க்க மாட்டேன் என்று கண்களை இறுக்கி மூடிக்கொள்ளும் போது அவளுடைய உடல் துடிப்பதை கிளி கண்டு நெகிழ்ந்து போயிருக்கிறாள். பயம் அவள் உடலை வெறியாட்டிக் கொண்டிருந்தது. அருவருப்பு தன்னுடலை தானே வெறுக்கச் செய்து கொண்டிருந்தது.

"தச்சலும் ஷெல் விழுந்து நான் செத்தால் சும்மா தலைக்கு தண்ணி பிரட்டாமை உந்தக்கடலிலை கொண்டு போய் தாட்டு எடுத்து கொண்டு வந்து இருத்தடி கிளி, குளிக்காம என்னால போகேலாது, பிறகு உதுவழிய ஊத்தைக் குடியனாய்தான் அலைவன்" அவள் பகிடியைப் போலச் சொன்னாலும் குரலில் உள்ளூர இழைந்து ஓடும் பதட்டத்தை கிளி நன்கறிவாள். தன்னைப்பற்றி புலம்புவதைத் தவிர ஆச்சி தாமரையைச் சொல்லித்தான் புலம்பிக்கொண்டிருந்தாள். நெஞ்சில் உரத்தோடு வாழ்ந்து கொண்டிருந்த கிழவியை நொறுக்க தொடங்கியது தாமரையின் பிரிவு. "பிள்ளை வருவாளெண்டுதான் ஆத்தை சொன்னவள்" என்ற வார்த்தைகளில் அவளுக்குமிகுந்த பிடிப்பிருந்தது. அல்லது அங்கே கிழவிக்கு வேறேதும் வழியிருக்கவில்லை.

கடல் இரைந்தது.

மோட்டார் குண்டுச்சத்தங்கள் தூரத்தே கேட்கத் தொடங்கின. கிளி நிமிர்ந்து பார்த்தாள். கப்பலடி தெளிவாகத் தெரிந்தது. அலைகள் அந்தப் பெரிய ஜோர்தான் கப்பலை உருட்டி கடலுக்குள் எடுத்துப்போகும் மூசல் குணத்துடன் திரண்டு வந்து நொறுங்கின. பொக்கணைக்கும் கப்பலுக்குமிடையே நான்கு இடங்களில் மாறி மாறி தறப்பாள்களை அடித்து பதுங்கு குழிகளை அடித்தாயிற்று. ஷெல் வீச்சு தன் தூரத்தையும் விரிவையும் அகட்ட அகட்ட சனங்கள் ஓடிக் கொண்டேயிருக்கிறார்கள். முடிவில் கடலே வந்து விட்டது. ஒவ்வொரு முறையும் பாதுகாப்பு வலயமாக அறிவிக்கப்பட்ட இடத்தில் கொத்துக் கொத்தாகச் சனங்கள் கொல்லப்பட்டுக் கொண்டிருந்தார்கள். பொக்கணையில் வெகுதூரத்தில் தெரிந்த கப்பலின் அருகில் வந்து இருந்தாகிவிட்டது. கப்பல் மஞ்சள் ஒளியில் நின்றிருந்தது.

கிளி எருக்கலை ஒன்றின் மறைவிலிருந்து கொண்டாள். லேசாக காற்றடித்தது. எவ்வளவு நாளாகிவிட்டது, பதுங்கு குழிக்குள் நாட்கள் போகும் போதுதான் வெளியில் பயமில்லாமல் இரண்டடி எட்டி மிதித்து

நடக்கும் போது வந்து உடலளையும் மென்காற்றின் பெருங்குளிர்ச்சி தெரிந்தது. நிறைய நாட்களுக்கு பிறகு அவசரமில்லாமல் நிதானமாய் நின்மதியாய் மலம் கழிக்கிறாள். மதியத்திலிருந்து கிடைத்த அமைதியான இடைவெளி பதுங்கு குழிக்கோ கூடாரத்திற்கோ திரும்பும் வரைக்கும் ஷெல் ஒன்றும் வந்து விழாது என்ற குருட்டு நம்பிக்கை ஒன்றை அவளறியாமலே வியாபிக்க இடம் கொடுத்திருந்தது. பூண்டொன்றில் ஒரு குச்சியை இடுங்கி பல்லுக்குத்தினாள்.

சற்றுத்தள்ளி ஏதோ அசமந்தம் கேட்டது. ஆணரவம். எருக்கலையை விலக்கிப்பார்த்தாள். இருள் கவ்விக்கொண்டிருந்த ஜோர்தான் கப்பலடியில் யாரோ சிலர் ஒரு தடித்த மனிதனை இழுத்துப்போய்க் கொண்டிருந்தனர். தரதரவென்று அவனுடைய வெற்றுக்கால்கள் சவண்டு கடற்கரை மண்ணில் இழுபட்டன, அவன் ஏறக்குறைய சுயநினைவற்றவனாகியிருக்க வேண்டும். இழுத்துச் செல்பவர்கள் போராளிகளாக இருக்கவேண்டும், சறங்களும் சேட்டுகளும் அணிந்திருந்தனர். இழுத்துச் செல்பவனைத் தவிர மூன்று பேர் இருந்தனர். கைகளில் துவக்குகள். அவற்றை உடலோடு மறைத்துக் கொள்வது போலக் கொழுவியிருந்தனர். “யாரை இழுத்துப்போகிறார்கள்?”

அந்த தடித்த நீளக்காற்சட்டை மட்டும் அணிந்த மனிதன் எந்த திமிறலையோ அசைவையோ வெளிப்படுத்தவில்லை. அவனை நன்கு நைய்யப் புடைத்து குற்றுயிராக இழுத்துப்போகின்றார்கள் என்று தோன்றியது.

யாரை இழுத்துப்போகிறார்கள்?

பிடிபட்ட ஆமிக்காரர் யாரையாவது?

ஆனால் அந்த உரு ஆமிக்காரனுக்குரிய எந்த தோற்றத்தையும் அவளுடைய உள்ளுணர்வில் தட்டவில்லை. அதற்கு வாய்ப்புமில்லையென்றுதான் கிளி நினைத்தாள். அவர்களின் கைதான நன்றாக ஓங்கி விட்டதே கழுத்தை நெரித்துக் கொண்டுவந்து நிறுத்தியிருக்கிறார்கள்.

யாரை இழுத்துப் போகிறார்கள்?

யாரும் இறந்து போனவரைப் புதைக்க கொண்டு போகின்றார்களா? வாய்ப்பில்லை போராளியோ பொதுமகனோ பிணமாக இருக்கும் போது உயிரோடு இருப்பதைக் காட்டிலும் இறந்த பிறகு கண்ணியமாக நடத்தப்படுவானே. கண்டிப்பாக அவனுக்கு உயிரிருக்கிறது.

யாரை இழுத்துப்போகிறார்கள்.?

காயப்பட்ட யாரையாவது? ம்ஹூம்... இருக்காது. காயப்பட்டவனை வேட்டை மிருகங்கள் இரையை இழுத்துப் போவதைப்போல இழுத்துப்போக முடியுமா? நிச்சயமாக அவர்கள் தங்களுடைய நேசத்துக்குரிய யாரையும் இழுத்துப்போகவில்லை. கூட நின்ற நண்பனையோ, அல்லது காயப்பட்ட யாரையுமோ இழுத்துச் செல்லவில்லை, அவர்கள் வேட்டையாடிய மிருகத்தை இன்னொரு கொல்மிருகம் இழுத்துச் செல்லும் பாவனையில் அந்தத் தடித்த மனிதனை கவ்விக் கொண்டு போய்க் கொண்டிருந்தார்கள்.

யாரை இழுத்துப்போகின்றார்கள்?

கழுவி விட்டு எழுந்தாள். எருக்கலைகளுக்குள் நடந்து கொஞ்சம் அருகில் போய் நின்றாள். அந்த எருக்கலைகளின் அடர்த்திக்குள் அந்த கவியும் இருட்டில் அவளை யாரும் கண்டுகொள்ள வாய்பேதுமிருக்கவில்லை. மஞ்சள் திரண்டு கொண்டிருக்கும் வானக்கடலின் முன்னால் கரிய உருவங்கள் செய்வது தெளிவாகத் தெரிந்தது. அவர்கள் அந்த தடித்த மனிதனை முழங்காலில் இருத்தினார்கள் தலை சவண்டு கிடக்க முழங்காலினதும் கொஞ்சம் சமநிலையைக்கொடுக்கும் பூமியீர்ப்பினதும் பிடிமானத்தில் அந்த தடித்த மனிதன் லேசாக உலாஞ்சி நின்றான். அந்த போராளிகளில் ஒருவன் இடுப்பிலிருந்த கைத்துப்பாக்கியை உருவி எடுத்தான். கிளி நடப்பதிலிருந்து வந்து சேர்ந்த காட்சிகளைப் புரிந்து கொள்ள முதல் அந்தப்போராளி அந்த தடித்த மனிதனின் தலையில் துப்பாக்கியை முனை ஒரு விரலிடைக்கும் குறைவான இடைவெளியில் வைத்து அழுத்தினான். “டொப்...” என்ற சத்தத்துடன் துவக்கின் ஓலம் கடற்காற்றோடு போனது. அந்த மனிதனின் உடலில் ஒரு உலுக்கு மட்டும் வெளிப்பட, அவன் நிலத்தை நோக்கிச் சரிந்தான்.

கிளிக்கு குருதிக் குழாய்களெல்லாம் உறைந்து நின்றது? அவர்கள் யாரை இழுத்து வந்து சுட்டார்கள்?

ஒரு வேளை யாரையாவது எதையாவது காட்டிக் கொடுத்தவர்களையா, இப்படிச் சாவுறுப்பு இத்தனை காலமும் துரோகிகளுக்கும் குற்றவாளிகளுக்கும் கொடுக்கப்பட்டது. எந்தச்சனமும் இராணுவ வீரன் ஒருவனை இப்படி முழந்தாளில் நிற்கவைத்து புலிகள் சுட்டத்தைப் பார்த்ததேயில்லை. ஆகவே அவனொரு துரோகியாகத்தானிருக்கும் அல்லது ஏதுமொரு பெரிய குற்றம் செய்வதவனாக. அவர்கள் மூவரும் வேகமாகப் போய் விட்டார்கள். கப்பல் மஞ்சள் நிறப்பின்னணிக்கு கரிய உருவமாகத் தெரிந்தது. கிளி உறைந்து போனாள். உடலில் அசைவெழவில்லை. இடம்பெயரத் தொடங்கியதிலிருந்து எத்தனை சாவைப் பார்த்தாகிவிட்டது. எல்லோருக்கும் இப்போது சாவொரு சாதாரணம், அதற்கு பயமில்லை, பதட்டமில்லை, கவலையில்லை

என்பதைப்போல நடந்துகொள்கின்றார்கள். “சாகிறதுக்கு பயமில்லை, வாற பீஸ் கழுத்துக்கு வந்திடோணும் இழுத்து அலைக்கழிக்காமல் நோகாமல் சாவோணும், காயம்பட்டு கிடந்து இழுபடகூடாது” கிளியே அடிக்கடி சொல்வது. ஆனால் உண்மையில் அப்படித்தானிருக்கிறதா. பயமில்லை, பொருட்டில்லை என்ற வார்த்தைகளின் பின்னால் இருக்கும் விரக்தியின், பதட்டத்தின் வாழ்வு பற்றிய அச்சத்தின் நிழல்கள் எல்லா மனிதர்களின் கண்களிலும் விரவிக் கிடப்பதை எல்லோரும் பரஸ்பரம் பார்த்துக் கொண்டேதானிருக்கிறோம். ஆனால் யாரும் யாரையும் காட்டிக் கொடுத்தோமில்லை. தனக்கும் பிறருக்கும் சொல்லிக் கொண்டிருக்கும் அந்த பொய்யின் தைரியத்தைப் பிடித்துக்கொண்டுதான் எல்லோரும் ஓடிக் கொண்டேயிருக்கிறோம். ஒவ்வொரு முறை ஷெல் வரும் போதும் தலைகளை இழுத்து நிலத்தோடு நம்மைப் புதைத்துக்கொள்கிறோம். அப்போது அந்த வார்த்தைகளின் நெஞ்சு கச்சிதமாக அரியப்பட்டு உள்ளிருக்கும் நிழல்கள் உடலை ஆட்டிப்படைக்க வெளியே விடப்படுகின்றன.

கிளி இருட்டை பார்த்துக் கொண்டேயிருந்தாள், “மலங்கழித்தாயிற்று, வந்த வேலை சரி ஷெல் விழத்தொடங்க முதல் கூடாரத்திற்கு திரும்பு என்று அறிவில் வார்த்தைகள் ஒழுங்குபடுத்தப்பட்டாலும். கால்களை உள்ளிருந்து ஏதோ தள்ளிச்சென்றது. தலையில் ஓட்டை விழுந்தோ அல்லது சிதறிப்போயோ உயிர் பிரிந்தோ அல்லது சேடமிழுத்துக்கொண்டோ கிடக்க கூடும் என்று நினைத்துக் கொண்டே அந்த தடித்த மனிதனை நோக்கிப் போனாள். அவர்கள் அவனைப் புதைத்து விட்டாவது போயிருக்கலாம். ஆனால் எங்கே நேரம். பொக்கணையில் பதுங்கு குழிக்குள் நேராக இறங்கிய ஷெல் உடையார்கட்டிலிருந்து இடம்பெயர்ந்திருந்த குடும்பத்தை நிலத்தினுள்ளேயே வைத்து கிழித்து முடித்தது. இடம்பெயந்து ஓட வெளிகிட்டவர்கள் பங்கருடன் சேர்த்து மண் மூடைகளைத்தள்ளி விட்டு வந்ததை கிளி நினைவு கூர்ந்தாள். முறையாகப் புதைப்பதற்கோ எரிப்பதற்கோ பாக்கியம் வழங்கப்படாத எத்தனை சாவுகள் இன்னும் இருக்கப்போகின்றதோ தெரியவில்லை.

“ஆரோ பங்கருக்கு வெளியிலை நடக்கினம்” ஆச்சியின் பதட்டமான குரல் பிடரிக்கு பின்னால் புலம்பியது.

இராவணன் மீசைகள் உருண்டு உருண்டு வந்து கால்களில் குத்திவிட்டுக் கடந்து சென்றன. அந்த தடித்த மனிதனை நெருங்க நெருங்க கிளியின் பதட்டம் உச்சத்திற்கேறிக் கொண்டிருந்தது. ஆனால் ஏதோவொரு கை உள்ளூர எழுந்து அந்த பதட்டத்தை தன்மீது தாங்கிக்கொண்டு கிளியை நடக்க வைத்தது. அவன் குப்பற விழுந்து கிடந்தான், தலைக்கு மேலாகத்

தெறித்துச் சுவறியிருந்த குருதித் திட்டுகளைக் கண்டதும் கிளிக்கு ஒரு முறை காலிலில் இருந்து நெஞ்சுவரை விதிர்விதிர்த்தது. அந்த மனிதனுக்கு நல்ல பெரிய மீசை, பக்கவாட்டில் ஈரம் ஊறிக்கிடந்தது, அவனுடைய குருதியாக இருக்க வேண்டும் முகம் வீங்கி அங்காங்கே கண்டியிருந்தது. அடித்திருக்கிறார்கள். முதுகில் வரி வரியாக தடித்திருந்தது.

மேலும் அவள் அங்கே நிற்கத் தயாரானாளில்லை, அடிவயிறு பிசைந்து தொண்டை உலர்ந்தது. காற்றில் வந்த உப்பு உதட்டை கரிக்கச்செய்ய திரும்பி வேகமாக கூடாரங்களை நோக்கிப்போனாள்.

கூடாரங்கள் இருட்டில் மறைந்து கொண்டிருந்தன. பூஞ்சும் லாம்புகள் அங்காங்கே ஒளிர்ந்து கொண்டிருந்தன. வானில் உளவு விமானத்தின் வண்டுச்சத்தம் கேட்காததால் விளக்குகளைக் கொழுத்திக் கொள்கின்றனர். உள்ளுக்குள் திடீரென எதோ நிகழ்ந்து விட்ட அல்லது நிகழப் போகின்றதற்கான முத்தாய்ப்பும் பதட்டமும். எட்டி மிதந்தாள், மணல் கால்களை உள்வாங்கி சரசரத்தது. யரோ எதிரில் வந்தார்கள், சறத்தை இழுத்துக்கொண்டு. பூபாலர்; வெருண்ட குரலில் இவளை எதிர்கொண்டார். தூரத்திலிருந்து வேகமாகவும் கடுமையாகவும் பயணம் செய்து வந்தவரைப்போலக் குலைந்து போயிருந்தார். மங்கும் இருட்டில் தாடிக்குள்ளும் பரட்டைத் தலைக்குள்ளும் புதைந்து கொண்டிருந்த அவருடைய முகத்தில் கலவரம் திரண்டு வந்திருந்ததை கிளியால் குரலோடு சேர்த்துப் பார்க்க முடிந்தது.

“பிள்ளை சண்முகத்தின்ர மூத்தவளின்ர பெட்டியை சீல் பண்ணி கொண்டு வந்திருக்கிறாங்கள்”

பூபாலரின் அந்த நடுங்கும் குரல் முடியும் போதுதான் அவரின் பின்னால் வந்த பெரிய ஒப்பாரிச் சத்தம் கேட்டது. “அய்யோ தாமரை” என்று நெஞ்சில் அடித்துக்கொண்டு ஓடினாள்.

சண்முகம், யோகத்தையும், அனுவையும், அட்சயனையும் இறுக்கிப் பிடித்துக் கொண்டு நிலத்தில் ஒரு சிறிய மனிதக் கூடாரம் போல இருந்து கொண்டு கதறிக் கொண்டிருந்தான். அவர்களைச்சுற்றி நான்கைந்து பேர் நின்று நால்வரையும் பிடித்துக் கொண்டிருந்தனர். அறுமர் மயங்கிப்போய் துவண்டு கிடக்க யாரோ அவரைத் தூக்கிக் கொண்டிருந்தார்கள். நான்கைந்து போராளிகள் ஒரு ரப்பர் பீப்பாயில் வைக்கப்பட்டிருந்த, வாணிசோ நிறமோ தீட்டப்படாத சவப்பெட்டியின் அருகில் ஆச்சியை வரவிடாமல் தடுத்துக் கொண்டிருந்தார்கள். சின்ராசன் ஓவென்று அழுதுகொண்டே வானுக்கு வீறிட்டான். ஒரு பெண் போராளி

ஆச்சியின் வயிற்றுக்கு குறுக்காக கையை நுழைத்து அவளை இழுத்துக் கொண்டிருந்தாள்.

“பொய் சொல்லிறியளாடா! டேய் பொய் சொல்லுறியள், என குஞ்சுக்கு ஒண்டுமில்லை, ஆத்தை சொன்னவளடா அவளுக்கு ஒண்டுமில்லை எண்டு. ஆரையோ மாறிக் கொண்டந்திட்டியள், அய்யோ! பொய் பொய் பொய்”

ஒரு பெரிய விக்கலை எடுத்து வானத்தில் நிறுத்தி தலையில் அறைந்தாள். சின்ராசன் விக்கிக்கொண்டே கிழவியை தன்னிடம் வாங்க எத்தனித்துக் கொண்டிருந்தான்.

“சின்ராசு, திறந்து காட்டச்சொல்லடா, திறந்து காட்டச்சொல்லு, நான் நம்பமாட்டன், நான் நம்பவே மாட்டன், ஆத்தை என்ர பிள்ளையோடை போனவள், அவள் சாகாமல் என்ர பிள்ளை சாகுமோடா? ஆத்தைக்கு சாவு வருமோடா? சொல்லடா உவங்கள் பொய் சொல்லுறாங்களெண்டு நீயும் சொல்லடா!”

டேய் சண்முகம், நீ ஏனடா அழுகிறாய்? உது உன்ர பெட்டையில்லை, தாமரையில்லை, அடேய் விடுங்கோடா, என்ர ஆத்தை அடியே! எங்கையடி போனாய்? சொன்னியேடி குஞ்சுக்கு ஒண்டுமில்லையெண்டு சொன்னியேடி! சொல்லடி என்ர பிள்ளை இல்லையெண்டு சொல்லடி!

ஆச்சி உடல் விடைத்தாள், அந்த போராளிப் பெண்ணின் கையில் வாய் வைத்துக் கடித்தாள், அவள் கையை உதற, அவளில் இருந்து விடுக்கென பாய்ந்த ஆச்சியை சின்ராசன் தாங்கிப் பிடித்தான். திடீரென கல்லென்று ஆனது அவளுடைய தேகம், சின்ராசனின் கைகள் எங்கும் வெப்பம் பரவியது. அவளுடைய நீண்ட வெண் மயிர் எழுந்து சின்ராசனின் கண்களை ஒரு கணம் மூடியது, சின்ராசன் உடலை யாரோ ஒரு பெரிய கொள்ளியைக் கொண்டு சுட்டதைப்போல உணர்ந்தான், அவனால் ஆச்சியை தடுக்க முடியவில்லை. காற்றைப்போல அவனுடைய கையை ஊடுருவிக்கடந்து போனாள், கிளி ஆச்சியின் அருகில் ஓடிப்போனாள். அதற்குள் ஆச்சி சவப்பெட்டியில் சென்று உடலை மோதிவிட்டாள். ஒருமுறை கையை உயர்த்தி நெஞ்சில் பெரிய சத்தத்துடன் அறைந்தாள். அவளுடைய மார்ப்பு சட்டைத் தெறிகள் பறக்க நெஞ்சுப்பகுதியில் இருந்து வெடித்து விரிந்தது. சுருங்கிக் கறுத்த அவளுடைய வெற்று மார்புகள் துடித்தன. கண்கள் சிவந்து லாம்பு வெளிச்சத்தின் ஒளியை அவளின் உடலுக்குள் வாங்கின. ஆச்சி பாய்ந்தாள். கிளி அவளை மறிக்க குறுக்கே போனாள். சவப்பெட்டியை எடுத்து வந்த போராளிகள் பாய்ந்து முன்னே வந்தார்கள். அவர்களுக்கு நேரம் போதவில்லை. வானத்திற்கு கைகளைத் தூக்கி “என்ரை ஆத்தை” என்று கூவிக்

கொண்டே பெட்டியின் மேல் ஓங்கி அறைந்தாள். ஒரே அறைதான். அந்த மாம்பலகைப்பெட்டி இரண்டாகப் பிளந்தது.

யாரும் எதிர்பாத்தார்களில்லை.

அந்தப்பெரிய சத்தத்தையும் பெட்டி பிளப்பதையும். எல்லாவற்றையும் விழுங்கி விடுவது போல பெட்டியின் மூடியும் அதன் பாதி உடலும் பிளந்து கொள்ள உள்ளிருந்து வெடுக்கு நாற்றம் குப்பென்று எல்லோரையும் மோதியது. அப்போது இரண்டு வாழைக் குற்றிகள் உருண்டு ஆச்சியின் காலில் விழுந்தன. சில துணிகள் கந்தல்கந்தலாய் அவற்றின் மேலே சிதறின. ஆச்சி வாழைக் குற்றிகளைப் பார்த்தாள். ஒரு கணம் காலம் எல்லாவற்றையும் உறையச் செய்து மீட்டது. ஆச்சி வானத்தில் ஒங்கிய கையை மீண்டும் வானத்திற்கு உயர்த்தினாள். பெரிதாகச் சிரிக்கத் தொடங்கினாள்.

“என்ரயாத்தை”

குரல் வானத்திலிருந்தா ஆச்சியினுள்ளிருந்தா வந்ததென்று அங்கே யாருக்கும் தெரியவில்லை.

கீர்த்தி திரு அகவல்

ஆங்கது தன்னில் அடியவர்காகப்
பாங்காய் மண்சுமந்தருளிய பரிசும்.

— மணிவாசகர்.

அடங்கல்

சின்ராசனைச்சுற்றி எண்ணைப்படலம் போல செங்குருதி பரவிக் கொண்டிருந்தது. நந்திக்கடலின் முழங்காலளவு தப்புத் தண்ணீரில் அவனுடல் நிலத்திற்கு சமீபமாக மிதந்தது. இடுப்பிற்கு கீழே உணர்வில்லாது கெட்டியான திண்மத்திற்கு திடீரென தலை முளைத்ததைப் போலிருந்தது. தன்னுடலை முழுமையாக தலைக்குள் தெளிவாக்கிப் பார்த்தான். எல்லோரும் வெளியேறிக்கொண்டிருந்த நிலம் புகையெழுந்து கொண்டிருந்தது. அங்கே சின்ராசனை சுற்றி மிதந்து கொண்டிருந்த உப்பிய உடல்களைச் சுற்றி நீல நிறத்தில் பிண நிணமும், துர்வாடையும் பரவியிருந்தது. சின்ராசன் கரையை நோக்கிப்போனால் தப்பி விடுவோம் என்ற நப்பாசையில் கைகளை அசைப்பதாயும் நீந்திக்கொண்டிருப்பதாயும் கற்பனை செய்துகொண்டான். வானத்தினுடைய மங்கிய முகிலற்ற நீலம் அந்த நெடும்பகலில் சிறிதும் மாற்றமின்றி நெடுநேரமாக அப்படியே இருந்தது.

“நீ போணை, நான் கவிதாவைத் தூக்கிக்கொண்டு வாறன்”

“பிள்ளை வந்திடுவாள் தானே சின்ராசு?” அந்தப்பொழுது முழுவதுமாக அழிந்து போய் சில வார்த்தைகளை மட்டும் கோர்த்து அடுக்கியிருந்தது நினைவு.

“ஓமணை சின்னாத்தைக்கு ஒண்டுமிராது, எல்லாம் முடிஞ்சுது தானே. வந்திடுவாள்”

ஆச்சியிடம் அவன் கடைசியாக பேசிய வார்த்தைகள். நெஞ்சு பிளந்து இறந்துபோன அவனுடைய புது மனைவியை எப்படியாவது காவி வந்துவிடவேண்டும் என்றுதான் எல்லா உடமைகளையும் போட்டுவிட்டு அவளைத் தூக்கிக் கொண்டு நந்திக்கடலின் நீரேற்றத்தைக் கடந்து போக நினைத்திருந்தான். குண்டு வீழ்ந்து சிதறும் போது தோளில் சூட்டோடு இருந்த அவளுடைய உடலில் கெட்டித்தன்மை இன்னும் தோளை விட்டு அகன்றிருக்கவில்லை. கண்திறக்கும் போது மேலே உறைந்த வானம் கருமுகிலும் புகையுமாக திரண்டிருந்தது. ஆங்காங்கே சில சூட்டுச் சத்தங்கள் கேட்டுக்கொண்டிருந்தன. தலை கிறுகிறுத்தது.

கரையைத் தெளிவாகப் பார்க்க முடிந்தது. மூக்கிற்குள் அடிக்கடி தண்ணீர் நுழைவதைத் தடுக்க தலையை மட்டும் நீர் மட்டத்திற்கு மேலே தூக்கித்தூக்கி சுவாசித்தான். நீரோட்டமும் கற்பனையான நீச்சலும் அவனைக் கரையை நோக்கி இழுத்துச் செல்வதாகவும் நிலத்தில் அவன் பிழைப்பதற்கான வாய்ப்பிருப்பதையும் ஆழமாக நம்பினான். கரையில் முழுவதும் வீழ்ந்துவிட்ட நிலத்தில் இருந்து சனங்கள் வெளியேறிக் கொண்டிருந்தார்கள், குரல்சந்தடி இன்றி இராணுவத் துவக்குகளுக்கு நடுவில் அவர்கள் நிலத்தை விட்டு வெளியேறிக் கொண்டிருப்பதை சின்ராசனால் பார்க்க முடிந்தது. கரைக்குப் போய்விட்டால் யாரேனும் காப்பாற்றுவார்கள். போய் விடலாம். நீந்தும் கைகள் சோர்ந்தாலும் தரவைக்கடலின் நீரோட்டம் அவனைக் கொண்டு சேர்த்துவிடும். சோபையிழந்த சனங்கள் கைகளைப் பற்றிக் கொண்டும், செபங்களையும், தேவாரங்களையும், ஆறுதல் வார்த்தைகளையும், அனுங்கல்களையும் வெளிப்படுத்திக்கொண்டே தூரத்து ஓநாய்ச் சந்தடிகளுக்கு மிரண்டு கொண்டே நகரும்மந்தைக் குணத்தோடு நடந்து செல்வதை பார்க்கவும், கேட்கவும் முடிந்தது. அவ்வளவு தெளிவாக அவர்களை அறியத்தக்க இடத்தில் தான் மிதந்தும் அவர்களால் சின்ராசனை ஏன் பார்க்க முடியவில்லை, பெரிதாக இல்லாவிட்டாலும் போதுமானளவு அனுங்கும் அவனுடைய அவஸ்தையின் குரலை ஏன் கேட்க முடியவில்லை என்று கேட்டான். சில வேளை தொடர்ந்து ஷெல் சத்தங்களாலும் வேட்டொலிகளாலும் நிறைக்கப்பட்ட அவர்களின் காதுகள் அடைபட்டிருக்க கூடும். அவை எடுபட நேரமெடுக்கும் என்று வேடிக்கையான குரல் ஒன்று உள்ளூரச்சொல்ல ஒரு கீற்று சிரிப்பு வேதனையிலும் பரவியது.

லட்சம் சனங்கள் நகர்ந்து கொண்டிருக்க அவர்களிலிருந்து சின்னச்சின்ன உருவங்கள் சிலது விலகி கடலின் தப்புத்தண்ணியின் ஓரமாக ஒன்று சேர்ந்தன. அவற்றில் முன்னால் வந்தவனைச் சின்ராசன் நன்கறிவானே!

“டேய் சக்கடம்!”

சக்கடம் கடல் நீரின் உப்பை நக்கிப் பார்த்துவிட்டு முகம் சுழித்து விட்டு சனத்தைப் பார்த்து ஊளைச் சத்தமொன்றை வெளியிட்டான். அப்போதுதான் சின்ராசனால் சக்கடத்தின் மடியில் இரண்டொரு முலைகள் தோன்றியிருப்பதைக் காணமுடிந்தது. ஆனால் அது சக்கடம்தான். அவனேதான். ஆனால் கடுவன் நாயின் மடியில் முளைத்திருந்த முலைகள் சின்ராசனைத் துணுக்குறச் செய்யாமலில்லை.

சிறிது நேரத்தில் நடந்த காட்சியில் அது சனங்களுக்கான ஊளையில்லை என்று தெளிவானது. எசமான்களிடமிருந்து விலகி சக்கடத்தின் ஊளையை நோக்கி சாரிசாரியாக நாய்கள் வரத்தொடங்கின. வேட்டைநாய்கள்,

வீட்டு நாய்கள், நெடுநாள் பசியோடு கிடந்து உடலுருகி என்புடன் அலைந்த நாய்கள், ஊர்களை விட்டு விலகாமல் முதலில் அங்கே எதிர்த்து நின்ற போராளிகளிடமும், பிறகு ஊர்களைப் பிடித்துக்கொண்ட ஆமிக்காரர்களிடமும் அன்றாட மிச்ச உணவை உண்டு கொண்டே இராணுவத்தோடு நந்திக்கடலின் கரைக்கு வந்து சேர்ந்த நல்ல கொழுத்த ஊர்நாய்கள், ஆமிக்காரர்கள் தனிமையைப் போக்கவும் பாதுகாப்பிற்கும் வளர்த்த வெளிநாட்டு மோப்பநாய்கள், அந்த ஷெல்மழைக்கும், பட்டினிக்கும் மத்தியில் சிறுமிகள் சிலர் காப்பாற்றிப் பொத்திப்பொத்தி பதுங்குகுழிக்குள் வைத்து வளர்த்த பொமேரியன் எனப்பட்ட நல்ல மயிரடர்ந்த வளர்ப்பு நாய்கள் என்று ஆயிரக்கணக்கில் கரையில் வந்து சேர்ந்தன. எல்லா நாய்களின் கண்களும் செம்மஞ்சளில் ஒளிர்ந்தன.

“டேய் சக்கடம்!”

தன் குரல் அவனுக்குக் கேட்கும் என்றுதான் சின்ராசன் நினைத்தான். கேட்டுவிட வேண்டும் என்று ஒவ்வொரு முறை சுவாசிக்க தலையை தண்ணீருக்கு மேலே உயர்த்தும் போதும் வேண்டிக் கொண்டான். யாரேனும் மனிதர்களை விடவும், ஆமிக்காரர்களை விடவும் இப்போது தானங்கு கிடப்பதைச் சக்கடத்தான் பார்த்துவிட்டால் போதும் என்று தோன்றியது அவனுக்கு.

“டேய் சக்க...ட...ம்ம்ம்!!”

குரலை நீட்டி முழக்கியும் சக்கடத்திற்கு கேட்கவில்லை, அவன் நிலத்தின் பக்கம் திரும்பி வந்து சேரும் நாய்களைப் பார்த்து குரைத்துக் கொண்டிருந்தது. அதனுடைய குரைப்புக்குரல் கேட்கக்கேட்க நாய்கள் கூடிக்கொண்டே போயின, ஐயாயிரத்திற்கு மேலே இருக்கும், சனங்கள் நடந்து வெளியேறும் பின்னணியில் கடலில் கரையில் நாய்கள் ஒன்று கூடிக்கொண்டிருந்தன. சின்ராசனைத் தவிர யாரும் அந்தக்காட்சியைக் கண்டார்களா இல்லையா என்று தெரியவில்லை.

கூட்டத்தோடு வந்த நாய்க்குட்டிகள் சிலது சக்கடத்தின் மடியில் முகிழ்ந்திருந்த மடியில் வாய்வைத்து முலையூட்டின.

“என்ர ஆத்தை! டேய் சக்கடம்! டேய்! டேய்!”

மரண வாதையில் குரலின் கடைசிச் சொட்டு தெம்பை உரத்தான். சக்கடத்திற்கு கேட்கவில்லை, ஆனால் ஏதோ உள்ளுணர்வு சக்கடத்தை அசைத்திருக்க வேண்டும். உப்பிய பிணங்களுக்கு மத்தியில் மிதக்கும் சின்ராசன் இருந்த திசையைப் பார்த்துக் குரைத்தான். ஏதேனும் இரையைக் கண்டுவிட்டால் குரைக்கும் அதே தோரணைத் தொனியில் குரைத்தான். சின்ராசனுக்கு சிறிது நம்பிக்கை துளிர்விட்டது. முழுவதும்

சிதைந்து போன இடுப்பிற்கு கீழே அலையும் தசைக் கீலங்களில் தொடங்கி சிறிது சூடு உடல் முழுவதும் பரவுவதை உணர்ந்தான். நாய்கள் கூடிக் கொண்டேயிருந்தன. சக்கடம் கடலைப்பார்த்துக் குரைப்பதை நிறுத்திவிட்டு சின்ராசனின் பக்கம் இறங்கியது. அவனுடன் சேர்ந்து அங்கே கூடிய ஐயாயிரத்திற்கு மேற்பட்ட நாய்களும் சின்ராசன் இருந்த திசைக்கு இறங்கின. சக்கடத்தின் முலைகளில் வாய்வைத்திருந்த குட்டிகள் வாயை எடுக்காமல் சக்கடத்தின் கால்களுக்கிடையில் நடந்து நீரில் இறங்கின. கடல் முழங்காலளவு தப்புத் தண்ணீரில் அவை வேகமாக இறங்கப் பெருங்கடலில் அலை நிலத்தில் அறையும் பேரொலி தொடர்ச்சியாக எழுந்தது. இடைக்கிடையே குரைப்புச் சத்தங்களும் எழுந்தன. சக்கடம் தன்னை நோக்கி வருகிறான். சின்ராசனின் முகத்தின் ஒளி நீர்மட்டத்தில் பரவியது. தலைக்குள் சுரணை போவது தெரிந்தது.

அம்மான் கண்

எவ்வி வந்திருந்தாள்.

இம்முறை அவள் தன்னுடைய படுக்கைக்கு மேலே பேசுகின்ற அறணையொன்று அமர்ந்து இருந்ததை காவற்பெண்டிடம் சொல்லிக் கொண்டிருந்தாள். காவற்பெண்டு நிர்சலனம் வியாபித்திருக்கும் குழந்தையின் முகத்தை உற்றுப் பார்த்து "அது உன்னோட கதைச்சதோ?" என்று கேட்டாள். "இல்லை" என்று தலையாட்டினாள். "பிறகு யாருடன் அது கதைச்சதைக் கண்டனி?" எவ்வி முகத்தைச் சுருக்கிக்கொண்டு, அது யாரிடமும் எதனிடமும் எதுவும் கதைக்கேல்ல கோபமா என்னைப் பாத்துக்கொண்டு பேசாமலிருந்தது." என்றாள். காவற்பெண்டு சிரித்தாள். "பிறகெப்பிடி உனக்கு அந்த அறணை கதைக்குமெண்டு தெரியும்?" அதற்கு அவள் தன்னுடைய மென் அதரங்களைப் பிசுக்கிக்கொண்டு. "தெரியவில்லை ஆனால் அது கதைக்கும் எண்டு அதைக்கண்ட மாத்திரத்திலேயே தோன்றியது". காவற்பெண்டு அதுவொரு கனவாக இருக்கக் கூடும் என்று சொன்னாள். அவள் முகத்தை வெம்பிக்கொண்டு "இல்லை இல்லை அது என்ர படுக்கையில் இருந்தது, நான் பயந்து போய் அம்மாவைக் கூப்பிட்டன். அது யன்னலால பாஞ்சு ஓடீட்டுது. நான் எந்தப் பதகளிப்பும் படமால்தான் அம்மாவை கூப்பிட்டன். அதற்கு தெரிந்துவிட்டது. அதற்கு பேசுவதற்கு மட்டுமில்லை பாசையும் தெரிந்திருக்கு ஆச்சி" குழந்தை தீர்க்கமாயிருந்தாள்.

"சரி ஏன் நீ அம்மாவைக் கூப்பிட்டாய்? உனக்கு அறணையெண்டால் அவ்வளவு பயமா?"

"பயம்தான், அது கடிச்சா செத்தெல்லோ போவம்? அம்மான் அப்படித்தான் சொன்னார்."

"ஆனால் அதற்குதான் மறந்து போகுமே!" காவற்பெண்டு சிரித்தாள்.

"என்ன மறதி?"

“அறணை கடிச்ச உடனை கடிச்ச காயத்தை தன்ர நாக்கால நக்க வேணும், அப்பத்தான் விசம் சுவறும், ஆனால் அது கடிச்சாலும் நக்க மறந்து போமாம்”

“உனக்கெப்படித் தெரியும் ஆச்சி, அதுக்கு மறந்து போகுமெண்டு?”

“அதுதான் ஐதீகம்.”

குழந்தை வேகுநேரமாக எதுவும் பேசாதிருந்தாள். இடைக்கிட காவற்பெண்டையும், மரத்தின் கீழே நின்றிருக்கும் ஆத்தையையும் மாறி மாறிப்பார்த்தாள்.

“அறைக்குள்ள வந்த அறணை கதைக்குமெண்டு சொன்னதை நீ நம்பேல்லைதானே?

“அது உன்னட்டையே கதைக்கேல்லையே குஞ்சு, நானெப்பிடி நம்புறது?”

“அது மறந்துபோம் எண்டு நம்புறதைப் போலத்தான். அறணை கதைக்கும் எண்டுறதை ஐதீகமாக்கப் போகிறேன். நம்பு ஆச்சி அறணையள் மறதிக்காரர் மட்டுமில்லை, அறணைகள் கதைக்கும்”

காவற்பெண்டு எவ்வியைப் பார்த்துக்கொண்டே கைக்கு அடக்கமான மர உடலில் வாடிய மூலிகை இலைகளைப் போட்டு இடிக்கத் தொடங்கினாள்.

“அம்மான் வந்திருக்கிறார்” எவ்வி மாமனுடன் வந்த சந்தோசத்தைப் பகிர்ந்துகொண்டாள்.

அவனுடைய வருகையை காவற்பெண்டு ஏற்கனவே அறிந்திருந்தாள்.

கீரிக்குளத்தின் பராமரிப்புக்குரிய குளக்காவலர்கள் தங்கள் தலைவனிடம் குளம் உடைப்பெடுப்பதைச் சொல்லியபிறகு அவன் பனங்காமத்திலேயே இருந்துவிடமாட்டான் என்று அவள் நன்கறிவாள். கீரிக்குளத்தின் பெரிய கலிங்குகள் உடைப்பெடுத்து பாசன வாய்க்கால்களை நிரப்பிக்கொண்டு பாய்ந்து கடலை நோக்கிப்போகும் காட்சியை அவர்கள் தங்களின் தலைவனுக்கு விபரித்தனர். பெருமளவு நீர் வீணாகிக்கொண்டிருந்தது. பருவ நெல் அறுக்காமல் முற்றியிருந்ததால் வாய்க்கால்கள் உடைத்து நீர் வயல்களுக்கு செல்லாமல் பார்ப்பதற்கே சனத்திற்கு நாட்சலிப்பு சரியாகவிருந்தது.

ஊரவர்களும் குளத்தின் பரமாரிப்பிற்கு பொறுப்பானவர்களும் இணைந்து பெரிய மரங்களை வெட்டி வந்து குளக்கட்டில் புதிதாக உடைப்பெடுத்த

இடங்களை அடுக்கி மூடப்பார்த்திருக்கிறார்கள். ஒரு பக்கத்தில் அடைக்க இன்னொரு பக்கத்தில் சொல்லி வைத்தாற்போல மண் திட்டு அதிசயமாக பிளந்து நீர்ப்பிரவாகம் பாயத் தொடங்கியிருக்கிறது. மேலும் ஊர்மக்கள் குளத்தைச்சுற்றி சமீப நாட்களாக கண்ட துர்நிகழ்வுகளை பயத்துடனும் ஆரூட உணர்வுடனும் விபரித்தனர். சென்ற கிழமைகளில் குளக்கரைகளில் முதலைகள் செத்து உடல் வீங்கி முதுகால் பிரண்டு நெஞ்சுப்பகுதி தெரிய "வெள்ளை பிரட்டிய" படி ஒதுங்கியிருக்கின்றன. குளத்தைச்சுற்றி முட்டையிட்டிருந்த ஆக்காட்டிகளின் தங்களின் முட்டைகளின் கோதுகளை கண்டு விட்டு நாள் முழுக்க சாக்கத்து கத்தியிருக்கின்றன. பாம்புகளற்ற கீரிப்பிள்ளை மேட்டில் அவைகளை யார் உடைத்துக் குடித்திருப்பார்கள் என்று யாரும் அறிந்திருக்கவில்லை. மேலும் நான்கைந்து பெண்களின் கனவில் வைரவரும், சொத்தி முனியும் கெட்ட சம்பவங்களை காட்டியிருக்கின்றார்கள். அழாத குறையாகவும் எல்லாம் மீறிய கைகளுடனும் தன்னுடைய குடிகளை பார்த்த மாத்திரத்திலேயே அவனுக்கு நெஞ்சு வெருண்டிருக்கும்.

எவ்வியை பணிப்பெண்கள் வந்து மதிய உணவிற்கு அழைத்துப்போன போது தலைவன் தன்னுடைய பரிவாரங்களை விட்டு விட்டு சோர்வடைந்தவனாக ஆத்தை வளவில் வந்து இறங்கினான். கால்களை அலம்பி விட்டு ஆத்தையைப் போய் கும்பிட்டான். நெற்றியில் பச்சை நீற்றை இட்டுக்கொண்டு நேராக காவற்பெண்டிடம் வந்து அவளின் முன்னால் குளிரும் வெண்புழுதி மணலில் இருந்து கொண்டு காவற்பெண்டின் முகத்தை நிமிர்ந்து பார்த்தான். அவனுடைய சோர்வும் சலிப்பும் உடல் முழுவதும் நஞ்சினெப்பரவி கண்களிரண்டிலும் நிறைந்து கிடந்தது.

"கள்ளுக் கொண்டு வரச்சொல்லட்டோ?"

"வேண்டாம்" சொன்னவன், கிழவியின் முகத்தில் எந்த சந்துஷ்டியும் இல்லாமலிருப்பதால் துணுக்குற்றான். ஊரில் சந்தித்தவர்கள் எல்லாம் அவனைத் துக்கம் விசாரிப்பவர்கள் போல குளத்தைப்பற்றி முறையிட்டார்கள்.

"ஊரில் நடப்பதொன்றும் தெரியாதது போல் இருக்கிறாய் கிழவி"

காவற்பெண்டு சிரித்தாள். அவளுடைய சிரிப்பு கொஞ்சம் நிம்மதியை தந்தது. அவளுக்கு ஏதேனும் தெரிந்திருக்கும். அல்லது பரிகாரம் வைத்திருப்பாள்.

"ஏதும் குற்றம் பட்டதோ குளத்துக்கு?"

"தெரியேல்ல, ஆத்தையை இறக்கினால்தான் தெரியும்"

அன்றிரவே குறி கேட்க சனங்கள் கூடினார்கள், ஆத்தை இறங்கினாள், காவற்பெண்டிற்கு கலை தொடங்கிய போது வழமை போலில்லை. ஆத்தை அவளை ஆரம்பத்திலேயே உலுக்கி எடுத்தாள். பரவிய மடையை பேய்ப்பசியில் இருந்தவளைப்போல கலையாடிக் கொண்டே உண்டு முடித்தாள். கிட்டத்தட்ட பத்துப்பேர் உண்ணக்கூடிய அந்த ஊன் உணவை வாய்க்குள் அடைந்து இறக்கினாள். ஒரு முழு முட்டி கள்ளினைக் குடித்துத் தீர்த்தாள். வளவெங்கும் தேசிக்காய்களை கடித்துத் துப்பி எறிந்தாள். வேப்பிலை சிதற அவள் ஆடிய ஆட்டம் நேரம் ஆக ஆக உக்கிரம் கூடிக்கொண்டே போனது. எப்பொழுதும் சோர்ந்து தொங்கும், முதுமையேறிய அவளுடைய மார்புகள் இறுகித்துடித்தன. உடுக்கை அவளுக்கு போதவில்லை, இன்னும் வேண்டுமென்றாள். உறுமியும், பறையும் அந்த இரவின் பயத்தின் மீது ஒலித்தன. நடு இரவு வரை அவளுடைய கலை நிற்கவில்லை. சனங்கள் பயந்து போனார்கள். அங்கேயிருந்த பெரும்பாலான குழந்தைகள் வீறிட்டு அழத்தொடங்கினார்கள். தாய்மார்கள் குழந்தைகளையும், சிறுவர்களையும் வளவை விட்டு கொண்டு போகத் தொடங்கினார்கள். எவ்வி துளிகூட சலமில்லாமல் கண்கள் விரிய காவற்பெண்டை பார்த்துக்கொண்டிருந்தாள். அவளுடைய பணிப்பெண்கள் அவளை அங்கிருந்து கொண்டு செல்ல முனைந்தார்கள். அவள் போகச்சம்மதித்தாளில்லை. அவள் தனக்கு பயமில்லை, பார்க்கப்போகின்றேன் என்றாள். அதற்கு பணிப்பெண்கள் "அம்மான் சொன்னார்" என்று சொல்லி அவளை விருப்பமில்லாமல் இழுத்துச் சென்றார்கள். எவ்வி ஆத்தை வளவை விட்டு நீங்கும் போதுதான், காவற்பெண்டினுள் இறங்கிய ஆத்தையின் குரல் பெரிதாக எழுந்து குறிசொல்லத் தொடங்கியது. வானத்தின் குரலைப்போல ஒலித்த அந்தக்குரல சொலலும் பரிகாரத்தை எவ்வியால் கேட்க முடியாதபடி வண்டில் வேகமாக ஓட குரல் தேய்ந்து போனது.

ஒரு வாரத்திற்கு மேலாகிவிட்டது. எவ்வியை தாயோ, அம்மானோ வந்து பார்க்கவில்லை. பனங்காமம் போரில் நிலக்கிழாருடன் இறந்து போன எவ்வியின் தந்தையின் பிதிர்க் கடன்களுக்காக அவர்கள் சென்று விட்டதாகப் பணிப்பெண்கள் சொன்னார்கள். அவர்களின் முகங்களில் இறுக்கத்தையும், தமக்குள் பேசிக்கொள்வதையும் எவ்வி அவதானிக்காமலில்லை. அன்று காலையில் அந்த அறணை மீண்டும் படுக்கையில் - கால்மாட்டில் உட்கார்ந்திருந்தது. இம்முறை கொஞ்சம் கொழுத்திருந்தது. இவளை ஆடாமல் அசையாமல் பார்த்துக்கொண்டிருந்தது. அவளுக்கு மீண்டுமது பேசும் என்ற உணர்வுதான் ஏற்பட்டது. ஆனால் அதனிடம் பேச்சுக்கொடுக்க வேண்டுமா இல்லையா என்று தெரியவில்லை. ஒரு வேளை அது கடிக்கவோ பிறகு நக்கவோ கூடும். அது பேசக்கூடியதாயும் "நக்க

மறக்கும்" என்ற ஐதீகத்தை மீறக்கூடியதுமான முதல் அறணையாக இருக்குமென்று தோன்றியது. அது ஏதாவது பேசினால் தானும் பேசலாம் என்று மிகுந்த எச்சரிக்கை உணர்வுடன் அறணையைப் பார்த்துக் கொண்டிருந்தாள். அதனுடைய பளபளப்பான புள்ளிகளுடைய தேகத்தில் வயிற்றுப்பகுதியில் மட்டும் சுவாசத்துக்குரிய லேசானல் விம்மலும் தாழ்தலும் தெரிந்தது. அவள் அந்த அறணையே முதல் சொல்லைச் சொல்லட்டும் என்று காத்திருந்தாள். ஒரு வேளை அவளைப்போல அதுவும் தயக்கத்திலிருந்து வந்த குழப்பத்தினால் இன்னும் மௌனம் காத்துக் கொண்டிருக்கலாம். அது தன்னுடைய முதல் சொல்லைத் தேடிக்கொண்டிருக்கலாம். அது பேசினால் தான் என்ன கேட்பது என்ற கேள்வியை அவள் ஏற்கனவே தயாராக வைத்திருந்தாள்.

"உண்மையாவே கடிச்சால் நக்க மறந்து போவியோ?"

யாரோ அறைக்குள் நுழைந்தனர். அவர்களின் சந்தடி கேட்க அது யன்னலால் பாய்ந்து புதருக்குள் வீழ்ந்து மறைந்தது.

பணிப்பெண் நின்றிருந்தாள். முகம் இறுகியிருந்தது. இவளை கீரிப்பிள்ளை மேட்டிற்கு அழைத்து வரச்சொல்லி அம்மானின் உத்தரவு என்று சொன்னாள். எவ்வி சரி என்று தலையாட்டி விட்டு. மீண்டும் அந்த அறணை வந்தது என்று சொன்னாள். அவள் அதைப் பெரிதாக எடுக்கவில்லை. வில்லங்கமாக கேட்பவளைப் போல கேட்டுத் தலையாட்டினாள்.

நீராட்டம், புது உடை எல்லாம் அணிவித்து அவளைக் கீரிப்பிள்ளை மேட்டிற்கு கொண்டு வந்தார்கள். குளக்கட்டில் சனங்கள் சாரிசாரியாக நின்றார்கள். அன்றைக்கு பரிகாரத்திற்கு அம்மான் தன்னை அழைத்து வரச்சொல்லி இருக்கிறார் என்று நினைத்தாள். இவளுடைய வண்டில் வந்து சேர்வதற்கு காத்திருந்தவர்கள் போல சனங்கள் வண்டிலைச் சூழ்ந்து கொண்டார்கள். இளம், நடுத்தர வயதுப்பெண்களோ, குழந்தைகளோ அந்தக்கூட்டத்தில் காணப்படவில்லை. எவ்வி வண்டிலால் இறக்கப்பட்டாள். பணிப்பெண்கள் அவளைத் தூக்கிச்செல்ல முற்பட்டார்கள். அவள் வேண்டாம் என்று மறுத்துவிட்டு, காவற்பெண்டும் அம்மானும் எங்கிருக்கிறார்கள் என்று கேட்க பணிப்பெண் அவளைத் தொடர்ந்து வரும்படி சொல்லி விட்டு வான்கதவுகள் இருந்த துரிசடிக்கு நடந்தாள். ஆக்காட்டிகள் தலைக்கு மேலாகக் கத்தியபடி பறந்தன.

துரிசின் உடைப்பெடுத்த பகுதிகள் பாரிய மரங்களைப் போட்டு அடுக்கப்பட்டிருந்தன. எனினும் மரங்களுக்குள் போடப்பட்ட

மண்ணையும் கற்குவியல்களையும் தாண்டி நீர் உடைத்து ஓடிக்கொண்டிருந்தது. துரிசின் கீழே வாய்க்கால் ஆரம்பிக்கும் இடத்தில் கிடங்கொன்று தோண்டப்பட்டு. சுற்றிவர ஆட்கள் நின்றார்கள் அதன் அருகில் முகமெல்லாம் வீங்கிப்போய் அம்மான் கோலம் மாறி நின்றிருந்தார். குளத்து வேலைகளில் இராப்பகலாக நின்றிருப்பார் என்று நினைத்துக் கொண்டாள். காவற்பெண்டு தன்னுடைய நடை தடியை ஊன்றிக் கொண்டு மண்கும்பியில் அமர்ந்திருந்தாள். எவ்வியைக் கண்டதும் அவளுடை முகம் இறுகி சொக்குகளும் மார்பும் துடித்தது. எவ்வி நேராக அம்மானிடம் போனாள். அவன் அவளை ஓடி வந்து தூக்கிக் கொஞ்சினான். என்றுமில்லாதவாறு அவனுக்கு கண்ணீர் வந்தது. துடைத்து விட்டாள். காவற்பெண்டு எழுந்து வந்து எவ்வியை நன்றாக ஊன்றிப் பார்த்தாள். பிறகு அவளுடைய கன்னங்களைத்தடவி "என்ரை ஆத்தை" என்றாள்.

"திரும்பவும் அந்த அறணை வந்தது ஆச்சி" என்றாள்.

கிழவிக்கு கண்ணீர் முட்டியது.

அம்மான் பிரியமான, அக்காள் மகளைத் தூக்கி வைத்துக்கொண்டு குடும்பத்தின் கடைசி வாரிசு தன்னை கழுத்து வரை புதைத்துக்கொண்டு "சொத்திமுனியை" வேண்டினால் குளத்தின் மீதுள்ள குற்றம் அடங்கும் பிறகு வான் கதவுகள் கட்டை உடைக்காமல் தண்ணீரைப் பாசனம் செய்யும், நீதான் அந்தச் சடங்கைச் செய்ய வேண்டும் என்று விளக்கினான். எவ்வி உடனே சரியென்றாள். அவளுக்கு அது ஒரு நல்ல விளையாட்டாக இருக்கும் என்று தோன்றியது, அதோடு தன்பெயரில் குளத்தின் குற்றமகலப் போகின்றது என்ற சந்தோசம் வேறு. கிடங்கில் இறக்கப்பட்டாள், அவளை விட ஒரு அடி பெரிய கிடங்கது. குளத்தடியில் அகழ்ந்ததால் கீழே நீருறிக்கொண்டிருந்தது. எனவே அவள் நிற்பதற்கு ஒரு கல்லை வைத்திருந்தார்கள். காவற்பெண்டு வெளியே மந்திரங்கள் சொல்லத் தொடங்கியிருந்தாள். அம்மான் கலங்கிய கண்ணுடன் அவளுக்காக கொண்டுவந்த புன்னகையுடன், சடங்குகளைச் செய்தார். முதலில் மஞ்சள், குங்குமமும், பாலும் கிடங்கில் விடப்பட்டன. எவ்வி நின்றிருந்த கல்லை மூடுமளவிற்கு பால். குங்குமமும் சந்தனமும் சுவறி நின்றது. பிறகு பூக்கள் கொட்டப்பட்டன. ஏராளம் கருங்குவளை மலர்களும், நித்தியகல்யாணி மலர்களும் அவளுடைய முழங்கால் வரை பூக்கள் ஏறி குறுகுறுத்தது. அவற்றின் வாசனை மூக்கரித்தது, அவளுக்கு வேடிக்கையாகவும் விளையாட்டாகவுமிருந்தது. சிரித்தாள். மந்திரங்கள் கேட்டுக்கொண்டிருந்தன. அம்மானின் முகமும் கையும் மட்டும்தான் கிடங்கிற்கு வெளியே தெரிந்தது. நவதானியங்கள் வந்தன. மந்திரத் தகடுகள் தாயத்துக்கள் வந்து விழுந்தன.

பயப்பிடாதே! பயப்பிடாதே! என்று அவன் அடிக்கடி சொல்லிக் கொண்டிருந்தான். அவள் உண்மையில் பயப்படவில்லை. பிறகு அம்மான் மண்ணைச் சரிக்கத்தொடங்கினார். மெதுவாகப் பக்கவாட்டில் மண் ஏறியது. நல்ல குளிர்ச்சியான வெள்ளை ஈரமணல். ஆத்தை வளவில் வெட்டிக் கொண்டிருந்திருப்பார்கள் போலும். உடலில் குளிரக்குளிர கழிமணலின் பாரம் ஏற ஏற அவளுக்கு கொஞ்சம் பயம் வந்தது. ஆனால் அம்மானின் குரல் அவளிடம் பயப்பிடாதே! பயப்படாதே! என்று சொல்லிக் கொண்டிருந்தது. காவற்பெண்டின் மந்திரமும் குரலும் இன்னும் கடுமையாகவும் வேகமாகவும் கேட்டது. நெஞ்சளவுமண். நெஞ்சில் பாரமேறி உட்கார்ந்தது போலிருந்தது. மூச்சு விடச்சிரமப்பட்டாள்.

"அம்மான்" என்றாள் கொஞ்சம் பயமாக. அவன் மீண்டும் பயப்பிடாதே இப்போது முடிந்து விடும் என்றான். குழந்தை உள்ளூர தைரியத்தைத் தேடினாள். அறணையின் முன்னால் பயமின்றி உட்கார்ந்திருக்கும் போதிருந்த வேடிக்கையுணர்வும் தைரியமும் அவளுக்கு இப்போது தேவைப்பட்டது.

"ஆத்தையை நினைத்துக்கொள்"

கழுத்தளவு ஏறிவிட்டது. அம்மான் மண்ணைச்சரிக்க கண்களில் பட்டது.

"அம்மான் கண்" குரல் பதறியது.

அவளின் என்றென்றைக்குமான அந்தக் கடைசி வார்த்தைகளுக்கு மேலே "ஐய்யோ" என்ற அவனுடைய பெரிய சத்தத்துடன், அவளை முழுவதுமாக மூடக்கூடிய மண்ணை கைகள் சரித்து விழுத்தின.

காவற்பெண்டு மந்திரங்கள் முடியச் சோர்ந்து விழுந்தாள்.

◎